அழகின் அசைவு
பண்பாட்டுக் கட்டுரைகளின் முழுத் தொகுப்பு

அழகின் அசைவு
பண்பாட்டுக் கட்டுரைகளின் முழுத் தொகுப்பு

தொ. பரமசிவன் (1950 – 2020)

தொ.ப. என்று அழைக்கப்பட்ட பேராசிரியர் தொ. பரமசிவன் தமிழகத்தின் முன்னணி ஆய்வாளர்களுள் ஒருவராகத் திகழ்ந்தார். இவருடைய 'அழகர் கோயில்' அது வரையிலான கோயில் ஆய்வு நூல்களின் எல்லைகளை விஸ்தரித்தது. பல குறுநூல்களையும் தொ.ப. எழுதியுள்ளார்.

மனோன்மணியம் சுந்தரனார் பல்கலைக்கழகத்தின் தமிழ்த் துறைத் தலைவராகப் பணியாற்றிய தொ.ப. தனது பணி காலத்திலேயே விருப்ப ஓய்வு பெற்றார்.

தொ.ப. டிசம்பர் 24, 2020 அன்று பாளையங்கோட்டையில் காலமானார்.

தொ. பரமசிவனின் பிற நூல்கள்
[காலச்சுவடு வெளியீடு]

கட்டுரைகள்

- பண்பாட்டு அசைவுகள்
- அறியப்படாத தமிழகம்
- தெய்வம் என்பதோர்...
- இதுவே சனநாயகம்!
- பாளையங்கோட்டை வரலாறு
- நீராட்டும் ஆறாட்டும்
- தெய்வங்களும் சமூக மரபுகளும்
- நாள் மலர்கள்
- அழகர் கோயில்

நேர்காணல்

- தொ. பரமசிவன் நேர்காணல்கள்

இந்நூலின் தலைப்பு
'புறநானூறு: ஓர் எளிய அறிமுகம்' நூலுக்கு எழுதிய
மதிப்புரையில் தொ.ப. கையாண்ட ஒரு தொடர்.

தொ. பரமசிவன்

அழகின் அசைவு
பண்பாட்டுக் கட்டுரைகளின் முழுத் தொகுப்பு

காலச்சுவடு பதிப்பகம்

● அன்பார்ந்த வாசகருக்கு,

வணக்கம்.

காலச்சுவடு நூலை வாங்கியமைக்கு நன்றி.

நூலின் உள்ளடக்கம், உருவாக்கம், அட்டைப்படம் இன்ன பிற அம்சங்கள் பற்றிய உங்கள் கருத்துகளையும் ஆலோசனைகளையும் காலச்சுவடு வரவேற்கிறது. தகவல், எழுத்து, வாக்கியப் பிழைகள் தென்பட்டால் கட்டாயம் தெரிவித்து உதவுங்கள். நூல் தயாரிப்பில் கடும் குறைபாடு இருப்பின் மாற்றுப் பிரதி உங்களுக்குக் கிடைக்கக் காலச்சுவடு ஏற்பாடு செய்யும்.

மின்னஞ்சல்: *publisher@kalachuvadu.com*

காலச்சுவடு நாகர்கோவில் அலுவலகத்திற்குக் கடிதம் அனுப்பலாம்.

தங்கள்
எஸ்.ஆர். சுந்தரம் (கண்ணன்)
பதிப்பாளர் — நிர்வாக இயக்குநர்

அழகின் அசைவு பண்பாட்டுக் கட்டுரைகளின் முழுத் தொகுப்பு ♦ ஆசிரியர்: தொ. பரமசிவன் ♦ முதல் பதிப்பு: பிப்ரவரி 2022, மூன்றாம் பதிப்பு: டிசம்பர் 2023 ♦ வெளியீடு: காலச்சுவடு பப்ளிகேஷன்ஸ் (பி) லிட்., 669, கே.பி. சாலை, நாகர்கோவில் 629001

azakin acaivu Panpaattu Katturaikalin Muzhu Thokuppu ♦ Author: Tho. Paramasivan ♦ First Edition: February 2022, Third Edition: December 2023 ♦ Language: Tamil ♦ Size: Demy 1 x 8 ♦ Paper: 16 kg maplitho ♦ Pages: 576

Published by Kalachuvadu Publications Pvt. Ltd., 669, K.P. Road, Nagercoil 629001, India ♦ Phone: 91-4652-278525 ♦ e-mail: publications @kalachuvadu.com ♦ Printed at Mani Offset, Chennai 600077

ISBN: 978-93-5523-179-6

12/2023/S.No. 1067, kcp 5013, 16 (3) usss

பொருளடக்கம்

அறியப்படாத தமிழகம்	9
தெய்வங்களும் சமூக மரபுகளும்	125
தெய்வம் என்பதோர் . . .	211
இதுவே சனநாயகம்!	305
நீராட்டும் ஆறாட்டும்	426

பொருளடக்கம்

அறிவியலும் தமிழ்ப்பயிற்சியும்	9
அறிஞர்பெருமக்கள் அணுகுமுறையும்	125
தொகுப்பாசிரியா்	211
இதிகை கட்டுரைகள்	305
தொாடர்ந்து ஆராய்டும்	426

அறியப்படாத தமிழகம்

தமிழ்	11
வீடும் வாழ்வும்	37
தைப்பூசம்	60
பல்லாங்குழி	78
தமிழகப் பௌத்தம்: எச்சங்கள்	92
பேச்சு வழக்கும் இலக்கண வழக்கும்	106
கறுப்பு	118

தமிழ்

தமிழ் என்ற சொல் தமிழர்க்கு இனிமையானது. 'இனிமையும் நீர்மையும் தமிழெனல் ஆகும்' என்று பிங்கல நிகண்டு குறிப்பிடுகிறது. தமிழ் என்ற சொல்லை இனிமை, பண்பாடு, அகப்பொருள் என்ற பொருள்களிலும் வழங்கியுள்ளனர்.

முரசு கட்டிலில் உறங்கிய மோசிகீரனார் என்ற புலவர்க்கு வேந்தன் ஒருவன் கவரி வீசிய செய்தியினைப் புறநானூற்றுப் பாடலால் அறிகிறோம். கண் விழித்த புலவர் 'அதூஉம் சாலும் நற்றமிழ் முழுதறிதல்' என்கிறார். தமிழ் எனும் சொல் இங்கு மொழி, கவிதை என்பனவற்றையும் தாண்டி, பலகலைப் புலமை என்ற பொருளில் ஆளப்பட்டுள்ளது. 'தமிழ் கெழு கூடல்' (புறம்) என்ற விடத்திலும் 'கலைப்புலமை' என்ற பொருளில் இது ஆளப்பட்டுள்ளது. திருத்தக்கதேவர் 'தமிழ் தழீஇய சாயலவர்' என்னும் இடத்து, தமிழ் என்பதற்கு அழகும் மென்மையும் பொருளாகின்றன.

தேவாரம் போன்ற பக்தி இலக்கியங்களில் தமிழ் 'பாட்டு' என்னும் பொருளில் ஆளப்படுகிறது. 'ஞான சம்பந்தன் சொன்ன தமிழ் இவை பத்துமே', 'மூலன் உரை செய்த மூவாயிரம் தமிழ்' என்பன எடுத்துக்காட்டுகளாகும். முப்பது பாட்டுக்களாலான திருப்பாவையை ஆண்டாள் 'தமிழ் மாலை' என்றே குறிப்பது இங்கு எண்ணத்தகும். சிவநெறி தமிழ்நாட்டில் பிறந்தது எனக் குறிக்க வந்த சேக்கிழார், 'அசைவில் செழும் தமிழ் வழக்கு' எனச் சைவத்தையும், 'அயல் வழக்கு' எனச் சமணத்தையும் குறிப்பிடுகிறார்.

சமணமும் சைவமும் தமிழ் மொழியினைத் தெய்வீக நிலை சார்ந்தனவாகக் கருதின.

ஆயும் குணத்தவ லோகிதன் பக்கல் அகத்தியன் கேட்(டு)
ஏயும் புவனிக்கு இயம்பிய அருந்தமிழ்

என்பது யாப்பருங்கலம். பாணினிக்கு வடமொழியையும், அதற்கிணையான தமிழ் மொழியைக் குறுமுனியான அகத்தியர்க்கும் சிவபெருமான் அளித்தார் என்றும் சைவ இலக்கியங்கள் கூறும். 'தழற்புரை சுடர்க் கடவுள் தந்த தமிழ்' என்று கம்பரும் இக்கருத்தினை ஏற்றுப் பேசுகிறார்.

வடமொழி ஆதிக்கமும் தெலுங்கு மொழி ஆதிக்கமும் அரசியல் அறிந்த தமிழர்களால் உணரப்பட்ட இடைக்காலத்தில் தமிழ் தெய்வத்தன்மை உடையதாகவும் தாயாகவும் கருதப்பட்டது. 15ஆம் நூற்றாண்டில் வில்லிபாரதத்திற்கு வரந்தருவார் தந்த பாயிரமும் 17ஆம் நூற்றாண்டில் எழுந்த தமிழ்விடுதூதும் இதை உணர்த்தும். அதே காலத்தில் 'தலைப் பாவலர் தீஞ்சுவைக் கனியும் தண் தேன் நறையும் வடித்தெடுத்த சாரம் கனிந்தூற்றிருந்த பசுந்தமிழ்' முருகக் கடவுளின் திருவாயில் மணக்கிறது என்பர் குமரகுருபரர். 19ஆம் நூற்றாண்டில் மனோன்மணியம் சுந்தரனார் காலந்தொட்டுத் 'தமிழ்' அரசியல், சமூக, பண்பாட்டு அளவில் ஒரு மந்திரச் சொல்லாகவே தொழிற்படுகிறது.

'தெள்ளமுதின் மேலான முத்திக் கனியே என் முத்தமிழே' என்று தமிழை முத்தி தரும் பொருளாகவும் தமிழ்விடுதூது குறிப்பிடுவது இங்கு உணரத்தகும். இந்த உணர்வினை உள் வாங்கிக்கொண்டு, சமூக நீதிக்குப் போராடிய பாரதிதாசன் தமிழைத் தாயாகவும் தெய்வமாகவும் போராட்டக் கருவியாகவும் கொண்டது தமிழ்நாடு அறிந்த செய்தி.

நாட்டார் வழக்காறுகளில் தமிழ் எனும் சொல், செம்மையாகப் பேசப்படும் மொழியினை உணர்த்துகிறது. மன்றங்களிலும் வழக்காடும் இடங்களிலும் பேசப்படும் மொழியினை அச்சொல் குறித்திருக்கிறது.

தங்கத் தமிழ் பேச உங்க
தாய் மாமன் வருவாங்க

என்பது தாலாட்டு.

தங்கத் தமிழ் அடியாம்
தாசில்தார் கச்சேரியாம்

என்பது ஒப்பாரிப் பாடல் வரி.

குழாயடி, கிணற்றடி என்பது போலத் தமிழடி என்பது ஊர் மன்றத்தைக் குறிக்கும்.

தமிழ், தமிழன் ஆகிய சொற்களை ஊர்ப் பெயராகவும் மக்கட் பெயராகவும் ஏராளமாக இட்டு வழங்கியிருக்கிறார்கள். நெல்லை மாவட்டம் ஆலங்குளத்துக்கருகில் 'தமிழூர்' என்ற ஊரும், நாங்குநேரிக்கு அருகில் 'தமிழாக்குறிச்சி' என்ற ஊரும் அமைந்துள்ளன. அருப்புக்கோட்டைக்கருகில் 'தமிழ்ப் பாடி' என்ற ஊரும் உள்ளது. கல்வெட்டுக்களில் 'தமிழன்', 'தமிழ தரையன்' ஆகிய பெயர்களைப் பல இடங்களில் காண்கிறோம்.

முதலாம் ஆதித்த சோழன் தனது வெற்றிக்குதவிய படைத்தலைவன் ஒருவனுக்குச் 'செம்பியன் தமிழவேள்' என்ற பட்டங்கொடுத்தான். சில அதிகாரிகளும் தங்கள் பெயர்களில் தமிழை இணைத்துக்கொண்டனர். எடுத்துக்காட்டாக 'இருஞ்சோணாட்டு தமிழவேள் தென்னவன் திருச்சாத்தன்', 'அருந்தமிழ் கேசரிச் சோழப் பெரியான்', 'சாணாட்டு வேளான் தமிழப் பெற்றான்' ஆகியனவற்றைக் குறிப்பிடலாம் (கோயிலாங்குளம் சமணக் கோயில் கல்வெட்டு).

தண்ணீர்

தமிழ்நாடு நிலநடுக்கோட்டை ஒட்டிய வெப்பமண்டலப் பகுதியைச் சேர்ந்ததாகும். எனவே நீர் குறித்த நம்பிக்கைகளும் அவற்றின் வெளிப்பாடுகளும் தமிழ்ச் சமூகத்தில் நிறையவே காணப்படுவது வியப்புக்குரியதல்ல. இனிமை, எளிதில் புழங்கும் தன்மை என இரண்டு பண்புகள் நீருக்கு உண்டு. எனவே 'தமிழ்' என்னும் மொழிப் பெயருக்கு விளக்கம் தரவந்தவர்கள், 'இனிமையும், நீர்மையும் தமிழ் எனல் ஆகும்' எனக்குறிப்பிட்டனர். குளிர்ச்சியினை உடையது என்பதனால் நீரைத் 'தண்ணீர்' என்றே தமிழர்கள் வழங்கி வருகின்றனர். நீரினால் உடலைத் தூய்மை செய்வதனை குளிர்த்தல் (உடலைக் குளிர்ச்சி செய்தல்) என்றும் குறித்தனர். இது வெப்ப மண்டலத்து மக்களின் நீர் பற்றிய வெளிப்பாடு ஆகும்.

நீர் என்பது வானத்திலிருந்து வருவது என்பதனால் அதனை 'அமிழ்தம்' என்றே வள்ளுவர் குறிப்பிடுவார். நீர்நிலைகளுக்குத் தமிழர்கள் வழங்கிவந்த பெயர்கள் பல. சுனை, கயம், பொய்கை, ஊற்று என்பன தானே நீர் கசிந்த நிலப்பகுதிகளாகும். குட்டை, மழை நீரின் சிறிய தேக்கமாகும். குளி(ர்)ப்பதற்குப் பயன்படும் நீர்நிலை 'குளம்' என்பதாகவும் உண்பதற்குப் பயன்படும் நீர்நிலை 'ஊருணி' எனவும் ஏர்த் தொழிலுக்குப் பயன்படும் நீர்நிலை 'ஏரி' என்றும், வேறு வகையாலன்றி மழை நீரை மட்டும் ஏந்தி நிற்கும் நிலையினை 'ஏந்தல்' என்றும், கண்ணாறுகளை உடையது 'கண்மாய்' என்றும் தமிழர்கள் பெயரிட்டு அழைத்தனர்.

மலைக்காடுகளில் உள்ள சுனைகளில் 'சூர்மகள்', 'அரமகள்' என்னும் அணங்குகள் (மோகினிகள்) வாழ்கின்றனர் என்பது பழைய நம்பிக்கை. அதுபோலவே தெய்வங்களின் இடப் பெயர்ச்சிக்கு நீர் ஓர் ஊடகமாக அமைகின்றது என்பதும் ஒரு நம்பிக்கையாகும். விழாக்காலங்களில் சாமியாடுபவர்களின் தலையில் ஏற்படும் நீர் கரகத்துக்குள் சாமியின் அருளாற்றல் கலந்திருப்பதாக மக்கள் நம்புகின்றனர்.

நிலத்துக்கும் நீருக்கும் உள்ள உறவு பிரிக்கமுடியாது. நீரின் சுவை அது பிறக்கும் நிலத்தால் அமையும். நிலத்தால் திரிந்துபோன நீரின் சுவையை மேம்படுத்தத் தமிழர்கள் நெல்லியினை ஒரு மருந்தாகப் பயன்படுத்தினர். கிணற்று நீர் உவராக இருந்தால் அதனுள் நெல்லி மரத்தின் வேர்களைப் போட்டு வைப்பதும் ஊருணிக் கரைகளிலே நெல்லிமரங்களை நட்டு வைத்து அதற்கு 'நெல்லிக்காய் ஊருணி' என்று பெயரிடுவதுந் தமிழ் மக்களின் வழக்கம். நெல்லிக்காய் தின்று தண்ணீர் குடித்தால் இனிப்புச்சுவை தெரியும். இச்செய்தி சங்க இலக்கியத்தில் ஓர் உவமையாகவும் எடுத்தாளப்பட்டுள்ளது.

நீரின் தூய்மையினைப் பேணுவதிலும் தமிழர்கள் கருத்துச் செலுத்தியுள்ளனர். நீருக்குள் மனிதக் கழிவு இடுதல் பெரும் பாவமாகக் கருதப்படுகிறது. 'நீருக்குள் ஜலபானம் செய்த பாவத்தில் போகக்கடவாராகவும்' என்று ஆவணங்கள் இதனைக் குறிக்கின்றன. சங்கரன்கோயிலுக்கு வடக்கே பனையூர் என்ற ஊரில் உள்ள சிவன் கோவிலில் இறைவனுக்கு அக்கோயிற் கல்வெட்டுக்களில் 'நன்னீர்த்துறையுடைய நாயனார்' என்ற பெயர் காணப்படுகிறது. இயற்கையின் பேராற்றலில் ஆரியர் நெருப்பினை முதன்மைப்படுத்தியது போலவே திராவிடர் நீரினை முதன்மைப்படுத்தினர். தெய்வ வழிபாட்டுச் சடங்குகளைப் போலவே தமிழர்களின் வீட்டுச் சடங்குகளிலும் நீர் சிறப்பிடம் பெறுகின்றது. செம்பு நீரில் அல்லது குவளை நீரின் மேல் பூக்களையோ, பூவிதழ்களையோ இட்டு வழிபடுவது எல்லாச் சாதியாரிடமும் காணப்படும் பழக்கம். நெடுஞ்சாலைகளில் கோடைக் காலத்தில் நீர்ப் பந்தல் அமைப்பது ஒரு அறச்செயலாகக் கருதப்பட்டது. சோழர் காலத்துக் கல்வெட்டொன்று, தண்ணீர்ப் பந்தலில் தண்ணீர் இறைத்துத் தருபவனுக்கும் அதற்குக் கலமிடும் குயவனுக்கும் தண்ணீர் ஊற்றித் தருபவனுக்கும் மானியமளித்த செய்தியினைக் குறிப்பிடுகிறது.

இயற்கையல்லாத முறையில் நெருப்பில் சிக்கி இறந்தவர்கள் நீர் வேட்கையோடு இறப்பது இயல்பாகும். எனவே, அவ்வாறு இறந்தவர்களின் நினைவாக நீர்ப்பந்தல் அமைப்பதும் தமிழர்களின் வழக்கம்.

மொகஞ்சொதராவில் அகழ்வாய்வில் காணப்பட்ட படிக்கட்டுகளுடன்கூடிய குளம் நீர்ச்சடங்குகள் செய்வதற்குரிய இடமாக இருக்கலாம் என அறிஞர்கள் கருதுகின்றனர். நீராடுவதே ஒரு சடங்காகவும் தமிழர்களால் கருதப்பட்டதற்கு பரிபாடல், திருப்பாவை போன்ற இலக்கியங்கள் சான்றாக அமைகின்றன.

நீரை மையமிட்ட பழமொழிகளும் மரபுத் தொடர்களும் தமிழர்களிடத்தே உண்டு. 'நீரடித்து நீர் விலகாது', 'நீர்மேல் எழுத்து', 'தண்ணீருக்குள் தடம் பிடிப்பவன்' என்பவை அவற்றுட் சில.

தமிழர் உணவு

ஒரு குறிப்பிட்ட மக்கள் சமூகத்தின் அசைவியக்கங்களை உணர அவர்தம் உணவுப் பழக்க வழக்கங்களைக் கூர்ந்துநோக்க வேண்டும். உணவுப் பழக்க வழக்கங்கள் ஒரு சமூகம் வாழும் பருவச் சூழ்நிலை, வாழ்நிலத்தின் விளைபொருள்கள், சமூகப் படிநிலைகள், உற்பத்தி முறை, பொருளாதார நிலை ஆகியவற்றைப் பொருத்து அமையும்.

'சமைத்தல்' என்ற சொல்லுக்குப் பக்குவப்படுத்துதல் என்பது பொருள். அடுப்பில் ஏற்றிச் சமைப்பது 'அடுதல்' எனப்படும். சமையல் செய்யப்படும் இடம் அட்டில் அல்லது அடுக்களை. தமிழர்களின் வீட்டு அமைப்பில் வீடு எந்தத் திசை நோக்கி அமைந்திருந்தாலும் சமையலறை வீட்டின் வடகிழக்கு அல்லது தென்மேற்கு மூலையில் அமைக்கப்படுகிறது.

நீரிலிட்டு அவித்தல், அவித்து வேக வைத்தல், வறுத்து அவித்தல், சுடுதல், வற்றலாக்குதல், எண்ணெயிலிட்டுப் பொரித்தல், வேகவைத்து ஊறவைத்தல் ஆகியன சமையலின் முறைகள்.

நகர்ப்புறமயமாதல், தொடர்புச் சாதனங்களின் விளம்பரத் தன்மை, பொருளியல் வளர்ச்சி, பயண அனுபவங்கள் ஆகியவை காரணமாகக் கடந்த ஒரு நூற்றாண்டுக் காலத்திற்குள் தமிழர்களின் உணவு முறை மிகப்பெரிய அளவில் மாறுதல் அடைந்திருக்கிறது. நிகழ்கால உணவுப் பழக்கவழக்கங்களில் உடல் நலம் குறித்த அக்கறையைவிடச் சுவை குறித்த பார்வையே ஆளுமை செலுத்து கிறது. எனவே இன்னும் சில மிச்சசொச்சங்களோடு இருக்கும் பழைய உணவுப் பழக்கங்களைத் தொகுத்துக் காணுவது நல்லது.

கிழங்கு வகைகளில் சிலவும் (பனங்கிழங்கு), புன்செய் தானிய வகைகளில் சிலவும் (சோளக் கதிர்), சிறு பறவை இறைச்சியும் ஏழை மக்களால் சுட்டு உண்ணப்படுகின்றன. கடினமான கிழங்குகளும் (சர்க்கரைவள்ளி, ஏழிலைக் கிழங்குகள்) நீரிலிட்டு அவிக்கப்படுகின்றன. அரைத்த அல்லது இடித்த மாவுப்

பொருள்கள் நீராவியில் வேக வைக்கப்படுகின்றன (இடியாப்பம், இட்டிலி, கொழுக்கட்டை). இடித்த மாவுடன், சூடான இனிப்புப் பாகினைச் சேர்த்துக் கட்டி அரிசி, பொரி விளங்காய், பாசிப்பயற்று மா உருண்டை செய்யப்படுகின்றன. மாவுப் பொருள்களுடன் இனிப்புப்பாகு கூட்டி மீண்டும் எண்ணெயில் பொரித்து முந்திரிக்கொத்து, அதிரசம் (பாசிப் பருப்பு மா, அரிசி மா) ஆகியன செய்யப்படுகின்றன. மாவுப் பொருள்களுடன் உறைப்புச் சுவையுடைய மசாலா கூட்டி பஜ்ஜி, வடை செய்யப்படுகின்றன. புலவு அல்லது காய்கறிகளுடன் உறைப்பு மசாலா கூட்டி எண்ணெய் இட்டுத் தாளித்துக் குழம்பாகவோ அல்லது தொடுகறியாகவோ ஆக்குகிறார்கள். மாவுப் பொருள்களுடன் காய்கறிகள் சேர்த்து, எண்ணெய் தடவிச் சுடும் உணவு வகைகளில் அடை, தோசை ஆகியன அடங்கும். இலை (அடை) வடிவில் செய்யப்படுவதால் அது அடை எனப்பெயர் பெற்றது. வெந்த தானியத்துடன் வெல்லம், கருப்புக்கட்டி ஆகியன சேர்த்துத் திரவ வடிவில் ஆக்குவது பாயசம்.

சங்க இலக்கியத்தில் மிளகு, நெய், புளி, கீரை, இறைச்சி, கும்மாயம் பற்றிய உணவுக் குறிப்புகள் காணக்கிடைக்கின்றன. பக்தி இயக்கத்தின் எழுச்சியோடு தமிழர் உணவு வகையில் பெரிய மாற்றம் நிகழ்ந்திருக்கிறது. லட்டு (இலட்டுவம்), எள்ளுருண்டை, அப்பம் போன்றவற்றைப் பெரியாழ்வார் தம் பாடலில் குறிப்பிடுகிறார். சோழர் காலக் கல்வெட்டுக்களில் சருக்கரைப் பொங்கல் (அக்கார வடிசில்), பணியாரம் ஆகிய உணவு வகைகள் பேசப்படுகின்றன. விசயநகர ஆட்சிக்காலக் கல்வெட்டுக்களில்தான் இட்டளி (இட்டிலி), தோசை, அதிரசம் போன்ற உணவு வகைக் குறிப்புக்கள் கிடைக்கின்றன. ஆனால் இவை கோயிற் பண்பாட்டைப் பிரதிபலிப்பதனால், பெருவாரியான மக்களின் உணவுப் பழக்கவழக்கங்களை அறிய இவற்றைப் போதிய சான்றுகளாகக் கொள்ளமுடியாது.

திடப் பொருள்களையும் இறைச்சிப் பொருள்களையும் அரைத்தும் துவைத்தும் நீர் குறைத்து ஆக்கப்படுவன துவையல் என்ற வகையில் அடங்கும். நீரிலே கரைத்த துவையல் இக் காலத்தில் ‘சட்டினி’ என வழங்கப்படுகிறது. இறைச்சி சேர்த்த துவையல் ‘கைமா’ என்ற உருதுச் சொல்லால் வழங்கப்படுகிறது.

எளிய மக்கள் நிறைய நீரில் தானியங்களை வேகவைத்து உண்பது (நெல்லரிசி, குறு நொய் அரிசி, சோளம், கம்பம்புல், கேழ்வரகு, வரகரிசி) கஞ்சியாகும். கஞ்சியினை ‘நீரடுபுற்கை’ என்கிறார் திருவள்ளுவர் (நீர் + அடு + புல் + கை). கஞ்சியில் சேர்க்கப்படும் மற்றொரு பொருள் மோர்.

வற்றல் என்பது மழைக்காலத்திற்கு எனச் சேமிக்கப்பட்ட உணவாகும். காய்கறிகள் நிறையக் கிடைக்கும் காலத்தில் உப்புக்

கலந்த மோரில் ஊறவைத்துப் பின்னர் வெயிலில் நீர் வற்றக் காயவைத்துச் சேமிப்பர். வெண்டை, மிளகாய், பாகல், சுண்டை, கொவ்வை, கொத்த வரை, கத்தரி, மணத் தக்காளி ஆகியன வற்றலுக்கு உரிய காய்கறிகள்.

காய்கறி என்ற சொல் காய்களையும் மிளகையும் சேர்த்துக் குறிக்கும். கி.பி. 15ஆம் நூற்றாண்டில்தான் சிலி நாட்டில் இருந்து வந்த மிளகாய் தமிழ் நாட்டிற்குள் புகுந்தது. அதுவரை தமிழர் சமையலில் உறைப்புச் சுவைக்காகக் கறுப்பு மிளகினை (கருங்கறி) மட்டுமே பயன்படுத்தி வந்தனர். இறைச்சி உணவிற்கு அதிகமாகக் கறியினைப் பயன்படுத்தியதால் இறைச்சியே 'கறி' எனப் பின்னர் வழங்கப்பட்டது. வெள்ளை மிளகினைத் (வால்மிளகு) தமிழர் குறைவாகவே பயன்படுத்தியுள்ளனர்.

பழந்தமிழர் உணவு வகைகளைக் கூர்ந்து கவனித்தால் ஓர் உண்மை புலப்படும். தமிழர் உணவு முறைகளில் வறுத்தும், சுட்டும், அவித்தும் செய்யப்படும் உணவுப் பண்டங்களே அதிகமாக இருந்தன. எண்ணெய்யில் இட்ட பண்டங்கள் (குறிப்பாக வடை, பஜ்ஜி, மிக்சர், காரச்சேவு போன்றவை) அண்மைக் காலங்களிலேயே மிக அதிகமாகப் பயன்படுத்தப்பட்டு வருகின்றன. இவற்றின் தயாரிப்பில் பயன்படுத்தப்படும் நிலக்கடலை எண்ணெய்யும் விசயநகர ஆட்சிக் காலத்திலேயே இங்கு அறிமுகமானது.

'லாலா மிட்டாய்க் கடை' என்பது புதுவகை உணவுகளைத் தமிழ்நாட்டில் அறிமுகம் செய்து வருகிறது. நாயக்க மன்னர்களின் காலத்தில் அவர்களால் தமிழ் நாட்டுக்கு அழைத்து வரப்பட்ட இந்தி பேசும் மக்கள் பிரிவினர் புதிய இனிப்பு வகைகளை அறிமுகப்படுத்தினர். சருக்கரை, கோதுமை, நெய், கடலைமா ஆகியனவே இவற்றின் மூலப் பொருள்கள். சருக்கரைக்குப் பதிலாகக் கருப்புக்கட்டி சேர்த்து நாடார் சாதியினர் வைக்கும் இனிப்புக் கடையை மிட்டாய்க் கடை என்றே சொல்வார்கள். கிராமப்புறத்து மக்கள் இனிப்பு விற்கும் கடைகளை 'அந்திக்கடை' (மாலை நேரத்துக்கடை) என்றே வழங்கி வந்தனர். லாலா, மிட்டாய் என்பன முறையே இந்தி, உருதுச் சொற்களாகும்.

கடந்த ஐம்பது ஆண்டுகளில் தமிழர் வீட்டுச் சமையலில் எண்ணெயின் பங்கு பெருமளவு அதிகரித்திருக்கிறது. எண்ணெய்ச் சுவையினை இக்காலத் தமிழர்கள் பெரிதும் விரும்புவதால் அவித்தும், வேகவைத்தும், எண்ணெயைச் சேர்க்காமலும் செய்யப்பட்ட உணவுப் பொருள்கள் வேகமாக மறைந்து வருகின்றன. பொருளாதாரச் சந்தையில் எண்ணெய் வணிகம் முக்கிய இடத்தைப் பெறுகிறது. வல்லரசு நாடுகளின் கருவிகள் பலதரப்பட்டவை. அவற்றின் பொருளியல் ஆயுதங்களாகக்

காப்பியும், தேநீரும் அவற்றின் துணைப் பொருளான சருக்கரையும் இன்று எல்லா வீடுகளிலும் நுழைந்துவிட்டன.

உணவு என்பது இன்று ஒரு குடும்பத்தின் பழக்கவழக்கமன்று. இனிமை ததும்பும் சருக்கரையானது கியூபா, பிலிப்பைன்ஸ் போன்ற நாடுகளின் வாழ்வுக்கான பற்றுக்கோடு. அமெரிக்கா போன்ற நாடுகளால் இச்சிறிய நாடுகள் ஒடுக்கப்படுவதற்கு அதே சருக்கரை ஒரு கொடுமையான பொருளாதார ஆயுதமாகவும் அமைகிறது. இந்த அரசியல் உண்மையை உணராத தமிழர்கள் உணவுப் பழக்கத்தில் உடல் நலத்தைக் கருதாது, நாவின் சுவையினையே சார்ந்து இருப்பது வீழ்ச்சிக்குரிய வழிகளில் ஒன்று.

உணர்வும் உப்பும்

'உப்புப் பெறாத வேலை' என்று ஒன்றுக்கும் பயனற்றதைக் குறிப்பிடுவார்கள். (உணர்ச்சியற்றவனை உப்புப் போட்டுத்தான் சாப்பிடுகிறாயா? என்றும் கேட்பார்கள்.) ஆனால் மனிதகுல வரலாற்றில் உப்புக்குத் தனி இடம் உண்டு. மனிதனின் நாகரிக வளர்ச்சியில் நெருப்பை உருவாக்கக் கற்றதுபோல, உப்பினைப் பயன்படுத்தக் கற்றதும் முக்கியத்துவமுடையதுதான். அப்போது தான் வேதியியல் என்ற விஞ்ஞானம் தொடக்கம் பெறுகிறது.

உப்பு என்ற தமிழ்ச் சொல்லுக்குச் 'சுவை' என்பதே முதற்பொருள். இனிப்பு, கசப்பு, துவர்ப்பு என்று சுவைகளெல்லாம் உப்பு என்ற சொல்லை அடியாகக் கொண்டே பிறந்தவை. சமையலுக்குப் பயன்படுத்தப்படும் உப்பிற்கு 'வெள்ளுப்பு' என்று பெயர். பழந்தமிழ் நாட்டுப் பொருளாதாரத்திலும் தமிழ்ப் பண்பாட்டிலும் உப்புக்குத் தனி இடம் உண்டு. பழந்தமிழர்களால் சுவையின் சின்னமாகவும் வளத்தின் சின்னமாகவும் உப்பு கருதப்பட்டது. தன் உருவம் தெரியாமல் பிற பொருள்களோடு கலந்து பயன்தருவது 'வெள்ளுப்பு'.

செய்த வேலைக்கு மாற்றாக நெல்லும் (சம்பாவும்) உப்பும் (அளத்தில் விளைவது) கொடுத்த வழக்கத்தினால்தான் 'சம்பளம்' என்ற சொல் பிறந்தது என்பர். ஆங்கிலத்திலும் *(Salary)* என்ற சொல் *(Salt)* என்பதன் அடியாகப் பிறந்தது என்றும் கூறுவர்.

இன்றும் தமிழ்நாட்டில் பெரும்பாலான சாதியாரிடத்தில் புது மணமகள் தன் கணவன் வீட்டிற்குள் நுழையும்போது ஒரு சிறு ஓலைக்கூடையில் உப்பை எடுத்துக்கொண்டே நுழைகிறாள். அதுபோலவே புதுமனை புகுவிழாக்களில் உறவினர்கள் அரிசியினையும் உப்பினையும் அன்பளிப்பாகக் கொண்டுவருவர். மதுரை மாவட்டக் கள்ளர்களில் ஒரு பிரிவினர் திருமணத்தை உறுதி செய்யும்போது மணமகன் வீட்டில் இருந்து அரிசியும் உப்பும் கொண்டுசெல்கின்றனர்.

ஒருவர் இறந்த எட்டாவது அல்லது பத்தாவது நாளில் இறந்தார்க்குப் படைக்கும் உணவுகளை உப்பில்லாமல் செய்யும் வழக்கம் இன்னமும் பல சாதியாரிடத்து இருக்கின்றது. உப்பு உறவின் தொடர்ச்சிக்கு உள்ள ஒரு குறியீடு ஆகும். இறந்தாரோடு உள்ள தொடர்பை அறுத்துக்கொள்ளவே இவ்வாறு செய்கிறார்கள். உப்பு நன்றி உணர்ச்சியின் தோற்றுவாய் ஆகவும் கருதப்படுகிறது. 'தின்ற உப்பிற்குத் துரோகம் செய்வது' என்பது நன்றி மறந்ததனைக் காட்டும் வழக்குமொழி.

நன்றி கெட்ட விதுரா – சிறிதும்
நாணமற்ற விதுரா
தின்ற உப்பினுக்கே – நாசம்
தேடுகின்ற விதுரா

என்று பாஞ்சாலி சபதத்தில் பாரதி இந்த நம்பிக்கையைப் பதிவு செய்கிறான்.

பழந்தமிழ்நாட்டின் மிகப்பெரிய சந்தைக்குரிய உற்பத்திப் பொருளாக உப்பு விளங்கியிருக்கிறது. கடற்கரையில் விளையும் உப்பினை வண்டிகளில் ஏற்றிச் செல்லும் 'உமணர்' என்ற வணிகர்களைப் பற்றிய செய்திகள் சங்க இலக்கியத்தில் காணப்படுகின்றன. கிறித்துவுக்கு முற்பட்ட காலத்தைச் சேர்ந்த அழகர் மலைத் தமிழ்க் கல்வெட்டு உப்பு வணிகன் ஒருவனையும் குறிக்கிறது. உப்பு விளையும் களத்திற்கு 'அளம்' என்றும் பெயர். பெரிய உப்பளங்களுக்கு அரசர்களின் பட்டப்பெயர்களைச் சூட்டியிருக்கிறார்கள். அவை பேரளம், கோவளம் (கோ + அளம்) என்று வழங்கப்பட்டுள்ளன. சோழ, பாண்டிய அரசர்கள் உப்புத் தொழிலை அரசின் கட்டுக்குள்ளேயே வைத்திருந்திருக்கிறார்கள். "ஜடாவர்மன் திரிபுவனச் சக்ரவர்த்தி சுந்தர பாண்டியன் காலத்தில் (கி.பி. 1268) அதும்பூர் என்னும் ஜனனாதப் பேரளம், செல்லூர் என்னும் அநபாய சோழப் பேரளம், இடையன்குழி என்னும் இராஜேந்திர சோழப் பேரளம், சுவடலூர் என்னும் ராஜநாராயணப் பேரளம், திருநல்லூர் என்னும் கிடாரம் கொண்ட சோழப் பேரளம், வெண்ணாரிகன் சுழி என்னும் ஏழிசை மோகன் பேரளம், சூரைக் காமு என்னும் ஆளப்பிறந்தான் பேரளம் ஆகியவற்றிலிருந்து உப்பு விற்கையில் ஒரு உறை உப்புக்கு ஒரு உழக்கு உப்பு என்னும் விகிதத்தில் சேகரித்துத் திருவதிகை திரு வீரட்டானேஸ்வரர் கோயில் திருவமுதுபடிக்கும் கோயில் சீரமைப்பிற்கும் நிவந்தமாக அளிக்கப்பட்டிருக்கின்றன" என்று தொல்லியல் அறிஞர் நடன. காசிநாதன் எடுத்துக்காட்டுகிறார்.

போக்குவரத்து வசதிகள் பெருகாத காலத்தில் உப்பின் விலையும் அதிகமாகவே இருந்திருக்கிறது. 'நெல்லின் நேரே வெண்கல் உப்பு' என்று பெண் ஒருத்தி விலை கூறி உப்பு விற்பதனைச்

சங்க இலக்கியத்தில் பார்க்கிறோம். சோழர் காலத்திலும் நெல்லின் விலையும் உப்பின் விலையும் அருகருகு இருந்தன என்று கல்வெட்டுக்களில் இருந்து தெரிகிறது. இன்றைய பொருளாதாரக் கணக்கில் உப்பின் விலை இப்போது உள்ளதை விட ஐந்து மடங்கு அதிகமாக இருந்ததாகக் கொள்ளலாம். உப்பு உலோகத்தை அரிக்கும் தன்மை கொண்டதனால் 'மரவை' எனப்படும் மரச்சட்டியிலும் 'கல்மரவை' எனப்படும் மாக்கல் சட்டியிலும் வீடுகளில் உப்பு இட்டு வைக்கப்பட்டிருக்கிறது. இப்பாத்திரங்கள் இப்போது பண்பாட்டு எச்சங்களாக விளங்குகின்றன.

தமிழ்நாட்டின் சமூகப்படி நிலைகளை அடையாளம் காட்டும் பொருள்களில் ஒன்றாகவும் உப்பு விளங்கியுள்ளது. ஆக்கிய சோற்றோடு உப்பைச் சேர்த்து உண்பது ஒரு வழக்கமாகும். சாதிய ஒடுக்குமுறை கடுமையாக இருந்த காலத்தில் ஒடுக்கப்பட்ட சாதியார், சோறு உலையில் இருக்கும்போதே அதில் உப்பையிடும் வழக்கத்தைக் கொண்டிருந்தனர். இலையில் தனியாக உப்பிட்டு உண்ணும் வழக்கம் மேட்டிமையின் சின்னமாகக் கருதப்பட்டதுபோலும்.

உப்பு வரிக்கு எதிராகக் காந்தியடிகள் சட்டமறுப்பைத் தொடங்கிய காரணம், உப்பு அனைத்து மக்களையும் (சாதி, சமயம், வர்க்கம் தாண்டி) பாதிக்கக்கூடியது என்பதுதான். உப்பிற்கு இருக்கும் பண்பாட்டு முக்கியத்துவத்தையும் குறியீட்டுச் சிறப்பினையும் சுட்டி, 'உப்புக்கு வரிபோடும் அரசும் ஓர் அரசா' என்று கேள்வி எழுப்பி ஆங்கிலேய அரசு ஆளத்தகுதியற்றது என அதன் தகுதிப்பாட்டைக் கேள்விக்குள்ளாக்கியது தேசிய இயக்கம்.

காந்தியடிகளின் உப்புச் சத்தியாக்கிரகமும், தண்டி யாத்திரையும் இந்திய அரசியல் வரலாற்றின் அழுத்தமான பக்கங்களாகும். தண்டி யாத்திரை நடந்த குசராத்தில் சில ஆண்டுகளுக்கு முன் வெளிநாட்டு நிறுவனமான 'கார்கில்' கம்பெனிக்கு மைய அரசு உப்புத் தயாரிக்க அனுமதி வழங்கியது. குசராத் மக்கள் ஜார்ஜ் பெர்னாண்டஸ் தலைமையில் இந்த அனுமதியை எதிர்த்துக் கிளர்ச்சி செய்ததும், இறுதியில் 'கார்கில்' நிறுவனம் பின்வாங்கியதும் இந்திய வரலாற்றின் வெப்பம் மிகுந்த பக்கங்களாகும்.

உணவும் நம்பிக்கையும்

மனிதனின் அடிப்படைத் தேவைகளான உணவும் நீரும் உலகின் எல்லா நாகரிகங்களிலும் தனித்த இடத்தைப் பெறுகின்றன. தமிழர் பண்பாட்டிலும் உணவு பல்வகையான நம்பிக்கைகளுக்குக் களனாக அமைந்திருக்கிறது.

உணவு சார்ந்த நம்பிக்கைகள் பலவகையாகும். நேரம், கிழமை, பருவகாலம், சடங்குகள், பயணம், விழாக்கள் ஆகியவை சார்ந்து உணவுசார் நம்பிக்கைகள் அமைகின்றன. விலக்கப்பட்டவை, விதிக்கப்பட்டவை என்ற இரு பெரும் பகுப்பில் இவற்றை அடக்கலாம்.

புலால் உண்ணும் சாதியாரும் குறிப்பிட்ட சில நாள்களில் புலால் உணவை விலக்குகின்றனர். வெள்ளி, செவ்வாய் ஆகிய நாள்களில் சிலர் புலால் உணவை விலக்குவர்; சிலர் சனிக் கிழமைகளில் மட்டும் விலக்குவர்; ஆவணி மாத ஞாயிற்றுக் கிழமைகளிலும், புரட்டாசி மாதச் சனிக்கிழமைகளிலும் சிலர் தவிர்த்துவிடுவர். புரட்டாசி அல்லது கார்த்திகை மாதங்களில் முழுமையாகப் புலால் மறுப்பது சிலரது வழக்கம். ஊர்த் திருவிழாவிற்குக் காப்புக் கட்டிய அல்லது கொடியேற்றிய நாள் தொடங்கி விழா முடியும் வரை சிலர் புலால் விலக்குவர்.

அமாவாசை, பௌர்ணமி (கார்உவா, வெள்உவா) நாள்களில் பொதுவாகப் பெண்கள் புலால் உணவு விலக்கும் வழக்கம் உடையவர்கள். இம்மரபுகளை அடியொற்றித் தமிழ் கிறித்தவர்களும் 'லென்ட்' *(lent)* எனப்படும் நோன்புக் காலத்தில் புலால் உணவை அறவே விலக்குவது சில இடங்களில் வழக்கமாக உள்ளது. இந்த நோன்புக்காலம் என்பது இயேசுநாதர் சிறைப்பட்டது முதல் உயிர்த்தெழுந்தது வரையிலான 40 நாள்களாகும். கிறித்தவ முதியவர் சிலர், இயேசுநாதர் சிலுவையில் மரித்தது ஒரு வெள்ளிக்கிழமை என்பதால் அந்த நாளில் புலால் விலக்கும் வழக்கம் உடையவர்களாக இருக்கின்றனர். கத்தோலிக்க கிறித்தவர்களிடையேதான் பெரும்பாலும் இவ்வழக்கத்தைக் காணமுடிகிறது.

இரவில், 'உப்பு' என்ற சொல்லைச் சொல்லக் கூடாது. இரவிலே அடுத்த வீட்டாருக்கு மோர் கொடுத்தல் கூடாது. தவிர்க்க முடியாத நேரத்தில் சிறிது வெள்ளை உப்பினை அதற்கு மாற்றாக வாங்கிக்கொண்டு கொடுக்கலாம். புதுமனைக்கு உள்ளே மணமகள் முதலில் கொண்டுசெல்ல வேண்டிய பொருள் உப்புதான். இவை உப்பு குறித்த சில நம்பிக்கைகள். உப்பு, உறவுக்கும் செழிப்புக்கும் அடையாளமாகக் கருதப்பட்டது. எனவே சில சாதியார் இறந்தார்க்குப் படைக்கும் உணவில் உப்புச் சேர்ப்பதில்லை.

விருந்தாளிகளுக்குப் படைக்கும் உணவில் பாகற்காய், பயறு வகைகள், அகத்திக்கீரை ஆகியவற்றைச் சேர்ப்பதில்லை. இறப்பு நிகழ்ந்த வீடுகளில் அன்றும், மறுநாளும் உணவில் அகத்திக்கீரை சேர்ப்பர். அகத்திக்கீரையும் பயறு வகைகளும் இறப்போடும் இறந்தவர் உணவோடும் தொடர்புபடுத்தப்படுகின்றன.

எனவே அவற்றை விருந்தாளிகளுக்குப் படைப்பதில்லை. தென் மாவட்டங்களில் 'பயறு அவித்தல்' என்பது இறப்பைக் குறிக்கும். விழாக்காலங்களிலும் உணவில் பயறு வகைகள் (கடலை, தட்டை) பெரும்பாலும் தவிர்க்கப்படுகின்றன.

தொன்மையான பயிர் வகைகளில் ஒன்றான சுரையின் காயினைப் புலால் போன்றது எனக் கருதித் தமிழ்நாட்டு பிராமணர் முற்றிலுமாக விலக்கி விடுகின்றனர். புலால், மீன் ஆகியவற்றோடு சேர்க்கப்படும் காய்கறி இது. ஆதலால் இதனை விலக்குகின்றனர் போலும்.

போக்குவரத்து வசதி பெருகாத காலங்களில் பயணத்தின் போது இரண்டு அல்லது மூன்று பொழுதுக்குக் கட்டுச்சோறு கட்டிக் கொண்டுசெல்லும் வழக்கம் இருந்தது. காட்டுவழியில் உள்ள தெய்வங்களும் ஆவிகளும் கட்டுச்சோற்று உணவைத் தீண்டாமல் பாதுகாக்க, சோற்றின்மீது ஒரு அடுப்புக் கரித் துண்டினை உடன்வைத்துக் கட்டுவர்.

பெரும்பாலான சாதியார் விருந்தாளிகளுக்கு உணவு பரிமாறும்போது முதலில் உப்பினை வைப்பர். ஒன்றிரண்டு சாதிகளில் முதலில் சோற்றினை வைக்கும் வழக்கமுண்டு.

இவையேயன்றித் தெய்வங்களும் விழா நாள்களும் நோன்பு நாள்களும் வெவ்வேறு வகையான உணவுகளோடு தொடர்பு படுத்தப்படுகின்றன. மார்கழி மாதத்தின் திருவாதிரை நாள் சிவபெருமானுக்கு உரியதாகக் கருதப்படுகிறது. அந்நாளில் உளுந்து மாவினால் செய்த களி வீட்டு உணவில் சிறப்பிடம் பெறுகிறது. 'திருவாதிரைக்கு ஒரு வாய்க்களி' என்பது தென் மாவட்டங்களில் பெருக வழங்கும் சொல்லடை. கார்த்திகை மாதத்துக் கார்த்திகை நாள் முருகனுக்கு உரிய திருநாள். அந்நாளில் கார்த்திகைப் பொரியும் இடித்த மாவினால் ஆன பிடிகொழுக்கட்டையும் விளக்கு முன் படைக்கப்படுகின்றன. பிள்ளையார் வழிபாட்டிற்கு உரிய கொழுக்கட்டை மோதகம் எனப்படும். அது அரைத்த மாவில் உள்ளே இனிப்பிட்டுச் செய்யப்படுவது.

மாசி மாதத்தில் வரும் சிவராத்திரியில் அரிசியை இடித்துச் செய்யும் உலர்ந்த அவல் சிறப்பான உணவாகக் கருதப்படுகிறது. தென் மாவட்டங்களிலும் கேரளத்திலும் சித்திரை முதல் நாள் திருநாளாகக் கருதப்படுகிறது. அந்த நாளுக்கு உரிய உணவு, ஊறவைத்து இனிப்பிட்ட அரிசி அவல். ஆடிமாதப் பதினெட்டாம் பெருக்கன்று உளுந்து முதலான பல புஞ்சைத் தானியங்களை யும் திரித்து இனிப்புக் கூட்டிச் செய்த ஒரு வகைப் பாயாசம் சிறப்புச் சிற்றுணவாகக் கருதப்படுகின்றது. இதனைக் 'கும்மாணம்'

என்பர். (இதுவே இலக்கியத்தில் 'கும்மாயம்' எனப்படும்.) நயினார் நோன்பு எனப்படும் சித்திர குப்த நயினார் நோன்பு அன்று (சித்திரை முழு நிலவுக்கு மறுநாள்) காலை உணவில் எள் அல்லது எள்ளுப் பிண்ணாக்கு, கருப்புக் கட்டி ஆகியவை உணவோடு சேர்த்துப் பரிமாறப்படுகின்றன. அகத்திக்கீரையினையும் பயறு வகைகளையும்போல எள்ளும் இறப்போடும் இறப்புச் சடங்குகளோடும் தொடர்பு படுத்தப்பட்ட ஒரு தானியமாகும். இறந்த மனிதனின் பாவ புண்ணியக் கணக்குகளைப் பதிவு செய்து கடவுளிடம் ஒப்படைக்கும் பொறுப்புடையவர் சித்திரகுப்தன். எனவே இறப்போடு தொடர்புடைய எள்ளுப் பிண்ணாக்கு அவருக்கு உரிய நாளில் படைக்கப்படுகிறது.

ஆடி அறுதி எனப்படும் ஆடிமாதக் கடைசி நாளிலும் தைப்பொங்கலுக்கு மறுநாளான கரி நாளிலும் விருப்பத்துடன் புலால் உண்ணுவது தமிழர் வழக்கமாகும்.

மகப்பேற்றுத் தீட்டுக் கழிக்கும் நாளில் விளக்கு முன்னர்ப் படைக்கப்படும் உணவினை ஆண்கள் பார்ப்பதும் உண்பதும் கூடாது. இது சடங்கு சார்ந்த உணவாகும். இதனைப்போலவே 'ஔவையார் நோன்பு' எனப் பெண்கள் மட்டும் கூடி நடத்தும் வழிபாட்டில் படைக்கும் அவித்த உணவு வகைகளும் ஆண்களின் பார்வையில் படக்கூடாது என்னும் நம்பிக்கை பெண்களிடம் ஆழமாக வேரூன்றியுள்ளது.

எண்ணெய்

தமிழர்களின் உணவுப் பழக்கவழக்கத்தில் இன்றியமையாது இடம்பெறும் பொருள்களில் ஒன்று எண்ணெய். வனஸ்பதி, சளம்பனை எண்ணெய் (பாமாயில்) ஆகியவை மிக அண்மைக் காலத்தில் தமிழர் சமையலில் செல்வாக்குப் பெற்றுள்ளன. பழந்தமிழர் பயன்படுத்திய எண்ணெய் வித்துக்கள் எள், ஆமணக்கு, வேம்பு, புன்னை, இலுப்பை ஆகியனவே. பின்னர் தேங்காயும், 15ஆம் நூற்றாண்டுக்குப் பிறகு நிலக்கடலையும் எண்ணெய்வித்தாகப் பயன்படுத்தப்பட்டு வருகின்றன.

'எண்ணெய்' என்பது எள்ளிலிருந்து பெறப்படும் நல்லெண்ணெயை மட்டுமே முதலில் குறித்தது. பாலிலிருந்து பெறப்படும் நெய்யிலிருந்து வேறுபடுத்த, இதை 'எள் நெய்' என வழங்கினர். கிறித்துவின் சமகாலத்திலும் அதற்கு முன்னரும் பசுநெய், எருமை நெய், நல்லெண்ணெய் ஆகியவையே தமிழர் சமையலில் பயன்பட்டு வந்திருக்கின்றன. இவற்றுள் நல்லெண்ணெய் தலையில் தேய்த்துக்கொள்ளவும் பயன்பட்டது. 'பாறு மயிர்க்குடுமி எண்ணெய் நீவி' (புறம்) என வரும் தொடரால் தலையில் நல்லெண்ணெய் தேய்க்கும் வழக்கம் அக்காலம் தொட்டு

வழக்கில் இருந்ததை அறிகிறோம். பனையும் எள்ளும் தமிழகத்தின் தொன்மையான புன்செய்க் காட்டுப் பயிர்கள். இவையிரண்டும் ஒரே நிலத்தில் பயிராவன என்பதும் குறிப்பிடத்தக்கது.

ஆமணக்கு வித்தினைச் செக்கிலிட்டு ஆட்டிப் பெறப்பட்ட விளக்கெண்ணையும், வேப்பெண்ணெயும் தலையில் தேய்த்துக் கொள்ளவும் மருந்துப் பொருளாகவும் பயன்படுத்தப்பட்டன. புன்னை எண்ணெயும், விளக்கெண்ணெயும் விளக்கு எரிக்க மட்டுமே பயன்படுத்தப்பட்டன.

கி.பி. 15ஆம் நூற்றாண்டுக்குப் பின்னரே 'மணிலா' எனப்படும் நிலக்கடலை பயிரிடப்பட்டு, எண்ணெய் வித்தாகப் பயன்படுத்தப் பெற்றிருக்கிறது.

பக்தி இயக்கம் தோன்றிய காலத்தில் பார்ப்பனர் வீடுகளிலும் கோயில்களிலும் பாலிலிருந்து பெறப்பட்ட நெய் மட்டுமே சமையலுக்குப் பயன்படுத்தப்பட்டிருக்கின்றது. சங்க இலக்கியத்தில்கூடப் பார்ப்பனர் வீடுகளில் மாதுளங்காயினை நெய்யிலே பொரித்த செய்தி கூறப்பட்டுள்ளது; பக்தி இயக்கக் காலத்தில் சாதியப் படிநிலைகள் கடுமையாக வகுக்கப்பட்ட போது, செக்கினைத் தொழிற் கருவியாகக்கொண்டு எண்ணெய் எடுக்கும் சாதியார் கீழ்ச்சாதியாகக் கருதப்பட்டனர். 13ஆம் நூற்றாண்டு வரையிலான கல்வெட்டுக்கள் இவர்களைச் சக்கரப்பாடியார், சங்கரப்பாடியார் என்று குறிக்கின்றன. கி.பி. 12ஆம் நூற்றாண்டில் எழுந்த தாராசுரம் கோயிற் சிற்ப வரிசையில் கலியநாயனார் செக்காட்டும் சிற்பமும் செதுக்கப்பட்டுள்ளது.

இடைக்காலத்தில் எண்ணெய் அமங்கலப் பொருளாகக் கருதப்பட்டது. எண்ணெய் விற்போர் எதிரில் வருவது நல்ல சகுனம் இல்லை எனவும் கருதப்பட்டது. இக்காலத்தில் எண்ணெய் விற்கும் சாதியார், 'செட்டியார்' என்ற சாதிப் பெயரை இட்டுக்கொள்கின்றனர். அக்காலத்தில் அவர்களுக்குச் 'செக்கார்' என்றும் பெயருண்டு.

சோழ, பாண்டியப் பேரரசர்கள் காலத்தில் எண்ணெய் உற்பத்தி அரசால் கட்டுப்படுத்தப்பட்டிருக்கிறது. கல்லினால் ஆன மிகப் பழைய செக்குகள் எழுத்துக்களோடு கிடைத்துள்ளன. தருமபுரி மாவட்டக் கல்வெட்டு ஒன்றில் 'இறையமன் இட்ட செக்கு' என்ற தொடர் காணப்படுகிறது.

மதுரை மாவட்டம் கருங்காலக்குடியில் 'ஸ்ரீ வழுதி வளநாட்டு மிழலூர் அப்பனுழஞ் சுரபி நாட்டு நெல்வேளூர்ப் பொற்கொடி வீரர் பேரால் இட்ட செக்கு' என்ற கற்பொறிப்புடன் கூடிய ஒரு செக்கு கண்டுபிடிக்கப்பட்டு, இப்பொழுது மதுரைத் திருமலை

நாயக்கர் மகாலில் வைக்கப்பட்டுள்ளது. இவற்றிலிருந்து அரசியல் அதிகாரிகளே கல்செக்கு அமைக்கும் உரிமையினைப் பெற்றிருந்தனர் எனத் தெரிகிறது. எளிய குடிகள் தம் தேவைக்கு மரச்செக்குகளைப் பயன்படுத்தியிருக்க வேண்டும். செக்கின் மீது இடப்பட்ட வரி 'செக்கிறை' என்னும் 'செக்காரப் பாட்டம்' என்றும் கல்வெட்டுக்களில் பலமுறை குறிப்பிடப்படுகிறது.

பிற்காலக் கல்வெட்டுக்களில் கோயில்களின் எண்ணெய்த் தேவைக்காகக் கோயில்களுக்கு இலுப்பைத் தோப்புகள் இருந்த தனை அறிகிறோம். புன்னைக்காய் எண்ணெயினை அடித் தளத்து மக்கள் நிறையப் பயன்படுத்தியிருக்க வேண்டும் எனத் தெரிகிறது. அண்மைக்காலம் வரை மாட்டின் காம்புகளில் புன்னைக்காய் எண்ணெயே தடவப்பட்டுப் பால் கறக்கப்பட்டது.

தேங்காயிலிருந்து பெறப்படும் எண்ணெய் இரண்டு வகையாகத் தயாரிக்கப்படுகிறது. தேங்காயைப் பூவாகத் துருவி நீர் சேர்த்து அரைத்துப் பாலாக்கி அந்தப் பாலை அடுப்பிலிட்டுக் காய்ச்சி எடுக்கப்படுவது தேங்காய் நெய் ஆகும். இது மேல் சாதியினரின் வீடுகளில் வழக்கமாக இருந்தது. இதன் தயாரிப்புச் செலவும் அதிகம். தேங்காயை வெயிலில் இட்டுக் காயவைத்து, செக்கிலிட்டு ஆட்டி எண்ணெய் எடுப்பது மற்றொரு முறை. பக்தி இயக்கக் காலத்தில் கூடக் கோயில்களில் தேங்காய் எண்ணெய் பயன்படுத்தப்பட்டதாகத் தெரியவில்லை. சமையலுக்குப் பசு நெய்யும், விளக்கெரிக்கப் பசு நெய்யும், இலுப்பை எண்ணெயும் பயன்படுத்தியுள்ளனர்.

சமையலில் கடலை எண்ணெயைப் பயன்படுத்தும் வழக்கம் விசயநகரப் பேரரசு காலத்திலேயே ஏற்பட்டது எனக் கொள்ளலாம். இறந்தவர்களின் நினைவைக் கழிக்கும் வண்ணம் எண்ணெய் தேய்த்துக் குளிப்பதும் இக்காலத்திலேயே தோன்றி யிருக்க வேண்டும். பழைய நூல்களிலும் கல்வெட்டுக்களிலும் இவ்வழக்கம் இருந்ததற்கான சான்றுகள் கிடைக்கவில்லை.

சோறு விற்றல்

சோறு, அவிழ்பதம் ஆகிய இரண்டு சொற்களும் பழைய இலக்கியங்களில் வழங்குகின்றன. இன்று நெல்லரிசிச் சோறு மட்டுமே சோறு என்ற பொருளில் வழங்கப்படுகிறது. ஆனால் புஞ்சை நிலத்தில் வாழும் மக்கள் கம்பு, சோளம், குதிரை வாலி ஆகிய தானியங்களைச் சமைத்து உண்ணும்போது கம்பஞ்சோறு, சோளச்சோறு, குதிரை வாலிச்சோறு என்றே கூறுகின்றனர். அதுவும் அன்றிக் கற்றாழையின் சதைப்பற்றினையும், பனை, தென்னை ஆகிய மரங்களில் திரட்சியில்லாத சதைப்பற்றினையும் 'சோறு' என்றே வழங்குவர்.

அறியப்படாத தமிழகம்

'அரிசி' என்னும் சொல்லும் நெல் அரிசியை மட்டுமல்லாது, அவித்து உண்ணும் சிறிய தானியங்கள் அனைத்தையும் குறிக்கும். 'அரி' என்னும் வேர்ச்சொல்லுக்குச் 'சிறிய' என்பதே பொருள் (அரி மணல், அரி நெல்லிக்காய்). வெள்ளைப் பூண்டின் சிறிய கீற்றுக்களையும் வெள்ளைப் பூண்டு அரிசி என்று பெண்கள் கூறும் வழக்கமுண்டு.

இன்று எல்லா ஊர்களிலும் உணவுவிற்கும் கடைகள் உள்ளன. சில ஊர்களில் குடிநீரும் விற்பனைப் பொருளாகிவிட்டது. தமிழர் பண்பாட்டில், 'சோறும் நீரும் விற்பனைக்கு உரியவையல்ல' என்ற கருத்து இலக்கியங்களைக் கூர்ந்து நோக்கும்போது தெரிகிறது. வறியார்க்குச் சோறிடுதல் அறம் என்கிற கோட்பாடு மட்டுமே திரும்பத் திரும்ப வலியுறுத்தப்படுகிறது. கிராமப்புறங்களில் ஊர் மடத்தில் (சாவடி) வழிச் செல்வோர் யாரும் உண்ணாமல் இரவில் படுத்திருந்தால் ஊர்க்காரர்கள் 'இரவுச்சோறு' கொடுக்கும் வழக்கம் ஐம்பது அறுபது ஆண்டுகளுக்கு முன்புவரை நடைமுறையில் இருந்திருக்கிறது. தங்கள் இடத்தில் இரவில் பசியோடு யாரும் உறங்கச் செல்வது தங்களுக்கு மானக்கேடு என்று கருதியுள்ளனர். சிறுகுடிக் கிழான் பண்ணன் வறியார்க்குச் சோறளித்த செய்தி சங்க இலக்கியத்தில் பேசப்படுகிறது. 'உயிர் மருந்து' எனச் சோற்றினை வருணிக்கும் மணிமேகலை வறியவர்க்கும் ஊனமுற்றோர்க்கும் கைவிடப்பட்டவர்க்கும் நோயாளிக்கும் உணவளிக்க வேண்டும் என்று வலியுறுத்துகிறது. தமிழ்நாட்டில் புகுந்த சமண சமயமும் நால்வகைக் கொடைகளில் (சோறு, மருந்து, கல்வி, அடைக்கலம்) உணவுக் கொடையையே முதலாவதாகப் பேசுகிறது. 'அன்னதானம்' செய்யும் வழக்கம் சமணர்களால் தமிழ்நாட்டில் அறிமுகப்படுத்தப்பட்டதாகும். பக்தி இயக்கத்தின் எழுச்சியோடு கோயில்களில் அடியார்க்கு உணவு வழங்கப்பட்டிருக்கிறது என்பதனை "அன்னம் பாலிக்கும் தில்லைச் சிற்றம்பலம்" என வரும் அப்பர் தேவாரத்தால் அறியலாம்.

ஒன்பதாம் நூற்றாண்டு முதல் நெடுவழிகளில் அமைந்த தாவளங்களையும் (சத்திரங்களையும்) மடங்களையும் காண்கின்றோம். விசயநகர மன்னர் வருகைக்குப் பின்னர் கி.பி. 15ஆம் நூற்றாண்டு அளவில்தான் சத்திரங்களில் சோறு விற்கப்பட்ட குறிப்புக்களைக் காணமுடிகிறது. பிற்காலச் சோழர் கல்வெட்டுக்களில் கோயில்களிலும் மடங்களிலும் 'சட்டிச் சோறு' வழங்கிய செய்தி குறிக்கப்படுகிறது. இவ்வழக்கம் 18ஆம் நூற்றாண்டின் நடுப்பகுதி வரை நடைமுறையில் இருந்துள்ளது. அக்காலம் வரை சோறும் நீரும் மட்டுமே இந்த விற்பனை விதிவிலக்கைப் பெற்றிருக்கின்றன. சாலையோரக் கடைகளில்

பிற உண்பண்டங்கள் விற்கப்பட்ட செய்தி சிலப்பதிகாரத்திலேயே பதிவாகி இருக்கிறது.

இதுவன்றி, 'பெருஞ்சோறு' என்னும் சொல்லும் இலக்கியங்களில் காணப்படுகிறது. இது அரசன் போருக்குச் செல்லுமுன் வீரர் அனைவரோடும் கூடி உண்டதைக் குறிக்கிறது. எனவே இது ஒரு போர்ச்சடங்கு நிகழ்ச்சியாகச் செய்யப்பட்டது எனத் தோன்றுகிறது. இந்த உணவு, ஊனும் சோறும் கலந்தது என்பதனை 'ஊன்துவை அடிசில்' என்று குறிக்கிறது பதிற்றுப் பத்து.

விசயநகரப் பேரரசு காலம் தொடங்கித் தமிழ்நாட்டுச் சத்திரங்களில் சோறு விற்கப்பட்டு, பின்னர் ஆங்கிலேயர் ஆட்சிக் காலத்தில் 'ஹோட்டல்' எனப்படும் உணவு விடுதிகள் தொடங்கப்பட்டன. கடந்த நூற்றாண்டின் பிற்பகுதியில்தான் நகரங்களிலும், சிறு நகரங்களிலும் காசுக்குச் சோறு விற்கும் கடைகள் உண்டாயின. அப்பொழுதும்கூட, பிராமணரும் பிராமணரை அடுத்த மேல் சாதியினரும், முசுலிம்களும் தங்கள் தங்கள் சாதியினருக்கு மட்டுமே உரிய உணவகங்களை நடத்தி வந்திருக்கின்றனர். நாட்டு விடுதலைக்குப் பின்னரே பிறசாதியார் உணவகம் நடத்தும் தொழிலை மேற்கொள்ளத் தொடங்கினர். நாட்டு விடுதலைக்குப் பின்னரும் பிராமணர் மட்டும் உண்ணும் உணவகங்கள் இருந்தன. அவற்றை எதிர்த்துப் பெரியார் ஈ.வெ.ரா.வின் தொண்டர்கள் மறியல் செய்தபின் அவ்வழக்கம் கைவிடப்பட்டது நாமறிந்த செய்தியே.

பிச்சை

முகத்தில் சோகம் இழையோடப் பல்லைக் காட்டியும், தாழ் மொழிகளைச் சொல்லியும் கைவிரித்து நீட்டியும் பிச்சையெடுத்தல் மிகக் கேவலமான செயலாகத் தமிழ்ச் சமூக அமைப்பில் கருதப்பட்டது. 'கேட்க வாயில்லாத பசுவிற்குத் தண்ணீர் கேட்டுப் பிச்சையெடுப்பதும் கேவலமானது' என்கிறார் திருவள்ளுவர்.

ஆவிற்கு நீரென்று இரப்பினும் நாவிற்கு
இரவின் இளிவந்தது இல்

என்பது திருக்குறள். இன்றும்கூடப் 'பிச்சைக்காரப்பயல்', 'பிச்சையெடுக்கப் போ' என்ற தொடர்கள் வசையாகவே பயன்படுத்தப்படுகின்றன.

'இரவலர்' என்பது சங்க இலக்கியத்தில் ஏழையரான கலைஞர்களைக் குறிக்கவே வந்துள்ளது. ஏன் என்றால், எதுவும் இன்றிப் பிச்சையெடுத்தல் என்ற வழக்கம் தமிழ்நாட்டில் இருந்ததாகத் தெரியவில்லை. சமண மதத்தின் துறவிகள்

மூலமாகவே இவ்வழக்கம் பரவியிருக்கவேண்டும். சமண மதக் கருத்துக்களை அறிந்த திருவள்ளுவர்தான் ‘பிட்சை’ என்ற வடசொல்லுக்கு நேரான தமிழ்ச் சொல்லாக ‘இரத்தல்’ என்பதைப் பயன்படுத்துகிறார். முற்றும் துறந்த துறவிகள் பசித்தபோது பிச்சையெடுப்பதைச் சமண மதம் அனுமதித்தது. இல்லறத்தார் அவர்களுக்குப் பிச்சையிடுவதைப் பெரும் பேறாகக் கருதவும் வைத்தது. பௌத்த மதத் துறவிகளும் பிச்சை ஏற்று வாழ்ந்தனர். கௌதம புத்தரும் பிச்சை ஏற்று உண்டிருக்கிறார்.

வறுமை காரணமாகப் பிச்சையேற்று உண்ணும் நிலைக்கு வந்த யாரும் அதைத் தாம் பிறந்து வளர்ந்த ஊரில் செய்வதில்லை. மரபுவழி வந்த ‘மானம்’ என்னும் சமூக மதிப்பீடே இதற்குக் காரணமாகும். ஒவ்வொரு ஊரிலும் முகமறியாத தூரத்து ஊரில் இருந்து வந்தவர்களே பிச்சையெடுப்பது வழக்கம். இவர்களைக் குறிக்கவே ‘பரதேசி’ (பிறதேசம் அல்லது பகுதியைச் சேர்ந்தவர்) என்ற சொல் உருவாகியது.

முதன்முதலாகப் பிச்சையெடுப்பதை நிறுவனரீதியாகச் சமண மதமே அங்கீகரித்தது. அம்மதமே நால்வகைத் தானங்களில் ஒன்றாக அன்னதானத்தையும் ஆக்கியது. ஆடையில்லாத சமணத் துறவிகள் பிச்சைகேட்டு வரும்போது பெண்கள் கதவை அடைத்துக்கொண்டு வீட்டுக்குள் ஓடியுள்ளனர். ‘காவிசேர்கண் மடவார் கண்டோடிக் கதவடைக்கும் கள்வ னானேன்’ என்று திருநாவுக்கரசர் தாம் திகம்பர சமணராகப் பிச்சையெடுத்த வரலாற்றைப் பாடுகிறார்.

சமண மதத்தைச் சாய்த்தெழுந்த சைவ மதமும் ‘பிச்சை’ என்ற கோட்பாட்டைப் பின்னர் ஓரளவு ஏற்றுக்கொண்டது. சிவபெருமான் ஆடையின்றி, தாருகாவனத்தில் பிச்சையெடுக்கச் சென்றதாகக் கதைகள் புனையப்பட்டன. தமிழ் நாட்டு வைணவமும் பிற்காலத்தில் துறவிகள் பிச்சையெடுத்து உண்பதை அனுமதித்தது. (ஆயினும் நிர்வாணத்தை அங்கீகரிக்கவில்லை.) இராமாநுசர் போன்ற வைணவப் பெருந்துறவிகள் பிச்சையேற்று நின்றிருக்கின்றனர். சமண, பௌத்த மதத்துறவிகள் வெந்த உணவை மட்டும் பிச்சையேற்றிருக்கின்றனர். பிச்சையேற்பது ஆணாக இருந்தாலும் பிச்சையிடும் பணி பெண்களுக்கு உரியதாகவே அமைந்திருந்தது. மணிமேகலை காட்டும் ‘அமுதசுரபி’ எனும் பாத்திரத்தில் ஆதிரை என்னும் பெண்ணே முதலில் சோற்றுப் பிச்சை இடுகிறாள். பெண்ணின் கையினால் பிச்சை பெறுவதால் பிச்சைக்கு ‘மாதுகரம்’ என்ற வடமொழிப் பெயரையும் இட்டு அழைத்தனர். ‘உடையவர் மாதுகரத்துக்கு எழுந்தருளினார்’ என்பது வைணவ வழக்கு.

பழங்குடி மக்களிடத்தில் பிச்சை எடுக்கும் வழக்கம் இல்லை. சமத்துவமற்ற, நாகரிகமடைந்த (?) சமூகங்களில் மட்டுமே பிச்சை எடுக்கும் வழக்கம் தோன்றியிருக்கிறது. எல்லா வகையான உற்பத்தி உறவுகளிலிருந்தும் விலகிநின்ற துறவிகளுக்கு அது தேவையாக இருந்ததனால் சமயங்களின் வளர்ச்சியோடு பிச்சை எடுக்கும் வழக்கத்துக்குச் சமய அங்கீகாரமும் கிடைத்திருக்கிறது. தமிழ்நாட்டில் 'பிச்சை' புகுந்த கதை இதுதான்!

தெங்கும் தேங்காயும்

தமிழ் நாட்டில் இன்று பரவலாகக் காணப்படும் மரங்களில் ஒன்று தெங்கு. கடற்கரைப் பகுதி தொடங்கி மலையடி வாரம்வரை தென்னந்தோப்புகள் பரவலாகக் காணப்படுகின்றன. மிக நீண்ட காலம் வாழும் பயிரினங்களில் இதுவும் ஒன்று. தென்னை மரத்தின் வயதைக் கணக்கிட அதன் உயரமும் கணுக்களும் அளவாகக் கொள்ளப்படுகின்றன.

தமிழர்களின் அன்றாட உணவிலும் தேங்காய் இடம் பெறுகிறது. கோயில் வழிபாடுகளில் அர்ச்சனைக்குரிய பொருள்களில் இது தவறாமல் இடம்பெறுகிறது. இஃதன்றிப் பிள்ளையார் கோயில்களிலும் சிறுதெய்வக் கோயில்களிலும் தேங்காயை விடலையாக எறிவதும் (உடைப்பதும்) நாள்தோறும் நடைபெறுவதாகும். நாட்டுப்புற வழிபாடுகளில் தென்னம்பாளை (தென்னம்பூரி) செழிப்பின் சின்னமாகத் தவறாது இடம்பெறுகிறது. உயிர்ப் பொருள்களின் விரைவான வளர்ச்சியைக் குறிக்க இன்றும் 'கிணற்றடித் தென்னை'யைப் பேச்சு வழக்கில் உவமை யாகக் கூறுவர். எனவே இதனைத் தமிழர் வாழ்வில் இரண்டறக் கலந்த பயிரினம் எனலாம்.

பயிரியல் ஆராய்ச்சியாளர்கள் வங்கக் கடல் தீவுகளிலிருந்து கடல்வழியாகத் தென்னை தமிழ்நாட்டில் பரவி இருக்கலாம் எனக் கருதுகின்றனர். தென்தமிழ்நாட்டில் யாழ்ப்பாணம் தேங்காய் மிகச் சிறப்பாகப் பேசப்படுகின்றது. யாழ்ப்பாணம் தேங்காயின் மிகப்பெரிய ஓடுகளைப் பிச்சைக்காரர்கள் திருவோடாகப் பயன்படுத்துகின்றனர்.

இத்தகைய சிறப்பு வாய்ந்த இப்பயிர் பற்றிய குறிப்பு தொல்காப்பியத்தில் ஒன்றுகூட இல்லை என்பதுதான் மிகுந்த வியப்புக்குரியது. கி.பி. ஏழாம் நூற்றாண்டளவில் எழுந்த பக்தி இலக்கியத்திலும் கோயில்களில் தேங்காய் உடைத்தல் பற்றிய குறிப்புக்களே இல்லை. ஆயினும் அக்காலத்தில் தமிழ்நாட்டில் தெங்கு நன்கு அறிமுகமாகியிருந்த பயிர் தான். முதலாம் நந்திவர்மனின் கி.பி. ஏழாம் நூற்றாண்டைச்

சேர்ந்த தண்டந்தோட்டம் செப்பேடுகளில் "இம்மனை உள்ளிட்ட தெங்கும் பனையும் ஈழவர் ஏறப்பெறாராகவும்" என்ற செய்தி காணப்படுகிறது. 'தெங்கு நின்ற நந்தவனம்' என்ற தொடரையும் முதன்முதலாக இக்காலத்திலேதான் காண்கிறோம். எனவே, அக்காலத்தில் தமிழ்நாட்டின் பழைய மரமான பனை போலவே தென்னையும் ஓலைக்கும் கள்ளுக்கும் சமையல் கூட்டுக்கும் விறகுக்குமான பயிரினமாகக் கருதப்பட்டு வந்துள்ளது. கி.பி. 10ஆம் நூற்றாண்டுக் கல்வெட்டுக்களில் கோயிலுக்குரிய படையல் பொருள்களில் ஒன்றாக வாழைப் பழம் பேசப்படுகிறது. ஆனால், கோயிலுக்குள் தேங்காய் படையல் பொருளாகக் கொள்ளப்படவில்லை என்று தெரிகிறது. எனவே, பின்னர் வந்த விசயநகரப் பேரரசின் ஆட்சிக் காலத்திலேயே தேங்காய் இறைவனுக்குரிய படையல் பொருளாக ஆக்கப்பட்டுள்ளது.

இன்று உள்ள நாட்டுத்தென்னை வகைகளுள் ஒன்றின் பெயர் 'நக்கவாரி' என்பதாகும். நக்கவாரம் என்பது நிக்கோபார்த் தீவு. இது முதலாம் இராசேந்திரனால் வெற்றிகொள்ளப்பட்டதாகும். 'தேனமர் பொழில்சூழ் மாநக்கவாரம்' என்பது அவனது மெய்க்கீர்த்தித் தொடர். நக்கவாரித் தென்னை அவனது படையெடுப்பின் விளைவாகத் தமிழ் நாட்டிற்குக் கொண்டு வரப்பட்ட வகையாக இருக்கலாம். (அதியமான் மரபினர் வெளிநாட்டிலிருந்து கரும்புப் பயிர்கொண்டு வந்ததைச் சங்க இலக்கியம் குறிப்பிடுகிறது. சீனாப்புல், சீனாக்காரம், சீனாக் கற்கண்டு, சீனாப்பட்டு, சீனாப்பொம்மை, சீனாக் களிமண் என்பன போலப் பிறநாடுகளிலிருந்து ஏராளமான பொருள் வகைகளும், பயிர் வகைகளும் அறிமுகமாகியுள்ளன.)

தென்னை ஓலைகளைக்கொண்டு அழகுபடப் பந்தல் அமைக்கும் கலையும் வளர்ந்திருக்கிறது. மதுரைப் பெருநகரத்திற்குள் இவ்வகையான பந்தல் அமைத்தவர்கள் வாழ்ந்த தெரு 'தென்னோலைக்காரர் தெரு' என்ற பெயரில் இன்றும் விளங்குகிறது. தென்னைகள் நிறைந்த தஞ்சை மாவட்டத்தில் இன்னும் இக்கலை உயிருடன் விளங்குகிறது.

தெங்கும் பனையும் ஏறித் தொழில்செய்யும் சாதியாரை வட மாவட்டங்களில் 'ஈழவர்' என்ற பெயரில் பல்லவர் செப்பேடு குறிப்பிடுகின்றது. இப்பிரிவினரே இன்று 'கிராமணி' என அழைக்கப்படுகின்றனர். தென்னை வளம் மிகுந்த கேரளத்தில் தென்னைத் தொழில் செய்யும் பிரிவினர் இன்றளவும் ஈழவர் என்றே அழைக்கப்படுகின்றனர். (தென் மாவட்டங்களில் பனையும் பனைத்தொழிலுமே மிகுதி. பனைத் தொழிலாளர் 'நாடார்' என்ற பெயரில் அழைக்கப்பட்டனர்.)

உரலும் உலக்கையும்

மனிதன் கல்லிலேதான் முதன் முதலாகப் பொருள்களைச் செய்யத் தொடங்குகின்றான். ஆராய்ச்சி அறிஞர்கள் அக் காலத்தைக் 'கற்காலம்' என்கிறார்கள். நினைவறியாக் காலத்தைச் சேர்ந்தது கற்கால நாகரிகம் என்றுதான் பெரும்பாலோர் கருதுகின்றனர். ஆனாலும்கூட அம்மி, உரல், ஆட்டுரல், திரிகை என்று கற்கால நாகரிகத்தின் சுவடுகள் நம்மிடையே இன்றும் வாழ்ந்துகொண்டுதான் இருக்கின்றன.

கையினால் பற்றிக்கொள்ள ஒன்றும், அடிப்பகுதி ஒன்றுமாக இந்தக் கற்கருவிகள் எல்லாம் இரண்டு பொருள்களின் சேர்க்கையாக அமைகின்றன. அம்மிக்கும் ஆட்டுரலுக்கும் கற்குழவிகள், திரிகைக்கு மூடியும் இரும்புக் கைப்பிடியும் – இவை அரைப்புக் கருவிகள். உரலின் துணைக்கருவி உலக்கை. உலக்கை கருங்காலி மரத்தினால் செய்யப்பட்டது. இதன் அடிப்பகுதி இரும்புக் குப்பியால் ஆனது. மேற்பகுதியில் இரும்பினாலான பூண் கட்டப்பட்டிருக்கும். உலக்கையின் சராசரி நீளம் நான்கு அடியாகும். இது குற்றுக் கருவி. அவல் இடிப்பதற்கு இன்றளவும் உரலும் உலக்கையுமே பயன்படுகின்றன. எனவே, இது இடிப்புக் கருவியும் ஆகும். சில இடங்களில் உரலுக்கு மேலே தானியங்கள் சிதறாமல் இருக்க மூங்கிலாலோ, பிரம்பினாலோ வட்ட வடிவ மறைப்பினைச் செய்து உரலின்மீது அதற்கென வெட்டப்பட்ட காடியின்மீது வைக்கிறார்கள். அடிப்பகுதியும் மேற்பகுதியும் இல்லாத இதற்குக் 'குந்தாணி' என்று பெயர். (காலும் தலையும் தெரியாமல் குண்டாகக் கனத்துத் தெரியும் பெண்களைக் குந்தாணி என்று கேலி செய்வதுண்டு.)

முல்லை நில வாழ்க்கையில் நெல்லும், புல்லுமான சிறிய வகைத் தானியங்களின் உறையினை நீக்குவதற்கு மனிதன் கண்டுபிடித்த கருவிதான் உரலும் உலக்கையும். பண்டைக் காலத் தொழில்நுட்பத்தின் எளிமையான வெளிப்பாடு உலக்கை.

தொடக்க காலத்தில் பாறைகளில் தானியங்களைக் குவித்து வைத்து மர உலக்கையால் குற்றியிருக்கிறார்கள். பாறைகள் நிறைந்த பகுதிகளிலும் மலைப்பகுதிக் கிராமங்களிலும் இப்படிப்பட்ட பாறைக் குழிகளையும் இவ்வழக்கத்தினையும்கூட இன்றும் காணமுடிகிறது.

வட்ட வட்டப் பாறையிலே
வரகரிசி தீட்டயிலே
ஆருதந்த சோமன் சேலை
ஆலவட்டம் போடுதடி

என்ற நாட்டார் பாடல் இதற்குச் சான்றாகும். நெல் வகைகளையும், புல் வகைகளையும் அரிசியாக்குவதைக் குற்றல், தீட்டல் என்ற இரண்டுவினைச் சொற்களால் குறிக்கின்றனர். குற்றிய தானியத்தை உமியும், தவிடும் நீங்கப் புடைத்துச் சலிப்பதைத் 'தீட்டல்' என்ற சொல் குறிக்கின்றது போலும். குற்றித் தீட்டிய தானியத்தின் அளவும் நிறையும் குறைவதுண்டு. கல்வெட்டுக்களில் 'பத்தெட்டுக் குற்றல் அரிசி' என்பது போன்ற குறிப்புக்கள் வருகின்றன. பத்துப்படி அளவு அரிசியை மீண்டும் குற்றிய பின் எட்டுப்படி தரமான அரிசி கிடைக்கும் என்பது இதன் பொருள். இந்த அளவு கூடினால் சரியாகக் குற்றவில்லை என்றும், குறைந்தால் நெல் தரமானது இல்லை என்றும் கொள்ளப்படும். உமியும் தவிடுமாக இப்படிக் குறைகிற அளவிற்குப் 'பாடுவாசி' என்பது பெயர்.

கனமான நான்கு அடி நீள உலக்கையைக் கொண்டு கல்லுரலில் குற்றுதல் கடுமையான உடல் உழைப்பிற்கு உரிய தொழிலாகும். எனவே, குற்றும்போது பெண்கள் 'உஸ்', 'உஸ்' என்ற சத்தத்தை இசை ஒழுங்காகக் களைப்புத் தெரியாமல் இருப்பதற்காக எழுப்புகின்றனர். சில பகுதிகளில் 'சும்மேலோ, சும் உலக்காய்' என்று சொல்கின்றனர். முற்காலத்தில் ஆண்கள் பாடும் படகுப் பாட்டுபோலப் பெண்கள் உலக்கைப் பாட்டு பாடியிருக்கிறார்கள். இதற்கு 'வள்ளைப் பாட்டு' என்று பெயர்.

மலைபடுகடாம், "தினை குறு மகளிர் இசைபடு வள்ளையும்" *(342)* என்று வள்ளைப் பாட்டின் இனிமையினைக் குறிப்பிடுகிறது. வள்ளைப் பாட்டுக்களின் இலக்கியப் பெருமையை இளங்கோவடிகளும், மாணிக்கவாசகரும் நன்றாக உணர்ந்திருந்தனர். புகார் நகரத்துப் பெண்கள் கரும்பு உலக்கை கொண்டும், மதுரை நகரத்துப் பெண்கள் பவள உலக்கை கொண்டும், வஞ்சி நகரத்துப் பெண்கள் சந்தன உரலிலும் முத்துக்களைக் குற்றுவதாக இளங்கோவடிகள் குறிப்பிடுகிறார் *(சிலம்பு : வாழ்த்துக் காதை)*.

மணிவாசகரோ, 'திருப்பொற்சுண்ணம்' என்ற பகுதியில் சிவ பெருமான் நீராட வாசனைப் பொடியை உரலிலிட்டு இடிக்கும் பெண்கள் பாடுவதாகப் பத்துப் பாடல்கள் பாடியுள்ளார்.

வள்ளைப் பாட்டுப் பாடும் பெண்கள் பாட்டின் நடுவில் தம் காதலன் பெயரையும் சேர்த்துப் பாடுவார்கள். அதைப் பிறர் கண்டுபிடித்துக் கேலி பேசுவர் அல்லது அலர் எழுப்புவர் எனக் குறுந்தொகைப் பாடல் நமக்குச் செய்தி தருகிறது *(89)*.

அகன்ற வலிய காலை உடைய உரல் (பணைத்தாள் அன்ன பாவடி உரல் – குறு *89*), அவல் இடிக்கும் கரிய வயிரம் பாய்ந்த உலக்கை (பாசவல் இடித்த கருங்காழ் உலக்கை – குறு *238*) என்று

உரல் உலக்கையின் அமைப்புப் பற்றிய குறிப்புக்களும் நமக்குக் கிடைக்கின்றன. கருங்காழ் என்பதனால் உறுதியான கருங்காலி மரத்தில் செய்யப்பட்ட உலக்கையாகவும் இருக்கலாம்.

உரல், உலக்கை பற்றிய நம்பிக்கைகளும் தமிழ் மக்களுக்கு நிறையவே இருந்திருக்கின்றன. உலக்கையை எப்போதும் நட்டமாகவே சுவரில் சார்த்தி வைக்க வேண்டும். தரையில் கிடத்தக் கூடாது. பூப்பெய்திய பெண்ணை வீட்டின் ஒரு மூலையில் உட்காரவைத்து (இரும்புப்) பூண் கட்டிய உலக்கையினை அவளுக்குக் குறுக்காகக் கிடைவசத்தில் வைப்பார்கள். இது தீய ஆவிகளிடம் இருந்து அப்பெண்ணைக் காப்பதாக நம்புகிறார்கள். வாழ்வரசிப் (சுமங்கலி) பெண்கள் உரலின்மீது உட்காரக்கூடாது; விதவைப் பெண்களை உரலைக் குப்புறக் கவிழ்த்து அதில் உட்கார வைத்து நீராட்டித் தாலியைக் கழற்ற வேண்டும்.

பெருஞ்சமய நெறிகளுக்குள்ளும் உரல் பற்றிய நம்பிக்கைகள் உண்டு. கல்வெட்டுக் குறிப்புக்களிலிருந்து கோயில்களில் நெல்குற்றும் பணியை மிக வறிய நிலையில் இருந்த பெண்களே செய்திருக்கின்றனர் எனத் தெரியவருகிறது. இன்றளவும் கோயில்களில் மகப்பேற்று வயது கடந்த பெண்களே நெல் குற்றும் பணிக்கு அமர்த்தப்படுகின்றனர். சிவ தீட்சை, வைணவ தீட்சை பெற்றவர்கள் இறக்கும்போது 'தீட்சை இறக்குதல்' என்ற ஒரு சடங்கு நடைபெறுகிறது. உரலைக் குப்புறக் கவிழ்த்துப் போட்டு இறந்தவர் உடம்போடு நூலேணி இட்டு அவர் பெற்ற தீட்சையை உரல் வழியாகப் பூமிக்குள் இறக்கிவிடுவதாக நம்புகின்றனர்.

மசாலைப் பொடிகள் இடிக்கும் சிறிய உலக்கைக்குக் 'கழுந்து' (உலக்கைக் கொழுந்து) என்று பெயர். இரண்டடி நீளமே உள்ள இதில் இரும்புப் பூணோ குப்பியோ இருக்காது; வடமொழி தெரியாததனால் 'உலக்கைக் கொழுந்து' என ஏசப்பட்ட ஒருவர் வஞ்சினத்துடன் வடமொழி கற்று 'முசல கிசலயம்' (உலக்கைக் கொழுந்து) என்ற பெயரில் தத்துவ நூல் ஒன்று செய்ததாக வைணவ மரபுக் கதை ஒன்று கூறுகிறது.

கண்ணனுக்கு மூத்தவனாகக் கருதப்படும் பலராமன் என்ற தெய்வம் ஒரு கையில் உலக்கையினை ஏந்தியிருக்கிறது. இந்தத் தெய்வத்திற்கு வடமொழியில் வழங்கப்படும் பெயர்களில் முசலி என்பதும் ஒன்றாகும். தமிழ்நாட்டில் மிக அரிதாக வழங்கும் 'முத்துலக்கையன்' என்ற பெயர் இத்தெய்வத்தையே குறிப்பதாகும்.

சிறுதெய்வங்களின் உணவு

தமிழ்நாட்டின் பெரும்பாலான மக்களின் வழிபாட்டுக் குரியனவாக இருப்பன சிறு தெய்வங்களே. 'சிறு தெய்வம்' என்ற

சொல்லாட்சி முதன்முதலில் அப்பர் தேவாரத்தில் காணப்படுகிறது. எனவே, இப்பெயர் வழக்கு 'மேலோர் மரபு' சார்ந்ததாகும். வழிபடும் மக்களுக்கு இவை தெய்வங்களே.

சிறுதெய்வங்கள் எனச் சுட்டப்படுவனவற்றின் அடிப்படையான அடையாளங்கள் அவற்றைப் பிராமணர் பூசிப்பதில்லை என்பதும், அவை இரத்தப் பலி பெறுவன என்பதும் தாம். 'பலி' என்பது வடமொழிச் சொல். படைக்கப்படுதல் என்பது அதன் பொருள். தமிழ்நாட்டில் ஆயிரக்கணக்கான சிறுதெய்வங்கள் உள்ளன. சிறு தெய்வக் கோயில் இல்லாத கிராமமே இல்லை எனலாம். இவற்றில் செம்பாதிக்குமேல் தாய்த் தெய்வங்கள்.

சிறுதெய்வக் கோயில்களில் பெண் தெய்வங்களின் (அம்மன்) கோயில்கள் பெரும்பாலும் வடக்கு நோக்கி அமைந்திருக்கின்றன. ஆண் தெய்வங்களின் கோயில்கள் பெரும்பாலும் கிழக்கு நோக்கி அமைந்திருக்கின்றன. இத்தெய்வங்கள் பெரும்பாலும் சினங்கொண்ட (உக்கிர) நிலையில்தான் அமைந்திருக்கின்றன. எனவே இவற்றை அமைதிப்படுத்த இரத்தப் பலி தருவது மரபாக இருந்து வருகிறது.

பிராமணர், சைவ வேளாளர் தவிர்ந்த எல்லாத் தமிழ்ச் சாதியார் குடும்பங்களும் ஏதேனும் ஒரு சிறுதெய்வ வழிபாட்டில் தொடர்பு உடையவையே. எனவே, சிறுதெய்வ வழிபாட்டிற்குரிய மக்கள் அனைவரும் புலால் உண்ணும் சாதியினரே. எனவே, இரத்தப் பலி இக்கோயில்களில் தவறாது இடம்பெறுகிறது.

மேற்கூரையுடைய சிறுதெய்வக் கோயில்களில் மட்டும் கல்லினாலான சிறிய பலிபீடங்கள் உள்ளன. இக்கோயில்களில் ஆட்டுக்கடா, சேவல், எருமைக்கடா, பன்றி ஆகியவை பலியிடப்படுகின்றன. விதிவிலக்காக ஒரு சில கோயில்களில் பெண் ஆடு பலியிடப்படுகிறது. இதுவல்லாமல் ஆட்டுக்கடா, ஆண் பன்றி, எருமைக் கடா, சேவல் என ஆண் மிருகங்களும் பறவைகளுமே பலியிடப்படுகின்றன.

பெரும்பாலான கோயில்களில் ஆட்டுக்கடாயின் தலை அறுக்கப்பட்டுப் பலிபீடத்தின்மீது வைக்கப்படுகிறது. சில இடங்களில் ஆட்டின் கால்களில் ஒன்று அறுக்கப்பட்டு ஆட்டின் வாயில் அதைக் கவ்வுமாறு கொடுத்துப் பலிபீடத்தில் வைப்பர். சேவலைப் பலியிடும்போது அவ்வாறு செய்வதில்லை. மாறாகச் சேவலின் தலையில்லா உடம்பினை ஒரு குச்சியில் செருகி, தெய்வத்தின் முன் வைக்கின்றனர். பன்றி வளர்க்கும் சாதியாரே பெரும்பாலும் பன்றியைப் பலியிடுகின்றனர்.

தென்மாவட்டங்களில் உக்கிரம் மிகுந்த பெண் தெய்வங்களுக்கு இரத்தப் பலியிடும் முறை சற்று அச்சம் தருவதாக அமைகின்றது.

நிறைசினையாக உள்ள ஒரு ஆட்டைக் கொண்டுவந்து பெண் தெய்வத்தின் முன் நிறுத்துவர். வேல் போன்ற ஒரு கருவியினால் ஆட்டின் வயிற்றைக் குத்திக் கிழித்து அதன் உள்ளே இருக்கும் குட்டியை எடுத்துப் பலி பீடத்தின்மீது வைக்கின்றனர். குத்திக் கிழிப்பதனால் பெண்ணாடும் இறந்துவிடும்; குட்டியும் இறந்து விடும். இவ்வாறு பலியிடுவதைச் 'சூலாடு குத்துதல்' என்பர். குற்றுயிராகப் பலிபீடத்தின்மீது இளங்குட்டியை வைத்தலை 'துவளக்குட்டி கொடுத்தல்' என்பர் ('துவளும் குட்டி' என்பதே துவளக் குட்டியாயிருத்தல் வேண்டும்.) சூலாடு குத்துவதற்கு முன்னர் பெண்களையும் குழந்தைகளையும் அவ்விடத்தில் இருந்து அப்புறப்படுத்திவிடுவர்.

பன்றியைப் பலிகொடுக்கும்போது, சில இடங்களில் தலையை வெட்டாமல் பன்றியை மல்லாக்கக் கிடத்தி அதன் மார்பைப் பிளந்து இதயத்தை எடுத்துப் பலிபீடத்தின்மீது வைக்கும் வழக்கம் உள்ளது. சில இடங்களில் சாமியாடிகள் பலியிடப் பெறும் விலங்குகளின் இரத்தத்தைக் குடிப்பதுண்டு. அவ்வாறு இரத்தம் குடிக்காத கோயில்களில் தெய்வத்தின் முன் படைக்கப்பட்டிருக்கும் உணவுப் பொருள்களின்மீது அந்த இரத்தம் தெளிக்கப்படும்.

சினம்மிகுந்த ஆண்தெய்வக் கோயில்களில் கோயிலுக்குச் சற்றுத் தள்ளி இருட்டில் சென்று சாமியாடுபவர் சோற்றுத் திரளைகளை ஆகாயத்தில் எறிகிறார். அவ்வாறு வீசி எறிய சாமியாடி கைகளை உயர்த்தும்போதே இருட்டில் மேலிருந்து வந்து தெய்வங்கள் அள்ளிக்கொண்டு போய்விடுகின்றன என்பது நம்பிக்கை. தெய்வங்களின் 'அருளாட்சி எல்லைக்கு' உட்பட்ட பகுதிகளிலேயே சாமியாடி ஊர்வலம் வருகிறார். அவ்வாறு வரும்போது சந்திகளில் ஆகாயத்தை நோக்கி முட்டை எறிவதும் உண்டு.

நிலத் தொழிலாளர்கள் வணங்கும் சிறுதெய்வங்களில் சில, ஊறவைத்த அரிசியினையும் முளைகட்டிய பயறு வகைகளையும் படையலாகப் பெறுகின்றன. இவ்வகையான தெய்வங்கள் சமைத்த உணவினைப் படையலாகப் பெறுவதில்லை. இவை உணவு சேகரிப்புச் சமூகத்தில் பிறந்த தெய்வங்களாக இருக்க வேண்டும்.

ஊர்த் தெய்வங்களுக்கோ, சாதித் தெய்வங்களுக்கோ, குல தெய்வங்களுக்கோ நடைபெறும் திருவிழாக்களில் பொங்கலிடும் மரபும் உண்டு. அனைவரும் ஒரே நேரத்தில் பொங்கலிடுகின்றனர். எரிபொருளாகப் பனை ஓலைகளை மட்டும் பயன்படுத்தும் வழக்கமே பரவலாகக் காணப்படுகிறது. பொங்கல் படையலும் இரத்தப் பலியும் சில கோயில்களில் சேர்ந்தே தரப்படுகின்றன. அவ்வகையான கோயில்களில் பலியிடப்படும் விலங்கின்

இரத்தத்தைப் படைக்கப்படும் உணவின்மீது தெளிப்பது வழக்கமாக இருக்கிறது. பொங்கலையும் இரத்தப் பலியையும் தனியாக நடத்தும் கோயில்களில் பொங்கல் படையலைச் 'சைவப் படைப்பு', 'ஆசாரப் படைப்பு', 'சுத்தப் படைப்பு' என்று அழைக்கின்றனர். இரத்தப் பலியோடு கூடிய படைப்பு 'மாமிசப் படைப்பு' என்று அழைக்கப்படுகிறது.

ஒரு கோயில் வளாகத்தில் பல சிறுதெய்வங்கள் இருக்கும் போது ஐயனார் போன்ற ஒன்றிரண்டு தெய்வங்கள் இரத்தப் பலி பெறாத சுத்தமுகத் தெய்வமாக இருக்கும். இரத்தப் பலி தரும்போது அத்தெய்வங்களின் சந்நிதியைத் திரையிட்டு மறைத்துவிடுவது வழக்கம்.

குமரி மாவட்டத்தில் சிறுதெய்வக் கோயில் திருவிழாக்கள் சிலவற்றை 'ஊட்டுக் கொடுத்தல்' (உணவு கொடுத்தல்) என்றே கூறுகின்றனர். பொதுவாக, இரத்தப் பலி கொடுப்பது திருவிழாவின் முடிவு நிகழ்ச்சியாகவே அமைகின்றது.

தாய்த் தெய்வங்கள் தம் மக்களைக் காக்க, அரக்க வடிவிலான தீமையை ஆயுதந்தாங்கிப் போரிட்டு அழிக்கின்றன. விசயதசமி எனப்படும் புரட்டாசி மாத வளர்பிறைப் பத்தாம் நாளில் எருமைத் தலை அரக்கனைத் தாய்த் தெய்வம் போரிட்டு அழிக்கின்றது. இச்சடங்கு ஒரு பாவனையாக, பெரும்பாலும் கோயிலுக்குச் சற்றுத் தள்ளி அமைந்த ஒரு திடலில் நடக்கிறது. இந்தப் போர் நிகழ்ச்சி முடிந்தவுடன் போரிட்ட களைப்புத் தீரத் தாய்த் தெய்வத்திற்கு உழுந்தஞ் சுண்டலும் பானக்காரமும் படைக்கப்படும். தென் மாவட்டங்களில் ஒன்றிரண்டு கோயில்களில் மட்டுமே இது காணப்படுகிறது. பானக்காரம் என்பது புளியும் கருப்புக் கட்டியும் நீரில் கரைத்து ஆக்கப்பட்ட நீர் உணவு. அக்காலத்துப் போர்க்களத்தில் களைப்படைந்த வீரர்களுக்குத் தரப்பட்ட உணவாக இது இருந்திருக்கலாம்.

சிறுதெய்வ வழிபாட்டின் பல கூறுகள் தமிழர்களின் போர் நெறிகளோடு தொடர்புடையனவாகத் தோன்றுகின்றன. உழுந்தும் பானக்காரமும்கூட அப்படி வந்த உணவுப் பழக்கம் என்றேகொள்ள முடிகிறது.

வீடும் வாழ்வும்

நகர நாகரிக மேட்டிமையின் அடையாளங்களில் ஒன்றாக இன்று நாடு முழுவதும் கற்காறை (கான்கிரீட்) வீடுகள் உருவாகி வருகின்றன. 'தனி வீடு' என்னும் உணர்வு ஒரு வெறியாக மாறி எல்லோரையும் பிடித்து ஆட்டுகிறது. உலக வங்கியின் வழியாகப் பன்னாட்டு மூலதனம் 'குறைந்த வட்டி' என்னும் தூண்டிலைப் போட்டு 'வீடுகட்டக் கடன்' என்னும் பெயரில் ஏழை நாடுகளைச் சுரண்டி வருகின்றது.

காலனிய ஆட்சியின் தொடக்கப் பகுதியில் தமிழ்நாட்டில் 90 விழுக்காட்டு மக்கள் பனை, தென்னை, புல்வகைகள் வேய்ந்த கூரை வீடுகளில்தான் வாழ்ந்தனர். இவ்வீடுகளின் சுவர்கள் குடிசைகளாக இருந்தால் செங்கல் இல்லாத மண்சுவர்களாகவும், சற்றே பெரிய இரண்டு அறை வீடுகள் சுடப்படாத செங்கல் சுவர்களோடும், அதைவிடப் பெரிய வீடுகள் சுட்ட செங்கல்லால் கட்டப்பட்டவையாகவும் அமைந்திருந்தன. இந்தத் தொழில் நுட்பம் வெப்ப மண்டலப் பகுதியிலுள்ள எல்லா நாடுகளுக்கும் பொருந்தும். இந்த வீடுகளைப் பற்றி நாம் சொல்லக்கூடிய ஒரே குறைபாடு அவை கழிவறை வசதி இல்லாதவை என்பதுதான். 'கழிவறை' என்ற கோட்பாடும் இடவசதியும் வெப்பமண்டலப் பகுதியான தமிழ்நாட்டில் இல்லை. (எனவே மலம் அள்ளும் சாதியாரும் தமிழ்நாட்டில் தோன்றவில்லை.)

'வீடு' என்ற சொல் தொழிற்களத்தில் இருந்து 'விடுபட்டு' நிற்கும் இடத்தையே முதலில் குறித்தது. 'விடுதி' என்னும் சொல்லும் அந்தப் பொருளில்

வந்தது தான். பிற்காலத்தில் மேலோர் மரபில் 'வீடு' என்பது மண் உலகத்திலிருந்து விடுபட்டுச் சேர்கிற 'துறக்க'த்தை (சொர்க்கம்) குறிக்க வந்ததாகும்.

சங்க இலக்கியத்தில் 'வீடு' என்பதற்குப் பதிலாக 'மனை' என்ற சொல்லே காணப்படுகிறது. உண்டு, உறங்கி, இனம் பெருக்கும் இந்த இடத்துக்குரியவள் 'மனைவி' எனப்பட்டாள்.

நிலத்தில் எல்லாப் பகுதிகளிலும் தெய்வங்கள் உறைகின்றன. எனவே, வீடு கட்டவிருக்கும் நிலத்தில் முளை அறைந்து, கயிறு கட்டி கயிற்றின் நிழல் வழியாகத் திசைகளைக் குறித்துக் கொள்ள வேண்டும். அந்தந்தத் திசையிலுள்ள தெய்வங்களைக் கண்டறிந்து அவற்றிற்கு வேண்டுவன செய்ய வேண்டும். பின்னரே அந்த நிலத்தில் வீடு கட்டத் தொடங்க வேண்டும் என்பது பழந்தமிழர் நம்பிக்கை.

நூலறி புலவர் நுண்ணிதிற் கயிறிட்டு
தேயம் கொண்டு தெய்வம் நோக்கி
பெரும்பெயர் மன்னர்க்கு ஒப்பமனை வகுத்து

என்கிறது நெடுநெல்வாடை.

மனைத் தெய்வங்களையும் திசைத் தெய்வங்களையும் வேண்டி அமைதிப்படுத்தும் (சாந்தி செய்யும்) இந்தச் சடங்குக்குத் 'தச்சு செய்தல்' என்பது இன்றைய பெயராகும்.

"தோட்டம் இல்லவள் ஆத்தொழு ஓடை துடைவை என்றிவையெல்லாம், வாட்டம் இன்றி உன் பொன்னடிக் கீழே வளைப்பகம் வகுத்துக் கொண்டிருந்தேன்" என்பது பக்தி இயக்கம் கிளர்ந்த காலத்தில் பெரியாழ்வர் பாசுரமாகும். 'சுகஜீவனம்' அக்காலத்தில் எவ்வாறிருந்தது என்பதனை இப் பாசுரத்தில் உணர முடிகிறது. இதே காலத்தைச் சேர்ந்த, இரண்டாம் நந்திவர்மனின் தண்டந் தோட்டம் செப்பேட்டால் மற்றுமொரு செய்தியினை அறிகிறோம். பார்ப்பனர் 308 பேருக்கு அரசன் ஒரே செப்பேட்டின்வழி 'பிரமதேயம்' வழங்குகிறான். இதன்படி அரசன் அளித்த உரிமைகளில் சில: 'சுட்டிட்டிகையால் மாடமாளிகை எடுக்கப் பெறுவதாகவும். துரவு கிணறு இழிச்சப் பெறுவதாகவும்.'

அதாவது, சுட்ட செங்கலால் வீடு கட்டிக்கொள்ளவும், வீட்டிற்கு மாடி எடுத்துக் கட்டவும், வீட்டுத் தோட்டத்தில் கிணறு வெட்டிக்கொள்ளவும் அக்காலத்தில் அரசர்களின் அனுமதி வேண்டும். அந்த அனுமதி பார்ப்பனர்களுக்கு வழங்கப்பட்டிருந்தது. பார்ப்பனர்களின் தீட்டுக்கோட்பாட்டை அரண் செய்வதற்கும், பேணிக்கொள்வதற்கும் ஒவ்வொரு வீட்டிலும் தனித்தனியாகக்

கிணறுகள் இருப்பதனை இப்பொழுதும் பார்ப்பனத் தெருக்களில் (அக்கிரகாரங்களில்) காண இயலும். இந்த உரிமையினை அரசர்கள் மற்றச் சாதியாருக்கு வழங்கவில்லை.

சாதிவாரியாக வீடு கட்டும் உரிமைகள் அரசர்களால் வகுக்கப்பட்டிருந்ததை அறியப் பல சான்றுகள் கிடைக்கின்றன. பழனிக்கருகிலுள்ள கீரனூர்க் கல்வெட்டு 12ஆம் நூற்றாண்டில் அப்பகுதியில் வாழ்ந்த இடையர்களுக்கு அரசன் சில உரிமைகள் வழங்கியதைக் குறிப்பிடுகின்றது. அவ்வுரிமைகளில் ஒன்று, வீட்டிற்கு இருபுறமும் வாசல் வைத்துக் கட்டிக் கொள்ளலாம் என்பதாகும். அப்பகுதியில் அதுவரை அவர்களுக்கு அந்த உரிமை இல்லை.

காலனிய ஆட்சியின் தொடக்கம்வரை தமிழ்நாட்டு வீடுகளில் பெரும்பாலானவை ஓலைக் கூரை அல்லது புற்கூரை கொண்டிருந்ததை முன்பே குறிப்பிட்டோம். ஒடுக்கப்பட்ட மக்களின் வீடுகள் இன்றளவும் குனிந்த வாசல் உடையனவாகவும், பின்புற வாசலும் சன்னலும் இல்லாதனவாகவும் இருப்பதனை நினைவில்கொள்ள வேண்டும்.

நிறைவாசல் (ஆள் நிமிர்ந்தபடி உள்ளே செல்லும் உயரத்தில் இருப்பது), சன்னல்கள், பின்புற வாசல், மாடி, இரட்டைக் கதவு வைத்தல், சுட்ட செங்கலால் சுவர் ஆகியவை தனித்தனி உரிமைகளாகச் சாதிவாரியாக அடுக்கப்பட்டிருந்ததே தமிழக வரலாற்றில் சாதியம் தொழிற்பட்ட முறைக்குக் கண்கண்ட சான்றாகும்.

சமூக, பொருளாதார ரீதியில் எளிய மக்கள் ‘குடியிருப்பு’ பற்றிய விரிந்த சிந்தனைகள் இல்லாமல்தான் வாழ்ந்தனர். ‘எனக்கும் சொத்து இருக்கிறது’ என்ற உணர்வை வெளிப்படுத்த “எனக்கும் காணி நிலமும் கலப்பை சார்ந்த இடமும் இருக்கிறது” என்றனர். இந்தச் சொல்லடையிலிருந்து அவர்களுக்கு வீடு என்பது தொழிற்கருவிகளைப் பாதுகாக்கும் இடமாகவே இருந்திருக்கிறது என்று தெரிகிறது. நிலமும் உழவுத் தொழிற் கருவிகளுமே வாழ்க்கை என்பதே அன்றைய நிகழ்வாகும். எனவே தாழ்வாரம், நடுக்கூடம், சமையலறை, படுக்கையறை என்பதான நினைவுகளும் உணர்வுகளும் அவர்களிடத்தில் உருவாக வழியில்லை. அரசதிகாரமும், சாதிய மேலாண்மையும் அவ்வகையான நினைவுகள் அவர்களிடத்தில் உருவாகாமல் பார்த்துக்கொண்டன.

தமிழர் உடை

“உண்பது நாழி உடுப்பவை இரண்டே” என்கிறது புறநானூறு. இடுப்பைச் சுற்றும் அரையாடை, தோளில் இடும் மேலாடை

ஆகியவற்றையே இப்பாடல் குறிக்கிறது. இவ்வுடை அக்காலத்தில் ஆண் பெண் இருவருக்கும் பொதுவாக இருந்திருக்கிறது. இந்த இரட்டை ஆடையும் சாதி, பருவ காலம் என்பவை கருதி மாறுபாடுகளை உடையதாக இருந்திருக்கிறது.

ஆண்கள் அணியும் சட்டையும் அரைக்கால் அல்லது முழுக்கால் சட்டையும் 18ஆம் நூற்றாண்டின் நடுப்பகுதிவரை தமிழ்நாட்டில்பெருவாரியான மக்களால் அறியப்படாதவையாகும். ஆங்கிலேயரும் நவாபுப் படையினர் எனப்படும் வடநாட்டு முசுலிம்களும் வந்த பின்னரே உடம்பின் மேற்பகுதியில் 'தைத்த சட்டை' அணியும் வழக்கம் புகுந்தது. கிறித்துவின் சமகாலத்தில் இங்கு வந்த ரோமானியர்களின் (யவனர்களின்) மேற்சட்டையினை 'மெய்ப்பை' என்று தமிழர்கள் குறிப்பிட்டனர். தஞ்சைப் பெரிய கோயில் ஓவியங்களிலும், நெல்லை மாவட்டம் திருப்புடைமருதூர்க் கோயில் ஓவியங்களிலும் காணப்படும் சட்டையிட்ட உருவங்கள் அதிகாரிகளையும், படைத்தலைவர் களையும் குறிப்பதாகவே தோன்றுகிறது. துணிதைக்கும் தொழிலாளியைப் பற்றிய பேச்சோ, வருணனையோ பதினெட்டாம் நூற்றாண்டின் இறுதிவரை தமிழ் இலக்கியத்தில் காணப்படவில்லை. துணிகளின்மீது இரத்தினங்களை வைத்து ஊசியால் தைப்பவனை மட்டும் 'தையான்' எனக் கல்வெட்டுக்கள் குறிப்பிடுகின்றன. கிழிந்த ஆடையினை ஊசியும் நூலும் கொண்டு தைக்கும் வழக்கம் இருந்திருக்கிறது. இதனைத் 'துன்னுதல்' அல்லது 'துன்னம் பெய்தல்' என்று கூறுவர். இந்த ஊசிக்கும் 'துன்னூசி' என்றே பெயர். இது தோல்பொருள் களைத் தைக்கும் பருத்த ஊசியினை யும் கொழுத்துன்னூசி என்ற பெயருடன் குறித்திருக்கிறது.

கி.பி. ஒன்பதாம் நூற்றாண்டு தொடங்கிக் காணக்கிடைக்கும் கற்சிற்பங்களும் வெண்கலச் சிற்பங்களும் பழந்தமிழர் உடை பற்றி அறிந்துகொள்ள நமக்குத் துணை செய்கின்றன. ஆணாயினும் பெண்ணாயினும் உயர்குடி மக்களே முழங்காலுக்குக் கீழே கணுக்கால் வரையிலான ஆடையினை அணிந்திருக்கின்றனர். ஏனைய ஆண்களெல்லாம் முழங்கால் வரை தார் பாய்ச்சிக் கட்டப்பட்ட அரையாடையினையே அணிந்திருக்கின்றனர். கி.பி. பத்தாம் நூற்றாண்டைச் சேர்ந்த கண்ணப்ப நாயனாரின் வெண்கலச் சிற்பம் துண்டு அளவிலான ஒரு துணியையே ஆண் முழங்காலுக்கு மேலே இடுப்பில் கட்டியிருப்பதைக் காட்டுகிறது. மேலாடை எதுவும் இல்லை. அவர் வேட்டுவக் குலத்தைச் சேர்ந்தவர் என்பதால் ஒரு வேளை இச்சிற்பம் இவ்வாறு வடிக்கப்பட்டிருக்கலாம். விதிவிலக்காக அன்றி அரசர் குலத்துப் பெண்கள் உட்படப் பழங்காலச் சிற்பங்களில் பெண்கள் மார்புக் கச்சை அணிந்தவராகக் காட்டப்படவில்லை.

சிலப்பதிகாரத்திற்கு முந்திய தமிழ் இலக்கியங்களில் பெண்கள் மார்புக் கச்சை அணிந்ததற்கான சான்றுகள் எவையுமில்லை. சங்ககாலத்தைச் சேர்ந்ததாகக் கருதப்படும் தங்க மோதிரம் ஒன்று (முட்டை வடிவ முன் தோற்றம் உடையது) நான்கைந்து ஆண்டுக்கு முன்னர் கரூர் நகரத்தில் கண்டு பிடிக்கப்பட்டது. இம்மோதிரத்தில் ஓர் இளைஞனும் இளம் பெண்ணும் வடிக்கப்பட்டுள்ளனர். காதல் உணர்வுள்ள இத் தம்பதியினர் தலையில் கொண்டையிட்டுள்ளனர். நிறைய அணிகலன்கள் அணிந்துள்ளனர். இடுப்பில் அரையாடை மட்டும் காணப்படு கிறது. பெண்ணின் மார்பில் கச்சையோ ஆணின் மார்பில் துண்டு போன்ற ஆடையோ காணப்படவில்லை.

ஆனால் கி.பி. ஒன்பதாம் நூற்றாண்டு அளவிலேயே பெண் சிற்பங்களில் மார்புக் கச்சை சித்திரிக்கும் வழக்கம் தொடங்கி யுள்ளது. மதுரைக்கருகில் ஆனைமலையில் உள்ள லாடன்கோயில் என்னும் குடைவரைக் கோயிலில் முருகனோடு அமர்ந்திருக்கும் தெய்வயானை மார்புக் கச்சை அணிந்தவளாகக் காட்சி தருகிறாள்.

பதினைந்தாம் நூற்றாண்டில் தமிழகத்தில் நடைபெற்ற விசயநகரப் பேரரசும் தெலுங்கு மக்களின் குடியேற்றமும் தமிழர்களின் வாழ்விலும் பண்பாட்டிலும் மிகப்பெரிய மாற்றங்களை ஏற்படுத்தின. அதன் விளைவுகளில் ஒன்றாகத் தமிழர் உடையிலும் மாற்றங்கள் நிகழ்ந்தன. இக்காலத்திற்கு முன்னர், 'புடைவை' என்ற சொல் ஆண்களும் பெண்களும் மேலே அணியும் நீண்ட துணியினையே குறித்தது. நிர்வாணத் துறவியாகச் சமண மதத்தில் இருந்த திருநாவுக்கரசர் சமண மடத்தை விட்டு வெளியேறும்போது 'வெண்புடைவை மெய் சூழ்ந்து' வந்ததாகச் சேக்கிழார் குறிப்பிடுவார். இக்காலத்துப் பெண்கள் உடுத்தும் 14, 16, 18 முழச் சேலைகள் தெலுங்கு பேசும் மக்களின் உறவால் ஏற்பட்ட வழக்கமாகும். அரையாடையும் மேலாடையுமான பெண்களின் இரட்டை ஆடை ஒருடையானது இக் காலத்தில்தான். இச்சேலையும் முதலில் மஞ்சள், சிவப்பு என்னும் இரண்டு வண்ணங்களை உடையதாய், 'கண்டாங்கி' என்று வழங்கப்பட்டது. இரவிக்கை எனப்படும் பெண்கள் மேலாடை யும் தெலுங்கு மக்களின் உறவால் ஏற்பட்ட வழக்கமேயாகும். இரவிக்கை என்ற சொல்லும் தெலுங்கு மொழியில் இருந்து வந்ததே. பிராமணரல்லாத ஏனைய தமிழ்ச் சாதிப் பெண்கள் அனைவரும் சேலையின் மேற்பகுதியினை (மாராப்பு) தோளின் இடதுபுறமாக இட்டுக்கொள்வது வழக்கம். பிராமணர்களும் சில தெலுங்குச் சாதியினரும் தோளின் வலதுபுறமாக அதனை இட்டுக்கொள்வர். பெரும்பான்மையான மக்களின் வழக்கமான இடதுபுறமான மாராப்பு இன்று அனைவராலும் கைக்கொள்ளப்பட்டு விட்டது.

பெண்கள் அணியும் உள்ளாடையான பாவாடையும் கடந்த சில ஆண்டுகளுக்கு உள்ளாகவே புழக்கத்திற்கு வந்திருக்கின்றது. அதற்கு முன் சிறிய பெண் குழந்தைகள் சிற்றாடை எனப்படும் அரையாடை அணிந்திருக்கிறார்கள். இதற்குக் 'கன்னி சிற்றாடை' என்று பெயர். இன்றளவும் கிராமப்புறங்களில் குடும்பச் சடங்குகளில், இளம்பெண்ணாக இறந்த பெண்களின் நினைவிற்குக் கன்னி சிற்றாடையைப் படைக்கின்றனர். இந்த ஆடை மஞ்சளும், சிவப்பும் கலந்த மிகச் சிறிய கண்டாங்கிச் சேலையாகும்.

உயர்சாதியினைச் சேர்ந்த பெண்கள் 16 முழச் சேலையினைத் தார் இட்டுக் கட்டிக்கொண்டதால் (மடிதார் – மடி சார்) அவர்களிடத்திலும் உள்ளாடை அணியும் வழக்கம் இல்லை எனத் தெரிகிறது.

ஆண்கள் அணியும் மேலாடை இலக்கியங்களில் 'மேலாடை' அல்லது 'உத்தரீயம்' (தோளில் இடும் பட்டாடை) என்று குறிக்கப்படுகிறது. 'துண்டு' என்ற சொல்லைக் காணோம். மேட்டுக்குடியினர் சிற்பங்கள் பெரும்பாலும் கோயில்களிலேயே காணப்படுவதால் தோளில் இடும் துண்டைப் பணிவுடன் இடுப்பில் கட்டிக்கொள்வதாகவே சிற்பங்களில் பார்க்கிறோம். ஒடுக்குமுறைக்கு ஆட்படும் மக்கள் தோளில் இடும் துண்டை இடுப்பில் கட்டிக்கொள்வது இன்றளவும் பணிவின் அடையாளமாகக் கருதப்படுகிறது. தளபதிகள் சிற்பங்கள் சிலவற்றிலும் தலைப்பாகை கட்டிக் கொள்வதைப் பார்க்கிறோம். கோயிலில் உள்ள இறைத் திருமேனிகளில் மட்டுமே தோளின் இருபுறமாக உத்தரீயம் இட்டுக்கொள்வதைக் காணமுடியும்.

சாதிய அமைப்பில் ஓர் இளைஞன் முதன்முதலாகத் தன் திருமண நாளன்றுதான் பெரியவர்கள் முன் தோளில் துண்டு அணிய அனுமதிக்கப்படுகிறான். இன்றளவும் சாதிப் பஞ்சாயத்துக்களில் திருமணமாகாத இளைஞர்கள் தோளில் துண்டு அணிந்துகொண்டு பேச அனுமதிக்கப்படுவதில்லை. பெரியவர்களிடம் பேசும்போது இளைஞர்களின் துண்டோ, வேட்டியோ காற்றில் அலையுமாறு நின்று பேசுவது மரியாதைக் குறைவாகக் கருதப்படுகிறது. கைகேயியின் முன் இராமன் தன் மேலாடையைப் பணிவாகப் பற்றிக்கொண்டு நின்றே பேசினான். 'சிந்துரத் தடக்கை தானை மடக்குற' என்று கம்பர் இதனைக் குறிப்பிடுகிறார்.

கோயில்களில் பூசைசெய்யும் பிராமணர்களைக் குறிப்பிடும் கல்வெட்டுக்களில் சில அவர்களைப் 'பட்டுடை பஞ்சாசாரியார்' எனச் சொல்கின்றன. அரைவேட்டிக்கு மேலாக இடுப்பில் பட்டுத்துணி ஒன்றைச் சுற்றிக்கொள்ளும் வழக்கம் கோயிற் பூசை

செய்யும் பிராமணர்களிடம் இன்றளவும் உள்ளது. இதனையே கல்வெட்டுக்கள் 'பட்டுடை' என்று குறிப்பிடுவதாகக் கொள்ளலாம்.

'வெள்ளைக் குப்பாயத்தர்' என்ற தொடர் திருவாசகத்தில் பயில்கின்றது. இக்காலத்தில் 'ஜிப்பா' என வழங்கப்பெறும் சட்டையினை இது குறிக்கின்றது. அக்காலத்தில் குதிரை வணிகராகத் தமிழ்நாட்டுக்கு வந்த அராபியர் இந்த உடையினை அணிந்திருந்தனர்.

சிவபெருமான் தன் வீரச்செயல்களில் ஒன்றாக யானை அரக்கனைக் கொன்று, தோலை உரித்து மேற்சட்டைபோல அணிந்து நின்றதனால் அவருக்குச் 'சட்டைநாதர்' (சட்ட நாதர்) என்ற பெயரும் பிறந்தது. சீர்காழியில் சட்டைநாதன் என்ற பெயரைப் பெருவழக்காகக் காணலாம். பாம்பின் சட்டை என நாம் குறிப்பிடும் மேல்தோலை இலக்கியங்கள் பாம்பின் 'உரி' (உரிக்கப்பட்டது) என்றே குறிப்பிடுகின்றன.

சாதிய ஒடுக்குமுறை கடுமையாக இருந்த காலங்களில் தமிழகத்தின் சில பகுதிகளிலும் நாஞ்சில் நாட்டிலும் கேரளத்திலும் ஒடுக்கப்பட்ட சாதிப் பெண்கள் மார்பைத்துணியினால் மூடுவதை மேல்சாதியினர் தடைசெய்திருந்தனர். கடந்த நூற்றாண்டின் நடுப் பகுதியில் நாஞ்சில் நாட்டில் இவ்வழக்கத்தைக் கடுமை யாக்கிய நாயர்களின் மேலாதிக்கத்தை எதிர்த்துப் பிற சாதியினர் போராட்டம் நடத்தினர். அதற்குத் 'தோள்சீலைப் போராட்டம்' என்று பெயர். இவை தவிர தட்டுடை, வட்டுடை, கச்சில் என்பன தமிழர்கள் போரிடுகையில் உடுத்திய ஆடைகளாகும். பெருந்தொடை வரை இறுக்கிக்கட்டிய அரையாடையே 'கச்சில்' எனப்பட்டது. இதுவே பிற்காலத்தில் கச்சை எனப்பட்டது.

பழந்தமிழர் ஆடையின் சிறப்பான பகுதி ஆடைகளுக்குக் கரையிடும் வழக்கமாகும். பெண்களின் சேலை மட்டுமன்றி ஆண்களின் வேட்டியும் கரையால் மதிப்புப் பெறுகிறது. "கொட்டைக் கரைய பட்டுடை" எனச் சங்க இலக்கியம் பட்டாடையின் கரையினைச் சிறப்பித்துப் பேசும். இன்றளவும் தமிழ்நாட்டுப் பட்டுச் சேலைகள் அவற்றின் கரைகளுக்காகவே சிறப்புப் பெறுகின்றன. 'கலிங்கம்' என்று சங்க இலக்கியங்களில் குறிக்கப்படுவது கலிங்க (ஒரிய) நாட்டிலிருந்து வந்த துணி வகையாக இருக்கலாம்.

பருத்திப் பெண்டும்
பள்ளர் நெசவும் பாய் நெசவும்

கிறித்துவுக்கு முற்பட்ட காலத்தில் தமிழ்நாட்டில் பருத்தித் துணி நெசவு செய்த மக்கட் பிரிவினர் யார் என்பதை அறிய

இயலவில்லை. ஆயினும் சங்க இலக்கியங்களில் நூற்றல் தொழில் பற்றிச் சில குறிப்புக்கள் காணக்கிடக்கின்றன. பருத்திப் பெண்டு என்னும் தொடர் இரண்டு இடங்களில் வருகிறது.

பருத்திப் பெண்டின் பனுவல் அன்ன (புறம் : 125)

பருத்திப் பெண்டின் சிறுதீ விளக்கத்து (புறம் : 326)

என வரும் அடிகளால் பெண்கள் இரவிலும் சிறிய விளக்கொளி யில் நூல் நூற்ற செய்தியினை அறிகிறோம்.

நூல் என்ற சொல்லுக்குப் பதிலாகப் பனுவல் என்ற சொல்லும் காணப்படுகிறது. பார்ப்பனர் மார்பில் அணிந்த முப்புரி நூல் முந்நூல் எனப்பட்டது. நூல் என்ற சொல்லுக்கு இலக்கணம் (சாத்திரம்) என்றும் பொருள்.

சங்க இலக்கியக் குறிப்புக்கள் நூற்றல் தொழிலைப் பெண்களோடு சேர்த்தே பேசுகின்றன. உரையாசிரியர் குறிப்புக்களிலிருந்து கைம் பெண்களே சங்க காலத்தில் நூற்கும் தொழிலில் ஈடுபட்டிருந்தனர் என்று தெரிகிறது. இந்தச் செய்தி நமக்கு அதிர்ச்சியாக அமைகிறது. நூற்கும் தொழில் தனக்குரிய சமூக மரியாதையினை அக்காலத்தில் பெற்றிருக்கவில்லை போலும். எனவேதான் அது கைம்பெண்களுக்குரிய தொழிலாகக் கருதப்பட்டிருக்கிறது.

பதினைந்து ஆண்டுகளுக்கு முன்னர் கோவை மாவட்டத் தில் இருந்து கிடைத்த கள ஆய்வுச் செய்தியும் இதை உறுதிப் படுத்துவது வியப்புக்குரியதாகும். ஒரு பெண் கைம்பெண் ஆனால் அவளுக்குப் பிறந்த வீட்டில் இருந்து கோடிச் சேலை (சில சாதியாரிடத்து வெள்ளைச் சேலை) கொண்டுவந்து கொடுப்பது வழக்கம். பிற மாவட்டங்களில் பெரும்பாலும் பிறந்த வீட்டி லிருந்து அப்பெண்ணின் உடன்பிறந்தவர் இதனைக்கொண்டுவந்து அவள் கையில் கொடுப்பது அல்லது அவள் மேல் எறிந்து விடுவது வழக்கம். கோவை மாவட்டத்தில் இந்தச் சடங்கு சிறிய வேறுபாட்டுடன் அமைகிறது. கைம்பெண் ஆனவளின் உடன்பிறந்தவன், அவள் கையில் நூல் நூற்கும் கதிர் (தக்களி) ஒன்றையும் சிறிது பஞ்சையும் கொடுத்துவிட்டு, 'கொல்லன் கொடுத்த கதிர் இருக்கு, கொறநாட்டுப் பஞ்சு இருக்கு; நூறு வயசுக்கும் நூற்றுப் பிழைச்சுக்க' என்றும் சொல்ல வேண்டும்.

சங்க காலத்தில் உருவான பண்பாட்டு அசைவு ஒன்று அண்மைக் காலம்வரை உயிரோடு இருந்தது வியப்புக்குரிய செய்திதான். சங்க இலக்கியம் இதுபோல விரிந்த கள ஆய்வுகள் பலவற்றுக்கு இடந்தருகிறது.

பருத்தி நெசவு போலவே பாய் நெசவும் தொன்றுதொட்டு நடைபெற்றுவரும் தொழிலாகும். நெல்லை மாவட்டத்துப் பத்தமடையில் நெய்யப்படும் பாய்கள் இன்றளவும் உலகப் புகழ்பெற்று விளங்குகின்றன. பாய் நெசவுக்குரிய மூலப் பொருள் கோரை அல்லது பஞ்சாங்கோரை எனப்படும். சங்க இலக்கியத்தில் மருதத் திணைப் பாடல்களில் இது 'சாய்' எனக் குறிக்கப்பெறும். நீரோடைகளின் கரைகளை ஒட்டி அமைந்த பள்ளங்களில் கோரைப் புல், புதராகச் செழித்து நிற்கும். எனவே, பாய் நெசவும் பெரும்பாலும் மருத நிலத்திற்கு உரியதாகும்.

கோரைகளைப் பிடுங்கிவந்து, காயவைத்துச் சாயம் ஏற்றி மீண்டும் தண்ணீரில் ஊறவைத்து, அதன் பின்னரே தறிகளில் நெய்வர்.

இன்று தமிழ்நாட்டில் பாய் நெசவு முழுக்க முழுக்க முசுலிம்கள் செய்யும் தொழிலாகவே உள்ளது. அப்படியென்றால் இசுலாமிய சமயம் தமிழ்நாட்டில் பரவுவதற்கு முன்னர் இத்தொழிலைச் செய்து வந்த சாதியார் யார் என்ற கேள்வி எழுகிறது. கோரைப்பள்ளர் என்ற ஒரு சாதியினர் இருந்திருக்கின்றனர். இவர்களே மருத நிலத்து ஓடைக்கரையில் வளரும் கோரைப் புற்களைக் கொண்டு பாய் நெசவுத்தொழில் செய்து வந்தனர். இச்சாதியினர் பின்னர் நூற்றுக்கு நூறு இசுலாமிய மதத்திற்கு மாறிவிட்டனர். இன்றளவும் கோரைப் பள்ளம் (பாளையங்கோட்டை), கோரம்பள்ளம் (தூத்துக்குடி), கோரிப்பாளையம் (மதுரை) என்ற பெயரில் வழங்கும் ஊர்கள் அனைத்தும் பாய் நெசவுக்குரிய கோரைகள் வளர்ந்த ஓடைக் கரைகளாகவே இருப்பதைக் காணலாம். பத்தமடையில் நடைபெறும் பாய் நெசவும் அருகிலுள்ள தாமிரவருணி ஆற்றங் கரையில் விளையும் கோரம் புல்லைக் கொண்டே நடை பெறுகிறது.

தமிழ்நாட்டுப் பறையர் பலவகையான தொழில்களில் ஈடுபட்டது போலவே நெசவுத் தொழிலிலும் ஈடுபட்டனர். இந்த மரபு பற்றியே திருவள்ளுவர் பறையர் சாதியினர் என்றும் நெசவுத் தொழில் செய்தார் என்றும் வழக்காறுகள் எழுந்தன.

பழங்காலத்தில் துணிகளுக்குச் சாயம் ஏற்ற 'அவுரி' என்னும் செடியின் வேரைப் பானையில் இட்டு அவித்துச் சாயம் எடுப்பர். அவுரிவேர் அவியும்போது புலால் அவிவதைப் போன்று நாற்றம் உண்டாகும். புலால் நாற்றத்துக்குப் பெருமளவு பழகியவரே இத்தொழில் செய்ய முடியும். இறந்த மாட்டினை அறுத்துக் கோரோசனை, நரம்பு முதலியவற்றை எடுப்பவரும் அதன் தோலைப் பதப்படுத்துபவருமான பறையரே அவுரிவேரை அவித்துச் சாயம் எடுக்கும் தொழிலிலும் ஈடுபட்டனர்.

உறவுப் பெயர்கள்

உறவுப் பெயர்கள் தமிழில் இடம், சாதி, சாதிக்குரிய மண உறவுமுறைகள் ஆகியவை காரணமாகப் பல்வேறு வகைப்பட்டு விளங்குகின்றன. பொதுவாகத் திராவிட மொழி பேசும் மக்கள் மணஉறவுக்குரிய மாற்று உறவுகளை *cousin relationship* கொண்டுள்ளனர். எனவே உறவுமுறைச் சொற்களின் வகையும் பெருக்கமும் தமிழில் மிகுதியாகவே உள்ளன.

உறவுப் பெயர்கள் பொதுவாக விளிப்பெயர்களாகவே விளங்குகின்றன. அம்மை, அப்பன், மாமன், அக்கன், தாத்தன், ஐயன் ஆகிய பெயர்கள் அம்மா, அப்பா, மாமா, அக்கா, தாத்தா, ஐயா எனவே வழங்கி வருகின்றன. இவற்றுள் அக்காவைக் குறிக்கும் 'அக்கன்' என்ற பெயர் வழக்கு முற்றிலுமாக மறைந்து போய்விட்டது; கல்வெட்டுக்களில் மட்டும் காணப்படுகிறது. 'அண்ணாழ்வி' என்ற பெயர் வழக்கு அண்ணன், அண்ணாவி என மாறி வழங்குகிறது. சிறுமை அல்லது இளமை என்னும் பொருள்தரும் 'நல்' என்னும் முன்னொட்டு, சில இடங்களில் மட்டும் 'நல்லப்பன்' என்ற பெயரில் வழங்கி வருகிறது. இதற்குச் 'சிற்றப்பன்' என்று பொருள். இப்பெயர் நேரிடையாக வழங்காத இடங்களிலும் 'நடக்க மாட்டாதவன் நல்லப்பன் வீட்டில் பெண் எடுத்தானாம்!' என்று சொல்லடையாக வழங்கி வருகிறது. அதுபோலவே தம் + அப்பன் = தமப்பன் என்ற சொல் 'தகப்பன்' என்று புழக்கத்தில் உள்ளது. தமப்பன் என்ற சொல்லே பெரியாழ்வார் பாசுரத்திலும், கல்வெட்டுக்களிலும் காணப்படுகிறது. தமக்கை என்ற சொல்லையும் தம் + அக்கை என்றே பிரித்துக்கொள்ள வேண்டும்.

அண்ணனைக் குறிக்க இலக்கியங்களில் வழங்கிவரும் 'தமையன்' என்ற சொல்லையும் இவ்வாறே 'தம் + ஐயன்' எனப் பிரிக்கலாம். மூத்தவனைக் குறிக்க 'முன்' என்னும் சொல் இலக்கியங்களில் வழங்கி வருகிறது. அதுபோல பின் பிறந்த இளையவனைக் குறிக்க 'பின்' என்னும் சொல் வழங்கியிருக்கலாம். 'தம் பின்' என்ற சொல்லே 'தம்பி' என மருவியிருத்தல் கூடும் என்பர்.

தங்கை என்னும் சொல் அக்கை என்னும் சொல்லின் எதிர் வடிவமாகப் பிறந்திருக்க வேண்டும். இந்த இரு பெயர்களும் 'அச்சி' என்னும் விகுதி ஏற்று (இடைச்சி, கொடிச்சி, வலைச்சி) அக்கச்சி, தங்கச்சி என வழங்கப்பட்டிருக்கின்றன. இப்பொழுது அக்கச்சி என்னும் வடிவம் கவிதைகளில் மட்டும் வழக்கத்திலிருக்கிறது.

அப்பனின் அப்பனைக் குறிக்க 'மூத்தப்பன்' என்ற சொல் வழங்கி வந்திருக்கிறது. 'எந்தை தந்தை தந்தை தம் மூத்தப்பன்' என்பது பெரியாழ்வார் பாசுரம். இன்றும் மூத்தப்பன் என்னும்

சொல் மலையாளத்தில் தாத்தாவைக் குறிக்கவே வழங்குகிறது. பந்தல்குடியில் கிடைத்த முதல் இராசராசன் காலத்து வட்டெழுத்துக் கல்வெட்டில் தாத்தாவையும் பாட்டியையும் குறிக்க 'முத்தப்பன்', 'முத்தம்மை' என்ற சொற்கள் ஆளப்பட்டுள்ளதைக் கல்வெட்டறிஞர் வெ. வேதாசலம் எடுத்துக் காட்டுகிறார். தமிழ் முசுலிம்களில் சிலர் 'மூத்தவாப்பா' அல்லது 'முத்துவாப்பா' என்று தாத்தாவை அழைக்கின்றனர். அத்தன் என்ற பழந்தமிழ்ச் சொல்லாலும் இவர்களில் சிலர் அப்பாவைக் குறிக்கின்றனர்.

அப்பா என்பதைப்போல விளியாக வரும் இன்னொரு சொல் அம்மா. இதன் மூல வடிவம் அம்மை என்பதுதான். பிறந்த குழந்தையின் அழுகை விளியிலிருந்து இந்தச் சொல் பிறந்திருக்க வேண்டும். 'அம்மா' என்ற சொல் 'கேட்பித்தல்' என்னும் பொருளை உடையது. 'அம்ம கேட்பிக்கும்' என்று தொல்காப்பியர் கூறுவதும் நோக்கத்தக்கது. தாங்கவியலாத வேதனை, வியப்பு, மகிழ்ச்சி ஆகிய இடங்களில் தன்னை மறந்து ஒலிக்கும் அம்மா என்ற சொல், "என்னைப் பாருங்கள், கேளுங்கள்" என்ற பொருளில்தான் ஒலிக்கப்படுகிறது. குழந்தைகள் கேட்பதற்காகப் பாடப்படும் தாலாட்டிலும் மற்றையோர் கேட்பதற்காகப் பாடப்படும் ஒப்பாரி, கதைப் பாடல் ஆகியவற்றிலும் இந்தச் சொல், 'கேளுங்கள்' என்ற பொருளில்தான் வழங்கி வருகிறது. பொதுவாகப் பெண்ணைப் பரிவோடு அழைக்கும் சொல்லாகவும் இது வழங்கி வருவதைக் காண்கிறோம்.

தாய் தந்தை என இப்பொழுது வழங்கிவரும் சொற்களின் மூல வடிவம் ஆய் அந்தை என்பதே. தாய் என்பதைத் தாயம் (உரிமை) என்னும் சொல்லோடு தொடர்புபடுத்தி 'உரிமையுடையவள் தாய்', எனச் சிலர் விளக்கம் தருகின்றனர். ஆய் என்பதே மூலச் சொல். ஆயின் ஆய் (பாட்டி) ஆயா(ய்) என அழைக்கப்படுகிறாள். என் தாய், உன் தாய் என்ற பொருளில் சங்க இலக்கியத்தில் யாய், ஞாய் ஆகிய சொற்களைக் காண்கிறோம்.

தன் ஆய் தாய் ஆனது போலவே, தன் அந்தை தந்தையாகி இருக்கிறது. எந்தை, நுந்தை முதலிய இலக்கியச் சொற்களை எம் + அந்தை, நும் + அந்தை என்றே பிரித்துக் காண வேண்டும். மரூஉ இலக்கணமாக ஆதன் + தந்தை – ஆந்தை எனக் கொள்ளுவதும் தவறு. ஆதன் அந்தை எனக் குறிப்பதே சரி.

பழங்குடி மக்களைப் பற்றி ஆராய்ந்த எல். அனந்தகிருஷ்ண ஐயர் தமிழகத்தின் தென்னெல்லைப் பகுதியான பத்மநாபபுரம் பகுதியில் வாழும் மலைவேடன் எனப்படும் பழங்குடி மக்கள், தந்தையை 'அந்தை' என்றும், பெரியப்பாவை 'வலியந்தை' என்றும் அழைப்பதைக் கண்டுபிடித்துக் கூறியுள்ளார். *(The Travancore Tribes& Cas tes, Vol.I. p 151.)*

மாமன், மாமி, நாத்தூண் நங்கை என வழங்கும் சொற்களின் மூலச்சொற்களைக் கண்டுபிடிக்க இயலவில்லை. அண்ணன் மனைவி அண்ணியானது போல மாமன் மனைவி மாமி ஆகியிருக்க வேண்டும். அம்மையுடன் பிறந்தவனைக் (தாய்மாமன்) குறிக்கும் சொல்லாக 'அம்மான்' வழங்குகிறது. இச்சொல் இன்றும் நாட்டுக்கோட்டைச் செட்டியார்களிடம் வழங்கி வருகிறது. 'அத்திம்பேர்', 'அம்மாஞ்சி' முதலியன பார்ப்பனர்கள் பயன்படுத்திவரும் சொற்களாகும். தந்தையுடன் பிறந்தவளான அத்தையின் மகனைக் குறிக்க 'அத்திம்பேர்' என்ற சொல்லும், அம்மான் மகனைக் குறிக்க 'அம்மாஞ்சி' என்ற சொல்லும் வழங்கிவருகின்றன. அம்மாஞ்சி என்ற சொல் அம்மான் சேய் என்பதன் திரிபு. அத்தையன்பர் என்பதே அத்திம்பேர் எனத் திரிந்ததாகச் சிலர் கருதுகின்றனர்.

மைத்துனன், மைத்துனி என வழங்கும் சொற்கள் மைதுன (பாலியல்) உறவின் அடிப்படையில் வந்ததாகும். 'மைதுன' என்பது வடமொழி. இச்சொல் கி.பி. 10ஆம் நூற்றாண்டில் இராசராசன் கல்வெட்டுக்களில் 'நன்மச்சுனன்' என்றே வழக்குச் சொல்லாக வருகிறது. 'மைத்துனன் நம்பி மதுசூதனன்' என்று பாலியல் உறவுக்குரிய காதலனைக் குறிக்கிறது கி.பி. 7ஆம் நூற்றாண்டின் ஆண்டாள் பாசுரம். மைத்துனி என்ற சொல்லே தென் மாவட்டங்களில் 'மதினி', 'மயினி' என வழங்கி வருகிறது. திருவாங்கூர்ப் பழங்குடி மக்களில் சிலரும் இன்றைய மலையாளிகளும் 'மைத்துனன்' என்பதற்கு மாற்றாக 'அளியன்' என்ற சொல்லை வழங்கி வருகின்றனர். இதற்குக் 'கனிவுக்கும் அன்புக்கும் உரியவன்' என்று தமிழ் இலக்கிய மரபினை உணர்ந்தவர்கள் பொருள் கூறுகின்றனர். மைத்துனன் என் பதனைக் குறிக்கும் பழந்தமிழ்ச் சொல்லாக இதனையே கொள்ள முடிகிறது.

மக்கட் பெயர்

ஒரு சமூகத்தின் ஆசைகளும், கடந்த கால நினைவுகளும், எதிர்பார்ப்புகளும், அழகுணர்ச்சியும், நம்பிக்கையும் மனிதனுக்குப் பெயரிடும் வழக்கத்தில் பொதிந்து கிடப்பதைக் காணலாம். தமிழர்கள் கடந்த இருபது நூற்றாண்டுகளாக எவ்வெவ்வகையில், எவ்வெவ்வாறு எல்லாம் மனிதர்களுக்குப் பெயரிட்டு வழங்கினர் என்பதைக் காலவாரியாகக் காண்பது சுவையும் பயனும் தரும் முயற்சியாகும்.

இருபதாம் நூற்றாண்டுத் தமிழர்களின் பெயர் வழக்குகளில் காணப்படும் கூறுகளை முதலில் வரிசையிட்டுப் பார்க்கலாம். தெலுங்கு, கன்னடம், மலையாளம், சௌராட்டிரம் ஆகிய மொழி

பேசும் மக்கள் தமிழகத்தில் குடிபுகுந்ததனால் ஏற்பட்ட செல்வாக்கு ஒரு புறம். வேதங்கள், இதிகாசங்கள், புராணங்களை உயர்த்திப் பிடிக்கும் பார்ப்பனியச் செல்வாக்கு இன்னொரு புறம். தேசிய, திராவிட, பொது உடைமை இயக்கங்களின் செல்வாக்கு மற்றொரு புறம். இவற்றோடு பத்திரிகைகள், வானொலி, தொலைக்காட்சி ஆகியவை ஸ, ஜ, ஷ, ஹ, ஶ்ரீ ஆகிய ஒலிகளின்மீது ஏற்படுத்தி வைத்திருக்கும் போலிக் கவர்ச்சி, கிறித்துவமும் ஆங்கிலமும் கலந்து ஏற்படுத்திய தூய ஆங்கில அல்லது புதிய தமிழ்ப் பெயராக்கங்கள் என இக்காலத் தமிழரின் பெயரிடும் மரபு வேடிக்கைக் கோலங்கள் பலவற்றைக் காட்டி நிற்கிறது.

இந்த வேடிக்கை கோலங்களுக்கு நடுவில் கண்ணன், குமரன், முருகன், சாத்தன் ஆகிய மிகச் சில பெயர்களை மட்டும் தமிழர்கள் தம் மக்களுக்குத் தொடர்ந்து இட்டு வழங்குவது வியப்புக்குரியதுதான். கி.பி. 17ஆம் நூற்றாண்டு வரை தமிழ் மக்களின் இயற்பெயர்கள் பெரும்பாலும் நான்கு அல்லது ஐந்து எழுத்துப் பெயர்களாகவே இருந்து வந்திருக்கின்றன.

அரசியல், சமூகம், ஆன்மீகம் ஆகிய துறைகளில் செல்வாக்குப் படைத்தவர்களை இயற்பெயர் இட்டு வழங்குவது மரியாதைக் குறைவு என்ற எண்ணமும் பல நூற்றாண்டுகளாகத் தமிழர்களுக்கு இருந்திருக்கிறது. ஏறைக்கோன், மலையமான், ஆவூர்கிழார், கோவூர்கிழார், அரிசில்கிழார், இளங்கோ, ஆரூரன், கழுமலவூரன், வாதவூரடிகள், பெரியாழ்வார் போன்ற பெயர்களைச் சான்றாகக் காட்டலாம்.

பக்தி இயக்கமாக எழுச்சி பெற்ற சைவமும் வைணவமும் தமிழர்களின் பெயரிடும் மரபைத் தலைகீழாக மாற்றிக் காட்டின. அரசியல் அதிகாரத்தில் இருந்தவர்கள் விசயாலயன், ஆதித்தன், பராந்தகன், சுந்தரன், உத்தமன், இராசராசன், இராசேந்திரன், குலோத்துங்கன், விக்கிரமன் என்று வடமொழிப் பெயர்களைத் தங்களுக்குச் சூட்டிக்கொண்டு மகிழ்ச்சி அடைந்தனர். கி.பி. ஏழாம் நூற்றாண்டு முதல் பெருகி வளர்ந்த பார்ப்பனியத்தின் செல்வாக்கிற்கு இந்தப் பெயரிடும் மரபுகளும் சான்றுகளாகும்.

இதே நேரத்தில் மற்றொரு புறத்தில் திருமுறைகளும் பாசுரங்களும் ஊட்டிய மொழி உணர்ச்சி மக்கள் பெயரிடும் மரபிலும் எதிரொலித்தது. எடுத்த பாதம், மழலைச் சிலம்பு, நீறணி பவளக்குன்றம், உய்ய நின்று ஆடுவான், கரியமால் அழகன், கரிய மாணிக்கம் எனத் தேவாரமும் ஆழ்வார் பாடல்களும் மக்கள் பெயர் வழக்குகளில் பதிவாயின. ஆவூர் மூலங்கிழார், ஏணிச்சேரி முடமோசியார் என ஊர்ப்பெயர் சார்த்தி வழங்கும் மரபு வளர்த்து தெய்வத் திருத்தலங்களின் பெயரையே மக்கள்

பெயராக இடும் மரபு இக்காலத்தில்தான் உருவானது. ஐயாறன், ஆரூரன், திருமாலிருஞ்சோலை, கயிலாயன் எனத் திருத்தலப் பெயர்களை இடும் இந்த மரபும் காசி, திருப்பதி, பழநி, குற்றாலம், சிதம்பரம் என இன்றுவரை தொடர்ந்து வருகிறது.

சங்க காலத்திலிருந்து இரண்டாயிரம் ஆண்டுகளாகத் தொடர்ந்து இடப்பெற்று வரும் பெயர் வழக்குகளாகச் சிலவற்றைப் பார்க்கிறோம். கண்ணன், குமரன், சாத்தன் (சாத்தையா, சாத்தப்பன்), நாகன் (நாகப்பன், நாகராசன், நாகம்மாள்), மருதன் (மருதையன், மருதப்பன், மருதமுத்து) ஆகியவற்றை இவ்வகையில் குறிப்பிடலாம்.

குறைந்தது ஐந்து நூற்றாண்டுக் காலம் தமிழகத்தில் செழித்து வாழ்ந்திருந்த சமண, பௌத்த மதங்களின் செல்வாக்கும், தமிழ் மக்களின் பெயர்களில் இன்றளவும் தங்கியுள்ளது. குணம் என்ற முன்னடையோடு கூடிய பெயர்களும் பாலன் என்ற பின்னடையோடு கூடிய பெயர்களும் சமணக் கல்வெட்டுக்களில் மிகுதியாகக் காணப்படுகின்றன. குணசீலன், குணசேகரன், குணபாலன், தனசீலன், தனபாலன், சத்யபாலன் ஆகிய பெயர் வழக்குகள் சமணத்தின் தொல்லெச்சங்களாகும். நாகேந்திரன், ஜீவேந்திரன் ஆகிய பெயர் வழக்குகளும் அவ்வாறே. சாத்தனார், சாத்தையா என்ற பெயர்களில் இன்றுவரை வணங்கப்பெறும் தெய்வங்களும் சமண மதத்தின் சிறு தெய்வங்களே.

தர்மராஜன் என்ற பெயரும் அர்ச்சுனன் என்ற பெயரும் பாண்டவர்களைக் குறிப்பதல்ல. தர்மராஜன் என்ற பெயர் புத்தருக்கு வழங்கிய பெயராகும். அப்பர் தேவாரத்தில் இந்தப் பெயர் மார்க்கண்டனுக்கும் கூறப்படுகிறது. புத்தம், தர்மம், சங்கம் என்பது பௌத்தர்களின் மும்மைக் கோட்பாடு ஆகும். அதுபோலவே அர்ச்சுனன் என்ற பெயரும் மருதன் என்ற தமிழ்ப் பெயரின் வடமொழிப் பெயர்ப்பே.

இப்பொழுதும் வழங்கும் பெயர்களில் சோணை என்ற முன்னடைப் பெயரைத் தென்மாவட்டங்களில் பரவலாகக் காணலாம். சோணைமுத்து, சோணாசலம் என்பதாக இவை அமைகின்றன. 'பொன்' என்று பொருள்படும் பாலி மொழிச் சொல்லான 'சோணா' என்பதே இது. பாடலிபுத்திரத்தில் ஓடும் நதியினைச் சோணை (பொன்னி) நதி எனச் சங்க இலக்கியம் கூறும். 'தம்ம, அத்த' என வரும் பாலி மொழி சொற்கள் வடமொழியில் 'தர்ம்ம, அர்த்த' என்று வழங்கும். அது போலவே 'சோண' என்ற பாலிமொழிச்சொல் சுவர்ண – சொர்ண (தங்கம்) என ஒலிமாற்றம் பெற்று வந்துள்ளது. சோணைமுத்து என்ற பெயருக்குத் 'தங்கமுத்து' என்று பொருள். சோணாசலம் என்றால் 'தங்கமலை' என்று பொருள்.

மண்ணாங்கட்டி, அகோரம், ஆபாசம், அமாவாசை, பிச்சை முதலிய பெயர் வழக்குகள் மந்திர நம்பிக்கையின் அடிப்படையில் பிறந்தவை. குழந்தைகளைத் தீய ஆவிகள் அண்டாது என்ற நம்பிக்கையில் இவை விரும்பி இடப்படுகின்றன. இந்த நம்பிக்கை ஒடுக்கப்பட்ட சாதியாரிடத்தேதான் வலுவாக இருக்கிறது என்பதும் குறிப்பிடத்தகுந்தது.

ஒடுக்கப்பட்ட மக்களிடத்திலே பரவலாக வழங்கும் பெயர்களாக இன்றும் சில பெயர்களை அடையாளம் காண்கின்றோம். அமாவாசை, ஆபாசம், பலவேசம், கழுவன், விருமன், ஒச்சன், சுடலை, கருப்பன், பேச்சி, பிச்சை, ஆண்டி முதலியவை பெரும்பாலும் சிறு தெய்வப் பெயர்களை ஒட்டி அமைந்தவை. இவை அரசியல் அதிகாரத்தால் ஒடுக்கப்பட்ட மக்களிடத்தில் மட்டுமே வழங்கப்பெறும் பெயர்களாகும். அதாவது இவை 'கீழோர் மரபு' சார்ந்த பெயர்களாக அறியப்படும். பெருந் தெய்வங்களின் பெயர்களையோ, பெரியசாமி, ராஜா என மேன்மை சுட்டும் பெயர்களையோ ஒடுக்கப்பட்ட சாதியினர் தம் பிள்ளைகளுக்கு இட முடியாதவாறு பண்பாட்டு ஒடுக்கு முறை நிலவியது. மேல்சாதியார் அவர்களை வேலை ஏவும் போது இந்தப் பெயர்களால் அழைப்பது தங்களுக்குக் 'கௌரவக்குறைவு' என்று கருதினர். இவ்வகையான பெயர் வழக்குகளும் அடையாளங்களும் 15ஆம் நூற்றாண்டுவரை இலக்கியங்களிலோ கல்வெட்டுக்களிலோ காணப்படவில்லை. வரலாற்றுப் போக்கில் பெயரிடும் முறையில் மேலோர், கீழோர் என்ற பிரிவு 15ஆம் நூற்றாண்டில் பிறந்த விசயநகரப் பேரரசு எனும் இந்து சாம்ராஜ்யத்தினால் விளைந்தவை ஆகும்.

அதன் பின்னர் இருபதாம் நூற்றாண்டுவரை தமிழ்நாட்டு மக்கள் பெயர் மரபுகளில் பெரிய மாற்றம் ஏதும் நிகழ்ந்து விடவில்லை. இருபதாம் நூற்றாண்டில் மக்கட் பெயரிடும் மரபில் ஏற்பட்ட மாற்றங்கள் தனியாகப் பேசத்தக்கவை.

தங்கையும் அண்ணனும் தாய்மாமனும்

திராவிடப் பண்பாட்டை அடையாளம் காட்டக்கூடிய தனித்த கூறுகளில் ஒன்று, 'தாய்மாமன்' என்ற உறவு நிலை ஆகும். தமிழ்நாட்டில் மட்டுமன்றி ஆந்திர, கன்னட, கேரள நிலப்பகுதிகளிலும் பார்ப்பனரல்லாத மக்களிடையே இந்த உறவு அழுத்தம் மிகுந்ததாக விளங்குகிறது.

திருவனந்தபுரம் மன்னர் குடும்பத்தில் இன்றுவரை அடுத்த 'மகாராஜா'வாக மன்னரின் உடன்பிறந்தவள் மகனே முடிசூட்டிக்கொள்கிறார். அரசுரிமை என்பது தந்தைவழிச் சொத்தாக அமையாமல் தாய்மாமன் சொத்தாக அமைகிறது.

நான்கு மாநிலங்களிலும் தாய்மாமன் குடும்ப விழாக்களிலும், நிகழ்வுகளிலும் தனித்த மரியாதை பெறுபவனாக அமைகிறான். மற்ற மாநிலங்களைவிடத் தமிழ்நாட்டில் இந்த உறவு இன்றும் வலிமையாக வேரூன்றியுள்ளது. கடந்த நாற்பதாண்டுக்காலத் தமிழ்த் திரைப்படங்களிலும் (வலிமையான, நவீனமான தொடர்பு சாதனத்தில்) அண்ணன் – தங்கை உறவு வற்றாத கதைப் பொருளாக அமைந்துள்ளது.

தாய்மாமன் என்பது அண்ணன் – தங்கை உறவின் அடுத்த கட்டம். தங்கை தாயாகும்போது அண்ணன் தாய்மாமனாகிறான். (நடை முறையில் அக்காவும் தம்பியுமாக இருந்தாலும் உறவுநிலை இதுவே.) இக்காலத் திரைப்படங்கள் மட்டுமன்றிப் பழங்காலப் பண்பாட்டு அசைவுகளிலும் இதன் வளர்ச்சியைப் பேரளவில் காட்ட முடியும். நாட்டார் வாய்மொழிக் கதைகளிலும், தெய்வக் கதைகளிலும், கதைப் பாடல்களிலும், "ஏழு அண்ணன்மாருக்கு ஒரே தங்கச்சி" என்ற வடிவத்தைப் பலமுறை காணமுடிகிறது. கொங்கு நாட்டின் புகழ்பெற்ற சிறுதெய்வ வழிபாடு அண்ணன்மார் சுவாமிதான்.

பெண்களால் ஆக்கப்பட்ட வாய்மொழி இலக்கியமான தாலாட்டின் நாயகனாகக் குழந்தையின் தாய்மாமனே அமைகிறான். அவன் கொண்டுவரும் சீரும், அவன் செல்வ வளமும், அவன் அன்புமே தாலாட்டின் அழகிய சொற்களாகும். ஒப்பாரியிலோ அவன் மனைவி 'துயரங்களின் மூல வடிவமாக' ஆகிவிடுகிறாள். உடன்பிறந்தவன் மனைவியும் அவள் கொடுமையும் உறவுகள் அற்றுப்போகக் காரணங்களாகக் காட்டப்படுகின்றன.

நடைமுறையில் அண்ணன் – தங்கை உறவு பெண்ணின் ஆதிக்கத்தை நிலைநாட்டுவதுபோல அமைகிறது. அதாவது அண்ணன் தன் தங்கைக்குக் கடமைப்பட்டவனாகவும் தங்கை தன் அண்ணன் மீது உரிமைகளை மட்டுமே உடையவளாகவும் ஆகிவிடுகின்றனர். கடமைகளை மட்டுமே உடைய அண்ணன், இனக்குழுத்தன்மையுடைய சாதிய அமைப்பில் சபை மரியாதை பெறுபவனாக அமைந்துவிடுகிறான். அதிலே அவன் மிகப்பெரிய மனநிறைவு பெறுகிறான்.

தங்கை திருமணத்தில் மாப்பிள்ளையின் கால்களைக் கழுவி மணவறைக்கு அழைத்து வருவது, கைப்பிடித்து மண மேடையைச் சுற்றச் செய்வது, தங்கைக்குச் சீர் கொண்டு செல்வது, அவள் குழந்தை பிறந்தவுடன் சீர் செய்வது, குழந்தையின் காதணி விழாவில் சீர் செய்வது, பெண் குழந்தை பூப்படைந்தவுடன் சீர் செய்வது, அவள் திருமணத்திலும் தாய்மாமன் சீர் செய்வது, தங்கை

தன் கணவனை இழந்தால் பிறந்த வீட்டின் சார்பாகக் 'கோடி' (துணி) எடுத்துக் கொடுப்பது, தன் திருமணத்தில் தங்கைக்குச் சீரும், துணிகளும் தருவது, தன்னுடன் சேர்ந்து மணமகளுக்குத் தாலி கட்டும் உரிமையினையும் தங்கைக்குத் தருவது என அவன் கடமைகள் விரிகின்றன.

தங்கையின் குடும்பத்தின்மீது அண்ணன் ஒரே ஒரு உரிமையை மட்டும் பெற்றவனாகிறான். தங்கை, தமக்கையின் பெண் பூப்படைகின்றபோது அவள் மீதான 'பாலியல் உரிமை' தாய்மாமனுக்குத் தானாகவே கிடைத்துவிடுகிறது. 'அக்காள் மகள் முக்கால் கொழுந்தி' என்ற சொல்லடை இன்றளவும் பெரும் பாலான சாதிகளில் வழங்கி வருகின்றது. இது முதற்கட்ட உறவு நிலையாகும். ஆனால் ஒரே சாதிக்குள்ளே சில உட்பிரிவுகளில் இந்த உறவு நிலை கடுமையாக விலக்கப்படுகிறது. வேறுவகையில் சொல்வதானால் இந்த ஒரு வழக்கம் காரணமாகவே ஒரு சாதி தனித்தனியாகப் பிரிந்து இரண்டு சாதிகளாகி நிற்பதையும் பரவலாகக் காணலாம். தாய்மாமனுக்கும் மணப் பெண்ணுக்கும் இடையிலுள்ள வயது வேறுபாடு, அதன் விளைவாகப் பிறந்த பாலியல், பொருளியல் சிக்கல்கள் காரணமாகப் பெரும்பான்மை யான சாதிகள் இந்த வழக்கத்தைக் கைவிட்டு வருகின்றன.

தாய்மாமன் மகள் அல்லது மகன் மீதான 'பாலியல் உரிமை' ஆணுக்கும் பெண்ணுக்கும் பிறப்பிலேயே கிடைத்து விடுகிறது. ஐம்பதாண்டுகளுக்கு முன் முறைப்பெண் (சில இடங்களில் முறை மாப்பிள்ளை கூட) கடத்திச் செல்லப்பட்டால் சாதிப் பஞ்சாயத்து அதை ஒரு வழக்காகவே எடுத்துக் கொண்டதில்லை. கிறித்தவராகவோ, இசுலாமியராகவோ மாறிய பின்னரும்கூடத் தாய்மாமன் உறவின் இறுக்கத்தைத் தமிழர் மணவுறவுகளில் வலுப்படுத்திக் கொண்டே வந்துள்ளனர்.

பெண்ணுக்குச் சொத்துரிமை மறுக்கப்பட்ட சமூக அமைப்பில் அவள் பிறந்த வீட்டுக்குப் பெண் கொடுத்தோ, பெண் எடுத்தோ தன் சொத்துரிமை உணர்வை நிறைவு செய்ய முயல்கிறாள். மீண்டும் மீண்டும் இரத்த உறவுக்கு முயலும் போக்கில் அண்ணன் – தங்கை என்ற உணர்வு மிக வலிமையானதாக மாறுகிறது. முறைப் பெண், முறை மாப்பிள்ளை என்ற மண உறவு முறையினைப் 'பார்ப்பனியம் ஏற்றுக்கொள்ளாது' என்று ஜே.எச். ஹட்டன் போன்ற மானிடவியல் அறிஞர்கள் வற்புறுத்துகின்றனர். இந்த மண உறவு முறையினை cross - cousin marriage என்று குறிப்பிடு கின்றனர். பெண்ணின் சொத்துரிமை உணர்வினை நிறைவு செய்யப் பிறந்த காரணத்தால்தான் தாய்மாமன் 'கடமைகளை' உணர்வு பூர்வமாகச் செய்யும் கடமையுடையவனாகிறான்.

தாலியும் மஞ்சளும்

தாலி கட்டுதல், திருப்பூட்டுதல், மாங்கல்யதாரணம் ஆகிய சொற்கள் திருமணத்தில் பெண்ணின் கழுத்தில் ஆண் தாலி அணிவிப்பதைக் குறிக்கின்றன. தாலிகட்டும் நிகழ்ச்சி நடக்கும்போது, மணமக்களுக்குப் பின்னால் மணமகனின் சகோதரி அல்லது சகோதரி முறை உள்ளவர்கள் கட்டாயம் நிற்கவேண்டும். தாலி முடிச்சுப் போட மணமகனுக்கு அவள் உதவி செய்யவேண்டும். தமிழ்நாட்டில் பெருவாரியாக நிலவி வரும் வழக்கம் இதுவே.

மணவறையில் அல்லாமல் ஊர் மந்தையில் நின்று கொண்டு தாலிகட்டும் வழக்கமுடைய சாதியாரிடத்திலும் சகோதரி மணமகனுக்குத் தாலிகட்டத் துணைசெய்கிறாள். ஒன்றிரண்டு சாதியாரிடத்தில் இரண்டு வீடுகளுக்கு இடையிலுள்ள சந்து அல்லது முடக்குக்குள் சென்று மணமகன் மணமகளுக்குத் தாலிகட்டுவது சில ஆண்டுகளுக்கு முன்வரை வழக்கமாக இருந்தது. இது வன்முறையாகப் பெண்ணை வழிமறித்துத் தாலிகட்டிய வழக்கத்தின் எச்சப்பாடாகும்.

ஒரு நூற்றாண்டுக்கு முன்பு வரை சில சாதியாரிடத்தில் மணமகன் திருமண நிகழ்ச்சிக்கு வரமுடியாதபோது மணமகனை அடையாளப்படுத்த அவன் வைத்திருக்கும் பொருள்களில் ஒன்றைக் கொண்டுவந்து மணமகளின் பக்கத்தில் வைத்து மணமகனின் சகோதரி தாலிகட்டுகிற வழக்கம் இருந்திருக்கிறது.

மதுரை மாவட்டம் மேலூர் வட்டத்தில் வாழும் அம்பலக் காரர்களிடத்தில் மணமகனுக்குப் பதிலாக அவனுடைய வளைதடியைக் (வளரி) கொண்டுபோய் அவனுடைய சகோதரி மணப்பெண்ணுக்குத் தாலிகட்டுகிற வழக்கம் இருந்துள்ளது. மணமகன் இல்லாமலேயே மணமகளுக்குத் தாலிகட்டும் வழக்கம் இருந்துள்ளது என்பதற்கு இவை சான்றுகளாகும்.

தாலி என்ற சொல்லின் வேர்ச்சொல்லை இனங்காண முடியவில்லை. ஆனால் தாலி, தாலாட்டு ஆகிய சொற்களைக் கொண்டு தால் என்பது தொங்கவிடப்படும் அணி (காதணி, மூக்கணி, விரலணி போல) என்று கொள்ளலாம்.

நமக்குக் கிடைக்கும் தொல்லிலக்கியச் சான்றுகளிலிருந்து (சங்க இலக்கியம், சிலப்பதிகாரம்) அக்காலத்தில் தாலிகட்டும் பழக்கம் இருந்ததில்லை என்றே தோன்றுகிறது.

தமிழர் திருமணத்தில் தாலி உண்டா இல்லையா என்று தமிழறிஞர்களுக்கு மத்தியில் 1954இல் ஒரு பெரிய விவாதமே

நடந்தது. இதைத் தொடங்கி வைத்தவர் கவிஞர் கண்ணதாசன். தாலி தமிழர்களின் தொல் அடையாளந்தான் என வாதிட்ட ஒரே ஒருவர் ம.பொ.சி. மட்டுமே.

கி.பி. 10ஆம் நூற்றாண்டுவரை தமிழ்நாட்டில் தாலிப் பேச்சே கிடையாது என்கிறார் கா. அப்பாத்துரையார். பெரும்புலவர் மதுரை முதலியாரும் ஆய்வறிஞர் மா. இராசமாணிக்கனாரும் பழந்தமிழர்களிடத்தில் மங்கலத்தாலி வழக்கு இல்லை என உறுதியுடன் எடுத்துக் கூறினர்.

தொல்பழங்குடி மக்கள் பிள்ளைகளைத் தீயவை அணுகாமல் காப்பதற்குப் பிள்ளைகளின் இடுப்பில் அரைஞாண் கயிற்றில் சில பொருள்களைக் கோத்துக் கட்டும் வழக்கம் இருந்தது. அவ்வழக்கம் மிக அண்மைக்காலம் வரைகூட நீடித்தது. இவ்வாறு ஐந்து பொருள்களைப் பிள்ளைகளின் அரைஞாண் கயிற்றில் கட்டுவதைச் சங்க இலக்கியங்கள், 'ஐம்படைத் தாலி' என்று குறிப்பிடுகின்றன. அண்மைக்காலம் வரையிலும்கூடக் கிராமப்புறங்களில் குழந்தைகளின் அரைஞாண் கயிற்றில் நாய், சாவி, தாயத்து, காசு, அரசிலை ஆகிய உருவங்களைச் செய்து கட்டுவது வழக்கமாயிருந்தது.

நந்தனாரின் சேரிக் குழந்தைகள் அரைஞாண் கயிற்றில் இரும்பு மணி கட்டியிருந்ததாகப் பெரியபுராணத்தில் குறிப்பு உள்ளது. எனவே தாலி என்னும் சொல் கழுத்துத்தாலியைத் தொடக்க காலத்தில் குறிப்பிடவில்லை என்பது தெளிவு. கி.பி.7ஆம் நூற்றாண்டில் திருமணச் சடங்குகளை ஒவ்வொன்றாகப் பாடுகின்ற ஆண்டாளின் பாடல்களில் தாலி பற்றிய பேச்சே கிடையாது என்பதையும் நினைவில் கொள்ளவேண்டும்.

மாறாக, வீரத்தின் சின்னமான புலிப்பல்லைத் தாலியாக ஆண்கள் அணிந்த செய்தியைச் சங்க இலக்கியங்களில் காண்கிறோம். தான் கொன்ற புலியின் பல்லை எடுத்து வீரத்தின் சின்னமாக ஆண் தன் கழுத்தில் கோத்துக் கட்டிக்கொண்டால் அதைப் 'புலிப்பல் தாலி' என்று குறிப்பிட்டுள்ளார்.

'புலிப்பல் கோத்த புலம்பு மணித்தாலி (அகநா : 54)'

'புலிப்பல் தாலிப் புன்தலைச் சிறார் (புறநா : 374)'

'இரும்புலி எயிற்றுத் தாலி இடையிடை மனவுகோத்து' (பெரிய புராணம்) என்பவையெல்லாம் ஆண்தாலி பற்றிய இலக்கியச் சான்றுகளாகும்.

தமிழ்நாட்டில் ஆதிச்சநல்லூர் உட்பட பல்வேறு இடங்களில் தோண்டி எடுக்கப்பட்ட புதை பொருள்களில் இதுவரை தாலி எதுவும் கிடைக்கவில்லை.

இப்போது பயன்படுத்தப்பட்டுவரும் தாலிகளில் சிறுதாலி, பெருந்தாலி, பஞ்சார(கூடு)த்தாலி, மண்டைத் தாலி, நாணல் தாலி (ஞாழல் தாலி), பார்ப்பாரத் தாலி, பொட்டுத்தாலி ஆகியவை முக்கியமானவை.

ஒரு சாதிக்குள்ளேயே அதன் உட்பிரிவுகள் சிறுதாலி – பெருந்தாலி வேறுபாட்டால் அடையாளப்படுத்தப்பட்டன. ஒரு காலத்தில் உணவு சேகரிப்பு நிலையில் வாழ்ந்த சில சாதியார் இன்றுவரை கழுத்தில் தாலிக்குப் பதிலாகக் 'காறைக் கயிறு' எனும் கருப்புக்கயிறு கட்டிக்கொள்கின்றனர். கழுத்தில் காறை எலும்பை ஒட்டிக் கட்டப்படுவதால் அது காறைக் கயிறு எனப்பெயர் பெற்றது. பார்ப்பாரத் தாலி என்பது பெண்ணின் மார்புகள் போன்ற இரண்டு உருவத்திற்கு நடுவில் ஒரு உலோகப் பொட்டினை வைத்துக்கொள்வதாகும். இது மனித குல வரலாற்றில் ஏதோ ஒரு தொல்பழங்குடியினரின் கண்டுபிடிப்பாக இருக்கவேண்டும்.

கி.பி. 10ஆம் நூற்றாண்டு முதலே தமிழகத்தில் பெண்ணின் கழுத்துத்தாலி புனிதப் பொருளாகக் கருதப்பட்டு வந்துள்ளதாகக் கொள்ளலாம். அதன் பின்னரே கோவில்களிலும் பெண் தெய்வங்களுக்குத் தாலி அணிவிக்கப்பட்டது. திருக்கல்யாண விழாக்களும் நடத்தப்பட்டன. நாளடைவில், 'தாலி மறுப்பு' என்பது கனவிலும் நினைத்துப் பார்க்க முடியாத ஒன்றாக மாறிவிட்டது. தம் குலப் பெண்களுக்கு மேலாடை அணியும் உரிமை கோரி குமரிப்பகுதி நாடார்கள் நடத்திய தோள்சீலைப் போராட்டத்தை ஒடுக்க அன்று நாயர்கள் நாடார் பெண்களின் தாலிகளை அறுத்தனர். அந்த இடம் இன்றும் 'தாலியறுத்தான் சந்தை' என்று வழங்கப்படுகிறது.

இந்தியச் சிந்தனையாளர்களில் தந்தை பெரியார்தான் முதன் முதலில் தாலியை நிராகரித்துப் பேசவும் எழுதவும் துவங்கினார். அவரது தலைமையில் தாலி இல்லாத் திருமணங்கள் நடைபெறத் தொடங்கின. ஆணுக்குப் பெண் தாலி கட்டும் அதிர்ச்சி மதிப்பீட்டு நிகழ்ச்சிகளும் சில இடங்களில் நடந்தன. பின்னர் 1968இல் அண்ணா காலத்தில் நிறைவேற்றப்பட்ட சுயமரியாதைத் திருமணச் சட்டம் தாலி இல்லாத் திருமணத்தைச் சட்டபூர்வமாக அங்கீகரித்தது.

கடைசியாக ஒரு செய்தி – சங்க இலக்கியங்களில் தாலி மட்டுமல்ல; பெண்ணுக்குரிய மங்கலப் பொருள்களாக இன்று கருதப்படும் மஞ்சள், குங்குமம் ஆகியவையும்கூடப் பேசப்படவே இல்லை.

மஞ்சள் பூசிக் குளிப்பதும் மஞ்சள் கயிறு அணிவதும் பெண்ணுக்குரிய முக்கியமான விஷயங்களாக ஆகியுள்ளன. மஞ்சள் என்பது பெண்ணோடும் 'மங்களகரம்' என்பதோடும்

இணைத்துப் பேசப்படுகிறது. ஆனால் ஆரோக்கியம் தொடர்பான ஒரு பொருளாகவே தமிழர் வாழ்வில் மஞ்சள் முன்பு இருந்துள்ளது. கிருமி எதிர்ப்பு சக்தி மஞ்சளில் உள்ளதாகவும் கூறப்படுகிறது. 'நோக்கி யசோதை நுணுக்கிய மஞ்சளால்' கண்ணனை நீராட்டுவது பற்றிப் பெரியாழ்வார் பாசுரம் பேசுகிறது. எனவே குழந்தைக்குத் தேய்த்துக் குளிர்ப்பாட்டும் பொருளாக மஞ்சளைத் தமிழர்கள் பயன்படுத்தியது தெரிய வருகிறது.

பூசுமஞ்சளில் புகழ் பெற்றது 'விறலி மஞ்சள்' ஆகும். விறல் என்றால் முகபாவனை. விறலி என்றால் முகபாவங்கள் மாற்றி நடிக்கிற, நடனமாடுகிற பெண்ணைக் குறிக்கும். அன்று கூத்தாடிய பெண்கள் விளக்கொளியில் நாட்டியமாடினர்; முகம் துணிப்பாகத் தெரிய மஞ்சள் அரைத்து முகத்தில் பூசிக்கொண்டனர். விறலியர் மட்டும் பூசிய மஞ்சளைக் காலப் போக்கில் குடும்பப் பெண்களும் பூசத் தொடங்கினர். விறலியரை மதியாத நம் சமூகம் விறலி மஞ்சளை மட்டும் கொண்டாடத் துவங்கியது; இன்றும் கொண்டாடி வருகிறது.

சங்கும் சாமியும்

தமிழ்நாடு நெடிய கடற்பரப்பினை உடைய மாநிலமாகும். பழந்தமிழ்ப் பண்பாட்டினை அடையாளப்படுத்துவதில் கடலில் விளையும் பொருள்களுக்குத் தனி இடமுண்டு. கிறித்துவுக்கு முற்பட்ட காலத்திலேயே கீழைக்கடலில் விளைந்த கொற்கை முத்து மேலைநாடுகளுக்கு ஏற்றுமதி ஆனது. தமிழ்ப் பண்பாட்டை அடையாளப்படுத்தும் கடல்விளை பொருள்களில் சங்கும் ஒன்று. சங்கு, சங்கம், வளை, நரல் ஆகியவை கடலில் விளையும் சங்கினைக் குறிக்கும் பழைய சொற்களாகும். வெண்சங்கம் என்பது 'வால்வளை' எனவும் சுட்டப்பட்டது.

பெரிய சங்குகளில் இருந்து பெண்களின் கைவளையல்கள் செய்யப்பட்டன. எனவே சங்குக்கு 'வளை' எனப் பெயர் ஏற்பட்டது. கொற்கையில் நடைபெற்ற தொல்லியல் ஆய்வில் வளையல்கள் அறுத்து எடுக்கப்பட்ட சங்கின் எஞ்சிய பகுதிகள் நிறையவே கிடைத்துள்ளன.

சங்கு தமிழர்களின் குடும்ப வாழ்விலும், சமூக வாழ்விலும் இன்றியமையாத ஒரு இடத்தினைப் பெற்றிருந்தது. தமிழர்கள் முச்சங்கம் வழக்கமுடையவர்கள் என்று கூறுவர். பிறப்பு, திருமணம், இறப்பு ஆகிய நிகழ்வுகள் முற்றிலும் சங்கொலித்துள்ளனர். இறப்பின்போது சங்கு ஊதும் வழக்கம் மட்டும் தமிழகம் முழுவதும் பரவலாக இன்றும் இருந்து வருகிறது. இடைக்காலத்தில் ஏற்பட்ட சாதிப் படிநிலை அமைப்புக்கு ஏற்ப இது ஒற்றைச் சங்காகவோ, இரட்டைச் சங்காகவோ அமைகிறது. வைணவத் தீட்சை

பெற்றவர்கள் இறந்தால் இத்துடன் பூண்கட்டிய திருச்சங்கம் ஒன்றும் தனியாக ஊதப் பெறுகிறது. அதற்குச் சில ஊர்களில் ‘பெருமாள் சங்கு’ என்றும் பெயர். இதனை ‘வரி சங்கம்’ என்று இலக்கியங்கள் கூறும். பிறப்புச் சங்கு என்னும் குழந்தை பிறந்தவுடன் சங்கினை ஊதி மகிழ்ச்சியாகச் செய்தி தெரிவிக்கும் பழக்கம் இன்று காணப்பெறவில்லை. ஆனால் திருமணத்தின்போது சங்கு ஊதும் பழக்கம் மதுரை, முகவை மாவட்டங்களில் சில ஊர்களில் காணப்பெறுகின்றது. முகவை மாவட்டத்தில் இடையர்களில் தாலிகட்டும் நேரத்தில் திருச்சங்கு ஊதும் வழக்கம் 1980வரை இருந்தது. மதுரை மாவட்டம் மேலூர் கள்ளர் சாதியினரில் மணப்பெண்ணை மணமேடைக்கு அழைத்து வரும்பொழுது மணமகனின் சகோதரி திருச்சங்கு ஊதி அழைத்து வருகிறாள். இவை தமிழர்கள் இடத்தில் முச்சங்க வழக்கம் இருந்ததற்கான எச்சங்களாகும்.

சங்கு இடப்பக்கமான புரியினை உடையதாகும். ஒரு இலட்சம் சங்குகளில் ஒன்று வலப்புறம் வளைந்த புரியினை உடையதாக இருக்கும் என்பர். வலம்புரிச் சங்கு அக்காலத்தில் அரண்மனைகளுக்கும் கோயில்களுக்கும் மடங்களுக்கும் சங்கு குளிக்கும் மீனவர்களால் வழங்கப்பெற்றுள்ளது. அதனுடைய விலை மதிப்பும் அதிகமானதாகும். வலம்புரிச் சங்கு பற்றிச் சங்க இலக்கியங்கள் அனைத்தும் பெருமையாகப் பேசுகின்றன. சங்கு குளிக்கும் மீனவர்கள் வலம்புரிச் சங்கு கிடைத்தால் கடற்கரையில் சங்கு ஊதி அந்தச் செய்தியை மகிழ்ச்சியுடன் பிறருக்குத் தெரிவித்தனர் என்ற சங்கப் பாடல் ஒன்று கூறுகிறது.

வளமை அல்லது செழிப்பின் சின்னமாகவே சங்கு பழந் தமிழர்களால் கருதப்பட்டது. சடங்குகளுக்குப் பின்னர் வையை ஆற்றில் சங்குகளையும், கிழிஞ்சல்களையும் இட்டதாகப் பரிபாடல் செய்தி தருகிறது. இன்றும் வீட்டில் தலைவாசல் நிலையினை அடுத்து சற்றே வெளியிலே தெரியும்படி கடல் சங்கினைப் புதைக்கும் வழக்கம் தென்மாவட்டங்களில் வழக்கத்தில் உள்ளது.

மேற்கூறிய செய்திகளேயன்றித் தமிழ் இலக்கியங்கள் கூறும் மற்றும் ஒரு செய்தியினையும் தென்மாவட்ட நடைமுறைகளில் அறியலாம். பெருந்தெய்வக் கோயில்களிலும் சிறு தெய்வக் கோயில்களிலும், காலையிலும் மாலையிலும் கோயில் (நடை) திறக்கும் முன்பாகச் சங்கு ஊதும் வழக்கம் இருந்துள்ளது. இந்தச் சங்கினைப் பூக்கட்டும் தொழிலை உடைய பண்டாரம் என்னும் சாதியார் செய்து வருகின்றனர். திருச்சங்கு ஊதி, கோயில் நடைவாசல் திறக்கும் வழக்கத்தினைச் “செங்கல் பொடிக்கூறை வெண்பல் தவத்தவர் தங்கள் திருக்கோயில்

சங்கிடுவான் போகின்றார்" என்று ஆண்டாள் திருப்பாவையில் குறிப்பிடுகின்றார். எனவே, இந்த வழக்கம் கி.பி.7ஆம் நூற்றாண்டில் இருந்தே வழக்கத்தில் இருந்து வருகிறது என்பதனை அறிகின்றோம். இக்காலத்தில் பூக்கட்டும் தொழிலை உடையவர்கள் செய்யும் இந்தப் பணியினை ஆண்டாளின் காலத்தில் தவத்தவர் (துறவிகள்) செய்துவந்துள்ளனர் என்று தெரிகிறது. தென்மாவட்டங்களில் சங்கு, சங்கன், சங்கையா, சூரசங்கு என்பன மக்கட்பெயராகவும் வழங்கி வருகின்றன. சங்குத்தேவன் தர்மம் என்றே ஒரு கதைக்குப் பெயரிட்டவர் புதுமைப்பித்தன். 'சுதந்திரச்சங்கு' என்ற இதழின் பெயரும், 'சங்கு நூலகம்', 'சங்கு சுப்பிரமணியன்' என்ற பெயர்களும் இருபதாம் நூற்றாண்டுத் தமிழர்கள் நன்கு அறிந்தவை.

நெல்லை மாவட்டத்தில் பழைய அம்மன் கோயில்களில் வெளிப்பகுதியில் கிழக்கு ஓரமாகச் சங்குச்சாமியின் சிலைகள் இன்றும் காணப்படுகின்றன. மார்பு அளவே உள்ள இந்தச் சிலைகள் நீண்ட சடை முடியோடு ஒற்றைச்சங்கினை வாயில் வைத்து இரண்டு கையாலும் பிடித்து ஊதும் மானிடத் தோற்றத்தில் காணப்படுகின்றன. இச்சிலைகளுக்கு என்று தனிப்பூசனைகள் இல்லை. ஆனால் சங்கு ஊதும் தோற்றத்துடன் இருப்பதால் 'சங்குச்சாமி' என்ற பெயர் மட்டும் இவற்றுக்கு உண்டு. திருமாலின் கையில் உள்ள சங்கு பிறப்பதற்கு முன்னரே சங்குச்சாமிகள் பிறந்திருக்கலாம் என்ற ஊகம் ஆய்வுக்கு உரியது. அத்துடன் விஷ்ணு வழிபாடு சிறப்பிடம் பெற்ற வட இந்தியப் பகுதிகளில் சங்கு விளையும் கடற்கரைப் பகுதிகள் இல்லை என்பதும் கூர்ந்து கவனிக்கத்தக்கது. தமிழர்களின் பண்பாட்டில் சங்கு பெறும் இடத்தினை நோக்கித்தான் பாரதிதாசன் பின்வருமாறு பாடினார். "எங்கள் வாழ்வும், எங்கள் வளமும் மங்காத தமிழ் என்று சங்கே முழங்கு."

தைப்பூசம்

தமிழர்களின் தனிப்பெரும் திருவிழாவாகத் திகழ்வது தைப்பொங்கல் திருநாள். தேசிய இனத்துக்குரிய அடையாளம் ஒன்றைத் தமிழர்க்கு வழங்கும் திருவிழா இது. சமய எல்லைகளைக் கடந்த திருவிழாவாகவும் இது அமைகிறது.

பிறப்பு, இறப்புத் தீட்டுக்களால் பாதிக்கப்படாத திருவிழா இது என்பது பலர் அறியாத செய்தி. தைப் பொங்கல் நாளன்று ஒரு வீட்டில் இறப்பு நிகழ்ந்தாலும் மிகவிரைவாக வீட்டைச் சுத்தம் செய்து இறந்தவர் உடலை எடுத்துச் சென்றவுடன் தைப்பொங்கல் இடும் வழக்கத்தை நெல்லை மாவட்டத்தில் காணலாம். பொங்கல் திருநாளன்று, திருவிளக்கின் முன் படைக்கும் பொருள்களில் காய்கறிகளும், கிழங்கு வகைகளும் சிறப்பிடம் பெறுகின்றன. இவற்றுள் கிழங்கு வகைக்ள் (சேனை, சேம்பு, கருணை, சிறுகிழங்கு, பனங்கிழங்கு) பார்ப்பனர்களாலும், பெருங் கோயில்களாலும் காலங்காலமாக விலக்கப்பட்ட உணவு வகைகள் என்பது குறிப்பிடத் தகுந்தது. மேற்குறித்த இரண்டு செய்திகளாலும் தைப் பொங்கல் தமிழர்களின் திருவிழா என்பதையும் அது பார்ப்பனியப் பண்பாட்டிலிருந்து விலகி நிற்பது என் பதனையும் உணர்ந்துகொள்ளலாம்.

தைப்பொங்கலைத் தொடுத்து வரும் மற்றொரு இயற்கைத் திருவிழா சிறுவீட்டுப் பொங்கலாகும். மார்கழி மாதம் முப்பது நாளும் வைகறைப்பொழுது வாசலில் நீர் தெளித்து, கோலமிட்டு, சாண உருண்டைகளில் பூச்செருகி வைக்கும் பழக்கம்

தென் மாவட்டங்களில் பரவலாகக் காணப்படுகிறது. எல்லா வீடுகளிலும் இது செய்யப்படுவதில்லை. பெண் பிள்ளைகள் இருக்கும் வீடுகளிலேயே வாசலில் பூ வைக்கும் வழக்கம் காணப்படுகிறது. பீர்க்கு, பூசணி, செம்பருத்தி, எக்காளம் ஆகியவையே பெரும்பாலும் வைக்கப்படும் பூக்களாகும். காலையில் வைக்கும் இந்தப் பூக்களை வெய்யில் விரிந்தவுடன் சாண உருண்டைகளிலேயே சேர்த்து எருவாக்கி, காயவைத்து விடுவார்கள்.

பூ வைக்கும் வீடுகளில் (பொங்கல் கழிந்து 8இலிருந்து 15 நாள்களுக்குள் வரும்) தைப்பூசத்திற்குள் இதற்கொரு தனிப் பொங்கல் வைக்கவேண்டும். பெண்பிள்ளைகளுக்காகவே பூ வைப்பதால் அவர்களுக்கென வீட்டுக்குள் அல்லது வீட்டு முற்றத்திற்குள் களிமண்ணால் சிறுவீடு கட்டுவர். சிறுவீடு அதிக அளவு ஐந்தடிக்கு ஐந்தடி அளவில் இருக்கும். சிறு வீட்டுப் பொங்கல் நிகழ்ச்சி தலை வாசலில் நடைபெறாமல், சிறுவீட்டின் வாசலிலேயே நடைபெறும். பொங்கலிட்டுத் திருவிளக்குப் படையலும் முடிந்தவுடன் பொங்கலையும், பூக்களாலான எருத்தட்டுக்களையும் நீர்நிலைகளுக்குப் பெண் பிள்ளைகள் எடுத்துச்சென்று நீரில் விடுவர். எருத்தட்டின் மீது வெற்றிலையில் சூடமேற்றி நீரில் விடுவதும் உண்டு.

ஆண்டாளின் திருப்பாவை காட்டும் மார்கழி நீராடலை நாம் அறிவோம். ஆனால் சங்க இலக்கியங்களில் தைந்நீராடல் குறிக்கப்படுகிறது. "தாயருகே நின்று தவத் தைந்நீராடுதல் நீயறிதி வையை நதி" என்பது பரிபாடல். தைந்நீராடல் பற்றி அறிஞர் மு. இராகவையங்கார் ஒரு நெடுங்கட்டுரை எழுதியுள்ளார். ஆனால் அவர் மார்கழி மாதம் வாசலில் பூ வைக்கும் சடங்கையும் பொங்கலையும் கணக்கில் எடுத்துக்கொள்ளவில்லை.

ஆண்டாளின் முப்பது நாள் திருப்பாவை நோன்பு மார்கழித் திங்கள் முதலாம் நாள் தொடங்கவில்லை. மார்கழித் திங்கள் மதி நிறைந்த நன்னாளிலேயே தொடங்குகிறது. எனவே அது தைத்திங்கள் மதி நிறைந்த நன்னாளில் (தைப்பூசத்தில்) நிறைவு பெற்றிருக்க வேண்டும். அந்நாளில் 'பாற்சோறு மூட நெய்பெய்து' (பாற் பொங்கலிட்டு) உண்டு சுவைத்திருக்க வேண்டும். மார்கழி நீராட்டுப் போலவே தைந்நீராட்டும் பெண் பிள்ளைகளுக்கு உரியதாகவே சொல்லப்பெறுகிறது. எனவே மார்கழி நிறைமதி நாள் தொடங்கித் தை மாத நிறைமதி நாள் வரை பெண் பிள்ளைகள் நோன்பிருந்து 'சிறுவீடு' கட்டிப் பொங்கலிட்டுக்கொண்டாடிய ஒரு பழைய வழக்கத்தையே தமிழ் வைணவம் தனதாக்கிக் கொண்டு மார்கழி நீராட்டாக மாற்றியிருக்கிறது எனலாம்.

தைமாதம் காமனை (காதற்கடவுள்) நோக்கிச் செய்யப் பெற்ற மற்றொரு நோன்பினையும் ஆண்டாள் திருமொழி குறிக்கிறது. அது 'மாசி முன்னாளில்' கொண்டாடப்பெற்ற வேறொரு திருவிழாவாகும். சங்க நூல்களில் அதற்குச் சான்றுகள் இல்லை.

திருக்கார்த்திகை, பங்குனி உத்திரம், மாசிக்களரி போன்றவை பக்தி இயக்கத்துக்கு முந்திய காலத்தைச் சேர்ந்த திருவிழாக்கள் ஆகும். அவற்றைச் சைவ வைணவப் பெருஞ்சமயங்கள் தம்வயமாக்கிக் கொண்டிருக்கின்றன. அத்தகைய திருவிழாக்களில் தைப்பூசமும் ஒன்று.

தமிழ் வைணவத்தைப் போலவே தமிழ்ச் சைவமும் தைப் பூசம் கொண்டாடியிருக்கிறது. "நெய்ப்பூசும் ஒண்புழுக்கல் நேரிழையார் கொண்டாடும் தைப்பூசம்" என்று மயிலைப் பதிகத்தில் திருஞான சம்பந்தர் தைப்பூசத்தினைப் பெண்கள் பொங்கலிட்டுக் கொண்டாடும் வழக்கத்தைக் குறிப்பிடுகிறார்.

தென் மாவட்டங்களில் தைப்பூசத் திருவிழா இன்றும் நீர்த் துறைகளிலே சிறப்பாகக் கொண்டாடப் பெறுவதும், ஆற்றங்கரைகளில் தைப்பூச மண்டபங்கள் கட்டப்பட்டிருப்பதும் தைப்பூசத் திருவிழாவின் செல்வாக்கினைக் குறிக்கும் சான்றுகளாகும்.

தீபாவளி

இன்று தமிழ்நாட்டில் விறுவிறுப்பாகக் கொண்டாடப் பெறும் திருவிழா தீபாவளி. நகர்ப்புறம் சார்ந்ததாகவும், துணி, எண்ணெய், மாவு, பட்டாசு ஆகிய பெருந்தொழில்களின் பொருளாதாரம் சார்ந்ததாகவும் இத்திருவிழா கொண்டாடப்படுகிறது. தகவல் தொடர்புச் சாதனங்கள் தரும் பகட்டான விளம்பரங்களால், இது தமிழர்களின் 'தேசியத் திருவிழா' போலக் காட்டப்படுகிறது. ஆயினும் தைப்பொங்கல் திருவிழா போல மரபுவழிப் பொருளாதாரம் சார்ந்ததாகவும் ஒரு திருவிழாவிற்குரிய உள்ளார்ந்த மகிழ்ச்சியோடும் சடங்குகளோடும் கொண்டாடப் பெறுவதாகவும் தீபாவளி அமையவில்லை. தைப்பொங்கல் சமய எல்லையினைக் கடந்து நிற்கும் திருவிழா. இது பழந்தமிழரின் அறுவடைத் திருவிழா. எனவே தான் இன்று ரோமன் கத்தோலிக்கத் தேவாலயங்களில்கூடத் தைப்பொங்கல் கொண்டாடப்பெறுகிறது. ஆனால் தீபாவளி தமிழரின் திருவிழாவாக அமையாமல் 'இந்து'க்களின் திருவிழாவாக அமைகிறது.

தமிழர் திருவிழா – இந்துக்களின் திருவிழா என்ற வேறு பாட்டினை எவ்வாறு பிரித்தறிவது? பழைய வழிபாட்டு முறைகளோடு கூடிய தொல் சமய வழிபாடுகள், இவற்றின்

சாரத்தையும் உள்வாங்கிக்கொண்டு வளர்ந்த சைவம், வைணவம் ஆகியவையே தமிழர்களின் பழைய மதங்களாகும். இவை காட்டும் திருவிழாக்களான கார்த்திகைத் திருவிழா, திருவாதிரைத் திருவிழா, தைப்பூசத் திருவிழா, மாசிக்களரி எனப்படும் சிவராத்திரித் திருவிழா, பங்குனி உத்திரம், சித்திரைப் பிறப்பு, வைகாசி விசாகம், ஆடிப் பதினெட்டாம் பெருக்கு ஆகியன சைவமும் வைணவமும் பெருஞ்சமயங்களாக நிலை பெறுவதற்கு முன்னரே தமிழர்கள் கொண்டாடிய திருவிழாக்களாகும். பக்தி இயக்கத்தின் வளர்ச்சியில் இவை, சைவ வைணவ மதங்களாலும் அங்கீகரிக்கப்பட்டு ஏற்றுக்கொள்ளப் பட்டுவிட்டன.

தீபாவளி, தமிழ்நாட்டின் மரபுவழிப் பொருளாதாரத்தோடும் பருவநிலைகளோடும் சடங்குகளோடும் தொடர்பில்லாத ஒரு திருவிழா. பார்ப்பனியத்தின் பாதிப்புகளில் இருந்து இன்னமும் விலகி நிற்கிற சிற்றூர்களில் தீபாவளி கொண்டாடப்படுவதில்லை. தீபாவளியின் அடையாளமான வெடி, அதன் மூலப் பொருளான வெடிமருந்து ஆகியவை தமிழ்நாட்டிற்குப் பதினைந்தாம் நூற்றாண்டுவரை அறிமுகமாகவில்லை என்பதையும் நினைவில் கொள்ளவேண்டும். விளக்குகளின் வரிசை எனப் பொருள்படும் தீபாவளி (தீப + ஆவளி) என்னும் வட சொல்லுக்கு நிகரான தமிழ்ச் சொல்லும் புழக்கத்தில் இல்லை. தமிழர்களின் விளக்குத் திருவிழா என்பது திருக்கார்த்திகைத் திருவிழாவே. நரகாசுரன் என்னும் அரக்கன் கிருஷ்ணனால் அழிக்கப்பட்டதாகக் கூறப்படும் தீபாவளிக் கதை திராவிடப் பண்பாட்டோடு தொடர்புடையதன்று. மாறாக பிராமணிய மதத்தின் சார்பாக எழுந்த கதையாகும். இந்த நாளே பிராமணிய மதத்தின் எதிரியான சமண மதத்தின் இருபத்து நாலாம் தீர்த்தங்கரரான வர்த்தமான மகாவீரர் வீடுபேறடைந்த (இறந்த) நாளாகும். தான் இறந்த நாளை வரிசையாகத் தீபங்களை ஏற்றிக் கொண்டாடுமாறு மகாவீரர் தம் மதத்தவரைக் கேட்டுக்கொண்டார். ஆகவே, பிராமணிய மதத்தின் பழைய எதிரிகளான சமணர்களும் தீபாவளியைச் சிறப்பாகக் கொண்டாடுகின்றனர். எனவே நரகாசுரன் அழிந்ததாக பிராமணியத் தீபாவளிக் கதைகள் குறிப்பிடுவது மகாவீரர் இறந்த நாளையே ஆகும். விசயநகரப் பேரரசான, 'இந்து சாம்ராஜ்ஜியம்', தமிழ் நாட்டில் நுழைந்த கி.பி. பதினைந்தாம் நூற்றாண்டு தொடங்கியே தீபாவளி இங்கு ஒரு திருநாளாகக் கொண்டாடப்படுகிறது.

இந்தக் காரணம் பற்றியே தமிழ்ப் பிராமணர்களைவிட, தமிழ்நாட்டில் உள்ள தெலுங்குப் பிராமணர்களே தீபாவளியைப் 'பக்தி சிரத்தை'யுடன் கொண்டாடுகின்றனர். வடநாட்டு இந்துக் களிடமும் சமணர்களிடமும் இல்லாதபடி தமிழ்நாட்டில்

இத்திருவிழா நாளன்று எண்ணெய் தேய்த்துக் குளிக்கின்றனர். எண்ணெய் தேய்த்துக் குளித்தல் என்பது தமிழ்நாட்டில் நீத்தார் நினைவில் இறுதி நாளைக் குறிக்கும் சடங்காகும். தமிழ்நாட்டுப் பிராமணர்களும் இத்திரு விழாவை இறந்தார் இறுதிச் சடங்கு போல 'கங்கா ஸ்நானம்' செய்து கொண்டாடுவது குறிப்பிடத்தக்கது. ஆகவே உண்மையில் இத்திருவிழா பார்ப்பனிய மதத்தின் திருவிழாவேயன்றித் தமிழர் திருவிழா ஆகாது.

'நரகனைக் கொன்ற நாள் நல்ல நாள் விழாவா' என்று பாரதிதாசன் பாடுவதும் இங்கே நினைவுக்குரியது.

விநாயகர் வழிபாடு

பிள்ளையார், விநாயகர், கரிமுகன், ஆனைமுகன், கணபதி என்று பல்வேறு பெயர்களால் அறியப்படும் தெய்வமே இன்று தமிழ் நாட்டில் மிகப் பரவலாக வணங்கப்பெறும் கடவுள். ஆனை முகமுடைய இந்தக் கடவுள் கி.பி. ஆறாம் நூற்றாண்டளவில் தமிழ்நாட்டிற்கு அறிமுகமாகியுள்ளார். எனவே அதற்கு முன் பிறந்த சங்க இலக்கியங்களில் இக்கடவுளைப் பற்றிய குறிப்புக்கள் இல்லை.

எல்லாக் கடவுளருக்கும் முன்னதாக வணங்கப்பெறும் கடவுள் என்பதே இவரது சிறப்பு. பலசரக்குக் கடையில் சீட்டு எழுதுபவர்கூட ஓ என்ற குறியீட்டைப் பிள்ளையார் வணக்கமாக இட்டுத்தான் தொடங்குகிறார். திருமண அழைப்பு, தேர்வுத்தாள் என எல்லா எழுத்து உருக்களும் இக்குறியீட்டை இட்டே தொடங்குகின்றன. மிக அண்மைக்காலமாய், படித்த, நகர்ப்புறம் சார்ந்த பிராமணர் அல்லாதவர்களிடம்கூட 'கணபதி ஹோமம்' என்ற சொல்லும் சடங்கும் மேல்தட்டு மனப்பான்மையின் வெளிப்பாடாகக் காணப்படுகின்றன.

இந்தக் கடவுள் வழிபாடு மராட்டியத்தின் தென் பகுதியில் புனா நகரைச் சார்ந்த சித்பவனப் பிராமணர் இடையே தோன்றியது என ஆராய்ச்சியாளர் கூறுகின்றனர். பின்னர் கீழைச்சாளுக்கியருடைய வாதாபி நகரத்தில் நிலைகொண்டு அங்கிருந்து தமிழ் நாட்டிற்குள் பரவி வளர்ந்தது என்றும் கூறுவர்.

தேவாரத்தில் இக்கடவுள் 'கணபதி' என்ற பெயராலேயே குறிக்கப் பெறுகிறார். 'கலமலக்கிட்டுத் திரியும் கணபதி என்னும் களிறும்' என்பது அப்பர் தேவாரம். 'உமையவள் பிடி (பெண் யானை) ஆக, சிவபெருமான் கரி (ஆண் யானை) வடிவெடுத்து, கணபதி வர அருளினன்' என்று பாடுகிறார் ஞானசம்பந்தர். முற்காலப் பாண்டியர் குடைவரை, கட்டடக் கோயில்களில் கணபதி பரிவார

தெய்வமாக சேட்டை (மூ)தேவியுடன் இடம்பெற்றுள்ளார். முதலாம் இராசராசன் எடுப்பித்த தஞ்சைப் பெரிய கோயிலில் பரிவார தேவதைகளில் ஒன்றாகக் கணபதியும் சேர்க்கப்பட்டிருக்கிறார். 'பரிவார ஆலயத்துப் பிள்ளையார் கணவதியார்' எனக் கல்வெட்டு இவரைக் குறிக்கிறது. இவருக்கு வாழைப்பழம் படையலாகப் படைக்கப்பட்டதும் அக்கல்வெட்டால் தெரியவருகிறது.

காலத்தால் முந்திய பிள்ளையார் உருவமாகத் தமிழ்நாட்டில் அறியப் பெறுவது காரைக்குடிக்கு அடுத்த பிள்ளையார் பட்டியில் உள்ள பிள்ளையார் சிலையாகும். ஒரு சிறிய பாறைக் குன்றில் அமைக்கப்பட்டுள்ள குடைவரைக் கோயிலில் புடைப்புச் சிற்பமாக இது விளங்குகிறது.

மனிதச் சாயலைவிட யானையின் சாயலே இச்சிலையில் மிகுதியாகத் தோற்றமளிக்கிறது. இதன் காலத்தைக் கி.பி. ஆறாம் நூற்றாண்டு என அறிஞர்கள் கணித்துள்ளனர். இப்பொழுது கற்பக விநாயகர் என வழங்கும் இவ்விநாயகரின் பழைய பெயர் 'தேசி விநாயகர்' என்பதாகும். தமிழ்நாட்டில் பிள்ளையாருக்கு வழங்கும் பல பெயர்களில் குறிப்பிடத்தகுந்தவை தேசி விநாயகர், தேசிக விநாயகர், தாவள விநாயகர் என்பன. தேசி, தேசிகர் என்ற தமிழ்ச் சொற்கள் வியாபாரிகளைக் குறிப்பனவாம். தேசங்கள் பலவற்றிற்கும் செல்வதால் வியாபாரிகள் 'தேசிகள்' எனப்பட்டனர் போலும். 'நானா தேசிகள்' என்பது தென்னிந்தியாவில் இருந்த மிகப்பெரிய வணிகக்குழுவின் பெயர். பிள்ளையார்பட்டித் திருக்கோயில் இன்றளவும் பழைமை வாய்ந்த வணிகச் சாதியான 'நகரத்தார்' எனப்படும் நாட்டுக் கோட்டைச் செட்டியாருக்கே உரியது. செட்டி நாட்டு ஊர்களில் ஒன்றான பொன்னமராவதிக்கு அருகில் உள்ள சுந்தரம் என்னும் ஊரை அவ்வூர்க் கல்வெட்டு 'தென் கோனாட்டு ஒல்லையூர்க் கூற்றத்து சுந்தரசோழபுரமான தேசியுகந்த பட்டணம்' என்றே குறிக்கிறது. மற்றும் சில கல்வெட்டுக்கள் இவ்வூரை ஒரு 'நகரம்', என்றே குறிக்கின்றன. அக்காலத்தில் நகரம் என்ற சொல் வணிகர்களின் குடியிருப்பைச் சுட்டும். எனவே நகரத்தாரால் வழிபடப்பட்ட நானாதேசி விநாயகர், தேசி விநாயகர் எனப்பட்டார். 'தேசி' என்னும் சொல் பிற்காலத்தில் வணிகர்களைக் குறிக்க, தேசிகர் என வழங்கப்பட்டது. முகமதுநபி வியாபாரம் செய்துவந்தார் என்பதைக் குறிக்கும் உமறுப்புலவர் சீறாப்புராணத்தில் அவரைத் 'தேசிகர்' என்று குறிப்பிடுகிறார். தேசிகர் என்னும் சொல் 13ஆம் நூற்றாண்டுக்குப்பின் சைவ, வைணவ சமயங்களில் சுப்பிரமணிய தேசிகர், வேதாந்த தேசிகர் எனச் சமயக் குருமார்களை (ஆசார்யர்களை)க் குறிப்பதாகவும் வழங்கியது. தேசிக விநாயகம் என்பது கவிமணியின் இயற்பெயர்.

தாவளம் என்பது பெருவழிகளில் இருந்த வாணிகச் சத்திரங்களைக் குறிக்கும். "தாவளத்திலிருந்து தன்மம் வளர்த்த செட்டியும் செட்டிவீரப்புத்திரர்களும்" என்று பிரான்மலைக் கல்வெட்டு குறிப்பிடுகிறது.

ஆவணி மாதம் வளர்பிறை நாலாம் நாள் (சுக்லபட்ச சதுர்த்தி) விநாயகர் சதுர்த்தி கொண்டாடப்படுகிறது. புனா, பம்பாய் ஆகிய மேற்கு இந்திய நகரங்களில்தான் மிகச் சிறப்பாக இத்திருவிழா கொண்டாடப்படுகிறது. தமிழ்நாட்டில் இவ் விழாவை அனைத்துச் சாதியினரும் கொண்டாடினாலும் மிகுந்த ஈடுபாட்டோடு கொண்டாடுபவர்கள் 'செட்டியார்' எனப்படும் பல்வகைப்பட்ட வியாபாரச் சாதியினைச் சேர்ந்த மக்களே.

விநாயகர் எனப்படும் பிள்ளையார் வழிபாடு, வியாபாரம் செய்த சாதியார் மூலமாகவே தமிழ்நாட்டில் பரவியிருத்தல் வேண்டும். இக்கடவுள் தாவளம் எனப்படும் நெடுவழியில் அமைந்த சத்திரங்களில் வழிபடப்பட்டவராக இருக்கிறார். எனவே தாவள விநாயகர் என்ற பெயரை இக்கடவுள் பெற்றிருக்கிறார். வியாபாரக் 'கணங்களுக்கு' வேண்டியவர் என்னும் பொருளிலேயே இவருக்குக் கணபதி என்னும் பெயர் வழங்கப்பட்டிருக்க வேண்டும்.

தஞ்சைப் பெரிய கோயிலில் இப்பிள்ளையாருக்கு நாள் தோறும் 150 வாழைப்பழங்கள் நிவேதனம் செய்ய அரசன் 360 காசுகளை ஒதுக்கியுள்ளான். இக்காசுகளைப் பெற்றுக் கொண்டு வட்டிக்கு ஈடாக நாள்தோறும் வாழைப்பழம் வழங்கும் பொறுப்பு தஞ்சாவூரில் நான்கு குடியிருப்புகளில் வாழ்ந்த நகரத்தார்களிடம் (வியாபாரச் செட்டிகளிடம்) ஒப்படைக்கப்பட்டுள்ளது. அவர்கள் தஞ்சாவூர்ப் புறம்படி நித்த வினோதப் பெருந்தெருவில் நகரத்தார், மும்முடிச் சோழப் பெருந்தெருவில் நகரத்தார், வீர சிகாமணிப் பெருந்தெருவில் நகரத்தார், திரிபுவன மாதேவிப் பேரங்காடி நகரத்தார் ஆகியோர் ஆவர். மேற்குறித்த கல்வெட்டும் பிள்ளையார் வழிபாடு தமிழ் நாட்டில் வாணிகச் சாதியினரால் வளர்க்கப்பட்ட செய்தியை உறுதிப்படுத்துகின்றது.

நரசிம்ம பல்லவனின் படைத் தளபதியான சிறுத்தொண்டர் வாதாபி நகரத்திலிருந்து இந்த வழிபாட்டைத் தமிழ்நாட்டுக்குக் கொண்டு வந்த கதையினை முதலில் தெ.பொ.மீ.யும் பின்னர் வீரபத்திரபிள்ளை போன்ற ஆய்வாளர்களும் குறிப்பிட்டாலும் வாணிகச் சாதியினர் தெய்வமாகவே தமிழ்நாட்டுக்குப் பிள்ளையார் வழிபாடு வந்தது என்று கொள்வதே பொருத்தமாகத் தோன்றுகிறது.

துலுக்க நாச்சியார்

தமிழ்நாட்டிற்கு இசுலாம் 'வாளோடு வந்த மதம்' என்று சிலர் குறிப்பிடுகின்றனர். பதினான்காம் நூற்றாண்டின் தொடக்கத்தில்

இசுலாமியர்கள் வாளோடு நுழைந்தது வரலாற்று உண்மைதான். ஆனால் இசுலாம் அதற்கு முன்பே வணிகர்கள் வழியாக வந்திருக்க வேண்டும். பிற்காலச் சோழர் ஆட்சியின் போதே 'அஞ்சுவண்ணம்' என்ற வணிகக்குழு இருந்திருக்கிறது. முதலாம் இராசராசன் கல்வெட்டில், 'சோனகன் சாவூர் பரஞ்சோதி' என்பவன் குறிக்கப்பெறுகின்றான். 'சோனகச் சிடுக்கின் கூடு' என்று காதில் அணியும் நகை ஒன்றும் அவனது கல்வெட்டில் குறிக்கப்படுகின்றது. 'சோனகர்' என்பது அரபியரைக் குறிக்கும்.

அரபியர்களும் தமிழர்களைப் போலவே ஒரு பழைய நாகரிகத்தின் வழிவந்தவராவர். எனவே இசுலாமிய சமயத்திற்குத் தமிழ்நாட்டிற்குக் கொடுப்பதற்கும் கொள்வதற்கும் சில உண்மைகளும் நெறிகளும் இருந்தன. 'யுனானி' என்னும் மருத்துவமுறையும், அல்வா, பிரியாணி போன்ற உணவு வகைகளும் இசுலாமியர்வழித் தமிழகத்திற்கு வந்தவையாகும். படைப் போர், கிஸ்ஸா (கதை), முனாஜாத் (வாழ்க்கைச் சரிதம்), நாமா (போற்றிப் பாடல்) முதலிய இலக்கிய வகைமைகளும் தமிழுக்கு இசுலாத்தின் பங்களிப்பே.

இந்தியாவின் மிகப்பெரிய வழிபாடான திருமால் நெறியின் வளர்ச்சிக்கு இந்தியாவின் ஒவ்வொரு மாநிலமும் தன் பங்கைச் செலுத்தியுள்ளது. வங்கநாடு திருமாலோடு ராதையை இணையாகச் சேர்த்தது. தமிழ்நாட்டு வைணவம் ஆண்டாளைத் திருமாலுக்கு இணையாகச் சேர்த்தது. இசுலாத்தின் செல்வாக்கால் தமிழ் வைணவத்தில் 'துலுக்க நாச்சியார்' கதை பிறந்தது.

மதுரையில் நடைபெறும் சித்திரைத் திருவிழாவில் அழகர் கோயில் அழகரைப் பற்றிய கதை ஒன்று வழங்கி வருகிறது. 'தன் தங்கை மீனாட்சி திருமணத்தைக் காணவரும் அழகர் கோபித்துக்கொண்டு வண்டியூர் சென்று அங்கு தன் காதலி துலுக்க நாச்சியார் வீட்டில் தங்குகிறார்' என்பது அக்கதையாகும். உண்மையில் அவ்விடத்தில் துலுக்க நாச்சியார் கோயில் என்று எதுவுமில்லை. ஆனால் கதை மட்டும் வலிமை உடையதாக விளங்குகிறது. ஐம்பதாண்டுகளுக்கு முன்பு வரை வண்டியூர்ப் பகுதியில் இசுலாமியர் வாண வேடிக்கைகள் நடத்தி அழகரை வரவேற்றிருக்கின்றனர். இந்தக் கதை தந்த நம்பிக்கையே அதற்குக் காரணமாகும். திருவரங்கத்திலும் துலுக்க நாச்சியார் கதையும் ஒரு சந்நிதியும் உண்டு.

திருமாலின் சிலை மீது ஆசைகொண்ட சுல்தான் மகளொருத்தி அந்தச் சிலையைப் பிரிந்த சோகத்திலே உயிர்விட்டாளாம். இந்தக் கதையைக் குறிப்பிடும் திருவரங்கம் கோயில் ஒழுகு, "பெருமாள் நியமனத்தினாலே ராஜமகேந்திரன் திரு வீதியில் வடகீழ்

மூலையிலே திருநடை மாளிகையிலே அறையாகத் தடுத்து அந்த டில்லீசுவரன் புத்திரியான ஸுரதாணியை சித்ரரூபமாக எழுதி வைத்து ப்ரதிஷ்டிப்பித்து" என்று கூறுகிறது. துலுக்க நாச்சியாருக்கு 'சாந்து நாச்சியார்' என்றும் பெயர்.

திருவரங்கம் கோயில் ஒழுகைப் பற்றி ஆராய்ந்த ஹரிராவ் என்ற அறிஞர் துலுக்க நாச்சியார் கதையினைக் குறிப்பிட்டு, 'நாட்டுப்புறப் பண்பாட்டியல் ஆய்வு மாணவர்களுக்கு இது ஒரு நல்ல செய்தி' என்கிறார்.

இசுலாமியர் அல்லாத தமிழர்கள் நாகூருக்குச் சென்று வழிபடுவது அனைவரும் அறிந்ததே. ஆனால் விருத்தாசலத்தை அடுத்தஸ்ரீமுஷ்ணம்பூவராகப்பெருமாள்கோயிலில்நெடுங்காலமாக இசுலாமியர்கள் வழிபட அனுமதிக்கப்படுகிறார்கள். இது பலர் அறியாத செய்தியாகும். அக்கோயில் இறைவன் கடலாடச் செல்லும்போது கிள்ளை என்னுமிடத்தில் அமைந்துள்ள ஒரு தர்க்காவுக்குக் கோயில் மரியாதையாக மாலை தருகிறார்கள்.

தமிழ்நாட்டின் சிற்றூர்ப்புறங்களில் இப்படிப் பல எடுத்துக் காட்டுக்களைச் சொல்ல முடியும். மத அடிப்படைவாதம் வன்மத்தோடு வளர்க்கப்பட்டு வரும் இந்நாளில் இத்தகைய கதைகளையும் நம்பிக்கைகளையும் வெளிச்சமிட்டுக் காட்ட வேண்டிய கடமை நமக்குண்டு.

மதமும் சாதியும்

இந்தியாவில் சமூகம் என்பது சாதியப் படிவங்களால் ஆனது. சாதியில்லாமல் ஒரு மனிதன் பிறப்பதுமில்லை, வாழ்வதுமில்லை. இந்திய அரசியல் சட்டப்படிகூட ஒரு மனிதன் மதம்மாறத்தான் முடியும். சாதி மாற முடியாது.

வேறுவகையில் சொல்வதானால் மதத்தைவிடச் சாதி என்னும் நிறுவனம் பல நூற்றாண்டுகள் மூத்தது. ஆழமாக வேரோடிப் போனது. இந்த விண்வெளியுகத்தில்கூட ஒரு தனிமனிதன் கடுமையான முயற்சிகளுக்குப் பிறகே தன் சாதியின் எல்லைகளை மீறி வாழ முடியும். சாதியம் என்பது ஒரு கொடுமையான சமூக நெறி.

மூன்று நான்கு நூற்றாண்டுகளுக்கு முன்னர் இந்தியாவிற்குள் நுழைந்த வெளிநாட்டார் வைதிக நெறிகள், சைவம், வைணவம், எளிய மக்களின் வழிபாட்டு நெறிகள் ஆகிய எல்லாவற்றிற்கும் சேர்த்து 'இந்து' எனப் பெயர் வைத்தனர். சாதியப் படிவங்களால் ஆனதே இந்து மதம் என்பது அவர்களது கணிப்பு.

வணிகர்களாகவும் துறவிகளாகவும் வந்த வெளிநாட்டா ரோடு, கிறித்தவ மதமும் இங்கே வந்தது. தொடக்கக் காலத்தில் ஒரு

வட்டாரத்தில் உள்ள ஒரு குறிப்பிட்ட சாதியார் முழுவதும் மதம் மாறியபோது சிக்கல்கள் உருவாகவில்லை. 16ஆம் நூற்றாண்டின் தொடக்கப் பகுதியில் தென் தமிழ்நாட்டுக் கடற்கரையோர மீனவ மக்கள் நூற்றுக்கு நூறு கத்தோலிக்கக் கிறித்தவர்களாய் மாறினர். அரசியல் நெருக்கடியும், தொழிற் களத்தில் பிறந்த நெருக்கடியும் அவர்கள் மதம் மாறக் காரணங்களாயின.

பின்னர், ஒரே பகுதியைச் சேர்ந்த இரண்டு சாதியார் மதம் மாறியதனால் தேவாலயத்திற்குள்ளேயே சாதிய நெருக்கடி ஏற்பட்டது. 18ஆம் நூற்றாண்டின் நடுப்பகுதியில் புதுச்சேரி தூய பால் தேவாலயத்தில் (சம்பா சர்ச்) தாழ்த்தப்பட்டோருக்கும் மேல்சாதியினருக்கும் தனித்தனி இடங்கள் ஒதுக்கப்பட்டன. வெளிநாட்டுக் கிறித்தவப் பாதிரிமார்கள் இதனை எதிர்க்க முயற்சி செய்து தோற்றுப்போனதாக ஆவணங்கள் காட்டுகின்றன. 19ஆம் நூற்றாண்டின் கடைசிப் பகுதியில் பாளையங்கோட்டை புரொட்டஸ்டண்ட் திரித்துவ தேவாலயத்தில் வேளாளருக்கும், நாடார்களுக்கும் மோதல் ஏற்பட்டது. தங்கள் சாதி மேலாண்மையைக் காப்பாற்றுவதற்கு வேளாளர்கள் தங்களுக்கென்று தனித் தேவாலயத்தையே கட்டினர். தங்கள் சாதி ஆசாரங்களில் கிறித்தவம் தலையிடக்கூடாதென்று புத்தகங்கள் எழுதி வெளியிட்டனர்.

தேவாலயத்திற்குள் தொடங்கிய சாதி மோதல் கல்லறைத் தோட்டம் வரை நீடித்தது. இரட்சணிய யாத்ரிகமும், இரட்சணிய சமய நிர்ணயமும் எழுதிய கிறித்தவக் கம்பர் எச்.ஏ. கிருட்டிணப் பிள்ளையின் உறவினர்கள் இதில் முன்னணியில் நின்றனர். கல்லறைத் தோட்டச் சாதி மோதல்கள் மிக அண்மைக் காலத்தில்கூட திருச்சி, திருவில்லிபுத்தூர் ஆகிய இடங்களில் நிகழ்ந்துள்ளன. கடந்த நூற்றாண்டின் கடைசிப் பகுதியில் நெல்லை மாவட்டம் வடக்கன்குளம் தேவாலயத்திற்குள் வேளாளருக்கும் மற்ற சாதியார்க்கும் திசைநோக்கி இடங்கள் எல்லை பிரிக்கப்பட்டன. பூசை செய்யும் பாதிரியார் தேவலாயத்திற்குள் நுழைய 'நடுவு நிலைமையோடு' தனிப்பாதை அமைக்கப்பட்டது. இது பற்றி ஆ. சிவசுப்பிரமணியன் ஒரு நெடுங்கட்டுரை எழுதியுள்ளார்.

அண்மைக் காலமாகக் கிறித்தவத் திருச்சபைகளில் தலித் மக்களின் எழுச்சி சில பொறிகளை உருவாக்கி இருக்கிறது. கிறித்தவத் துறவிகளின் மனநிலையிலும் சில மாற்றங்கள் ஏற்பட்டுள்ளன. வட மாவட்டம் ஒன்றில் மேல்சாதி ரெட்டியார் கிறித்தவர்களுக்கும் தலித் மக்களுக்கும் இடையில் நடந்த மோதலை மாற்கு அடிகளார் என்னும் துறவி அண்மையில் 'யாத்திரை' என்னும் நாவலாக எழுதியுள்ளார்.

மத எல்லைகளை மீறித் தமிழ்நாட்டைச் சாதித் தீ வாட்டிக் கொண்டிருக்கிறது. மத ஒற்றுமைக்கான அணுகுமுறைகளும் தீர்வுகளும் சாதியத்திற்குப் பயன்படவில்லை. சாதியம் பற்றிய நுட்பமான ஆழமான பார்வை நமக்குக் கிடைக்கும்போது தீர்வுகளும் நம் கண்ணில் புலப்படும்.

பறையரும் மத்தியானப் பறையரும்

பறையர் எனப்படுவோர் தமிழகத்தின் தொல்குடிகளுள் ஒரு பிரிவினர் ஆவர். பறை என்னும் தோற்கருவியின் அடையாளமாக இச்சொல் பிறந்திருக்கிறது. உழவுத் தொழில் செய்தல், இறந்த விலங்குகளை அப்புறப்படுத்துதல், அவற்றின் தோலை உரித்துப் பதப்படுத்துதல் – இவையெல்லாம் பறையர் செய்த தொழில்களாக இருந்தன. பின்னர், பதப்படுத்திய தோலையும் வாரையும் கொண்டு இசைக் கருவிகள் செய்தல், அவற்றை வாசித்தல், பழுது நீக்குதல் ஆகியனவும் பறையர்கள் ஏற்று வளர்த்த தொழில்களாக இருந்தன.

தோலைப் பதப்படுத்தத் தேவைப்படும் மூலப்பொருள் சுண்ணாம்பு ஆகும். சுண்ணாம்பு சேகரித்துக் காளவாசலில் இட்டுச் சுடுகின்ற பறையர் ‘சுண்ணாம்புப் பறையர்’ எனப்பட்டனர். நந்தனார் (திருநாளைப் போவார் நாயனார்) இசைக் கருவிகளுக்கு உரிய ‘போர்வைத் தோலும் விசிவாரும்’ செய்தவர். எனவே அவர் இசைப் பயிற்சி உடையவராகவே இருத்தல் வேண்டும். பசுவின் வயிற்றில் இருந்து பெறப்படும் கோரோசனையை எடுத்து மருந்து செய்த மருத்துவப் பறையரும் இருந்தனர். பிற்காலச் சோழப் பேரரசில் பறையர்கள் சிலர் உயர்ந்த பதவிகளில் இருந்தது, கல்வெட்டுக்களால் அறியப்படும் செய்தி. மான் தோல் தவிர்ந்த ஏனைய தோல்கள் தீட்டுக்குக் காரணமாகும் என்பது பார்ப்பனரின் வருணக்கோட்பாட்டில் உள்ள வழக்கமாகும்.

வருணக் கோட்பாடு காரணமாகத் தோலைப்பதப்படுத்தும் பறையர், ‘இழிந்த’ சாதியினர் ஆக்கப்பட்டனர். ஆனால் பறையர்கள் சில சாதியினருக்குச் சமய குருவாக இருந்து பல சடங்குகளையும் நடத்தியுள்ளனர். எனவே சில பழங்கோயில்களில் அவர்களுக்குத் தனித்த மரியாதையும் அளிக்கப்பட்டிருந்தது. ‘பார்ப்பானுக்கு மூப்பு பறையன், கேட்பார் இல்லாமல் கீழ்ச் சாதியானான்’ என்னும் சொல்லடை இன்றும் தென் தமிழ்நாட்டில் வழங்கி வருகிறது.

திருவாரூர்க் கோயில் திருவிழாவின்போது, பறையர் ஒருவர் யானைமீது அமர்ந்து கொடிபிடித்துச் செல்லும் வழக்கம் அண்மைக் காலம்வரை நடைமுறையில் இருந்திருக்கிறது. பார்ப்பாரையும் பறையரையும் தொடர்புபடுத்தும் கதையும் நடைமுறையும் இக்கோயிலில் சில ஆண்டுகளுக்கு முன்பு வரை வழக்கில் இருந்துள்ளது.

ஒருநாள் திருவாரூர்க் கோயிலுக்குள் பார்ப்பனர்கள் யாகம் செய்துகொண்டிருந்தனர். அந்த வேள்வியின் பயனாகச் சிவபெருமான் ஒரு பறை மகன் வேடத்தில் செத்த கன்றுக் குட்டியைத் தோளில் போட்டுக்கொண்டு வேள்விக் கூடத்திற்குள் வந்துவிட்டார். வந்தவர் சிவபெருமான் என்பதை உணராத பார்ப்பனர், "பறையன் உள்ளே வந்துவிட்டான்; யாகம் தீட்டுப்பட்டுவிட்டது" என்று கத்திக்கொண்டே வெளியே ஓடிவிட்டனர். சினங்கொண்ட சிவபெருமான், "நீங்களும் பறையன் ஆகுங்கள்" என்று சாபம் கொடுத்துவிட்டார். சாபத்திலிருந்து விமோசனம் தருமாறு பார்ப்பனர்கள் கெஞ்சினர். மனம் இரங்கிய சிவபெருமான், நிரந்தரமாகப் பறையனாவதற்குப் பதில் 'நாள்தோறும் நண்பகல் முதல் ஒரு நாழிகை நேரம் மட்டும் பறையனாய் இருப்பீர்களாக' என்று சாப விமோசனம் தந்தார். அதன்படியே திருவாரூர்க் கோயில் பார்ப்பனர்கள் நண்பகலில் (மத்தியானம்) ஒரு நாழிகை நேரம் பறையர்களாகி விடுகிறார்கள் என்பது அங்குள்ளவர்களின் நம்பிக்கை. இதனால் திருவாரூர்க் கோயில் பார்ப்பனர்களுக்கு 'மத்தியானப் பறையர்கள்' என்ற பெயர் ஏற்பட்டது.

பறையரானவர் மீண்டும் பார்ப்பனராக வேண்டுமென்றால் தீட்டுக் கழிக்க வேண்டும். எனவே திருவாரூர்க் கோயில் பார்ப்பனர்கள் மத்தியானம் ஒரு முறை குளிக்கும் வழக்கத்தை மேற்கொண்டிருந்தனர். இந்த வழக்கமும் அண்மைக் காலம் வரை நீடித்திருந்தது.

பண்டாரம்

பண்டாரம், பரதேசி ஆகிய இரண்டு சொற்களும் ஒரே பொருளில் இக்காலத்தில் பயன்படுத்தப்பட்டு வருகின்றன. இப்பொழுதைய நடைமுறையில் இச்சொற்கள் உணவிற்குக் கூட வழியில்லாத ஏழைகளையே குறிக்கும்.

பண்டாரம் என்ற சொல்லுக்கு முதற்பொருள் 'பொன், வெள்ளி, முத்து போன்ற உயர் மதிப்பு உடைய பொருள்களைச் சேர்த்து வைக்கும் கருவூலம்' என்பதாகும். கி.பி. 13ஆம் நூற்றாண்டு வரை அரசுப் பண்டாரங்களைப் போலவே கோயில்களிலும் பண்டாரங்கள் இருந்தன. இப்பண்டாரங்களில் உயர் மதிப்புடைய தங்கம், வெள்ளியாலான சிலைகளும் நகைகளும் பாதுகாக்கப்பட்டன. கோயிலில் சமய நூல்களைச் சேர்த்துப் பேணி வைக்கும் இடம் 'சரஸ்வதி பண்டாரம்' என்றழைக்கப்பட்டதனைச் சுந்தர பாண்டியன் கல்வெட்டு மூலம் அறிகிறோம். இப்பண்டாரங்களின் வாசலில் நின்று காவல்பணி செய்து வந்தவர்களே இக்காலத்தில் 'பண்டாரம்' என்னும் சைவ மதம் சார்ந்த சாதியாராவர்.

இக்காலத்துக் காவலாளிகளைப்போல இவர்கள் நின்று கொண்டே காவல்பணி செய்யவில்லை. பண்டாரத்தின் வாசலில் அமர்ந்து கோயிலுக்குப் பூத்தொடுக்கும் வேலையில் இவர்கள் ஈடுபடுத்தப்பட்டனர். இவர்கள் பூத்தொடுப்பதற்காகத் தரப்பட்ட நீண்ட கற்பலகைகளை இன்றும்கூடப் பெரிய கோயில்களில் காணலாம். இவற்றுள் சிலவற்றில் கல்வெட்டுக்களும் உள்ளன. பூச்செடிகளையும் மரங்களையும் உடைய கோயில் நந்தவனங்களைப் பேணும் பொறுப்பும் பண்டாரக் காவலர்களிடமே விடப்பட்டன. இன்றைக்குக் கோயில் பண்டாரக் காவலர்களாக இவர்கள் இல்லை. ஆனால் பூத்தொடுக்கும் வேலை மட்டும் இந்தச் சாதியாரோடு பிணைக்கப்பட்டுள்ளது. கோயிலுக்குள் நின்று கொண்டு காவல் காப்பதற்குப் பதிலாக இவர்களைக் கற்பலகைகளின் முன் அமரவைத்துப் பூத்தொடுக்கும் வேலையினையும் கொடுத்ததனை அழகுணர்ச்சி நிறைந்த வேலைப் பங்கீடு எனச் சொல்லலாம். (கல்வெட்டுக்களோடு கூடிய பூப்பலகைகள் தமிழகக் கோயில்களில் நிறையவே கண்டுபிடிக்கப்பட்டுள்ளன.)

இக்காலத்தில் தமிழ்பேசும் பண்டாரங்களோடு கன்னட மொழி பேசும் பண்டாரங்களும் தமிழ்நாட்டில் வாழ்கின்றனர். விசயநகரப் பேரரசின் காலத்தில் இவர்கள் தமிழகம் வந்துள்ளனர். இவர்கள் பெரும்பாலும் வீர சைவப் பிரிவினர். எனவே தங்கள் சாதிக்கு 'யோகீஸ்வரர்' எனப் பெயரிட்டுக் கொள்கின்றனர்.

வைணவக் கோயில்களில் பண்டாரத்தின் காவலர்கள் பூத்தொடுக்கும் வேலையோடு மடைப்பள்ளியிலும் (கோயில் சமையலறையிலும்) பணிபுரிந்தனர். எனவே, வைணவக் கோயில்களில் இக்காலத்தில் 'பண்டாரி' என்ற சொல் சமையல்காரர்களைக் குறிக்கிறது. வீட்டு விழாக்களில் சமையல் செய்பவர்களைத் தென் மாவட்ட முசுலிம்கள் சிலர் இன்றும் 'பண்டாரி' என்றே அழைக்கின்றனர்.

பண்டாரம் என்பது செல்வக் குவியலைக் குறிக்கும் சொல் என்பதனால் அருட்செல்வத்தை அள்ளி வழங்கும் இறைவனை 'மூலபண்டாரம் வழங்குகிறான் வந்து முந்துமினே' என்று மாணிக்க வாசகர் பாடுகிறார். இந்த வழக்கம் பற்றியே இறைவனின் அருட் செல்வத்தை நிரம்பப் பெற்றவர் என்ற பொருளில், சைவசமயத் துறவிகளும் மடாதிபதிகளும் 'பண்டார சந்நிதிகள்' எனப்பட்டனர். இந்த மரபை அடியொற்றித்தான் தம் ஆசிரியர்மீது குமரகுருபரர் 'பண்டார மும்மணிக்கோவை' பாடினார்.

பண்டாரம் பரதேசி என்ற தொடர் மேடு பள்ளம், ஏற்றத் தாழ்வு என்பதுபோல 'இருப்பவர் இல்லாதவர்' என்பதைக் குறிக்கப் பயன்படுத்தப்பட்டதாகும். பின்னர் 'இல்லாதவர்' என்ற பொருளை

மட்டும் பெற்று நின்றிருக்கிறது. பரதேசி என்ற சொல்லுக்குப் பிறநாட்டான் என்பது பொருள். வறுமை காரணமாகவும், வேறு காரணமாகவும் கையில் ஏதுமில்லாமல் பயணம் செய்பவர்களைப் பரதேசி என்ற சொல்லால் குறித்துள்ளனர். 'தேசாந்திரிகள்' என்ற பெயராலும் இவர்கள் அழைக்கப்பட்டு, நெடுவழிகளில் அமைந்த சத்திரங்களில் இவர்களுக்கு உணவு வழங்கப்பட்டிருக்கிறது.

பழைய குருமார்கள்

பார்ப்பனர்கள் வருவதற்கு முன்னர் தமிழ்நாட்டில் 'புரோகிதம்' என்னும் தொழில் இருந்ததா? புரோகிதம் செய்யும் சாதியார் இருந்தார்களா? இருந்தால் அவர்கள் யார்? என்பவை அடிக்கடி விவாதிக்கப்பட்டுவரும் கேள்விகளாகும்.

'புரோகிதம்' என்ற சொல்லைக் கேட்டவுடன் அறிஞர் சிலர், பார்ப்பனப் புரோகிதத்தையும், அரசு அதிகார மையங்களோடு அவர்கள் கொண்டிருந்த நெருக்கத்தையும், அதன் விளைவாகப் பிறந்த பண்பாட்டு ஒடுக்குமுறையினையும் மட்டுமே கணக்கில் கொள்கின்றனர்.

தமிழ்நாட்டில் பார்ப்பனர் வருகைக்கு முன்னர் 'சடங்குத் தலைமை' ஏற்ற சாதியார் சிலர் இருந்தனர். பார்ப்பனரைப் போலச் சமூகத் தலைமையை அவர்கள் கைப்பற்றிக் கொள்ளவுமில்லை; அரசர்கள் அவர்களுக்கு ஆதரவு அளிக்கவுமில்லை. மாறாக, சடங்கு செய்யும் சாதியாருக்குத் தாங்கள் சமூகப் படிநிலையில் கீழ்ப்பட்டவர்களாகவே இருந்தார்கள். இவர்களைப் புரோகிதர்கள் என்று கூற முடியாது. சடங்குத் தலைமை ஏற்ற 'குருமார்கள்' என்று வேண்டுமானால் குறிப்பிடலாம்.

பார்ப்பனர் அளவுக்குத் தமிழ்க் குருமார் சாதிகள் இங்குச் சமூக மரியாதை பெறவில்லை என்றாலும் அவர்களது நேற்றைய வாழ்வின் தொல்லெச்சங்களைச் சடங்குகளில் இன்றும் காண முடிகிறது. மருத்துவர் (நாவிதர், குடிமகன்), வண்ணார், வள்ளுவர், வேளார் (மட்பாண்டம் செய்வோர்), தமிழ்ப் பண்டாரம் (நந்தவனம் வைத்துப் பூத்தொடுப்பவர்), பறையர் ஆகிய சாதிகளைக் குருமார் சாதிகளாகக் குறிப்பிடலாம்.

சிறுதெய்வக் கோயில்களிலும், சமாதிக் கோயில்களிலும் மேற்குறிப்பிட்ட சாதியாரே இன்றுவரை பூசாரியாக இருந்து வருகின்றனர். இவருள் பண்டாரம் எனப்படும் சாதியார் பழனி, ராமேசுவரம்போன்ற பெருங்கோயில்களில் பூசாரிகளாக இருந்திருக்கின்றனர் என்பதற்குச் சான்றுகள் கிடைக்கின்றன. நாயக்கர் ஆட்சிக்காலத்தின் கடைசிப் பகுதியில் இவர்களது உரிமை பறிக்கப்பட்டு அது பார்ப்பனர்களுக்கு வழங்கப்பட்டிருக்கிறது.

அதுபோலவே மேற்குறித்த சாதியார் அங்கங்கே சில சாதியாருக்குத் திருமணச் சடங்கு செய்து வைத்துள்ளனர். அந்த உரிமையும் காலப்போக்கில் பார்ப்பனர்களால் பறிக்கப்பட்டிருக்கின்றது.

கட்டுரையாளர் நெல்லை மாவட்டத்தில் கள ஆய்வு செய்தபோது பிற்படுத்தப்பட்ட சாதி ஒன்றின் திருமண நிகழ்ச்சியில் கலந்து கொண்டார். கிழக்கு நோக்கிய சிறிய மணமேடையும், மணமக்களோடு பார்ப்பனப் புரோகிதரும், அவருக்கு எதிர்ப்புறமாகச் சாதித் தலைவரும் (அம்பலம்) அமர்ந்திருந்தனர். அம்பலக்காரரர் பக்கத்தில் மணமேடையின் பந்தற்காலை வலது கையில் பிடித்துக்கொண்டு, தலையிலே தலைப்பாகையுடன் ஊர்க்குடிமகன் (அந்த சாதிக்குரிய நாவிதர்) சடங்கு முடியும் வரை சபையினை நோக்கி நின்று கொண்டிருந்தார்.

திருமணம் முடிந்த மறுநாள் காலையில் மணமேடையில் மணமக்களுக்குக் ‘காப்பு அறுக்கும்’ சடங்கு நடைபெற்றது. மணமேடையில் குத்துவிளக்கு ஏற்றப்பட்டு நிறைநாழி நெல், வெற்றிலை பாக்கு, சந்தனம் ஆகியவை வைக்கப்பட்டிருந்தன. முதல் நாள் பார்ப்பனப் புரோகிதர் அமர்ந்திருந்த இடத்தில் குடிமகன் அமர்ந்துகொண்டார். அவர் தலைமையில் மணமக்கள் சில சடங்குகளைச் செய்தனர். மணமகன் கையில் அவர் கொடுக்கும் குழந்தைப் பொம்மையை, அவன் மணமகள் கையில் கொடுத்தான். அதன் பின்னர் மணமக்களுக்குத் திருமண நாளில் பார்ப்பனப் புரோகிதர் கட்டிய காப்புக் கயிற்றை அறுத்தார். பின்னர் தனக்குரிய மரியாதைகளுடன் காணிக்கை பெற்றுக்கொண்டார்.

மணமேடையில் ஏறிக் காப்பறுக்கும் உரிமைபெற்ற குடிமகனே ஒரு காலத்தில் காப்புக் கட்டும் உரிமையினையும் பெற்றிருக்க வேண்டும் என்பதை இந்தச் சடங்கிலிருந்து அறியலாம். காப்புக் கட்டும் உரிமையினைப் பார்ப்பனர்களிடம் இழந்துவிட்டு, காப்பினை அறுக்கும் உரிமையினை மட்டும் அவரது சாதி தக்கவைத்துக்கொண்டிருக்கிறது. அதன் விளைவாகவே திருமணம் நடைபெறும் பொழுது பந்தற்காலைப் பிடித்துக்கொண்டு முன்னிலை வகிக்கும் உரிமை அவருக்குத் தரப்பட்டுள்ளது. ‘குடிமகன் பந்தக்காலைப் பிடிக்காமல் திருமணம் நடைபெறாது’ என்று ஒரு தகவலாளி குறிப்பிடுகிறார். மேற்குறிப்பிட்ட சாதியாரின் இழவுச் சடங்குகளையும் குடி மகனே நடத்திவைக்கிறார் என்பதும் குறிப்பிடத்தகுந்தது.

இதைப்போன்றே வேறு சில சாதிகட்குப் பண்டாரமும், வள்ளுவரும், வேளாரும், பறையரும் சடங்கில் தலைமை ஏற்கின்றனர் என்பது கள ஆய்விலிருந்து தெரியவருகிறது.

இசுலாமியப் பாணர்

ஒல்லியான உருவம். முழங்காலுக்குக் கீழே தொங்கும் வெள்ளை ஜிப்பா. வேட்டிக்குப் பதிலாகக் 'கைலி' எனப்படும் 'சாரம்', முக்கோண வடிவில் மடித்து இரண்டு தோளிலுமாகத் தொங்கும் துண்டு. தலையிலே பெரிய பச்சைத் தலைப்பாகை. கழுத்தில் நெல்லிக்காய் அளவிலான மணிகள் கோத்த குறுமத்தங்காய் மாலை (பெரும்பாலும் இசுலாமிய மூதாட்டிகள் அதனை அணிந்திருப்பார்கள்), சின்ன தாடி, கையிலே 'டேப்' என்னும் இசைக் கருவி. தோளிலே அரிசி வாங்குவதற்கு ஒரு ஜோல்னா பை. காலிலே செருப்பு கிடையாது. டேப்பைக் காதுக்கு நேராக உயர்த்தி அடித்துக்கொண்டு பாட்டு. பெரும்பாலும் 'வரவேணும் எனதாசை மகமூதரே' அல்லது 'நம்பினதற்குக் குணங்குடியான் செய்த ஞாயத்தை என்ன சொல்வேன்.'

சின்ன வயதில் கேட்ட அந்தப் பாட்டுகளின் முடிவுகள் மட்டும் இன்னும் நினைவிலிருக்கின்றன. 'டேப்பை' அடிக்கும் பொழுதைவிட முத்தாய்ப்பு வைத்து நிறுத்தும்போது கேட்கிற ஒலி சின்னவயதில் நிரம்பக் கவர்ச்சியாக இருக்கும். வீட்டுப் பெண்கள் இவரை 'பக்கிரிசா' என்பார்கள். இசுலாமியர் அல்லாதார் வீட்டுக்கும் வந்து அரிசி வாங்கிப்போவதுதான் இவரது தனிச் சிறப்பு. கி.பி. பன்னிரண்டாம் நூற்றாண்டளவில் பாக்தாத் நகரத்தில் தோன்றிய ஃபகீர் ஷா மரபு தென் தமிழ்நாட்டின் கடைக்கோடிவரை எட்டிப் பார்த்திருக்கிறது. இறைவன் புகழையும் இறைத்தூதராகிய முகம்மது நபியின் புகழையும் இறையடியார்களின் வாழ்க்கைக் கதைகளையும் பாடுவதற்கென்றே தம் பிறவியினை நேர்ந்து கொண்டவர்கள் இவர்கள். இவர்களிலே ஐந்து பிரிவினர் உண்டென்றும், 'ரிப்பாய்' என்ற பிரிவினர் மட்டுமே தமிழகத்தில் உள்ளனர் என்றும் இசுலாமிய அறிஞர்கள் கூறுகின்றனர். ஏனென்றால், வடநாட்டில் பெருக வழங்குவது 'ஷியா' முசுலிம் பிரிவு. தமிழ்நாட்டில் உருது மொழி பேசும் சிறு பிரிவினரைத் தவிர ஏனையோரெல்லாம் 'சன்னி' பிரிவைச் சேர்ந்தவர்.

கள ஆய்விலிருந்து இவர்களைப் பற்றிச் சில செய்திகளைத் திரட்ட முடிந்தது. எளிய குடும்பங்களிலிருந்தே பெரும்பாலும் பக்கிரிசாக்கள் வருகின்றனர். எல்லோரும் பக்கிரிசா ஆக முடியாது. அதற்கென்று தனியே சடங்கு உண்டு. மதுரையை அடுத்த மேலக்கால் (பல்கலைக் கழக வளாகத்துக்கு மேற்கே உள்ளது) கணவாயில் உள்ள தர்காவில் இச்சடங்கு நடத்தப்படுகின்றது. இச்சடங்கு 'முரீஅத்' எனப்படும். அங்கு இது போன்ற துறவிகளின் தலைவரான 'உஸ்தாத்' ஒருவரும் அவருக்கு அமைச்சரைப்போல் 'குத்பால்' என்று ஒருவரும் பணியாளர் ஒருவரும் இருக்கின்றனர்.

சற்றே மறைவாகச் செய்யப்படுகிறது இச்சடங்கு. பக்கிரிசா ஆக விரும்புகிறவர் தன்னுடைய உடம்பில் உள்ள அவ்வளவு மயிரையும் களைந்துவிட்டு உஸ்தாத் முன் அமர்கிறார். தலைவர் ஒரு இரும்புக் கம்பியில் பாலைத் தொட்டு பக்கீர் ஆக விரும்புகிறவர் முதுகிலே 'ஹலம்' என்ற அரபு எழுத்தை எழுதுகிறார். பின்னர், கொஞ்சம் பாலையும் பழத்தையும் தான் சாப்பிட்டுவிட்டு முன் அமர்ந்திருப்பவருக்குப் புகட்டுகிறார். பிறகு, பால், சருக்கரை, எலுமிச்சை மூன்றும் கலந்த கலவையை இசுலாமிய வேத மந்திரங்களை ஓதிக் கொண்டே சிறுகச் சிறுகப் பக்கீராக இருப்பவரின் வாயில் ஊட்டுகிறார். சடங்கு இவ்வளவுதான். இதன் பின்னர் பக்கீராக இருப்பவர் நாற்பது நாள் பிறர் கண்ணில் படாதவாறு விதவையான முசுலிம் பெண்களைப்போல் 'இத்தா' இருக்க வேண்டும். இறந்தவருக்குச் செய்யப்படுவதுபோல மூன்றாம் நாள் சடங்கும் நாற்பதாம் நாள் சடங்கும் அவருக்கும் செய்யப்படுகின்றன.

இதன் பின்னர் அவர் 'தாயிரா' என்ற டேப்பைக் கையில் பிடித்துக்கொண்டு, பச்சைத் தலைப்பாகை, தோளில் பையோடு இறைவன் புகழையும் இசுலாமிய வரலாற்றுக் கதைகளையும் பாடிக்கொண்டு வீடு வீடாக அரிசியோ பணமோ காணிக்கையாகப் பெறுகின்றார். வாசலில் வந்து நின்று இவர்கள் பிச்சையென்று கேட்பதில்லை. 'தாயிரா' ஓசை கேட்டவுடன் பெண்கள் அரிசியுடன் வாசலுக்கு வருகின்றனர். நோயுற்ற குழந்தைகளுக்கு மந்திரம் சொல்லி ஜோல்னா பையில் வைத்திருக்கும் மயிலிறகைக் கொண்டு அவர்கள் முகத்தை வருடுவர். அதனால் குழந்தைகளைப் பிடித்துள்ள தோஷம் நீங்கும் என்பது இசுலாமியப் பெண்களின் நம்பிக்கை. (இசுலாமியரல்லாத வீட்டுப் பெண்கள் சருக்கரைப் பொடியோடு பள்ளி வாசலுக்குச் சென்று 'பாத்தியா' (பாத்திஹா) ஓதச்சொல்லி தண்ணீர் எறிவது மரபு. அவர்கள் பக்கிரிசாவிடம் இதைச் செய்வதில்லை.)

பக்கிரிசாக்கள் பாடும் பாட்டு பெரும்பாலும் குணங்குடி மஸ்தான் பாடல்களாகவோ, தக்கலை பீர்முகம்மது வாப்பா பாடல்களாகவோ இருகின்றன. கள ஆய்விலிருந்து அவர்கள் பாடும் கதைப் பாடல்களின் பகுதிகள் 'சைத்தூன் கிஸ்ஸா' எனப்படும் கதைப்பாடலிலிருந்து எடுக்கப்பட்டவை என்று தெரிகிறது. இஸ்லாமியத் தமிழ்ச் சிற்றிலக்கியங்களில் 'கிஸ்ஸா'க்களும் (கதைகள்), 'முனாஜாத்'களும் (வாழ்க்கை வரலாற்றுப் பாடல்கள்) நிறைய இருக்கின்றன.

மத அடிப்படைவாதம் பெருகிவரும் இந்நாளில் பக்கிரி சாக்களைப் புரப்பவர்கள் இல்லை. அதன் விளைவாக இந்த இசுலாமியத் தமிழ்ப் பாணர் மரபு அழிந்து வருகின்றது.

இந்தச் சடங்கின் பொருள் என்ன? பக்கீர் ஆகின்றவர் மயிர்களையும் சடங்கின்மூலம் தன்னுடைய பழம் பிறப்பை இழந்தவராகிறார். இழந்துபோன பிறப்பிற்காக முசுலிம் விதவைப் பெண்களைப்போல நாற்பது நாள் ஆண்கள் கண்களில் படாதவாறு 'இத்தா' இருக்கின்றார். இறந்தவரின் ஆன்ம ஈடேற்றத்திற்காகச் செய்யப்படும் மூன்றாம் நாள் தொழுகையும் (கத்தம்) நாற்பதாம் நாள் தொழுகையும் நடத்தப்படுகின்றன. நாற்பது நாள் முடிந்ததும் அவர் பக்கீராகப் 'புதுப்பிறப்பு' எடுக்கிறார். புதுப்பிறப்பின் அடையாளமாக அவருக்குப் பச்சைத் தலைப்பாகையும் குறுமத்தங்காய் மாலையும் தரப்படுகின்றன. அவருடைய முதுகில் முத்திரையிடப்படுகிறது. முதுகில் முத்திரை என்பது இசுலாமிய சமயத்தில் புனிதமானதாகும். ஏனென்றால் இறுதித் தூதராகிய முகம்மது நபி அவர்களுக்கு முதுகிலிருந்த பெரிய மச்சத்தை இறைவன், தூதர்க்காக இட்டு அனுப்பிய முத்திரை என்றே இசுலாமியர் நம்புகின்றனர்.

வடநாட்டுப் பக்கீர்களிடத்திலே அவரைக் காட்டும் அடையாளங்களாக கண்டாமணி உள்பட எட்டுவகைப் பொருள்களில் ஏதேனும் ஒன்று தரப்படுமாம். தமிழ்நாட்டுப் பக்கீர்களின் குறுமத்தங்காய் மாலை ஐம்பதாண்டுகளுக்கு முன்புவரை இசுலாமியப் பெண்கள் அணிந்ததாகும். அப்படியென்றால் பக்கீர்கள் பெண் பிறப்பு அடைந்துவிட்டனரா? இந்தக் கேள்விக்கான விடையை இசுலாமிய மரபுகளில் தேட இயலவில்லை. மேலும் மறுபிறப்புக் கோட்பாட்டை இசுலாமிய இறையியல் ஏற்றுக்கொள்வதில்லை.

தென்னிந்தியப் பக்தி இயக்க மரபு நாயகி பாவனை என்ற ஒன்றை உருவாக்கியது. இறைவன் ஒருவனே ஆண் என்றும், மனித உயிர்கள் எல்லாம் பெண் என்றும் இந்த மரபு கூறும். மரபுவழிக் கற்புக் கோட்பாட்டின்படி கணவனுக்காகவே உயிர்வாழும் பத்தினியைப் போல இறைவனின் புகழ்பாடுவதற்கே உருவானவர்கள் நாயகிபாவ அடியார்கள். இந்தியாவில் எல்லா மொழிகளிலும் கவிதைகளையும் பாட்டினையும் வளர்த்ததில் நாயகிபாவனைக்குப் பெரும் பங்கு உண்டு. இறைவனிடம் மனிதன் அறிவு நிலையில் ஆணாக நின்று பேசுகின்றான்; அன்பு நிலையில் பெண்ணாக நின்று பேசுகிறான் என்று தமிழ் வைணவம் கூறும்.

பக்கீர்சா தொடர்பான சடங்கும் வாழ்வியலும் தென்னிந்திய நாயகி பாவனையின் செல்வாக்கால் எழுந்தனவாக இருக்கலாம்.

பல்லாங்குழி

விளையாட்டு என்ற சொல்லைக் கூர்ந்து கவனித்திருக்கிறீர்களா? இந்தச் சொல்லில் பொழுதுபோக்கு என்ற பொருள் எங்காவது தொனிக்கிறதா? பொழுது போக்கு, பொருளற்றது, ஆழமில்லாதது என்ற பொருளிலேயே அந்தச் சொல்லை நாம் இப்போது பயன்படுத்தி வருகிறோம். ஆனால் மனிதகுல வரலாறு நமக்கு அப்படிச் சொல்லவில்லை. சமூகம் என்ற ஒன்று தான் உருவாக்கும் அல்லது தன் மீது கவியும் ஒரு கருத்தியலையே விளையாட்டுக்களின்வழியே வெளிப்படுத்துகின்றது.

தமிழ்நாட்டு விளையாட்டுக்களைப் பற்றிக் கொஞ்சம் சிந்தித்துப் பார்ப்போம். குற்றுயிரும் குலையுயிருமாக நம்மிடம் இன்னும் மிஞ்சி யிருக்கும் கோலியாட்டம், பாண்டியாட்டம், ஆடு புலி ஆட்டம், பல்லாங்குழி ஆகியவற்றின் தோற்றம் பற்றியெல்லாம் நாம் ஆழமாகச் சிந்திக்க வேண்டும். எடுத்துக்காட்டாக இங்கு, 'பல்லாங்குழி' ஆட்டத்தைப் பார்க்கலாம்.

பல்லாங்குழி ஆட்டம் பொதுவாகப் பெண்களால் ஆடப்படுவது. முதற் பூப்படைந்த பெண்ணின் தீட்டுக்குரிய காலத்திலும் கருவுற்ற பெண்கள் அமர்ந்து பொழுது போக்குவதற்கும் மட்டுமே இந்த விளையாட்டை இப்பொழுது ஆடிப்பார்க்கிறார்கள். நமது பண்பாட்டு மரபினில் பெண்ணுக்குரிய சீர்வரிசைப் பொருள்களில் பல்லாங்குழியும் இடம் பெறுகிறது. பல்லாங்குழி

ஆட்டம் பற்றி அறிஞர் தேவநேயப் பாவாணர் 'தமிழ்நாட்டு விளையாட்டுக்கள்' என்ற தம் நூலில் முதன்முதலாக எழுதினார். பின்னர் பேராசிரியர் தாயம்மாள் அறவாணன் 'பல்லாங்குழி (திராவிட ஆப்பிரிக்க ஒப்பீடு)' என்ற விரிவான நூலை எழுதியுள்ளார். உலகெங்கிலும் பல்லாங்குழி ஆட்டம் சிற்சில மாறுதல்களுடன் பழங்குடிகளிடம் விளங்கி வருவதை இந்த நூல் காட்டுகின்றது.

பல்லாங்குழி ஆட்டத்தினுடைய வகைகளாக நான்கினைக் குறிப்பிடுகிறார் பாவாணர். தாயம்மாள் அறவாணன் பல்லாங்குழி ஆட்டத்தின் எட்டு வகைகளைக் குறிப்பிட்டு அவற்றின் வேற்றுப் பெயர்கள், குழிகளின் எண்ணிக்கை, ஒரு குழிக் காய்களின் எண்ணிக்கை மற்றும் அவ்வகைகள் ஆடப்படும் பகுதிகள் என விரிவான அட்டவணை தந்துள்ளார். தமிழ்நாடு முழுதும் கள ஆய்வு செய்து எழுதப்பட்ட நூல் இது.

பேராசிரியர்கள் இருவரும் தரும் கள ஆய்வுச் செய்திகளி லிருந்தும் நம்முடைய பட்டறிவிலிருந்தும் பல்லாங்குழி ஆட்டத்தின் அடிக்கூறுகளைப் பின்வருமாறு வரையறை செய்துகொள்ள முடியும்.

• இருவர் ஆடும் பல்லாங்குழி ஆட்டத்தில் (பக்க எல்லைக் குழியாக இருந்தால் வலதுகைப்பக்க குழியையும் சேர்த்து) குழிக்கு ஐந்து காய்களாக ஆளுக்கு ஏழு குழிகளாகத் துல்லிய மான சமத் தன்மையுடன் ஆட்டம் தொடங்குகிறது.

• தன்னுடைய காய்களை எடுத்து முதல் ஆள் ஆட்டம் தொடங்குகிறபொழுது முதன்முறையாகச் சமத்தன்மை குலைகின்றது.

• எடுத்தாடுபவர் குழியில் காய்கள் தற்காலிக இழப்புக்கு உள்ளாகின்றன.

• சுற்றிக் காய்களை இட்டுவந்து ஒரு வெற்றுக்குழி (இன்மை அல்லது இழப்பு)யினைத் துடைத்துவிட்டு அதற்கடுத்த குழியினை எடுக்கும்பொழுது முதலில் இட்ட ஐந்து காய் களுக்குப் பதிலாக நிறைய காய்கள் (பெருஞ்செல்வம்) ஆடுபவருக்குக் கிடைக்கின்றன; அல்லது குறைந்த காய்களை யுடைய குழி கிடைக்கிறது. சில நேரங்களில் துடைத்த குழிக்கு அடுத்த குழி வெற்றுக் குழியாக இருந்தால் ஒன்றுமே கிடைக்காமல் போய்விடுகின்றது.

• ஆட்டத்தில் மற்றும் ஒரு இடைநிகழ்வும் ஏற்படுகின்றது. ஒரு வெற்றுக் குழியில் ஒவ்வொரு சுற்றுக்கும் ஒவ்வொரு

காயினை இட்டு வரும்போது அது நாலாகப் பெருகிய உடன் அதனைப் 'பசு' என்ற பெயரில் அந்தக் குழிக்குரியவர் எடுத்துக் கொள்கிறார்.

- இதன் விளைவாக, ஆட்டத் தொடக்கத்தில் இருந்த ஐந்து காய்கள் (தொடக்க நேரத்து சமத்தன்மை அல்லது முழுமை) மீண்டும் ஒரு குழிக்கும் ஒருபோதும் திரும்பக் கிட்டுவதே இல்லை.

- காய்களை இழந்தவர் (காட்டாக 15 காய்கள் குறைவாகக் கிடைத்தன என்றால்) தன்னுடைய பகுதியில் மூன்று குழிகளைக் காலியாக (தக்கம்) விட்டுவிட்டு ஆட்டத்தைத் தொடர வேண்டும். அந்தக் குழியில் எதிரி (வென்றவர்) சுற்றி வரும்போது காய்களைப் போடமாட்டார். சில இடங்களில் தோற்றவரும் போடமாட்டார். இப்போது தோற்றவருடைய குழிஇழப்புக்கு ஒரு நிரந்தரத் தன்மை ஏற்படுகிறது.

- ஆட்ட இறுதியில் ஒருவர் தோற்றுப்போகிறபோது அவர் கையில் எஞ்சியிருக்கிற காய்கள் ஒரு குழிக்குரிய ஐந்துகூட இல்லாமல் நாலாக இருந்தால் குழிக்கு ஒவ்வொரு காயினை இட்டு ஆட்டம் தொடர்கிறது. இதற்குக் கஞ்சி காய்ச்சுதல் என்று பெயர். கஞ்சி என்ற சொல் வறுமையினை உணர்த்தும் குறியீடாகும்.

- தோற்றவர் ஒரு காய்கூட இல்லாமல் தோற்கின்றபோதே ஆட்டம் முற்றுப்பெறுகிறது.

சமத்தன்மை நிலவிவரும் பழைய சமூகத்தில் ஆட்டத்தின் (அல்லது சூதின்) பெயரால் சமத்தன்மை குலைக்கப்பட்டு ஒருவனது செல்வம் அடுத்தவன் கைக்கு நேரடி வன்முறை இல்லாமல் எளிமையாகப் போய்ச்சேர்ந்துவிடுகிறது; தோற்றவனின் இழப்பு நிரந்தரமாக்கப்படுகிறது. மறுபுறமாகச் சேர்ந்த இடத்தில் செல்வமும் நிரந்தரமாக்கப்படுகிறது. புராதனப் பொதுவுடைமைச் சமூகம் சாய்ந்து தனிச் சொத்துரிமைக்கான உணர்வுகள் அரும்புகின்றபோதே பொருளியல் சார்ந்த ஏற்றத் தாழ்வுகள் (மேடு பள்ளங்கள்) உருவாகின்றன. சிறிய அளவிலான உற்பத்தி அல்லது சிறிய அளவிலான நிலப்பகுதி வாழ்க்கையில் பள்ளத்து மண் மேட்டினை உருவாக்குகிறது. ஓரிடத்தில் குவிகின்ற செல்வம் மற்றொரு இடத்திலிருந்து எடுத்துக்கொள்ளப்பட்டதே. பறிப்பதும் பிடுங்குவதுமான நேரிடையான வன்முறை இங்கே நிகழவில்லை. ஆனால் தோற்றவனும் தன் தோல்விக்கான காரணமாக எதிரியின் திறமையினை மட்டும் இங்கே கருதவில்லை. அதற்கும் மேலான ஏதோ ஒன்றை (தன்னுடைய கெட்ட நேரம், தன்னுடைய தலை விதி, தனக்கு நல் ஊழ் இல்லாமை) காரணமாகத் தனக்கு இத்தோல்வி அமைந்தது என்று நினைக்கிறான்; அதனை ஏற்றுக்கொள்கிறான்.

புராதனப் பொதுவுடைமைச் சமூகத்தில் வாழ்ந்திருந்த, 'ஊழ்' அல்லது 'முறை' என்னும் பங்கீட்டுத் தெய்வம் இந்த உணர்வின் காரணமாகவே சரிந்து விழுந்து மறைந்து போய் விடுகிறது.

அரசுகளின் வளர்ச்சியில் அடுத்த கட்டமாக அதிகார மையத்தில் உள்ளோர் ஆடும் ஆட்டம் 'சூது' ஆகும். அரசு என்னும் நிறுவனத்தின் வளர்ச்சிப்போக்கில் சூது ஒரு பொருள் மிகுந்த இடத்தினைப் பெறுகிறது. எனவேதான் அந்த ஆட்டம் அரசர்களுக்கும் இளவரசர்களுக்கும் விலக்கப்படாமலிருந்தது. தருமரும் நளனும் சூதாடித் தோற்ற கதையினை இங்கே நினைத்துக்கொள்ளலாம். தருமன் சூதாடிய நிகழ்ச்சியை விவரிக்கும் வில்லிபாரதம் அப்பகுதிக்குச் சூது போர்ச் சருக்கம் என்றே பெயர் தருகிறது. அதாவது அதிகார மையங்கள் உருவாகும் போது போருக்குரிய மதிப்பினைச் சூதாட்டம் பெற்றிருக்கிறது என்பதற்கு இது ஒரு சான்று எனலாம்.

செல்வமோ வறுமையோ வந்து சேர்வதற்குரிய காரணமாக மனிதனை மீறிய ஒரு சக்தி உள்ளது என்னும் கருத்தும் உணர்வும் இப்படித்தான் மனித மனங்களில் படிப்படியாக உருவாகத் தொடங்கின. தனிச்சொத்துரிமையின் தோற்றத்தினை மனித மனம் ஏற்றுக்கொண்டது.

வேதகாலத் தொன்மங்களைப் பற்றி எழுதும் நரேந்திரநாத் பட்டாச்சார்யா, ரிக்வேதத்தில் 'அக்ஸசூக்தம்' எனும் பகுதியில் பேசப்படும் 'அக்ஸ' என்னும் தெய்வத்தினைச் சூதாட்டத்தின் கடவுளாகக் காண்கிறார். ரிக்வேத காலப் பங்கீட்டுத் தெய்வமான 'ரித' எனும் தெய்வத்திடம் 'அக்ஸ' தன் பத்து விரல்களையும் விரித்து நீட்டிக்காட்டிப் பேசியதாக வரும் ஒரு குறிப்பினையும் சுட்டுகிறார். ராஜசூய யாகத்தில் ஒரு பகுதியாக அரசன் சூதாடும் செய்தியும் ரிக்வேதத்தில் பேசப்பட்டுள்ளது.

நிலம், நீர், கால்நடைகள், உணவு என எல்லாவற்றையும் பொதுவாகக் கொண்டிருந்த சமூகத்தில் தனி உடைமை உணர்வு அரும்புகிறபோது அம்மக்கள் கால்நடைகளையே பண்டமாற்றுப் பொருளாகவும், பிறபொருள்களின் மதிப்பை அளக்கும் கருவியாகவும், ஆட்டத்தில் பணயப்பொருளாகவும் பயன்படுத்தியிருக்க வேண்டும். எனவேதான் உலகில் தமிழ் உட்படப் பல பழைய மொழிகளில் செல்வத்தைக் குறிக்கும் சொல்லாக 'மாடு' இருந்திருக்கிறது.

பல்லாங்குழி ஆட்டத்திலும் ஆடாமலே கிடைக்கும் செல்வமான நான்கு காய்களுக்குப் பசு என்ற பெயர் இப்படியே வந்திருக்க வேண்டும்.

பல்லாங்குழி ஆட்டக் கூறுபாடுகளிலிருந்தும் சூதாட்டத்துக்குப் பழைய அரசு இயந்திரம் கொடுத்த மதிப்பிலிருந்தும் நாம் புரிந்துகொள்ளும் செய்தி இதுதான்:

தனி உடைமை உணர்வினையும் தனிச்சொத்தின் வளர்ச்சியினையும் அதன் மறுவிளைவாகப் பிறந்த வறுமையினையும் பண்பாட்டு ரீதியாக நியாயப்படுத்தும் வெளிப்பாடே பல்லாங்குழி ஆட்டம். இந்த நியாய உணர்ச்சி மனித மனங்களில் திணிக்கப் பட்ட பிறகு தனிச் சொத்துரிமையின் வளர்ச்சி தங்குதடையற்ற மிகப்பெரிய வேகத்தினைப் பெற்றிருக்கவேண்டும்.

எல்லா வகையான விளையாட்டுக்களையும் இவ்வகையாக நம்மால் பார்க்க இயலும்.

மூன்று புலிகளும் 21 ஆடுகளும் கொண்ட ஆடு புலி ஆட்டம் கால்நடை வளர்ப்புச் சமூகத்திலிருந்து பிறந்த ஆட்டமாக இருக்க வேண்டும். புலி திரியும் காடுகளில் ஆடுகளைக் காப்பாற்ற முற்பட்டவனின் முயற்சி இது. அரசு இயந்திரம் மிகப்பெரிய வளர்ச்சியினைப் பெற்ற பிறகு பிறந்த மற்றொரு ஆட்டம் சதுரங்கம். அரசன், மத குரு, குதிரைவீரன், யானை எனப் போர்ப் பயிற்சிக்கான விளையாட்டாக அது ஒழுங்கு செய்யப்பட்டு இருந்தது. தமிழ்நாட்டு மன்னர்களும் இதனை ஆடியிருக்கிறார்கள்.

'ராஜாக்கள் ஆனைக்கொப்பு ஆடுவாரைப்போல' என்கிறது திருவாய்மொழியின் நம்பிள்ளை ஈட்டு உரை. சதுரங்கம் என்பதனை ஆனைக்கொப்பு என்ற சொல்லால் அக்காலத் தமிழ் மக்கள் வழங்கியிருக்கிறார்கள் என்பதும் தெரிய வருகிறது. சதுரங்கத்தின் மாற்று வடிவமாகக் காணப்பெறும் வேறுசில ஆட்டங்களும் உள்ளன. தாய விளையாட்டும் பரமபத சோபானப் பட விளையாட்டும் அவற்றில் குறிப்பிடத்தகுந்தன. தாயம் என்ற சொல்லுக்குத் தமிழில் சொத்துரிமை என்றுதான் பொருள். இந்த இரண்டு ஆட்டங்களிலும் ஆடுபவனது வலிமை என்பது தாயக் கட்டை (கவறாடுகருவி, வட்டு, பகடைக்காய்) அவனுக்குத் தருகின்ற வலிமைதான்.

அரிக்கமேடு, உறையூர், அழகன்குளம், படைவீடு ஆகிய இடங்களில் நடந்த அகழ்வாய்வுகளில், பக்கங்களில் புள்ளி எண் இட்ட நீள்செவ்வக வடிவத்தில் அமைந்த தாயக்கட்டைகள் கிடைத்துள்ளன. இவை சுடுமண்ணாலும் அரிய வகைக் கற்களாலும் ஆக்கப்பட்டவை. மதுரை, திருநெல்வேலிப் பகுதிகளில் வெண்கலத்தினாலான நீள்செவ்வக வடிவத்தில் அமைந்த தாயக் கட்டைகள் இன்றும் கிடைக்கின்றன.

தனிச்சொத்துரிமையின் நியாயப்பாட்டை மனித மனங்களில் பதித்து வளர்த்ததில் சூதாட்டத்திற்கும், சூதாடு கருவிகளுக்கும்

கணிசமான பங்கு உண்டு. நரேந்திரநாத் பட்டாச்சார்யா தம் நூல் ஒன்றில், 'அரசனும் சூதாடு கருவியும்' என்ற இயலில் இது குறித்து விவாதித்துள்ளார். சமூக உருவாக்கம் மற்றும் மாற்றம் பற்றிச் சிந்திப்பவர்கள் விளையாட்டுக்களின் பங்கினைக் கூர்மையாக மதிப்பிட்டு அறியவேண்டும்.

சூதாட்டத்துக்கும் விளையாட்டுக்கும் தொடர்பு உண்டு என்பதை நிகழ்கால உலக அரசியலிலும் காணலாம். பன்னாட்டு வணிக நிறுவனங்கள் கவர்ச்சிகரமான பரிசுத் தொகைகளின் மூலம் விளையாட்டு வீரர்களையும் தடகள வீரர்களையும் சூதாட்ட உணர்வுடையவர்களாக மாற்றியிருக்கின்றன.

'வெல்வதற்காக அல்ல விளையாடுவதற்காகவே விளையாட்டு' என்ற ஒலிம்பிக் குறிக்கோள் எளிதாக முறியடிக்கப் பட்டுவிட்டது. பழைய ரோமானிய 'கிளாடியேட்டர்கள்' எனப்பட்ட மனித சண்டைக் கடாக்கள் விளையாட்டின் பேரால் மீண்டும் உருவாக்கப்படுவதுதான் கவலையினைத் தருகிறது.

தவிடும் தத்தும்

மகப்பேறு இல்லாமை வாழ்க்கையில் ஒருவர்க்கு ஏற்பட்ட குறைபாடு என்ற கருத்து உலகில் எல்லாச் சமூகங்களிலும் உள்ளது. மகப்பேறு என்பது கடவுளால் அருளப்படுவது என்பது பழைய சமூகங்களில் பிறந்த நம்பிக்கையாகும். விஞ்ஞான உணர்வும் விஞ்ஞானக் கல்வியும் வளர்ந்திருக்கிற இன்றும் இந்த நம்பிக்கை மக்கள் மனத்தில் வேர்கொண்டு இருக்கிறது. இன்றைய சூழ்நிலையில், 'கடவுள் அருளுவது மகப்பேறு' என்ற பழைய நம்பிக்கை எதிர்மறையாகவே உயிர் வாழ்கிறது. அதாவது, 'கடவுளின் அருள் கிடைக்காததனால் மகப்பேறு இல்லை' என்ற நம்பிக்கையே அதிகமாக இருக்கிறது. உலகத்தின் பழைய சமூகங்கள் இந்த மனக் குறையை எவ்வாறு நிறைவு செய்து கொண்டன என்பதை அறிய நமக்குச் சான்றுகள் கிடைக்கவில்லை.

குடும்பமும் தனிச் சொத்துரிமையும் வளர்ந்துவிட்ட காலச் சூழலில் மகப்பேறின்மை மட்டும் வாழ்க்கையின் குறையாகக் கருதப்படவில்லை. சொத்துக்குரிய ஆண்பிள்ளை இல்லாததும் வாழ்க்கையின் குறையாகக் கருதப்பட்டது.

தமிழ்ச் சமூகத்தில் மகப்பேறு இல்லாதவர்கள் நிறைய பிள்ளைகளைப் பெற்றிருக்கிற உறவினர்களிடமிருந்து ஒரு பிள்ளையை – பெரும்பாலும் ஆண்பிள்ளைகளில் ஒருவரை – 'தவிட்டு விலைக்கு' வாங்கியிருக்கின்றனர்.

குடும்பம் எவ்வளவு வறுமையுற்றிருந்தாலும் பெற்றோர் யாரும் பிள்ளைகளை விற்க முன்வர மாட்டார்கள். பிள்ளையை

இரவலாகக் கொடுத்தால், கொடுத்தவன் கொடுத்த பொருளை எந்த நேரமும் திரும்பக் கேட்டுப் பெறும் உரிமை அவனுக்கு உள்ளது. 'விற்ற பொருளுக்கு விலையில்லை' என்பது ஒரு சொல்லடை. அதாவது, பொருளை விற்றவன் அந்தப் பொருளின் மீது, மீண்டும் விலைக்கு வாங்கும் உரிமையினையும் இழந்துவிடுகின்றான். எனவே, பிள்ளையைக் கொடுத்தவன் திரும்பக் கேட்காமல் இருக்கவேண்டுமென்றால் அதனை அவன் விற்றே ஆக வேண்டும். இது சமூகத்தில் எழுந்த உணர்வு ரீதியான ஒரு பண்பாட்டு நெருக்கடியாகும். இதற்குத் தீர்வு காணும் முறையில்தான் ஒரு கைப்பிடி அளவு தவிட்டை விலையாகப் பெற்றுக்கொண்டு குழந்தையை விற்றதுபோலப் பாவனை செய்திருக்கிறார்கள்.

ஒரு கைப்பிடி தவிடு என்பது மிக அற்பமான பொருளாதார மதிப்பினை உடையது. அது ஒரு மூலப்பொருள் அன்று. மூலப்பொருளாகிய நெல்லிலிருந்து கழிக்கப்பட்ட, மனிதன் உண்ணாத பொருளாகும். உப்பு, வெற்றிலை போன்ற பொருள்கள் தொல் பழைய நம்பிக்கை சார்ந்த பொருள்கள். உப்பு நன்றியுணர்வைப் புலப்படுத்தும் அடையாளம். இது போன்ற தொல் பழைய நம்பிக்கை எதுவும் தவிட்டின்மீது சாரவில்லை. எனவே தவிடு குழந்தைக்கான பண்ட மாற்றுப் பொருளாகக் கருதப்படுகிறது.

தவிட்டுக்குப் பிள்ளை கொடுத்தவர்கள் தங்கள் பொருளாசையால் பிள்ளையினை விற்கவில்லை என்று மன அமைதி கொள்ளலாம். பிள்ளையை வாங்கியவரோ விலைக்கு வாங்கிய உணர்வோடு குழந்தையின்மீது உணர்வுப்பூர்வமாக முழு உரிமை கொண்டாடலாம்.

குறைந்த விலை, அடிமட்ட விலை என்பதைக் குறிக்கக் கிராமப்புறங்களில் இன்றுங்கூடத் 'தவிட்டு விலை' என்ற தொடரைப் பயன்படுத்துகிறார்கள். இரண்டாயிரம் ரூபாய் பெறுமானமுள்ள மாட்டினை இருநூறு ரூபாய்க்குக் கேட்டால், "தவிட்டு விலைக்குக் கேட்கிறான்" என்று சொல்லும் வழக்கம் இருக்கிறது.

தவிட்டுக்குப் பிள்ளை வாங்குவதும், பிள்ளையைத் தத்து எடுப்பதும் அடிப்படையில் வேறுபட்டவை. தவிட்டுக்குப் பிள்ளை வாங்குவது குழந்தை இல்லை என்ற மனக்குறையை நிறைவு செய்ய. தத்து எடுப்பது சொத்துரிமையைத் தக்கவைக்க.

தத்தெடுக்கும் வழக்கம் பிராமணர்களிடத்தும் நகரத்தார் (நாட்டுக் கோட்டைச் செட்டியார்) சமூகத்திலும் சடங்குரீதியாகச் செய்யப்படுகிறது. இவ்விரு சமூகத்தவரும் ஆண் பிள்ளையை மட்டுமே தத்தெடுக்கின்றனர். தான் இறந்த பின்னர் தனக்கும் தன்

முன்னோர்க்கும் நீத்தார் கடன் (நீர்க்கடன்) செய்ய வேண்டிய ஆண்பிள்ளைகள் இல்லாதவர்களின் ஆன்மா தாகத்தோடு அலையும் அல்லது 'புத்' என்னும் நரகத்தில் கிடந்து உழலும் என்பது வைதீக நம்பிக்கை. இந்தக் குறையைப் போக்கும் பொருட்டும் தங்கள் சொத்துக்கு ஆண் வாரிசு தேடியும் மேற்குறித்த இரு சமூகத்தினரும் தத்து எடுக்கிறார்கள். இவ்விரு சமூகத்திலும் பிள்ளையைத் தத்துக் கொடுக்கிறவர்கள் அதற்குப் பதிலாகச் சில மரியாதைகளையும் சிறிது பணமும் பெற்றுக் கொள்கின்றார்கள்.

ஆனால் நாட்டார் மரபுகள் நீர்க்கடன் கழிக்கவும், சொத்துக்களை ஆளவும் தத்தெடுக்கின்ற மேல் சாதி மரபினை நிராகரித்தே வந்திருக்கின்றன.

பணத்துக்குப் பிள்ளை வாங்கி
பந்தியிலே விட்டாலும்
பந்தி நெறஞ்சிருமா
பாத்த சனம் ஓப்பிடுமா
காசுக்குப் புள்ள வாங்கி
கடத் தெருவே விட்டாலும்
கடத்தெரு நெறஞ்சிருமா
கண்ட சனம் ஒப்பிடுமா

என்பது தென்மாவட்டங்களில் கேட்கப்படும் ஒப்பாரியாகும்.

தவிட்டு விலையும் தத்தும் போல அல்லாமல் 'எடுத்து வளர்த்தல்' என்னும் மற்றொரு முறையும் இருந்திருக்கிறது. அடுத்தவர் பிள்ளையினை அவரது உரிமையினை ஒத்துக் கொண்டபடியே எடுத்து வளர்ப்பது இது.

சிவப்பிராமணரான சுந்தரமூர்த்தி நாயனாரை நரசிங்க முனைய தரையர் என்னும் குறுநில மன்னர் எடுத்து வளர்த்தார் என்பது பெரிய புராணம் தரும் செய்தி. அதுபோலவே, வைணவ ஆசாரியர்களில் ஒருவரான பராசர பட்டரை, திருவரங்கத்து இறைவனான நம்பெருமாளே 'மஞ்சள்நீர் குடிக்கச் செய்து' தம் பிள்ளையாக ஆக்கிக்கொண்டார் என்பது ஆறாயிரப்படி குருபரம்பரைப் பிரபாவம். 'மஞ்சள் நீர் குடிக்கச் செய்தல்' என்பது வளர்த்தெடுக்கும் உரிமைக்கான சிறு சடங்காக இருந்திருக்கலாம்.

துடுப்புக் குழி

தொல்பழங்காலத்தில் மனிதனுக்கு வியப்பினை அளித்த நிகழ்வுகளில் ஒன்று மனிதன் பிறக்கும் முறை. தாயின் உடலின் சிறிய துளை வழியே குழந்தை வெளிவருவதும் அதைத் தொடர்ந்து நஞ்சும் கொடியும் வெளியே வருவதும் அவனுக்கு வியப்பையும் அச்சத்தையும் விளைவித்தன. கணத்தின் வளர்ச்சிக்குச் சூல் நிறைந்த வயிறு உயிரைத் தருவதால் அது அவனுக்கு வழிபடு

பொருளாயிற்று. நிறைந்த நீர்க்குடத்தையும், சூல் கொண்ட பெண் வயிற்றின் அடையாளமாகக் கருதி அவன் வழிபட்டான். குழந்தையுடன் பிறந்த நஞ்சும் கொடியும் அவனுக்கு அச்சம் தந்த வழிபடு பொருளாயின. மகப்பேற்றுச் சடங்கு ஒன்று இதன் விளைவாகப் பிறந்தது.

நஞ்சையும் கொடியையும் மந்திரப்பொருளாகக் கருதிப் பிறர் பார்வையில் படாதவாறு குழியிலிட்டு மூடிவிடுவதே இன்றும் வழக்கமாக உள்ளது.

குறைந்த வலியுடன் தாயினையும் குழந்தையினையும் உயிர் இழப்போ பிற இழப்புக்களோ இல்லாமல் பிரித்துத் தந்ததற்காகப் பெண்ணின் பிறப்புறுப்பு (யோனி) தெய்வீக அருளுடையதாகக் கருதப்படுகிறது. நஞ்சும் கொடியும் தெய்வத்தின் பிரதிநிதியாகக் கருதப்பட்டு அவற்றைப் புதைத்த இடம் தீட்டுக் காலம் முடியும்வரை வழிபடு இடமாகிறது.

குழந்தைப் பேற்றுத் தீட்டைக் கழிக்கும் நாளன்று (பெரும்பாலும் 10 அல்லது 16ஆம் நாள்) துடுப்புக்குழி போடுதல் அல்லது தொடுப்புக் குழி போடுதல் என்னும் சடங்கு நடை பெறுகிறது.

குழந்தைப்பேறு நாள் தொடங்கித் தீட்டுக் கழிக்கும் நாள் வரை பெற்றவள் யோனித் தெய்வத்தின் ஆளுகையில் இருக்கிறாள். எனவே அந்தக் காலப்பகுதி விலக்கிற்குரிய காலமாகக் கருதப்படுகிறது. தீட்டுக் கழிக்கும் சடங்கும் ஆண் விலக்கிற்கு உரியதாகக் கருதப்படுகிறது.

கிராமப்புறங்களில் பெரும்பாலும் வீட்டின் பின்புறம் உள்ள மண் தரையில் ஆழமாகக் குழிதோண்டி நஞ்சையும் கொடியையும் புதைக்கின்றனர். பின்னர் அந்த இடத்தைச் சுற்றி ஓலை அல்லது தட்டி கொண்டு வேலியிட்டு மறைக்கின்றனர். குழந்தைபெற்ற தாய் தீட்டுக் காலம் கழியும்வரை அம்மறைப்பினுள் நின்றுகொண்டு குளிக்கிறாள். அவள் குளித்த நீர் வெளியில் வராதவண்ணம் அந்தக் குழிக்குள்ளேயே இறக்கி விடப்படுகிறது.

பதினாறாம் நாள் தீட்டுக் கழிக்கும் சடங்கு குழியின் முன்னர் நடை பெறுகிறது. மூன்று இலைகளில் உணவினைக் குழியின் முன்னால் படைக்கிறார்கள். சோற்றின்மீது கருவாட்டுக் குழம்பு ஊற்றுகிறார்கள். அவித்த முட்டையும், காயமும் கருப்பட்டியும் சுக்கும் சேர்ந்த மகப்பேற்று மருந்து உருண்டையினையும் இலைகளின்மீது வைக்கிறார்கள். பின்னர் சோற்றின்மீது ஒரு சிறிய மரக்குச்சியினை ஊன்றி வைக்கிறார்கள்; செம்பு நிறையத் தண்ணீர் வைத்து, அதன்மீது உதிரிப் பூக்களைத் தூவுகிறார்கள்.

பிறகு சூடத்தைப் பொருத்தி ஆரத்தி காட்டி, 'துடுப்புக்குழி நாச்சியாரே! இடுப்புக் குறுக்கு நோகாம பிள்ளையையும் தாயையும் காப்பாத்தம்மா!' என்று சொல்லிச் சாமிகும்பிடுகிறார்கள். பிறகு மூன்று இலையில் உள்ள உணவையும் குழந்தை பெற்ற தாய், தொட்டுப்பிடித்த பெண் (மகப்பேற்று நேரத்தில் உதவியவள்), மகப்பேற்றுக்கு உதவிய மருத்துவச்சி (நாவிதர் குடும்பத்துப் பெண்) ஆகிய மூவரும் சாப்பிடுகிறார்கள். சாமிகும்பிடும்போதும் அக்குழிக்கு முன் ஒரு நிமிட நேரம் குழந்தையைக் கிடத்தி எடுத்துக்கொள்கிறார்கள்.

இந்தச் சடங்கு முழுவதும் பெண்களாலேயே நடத்தப்படுகிறது. படைக்கப்பட்ட உணவினைப் பார்க்கக்கூட ஆண்களுக்கு அனுமதி இல்லை. சைவ வேளாளர் தொடங்கி பிராமணரல்லாத எல்லாச் சாதியினரிடையேயும் இச்சடங்கு நிகழ்வதைத் தென்மாவட்டங்களில் இக்கட்டுரையாளர் கண்டிருக்கிறார். சைவ வேளாளர் வீடுகளில் மட்டும் கருவாட்டுக் குழம்பிற்குப் பதிலாகக் காரக் குழம்பு என்னும் மிளகுக் குழம்பு ஊற்றப்படுகிறது.

சாமி கும்பிடும்போது, பெண்களின் வேண்டுகோள் எதிர்காலத் தன்மையுடன் இருந்தாலும் அந்தச் சடங்கு யோனித் தெய்வத்திற்கு நன்றி தெரிவிக்கும் சடங்காகவே நடைபெறுவதைக் காணலாம். பிறந்த குழந்தை இறந்துவிட்டால் இச்சடங்கு நடைபெறுவதில்லை என்பதும் குறிப்பிடத்தக்கது. துடுப்புக்குழி என்பது சடங்கு நடைபெறும் நாள்வரை யோனித் தெய்வம் உறையும் இடமாகக் கருதப்படுகிறது. ஊன்றப்பட்ட குச்சி ஆண்உறுப்பைக் குறியீடாகக் காட்டி நிற்கின்றது. கருவாட்டுக் குழம்பும் மகப்பேற்று மருந்தும் மருத்துவத் தன்மையுடையன வாகவும் மந்திரத் தன்மையுடையனவாகவும் கருதப்படுகின்றன.

கும்பகோணத்திற்கு அடுத்த தாராசுரத்தில் நெடுஞ்சாலை ஓரமாக அமைந்துள்ள சக்கராயி கோயில் யோனித் தெய்வத்தின் கோயிலாகும். முகத்திற்குப் பதிலாகத் தாமரை மலரோடு, ஆடையின்றிப் பிறப்புறுப்பினை வெளிக்காட்டி, குத்துக்கால் இட்டபடி இத்தெய்வத்தின் சிலை அமைந்துள்ளது. இன்றுவரை அப்பகுதியில் வாழும் மக்கள் மகப்பேற்றுத் தீட்டுக்காலம் கழிந்தவுடன் பிறந்த மகவை இக்கோயிலுக்கு எடுத்துவருகின்றனர். இத்தெய்வத்தின் முன் ஒன்றிரண்டு நிமிடங்கள் குழந்தையைக் கிடத்தி வழிபட்டுச் செல்கின்றனர்.

சிமெண்ட் நாகரிகம் பரவிய நகர்ப்புறங்களிலும், மகப் பேறானது மருத்துவமனையில் நிகழும் இடங்களிலும் இச் சடங்கு வீட்டிற்குள் திருவிளக்கின் முன் நிகழ்த்தப் பெறுகிறது. (சமூகவியல் அறிஞரான ஜி.எஸ். குர்யே இந்தியாவின் வட பகுதி மக்களிடத்தில்

நஞ்சும் கொடியும் பற்றிய நம்பிக்கைகள், சடங்குகள் குறித்து ஆங்கிலத்தில் ஒரு கட்டுரை எழுதியுள்ளார்.) தமிழ்நாட்டில் யோனி வழிபாடு நடந்ததற்கான தொல் எச்சமாக இன்று தாராசுரம் சக்கராயி கோயிலும் இந்த வீட்டுச் சடங்குமே எஞ்சியுள்ளன. பிறவகையான சிறப்புச் சான்றுகள் கோயில் தூண்கள் சிலவற்றிலும் சில தேர்ச் சிற்பங்களிலும் காணப்படுகின்றன.

பண்பாட்டு அசைவுகள்

இக்கட்டுரையாளர் சில ஆண்டுகளுக்கு முன்னர் நெல்லை மாவட்டத்தில் கண்ட நிகழ்ச்சி இது. அது ஒரு சிறிய நகரம். ஆனாலும் தெருக்கள் சாதிவாரியாகவே அமைந்திருக்கின்றன. இருபத்தெட்டு வயது உடைய இளைஞர் ஒருவர் விபத்தொன்றில் இறந்துபோனார். அவருடைய மனைவிக்கு வயது இருபத்து மூன்று. மூன்று வயதில் ஒரு பெண் குழந்தை இருந்தது.

அந்தப் பிற்பகல் நேரத்தில் பிணத்தை எடுத்துச்செல்ல ஊரே திரண்டிருந்தது. ஆண்கள் இழவு வீட்டிற்கு வெளியே பெஞ்சுகளில் அமர்ந்திருந்தனர்; வேறு சிலர் நின்று கொண்டிருந்தனர். ஒருபுறத்தில் இறுதி ஊர்வலத்திற்கான மேளச் சத்தமும் அதற்குரிய நாகசுரமும் ஒலித்துக் கொண்டிருந்தன. வீட்டிற்குள் பெண்கள் உரத்த குரலில் அழுதுகொண்டிருந்தனர்.

திடீரென்று மேளச்சத்தம் நின்றது. இழவு வீட்டிற்கு உள்ளிருந்து ஒரு மூதாட்டி வெளியில் வந்தார். பேசிக்கொண்டிருந்த ஆண்கள் பேச்சை நிறுத்தினர். அம்மூதாட்டியின் கையில் தண்ணீர் ததும்பி வழியும் செம்பொன்று இருந்தது. அந்தத் தண்ணீர்ச் செம்பை அவர் கூட்டத்தின் நடுவில் வைத்துவிட்டு நிமிர்ந்தார். அவரது வலக்கையில் ஏதோ மடக்கி வைத்திருந்தார். கூர்ந்து பார்த்ததில் அவை உதிரிப் பிச்சி (முல்லை)ப் பூக்கள் என்று தெரிந்தன. அவர் கூட்டத்தை ஒரு முறை நிதானமாகத் திரும்பிப் பார்த்தார். பின்னர் கையில் இருந்த பிச்சிப் பூக்களில் ஒன்றைச் செம்பில் நிறைந்த நீரின்மீது இட்டார். கூட்டம் மூச்சடங்கியது போல் அமர்ந்திருந்தது. பின்னர் இன்னொரு பூவைச் செம்புத் தண்ணீரின் மேலிட்டார். இரண்டு பூக்கள் செம்பு நீரில் மிதப்பது எல்லார் பார்வைக்கும் தெரிந்தது. கூட்டத்தில் இருந்த பெரியவர்கள் ச்சூ, ச்சூ. . . என்று அனுதாபத்தோடு ஒலி எழுப்பினர். பின்னர் அம்மூதாட்டி மூன்றாவது பூவையும் செம்பு நீரில் இட்டார். கூட்டம் மறுபடியும் அனுதாப ஒலி எழுப்பியது. ஒன்றிரண்டு நொடிகள் கழித்த பிறகு அந்தப் பெண் நீரிலிட்ட மூன்று பூக்களையும் கையில் எடுத்துக்கொண்டு செம்பு நீரைத் தரையில் கொட்டிவிட்டு விடுவிடென்று இழவு வீட்டிற்குள் சென்றுவிட்டார். கூட்டத்தில்

அனுதாப ஒலியோடு பேச்சும் எழுந்தது. 'ம் பாவம்...,' 'என்னத்தச் சொல்றது...'

கூட்டத்தில் ஒருவனாக நின்று இதை எல்லாம் கவனித்துக் கொண்டிருந்த கட்டுரையாளர், கூட்டத்தில் இருந்த பெரியவரிடம் இதுபற்றிக் கேட்டபோது கிடைத்த பதில் 'இது தெரியலையா ஒனக்கு... தாலி அறுக்கற பொம்பளப்புள்ள மூணு மாசமா முழுகாம இருக்கு.' விவரம் புரியாத கட்டுரையாளர் திரும்பக் கேட்டார். 'அந்தப் பொண்ணு முழுகாம இருக்கற விஷயத்தை ஏன் ஊருல சொல்லணும்.' கட்டுரையாளரின் கேள்வி எரிச்சலோடு அமைந்திருந்தது. ஒரு பெரியவர் இடைமறித்துச் சொன்னார். 'பேரப்புள்ள, ஏழு மாசம் கழிச்சு அவபுள்ள பெத்தா நீ கேக்க மாட்டியா, எப்படிப் புள்ள வந்திச்சுன்னு.'

கட்டுரையாளர் அதிர்ச்சியாலும் அவமானத்தாலும் குன்றிப்போனார். 'இதோ, இந்தப் பெண் இறந்து போனவனுக்காக வயிறு வாய்த்திருக்கிறாள். ஏழு மாதம் கழித்துப் பிறக்கப் போகும் குழந்தைக்குத் தந்தை இன்றைக்கு இறந்து போனவன் தான்' என்று ஊரும் உலகும் அறிய அந்தச் சடங்கு பிரகடனம் செய்திருக்கிறது. சங்க இலக்கியங்களில் பேசப்படும் 'வரைவு கடாதல்' துறையின் பெருமை கட்டுரையாளருக்கு அப்பொழுது தான் புரிந்தது. பிறக்கின்ற எந்த மனித உயிரும் தந்தை பெயர் அறியாமல் பூமிக்கு வரக்கூடாது என்ற சமூகக் கட்டுப்பாடு புரிந்தது.

இந்தச் சோகத்துக்கு ஊடே சிறிய மகிழ்ச்சி தந்த மற்றொரு செய்தியும் உண்டு. ஒரு பண்பாடு பேச்சே இல்லாத ஒரு சின்ன அசைவின் மூலம் எவ்வளவு நுட்பமாகவும், மென்மையாகவும் தன்னை அடையாளம் காட்டிக் கொள்கிறது!

அறையும் கல்லறையும்

உலகின் பழைய மொழிகளில் ஒன்று தமிழ் என்பதால் தொல் பழங்கால வாழ்க்கை முறையினையும் சிந்தனைகளையும் சித்திரிக்கும் சொற்கள் தமிழில் நிறைய உண்டு. அவற்றுள் ஒன்றனைப் பற்றி இப்போது சிந்திக்கலாம்.

'அறை' என்ற சொல் இக்காலத்தில் தனிநபர் வாழ்கின்ற சிறிய வாழ்விடத்தைக் குறிக்கிறது. பெரும்பாலும் 'ரூம்' என்ற ஆங்கிலச் சொல்லின் தமிழ் மொழிபெயர்ப்பாகவே இது பயன்படுத்தப்படுகிறது. இச்சொல் பழந்தமிழ் இலக்கியங்களில் 'பாறை' என்ற பொருளிலேயே ஆளப்படுகின்றது. 'ஞாயிறு காயும் வெவ்வறை' (குறுந்), 'அறையும் பொறையும் ஆறிடை மயக்கமும்' (சிலம்பு) எனவரும் இலக்கியப் பகுதிகள் இதற்குச்

சான்றுகள். திருவெள்ளறை, வெள்ளறைப்பட்டி எனப் பாறையால் அடையாளமிடப்பட்ட ஊர்ப்பெயர்களும் வழங்கி வருகின்றன. அறை என்பது அறுக்கப்பட்ட அல்லது குறைக்கப்பட்ட என்ற பொருளையும் குறித்திருக்கிறது. ‘அறிவறை போகிய பொறியறு நெஞ்சத்து’ (சிலம்பு) எனவரும் பகுதி இதற்குச் சான்றாகும்.

இன்று, ‘கல்லறை’ என்பது நிலத்தில் தொட்டி போன்ற அமைப்பில் கட்டப்பட்டு உள்ளே இறந்தவர் உடலை வைக்கும் கட்டட அமைப்பைக் குறிக்கிறது. நிலத்தைக் கல்லிக் கட்டுவதால் ‘கல்லறை’ எனப் பெயர் பெற்றதாகத் தொல்லியல் ஆய்வாளர் குழந்தை வேலன் விளக்கம் தருகிறார். கல்லறை, கல்லறைத் தோட்டம் ஆகிய சொற்கள் இப்பொழுது தமிழ்க் கிறித்தவர்களின் இடுகாட்டையே குறித்து வழங்குகின்றன.

இறந்தவரைப் புதைக்கும் இடங்களும், முறைகளும் தொல்லியல் ஆராய்ச்சியாளருக்கு முக்கியமான சான்றுகளாகும். தமிழ்நாட்டில் காணப்பெறும் புதைவிடங்களை அறிஞர்கள் நான்காக வகைப்படுத்துவர். இறந்த மனிதனைப் புதைத்த இடத்தின் மேல் ஒரு பெரிய கல்லையோ அல்லது கற் குவியலையோ அமைப்பது ஒரு முறை; புதைத்த இடத்தின் மேல் ஒரு கல்லை வைத்துவிட்டு அதைச் சுற்றிலும் 15 அடி குறுக்களவில் வட்டவடிவமாகக் கற்களைத் தரையில் புதைத்து விடுவது மற்றொரு முறை; புதைத்த இடத்தின் மேல் சுமார் 8 முதல் 10 அடி வரை உயரமுள்ள கூம்பு வடிவிலான, அரைகுறையாகச் செதுக்கப்பட்ட கற்களை நடுவது இன்னொரு முறை. நான்காவது வகையே நம் ஆய்வுக்குரியது.

இவ்வகையான கல்லறைகளில் அரைகுறையான கற்பலகைகளைச் செய்து அவற்றைப் புதைக்கப்பட்ட உடலின் நாற் புறமும் நட்டுவிடுவர். இப்பலகைகள் தரைக்கு மேற்புறமாக நான்கடி உயரத்தில் அமைந்திருக்கும். இந்நான்கு கற்பலகைகளின் மேலும் பொருந்துமாறு மேலே ஒரு கற்பலகை வைக்கப்பட்டிருக்கும். பக்கவாட்டில் நிறுத்தப்பட்ட கற்பலகை ஒன்றில் சிறிய துளை இடப்பட்டிருக்கும். இந்த அமைப்பு, மொத்தத்தில் ஒரு அறைபோல இருக்கும். அதாவது இக்காலத்தில் பெரிய நிறுவனங்களில் வாயிற் காவலருக்காக அமைக்கப்பட்டுள்ள சிற்றறைபோல இருக்கும்.

முதல் வகைக் கல்லறைகள் தருமபுரி, புதுக்கோட்டை மாவட்டங்களிலும், இரண்டாம் வகை தமிழ்நாடு முழுவதிலும் காணப்படுகின்றன. புதைக்கப்பட்ட இடத்தின்மீது மிகப்பெரிய கல்லை வைக்கும் அமைப்பினைச் சங்க இலக்கியம் ‘நெடுங்கல்’ என்று குறிப்பிடுகிறது. கூம்பு வடிவிலான ஒற்றைக் கற்கள் தருமபுரி

மாவட்டத்தில் காணப்படுகின்றன. இவற்றை ஆங்கிலத்தில் menhirs என்பர்.

அறைபோலக் கற்பலகைகளால் செய்யப்பட்ட அமைப்பு புதுக்கோட்டை மாவட்டத்தில் நார்த்தாமலை அருகிலும், கிருஷ்ணகிரிக்கு அருகிலுள்ள மல்லசமுத்திரம் மலையிலும் காணப்படுகின்றன. இதை அவ்வூர் மக்கள், 'குரங்குப் பட்டடை' என்றும் பஞ்ச பாண்டவர் வனவாசத்தின்போது தங்கியிருந்தவை என்றும் குறிப்பிடுகின்றனர். இவ்வகையான கல்லறைகள் கொடைக்கானல் அருகில் பண்ணைக் காட்டிலும் காணப்படுவதாகச் சொல்லப்படுகின்றது. இறந்த மனிதனுக்காகக் கல்லைப் பலகைபோலச் செதுக்கிச் சிறிய வாழ்விடம் போல அமைக்கப்பட்ட இந்த அமைப்பில் இருந்தே 'கல்லறை' என்ற சொல் பிறந்திருக்க வேண்டும். 'பாறை' என்ற பொருளில் தொடங்கி, 'அறுக்கப்பட்ட பாறை' என்ற பொருளில் விரிந்து, 'சிறிய வாழ்விடம்' என்ற பொருளில் அறை என்ற சொல் நிலைப்பட்டிருக்கிறது.

மேலேகுறிப்பிட்ட அனைத்துவகைக்கல்லறை அமைப்புக்களும் கிறித்துவுக்கு முற்பட்ட காலத்திலேயே தொடங்கியவை என்று தொல்லியல் ஆராய்ச்சியாளர் கருதுகின்றனர். ஒரு சிறிய சொல் மனித குல வரலாற்றின் பக்கங்களை நுணுக்கமாகக் கோடிட்டுக் காட்டுகிறது. இவ்வகையான சொற்கள் தமிழில் நிறைய உள்ளன.

அறியப்படாத தமிழகம்

தமிழகப் பௌத்தம்: எச்சங்கள்

தமிழ்நாட்டில் இன்றும் படித்தவர்கூட இப்படித்தான் சொல்கிறார்கள்: "சமணமும் பௌத்தமும் வட நாட்டில் பிறந்து வளர்ந்த மதங்கள். தமிழ்நாட்டிற்கும் அவற்றிற்கும் சம்பந்தம் இல்லை." உண்மையில் கி.பி. ஏழாம் நூற்றாண்டு வரை சமணமும் பௌத்தமும் தமிழ்நாட்டில் கொடிகட்டிப் பறந்த மதங்கள் ஆகும். கடைக்கோடிச் சிற்றூர்வரை அவை பரவி இருந்தன. கி.பி. ஏழாம் நூற்றாண்டில் பக்தி இயக்கம் தோன்றிய பிறகு பௌத்த மதம் படிப்படியாக மறைந்தது. இன்றளவும் வடமாவட்டங்களில் குறிப்பாக, திண்டிவனம், வந்தவாசி, காஞ்சிபுரம் ஆகிய பகுதிகளில் ஒரு இலட்சத்திற்கும் மேற்பட்ட தமிழர்கள் சமணர்களாக வாழ்கிறார்கள். இப்பகுதியில் சமணக் கோயில்கள் உள்ளன. இச்செய்திகூடப் பலர் அறியாததாக இருக்கலாம்.

ஆனாலும் ஒரு காலத்தில் தமிழக மக்களின் பெரும் பகுதியினர் சமண பௌத்த மதங்களின் செல்வாக்குக்கு ஆட்பட்டிருந்தனர். இந்த உண்மையைக் காட்டும் தொல்லெச்சங்கள் இன்றும் இருக்கின்றன. சைவ, வைணவ, சுமார்த்தத் துறவிகள் துறவுக்கு அடையாளமாகச் சிவப்பு ஆடை அணிகின்றனர். துறவு நெறியை இந்தியாவில் உருவாக்கி வளர்த்தவை சமண பௌத்த மதங்கள்தாம். பௌத்த மதத்தின் துறவிகள்தாம் முதலில் செவ்வாடை அணிந்தவர்கள். 'சீவர' ஆடை அணிந்தவர்கள் என்று அவர்களைத்

தேவாரம் கண்டிக்கிறது. பௌத்த மதம் அழிந்த பிறகு சைவ, வைணவ, சுமார்த்தத் துறவிகள் சிவப்பு ஆடை அணியத் தொடங்கினர். துறவிக்குச் செவ்வாடை என்பது பௌத்த மதம் தந்ததாகும்.

பௌத்த மதம் தந்த மற்றொரு வழக்கம் தலையினை மொட்டையடித்துக் கொள்வது. வேத, புராணங்களிலோ தேவார, திவ்வியப் பிரபந்தங்களிலோ இவ்வழக்கத்தைப் பற்றிய பேச்சே இல்லை. திருப்பதி, பழநி, திருச்செந்தூர் ஆகிய கோவில்களில் சென்று மொட்டையடித்துக் கொள்ளும் வழக்கம் மட்டும் மக்களிடையே பரவலாக உள்ளது. (ஆனால் தமிழ்நாட்டுப் பிராமணர்கள் இவ்வழக்கத்தை ஏற்றுக்கொள்ளவில்லை என்பது குறிக்கத்தகுந்தது.) தலை முடியினைப் பௌத்தத் துறவிகள் மழிகத்தியினால் களைந்து கொள்வார்கள்.

பௌத்த மதத்தின் துறவிகள் கையில் வைத்திருக்கக்கூடிய எட்டுப் பொருள்களில் தலைமழிக்கும் கத்தியும் ஒன்று. மதத்தின் பெயரால் தலைமுடியைப் புனிதத்தலங்களில் மழித்துக் கொள்ளும் வழக்கத்தைப் பௌத்தத் துறவிகளிடமிருந்துதான் தமிழ் மக்கள் கற்றுக்கொண்டனர்.

அரசமரம் பௌத்தர்களுடைய புனிதச் சின்னமாகும். பௌத்த மதத்தில் அரசமரம் ஞானத்தின் குறியீடாகக் கருதப்படுகிறது. அதைப் பின்பற்றித் தமிழர்களும் அரசமர வழிபாட்டினைக் கைக்கொண்டிருக்கிறார்கள். பௌத்த மதம் தமிழ்நாட்டில் செழித்திருந்த ஊர்களில் ஒன்று போதி மங்கை எனப்படும். 'சாக்கியர்தம் போதிமங்கை' என்று இந்த ஊரை அப்பர் தேவாரம் குறிப்பிடுகின்றது. போதிமரம் என்பது அரசமரத்தைக் குறிக்கும்.

தமிழர்கள் இன்று பரவலாக ஏற்றுக்கொண்டிருக்கும் 'பட்டிமண்டபம்' என்ற கலைவடிவம் பௌத்த மதத்திலிருந்து பிறந்தது. பிற மதவாதிகளோடு வாதம் நடத்திவென்று தங்கள் மதத்தைப் பரப்புவது பௌத்தத் துறவிகளின் வழக்கம். ஒரு ஊருக்குள் நுழைகின்ற பௌத்தத் துறவி, ஊர்ப்பொது இடத்தில் அரசமரத்தின் கிளை ஒன்றினை நாட்டிவிட்டுப் பிற சமயவாதிகளை வாதத்திற்கு அழைப்பது வழக்கம். 'ஒட்டிய சமயத்து உறுபொருள் வாதிகள் பட்டிமண்டபத்துப் பாங்கறிந்து ஏறுமின்' என்று வரும் மணிமேகலை அடிகள், 'பட்டிமண்டபம்' என்பது சமயக் கருத்துக்களை விவாதிக்கும் இடம் என்று காட்டுகின்றன.

ஆங்கிலக் கல்வி வருவதற்கு முன்னர் குருகுலங்களே பள்ளிகளாக இருந்தன. இக்குருகுலங்களில் பௌத்தத் துறவிகளும் கற்றுக்கொடுத்தனர். இக்குருகுலத்து மாணவர்களுக்கு அமாவாசை (கார் உவா) நாளும், பௌர்ணமி (வெள் உவா) நாளும்

விடுமுறை நாள்களாகும். இந்த நாள்களில் ஒரு வட்டாரத்தில் உள்ள பௌத்தத் துறவிகள் அனைவரும் கூடிச் சங்கக் கூட்டம் நடத்துவர். பௌத்தத் துறவிகள் அதற்குச் செல்லவேண்டி இருந்ததால் பள்ளிகளுக்கு விடுமுறை விடப்பட்டது. பௌத்தம் தமிழ்நாட்டில் மறைந்த பிறகும் திண்ணைப் பள்ளிகளில் இந்த நாள்களே விடுமுறையாகக் கொள்ளப்பட்டு வந்தன. இந்த உவா நாள்களில் ஆசிரியர்களுக்கு மாணவர்கள் அரிசியையும், காய்கறிகளையும் காணிக்கையாகக்கொண்டு கொடுத்தனர். இதுவே வாவரிசி (உவா அரிசி) எனப்படும் காணிக்கையாகும். இன்றும் இலங்கையில் வாழும் பௌத்தச் சிங்களர் 'போயா தினம்' என்று இந்த நாட்களை அறிவிப்பதை இலங்கை வானொலி மூலம் அறியலாம்.

உவா நாள் கூட்டங்கள் நடந்த மலைப்பகுதிகளுக்கு உவாமலை அல்லது ஓவாமலை என்று பெயர். இன்றும் தமிழ்நாட்டில் எண்ணற்ற மலைப்பகுதிகளுக்கு உவாமலை அல்லது ஓவாமலை என்று பெயர் வழங்கப்படுகிறது.

இவையெல்லாம் தமிழ்நாட்டில் வாழ்ந்து மறைந்த பௌத்த மதத்தின் எச்சங்கள் ஆகும். இவைமட்டுமல்ல இருபதாம் நூற்றாண்டின் நடுப்பகுதியில் அரசியல் உலகில் சூறாவளியாகக் 'கடமை, கண்ணியம், கட்டுப்பாடு' ஆகிய சொற்கள் உருவெடுத்தன. இவை புத்தம், தர்மம், சங்கம் ஆகிய பௌத்த மும்மைக் கோட்பாட்டின் மறுபிறவியேயாகும் என்பதைக் கூர்ந்து சிந்தித்தால் உணரலாம்.

சமணம்

'பள்ளி' என்ற சொல்லுக்குப் படுக்கை என்று பொருள். 'பள்ளியறை' என்றால் படுக்கையறை. 'பள்ளி கொள்ளுதல்' என்றால் உறங்குதல். இந்தச் சொல் எப்படிக் கல்வி நிலையத்தைக் குறிப்பதாயிற்று?

கிறித்துவுக்கு இரண்டு நூற்றாண்டிற்கு முன்னர் தமிழகம் வந்த சமண மதத்தின் திகம்பரத் துறவிகள் மலைக்குகைகளில் தங்கத் தொடங்கினர். சமண மதத்தின் கொடையாளர்கள் இவ்வகையான ஆடையில்லாத்துறவிகளுக்காக அவர்கள் தங்கும் குகையின் தரைப் பகுதியைப் படுக்கைபோலச் சமதளமாகச் செதுக்கிக் கொடுத்தனர். அந்தக் குகைகளுக்கு அருகில் மழைத் தண்ணீர் தேங்குவதற்கு ஒரு சிறிய குழி வெட்டப்பட்டிருக்கும். அந்தத் துறவிகளிடம் நீருண்ணும் பாத்திரம்கூடக் கிடையாது. அவர்கள் எட்டு நாள் (அட்டோபவாசம்), பதினாறு நாள் (சோடசோபவாசம்) உண்ணா நோன்பு இருக்கும் வழக்கம் உடையவர்கள். உண்ணா நோன்புக்

காலத்தில் அருகில் இருக்கும் குழியிலுள்ள மழைநீரைக் கையினால் சேந்தி அருந்துவார்கள். மக்களின் மருத்துவ உதவிக்காகச் சில மூலிகைகளும் ஏடுகளும் மட்டும் அந்தக் குகையில் இருக்கும். காலத்தால் முற்பட்ட தமிழ் (தமிழி – தமிழ் பிராமி) எழுத்துக்கள் இவ்வகை சமணக் குகைத் தளங்களிலிருந்தே இதுவரை கண்டுபிடிக்கப்பட்டுள்ளன.

இப்படிப்பட்ட குகைத் தளங்களை மதுரைக்கருகில் அழகர் மலை, ஆனைமலை, திருப்பரங்குன்றமலை, திருவாதவூர், சமணமலை, நாகமலை (மதுரை காமராசர் பல்கலைக்கழக மலையின் மேற்குப் பகுதி) ஆகிய இடங்களில் இன்றும் காணலாம். நாகமலையிலுள்ள புளியங்குளம் குகையில் மட்டும் ஐம்பது படுக்கைகளுக்கு மேலாக வெட்டப்பட்டுள்ளன.

ஆடையில்லாச் சமணத் துறவிகள் பசித்த நேரத்தில் மட்டும் அருகிலுள்ள ஊருக்குள் நுழைந்து கையினிற் பிச்சை ஏற்று உண்டு செல்வர். கல்வி, மருந்து, உணவு ஆகிய மூன்று கொடைகளும், அடைக்கலம் அளித்தலும் சமண மதத்தின் தலையாய அறங்கள் ஆகும். இவற்றுள் சோற்றுக் கொடை (அன்ன தானம்) இல்லறத்தார்க்கு மட்டுமே இயலும்.

'ஞானதானம்' செய்வதற்காகச் சிறுபிள்ளைகளைத் தங்கள் இருப்பிடத்திற்கு ஆடையில்லாத் துறவிகள் அழைத்துக் கற்றுக்கொடுத்தனர். குகைத்தளத்தில் பிள்ளைகள் அமர்வதற்கு வேறு இடம் கிடையாது. பள்ளித் தளத்தின் (கற்படுக்கைகளின்) மீதுதான் அமர்ந்திருக்க இயலும். பள்ளிகளின்மீது பிள்ளைகள் அமர்ந்து கற்றதனால் கல்விக் கூடம் பள்ளிக்கூடம் ஆயிற்று.

'கல்லூரி' என்பது இன்று உயர்கல்வி நிலையத்தைக் குறிக்கிறது. 'கல்லூரி நற்கொட்டிலா' (995) என்ற சீவக சிந்தாமணித் தொடரிலிருந்து இந்தச் சொல் பெறப்பட்டது. சிந்தாமணி சமண நூலாகும்.

தென் தமிழ்நாட்டில் ஐம்பதிற்கும் மேற்பட்ட சமணப் பள்ளிகள் இருந்தன. இங்கே ஆண் துறவிகளைப்போலவே பெண் துறவிகளும் ஆசிரியராக இருந்துள்ளனர். 'கனகவீரக் குரத்தியர்', 'பட்டினிக் குரத்தியடிகள்' எனக் கல்வெட்டுக்கள் 'குரத்தி' (குரவன் என்பதன் பெண்பாற் சொல்) எனும் பெயரோடு இவர்களைக் குறிக்கின்றன. 'மாணாக்கன்', 'மாணாக்கி' ஆகிய சொற்களும் சமணக் கல்வெட்டுக்களில்தாம் பெரும்பாலும் காணப்படுகின்றன. பெண் துறவிகளிடத்தில் மாணாக்கர்களும் பயின்ற செய்தியைக் கழுகுமலைக் கல் வெட்டுக்களால் அறிகிறோம். எனவே,

தமிழ்நாட்டின் கல்வி வளர்ச்சிக்கும் குறிப்பாகப் பெண் கல்வி வளர்ச்சிக்கும் சமணம் தொண்டாற்றிய செய்தியை உணரலாம்.

சமணத்தினளவு பிற மதங்கள் கல்வியைப் பெருமைப்படுத்த வில்லை. கல்வி கற்பதற்குப் பிறப்பினை (சாதியை) ஓர் அளவு கோலாகச் சமணம் கொண்டதில்லை. எனவே அனைவர்க்குமான கல்வி என்ற கோட்பாடு சமணத்திலிருந்து பிறந்ததாகவே கொள்ளவேண்டும்.

பிற்காலச் சமணத்தில் கல்விக்கென்றே 'வாக்தேவி' என்ற தெய்வமும் பிறந்தது. இதுவே வைதிக நெறியின் 'சரஸ்வதி'க்கு முன்னோடியாகும் என அறிஞர்கள் கருதுவர். 'சரஸ்வதி'க்குரிய வெள்ளுடை என்பது சமணப் பெண் துறவிகளின் 'வெள்ளை யாடை' (சுவேதாம் பரம்) மரபிலிருந்து வந்ததாக இருக்கலாம்.

கி.பி. பதின்மூன்றாம் நூற்றாண்டுக்கு முன் தமிழிலக்கிய இலக்கண வரலாற்றில் சமணத்தின் பங்கு மிகப் பெரியது என்பதை இலக்கிய மாணவர்கள் அறிவர்.

தேசிய இயக்கத்தின் வளர்ச்சியில் உண்ணா நோன்பு என்பது மிகப் பெரிய போராட்டக் கருவியாயிற்று. உண்ணா நோன்புக் காலத்தில் தண்ணீர் மட்டும் அருந்துவது சமணர்களிடமிருந்து நாம் கற்றுக்கொண்டதாகும்.

புலால் உண்ணாமையை ஓர் அறமாகக் கற்பித்ததும் சமண மதமே. புலால் தவிர்ந்த உணவு சைவ உணவு என வழங்கப்படுகிறது. ஈழத்தில் அதற்கு 'ஆரத உணவு' என்று பெயர். ஆரதர் என்பது ஆருகதர் (அருகன் அடியாரான சமணர்) என்ற சொல்லின் திரிபு.

இன்று பரவலாகக் கொண்டாடப்படும் தீபாவளி சமண மதத்தின் 24ஆம் தீர்த்தங்கரரான வர்த்தமான மகாவீரரின் இறந்த நாளாகும். அதையே வைதிக மரபுகள் நரகாசுரன் அழிந்த நாள் என்கின்றன.

தென் மாவட்டங்களில் பரவலாகக் காணப்படும் இயக்கி வழிபாடு சமண மதத்திலிருந்து பிறந்ததாகும். சமணத் தீர்த்தங்கரர்களின் பணிமகளிர் 'இயக்கியர்' எனப்படுவர். கையில் குழந்தையுடன் இன்று வழிபடப்படும் இயக்கி சமண மரபுகளில் அம்பிகாயக்ஷி எனப்படும். வடமாவட்டங்களில் ஜ்வாலா மாலினி (பொன்னியக்கி) என்று குறிக்கப்படும். அப்பாண்டை நாதர் உலா எனும் சமண நூல் இச்சிறு தெய்வத்தைப் "பன்னு தமிழ் வாய்ச்சி பழமறைச்சி" எனப் புகழ்கிறது. மதுரை, முகவை மாவட்டங்களில் காணப்பெறும் சாத்தன் (ஐயனார்) வழிபாடு சமண மதம் தந்ததாகும். எனவேதான் ஐயனார், ஏனைய சிறுதெய்வங்களோடு கலந்து அமர்ந்திருந்தாலும் இரத்தப் பலி பெறாத தெய்வமாகத்

தனித்து விளங்குகிறார். ஐயனார் கையிலிருந்த செண்டு என்னும் (வினாக்குறிபோல் அமைந்த) கருவியை இப்போது சாட்டையாக மாற்றிவிட்டனர்.

முனீசுவரன் என்றும் தவசி என்றும் கிராமப்புறங்களில் வழிபடப்படும் நிர்வாணத் துறவிகளின் கற்சிலைகள் அனைத்தும் சமணமதத் தீர்த்தங்கரர்களின் சிலைகளே ஆகும்.

தமிழ்நாட்டின் கல்வி வளர்ச்சிக்கு 19ஆம் நூற்றாண்டில் கிறித்தவம் தொண்டாற்றியதைப்போல கிறித்துவுக்கு முன் பின்னாக மூன்று நூற்றாண்டுக் காலம் சமண மதம் கல்வித் தொண்டாற்றியுள்ளது. சமண மதம் வடமொழி வேதத்தை ஏற்றுக்கொள்ளாத மதமாகும். எனவேதான் சம்பந்தர் போன்ற வைதிக நெறியாளர்கள் சமணத்தை எதிர்த்து நின்றனர்.

கடுமையான துறவை வலியுறுத்தியதும், தொல்பழைய சடங்குகளை நிராகரித்ததும், ஆடல் பாடல் போன்ற நுண் கலை உணர்வுகளை ஏற்றுக்கொள்ளாததும், புலால் உணவை முற்றிலுமாக மறுத்ததும், பாண்டிய, சோழப் பேரரசுகள் வேத நெறிக்கு ஆதரவு அளித்ததும் சமண மதம் தமிழ்நாட்டில் வீழ்ச்சி அடையக் காரணங்களாயின.

துறவு

துறவு என்னும் சொல் திருமணம் வேண்டாத வாழ்க்கையைக் குறிப்பதாகவே தமிழர்களால் இதுவரை கருதப்படுகிறது. கி.மு. ஆறாம் நூற்றாண்டில் வட இந்தியப் பகுதியில் பிறந்த சமணம், பௌத்தம் ஆகிய இரண்டு மதங்களே உலகத்தில் முதன்முதலாகத் 'துறவு' நெறியை வலியுறுத்தியவையாகும்.

சமண பௌத்தத்திற்கு முந்திய வைதிக நெறியில் திருமணம் வேண்டாத வாழ்க்கைக்குத் தனித்த மரியாதை எதுவும் கிடையாது. பிரம்மச்சரியம், கிருகஸ்தம், வானப்ரஸ்தம், சந்நியாசம் என வரிசைப்படுத்தி வாழ்க்கையின் இறுதிக் கட்டத்தில் குடும்ப வாழ்க்கையினையும் விட்டுவிடுவது ஒரு நெறியாகச் சொல்லப்பட்டது. இன்றளவும் பிராமணர்களில் சிலர் வாழ்க்கையின் இறுதிப் பகுதியில் சந்நியாசம் வாங்கிக் கொள்கின்றனர். இறப்பதற்கு ஒன்றிரண்டு நாளைக்கு முன்பாகவோ சில மணி நேரங்களுக்கு முன்பாகவோகூடப் பார்ப்பனர் சந்நியாசம் வாங்கிக்கொள்வது உண்டு. இதற்கு 'ஆபத் சந்நியாசம்' என்று பெயர்.

சமணமும் பௌத்தமும்தாம் தமிழ்நாட்டிற்குத் துறவு நெறியை அறிமுகப்படுத்தின. அறிமுகப்படுத்தப்பட்ட காலந் தொட்டே துறவு நெறி ஒருபோதும் தமிழகத்தில் செல்வாக்குப்

பெற்றதில்லை. சமூகத்தின் மிகச்சிறிய அசைவுகளில் ஒன்றாக அதுவும் இருந்தது. அவ்வளவே. தொல்காப்பியம் வாழ்க்கையின் இறுதிக்கட்டத்தில்கூடக் கணவனும் மனைவியும் இணைந்தே அறஞ்செய்ய வேண்டும் என்று வரையறை செய்கிறது.

தமிழில் முதன்முதலில் துறவு நெறியைப் பெருமைப்படுத்திப் பேசியவர் திருவள்ளுவரே. வள்ளுவர் வகுத்த அறங்களில் தமிழரை வெற்றிகொள்ள முடியாமற் போனவை கள்ளுண்ணாமை, புலாலுண்ணாமை, துறவு ஆகிய மூன்று மட்டுமே.

உலக அரங்கில் சமண பௌத்தத்திற்குப் பின்னரே ஏனைய மதங்கள் துறவு நெறியைப் பெருமைப்படுத்தின. கி.பி. நான்காம் நூற்றாண்டிற்குப் பின்னரே கிறித்துவமும் துறவு நெறியை ஏற்றுக்கொண்டது. தமிழ்நாட்டுச் சைவம் கி.பி. 13ஆம் நூற்றாண்டளவில் மடங்களை உருவாக்கியபோது துறவு நெறியை ஏற்றுக்கொண்டது. ஆனால் அதைக் கொள்கையாகப் பரப்ப வில்லை. தமிழ்நாட்டு வைணவத்தில் மடங்களின் ஜீயராகப் பொறுப்பு ஏற்பவர்கள் அப்பொழுது முதல் குடும்பத்தைவிட்டு விலகவேண்டும் என்பதே வழக்கமாக இருக்கிறது.

சமண பௌத்தங்கள் போதித்த துறவு நெறிக்கு மாறாகக் குடும்பம் என்ற நிறுவனத்தினைப் பேணியது பக்தி இயக்கத்தின் எழுச்சிக்கான காரணங்களில் ஒன்று ஆகும். எனவேதான் சிவபெருமானை உமையொருபங்கனாகச் சைவம் காட்டியது. வைணவம் "அகலகில்லேன் இறையும் என்று அவர்மேல் மங்கை உறைமார்பன்" ஆகக் காட்டியது. அத்துடன் வைணவத்தின் வடகலையார், 'திருமாலைப்போலத் திருமகளும் முத்திப் பேறு அளிக்கவல்லள்' என்று கூறினர்.

வள்ளுவருக்குப் பிறகு தமிழ் இலக்கியங்களும் துறவின் பெருமையினை விரித்தோ விதந்தோ பேசவில்லை. வாய்மொழி இலக்கியங்களும் துறவினைப் பெருமைப்படுத்திப் பேசவில்லை. 'இறப்பிற்குப் பின்னரும் துறவிகள் வணக்கத்திற்கு உரியவர்கள்' என்ற உணர்வு மட்டும் நடைமுறையில் இருந்து வருகிறது.

திருமணமும் திருமணச் சடங்குகளும் விருப்பத்திற்கும் பெருமைக்கும் உரியனவாக இன்றளவும் தமிழர்களால் கொள்ளப் பெறுகின்றன. திருமணம் மனித வாழ்வை முழுமையாக்குகிறது என்னும் கருத்து இன்றளவும் ஆதிக்கம் செலுத்துகிறது. கிராமப் புறங்களில் ஊர்க் கோவில் அல்லது சாதிக்குரிய கோயில் அல்லது சாதிப் பஞ்சாயத்து – இவற்றிற்கான வரியில் திருமணமாகாத ஆண்களிடம் இருந்து அரை வரியே வசூலிக்கப்படுகிறது. இது அவன் முழு மனிதனல்லன், அரை மனிதனே என்பதற்கான அடையாளமாகும். திருமண வயதுக்குரிய இளைஞர்கள்

இறந்துபோனால் 'வாழைத்தாலி' என்னும் சடங்கு தென் மாவட்டங்களில் பிராமணர் தவிர்ந்த மற்ற சாதியாரிடத்தில் காணப்படுகிறது. பிணத்திற்கு முன் ஒரு குமரி வாழையினை (ஈனாத வாழை) நிறுத்தி, பிணத்தின் கையில் செம்பினாலான தாலி ஒன்றை வைத்து எடுத்து வாழை மரத்துக்குத் தாலி கட்டுகின்றனர். பின்னர் இறந்தவருக்கு வாழை மரம் தாலி அறுப்பதுபோல அந்தத் தாலியினை அரிவாளால் அறுத்தெறிகின்றனர். இறந்தவர் மணமாகிவிட்ட முழு மனிதனாகிவிட்டார் என்பதே இதற்குப் பொருளாகும்.

சமண பௌத்த மதங்கள் தமிழ்நாட்டில் செல்வாக்கு இழந்து போனமைக்கு அவை துறவு நெறியைப் பெரிதும் வற்புறுத்தியது ஒரு காரணமாகும். துறவுக்குரிய தெய்வங்களோ துறவியான தெய்வங்களோ தமிழர் மரபில் இல்லை. ரிஷி, முனி, முனிசாமி, தவசி (தவஞ்செய்பவன்) என்ற பெயரில் இறப்புக்குப் பின் தெய்வமாக்கப்பட்டவர்கள் சிறு தெய்வக் கோயில்களில் பத்தோடு ஒன்றாகவே வணங்கப்படுகின்றனர்; தனித்த மரியாதை பெறுவதில்லை.

கிறித்தவ மதம் நுழையும்வரை பெண் துறவி என்ற கருத்தைத் தமிழர்கள் ஏற்றுக்கொண்டதில்லை. ஒன்பது பத்தாம் நூற்றாண்டுக் கல்வெட்டுக்கள் சில சமண மதத்துப் பெண் துறவிகள் அங்கங்கே இருந்ததனைக் காட்டுகின்றன. இவர்கள் சிறிய அளவில் சமண மதக் கல்விப் பணி செய்து வந்ததாகத் தெரிகிறது. சைவ மடங்களுக்கும் கிறித்தவ மடங்களுக்கும் தங்கள் பிள்ளைகளை அனுப்பும் பெற்றோர்கள் இன்றளவும் அதனை முழுமையான ஈடுபாட்டோடும் மன மகிழ்ச்சியோடும் செய்வதில்லை என்பது ஒரு கசப்பான உண்மையாகும்.

அஞ்சுவண்ணம்

'அஞ்சுவண்ணம்' என்ற சொல் முதன்முதலில் தமிழ்க் கல்வெட்டுக்களில்தான் காணப்படுகிறது. இந்தச் சொல் 'நானாதேசிகள்', 'மணிக்கிராமத்தார்', 'திசை ஆயிரத்து ஐநூற்றுவர்' ஆகிய சொற்களோடு கலந்துதான் வழங்குகின்றது. எனவே, நானாதேசிகள், மணிக்கிராமத்தார் என்பது போல கி.பி.13ஆம் நூற்றாண்டுவரை தமிழ்நாட்டிலிருந்த 'வணிகக்குழு' (merchant guide) ஒன்றின் பெயர் இது என அறிஞர் முடிவு கட்டினர்.

கல்வெட்டறிஞர் தி.வை. சதாசிவ பண்டாரத்தார் 'பல்சந்த மாலை' என்ற அறியப்படாத நூல் ஒன்றில் இப்பெயர் வருவதைக் கண்டுபிடித்தார். நாகப்பட்டினத்தைப் புகழும் தனிப்பாடல் ஒன்றில் 'அஞ்சுவண்ணமும் தழைத்து அறம் தழைத்த வானவூர்' என வருவதையும் அவர் எடுத்துக்காட்டி, துறைமுக நகரான

நாகப்பட்டினத்தில் அஞ்சுவண்ணத்தவர் இருந்த செய்தியை உறுதிப்படுத்தினார். அதன் பின்னர் 'பல்சந்த மாலை' என்ற பெயரில் கிடைத்த சில பாடல்களை விரித்து எழுதியவர் தமிழ் இலக்கிய வரலாற்றறிஞரான மு. அருணாசலம்.

யவனராசன் கலுபதி தாமுதல் எண்ண வந்தோர்
அயல்மிகு தானையா அஞ்சு வண்ணத்தவா

என்பது பல்சந்த மாலைப் பாடல் பகுதி. இசுலாமியரின் சமய, அரசியல், ஆட்சித் தலைவராக விளங்கிய கலிபாக்களைக் *(caliph)* குறிக்கும் சொல்லே 'யவன ராசன் கலுபதி' எனக் கண்டறிந்தனர்.

'ஈசுப்பு ராப்பனுக்கு மணிக்கிராமமும் அஞ்சுவண்ணப் பேறும் கொடுத்தோம்' என்று பாஸ்கர ரவிவர்மனின் கோட்டயம் செப்பேடு குறிப்பிடுகிறது. இச்செப்பேட்டின் காலம் கி.பி. 8ஆம் நூற்றாண்டாகும். 'அஞ்சு வண்ணப்பேறு' என்பது அஞ்சு வண்ணத்தார்மீது விதிக்கப்பட்ட ஒருவித வரியினைக் குறிப்பிடுகின்றதுபோலும். எனவே, அஞ்சு வண்ணத்தார் கி.பி. 8ஆம் நூற்றாண்டு முதல் கி.பி. 13ஆம் நூற்றாண்டுவரை கேரளத்திலும், தமிழ்நாட்டிலும் வணிகம் செய்த 'இசுலாமிய வணிகக் குழுவினர்' என்று தெரிகிறது. இதன் பின்னர் அஞ்சுவண்ணத்தார் குறித்த ஆய்வுகள் தொடரவில்லை.

முகவை மாவட்டம் திருவாடானைக்கு அருகிலுள்ள தீர்த்தாண்ட தானத்தில் கிடைத்த கல்வெட்டு அவ்வூரில் அஞ்சுவண்ணத்தார் இருந்ததனைக் குறிப்பிடுகிறது.

இன்றும் தென் மாவட்டங்களில் இசுலாமியர் வாழும் ஊர்களில், சில பள்ளிவாசல்கள் 'அஞ்சுவண்ணப் பள்ளி' என்று வழங்குகின்றன. நெல்லை மாவட்டத்துத் தென்காசி, தூத்துக்குடி மாவட்டத்துக் குலசேகரன்பட்டினம், குமரி மாவட்டத்துத் தக்கலை ஆகிய ஊர்ப் பள்ளிவாசல்களை எடுத்துக்காட்டுக்களாய்க் குறிப்பிடலாம். இப் பள்ளிவாசல்களைச் சேர்ந்தவர்களின் மூதாதையர்கள் பெரும்பாலும் நெசவுத் தொழில் செய்தவர்களாக இருந்துள்ளனர். இன்றும் தமிழ் நாட்டில் பாய் நெசவு செய்வோரில் 90 விழுக்காடு இசுலாமியராகவே இருந்து வருவதும் கண்கூடு.

அஞ்சுவண்ணம் ஓர் இசுலாமிய வணிகக்குழு என்பது கல்வெட்டு, இலக்கிய ஆய்வு முயற்சிகள், கள ஆய்வுச் செய்திகளால் உறுதிப்படுகிறது.

நிர்வாணம்

நிர்வாணம் என்பது வடசொல்லாகும். அதற்கு நிகரான தமிழ்ச் சொல்லாக அம்மணம் என்பது வழங்கப்படுகின்றது. அம்மணம் என்ற சொல் அந்தப் பொருளில் தமிழிலக்கியத்தில் எங்கும்

காணப்படவில்லை. 'அம்மணம் பட்டிலாவையெயிற்று ஐயையைக் கண்டாயோ தோழி' என்று சிலப்பதிகாரம் (வரந்தரு காதை) இந்தச் சொல்லை எடுத்தாளக் காண்கிறோம். இந்தச் சொல் குறைவு என்ற பொருளில் மட்டுமே அந்தக் காலத்தில் வழங்கியுள்ளது. 'ஆடையின்றி' என்ற பொருளில் மக்கள் வழக்கில் மட்டுந்தான் காணப்படுகிறது; இலக்கியங்களில் காணப்படவில்லை.

குறைந்தது கி.மு. முதலாம் நூற்றாண்டில் தமிழ்நாட்டில் சமண மதம் நுழைந்து செல்வாக்குப் பெற்றுவிட்டதென்று சங்க இலக்கியம் காட்டுகின்றது. ஆனாலும் தமிழிலக்கியப் பரப்பில் சைவ, வைணவ இலக்கியங்களிலேயே ஜைனர்களைக் குறிக்கச் சமணர், அமணர் ஆகிய சொற்கள் வழங்கப்பட்டிருக்கின்றன. சமண மதம் துறவினைப் பெருமைப்படுத்திய மதமாகும். சமணத் துறவிகளில் திகம்பரர் (திசைகளையே ஆடையாக உடுத்தியவர்; பிறந்தமேனியராய் இருப்பவர்), சுவேதாம்பரர் (வெள்ளையாடை உடுத்தியவர்) என இரண்டு பிரிவினர் இருந்தனர். மலைக்குகைளைப் பாழிகளாக மாற்றித் தவம் செய்து வந்தவர்கள் திகம்பரத் துறவிகளே. வெள்ளையாடை உடுத்திய துறவிகள் பள்ளிகளை (மடங்களை) அமைத்து வாழ்ந்தனர். அம்மணம் என வழங்கும் சொல் ஆடையில்லா அமணர்களைக் குறிக்கப் புதிதாகத் தோன்றுகிறது.

நிர்வாணம் என்ற செயலையும் கோட்பாட்டையும் தமிழ்ச் சமூகம் தனது வரலாற்றில் தொடர்ந்து ஏற்றுக்கொள்ள மறுத்தே வந்திருக்கிறது. சைவக்குடியில் பிறந்த திருநாவுக்கரசர் சமண மதம் புகுந்தார். மீண்டும் சைவத்திற்குத் திரும்பினார். சமண மதத்தில் தாம் திகம்பரத் துறவியாக வாழ்ந்த கதையை நினைத்து, அவர் வருந்திப் பாடுவதைத் தேவாரப் பாடல்களில் காண்கிறோம்.

ஆடையில்லாச் சமண துறவிகள் பசித்தபோது மட்டும் பிச்சையேற்று உண்ண வேண்டும். கலத்திலே பிச்சை ஏற்கக் கூடாது. கையிலேதான் பிச்சை உணவை ஏற்கவேண்டும். நின்றுகொண்டுதான் உண்ண வேண்டும். அமர்ந்து உண்ணக் கூடாது. உண்ணும்போது யாரோடும் பேசக் கூடாது. இவை திகம்பரத் துறவிகளுக்குச் சமண மதம் விதித்திருந்த கட்டுப் பாடுகள்.

என்னதான் துறவிகளாக இருந்தாலும் ஆடையில்லாச் சமணத்துறவிகள் பிச்சைக்கு வரும்போது பெண்கள் கேலியாகச் சிரித்திருக்கிறார்கள். சிலர் வெட்கத்தினாலே ஓடிப்போய் வீட்டுக்கதவைச் சாத்திக் கொண்டிருக்கிறார்கள். மீண்டும் சைவரானபோது திருநாவுக்கரசர் இந்தக் காட்சிகளை நினைத்து, "குவிமுலையார் நகை நாணாது உழிதர்வேனை" என்றும், "காவிசேர்

கண்மடவார் கண்டோடிக் கதவடைக்கும் கள்வனானேன்" என்றும் வருந்திப் பாடுகிறார். இப்படி வருந்தியவர் சமண மடத்தை விட்டு வெளியேறும்போது, "வெண்புடைவை மெய் சூழ்ந்து" வந்ததாகப் பெரிய புராணத்தில் சேக்கிழார் குறிப்பிடுகிறார். அந்த அளவுக்குச் சமணர்களின் திகம்பரக் கோலம் அவர் மனத்தை உறுத்தியிருக்கிறது.

பெண்களால் ஏற்கப்படாத நெறிகளை உடைய மதம் எவ்வாறு வாழமுடியும்? தமிழ்நாட்டில் சமண மதம் வீழ்ச்சியடைந்தற்குச் சமணர்களின் நிர்வாணக் கோட்பாடும் ஒரு காரணமாகும்.

சைவத்திற்குத் திரும்பிவந்த திருநாவுக்கரசருக்கு, சிவ பெருமான் நிர்வாணமாகப் பிச்சை எடுக்க வந்த பிட்சாடனர் திருக்கோலத்தையும் ஏற்க முடியவில்லை. 'துன்னத்தின் கோவணம் ஒன்றுடுப்பார் போலும்' என்று சிவபெருமானைக் கோவணம் கட்டியவராகக் காண முயல்கிறார். 'கையிலே கபாலமேந்திப் பிச்சை எடுக்கும் பெருமானே! உமையவளை நீர் திருமணம் செய்த நாளிலும் இடுப்பிலே கோவணம் மட்டும்தான் உடுத்தியிருந்தீரோ!'

> நெடும்பொறை மலையர் பாவை நேரிழை நெறிமென் கூந்தல்
> கொடுங்குழை புகுந்த அன்றும் கோவணம் அரையதேயோ

என்று நகைச்சுவை உணர்வோடு வினவுகிறார்.

ஆனால் சைவ மரபுக் கதைகளிலும் சிற்பங்களிலும் திருநாவுக்கரசர் காலத்திற்கு முன்னும் பின்னும் சிவபெருமான் கோவணம் கட்டியவராக எங்குமே காட்டப்படவில்லை என்பது குறிப்பிடத்தகுந்தது.

இதுவேயன்றித் திகம்பர சமணத் துறவிகளின் உடற்சுத்தம் பேணாத தன்மையும், உள்ளத்தளவில் அவர்களைத் தமிழ் மக்களிடமிருந்து அந்நியப்படுத்தியது. சில மரப்பட்டைப் பொடிகளை வாயில் இட்டுக் கொள்வதைத் தவிர அவர்கள் பல் விளக்குவதில்லை; எனவே 'ஊத்தை வாயர்' என்று தேவாரம் அவர்களைக் குறிப்பிடுகிறது. அவர்கள் கண்களில் பீழைகட்டி, கொசு (கொதுகு) மொய்த்துக் கொண்டிருந்ததாகவும் தேவாரத்தில் குறிப்புக்கள் கிடைக்கின்றன. திகம்பர சமணத் துறவியர் உடம்பிலுள்ள அத்தனை மயிர்க்கால்களையும் (புருவத்திலும், இமையிலும் உள்ள மயிரையும்கூட) கையினால் பறித்தெடுக்கும் 'லோச்சனம்' என்னும் நோன்பினையும் நோற்றிருக்கிறார்கள். 'கண்ணழலத் தலைபறித்து' எனத் தேவாரம் இதனைக் குறிப்பிடுகிறது. இத்தகைய கடுமையான துறவு நெறியும்கூடச் சமணம் வீழ்ச்சியடைந்ததற்கான காரணமாகும்.

சித்தர்கள்

சித்தர்கள் என்போர் தமிழ் மக்களிடையே செல்வாக்குப் பெற்று விளங்கிய ஒரு கூட்டத்தாராவர். ‘சித்து வேலை அறிந்தவர்கள்’ என்பது இந்தச் சொல்லுக்குப் பொருள். நீரிலும் நெருப்பிலும் காற்றிலும் நடப்பது, குளித்தல், உணவு உடைத் தேவைகளைப் பொருட்படுத்தாமல் வாழ்வது, ஒரு பொருளை இன்னொரு பொருளாக மாற்றுவது, துறவிகளாகவும், எதற்கும் கட்டுப்படாதவர்களாகவும் வாழ்வது, தேவைக்கேற்ப உடலை உருமாற்றிக் கொள்வது முதலியன சித்தர்கள் செய்துகாட்டும் சித்து வேலைகளாகும்.

கிராமப்புறங்களில் இன்றுவரை ஆங்காங்கு வாழ்ந்த சித்தர்களைப் பற்றி நூற்றுக்கணக்கான கதைகள் வழங்கி வருகின்றன. பெரும்பாலான இடங்களில் சித்தர்கள் அடக்கம் செய்யப்பட்ட இடம் கோயில் ஆக்கப்பட்டிருக்கிறது.

நாட்டுப்புற மக்களிடையே சித்தர்கள் மரியாதைக் குரியவர்களாக விளங்கியதற்குக் காரணம் அவர்களின் பற்றற்ற வாழ்க்கையும், அவர்களின் மருத்துவ அறிவும் ஆகும். மண்ணையும் மருந்தாக மாற்றும் வல்லமை சித்தர்களுக்கு உண்டு என்பது மக்களின் நம்பிக்கை.

செல்வத்திற்கும் அதிகாரத்திற்கும் கட்டுப்படாத அவர்களது வாழ்க்கை எளிய மக்களின் உள்ளத்தில் உறங்கிக் கிடக்கும் விடுதலை உணர்வுக்கு வடிகாலாக விளங்கியது.

சித்தர் பாடல்கள் என்று வழங்கும் பாடல்களின் எண்ணிக்கை பல்லாயிரம் இருக்கும். கடந்த நூற்றாண்டில் அச்சு எந்திரங்களின் வருகையோடு செவிவழியாக வழங்கிய பாடல்களையெல்லாம் அச்சிலேற்றிப் பதினெண் சித்தர்கள் என்று பெயர் கொடுத்தனர். அது முதலாகச் ‘சித்தர் என்போர் பதினெட்டுப் பேர்’ என்ற தவறான கணக்கு மக்கள் மனத்தில் பதிந்துபோனது. உண்மையில் நூற்றுக்கு மேற்பட்ட சித்தர்கள் வாழ்ந்திருக்கிறார்கள். சித்தர்களின் பாடல்களைப் படிக்கும் போது அவர்களில் நான்கைந்து பிரிவினர் இருந்திருக்கிறார்கள் என்பது தெரியவருகிறது.

சித்தர்களின் பாடல்களில் சில மருத்துவப் பாடல்கள். இந்தப் பாடல்களின் பல சொற்கள் குறியீடாக (பரிபாஷையாக) அமைந்திருக்கின்றன. சில பாடல்கள் மருந்துப் பொருள்களின் பெயரைச் சொல்கின்றன. வேறு சில மருந்து செய்முறைகளைப் பேசுகின்றன. ‘முப்பூ’, ‘குரு’ என இப்பாடல்களில் வரும் சொற்களுக்குச் சிலர் மனம்போனபடியெல்லாம் பொருள்

விளக்கம் தந்துகொண்டிருக்கிறார்கள். இந்த வகைச் சித்தர்களில் சிலர் இரும்பைப் பொன்னாக்கும் (ரசவாதம்) வேலைகளில் மறைவாக ஈடுபட்டிருந்திருக்கின்றனர். இந்த வகையான முயற்சி கடந்த நூற்றாண்டுகளில் உலகெங்கிலும் நடந்திருக்கிறது. இன்னொரு வகைச் சித்தர்கள், 'உலகம் நிலையில்லாதது' என்னும் கொள்கையோடு ஆன்மீகத் தேட்டத்தில் இறங்கியிருக்கிறார்கள்.

இசுலாமியப் படையெடுப்பின்போது கஞ்சா புகைக்கும் வழக்கமும், அபினி உண்ணும் வழக்கமும் அறிமுகமாயின. இவற்றில் 'லயித்துக்கிடந்த' சிலரையும் மக்கள் சித்தர் என்ற கணக்கில் அடக்கியிருக்கிறார்கள்.

சித்தர்களின் மற்றொரு வகையினர் சிலை வழிபாடு, பூசனை, பார்ப்பனர், புனிதமாகக் கருதப்பட்ட வேதம், கோயில், குளம், சாதிய ஒடுக்குமுறை என எல்லா வகை நிறுவனங்களையும் எதிர்த்துக் கலகக்குரல் எழுப்பி இருக்கின்றனர். பொதுவாகச் சித்தர் பாடல்களில் இந்தக் கலகக்குரலே ஓங்கி ஒலிக்கிறது.

கி.பி.13ஆம் நூற்றாண்டில் சோழப் பேரரசின் வீழ்ச்சிக் காலத்தில் தான் இந்தக் கலக மரபு தொடங்கியது. அரசும், கோயிலும், நிலமும் பார்ப்பனர்வசம் இருந்தன. பார்ப்பனர்க்கும் வேளாளர்க்குமான முரண்பாடுகள் முற்றிப்போய் வேளாளர்கள் தங்களுக்கெனச் சைவ மடங்களைத் தொடங்கினர். நிலத்தை அடிப்படையாகக் கொண்ட மனித உறவுகள் சீரழியத் தொடங்கின. அதனால்தான் கலக மரபுக்காரர்கள் பார்ப்பனர்களையும் வேதத்தையும் மட்டுமல்லாது கோயில்களையும் எதிர்த்து நின்றனர்.

> "சாத்திரங்கள் ஓதுகின்ற சட்டநாத பட்டரே
> வேர்ப்பு இரைப்பு வந்தபோது வேதம் வந்து உதவுமா ?"
> "குலம் குலம் என்பதெல்லாம் குடுமியும் நூலும்தானா ?"
> "கோயிலாவ தேதடா குளங்களாவ தேதடா"

முதலிய பாடல்களை மேற்குறித்த பின்னணியில்தான் நாம் விளங்கிக்கொள்ள வேண்டும்.

சித்தர் பாடல்களுக்குப் பொதுவாகக் காலவரையறை இல்லை. இவை அனைத்தும் கி.பி. 13ஆம் நூற்றாண்டுக்குப் பிற்பட்டவை என்பது மட்டும் உறுதி. பாம்பாட்டிச் சித்தர், குதம்பைச் சித்தர், சிவவாக்கியர் ஆகியோர் பாடல்களே எழுத்தறிவு பெறாத எளிய மக்களின் நடுவில் செல்வாக்குப் பெற்றுள்ளன. பதினெண் சித்தர் பாடல்களில் சேர்க்கப் பெறாத பாய்ச்சலூர்ப் பதிகம் எனும் பத்துப் பாடல்களை எடுத்துக்காட்டும் மு. அருணாசலம் அதன் காலத்தைக் கி.பி. 14ஆம் நூற்றாண்டு என வரையறை செய்கிறார்.

இசுலாமியச் சமயத்திலும் ஒரு சித்தர் மரபு உண்டு. இந்தச் சித்தர்களை ‘சூஃபிகள்’ என்று குறிப்பிடுவர். இந்த சூஃபி மரபு கி.பி. 16ஆம் நூற்றாண்டில் பாக்தாதில் பிறந்ததாகும். தமிழ் நாட்டிலும் இவ்வகையான சூஃபிகள் வாழ்ந்து பாடல்கள் இயற்றியுள்ளனர்.

நெல்லை மாவட்டத்தில் காலங்குடியிருப்பு மச்சரேகைச் சித்தர், குமரி மாவட்டத்தில் தக்கலை பீர் முகம்மது வாப்பா, முகவை மாவட்டத்தில் இளையான்குடி கச்சிப்பிள்ளையம்மாள், கடந்த நூற்றாண்டில் சென்னையில் வாழ்ந்த குணங்குடி மஸ்தான் சாகிபு ஆகியோர் இசுலாமிய சூஃபி மரபைச் சார்ந்தவராவர். பதினெண் சித்தர்களில் ஒருவரான கம்பளிச் சட்டை முனிவரை சூஃபி என்று சிலர் குறிப்பிடுவர். ‘சூஃப்’ என்ற அரபுச் சொல்லுக்குக் கம்பளிச் சட்டை என்றே பொருளாம்.

தமிழ்நாட்டு வைணவத்தில் சாதிய இறுக்கத்தை இராமானுசர் தளர்த்தி வைத்திருந்ததனால் வைணவத்தில் சித்தர் மரபு தோன்றவில்லை என்று எண்ண இடமுண்டு.

சித்தர்கள் மக்களிடத்தில் செல்வாக்குப் பெற்றதற்குக் காரணங்கள் சில உண்டு. சித்தர்களின் குரல் பெரும்பாலும் சாதியாலும், சமயத்தாலும் ஒடுக்கப்பட்ட மக்களின் குரலாக இருந்தது. சித்தர்கள் அதிகாரங்களுக்குக் கட்டுப்படாதவர்களாக இருந்தார்கள். அவர்களின் பாடல்கள் எழுத்தறிவில்லாத மக்கள் மனப்பாடம் செய்யுமளவுக்கு அவர்களது மொழியில் அமைந்திருந்தன.

வடநாட்டில் இடைக்காலத்தில் ‘நாதசித்தர்’ என்ற ஒரு மரபு தோன்றியது. இந்த மரபு தமிழ்நாட்டுச் சைவ மரபுகளுக்கு உள்ளாக ஊடுருவியது. சைவ மடாதிபதிகள் ‘ஸ்ரீலஸ்ரீ’ என்ற பட்டம் இட்டுக் கொள்வது, ‘ஸ்ரீலட்சாயதஸ்ரீ’ என்பதன் சுருக்கமாகும். ‘லட்சாதய’ என்பது வடநாட்டின் நாதசித்தர் மரபின் தலைமையிடமாகும். இதன் விளைவாகவே குருமார்களை அடக்கம்செய்த இடத்தில் கோயில் கட்டிக் ‘குருபூசை’ செய்யும் மரபும் தமிழ்ச் சைவத்தில் இடம்பெற்றது.

பேச்சு வழக்கும் இலக்கண வழக்கும்

தமிழ் இலக்கியம்போலத் தமிழ் இலக்கணமும் பழமையானது. செவ்விலக்கியங்களை உடையதேனும் தமிழ் மொழியின் இலக்கண அமைப்பு பெரும்பாலும் இன்றைய பேச்சு மொழியோடு ஒத்திசைவதாகவே அமைந்துள்ளது. வழக்கு, செய்யுள் என்றஇரண்டையும் கணக்கில்கொண்டே தமிழில் எழுத்திலக்கணமும், சொல் இலக்கணமும், பொருள் இலக்கணமும் செய்யப்பட்டன என்று தொல்காப்பியத்தின் பாயிரம் கூறுகின்றது.

இன்றைய பேச்சுத் தமிழில் அமைந்துள்ள சில இலக்கணக் கூறுகள் தொல்காப்பியர் காலந்தொட்டே நிலவி வந்திருக்கின்றன. எனவே, தொல்காப்பியம் இன்றைய பேச்சுத் தமிழுக்கும் இயைபுடையதாக இருக்கின்றது. தமிழ் மொழி சமூகத்தோடு கொண்டுள்ள உயிர்ப்பாற்றல் மிக்க உறவினை எடுத்துக்காட்டும் சான்றுகளாக அவற்றைக் கருதலாம்.

பேச்சு மொழியில் பிறமொழியாளர்களின் பட்டறிவும், கண்டுபிடிப்புகளும், கருவிகளும், சொற்களும், உறவும், ஆதிக்கமும் எதிரொலிப்பது இயல்பு. அவ்வாறு கலந்த பிறமொழிச் சொற்களைப் பயன்படுத்தும்போதும் கூட தமிழின் இலக்கண அடிப்படை சிதையாமல் நிற்கின்றது. இவ்வுண்மையைச் சில சான்றுகளால் விளக்கலாம்.

1) நிலைமொழி இறுதியிலுள்ள உயிர் ஒலி வருமொழி முதலில் உள்ள உயிர் ஒலியோடு சேருமானால் உடம்படு மெய் புதிதாகத் தோன்றும். (எ – டு.) கோ + இல் = கோயில் அல்லது கோவில். ஆங்கிலச் சொற்களான co, operation என்ற இரண்டு சொற்களையும் இணைத்து cooperation, cooperative, கோவாப்பரேசன், கோவாப்பரேட்டிவ் என்றே வகர உடம்படு மெய்யுடன் பேசியும் எழுதியும் வருகின்றனர்.

2) நெடில் தொடர்க் குற்றியலுகரம் (காடு, வீடு) உருபேற்கும் போது காட்டை, வீட்டில் என்று இரட்டித்து வருவது தமிழ் இலக்கணம் கூறும் வழக்கு. ஆங்கிலச் சொல்லான ரோட் என்பதை ரோடு எனப் பேச்சுத் தமிழில் நெடில் தொடர்க் குற்றியலுகரமாக வழங்குகின்றனர். இந்த ஆங்கிலச் சொல்லும் தமிழ் விதிப்படியே ரோட்டை, ரோட்டுக்கு, ரோட்டில் என்றே உருபேற்று வருகிறது.

3) மகர ஈற்றுச் சொற்கள் அத்துச் சாரியை பெறும் என்பது தமிழ் இலக்கண விதியும் பேச்சு மொழிப் பண்பும் ஆகும். இதன் படியே 'மீடியம்', 'ஸ்டேடியம்' என வரும் (கிரேக்க) ஆங்கிலச் சொற்களும் மீடியத்தில், ஸ்டேடியத்தில் என அத்துச்சாரியை பெற்றே பேச்சுத் தமிழில் வழங்கி வருகின்றன. இவைபோன்றே இன்னும் சில சான்றுகளையும் காட்டலாம்.

அடி என்ற சொல் தமிழில் இடப்பொருண்மையைக் குறிப்பதாகும். குழாயடி, கிணற்றடி, வேம்படி என்ற சொற்களைப் போல ஆங்கிலச் சொல்லான இரயில், போர்த்துக்கீசியச் சொல்லான குரூஸ் (சிலுவை) ஆகிய சொற்களோடு அடி என்ற சொல்லைக் கூட்டி இரயிலடி, குருசடி எனத் தமிழ் மக்கள் பேசி வருகின்றனர். இதுமட்டுமன்றி அயல் மொழிச் சொற்களைத் தமிழ்மைப்படுத்தி வழங்குவதிலும் தமிழிலக்கண அடிப்படை மக்களின் பேச்சு வழக்கினால் பேணப்பட்டுள்ளது. ஈசுக்கூசுக்சு (மருந்திட்டுக் கட்டுபவர்) என்னும் ஆங்கிலச் சொல்லைக் குமரி மாவட்ட மக்கள் 'தெரசர்' என்றே குறிக்கின்றனர். இந்தத் தமிழ்மைச் சொல் கவிமணியின் 'மருமக்கள்வழி மான்மியம்' நூலிலும், புதுமைப்பித்தனின் 'நாசகாரக் கும்பல்' சிறுகதையிலும் இடம் பெற்றுவிட்டது.

அயல்மொழியினர்வழி ஏற்படும் உறவுகளைத் தமிழ் மக்கள் விருப்பத்துடன் ஏற்றுள்ளனர். இருப்பினும் உள்ளூரில் உள்ள ஒரு பொருள் அல்லது அமைப்பு பிற மொழியினர் வழி வருவதாக இருந்தால் அதன் உள்ளூர்த் தன்மையைக் குறிக்க 'நாடு' என்ற சொல்லையும் வெளியூர்த் தன்மையைக் குறிக்கச் 'சீமை' என்ற சொல்லையும் பயன்படுத்தி உள்ளனர். நாட்டுச் சருக்கரை, நாட்டுத் தென்னை, நாட்டுக் கருவேல், நாட்டையர் (உள்நாட்டுக் குருமார்),

சீமைச் சருக்கரை, சீமைத் தண்ணீர், சீமைக் கருவேல், சீமை மருத்துவம் ஆகிய காட்டுக்களைப் பேச்சுத் தமிழில் காணலாம்.

பேச்சு வழக்கினைத் தன் அடிப்படையாக ஆக்கிக் கொண்ட காரணத்தால்தான் தமிழிலக்கணம் இன்றுவரை கட்டுடை படாமல் தன்னைக் காத்துக்கொண்டிருக்கிறது; உயிர்ப்பாற்றல் மிக்கதாக விளங்குகிறது.

வாய்மையும் கடவுளும்

பன்னூறாண்டுகளாக நமது சமுதாயத்தில் கடுமையான குற்றங்களாக மக்களால் கருதப்பட்டு விலக்கப்படுவன பொய், களவு, கொலை, காமம், கள் ஆகிய ஐந்துமே. இவை குற்றங்களாக மட்டுமல்லாமல் 'பாவங்களாகவும்' கருதப்பட்டுள்ளன. வடமொழியாளர் இவற்றை 'மாபாதகம்' என்றே குறிக்கின்றனர். இந்த ஐவகைத் தவறுகளையும் தொகுத்துச் சொல்லும் வழக்கம் வேதங்களிலும் உபநிடதங்களிலும் இல்லை. இந்த ஐந்து வகையான செயல்களும் கடியப்பட்டு, இவற்றுக்கு எதிரானவை தொகுப்பு அறமாகக் கொள்ளப்பட்டமை சமண மதத்தின் செல்வாக்கினால் ஆகும். நல்ல அறிவைவிட நல்ல ஒழுக்கமே சமணர்களால் பெரிதும் போற்றப்பட்டது என்பதே இதற்குக் காரணமாகும்.

இந்த ஐந்து ஒழுக்கங்களில் கள் விலக்குவதைத் தவிர்த்த ஏனைய நான்கும் இன்றளவும் அடித்தளத்து மக்களால் விலக்கிப் போற்றப்படுகின்றன. இந்த அறங்களே 'சமூக மதிப்பீடுகள்' என்பதாகக் காலப்போக்கில் வளர்ந்து நிற்கின்றன.

வாய்மை அல்லது மெய்ம்மை என்பது தமிழ்ச் சமூக மதிப்பீடுகளில் ஒன்றாகும். சமூக வாழ்வில் இந்த மதிப்பீடு பிற மதிப்பீடுகளைவிடப் பேரழுத்தம் பெற்று விளங்குகிறது. நடைமுறையில் வாய்மை என்பது உண்மையைப் பேசுதல், சொன்ன சொல்லை என்ன விலை கொடுத்தேனும் காப்பாற்றுதல் என இரண்டு வகையாக அமைகிறது.

தமிழரால் பெரிதும் மதிக்கப்பெறும் திருக்குறள், 'உண்மை பேசுதல்' என்பதைப் பலபட விரித்தும் சிறப்பித்தும் பேசுகிறது. நல்லன சொல்லுவது, நன்மை விளையுமாறு சொல்லுவது என்று உடன்பாட்டால் இந்த அறத்தை விளக்குகிறார் திருவள்ளுவர். இதனையே பயனில்லாதவற்றைச் சொல்லாதிருப்பது, தீமை தருவனவற்றைச் சொல்லாதிருப்பது, பொய் சொல்லாதிருப்பது என்று எதிர்மறையாலும் விளக்கிக் காட்டுகிறார். இந்த உத்தியினை மேலோர் இலக்கிய மரபு எனச் சொல்லலாம்.

ஆனால் நாட்டார் மரபுகளில் 'சொன்ன சொல்லைக் காப்பாற்றுதல்' என்பது, எவ்வளவு பெரிய இழப்பு நேர்ந்தாலும்

பிறருக்கு அளித்த வாக்குறுதியை நிறைவேற்றுதல் ஆகும். இவ்வாறு தெய்வங்களுக்கு அளிக்கப்படும் வாக்குறுதிகள் 'நேர்த்திக் கடன்' எனப்படும். தெய்வத்தை நினைத்துக்கொண்டு அவையே மனிதனுக்கு அளிக்கப்பட்டால், 'சத்தியம் செய்தல்' எனப்படும். வாக்குறுதி தப்பிய ஒருவன் வாழும் இடத்தில் மழை பெய்யாமல் இயற்கை தண்டிக்கும் என்பது பழங்குடி மக்களின் நம்பிக்கை. வேட்டுவர்கள் தங்கள் குல "தெய்வமான தொல்குடிக் குமரித் தெய்வமான சாலினிக்கு நேர்த்திக் கடன் பிழைத்தனர்" – எனவே அந்த மறக்குடி வறுமைப்பட்டது என்கிறது சிலப்பதிகாரம்.

'பழங்கடன் உற்ற முழங்குவாய்ச் சாலினி' (வேட்டுவ வரி) என்று நேர்த்திக் கடனைப் 'பழங்கடன்' என்று குறிக்கிறார் இளங்கோவடிகள். இன்றளவும் மதுரைப் பகுதியில் பாடப்படும் அழகர் வருணிப்புப் பாடல்களில் நேர்ந்த கடனை (கொடுத்த வாக்குறுதியை) நிறைவேற்றாத மனிதர்களைத் தெய்வம் அதிகாரம் செய்து மீளக் கேட்கும் செய்தி இடம்பெற்றுள்ளது.

> "இத்தனையும் செய்யாது பயலே என்னைமிக மறந்தாய்
> பத்தினி பசுப்போல் பயலே வைத்ததும் நானேதான்"
> "பெற்றபிள்ளை செய்ததொரு அடே குற்றமெலாம்
> நான்பொறுப்பேன்
> அச்சப்படாமலிரு உனக்கு ஆண்குழந்தை நான் தாரேன்"

இதுபோலவே 'உன் வீட்டில் பெண் எடுப்பேன்', 'உன் கடனைத் திருப்பித்தருவேன்' என்று கொடுத்த வாக்குறுதிகளை மறுத்துரைக்கும்போதும், பிறன் பொருளைத் திருடிவிட்டு இல்லையென்று மறுத்துரைக்கும்போதும் தெய்வங்களின் முன் சத்தியம் செய்யுமாறு பாதிக்கப்பட்டவர்களால் இழுத்து வரப்படுகின்றனர். எழுத்தறிவு பெறாத மக்கள் இன்றளவும் எழுத்தைவிட வாக்குறுதிகளையே நம்புகின்றனர். எனவே தெய்வத்தின் முன்னால் ஒருவன் சத்தியம் செய்வது தவிர்க்க முடியாததாகிவிடுகிறது. கிராமப்புறங்களில் வாழும் மக்கள் தங்கள் நிலப்பகுதிகளில் சத்தியப் பிரமாணம் செய்வதற்காகவே சினம் மிகுந்த சிறு தெய்வங்கள் சிலவற்றைப் படைத்து வைத்துள்ளனர். மதுரைக்கருகில் அழகர்கோயிலில் பதினெட்டாம் படிக் கருப்பசாமி சந்நிதி, மதுரை மாவட்டம் கருமாத்தூர் மூணு சாமி கோயில், தூத்துக்குடி மாவட்டத்தின் ஆத்தூர் அருகே ஆறுமுகமங்கலம் சுடலைமாடன் கோயில், நெல்லை மாவட்டம் சேரன்மாதேவிக்கு அருகில் பத்மநேரி, சிவகங்கைக்கு அருகே கொல்லங்குடி காளியம்மன் கோயில் ஆகியவை இவ்வாறு இன்றளவும் சத்தியப்பிரமாணம் நடைபெறும் கோயில்களில் சில. கி.பி. 1273இல் வீரபாண்டியனின் இரண்டாம் ஆட்சி ஆண்டில் குடுமியான்மலைக் கோயில் நகைகளைச் சிவப் பிராமணர்

சிலரும் கல்தச்சர் சிலரும் சேர்ந்து திருடிக்கொண்டனர். குற்றவாளிகளைக் கண்டுபிடித்துத் தண்டிக்க ஊர்ச்சபை கூடியது. குற்றம் புரிந்தவர்களில் சிலர் குற்றத்தை ஒப்புக்கொண்டனர். சிலர் மறுத்தனர். மறுப்பவர்கள் 'கொழு உருவிப் பிரத்தியம்' செய்ய வேண்டும் என்று தீர்ப்பளிக்கப்பட்டது. அதன்படி பழுக்கக் காய்ச்சிய இரும்பைக் கையில் பிடித்து உருவச் சொல்லப்பட்டது. அவ்வாறு கொழு உருவியவர்களின் கை புண்ணானது. அதனால் அவர்கள் குற்றவாளிகளே எனத் தீர்மானிக்கப் பட்டது (புதுக்கோட்டை மாவட்டக் கல்வெட்டுகள் எண் 601).

இதேபோல் புதுக்கோட்டைப் பகுதியில் மேலத்தணியம் என்னும் ஊரில் பள்ளர் இனத்தினர் கி.பி. 17ஆம் நூற்றாண்டில் வாழை, கரும்பு வேளாண்மை செய்ய உரிமை பெற்றிருந்தனர். அதை மறுத்துப் பறையர் தங்களுக்கே அவ்வுரிமை என்றனர். இதை மெய்ப்பிக்க நன்கு காய்ச்சிய நெய்யில் கையினை முக்கிச் சூடுபடாமல் இருக்க வேண்டும் என முடிவு செய்தனர். பள்ளருக்குக் கை சுடவில்லை. பறையருக்குச் சுட்டது. எனவே பள்ளருக்கே அவ்வேளாண்மை உரிமை என முடிவு செய்யப் பட்டது (புதுக்கோட்டை மாவட்டக் கல்வெட்டுகள் எண் 929).

இக்காலத்தில் ஒவ்வொரு இடத்திலும் சத்தியம் செய்யும் முறை சற்றே வேறுபடுகிறது. அழகர்கோயில் பதினெட்டாம் படிக் கருப்பசாமி கோயிலில் சத்தியம் செய்வோர் சந்நிதியாகக் கருதப்படும் பதினெட்டுப் படிகளிலும் மேலிருந்து கீழே இறங்க வேண்டும். இதற்கெனக் கோயிலுக்கு 15 ரூபாய் கட்டணம் செலுத்த வேண்டும். கருமாத்தூர் மூணுசாமி கோயிலில் ஒரு காலத்தில் கொதிக்கும் எண்ணெயில் கை விட்டுச் சத்தியம் செய்யும் வழக்கம் இருந்திருக்கிறது. கொல்லங்குடி காளியம்மன் கோயிலில் சத்தியம் செய்வோர் ஒரு செப்பு நாணயத்தை இரண்டாக வெட்டிப்போட வேண்டும். ஆறுமுகமங்கலம் சுடலைகோயிலில் ஒன்றேகால் ரூபாய் கோயிலுக்குக் காணிக்கை செலுத்திவிட்டு வெற்றிலைச் சுருளின்மீது கையடித்துச் சத்தியம் செய்தால் போதும். செய்யும் முறை வேறுபட்டாலும், சொன்ன சொல் தவறாமை என்பது சமூகத்தால் பெரிதும் போற்றப்பட்ட ஒரு மதிப்பீடு.

தத்துவப் போர்

இப்பொழுது நினைத்தால் வேடிக்கையாக இருக்கிறது. நூறு ஆண்டுகளுக்கு முன்னால் நமது அறிவுலக முன்னோடிகள் எப்படியெல்லாம் அஞ்சியிருக்கிறார்கள்.

பத்தொன்பதாம் நூற்றாண்டின் கடைசிப் பகுதியில் (1880க்குப் பிறகு) தமிழ்ச் சைவ சமய அறிஞர்கள் ஒரு நெருக்கடியை உணர்ந்திருக்கிறார்கள். ஒரு புறத்தில் அமெரிக்காவிலிருந்து

வந்த கர்னல் ஆல்காட், பிளவட்ஸ்கி அம்மையார் ஆகியோர் தமிழ்நாட்டில் சுற்றுப்பயணம் செய்து சென்னை, திருநெல்வேலி, தூத்துக்குடி, யாழ்ப்பாணம் ஆகிய இடங்களில் தியாசபிகல் சொசைட்டி என்னும் பிரம்மஞான சபையைத் தொடங்கினார்கள். "ஆர்யா வர்த்தத்தின் பூர்வீக தர்மமான ஹிந்து தர்மத்தைப் புனருத்தாரணம்" செய்வது அவர்களுடைய நோக்கம். மற்றொரு புறத்தில், நெல்லை மாவட்டத்தில் ஒரு லட்சம்பேரை மிக எளிதாகக் கிறித்தவ மதத்திற்கு மாற்றிவிட்டார் பேராயர் கால்டுவெல்.

வைதிக நெறி தந்த நெருக்கடியும் கிறித்தவம் தந்த நெருக்கடியும் சைவ அறிஞர்களைத் தத்துவப் போர்க்களத்தில் இறக்கிவிட்டன. அக்காலத்தில் அறிஞர்களைப் பொறுத்தமட்டில் ஈழமும் தமிழ்நாடும் ஒன்றாகவே இருந்தன.

அஞ்சாத சைவர்களான மனோன்மணீயம் சுந்தரம் பிள்ளை, சி.வை. தாமோதரம் பிள்ளை, கனகசபைப் பிள்ளை போன்றோர் தமிழர்களின் இழந்த பெருமையை மீட்டெடுக்கத் தொடங்கினர். ஜே.எம். நல்லசாமிப் பிள்ளை வைதிக நெறிக்கு மாறாகச் சைவத்தின் மேன்மையை விளக்க, 'சித்தாந்த தீபிகை' என்னும் ஆங்கிலப் பத்திரிகையைத் தொடங்கினார்.

ஆறுமுக நாவலர், அவர் மாணவர் காசிவாசி செந்தில் நாதையர், யாழ்ப்பாணம் சபாபதி நாவலர் போன்றோர் கிறித்தவர்களோடு தத்துவச் சண்டையில் இறங்கினர். இவர்கள் மூவருமே ஈழத்திலும் தமிழ்நாட்டிலும் மாறி மாறி வசித்தவர்கள்.

இவர்களை யாழ்ப்பாணத்தில் கத்தோலிக்கமும், தமிழ் நாட்டில் புரொட்டஸ்டண்ட் கிறித்தவமும் எதிர்கொண்டன. துண்டறிக்கைகளாகவும், பத்திரிகைக் கட்டுரைகளாகவும் இந்தத் தத்துவச் சண்டை தொடங்கி நடைபெற்றது.

யாழ்ப்பாணத்திலிருந்து வெளிவந்த கத்தோலிக்கக் கிறித்தவர்களின் 'சத்தியவேத பாதுகாவலன்' என்ற இதழும், 'ஞானசித்தி', 'இந்து சாதனம்' ஆகிய இரு சைவ இதழ்களும் அங்கே மோதிக்கொண்டன. தமிழ்நாட்டில் 'இரட்சணிய சேனை' என்னும் புரொட்டஸ்டண்ட் பிரிவினர் நடத்திய 'போர்ச்சத்தம்' என்னும் பத்திரிகையும், சிதம்பரத்திலிருந்து வெளிவந்த 'பிரம்ம வித்யா' என்னும் பத்திரிகையும், சென்னையிலிருந்து வெளிவந்த 'ஆரிய ஜன பரிபாலினி' என்னும் பத்திரிகையும் இந்தத் தத்துவச் சண்டையில் முனைந்து நின்றன.

யாழ்ப்பாணத்துக் கத்தோலிக்கக் கிறித்துவத் துறவியும் நல்ல தமிழ் அறிஞருமான ஞானப்பிரகாச அடிகளார் (வண. பிதா. ஞானப்பிரகாசர்) கொள்கை பரப்பு நூல்களாகவும், மறுப்பு

நூல்களாகவும் பதினைந்து நூல்கள் எழுதியிருக்கிறார்.'மறுபிறப்பு ஆட்சேபம்','மறுபிறப்பு சமாதானம்','சைவ ஆட்சேப சமாதானம்', 'கிறிஸ்துவின் கடவுட்டன்மை', 'விக்ரகாராதனையும் சுரூப வணக்கமும்' ஆகியன அவர் சைவர்களுக்கு எழுதிய மறுப்பு நூல்களாகும். இந்தப் புத்தகங்களை இன்றைக்குப் படிக்கும்போது ஞானப்பிரகாச அடிகளாரின் தமிழ் உணர்வும், சைவ சித்தாந்த அறிவும் நம்மை வியக்க வைக்கின்றன. இவரது மறுப்பு நூல்கள் வெளிவந்த காலம் பெரும்பாலும் 1905 முதல் 1915 வரை ஆகும். அவருடைய விளம்பரங்கள் குறிக்கின்றபடி, "இனிய தமிழிலே நட்பிலக்கணந் தவறாத நடையிலே" இவை எழுதப்பட்டிருக்கின்றன.

இது தத்துவச் சண்டையின் இரண்டாம் கட்டமாகும். தத்துவச் சண்டையின் முதற்கட்டம் புரொட்டஸ்டண்ட் கிறித்தவர்களுக்கும் சைவர்களுக்கும் தமிழ்நாட்டில் அரங்கேறியது.

காசிவாசி செந்தில்நாதையர் 1883இல் திருநெல்வேலி மாவட்டம் நாங்குநேரிக்கு அருகிலுள்ள டோனாவூரிலிருந்த கிறித்தவ மதப் பிரசாரகர்களுக்கு ஒரு கடிதம் எழுதுகிறார். இதற்குச் சரியான மறுமொழி கிடைக்கவில்லை. எனவே செந்தில்நாதையர் 'விவிலிய குற்சிதம்' என்றொரு நூலை எழுதுகிறார். அதற்கு மறுப்பாகக்கிறித்தவர்கள்'விவிலிய குற்சித கண்டனம்' என்னுமொரு நூலை வெளியிடுகின்றனர். காசிவாசி செந்தில்நாதையர் அதற்கு மறுப்பாக 'விவிலிய குற்சித கண்டன திக்காரம்' என்றொரு நூலை எழுதுகிறார்.

புரொட்டஸ்டண்ட் கிறித்தவர்கள் 'சிவனும் தேவனா' என்றொரு நூலை வெளியிடுகின்றனர். இதற்கு மறுப்பாக 'சிவனுந்தேவனா என்னும் தீயநாவுக்கு ஆப்பு' என்றொரு நூலைச் சைவர் வெளியிட்டனர். இரண்டு மூன்றாண்டுகள் கழித்து 1888இல் 'வஜ்ரடங்கம்' (வயிரக் கோடரி) என்னும் நூலை கி. கா. சூ. என்பவர் வெளியிடுகின்றார்.

அப்போதும் சைவர்களின் சினம் அடங்கவில்லை. 1889 தொடக்கத்தில் சென்னை இந்து டிராக்ட் சொசைட்டியார் 'ஏசு கிறிஸ்துவும் கடவுளா' என்றொரு 'சிறுபத்திரம்' 15000 பிரதிகள் வெளியிட்டனர். இதற்குக் கிறித்துவர்களின் 'சத்திய தூதன்' 1889 மார்ச் இதழில் மறுப்பு வெளியாயிற்று. இதே காலத்தில் கிறித்தவர்கள் அரக்கோணத்திலிருந்து 'விக்கிரக வணக்கம் பேதைத்தனம்' என்றொரு சிறுநூலை வெளியிட்டுள்ளனர். 1898இல் எச்.ஏ. கிருஷ்ண பிள்ளை ஆழ்ந்த தத்துவ விளக்கங்களோடு 'இரட்சணிய சமய நிர்ணயம்' என்றொரு நூலை எழுதியுள்ளார். ஞானப்பிரகாச அடிகளாரைப்போல இவரது விவாதங்களும் நாகரிகமான முறையில் அமைந்துள்ளன.

கிறித்தவர்களின் இரட்சணிய சேனைப் பிரிவினர் நடத்திய 'போர்ச்சத்தம்' இதழிலும், சிதம்பரத்திலிருந்து வெளிவந்த 'பிரம்ம வித்யா' இதழிலும் அவ்வப்போது மறுப்புக் கட்டுரைகள் வெளிவந்துள்ளன. இந்தத் தத்துவச் சண்டை 1890ஆம் ஆண்டோடு முடிந்துபோய், இருதரப்பாலும் வெளியிடப்பெற்ற நூல்கள் 1929 வரை மறுபதிப்புச் செய்யப்பட்டுள்ளன. சண்டையின் இறுதிப் பகுதியில் 'ஞானோதய ஆபாசம்', 'திரியேகத்துவ ஆபாசம்' என எழுத்துக்களின் தரம் தாழ்ந்துபோய், "பாதிரிமார் ஸ்கூல்களில் பெண்கள் படிக்கலாமா'' என்பதுவரை போயிருக்கிறது. இவையெல்லாம் சென்னையில் இயங்கி வந்த 'இந்து டிராக்ட் சொசைட்டி'யின் வெளியீடுகள். 'சைவம்' ஆகத் தொடங்கிய சண்டை 'இந்து'வாக உருமாற்றம் பெற்றிருக்கிறது. சண்டை எப்போது, எவ்வாறு முடிந்தது என்பதே நமக்கு வேண்டிய செய்தியாகும்.

இருபதாம் நூற்றாண்டின் முதற்பகுதியில் தேசிய இயக்கம் பெற்ற புதிய வேகம் 'இந்துக்களுக்கு' நம்பிக்கை தந்திருக்கிறது. திராவிட இயக்கத்தின் தோற்றம் சைவர்களுக்கு ஓரளவு நம்பிக்கை தந்திருக்கிறது. மதரீதியான மோதல்கள் பின் தள்ளப்பட்டு அரசியல் முன்னிலைப் படுத்தப்பட்டுள்ளது. எனவே மதச் சண்டையின் பரிமாணங்கள் முனை மழுங்கிப் போய்விட்டன. 'இந்து' என்று தம்மை அடையாளம் காட்டிய தேசிய இயக்கத்தைவிடச் சைவர்களுக்குத் 'திராவிடம்' பேசிய இயக்கம் நெருக்கமானதாகப்பட்டது. 1920களின் கடைசிப் பகுதியில் திராவிட இயக்கத்தார் மெல்லிய குரலில் ஒலித்த 'நாத்திகம்' 1930களில் சூடுபிடித்தபோது மதச் சண்டைக்கான களம் முற்றிலுமாக அழிக்கப்பட்டது. அதுமுதல் அரை நூற்றாண்டுக் காலம் தமிழ்நாடு மதச்சண்டைகளற்ற மற்றொரு திசையில் தன் பயணத்தை தொடங்கலாயிற்று.

அண்மைக் கால மத மோதல்களுக்கான களங்களும் காரணங்களும் முற்றிலும் வேறானவை. அவை தனித்துப் பேசப்பட வேண்டும்.

ஆங்கிலேயப் பாண்டியன்

ஆங்கிலேயர்கள் தமிழ்நாட்டில் இருநூறு ஆண்டுக்காலம் நிலை பெற்றிருந்தனர். நாட்டு மக்களை அடிமைப்படுத்திய வல்லாண்மை அரசாக அவர்களுடைய அரசு இருந்தது. 'அதிகாரம்' என்ற எல்லையினைக் கடந்து தமிழ் மொழியோடும் மக்களோடும் கலந்த மனிதர்கள் சிலரும் அவருள் இருந்தனர். அதிகாரிகள், அதிகாரமுடைய மத குருக்கள் என்ற எல்லையினை மீறித் தமிழ்மக்களும் அவர்களோடு கலந்து பழகினர். அதன்

விளைவாக அரசியல் நிறுவனங்களையும் ஆவணங்களையும் தாண்டி எளிய மக்கள் நெஞ்சில் இடம்பிடித்த ஆங்கிலேயர் சிலரும் உண்டு. சாயர்புரம் *(Sawyer)*, கேம்பலாபாத் *(Camphell)*, காலன் குடியிருப்பு *(Collins)*, பீசர் பட்டணம் *(Ficher)*, காசிமேஜர் புரம் *(Cassa Major)* டக்கர் அம்மாள்புரம் *(Tucker)*, பர்கிட் மாநகரம் *(Burkit)*, பேட் மாநகர் *(Pate)* முதலிய ஆங்கிலேயர் பெயரில் அமைந்த சில ஊர்ப் பெயர்கள் இதற்குச் சான்றாகும். தனிப்பட்ட ஆங்கிலேயரின் உதவியினைப் பெற்ற தமிழர் சிலர் சாதி, மத, இன, மொழி எல்லைகளைத் தாண்டி ஆங்கிலேயர் பெயர்களைத் தம் குழந்தைகளுக்கு இட்டு வழங்கியதும் உண்டு. ஆங்கிலேய ஆதிக்க எதிர்ப்பில் இறுதி வரை முனைமழுங்காமல் நின்ற வ.உ.சி. தமக்கு உதவிசெய்த ஆங்கில நீதிபதி வாலஸ் *(Wallace)* பெயரை வாலேசுவரன் எனத் தன் மகனுக்கு இட்டார். கட்டுரையாளரின் உறவினரான ஒரு மூதாட்டிக்கு கயிட்டாள் என்று பெயர். இது, அக்குடும்பத்திற்கு உதவி செய்த கயிட்டா *(Gaita)* என்ற ஆங்கிலப் பெண்மணியின் பெயராகும்.

மதுரைப் பகுதியில் இவ்வாறு நாட்டுப்புற மக்களிடத்தில் பெயர் பெற்ற ஒரு ஆங்கிலேயர் ரௌஸ் பீட்டர் (எ*Rouse Peter*) என்பவராவார். இவர் 1812 – 1828 வரை மதுரை மாவட்ட ஆட்சித் தலைவராக இருந்திருக்கிறார்; பதவியில் இருக்கும் போதே 1828இல் காலமானார். கன்னிவாடி, பெரியகுளம், போடி பகுதிகளில் அக்காலத்தில் காட்டு யானைகள் மக்களைத் தொல்லை செய்தபோது அவற்றைத் தாமே வேட்டையாடி, மக்களால் பாராட்டப் பெற்றிருக்கிறார். ஏழைகளுக்கும் எளியவர்களுக்கும் நிறைய உதவிகள் செய்து உள்ளார். மதுரை மீனாட்சியம்மன் கோயில், அழகர்கோயில் ஆகிய கோயில்களுக்கு மக்களின் வேண்டுகோளின் பேரில் தங்க நகைகளையும் காணிக்கையாக அளித்துள்ளார். இவரின் கொடைத்திறத்தையும் வீரத்தையும் பாராட்டி அக்காலத்தில் நிறைய நாட்டுப் பாடல்கள் வழங்கி இருக்கின்றன. பாண்டிய மன்னன் திரும்பவந்து ஆள்வதாகவே மக்கள் இவரைக் கருதி மதித்திருக்கின்றனர். 'பீட்டர் பாண்டியன்' என்றே இவரை அழைத்திருக்கின்றனர். 'பீட்டர் பாண்டியன் அம்மானை' என்ற அம்மானை நூலும் அக்காலத்தில் பிறந்திருக்கிறது. அந்த அரிய நூல் இப்பொழுது கிடைக்கவில்லை.

பீட்டர் பாண்டியனின் இரக்க உணர்வும் கொடை உணர்வும் அளவுக்கு மீறி அமைந்திருக்கின்றன. எனவே இவர் அரசாங்கக் கருவூலத்திலிருந்து பணத்தை எடுத்து எளிய மக்களுக்குக் கொடுத்துள்ளார். இவருடைய இரக்க உணர்வைப் பயன்படுத்திக்கொண்ட அதிகாரிகள் சிலரும் அரசாங்கப் பணத்தைக் கையாடி இருக்கின்றனர். நிலைமை கட்டுமீறிப்

போனதைப் புரிந்துகொண்ட பீட்டர் பாண்டியன் 1819இல் அரசாங்கப் பணத்தையும் தான் எடுத்துச் செலவழித்ததை ஒத்துக்கொண்டு ஒரு கடிதம் எழுதி அதை சீல் செய்து தன்னுடன் வைத்துக்கொண்டார். 1828இல் திடீரென்று அரசாங்கநிலைமையை உணர்ந்த பீட்டர் பாண்டியன் தற்கொலை செய்துகொண்டார். அதைத் தொடர்ந்து அவரது கடிதம் கைப்பற்றப்பட்டது. கணக்குகள் தணிக்கை செய்யப்பட்டன. முடிவில் ஏழு இலட்சத்து எழுபத்து நாலாயிரம் ரூபாய் அரசாங்கப் பணம் அவரால் எடுக்கப்பட்டிருப்பதாகத் தெரிந்தது. இதிலே அவர் உண்மையிலேயே எடுத்தது எவ்வளவு, கீழ்நிலை அதிகாரிகள் சுருட்டிக்கொண்டது எவ்வளவு என்று தெரியவில்லை. தொடர்ந்து நடந்த விசாரணையில் கீழ்நிலை அதிகாரிகள் ஐந்து பேர் தண்டிக்கப்பட்டிருக்கின்றனர். எழுபதாயிரத்திலிருந்து ஒரு இலட்சம் ரூபாய் மதிப்புள்ள அவரது சொத்துக்களும் பத்தாயிரம் ரூபாய் பெறுமானமுள்ள நகைகளும் அரசாங்கத்தால் பறிமுதல் செய்யப்பட்டிருக்கின்றன என்று மதுரை மாவட்ட கெசட்டியர் (1914) குறிக்கின்றது.

இலக்கியங்கள் குறிப்பிடும் 'கொடைமடம்' என்ற சொல்லைப் பீட்டர் பாண்டியன் வாழ்க்கை மெய்ப்பித்துக் காட்டியிருக்கிறது. அரசு ஆவணங்கள் என்னவாயினும் சொல்லட்டும்! மதுரைப் பகுதி நாட்டுப்புற மக்களின் உணர்வுகளைப் பீட்டர் பாண்டியன் ஒரு நூற்றாண்டுக் காலம் கட்டி ஆண்டிருக்கிறார் என்ற வரலாறு நமக்குத் தெரிகிறது. இந்த நல்ல மனிதரின் வெண்சலவைக் கல்லறை மதுரைத் தெற்காவணி மூலவீதியின் மேற்குப்பகுதியில் உள்ள தேவாலயத்தில், முன் தளத்தின் கீழுள்ள ஒரு இருட்டறையில் இருக்கிறது.

இறப்புச் சடங்கும் விருந்தோம்பலும்

மரணம் என்பதை வாழ்வின் முற்றுப்புள்ளி என்று தமிழர்கள் நினைக்கவில்லை. தங்களிடமிருந்து இறந்தவர்களுக்கான உறவும் உணர்வும் முற்றிலுமாகத் துண்டிக்கப்பட்டு விட்டன என்றும் அவர்கள் கருதவில்லை.

சாதிகளையும் அவற்றின் உட்பிரிவுகளையும் கணக்கிட்டால் தமிழர்களிடத்தில் ஆயிரத்திற்கும் மேற்பட்ட உள்வட்டத் திருமண அமைப்புடைய பிரிவுகள் (அகமணப் பிரிவுகள்) உள்ளன. இருப்பினும் பண்பாட்டுப் பொதுமைக் கூறுகள்தாம் இவர்களிடையே மிகுதி. அவ்வகையில் எல்லா வகையான தமிழர்களிடத்திலும் பொதுவான நம்பிக்கையை வெளிப்படுத்தும் சடங்குகள் உண்டு. இறப்புச் சடங்குகளும் அவ்வாறே. தமிழர்களுள் மிகப் பெரும்பான்மையானோர் இறந்தவர்களைப்

புதைக்கும் வழக்கத்தையே கொண்டுள்ளனர். பிராமணர்களும் பிராமணமயப்படுத்தப்பட்ட சில இடைநிலைச் சாதியினரும் மட்டுமே இறந்தாரை எரிக்கும் வழக்கத்தைக் கொண்டுள்ளனர்.

இறந்தாரை நீராட்டுதல், அதிலும் சிறப்பாக எண்ணெய் தேய்த்து நீராட்டுதல், புத்தாடை உடுத்தல், வாயில் அரிசியிடுதல், உண்டு முடித்தவர்கள்போல வாயில் வெற்றிலை இடுதல், நெற்றியில் அல்லது கையில் நாணயத்தை வைத்தல் ஆகிய அனைத்துச் சடங்குகளும் பெரும்பான்மையான சாதியார்களிடம் ஒரே மாதிரியாக அமைந்துள்ளன. இதன் பொருள் இறந்தவர் இல்லாமல் போகவில்லை; அவர் இன்னொரு ஊருக்குப் பயணம் செய்கிறார் என்பதுதான். எனவேதான் இறப்புச் சடங்குகள் ஒரு மனிதனை வழியனுப்பும் சடங்கு போலவே அமைந்துள்ளன.

இறப்பு நிகழ்ந்த வீட்டில் அவ்வீட்டைச் சேர்ந்தவர்கள், அன்று சமையல் வேலையில் ஈடுபடுவது இல்லை. அவரது உறவின் முறையார், குறிப்பாகப் பெண் எடுத்தவர் – கொடுத்தவர் அப்பொறுப்பை ஏற்றுக்கொள்கின்றனர். பொதுவாக இறந்தவர் உடலை எடுக்கும்வரை வீட்டாரும் உறவினரும் நீர்ப்பொருள் தவிர திடப்பொருள் உணவு உண்பதில்லை. சாதிக் கட்டுப்பாடுடைய சிற்றூர்களில் அத்தெருவில் வசிப்போர் யாரும் (குழந்தைகள் தவிர) திட உணவு உண்ணாமல் பசியினைத் தாங்கிக்கொள்கின்றனர்.

சில சாதியார்களிடத்தில் இறந்தவர் உடலை எடுக்கும் வரை இறந்தவர் வீட்டில் சமையல் வேலை செய்யாமல் அடுத்தடுத்த வீடுகளிலே சமையல் வேலையைத் தொடங்குகின்றனர். மிகச் சில சாதியாரிடத்தில் மட்டுமே இறந்தவர் உடலோடு பெண்களும் இடுகாட்டுக்குச் செல்லும் வழக்கம் இருக்கிறது.

நவீனப் போக்குவரத்து வசதிகள் இல்லாத காலம் வரை இறப்புச் செய்தி தெரிந்தது முதல் இறந்தவரை அடக்கம் செய்வது வரை உள்ள கால இடைவெளி பெரிதாக இருக்கும். இறந்தவர் உடலைப் பசியோடு சென்று அடக்கம் செய்து முடித்தவுடன், மிகுந்த களைப்பினை அடைவது இயல்பாகும். எனவே, இறப்பு நிகழ்ந்த வீட்டுக்காரர் சார்பாக, இடுகாடு அல்லது சுடுகாடு வரை நடந்து வந்தவர்க்கு உடல் களைப்புத் தீர அங்கு ஏதேனும் உண்பதற்குக் கொடுக்கவேண்டும் என்ற விருந்தோம்பல் உணர்வு தலைதூக்குகிறது. இறப்பு நிகழ்ந்த வீட்டார் சார்பாக அவரது உறவினர்கள் சுடுகாடு அல்லது இடுகாடு சேர்ந்து சடங்குகள் முடிந்தவுடன் அங்கேயே கையில் வாங்கிச் சாப்பிடும் அளவு சிறு உணவுப் பண்டங்களைக் கொடுக்கிறார்கள். சில சிற்றூர்களில் சுருட்டு, பீடி, சிகரெட் போன்றவையும் தரப்படுகின்றன. மழையும் பனியும் மிகுந்த இரவுப் பொழுதாக இருந்தால்

தென்மாவட்டங்களில் சுக்கும் கருப்பட்டியும் கொடுக்கும் வழக்கம் இருந்திருக்கிறது. இப்பொழுது காரச்சேவு, ஓமப்பொடி போன்ற பண்டங்களைக் கொடுக்கின்றனர். இவ்வாறு வழங்கப்படும் உணவிற்கே (இடு) 'காட்டுப் பண்டம்' என்று பெயர்.

தமிழ்ச் சாதியினரின் பொதுவான பண்பாட்டில் விருந்தோம்பல் சிறப்பிடம் பெறுவது உண்மையே. இவர்களுள் நகரத்தார் எனப்படும் செட்டியார் சாதியினர் ஏனையோரினும் ஒருபடி முன் நிற்கின்றனர். இறப்பு நிகழ்ந்த வீட்டிற்கு அவரது பங்காளிகள் உடனடியாக வந்து சமையல் வேலையைத் தொடங்குகின்றனர். உறவினரும் சாதிக்காரரும் உரியவரிடம் உரிய முறையில் துக்கம் விசாரித்த பின்னர் வீட்டுக்காரர் அவரைப் பசியாறுமாறு (உண்ணுமாறு) கேட்டுக்கொள்கிறார்.

தன் குடும்பத்தின் கடுமையான துயர வேளையிலும், துயரத்தில் பங்கேற்க வந்தவரின் பசி உணர்வைச் சிந்தித்துப் பார்த்து உண்ணச் செய்வது தமிழர்கள் தம் வாழ்வில் விருந்தோம்பலுக்குத் தந்த சிறப்பிடத்தைக் காட்டி நிற்கிறது.

கறுப்பு

இயற்கை பல்வேறு நிறங்களை உடையது. இயற்கையின் நிறங்களில் மனிதன் சுவை, அழகு, பயன் ஆகியவற்றைக் கண்டான். எனவே அவன் படைத்த செயற்கைப் பொருள்கள் பல நிறங்களில் அமைந்தன. இக்காலத்தில் நிறத்தையும் குறிக்கும் 'வண்ணம்' என்ற சொல் அக்காலத்தில் அழகு, இசை, ஒழுங்கு ஆகிய பொருள்களை மட்டுமே தந்தது.

எல்லா இயற்கைப் பொருள்களிலும் நிறவேறுபாடு இருப்பதுபோல மனித உடம்பிலும் அதாவது, தோலிலும் நிறவேறுபாடுகள் உண்டு. அந்த வேறுபாடுகள் இன்றைய உலகில் வறுமைக்கு அல்லது வளமைக்கு, உயர்வுக்கு அல்லது தாழ்வுக்கு, அதிகாரத்திற்கு அல்லது அடிமைத்தனத்திற்கு, ஒடுக்குமுறைக்கு அல்லது அதற்கு எதிரான போராட்டத்திற்கு உரிய குறியீடுகளாக மாற்றப்பட்டு விட்டன. இட ஒதுக்கீட்டுக்கெதிராக ஒரு கருத்தைச் சொல்லும் திரைப்படத்தில் கறுத்த நிறமுடையவன் கல்லூரிக்குச் செல்லுகிறான். சிவந்த நிறமுடையவன் இடங்கிடைக்காமல் வெளியே நிற்கிறான். கருத்தைச் சொல்லுவதற்கு இங்கே தோலின் நிறம் ஒரு குறியீடாகப் பயன்ப்டுத்தப்படுகிறது. கறுப்பு, சிவப்பு ஆகிய இரண்டு நிறங்கள் கீழ்ச்சாதிக்காரன், மேல்சாதிக்காரன் என்பதைக் குறியீடுகளாகச் சுட்டி நிற்கின்றன. சமூக முரண்பாடுகள் மனிதனின் தோலின் நிறத்தைக்கொண்டு வெளிப்படுகின்ற வழக்கம் எவ்வாறு உருவானது? மனிதத்தோலின் நிறத்தை யும் அழகையும் இணைக்கும் கோட்பாடுகள்

தமிழ்ச் சமூகத்தில் எவ்வாறு வளர்ந்துள்ளன என்பதை விளக்க முயலுவோம்.

இன்றைய சமூக நிகழ்வுகளிலும் அசைவுகளிலும் கறுப்பு நிறம் கீழ்ச்சாதிக்காரன், வறுமைப்பட்டவன், கல்வியறிவு இல்லாதவன் அல்லது நாகரிகமறியாதவன், அழகற்றவன் என்ற பொருள்களிலேயே ஆளப்படுகிறது. திருமணச் சந்தையில் பணம் என்பதைப்போலவே, அதற்குக் குறையாத அழுத்தத்துடன் பெண்ணின் நிறமும் தீர்மானிக்கிற சக்தியாகவிளங்குகிறது. அதாவது சாதாரண மனிதனின் அழகுணர்ச்சியைப் பொறுத்தமட்டில், கறுப்பு என்பது அழகற்ற நிறம் என்று அனைத்து மனிதர்களும் கருதுகிறார்கள். அழகுணர்ச்சியில் இந்தப் பாகுபாடு புகுந்த முறை ஆய்வுக்குரிய ஒன்றாகும்.

ஒரு சமூகத்தின் வாழ்க்கை நெறிகளை வரலாற்றுப் போக்கில் அளவிட்டு அறிய உதவும் சான்றுகளில் இலக்கியம் முதன்மையானது. தமிழ்ச் சமூகம் மிக நீண்ட இலக்கிய மரபினை உடையதாக இருக்கிறது. எனவே மனிதத் தோலின் நிறமும் அழகுணர்ச்சியும் பற்றிய மதிப்பீடுகளை அறிய இலக்கியச் சான்றுகளைக் காண்போம். நிறங்கள் மனித உணர்வுகளைப் புலப்படுத்தும் என்னும் செய்தி தொல்காப்பியத்தில் காணப்படுகிறது. ஆனால் இரண்டு நிறங்களைப்பற்றியே தொல்காப்பியர் பேசுகிறார்.

கறுப்பும் சிவப்பும் வெகுளிப் பொருள
நிறத்துரு உணர்த்தற்கும் உரிய என்ப.

கறுப்பு, சிவப்பு என்பன சினத்தை உணர்த்தும் சொற்களாகவும் வரும் என்பது தொல்காப்பிய இலக்கணமாகும். இந்த இலக்கணம் பிற்கால இலக்கியங்களில் பின்பற்றப்பட்டிருக்கிறது.

கறுத்தின்னா செய்த அக்கண்ணும் மறுத்தின்னா
செய்யாமை மாசற்றார் கோள்

என்ற திருக்குறளில் 'கறுத்து' என்ற சொல் 'சினந்து' என்ற பொருளைத் தருகிறது.

செருநரை நோக்கிய கண்தன்
சிறுவனை நோக்கியும் சிவப்பு ஆனாவே

என்ற ஔவையாரின் புறப்பாடலில் சிவப்பு என்ற சொல் வெகுளி என்ற பொருளில் ஆளப்பட்டுள்ளது. ஆயினும் இந்தச் சொற்கள் தோலின் நிறம் பற்றிப் பேச வரவில்லை.

சங்க இலக்கியங்களிலும் அதற்குப்பின் வந்த நீதி இலக்கியங்களிலும் சிலம்பு, மேகலை போன்ற காப்பியங்களிலும் ஆண், பெண் இருவரின் உடல் சார்ந்த வருணனைகள் ஏராளமாக

இடம்பெறுகின்றன. ஆனால் அவையனைத்தும் மனித உறுப்பு களின் அளவும் வடிவும் சார்ந்தாகவே அமைந்துள்ளன. இந்த வருணனைகளும் அளவு மட்டுமன்றி உறுப்புக்களின் பயன் கருதியதாகவும் அமைந்துள்ளன. பெருத்த முலை என்பது வளமை அல்லது தாய்மையின் குறியீடாகவும் வீரரின் பெருத்த தோள் என்பது வலிமையின் சின்னமாகவும், பாதுகாப்பின் சின்னமாகவும் அமைந்துள்ளன. உயர்வு, தாழ்வு என்ற கருத்தோட்டங்கள் இந்த வருணனைகளில் காணப்படவில்லை. மாறாக, அழகு என்பது உடல் நலம் சார்ந்ததாகவே பேசப்பட்டிருக்கிறது. இவ்வருணனை களில் ஓரிடம் தவிர ஏனைய இடங்களில் மனிதத் தோலின் நிறம் பேசப்படவே இல்லை. 'காதலன் அல்லது கணவனைப் பிரிந்த பெண்ணின் உடலில் பொன் நிறத்தில் பசலை பூக்கும், என்னும் ஓரிடத்தில் மட்டுமே மனிதத் தோலின் நிறம் பேசப்படுகிறது.

இவை ஒருபுறமாக, மற்றொரு புறத்தில் தெய்வங்களைப் பேசும் இடத்தில் அவற்றின் நிறங்கள் பேசப்படுகின்றன. மாயோன் மலை போன்று நீலநிறத்தில் இருக்கிறான்; பலராமன் (வாலியோன்) அருவிபோல வெள்ளை நிறத்தில் இருக்கிறான் என்று ஒரு சங்கப் பாடல் கூறும். திருமாலுக்கும் பலராமனுக்கும் நிறம் சொல்லப்பட்டாலும், முருகன், கொற்றவை போன்ற தெய்வங்களுக்கு நிறம் சொல்லப்படவில்லை. சிவபெருமானின் கழுத்து நஞ்சுண்ட காரணத்தால் கருமையும் நீலமும் கலந்த வண்ணத்தில் அமைந்திருப்பதாக மற்றொரு பாட்டு கூறும்.

பக்தி இலக்கியக் காலந்தொட்டுத் தெய்வங்களுக்கும், மனிதர்களுக்கும் பல்வேறு நிறங்கள் பேசப்படுகின்றன. கடவுள் எல்லாமாக இருக்கிறான் என்று குறிக்க வந்த மாணிக்கவாசகர், "நிறங்களோர் ஐந்துடையாய் விண்ணோர்கள் ஏத்த மறைந் திருந்தாய் எம்பெருமான்" என்கிறார். எனவே நிறங்கள் மொத்தம் ஐந்து என்பது பழந்தமிழர் கருத்து என்று தெரிகிறது. வெண்மை, கருமை, செம்மை, பொன்மை, புகைநிறம் என அவற்றை உரையாசிரியர் விளக்குகின்றனர். தேவாரம் சிவபெருமானைப் 'பவள வண்ணத்தினர்' என்றும், உமையவளை 'மரகதக்கொடி' எனப் பச்சை நிறமுடையவளாகவும் குறிக்கின்றது. இருளின் வண்ணமும் அந்தியின் வண்ணமும்கூடச் சிவபெருமானின் வண்ணமெனக் குறிக்கும் மற்றொரு தேவாரப் பாடல். வண்ணம் என்ற சொல் அழகு என்ற பொருளிலும் வழங்கப்பட்டிருப்பதனை 'வண்ண மார்பில் தாரும் கொன்றை' என்ற சங்கப் பாடலாலும் அறிகின்றோம்.

பக்தி இலக்கியங்களில் நாம் காணும் மற்றொரு செய்தி கறுப்பு அழகுக்குரிய நிறம், அது ஒளி வீசும் என்பது. திருமாலை

ஆண்டாள் 'கண்ணன் என்னும் கருந்தெய்வம் காட்சி பழகிக் கிடப்பேன்' என்கிறார். ஆழ்வார்கள் பலரும் திருமாலைக் 'கரிய மாணிக்கம்' என்று பாடியுள்ளனர். இராமனது கரிய உடம்பி லிருந்து ஒளி கிளர்ந்தது என்ற செய்தியை 'வெய்யோன் ஒளி தன் மேனியின் விரிசோதியின் மறைய' என்று கம்பர் பாடுகிறார். கண்ணப்பர் பிறந்தபோது அவரது கறுத்தமேனி ஒளியுடைய தாக இருந்தது என்பதனைக் 'கருங்கதிர் விரிக்கும் மேனி காமருகுழவி' என்று பாடுகிறார் சேக்கிழார். தன்மீது பட்ட ஒளியைப் பளபளப்புடைய கருப்புநிற மனிதத்தோல் 'எதிரொளி' செய்துகாட்டும் என்பது கம்பரும் சேக்கிழாரும் காட்டும் அழகுக் காட்சியாகும்.

நன்னூல் 301ஆம் சூத்திரத்துக்கான விருத்தியுரையில் அவ்வுரைகாரர் 'கண்' என்னும் வேற்றுமை உருபினை விளக்குகிறார். எடுத்துக்காட்டாகத் தரப்படும் சொற்றொடர் 'கறுப்பின் கண் மிக்குள்ளது அழகு' என்பதாகும். நெருப்பின் உள்ளார்ந்த தன்மை தெறல் (சுடுதல்) என்பதுபோலக் கறுப்பின் உள்ளார்ந்த தன்மையே அழகுதான் என்பது அக்காலத்தில் நிலவிய கருத்து எனத் தெரிகிறது. அக்காலம் வரை அழகோடு சேர்த்து எண்ணப்பட்ட கறுப்பு நிறம் பின்னர் ஏன் தனது மதிப்பை இழந்தது? அழகின்மை என்பதற்கு எடுத்துக்காட்டாக அது எப்படி மாறிப்போனது? தாழ்வுக்கும், இழிவுக்கும் உரியதாகக் கறுப்பு நிறம் கருதப்பட்டதன் சமூக வரலாற்றுக் காரணிகள் யாவை? இக்கேள்விகளுக்கான விடையினைச் சமூக அமைப்பில் காண இயலாது. மாறாக அதிகாரம் சார்ந்த அரசியல் அமைப்புக்குள்ளே தேடவேண்டும். அதுவும் தமிழ் அரசுகள் வீழ்ச்சியடைந்த 13ஆம் நூற்றாண்டின் இறுதிக்குப் பின்னரே தேட வேண்டும்.

கி.பி. 1310 முதல் 1323 வரை தமிழ்நாடு இசுலாமியர் படையெடுப்பால் அலைக்கழிந்தது. மீண்டும் 1383இல் விசய நகரப் பேரரசின் தளபதிகளின் படையெடுப்பால் ஆட்சி மாற்றம் ஏற்பட்டது. விசயநகரப் பேரரசு இசுலாமியருக்கு எதிராக வைதிக நெறியை உயர்ந்த இலட்சியமாகக்கொண்டு தோன்றிய அரசமரபாகும். ஆட்சியதிகாரம் விசயநகரப் பேரரசின் தளபதிகளின் கைக்கு மாறியவுடன் தமிழ்நாடு ஒரு பண்பாட்டு நெருக்கடியை எதிர்கொண்டது. அதாவது வரலாற்றில் முதல்முறையாகத் தமிழ்நாட்டின் அரசியல் அதிகாரம் பிறமொழி பேசும் ஆட்சியாளர்களிடம் நிலையாக மாறியது. இந்த ஆட்சியாளரைத் தொடர்ந்து தெலுங்கு மொழி பேசும் மக்கள் பெருமளவு குடியேறத் தொடங்கினர். பிராமணர் தொடங்கிச் சக்கிலியர் ஈறாக இந்தக் குடியேற்றம் அமைந்தது. பிராமணர்,

பிராமணரை அடுத்த 'மேல் சாதியினரான' புலால் உண்ணாத ரெட்டியார், ராஜூக்கள், இவர்களுக்கு அடுத்த படிநிலைகளில் அமைந்த நாயுடு (வெலமா, கம்மவார், கவர, காப்பு, பலிஜா), இவர்களுக்கும் அடுத்த நிலையில் உள்ள ஆசாரிகள், பெரும்பாலும் புன்செய் நிலத்து விவசாயிகளான நாயக்கர், மிகத்தாழ்நிலையில் உள்ள செருப்புத் தைக்கும் சக்கிலியர், தோட்டி வேலை செய்யும் சக்கிலியர் என இவர்களை வகைப்படுத்திக் காணலாம். இவர்களோடு செளராட்டிரப் பகுதியிலிருந்து ஏற்கனவே வெளியேறி ஆந்திரத்தில் இருந்த நெசவுத் தொழில் செய்யும் சாதியான செளராட்டிரர்களும் தமிழகத்தில் வந்து குடியேறினர். இக்கால கட்டத்தில் தமிழ் நாட்டில் தனித்து வளர்ந்திருந்த சைவ, வைணவ மதங்கள் பின்னுக்குத் தள்ளப்பட்டன. வைதிக நெறியே முன்னிறுத்தப்பட்டது. 'இந்து மதம்' அதிகாரத்தில் அமர்ந்தது. தமிழ் அக் காலத்தில் ஆட்சி மொழியாக இல்லை. ஆட்சியாளர்களின் மொழியாகிய தெலுங்கு பேணப்பட்டது. அரசியல் அதிகாரத்தில், வைதிக நெறியின் காவலர்களான பிராமணர்க்கும் சமசுகிருதத்திற்கும் முன்னுரிமை தரப்பட்டது.

இவர்கள் ஆட்சி முடியும் தறுவாயில் கி.பி. 1700க்குப் பிறகு உருது பேசும் வடநாட்டு முசுலிம்கள் அங்கங்கே சில பகுதிகளில் ஆட்சியதிகாரத்தைக் கைப்பற்றினர். மிகச்சில பகுதிகளில் பிரஞ்சுக்காரரும் ஏனைய பகுதிகளில் பிரிட்டிஷ்காரர்களும் ஆட்சியைக் கைப்பற்றினர்.

கி.பி. 14ஆம் நூற்றாண்டின் தொடக்கம் முதலாகத் தமிழ் நாட்டின் அரசியல் அதிகாரத்தைக் கையிலே வைத்திருந்த அனைத்து ஆட்சியாளர்களும், தமிழர்களின் சராசரி நிறத்திலிருந்து வேறுபட்ட சிவந்த நிறமுடையவர்கள். அவர்களால் ஆதரிக்கப்பட்ட வடநாட்டில் இருந்து வந்த இசுலாமிய ஞானிகள், ஐரோப்பியப் பாதிரிமார்கள், பிராமணர்கள் ஆகிய அனைவரும் தமிழர்களைவிடச் சிவந்த நிறம் உடையவர்கள். எனவே ஐந்து நூற்றாண்டுக்கு மேலாகத் தமிழ்நாட்டில் அரசியல் அதிகாரமும், அரசியல் சித்தாந்தங்களையும் நடைமுறைகளையும் உயர்த்திப் பிடிக்கின்ற ஆன்மீக அதிகாரமும் சிவந்த நிறமுடையவர்களின் கையிலேயே இருந்தது. எனவே இந்த நிறம் அதிகாரத்தின் நிறமாக, உயர்ந்த ஆன்மீகத்தின் நிறமாக, மேட்டிமையின் சின்னமாக, அழகு நிறைந்ததாகக் காட்டப்பட்டது. சுருக்கமாகச் சொல்வதானால், தமிழ் பேசும் பெருவாரியான மக்கள் கூட்டத்தாரின் மரபுவழி அழகுணர்ச்சி மனிதத் தோலின் நிறத்தைப் பொறுத்தமட்டில் திசைமாற்றம் பெற்றது. எதிர் நிலையில் சொல்வதானால், கறுப்பு நிறமுடைய மக்கள் அழகற்றவர்களாகவும், ஆளப்படுபவர்களாகவும், அதிகாரத்திற்குத் தகுதியற்றவர்களாகவும்,

இழிவின் சின்னமாகவும் கருதப்பட்டனர். இன்றளவும் இதுவே தொடர்கதையாகி வருகிறது. எனவேதான் தளைகளிலிருந்து தங்களை விலக்கிக் காட்ட விரும்பும் தனி மனிதர்கள், அதாவது தனிவாழ்வின் பொருளாதார மேன்மையிலும் அதிகாரத்தின்மீதும் வேட்கை உடையவர்கள் சிவப்புத் தோலை வெறியுடன் விரும்புகிறார்கள். எனவே, 'கறுப்பு – சிவப்பு' என்பது வெறும் அழகுணர்ச்சி சார்ந்த பிரச்சனை யன்று. அது மரபுவழி அழகுணர்ச்சியிலிருந்து திசை மாற்றப் பட்டவர்களின் அதிகார வேட்கைக்கும் மரபு வழிச் சங்கிலி யால் பிணைக்கப்பட்ட எளிய மக்களுக்கும் இடையிலே நிலவி வரும் ஒரு முரண்பாடு ஆகும்.

●

தெய்வங்களும் சமூக மரபுகளும்

தெய்வங்கள்	127
சிறுதெய்வ நெறிகள்	134
அடிதொழுதல்	142
பலராம வழிபாடு	147
அழகர்கோயில் அமைப்பும், தமிழகக் கோயில் அமைப்பும்	155
கள்ளரும் அழகரும் கள்ளழகரும்	164
உடைமையும் ஒழுக்கமும்	173
மாற்று மரபுகளும், தமிழ் வைணவமும்	181
"பார்ப்பார்": ஒரு வரலாற்றுப் பார்வை	192
மதுரைக்கோயில் அரிசன ஆலயப் பிரவேசம், 1939	199

தெய்வங்கள்

நம்மில் கடவுள் நம்பிக்கை உள்ளவரே மிகப் பெரும்பாலோர். கடவுள் நம்பிக்கை உடையோரிலும் ஒவ்வொருவர் தங்கள் மனத்திற்குப் பிடித்த ஒரு வடிவத்தைக் கடவுளாகக் கற்பனை செய்து கொள்கிறார்கள். கடவுளுக்கும் ஒவ்வொரு தனி மனிதனுக்கும் தனித் தனியே தொடர்பு இருக்கிறது என்ற கற்பனையை மதவாதிகள் மக்கள் நெஞ்சிலே மிக ஆழமாகப் பதித்திருக்கின்றனர். இவ்வகையான தனிமனித – கடவுள் உறவு மதங்கள் உருவான பின் எழுந்ததாகும். இது பரிணாமம் என்ற விஞ்ஞானக் கொள்கைக்கு எதிரானதாகும்.

மிகத் தொடக்க காலத்தில் இயற்கை மனிதனுக்கு ஒரு புதிராகத் தோற்றமளித்தது. இருள், சூரியன், பாம்பு ஆகிய இயற்கைப் பொருள்கள் மனிதனுக்குப் புதிராக இருந்தன; அதே நேரத்தில் அச்சத்தையும் ஊட்டின. ஆயினும் மனிதன் இயற்கையே தனக்கு உணவை அளிக்கிறது என்று அறிந்துகொண்டான். அச்சமும் உணவுத் தேவையும் கொண்ட மனிதன் இயற்கையின் பேராற்றலை வணங்கத் தலைப்பட்டான். கூட்டு உழைப்பினால் உணவைத்தேட மனிதன் முற்பட்டபோது ஆற்றல் மிகுந்த இயற்கையைத் தனக்கு இணங்க வைக்க முயன்றான். பழங்குடி மக்களின் பாட்டும் ஆட்டமும் அவர்களுடைய உணவுத் தேவையோடு தொடர்புடையவை. வேட்டை மிருகங்கள் நிறையக் கிடைப்பதற்காகவும் பின் உணவுக்குரிய பயிர்கள் நிறைய விளைவதற்காகவும் அதற்கான

மழை பெய்வதற்காகவும் இயற்கையை அவர்கள் வேண்டினர். அதற்காக, பயிர்கள் விளைவது போன்றும் மழை பெய்வது போன்றும் ஆடிக்காட்டினர். இவ்வாறு 'போலச் செய்து காட்டு வதன்' மூலம் இயற்கையை இணங்கவைக்க முடிய என்று நம்பினர். இவ்வகையான ஆட்டமும் பாட்டமும் மந்திரச் சடங்கு களோடு தொடர்புடையன. மந்திரமே உலக நாகரிகத்தில் தொடக்க காலத்தில் கலைகளுக்கும் விஞ்ஞானத்திற்கும் மூலமாக இருந்தது என்பதனைச் சமூகவியல் அறிஞர்கள் பிரேசர், ஜார்ஜ் தாம்சன் போன்றோர் விரிவாக விளக்கிக் காட்டி உள்ளனர்.

உயிரினங்களிலே மனிதன் கூடி வாழுகின்ற விலங்கினத்தைச் சேர்ந்தவன். விலங்கு நிலையில் இருந்தபோது யானை, மான், எறும்பு போல மனிதன் கூட்டம்கூட்டமாகவே வாழ்ந்த உயிரி. மனிதனின் தொடக்ககால நாகரிகமான கற்கால நாகரிகத்திலும் மனிதன் மந்தைமந்தையாகவே அலைந்து திரிந்தான். புதைபொருள் ஆய்வுகளில் கண்டுபிடிக்கப்படும் கற்கருவிகள் தொகுதி தொகுதி யாகவே இன்றும் கண்டுபிடிக்கப்பட்டு வருகின்றன. (மனிதன் மந்தை உணர்ச்சி உடையவன் என்பதால்தான் இன்றும் தனிமை மனிதனுக்கு அச்சத்தையும் வக்கிர உணர்வையும் ஊட்டுகிறது.) மனித சமூகத்தின் வளர்ச்சி அதனுடைய கூட்டுச் சிந்தனையின் விளைவு ஆகும். இரும்புக்காலம், செம்புக்காலம் என்று மனிதன் உலோகங்களைக் கண்டுபிடித்து நாகரிகம் பெற்றதும் சக்கரம், உழுகலப்பை போன்ற அரிய விஞ்ஞானக் கண்டுபிடிப்புகளைக் கண்டுபிடித்ததும் கூடிக்கூடித் தொழில் செய்து பெற்ற அனுபவத்தினால்தான். தெய்வங்களும் அப்படிப் பிறந்தவைதாம். மிகப் பழங்காலத்தில் சிந்தனை அளவில் இளம் குழந்தைகளாக வாழ்ந்த மனிதர்கள் தெய்வம் என்பதை ஒரு ஆற்றலாகத்தான் கருதினர். கைகால்களுடன் கூடிய ஓர் உருவமாகவோ, மனிதனைப் போன்ற உருவமாகவோ கருதவில்லை. தமிழர்கூட 'முருகு' எனப்பட்ட ஓர் ஆற்றலையே முதலில் வணங்கினர். பின்னர் தனி மனிதச் சிந்தனை வளர்ந்தபோதுதான் 'முருகு' 'முருகன்' ஆக்கப்பட்டான். இவ்வகையான குறிகளும், குணங்களும், குலங்களும் கொண்ட கடவுள்களும் அந்தந்தச் சமூகத்தின் தேவைக்கேற்ப அமைந்தவையே.

தெய்வங்களின் வடிவமும் குணமும் அவை சார்ந்த சமூகத்தின் தேவைகளையொட்டி அமைந்தவைதாம். கால்நடை வளர்ப்போரின் தெய்வம் மாடுகள், கன்றுகள் சூழ்ந்தபடி கையில் புல்லாங்குழலுடன்தான் இருக்க முடியும். உழவர்களின் தெய்வம் மழை தருகின்ற இந்திரனாகவோ, கையிலே கலப்பை ஏந்திய பலராமனாகவோதான் இருக்கமுடியும். சுருக்கமாகச்

சொன்னால் ஒரு குறிப்பிட்ட இனக்குழு என்ன வகையான உற்பத்தி முறையினைச் சார்ந்திருக்கிறதோ அதைப் பொறுத்து அத்தெய்வங்களின் வடிவங்களும் குணங்களும் அத்தெய்வத்தைப் பற்றிய கதைகளும் அமையும்.

நம்முடைய கிராமப்புறத் தேவதைகள் எல்லாம் கையிலே காவலுக்குரிய ஆயுதங்களையே ஏந்தியிருக்கின்றனவே, ஏன்? பயிரைக் காத்தல், கண்மாயிலிருந்து பாய்கின்ற நீரைக் காத்தல், விளைந்த பயிரைப் பகைவரிடமிருந்து காத்தல், அறுவடை செய்த தானியங்களைக் காத்தல், உழவுக்கு வேண்டிய கால்நடைகளைப் பகைவரிடமிருந்து காத்தல், ஊர் எல்லையில் நின்று எதிரிகளிடமிருந்து ஊரைக் காத்தல் – இந்தக் காப்பு நடிவடிக்கைகள்தாம் நேற்றுவரை கிராமப் பொருளாதாரத்தின் அடிப்படை. எனவே இந்த மக்களின் தெய்வங்களெல்லாம் இந்த மக்களைப் போலவே ஏதேனும் ஓர் ஆயுதம் ஏந்தி, காவலுக் குரிய வயல்களின் ஓரத்திலும் கண்மாய்க் கரையிலும், ஊர் மந்தையிலும் ஊர் எல்லையிலும் அயராது கண் விழித்து நிற்கின்றன. இவை உட்காருவதும், கண் மூடுவதும் கிடையாது. இந்த மக்களைப் போலவே இத்தெய்வங்களும் முறுக்கிய மீசையும் வரிந்து கட்டிய வேட்டியுமாகச் சட்டையில்லாமல் (சில நேரங்களில் தலைப்பாகையுடன்) கள்ளும் கறியும் உண்பவை யாக வாழ்கின்றன.

மிகப் பழங்காலத்திலிருந்து மக்களினப்பெருக்கம், அதற்குத் தேவையான உணவு உற்பத்திப் பெருக்கம், உணவு உற்பத்திக்கு அடிப்படையான கால்நடைப் பெருக்கம், மழை இவையே மனிதகுல வரலாற்றில் சமுதாயத்தின் இலட்சியமும் தேவையுமாய் இருந்திருக்கின்றன. எனவேதான் இன்றும் எல்லா மதத்தினரும் மகப்பேறு என்பது இறைவனால் அருளப்பட்டது என்றும், அதைத் தடுத்து நிறுத்துவது பாவம் என்றும் அடிமனத்தில் எண்ணுகின்றனர். உயிர்களைப் பெருக்கும் ஆற்றல் பெண்களுக் குரிய பண்பாகும். எனவே பெண் தெய்வங்கள் எல்லாம் சமூகத்தில் இத்தகைய தேவைகளை நிறைவு செய்யப் பிறந்த வையே. நோய்க் காலத்தில் குழந்தையைத் தாய் அக்கறையுடன் பேணிக் காக்கிறாள். (அம்மை, கோமாரி முதலிய) இப்பெண் தெய்வங்களும் நோய்களிலிருந்து மக்களையும் கால்நடைகளை யும் காக்கின்றன.

சிவபெருமான், விஷ்ணு, மீனாட்சி முதலிய பெருந் தெய்வங்கள் எல்லாம் இப்பண்புகளைக் கொண்டிருக்க வில்லையே, ஏன்? என்ற சந்தேகம் அடுத்து எழுகின்றது. இத்தெய்வங்கள் ஆதியில் இப்படிப் பிறந்தவைதாம். இனக்குழு

தெய்வங்களும் சமூக மரபுகளும்

மக்களிடையேதான் இத்தெய்வங்கள் பிறந்தன. நாளடைவில், தனிச் சொத்துரிமை வளரவளர உடலால் உழைப்பவர்கள், உடைமையாளர்கள் என்ற பிரிவு சமூகத்தில் தோன்றியபோது இத்தெய்வங்கள் உடைமையாளர்களின் தெய்வங்களாகி விட்டன. அவர்களுடைய பண்பாடுகளெல்லாம் (புலால் உண்ணாமை போன்றவை) இத்தெய்வங்களின் பண்புகளாகி விட்டன.

காடுகளில் கூட்டம் கூட்டமாகத் திரிந்த மனிதன் மண்மீது கிடந்தவற்றைப் பொறுக்கியும், நிலத்தைத் தோண்டியும் உணவை சேகரித்தான். பின்னர் வேட்டையாடினான்; மீன் பிடித்தான்; பின்னர் கால்நடைகளைப் பழக்கினான்; மேய்ச்சல் நிலம் தேடி இடம் பெயர்ந்தான்; அக்காலத்தில் பெண்கள் கண்டுபிடித்த விவசாயத்தைக் கால்நடைகளின் துணை கொண்டு வளர்த்தான். போரில் தான் வென்ற பகைவர்களின் உடல் உழைப்பினைக் கொண்டு பயிர் நிலங்களின் அளவைப் பெருக்கினான். ஒவ்வொரு கட்டத்திலும் அவனுக்கு இயற்கை துணைசெய்தது; சில நேரங்களில் பழிவாங்கியது. இவற்றி னூடாக மனிதக் கூட்டங்கள் இடையறாது போராடி வளர்ச்சி பெற்றன. வாழ்நிலை, நம்பிக்கை இன்னும் பல காரணங்களால் அவை இனக்குழுக்களாயின. விவசாயம் பெருகிய நிலையில் தனிச் சொத்துடைமை வளர்ந்தது; போர்களும் பெருகின; இனக்குழுக்கள் தம்முள் பொருதன; தொடர்ந்த போராட்டங் களால் இனக்குழுக்கள் கரைந்து அரசுகளும் நாடுகளும் உருவாயின. தோற்றுப் போனவர்கள் கடுமையான உடலுழைப் பிற்குத் தள்ளப்பட்டனர். வென்ற கூட்டத்தார் உடலுழைப்பி லிருந்து விலக ஆரம்பித்தனர். நாளடைவில் உடல் உழைப்பு இல்லாதவர்கள் உடைமையாளராகவும் மேல்தட்டு மக்களாக வும் மாறிவிட்டனர்.

வேட்டையாடிய நிலையில் குகைகளில் வாழ்ந்த மனிதர்கள் குகைச் சுவரில் ஓவியங்கள் தீட்டினர். இவ் வோவியங்கள் தாவரம் அல்லது விலங்காக இருந்தன. அவை அந்த இனக்குழுவின் குலக்குறியாக இருந்தன. இந்தக் குலக்குறிகள் புதிரானவையாகவும் புனித ஆற்றல் உடையன வாகவும் வாழ்க்கைத் தேவையை நிறைவு செய்ய வல்லவை யாகவும் கருதப்பட்டன. எனவே மந்திரச் சடங்குகளுக்கு உரியவையாகவும் கருதப்பட்டன. இம்மந்திரச் சடங்குகளே மதத்தின் மிகப் பழைய தொடக்க நிலையாகும். (இந்தக் குலக்குறிகளே பின்னர் ஒரு கட்டத்தில் மனித வடிவு பெற்ற தெய்வங்களின் கையில் ஆயுதங்களாகவும், அணிகளாகவும் தெய்வ வாகனங்களாகவும் வளர்ச்சி பெற்றன.)

ஒவ்வொரு கட்டத்திலும் சமூகத் தேவைகள் மாறமாற, தெய்வங்களும் அவற்றின் பண்புகளும் மாறின. உதாரணமாக, வேட்டைச் சமூகத்தில் வேட்டையாடப்பட்ட விலங்குகள் ஊர்ப் பொது மன்றத்தில் கொண்டுவரப்பட்டு அந்த இனக்குழு மக்களால் தமக்குள் சமமாக அல்லது வேலைக்குத் தகுந்த அளவில் பங்கீடு செய்யப்பட்டன. இப்பங்கீடு தெய்வத்தின் பெயரால் செய்யப்பட்டது. பங்கீடு சரியாக இல்லாவிட்டால் தெய்வம் தண்டிக்கும் என்பது இனக்குழு மக்களின் நம்பிக்கை. இப்பங்கீட்டுத் தெய்வத்தைப் பற்றிய தொல்லெச்சம் போன்ற செய்திகள் பழைய இலக்கியங்களிலும் புராணங்களிலும் காணப்படுகின்றன. தமிழிலக்கியத்தில் இத்தெய்வம் பால் வரை தெய்வம் (பால்–பிரிவு) என்று கூறப்பட்டுள்ளது. இத்தெய்வத்தின் விருப்பத்தின் பேரில்தான் ஓர் ஆணும் பெண்ணும் சந்தித்து உறவு கொள்கின்றனர் என்பது பழந்தமிழர் நம்பிக்கை. ஆரியரின் ரிக் வேதத்தில் 'ரித' என்னும் பங்கீட்டுத் தெய்வம் மறைந்தது பற்றிய புலம்பல்கள் இடம் பெறுகின்றன. கிரேக்கர் இப்பங்கீட்டுத் தெய்வத்தை 'ஹீரா' (Hera) என்று அழைத்ததாகக் கிரேக்கத்தின் பழைய புராணங்கள் பேசுகின்றன.

அடுத்த கட்ட வளர்ச்சியில், இவ்வகையான பங்கீட்டு வாழ்க்கை இனக்குழு மக்களிடையே மறைந்து போகிறது. பங்கீட்டுத் தெய்வமும் மறைந்து போகிறது. தமக்கு உரிய பங்கு கிடைக்கவில்லை என்ற நிலையில் சிலர் புலம்புகின்றனர். பிறகு பங்கீட்டுத் தெய்வங்கள் பற்றிய செய்திகள் கதையாக மிஞ்சுகின்றன. பின் அவையும் மறைந்து போய்விடுகின்றன. ஒவ்வோர் கட்ட வளர்ச்சியிலும் அதற்கு முந்திய கட்ட வளர்ச்சி அடியுரமாகப் போய்விடுகின்றது. ஆனால், விவசாயம் வளர்ந்தபோது கால்நடை வளர்ப்பு அழியவில்லை. மாறாக விவசாயத்தின் துணைத் தொழிலாகிவிடுகிறது. உதாரணமாகக் கிருஷ்ணன், பலராமன் என்ற இரு தெய்வங்களை எடுத்துக்கொள்வோம். கிருஷ்ணன், விருஷ்ணி – யாதவர் எனப்பட்ட கால்நடை வளர்க்கும் தொழிலையுடைய இரு குழுக்களின் தலைவன் ஆவான். பலராமன், சாத்துவதர் எனப்பட்ட உழவர்களின் குழுத்தலைவன் ஆவான். காட்டில் மாடு மேய்ப்பவர்களின் இசைக்கருவியான புல்லாங்குழலைக் கிருஷ்ணன் கையில் பார்க்கிறோம். உழவர்களின் குழுத் தலைவனான பலராமனோ கையில் கலப்பை ஏந்தியுள்ளான்.

இத்தெய்வங்களைப் பற்றிய புராணக் கதைகளும், இவற்றின் இயல்பை நன்கு உணர்த்துகின்றன. பலராமன் நிறைய மது குடிப்பவன். ஒரு முறை மதுவெறியில் ஒரு மரத்தடியில் சாய்ந்து கொண்டு நீராடுவதற்காகத் தன்னிடம் வருமாறு யமுனை நதியை அழைக்கிறான். அவள் வர மறுக்கிறாள். உடனே தன் ஆயுதமான

கலப்பையை வீசி எறிந்து அவளைத் தன்னிடத்திலே வரவழைத்து விடுகிறான். இக்கதையின் உட்கிடை என்ன? பலராமன் வாழ்ந்த காலத்தில் அவன் தலைமை ஏற்ற சாத்துவதர் யமுனைக் கரையில் பல புதிய நீர்வழிகளைக் கண்டு விவசாயப் பயிர் நிலங்களைப் பெருக்கினர் என்பதே.

சனகன், காட்டு வாழ்க்கையில் நிலத்தைக் கலப்பை கொண்டு உழுதபோது நிலத்துக்குள் இருந்து வந்தவள் சீதை என்பது சீதையின் பிறப்பைப் பற்றிய கதை. இதன் பொருள் சீதை உழும் தொழிலையுடைய ஒரு குழுவிலிருந்து பிறந்த தெய்வம் என்பதுதான்.

கிருஷ்ணன் – பலராமன் கூட்டு அக்காலத்தில் யமுனை நதிக்கரையில் தங்கள் எதிரிகளுடன் போராடுவதற்காகக் கால்நடை வளர்ப்போரும், விவசாயம் செய்வோரும் தம்முள் அமைத்துக்கொண்ட கூட்டையே காட்டுகிறது.

கோடரியை ஆயுதமாக உடைய பரசுராமன் தந்தையின் ஆணையின் பேரில் தாயைக் கொன்றான் என்ற கதை இனக்குழு வளர்ச்சியின் ஒரு கட்டத்தில் தாய்வழிச் சமூக அமைப்பு, தந்தைவழிச் சமூக அமைப்பாக மாறியபோதுதான் பிறந்திருக்க வேண்டும். (பரசுராமன் ஏந்தியுள்ள கோடரி, வேட்டைச் சமூக வாழ்க்கையிலேயே ஓர் ஆயுதமாக இருந்தது. கர்நாடகத்தின் பிரம்மகிரி என்ற ஊரில் கண்டெடுக்கப்பட்ட கற்கருவிகளில் ஒரு கற்கோடரியும் உண்டு.) தாய்வழிச் சமூக அமைப்பு தந்தைவழிச் சமூக அமைப்பாக மாறும்போது, வயதுவந்த மகன் தந்தையைத்தான் ஏற்றுக்கொள்வான். இக்காலக் கட்டத்தில் குடும்பங்களில் முரண்பாடுகள் தோன்றும். பெண்ணை அடிமையாக்க ஆண் அதீதமான சில நிலைகளில், நடைமுறைக்கு ஒவ்வாத கற்பு நெறியைப் பெண்ணுக்கு விதிக்கிறான். கற்பு– பத்தினித்தன்மை என்பதன் பெயரால் பெண்ணின் சுதந்திரம் பறிக்கப்படுகிறது. அம்முரண்பாட்டின் வெளிப்பாடே தந்தை ஏவியதனால் மகன் பரசுராமன் தாயைக் கொன்ற கதையாகும்.

ஒரு குறிப்பிட்ட கட்டத்தில் ஒவ்வொரு தெய்வத்தைப் பற்றியும் கதைகள் நிறையப் பெருகிவிடுகின்றன. ஓரளவு ஒற்றுமையுடைய தெய்வக் கதைகள் ஒன்றோடொன்று கலந்துவிடுகின்றன. இரண்டு மூன்று தெய்வ வழிபாடுகள் ஒன்றாகக் கலந்து ஒரே தெய்வ வழிபாடாகப் பரிணமித்துவிடுகின்றன. அநேகமாக இன்றுள்ள சிவ வழிபாடு, முருக வழிபாடு, விஷ்ணு (திருமால் வழிபாடு இவையெல்லாம் பலவகை வழிபாடுகள் ஒன்றாகக் கலந்து ஒரே தெய்வ வழி பாடாகப் பரிணமித்தவையே.

அரப்பா நாகரிகத்தின் பசுபதி வழிபாடு, வேதத்திலுள்ள ருத்ர வழிபாடு, தமிழ்நாட்டில் நிலவிய தறி வழிபாடு – இந்த மூன்றும் கலந்ததே சிவ வழிபாட்டின் அடிப்படை. வட இந்தியாவில் பிறந்த கந்த வழிபாடு, தமிழ்நாட்டின் முருக வழிபாடு, கிழக்கிந்தியப் பகுதிகளில் பிறந்த கார்த்திகேய வழிபாடு இவற்றின் கலவைதான் இன்றுள்ள முருக வழிபாடு. வாசுதேவ கிருஷ்ண வழிபாடு, பலராம வழிபாடு, வேதத்தின் நாராயண வழிபாடு – இவை அனைத்தும் கலந்தே விஷ்ணு வழிபாடு உருவாயிற்று. இனக்குழு வாழ்க்கையுடைய மக்களின் வழிபாட்டு அறைகள், அரசுகள் உருவாகியபோது கலந்து பெருவழிபாட்டு நெறியாக (cult) உருவெடுத்து, மதம் என்ற நிலைக்கு வளர்ந்தன.

சுருக்கமாகச் சொல்வதானால், ஆதி மனிதக் கூட்டம் உணவு தேவைக்காகவே அச்சத்தோடும், ஆச்சரிய உணர்வோடும் இயற்கையை வணங்கியது. சமூகத்தின் ஒவ்வொரு வளர்ச்சிக் கட்டத்திலும் சமூகத் தேவைகள் மாறி, வளர்ந்து, பெருகும்போது கதைகளும் புராணங்களும் அதற்குத்தக வளர்ந்தன. அரசுகள் உருவாகி வளர்ந்தபோது ஆளுங்கணம், ஆளப்படுவோர் என்ற நிலையில் தெய்வங்களும் பெருந்தெய்வங்கள், சிறுதெய்வங்கள் என்ற பிரிவுகளோடு அமைந்தன. பெருந்தெய்வக் கதைகள் எழுதப்பட்டுப் புராணங்கள் உருவாயின. சிறுதெய்வங்களின் கதைகள் உழைக்கும் மக்களின் நாவிலே பாட்டாக மலர்ந்தன. அவர்களின் நினைவிலேயே அக்கதைகள் தொடர்ந்து வந்தன. காலப்போக்கில் சில மறைந்தன. வேறு சில பெருவழிபாட்டு நெறிக்குள் கலந்து அவற்றால் உள்வாங்கப்பட்டு மறைந்தன.

தெய்வங்களும் சமூக மரபுகளும்

சிறுதெய்வ நெறிகள்

சிறுதெய்வ ஆய்வு நாட்டுப்புறப் பண்பாட்டியலின் ஒரு பெரும் பிரிவாகும். இந்த வகையான ஆய்வு தமிழ்நாட்டில் கடந்த இருபத்தைந்து ஆண்டு களாகத்தான் தொடங்கப்பட்டது. இந்த வகையான ஆய்வுச் சிந்தனையைத் தொடங்கியதில் 'தாமரை', 'ஆராய்ச்சி' போன்ற இதழ்களுக்குப் பெரும்பங்குண்டு.

சொல் விளக்கம்

முதலில், 'சிறு தெய்வம்' என்ற சொல்லின் தோற்றத்தை நோக்குவோம். முதன்முதலாக "சென்று நாம் சிறுதெய்வம் சேரோம் அல்லோம்" என்று அப்பர் தேவாரத்தில் பயின்று வருகிறது. இதன் காலம் கி.பி. ஏழாம் நூற்றாண்டு ஆகும். இதற்கு நேர்மாறாகப் 'பெருந்தெய்வம்' என்ற சொல்வழக்கு புறநானூற்றிலேயே காணப்படுகிறது. இரண்டு வேந்தர்களையும் ஒன்றாகக் கண்ட புலவர், "இரு பெருந்தெய்வமும் உடன் நின்றாஅங்கு" (பாடல் எண்: 58) என்று பலராமனையும் திருமாலையும் நினைத்துப் பாடுகிறார். எனவே, சமூகத்தின் அடித்தளத்து மக்கள் வழிபடும் கடவுளரைச் சிறு தெய்வங்கள் எனவும், மேல்தளத்து மக்கள் வழிபடும் தெய்வங்களைப் பெருந்தெய்வம் எனவும் குறிப்பிடும் வழக்கம் அக்காலத்திலேயே இருந்திருப் பதாகத் தெரிகிறது.

ஆய்வு நெறியில் 'சிறுதெய்வம்', 'பெருந்தெய்வம்' என்ற சொற்களைத் தாழ்ந்தவை, உயர்ந்தவை என்ற பொருளில் எடுத்துக்கொள்ள இயலாது. உண்மையில் சிறுதெய்வங்கள் எனப்படுபவையே மிகப் பழைய

நம்பிக்கைகளையும் உணர்வுகளையும் பேணி நிற்பவையாகும். இக்கட்டுரையில் சிறுதெய்வம் என்ற சொல் நாம் பழகிவிட்ட சொல் என்பதனாலேயே எடுத்தாளப்படுகிறது.

17ஆம் நூற்றாண்டில் குமரகுருபரர், "செத்துப் பிறக்கின்ற தெய்வங்கள் மணவாளன்" என்று முருகனைக் குறிப்பிடு கின்றார். இப்பாடலில் செத்துப் பிறப்பனவாக அவர் குறிப்பது சிறு தெய்வங்களையே என்று ஊகிக்கலாம்.

'சிறுதெய்வம்' என்ற சொல் எதைக் குறிக்கும்? சிறுதெய்வங் களின் முதற்பண்பு அவை பிராமணரால் பூசை செய்யப் பெறாதவை என்பதே. பிராமணப் பூசை இன்மையால் இவை இயல்பாகவே இரத்தப் பலி பெறும் தெய்வங்களாகின்றன. இவை, நாள்தோறும் ஆறுகாலப் பூசை பெறுவதில்லை. இவற்றின் திருவிழாக்களில் 'சாமியாட்டம்' இடம்பெறும்.

வழிபடுவோர்

சிறுதெய்வ வழிபாடு சமூகத்தில் எப்பிரிவினரிடம் தொல் வழக்காக உள்ளது என்பது அடுத்த கேள்வி. பொதுவாக, பிராமண ரல்லாத எல்லாச் சாதியினரும் சிறுதெய்வ வழிபாட்டை உடையவர்கள் ஆவர். பிராமணரல்லாத உயர் சாதியாரிடமும் புலாலுண்ணாத வேளாளரிடத்தில் – சிறுதெய்வ வழிபாடு மிகக்குறைவாக உள்ளது. நிலவுடைமை அமைப்பில் பிற எல்லாச் சாதியாரும் சிறுதெய்வ வழிபாட்டில் ஈடுபட்டவரே.

கோயில் அடையாளம்

சிறுதெய்வக் கோயில்கள் சிறியவை. சில இடங்களில் அவை கட்டிடமின்றி அமைதலும் உண்டு. இன்னும் சில இடங்களில் மரங்களும், புதருமே தெய்வமாகக் கருதி வழிபடப்பெறும். மரங்கள் பெரும்பாலும், வேம்பு, பனை, உடை, பூவரசு ஆகியவை யாக இருக்கும். பெண் தெய்வக் கோயில்கள் பெரும்பான்மை வடக்கு நோக்கியும் சிறுபான்மை கிழக்கு நோக்கியும், ஆண் தெய்வக் கோயில்கள் கிழக்கு நோக்கியே அமைவதும் மரபாகும். ஒரு சிறுதெய்வக் கோயிலில் பெரும்பாலும் ஒரு தெய்வம், அல்லது மூன்றிலிருந்து இருபத்தொரு தெய்வங்கள் வரை வடக்கு, கிழக்கு, தெற்கு நோக்கி அமைந்திருக்கும்.

பெயர்கள்

சிறுதெய்வங்களின் பெயர்கள் பெருந்தெய்வங்களின் பெயர்களிலிருந்து தெளிவாகவே வேறுபட்டு நிற்கின்றன. ஆண் சிறு தெய்வங்களின் பெயர்கள் பொதுவாக அய்யா, அப்பன், அடியான், சாமி முதலிய விகுதிகளோடும் (கருப்பை இருளப்பன், பனையடியான், கருப்பசாமி), பெண் தெய்வங்கள் பெயர்கள்

அம்மன், நாச்சி, கிழவி முதலிய விகுதிகளோ (முத்தாலம்மன், பெரியநாச்சி, அரியாக்கிழவி) அமைந்திருக்கும்

கோயில் அமையும் இடங்கள்:

இச்சிறுதெய்வக் கோயில்கள் பொதுவாக ஊர் மந்தை, ஊரின் எல்லை, குளக்கரை, கண்மாய்க்கரை, களத்துமேடு, வயற்புறம், அழிந்த கோட்டைகளின் வாசற்பகுதி இருந்த இடம், நெடுஞ்சாலை ஓரம் முதலிய இடங்களில் அமைந்திருக்கும் அந்த இடங்கள் அனைத்தும் காவலுக்குரிய இடங்கள் ஆகும் எனவே பெரும்பாலான சிறு தெய்வங்கள் காவல் தெய்வங்கள் அமைவனவே.

உருவம்

பெண் சிறுதெய்வங்கள் பீடத்தின் மேல் அமர்ந்த கோலத்தில் இரண்டு கைகளோடு, தலையில் வெவ்வேறு வகையான மகுடங்களுடன் இருக்கும். கையில் வேல், வடிந்த காது, கழுத்தில் காறை, கையில் வளை, காலில் தண்டை ஆகியவற்றோடு அமைந்திருக்கும். ஒன்றிரண்டு தனித்த வேறுபாடுகளும் உண்டு. எடுத்துக்காட்டாக, உச்சினி (உஜ்ஜயினி) மாகாளியம்மன் இடது உள்ளங்கையில் கபாலம் ஏந்தியிருக்கும். சில பெண் தெய்வங்கள் இடுப்பில் குழந்தை வைத்திருப்பதாக நாட்டுப்புறப் பாடல்களிலும் வழக்கு மரபுகளிலும் செய்திகள் உள்ளன. ஆண் தெய்வங்கள் நின்ற கோலத்திலும், ஒரு காலை மட்டும் முழங்காலிட்ட கோலத்திலும், தவழ்ந்த கோலத்திலும் காணப்படும். ஒரு காலை முழந்தாளிட்ட நிலைமையில், ஒரு கை (வலக்கை) ஓங்கிய நிலையில் ஆயுதம் ஏந்தி இருக்கும் இத்தோற்றத்தில் அமைந்த தெய்வங்களை 'நொண்டிச்சாமி' என்பார்கள். தவழ்ந்த கோலத்தில் அமைந்த தெய்வங்களை 'சப்பாணி' என்பார்கள். தெய்வ உருவங்கள் பெரும்பான்மை கல்லிலும், சிறுபான்மை மண்ணாலும் அமைந்திருக்கும். மண்ணால் (சுதையால்) அமைந்த தெய்வங்கள் வண்ணங்கள் பூசப்பெற்றவையாக இருக்கும்.

கிடந்த கோலத்தில் ஒரே ஒரு தெய்வம் மட்டும் கள ஆய்வில் இதுவரை காணப்பட்டுள்ளது. நெல்லை மாவட்டத்தின் மேற்குப் பகுதியிலும், குமரி மாவட்டத்தின் சில பகுதிகளிலும் காணப்படும் இத்தெய்வத்திற்கு 'வண்டிமலைச்சியம்மன்' என்று பெயர். இந்தப் பெயருடைய அம்மன் கோயில்களில் மல்லாந்த நிலையில் ஆணும், பெண்ணுமாக இரண்டு உருவங்கள் மிகப் பெரிய அளவில் மண்ணால் அமைக்கப்பட்டிருக்கும்.

சிறுதெய்வமா, பெருந்தெய்வமா என்று அறுதியிட்டுரைக்க முடியாதபடி மிகச் சில தெய்வங்கள் உள்ளன. அவற்றுள் ஒன்று 'காமாட்சி அம்மன்' ஆகும். பழம்பெரும் கோயில்களில்

ஒன்றான காஞ்சிபுரம் காமாட்சியம்மன் கோயில் ஒரு பெருந் தெய்வக் கோயிலாகும். ஆயினும், தமிழ்நாட்டின் கிராமப்புறங் களில் காமாட்சியம்மன் பிராமணப் பூசையின்றி இரத்தப் பலி பெறும் சிறுதெய்வமாகவே காணப்படுகிறது. எனவே, காமாட்சி யம்மன் முதலில் சிறுதெய்வமாக இருந்து, இடைக்காலத்தில் பெருந்தெய்வமாக மாற்றப்பட்டிருக்கிறது என்பது தெரிகிறது.

உருவமில்லாதன

சிறுதெய்வக் கோயில்களில் உருவம் இல்லாதன, உருவம் உடையன என இரு வகை உண்டு. மரங்களையே தெய்வங்களாக வழிபடுதல் ஒரு வகையாகும். சில இடங்களில் கல்லாலான கழுமரங்களே வழிபடப் பெறுகின்றன. சில இடங்களில் பீடங்கள் மட்டும் உருவமின்றி வழிபடப் பெறுகின்றன. அழகர்கோயிலில் பதினெட்டுப் படிகளும், படிகளுக்கு முன்னமைந்த இரண்டு கதவுகளுமே தெய்வமாகக் கருதி வழிபடப் பெறுகின்றன. இன்னும் சில இடங்களில் நடப்பட்ட குத்துக்கற்களில் தெய்வம் உறைவதாக நம்பி வழிபடுவர். தெய்வங்கள் பந்தியாக (வரிசை யாக 21 தெய்வங்கள்) அமைந்த கோயில்களில் முக்கியமான ஒன்றிரண்டு மட்டும் உருவங்களாகவும், பிற தெய்வங்கள் பீடங்களாகவும் வழிபடப்படுகின்றன.

வழிபடு கடவுளர் இயல்பு

உருவமுடைய சிறுதெய்வங்கள் எல்லாம் அவை ஆணா யினும் பெண்ணாயினும் ஆயுதங்களை ஏந்தியிருப்பது அவற்றின் பொதுப் பண்பாகும். எனவே, சிறுதெய்வங்கள் அனைத்தும் வீரவழிபாட்டுத் தெய்வங்கள் எனக் கருதப்படு கின்றன. தன்னுடைய ஊரை, ஊரின் கால்நடைகளை, கண்மாய் நீரை, பெண்களை, விளைந்த பயிர்களைக் காக்கின்ற சண்டை யில் உயிர்துறந்த ஆண்கள் எல்லாம் வீரவழிபாட்டிற்கு உரியவர் களாவர். இவர்களுக்குத் தனிப்பெயர் இருந்தாலும் வேடியப்பன், பட்டவன் என்ற பொதுப் பெயர்களில் வடமாவட்டங்களிலும்; மதுரை, முகவை மாவட்டங்களில் கருப்பசாமி என்ற பொதுப் பெயரிலும்; நெல்லை குமரி மாவட்டங்களில் சுடலைமாடன் என்ற பொதுப்பெயரிலும் இத்தெய்வங்கள் அடங்கிவிடும். இப் பொதுப்பெயர்கள் பொது வழிபாட்டுநெறி ஒன்றை உருவாக்கி விடுகின்றன.

பெண் தெய்வங்களில் பகைவரால் கொல்லப்பட்டோர், பாலியல் வன்முறையை எதிர்க்கும் முயற்சியில் இறந்தோர், பாலியல் வன்முறையிலிருந்து தப்பிக்கவும், அதை எதிர்க்கவும் தற்கொலை செய்துகொண்டோர், கணவனோடு உயிர் நீத்தோர் ஆகியோரே வீரவழிபாட்டுக்கு உரியவராவர். பொதுவாக வீர

வழிபாட்டிற்கு உரியவர்கள் எல்லாம் அகால மரணத்தைச் சந்தித்தவர்கள் ஆவர்.

வீரவழிபாட்டு நெறியில் இரண்டு சாரார் ஒரே தெய்வத்தை வழிபடுவதும் உண்டு. கொல்லப்பட்ட வீரனைச் சார்ந்த பிரிவினர் அவன் வீரத்தையும், பிற வரங்களையும் வேண்டி வழிபடுவர். கொன்ற பிரிவினர் கொல்லப்பட்ட வீரனின் ஆவியால் தாங்கள் பழிவாங்கப்படக் கூடாது என்பதற்காக 'சமாதானம்' (சாந்திச் சடங்குகள்) செய்து வணங்குவர்.

பொதுவாகப் பெண் தெய்வ வழிபாடுகள் உடல் வளம், மன வளம், மகப்பேறு வளம், பயிர் வளம் இவற்றையே குறிக்கோளாகக் கொண்டு நடைபெறும். அதாவது, மக்களையும் பயிர்களையும் நோய் வராமல் காத்தல், வந்த நோயிலிருந்து காத்தல், மனநலக் குறைவைச் சரிசெய்தல், மகப்பேற்று வரந் தருதல், பயிரை நன்றாக விளையச் செய்தல் ஆகியவையே பெண் தெய்வத்தின் கடமைகளாக அமைகின்றன.

பூசாரி

சிறுதெய்வக் கோயில்களில் பிராமணரல்லாதாரே பூசாரிகள் ஆவர். பள்ளர், பறையர், சக்கிலியர், நாவிதர், வண்ணார் ஆகிய சாதியாரின் கோயில்களில் பெரும்பாலும் அவ்வச்சாதியாரே பூசாரிகளாக இருப்பர். பிற மேல்சாதியாருக்கு உரிமையான கோயில்களில் மண்பாண்டங்களும், மண்ணில் தெய்வ உருவங்களும் செய்யும் குயவர் (வேளார்) சாதியாரும், நந்தவனம் வைத்துப் பூத்தொடுக்கும் பண்டாரம் எனப்படும் சாதியாரும், உவச்சர் (கம்பர்) சாதியாரும் பூசாரிகளாக இருப்பர். ஒன்றிரண்டு கோயில்களில் அவ்வச்சாதியாரே (மறவர், கள்ளர்) பூசாரிகளாக இருப்பார்கள். பொதுவாகப் பிற தெய்வக் கோயில்களைப் போலச் சிறுதெய்வக் கோயில்களில் ஆறுகால பூசைகள் நடப்பதில்லை.

சாமியாடி – தோற்றமும் ஆட்டமும்

பெரும்பாலும் சிறுதெய்வக் கோயில்களில் பூசாரிகள் சாமியாடிகளாக இருப்பதில்லை. வழிபடும் அடியவர்களிலேயே ஓரிருவர் சாமி ஆடுவர். இரண்டு மூன்று சாதிகளுக்குரிய கோயில்களில் சாதிக்கொரு சாமியாடியும் உண்டு. பெண் தெய்வக் கோயில்களில் ஆண்களும் ஆண் தெய்வக்கோயில்களில் பெண்களும் ஆடுவதுண்டு. சாமியாட்டம் திருவிழாக் காலங்களில் மட்டுமே நடைபெறும்.

சாமியாடுவோர் ஆண்களாக இருப்பின் வேட்டியை வரிந்து கட்டியும், பெண்களாக இருப்பின் தலைமுடியை விரித்துப் போட்டும் சாமியாடுவர். சாமி ஆடுபவர் கையில் வேப்பிலை

யும், எலுமிச்சம் பழமும் இருக்கும். அந்தக் குறிப்பிட்ட சிறு தெய்வத்திற்குரிய ஆயுதங்களான அரிவாள், வாங்கரிவாள், சிறு பிரம்பு, பூண் கட்டிய தடிக்கம்பு, சாட்டை, வாள், கட்டாரி ஆகியவற்றில் ஒன்றை ஏந்தி ஆடுவர்; தீப்பந்தம், தீச்சட்டி ஏந்தியும் ஆடுவதுண்டு. மதுரை, நெல்லை, குமரி மாவட்டங்களில் ஒருவர் நீர்க்கரகம் எடுத்துத் தெய்வப் பிரதிநிதியாக ஆடுவார். அவருக்குக் 'கோமறத்தாடி' எனப் பெயர். அவர் மஞ்சள் ஆடையும், கையில் வெள்ளிக் கடகமும், மஞ்சள் காப்புக்கயிறும் அணிவார். சில சிறுதெய்வக் கோயில்களில் சிவப்பு வண்ணக் கால்சட்டை யுடன் காலில் சலங்கை கட்டி ஆடுவர். சிவப்புக் கால்சட்டை யோடு, சிவப்புத் தொப்பியணிந்து ஆடுவதும் உண்டு, பொதுவாக எல்லாச் சிறுதெய்வக் கோயில்களிலும் சாமி ஆடுவோர், திருவிழாவிற்கு முன்னர் 10 அல்லது 15 நாள் தொடங்கிப் புலால் உண்பதைத் தவிர்த்தும், உடலுறவைத் தவிர்த்தும் விரதமிருப்பர். இன்னும் சில கோவில்களில் பூசை செய்யும் நேரத்தில் பூசை செய்வோர் வாயினை ஒரு வெள்ளைத் துணியினால் கட்டிக் கொள்வர்.

சிறுதெய்வக் கோயில்களில் நடைபெறும் சாமியாட்டம் அல்லது தெய்வ ஆட்டம் பலவகைப்படும். பெரும்பாலும் 'திமிரி' என்னும் சிறிய வகை நாட்டுப்புற நாதஸ்வர இசைக்கும், மேளத்திற்கும் ஏற்ப ஆண்களும் பெண்களும் குதித்தாடு வார்கள். பெண்கள் தலை மயிர் விரித்த தலையை முன்னும் பின்னுமாக ஆட்டி ஆடுவார்கள்.

பொதுவாக ஒரு சிறுதெய்வம் இரண்டொருவர் மீது மருள் கொண்டு இறங்கும். 'மருளாடி', 'சாமியாடி', 'கோமறத்தாடி' என ஒவ்வொரு வட்டாரத்திற்கும் சாமியாடுவோர் பெயர் வேறு படும். சாமியாடுவோரில் ஒருவர் மட்டுமே தெய்வத்தின் பிரதிநிதி போலக் கையிலோ தலையிலோ கரகம் வைத்து ஆடுவார். பிறர் ஆயுதங்களை ஏந்தியோ, வேப்பிலை, எலுமிச்சம் பழம் மட்டும் கையில் வைத்துக்கொண்டோ ஆடுவர். ஆடுவோர் எல்லோரும் கழுத்தில் பூ மாலை அணிவர்.

பொதுவாக இவ்வகையான ஆட்டம் தவிர வெவ்வேறு வகையான ஆடல்களும் சில இடங்களில் நடைபெறும். இவற்றுள் வட்டார வேறுபாடும் உண்டு. தென் மாவட்டங்களில்தான் இப்பொழுது பல்வகையான ஆட்டங்களைக் காண முடிகிறது.

விழாக்களும் இரத்தப் பலியும்

சிறுதெய்வக் கோவில்களில் திருவிழாக்கள், பெரும்பாலும் மாசி மாதத்தில் மகா சிவராத்திரியன்று நடைபெறும் இத் திருவிழாவினை 'மாசிக்களரி' என்பர். நெல்லை, குமரி மாவட்டங் களில் மட்டும் பங்குனி மாதம் உத்திர நட்சத்திரத்தில் நடைபெறும்.

திருவிழாக்களின் உச்சக்கட்ட நிகழ்ச்சியாக இரத்தப்பலி நடைபெறும். எருமைக்கடா, ஆட்டுக்கடா, சேவல், பன்றி ஆகியவை பலியிடப்பெறும்

பொதுவாகத் தமிழ்நாட்டில் கோவை மாவட்டத்தில் ஓரிரு இடங்களைத் தவிர எருமைக்கடா பலிகொடுக்கும் வழக்கம் நின்றுவிட்டது. எருமைக்கடா பலிபெறும் பெண் தெய்வங்கள் மைசூர்ப் பகுதியில் உருவான மகிஷாசுரமர்த்தனி (எருமைத்தலை அரக்கனைக் கொன்ற காளி) வழிபாட்டில் இருந்து கிளைத்திருக்க வேண்டும். அலைந்து திரியும் சாதிய ரான நரிக்குறவர் இக்காலத்திலும் தங்கள் தெய்வத்துக்கு எருமைக்கடா பலி கொடுக்கின்றனர்.

விதிவிலக்காக அன்றிப் பெண் விலங்குகளையோ, பறவை களையோ பலிகொடுக்கும் வழக்கம் வழிபாட்டு நெறிகளில் இல்லை. இரத்தப் பலி என்பது பொதுவாக ஆண் விலங்குகளை யும் பறவைகளையுமே குறிக்கும். உயிர்ப் பெருக்கத்திற்குக் காரணமான பெண் உயிர்களைப் பலி கொடுத்தால் தெய்வம் தண்டிக்கும் என்னும் தொல்பழைய நம்பிக்கையே இதற்குக் காரணம். சங்க இலக்கியத்தில் நன்னன் என்னும் மன்னன் ஒருவன் பெண் கொலை செய்து பெரும்பழி ஏற்றதனைச் சங்க இலக்கியம் பதிவு செய்துள்ளது.

தாழ்த்தப்பட்ட சாதியாரான சக்கிலியர் போன்ற சாதி களில் மட்டுமே பன்றியைப் பலி கொடுப்பர். வெட்டப்பட்ட மிருகத்தின் தலையினை மட்டும் எடுத்து தெய்வத்திற்கு நேர் எதிரே கோயிலுக்கு உள்ளாகவோ, வெளியிலோ அமைந்திருக்கும் பலிபீடத்தின் மேல் வைப்பர். சில தெய்வங்களுக்குப் பலியிடும் விலங்கின் தலையை வெட்டாமல் நெஞ்சினைக் கீறி இருதயத்தை மட்டும் எடுத்துப் பலிபீடத்தின் மேல் வைப்பர்.

பெண் தெய்வங்களில் ஒருசில தெய்வங்களுக்கு இரத்தப் பலி தரும்போது, நிறை சினையாகவுள்ள பெண் ஆட்டைத் தேர்ந்தெடுத்து, ஊருக்கு வெளியே அதைக் கொண்டுபோய் அதன் வயிற்றைக் குத்திக் கிழித்து, உள்ளே இருக்கும் ஆட்டுக் குட்டியைத் தனியே வெளியே எடுத்துக் கோயிலில் தெய்வத்தின் பலிபீடத்தில் வைப்பர். இதற்குச் 'சூலாடுகுத்துதல்' அல்லது 'துவளக்குட்டி' எனப் பெயர். ஒரு கோயிலில் ஒன்றுக்கு மேற்பட்ட தெய்வங்கள் இருந்தால் ஒவ்வொன்றுக்கும் தனித்தனி பலிபீடமும் இருக்கும்.

தெய்வங்கள் வரிசையாக அமைந்த கோயில்களில் 'அய்யனார்' இருப்பினும் அது இரத்தப் பலி பெறாத தெய்வ மாகும். எனவே அதே வளாகத்திலுள்ள பிற தெய்வங்களுக்கு

இரத்தப் பலி இடும்போது, இரத்தப் பலி பெறாத அய்யனார் போன்ற தெய்வ உருவங்களைத் திரையிட்டு மறைத்துவிடுவர். இரத்தப் பலி பெறாத தெய்வங்களை நாட்டுப்புறத்து வழக்கு மரபில் 'சுத்தமுகத் தெய்வம்' என்று கூறுவர்.

பிற படையல்

சிறுதெய்வங்களுக்குப் படைக்கப்படும் உணவு வகை என்று எதையும் குறிப்பிட இயலவில்லை. திருவிழாவில் இறுதி நிகழ்ச்சியாகச் சில தெய்வங்களுக்கு ஊன் (ஆட்டுக்கறி) கலந்த சோறு படைக்கப்படுகிறது. நெல்லை மாவட்டத்தில் இதற்குச் 'சோறு' எனப் பெயர். குமரி மாவட்டத்தில் 'ஊட்டுக் கொடுத்தல்' என்பர். பொதுவாக, சிறுதெய்வக் கோயில்களில் வழிபடு வோர்க்கு திருநீறு பிரசாதமாக வழங்கப்படுகிறது. 'தெய்வம் தன்மீது குடிகொண்டுவிடும்' என்ற அச்சத்தினால் குறிப்பிட்ட சில சிறுதெய்வக் கோயில்களில் தரப்படும் (தெய்வத்திற்குச் சூட்டிய) பூவினைப் பெண்கள் அணிவதில்லை.

நேர்த்திக் கடன்

காணிக்கை அல்லது நேர்த்திக்கடனாகச் சிறுதெய்வக் கோயில்களுக்கு நெல் முதலிய தானியங்கள் தரப்படுகின்றன. குழந்தைப்பேறு இல்லாதவர்கள் குழந்தைவரம் வேண்டி 'பிள்ளைத் தொட்டில்' (மரத்தாலான மிகச்சிறிய தொட்டில்) செய்து கோயிலில் தொங்கவிடும் வழக்கமும் பரவலாக உள்ளது. எல்லாச் சிறு தெய்வக் கோயில்களிலும் தெய்வத்திற்குரிய ஆயுதங் களையும் (வேல், வாள், தடி, கட்டாரி, அரிவாள்), சாட்டை, பாதுகை, மணி, திருநீற்றுக் கப்பரை முதலியனவற்றையும் அடியவர்களே நேர்த்திக் கடனாகச் செய்து தருகின்றனர்.

சமூக மாற்றம்

இருபதாம் நூற்றாண்டில் சமூக மாற்றங்கள் காரணமாகப் பெண் சிறுதெய்வங்களில் சில பெருந்தெய்வமாக மாற்றப் பட்டுள்ளன. இரத்தப் பலியினை நிறுத்துவது, பெருந்தெய்வக் கோயில்களைப் போலப் புரட்டாசி மாதம் நவராத்திரித் திருவிழாவினைக் கொண்டாடுவது, சில இடங்களின் பிராமணரைப் பூசாரியாக்குவது முதலிய படிநிலைகளின் மாற்றங்கள் ஏற்பட்டுள்ளன. சில கோவில்களில் 'சாமியாட்டம்' காலப்போக்கில் ஆடுவோரின்றி மறைந்து இம்மாற்றத்திற்கு மேலும் துணை செய்கிறது. ஒரு கோயிலை வழிபடும் அடியவர்கள் சமூக மாற்றங்களினால் பொருளாதார வலிமை பெறுவதும், பணக்காரர் அறங்காவலர் பொறுப்புக்கு வருவதும் இம்மாற்றத்திற்கு அடிப்படைக் காரணங்களாகும். இம்மாற்றமும் நகர்ப்புறங்களில் தான் பெருமளவில் நடந்துள்ளது.

அடிதொழுதல்

இருபதாம் நூற்றாண்டுத் தமிழ்ச் சமூகம் பல புதிய மாற்றங்களைக் கண்டிருக்கிறது. அவற்றுள் சில தனிமனித ஒழுக்கம் சார்ந்தவை. அந்நூற்றாண்டின் தொடக்கத்தில் ஒரு தனிமனிதனின் காலில் மற்றொரு மனிதன் விழுந்து வணங்குவது, மானக் குறைவான செயல் என்ற எண்ணம் அரும்பியது. பின்னர் அது வளர்ந்தது. இப்பொழுது மீண்டும் அந்த வழக்கம் உயிர்த்தெழுந்துள்ளது. பொது வாழ்க்கையில் ஈடுபட்டுள்ளோர் பலர் எந்தவித வரைமுறையுமின்றி நாள்தோறும் தனிமனிதரின் காலில் விழுந்து எழுகிறார்கள். நம்முடைய கலாச்சாரம் 'காலாச்சாரம்' ஆகிவிட்டது எனச் சிந்தனையாளர்கள் புலம்புகின்றனர். இந்தச் சூழ்நிலையில் நம்முடைய பண்பாட்டில் இந்த வழக்கம் எவ்வாறு தோன்றி காலந்தோறும் வளர்ந்து வந்துள்ளது எனப் பார்ப்பது அவசியம்.

அரசுகளும் நகர நாகரிகமும் வளர்ச்சி அடையாத காலகட்டத்தில், அதாவது இனக்குழுப் பண்பாடே பொதுப் பண்பாடாக நிலவிய ஒரு சமூக அமைப்பில் இவ்வழக்கம் தோன்றிய தாகவோ, சமூக மதிப்பைப் பெற்றிருந்ததாகவோ தெரியவில்லை. பின்னர், சிறிய அளவில் அரசுகள் தோன்றி அரசர்கள் தமக்குள் போரிட்டுக்கொள் கின்றனர். வென்றவனின் காலில் தோற்றவன் விழுந்து தன்னுடைய தோல்வியை ஏற்றுக்கொள்கிறான். 'அடிவீழ்தல்' என்ற சொல் தோற்றவன் கட்சியினை யும் 'அடிபுறந்தருதல்' (காலடியில் விழ வைத்தல்)

என்ற சொல் வென்றவனின் வீரத்தையும் விளங்க வைப்பதனைச் சங்க இலக்கியத்தில் காண்கிறோம்: "மெல்ல வந்தென் நல்லடி பொருந்தி" (புறம்:73), "அடிபுறந்தருகுவர் நின் அடங்காதோரே" (புறம்: 35).

அரசியல் தவிர்ந்த சமூகத்தின் மற்ற அமைப்புகளில் ஒருவர் மற்றவர் காலடியில் விழுந்து வணங்கியதாகச் செய்திகள் சங்க இலக்கியத்தில் கிடைக்கவில்லை.

சங்கமருவிய காலத்தில் தமிழ்நாட்டில் நிறுவன மதங்கள் காலூன்றத் தொடங்கின. (சங்க காலத்தில்தான் வடநாட்டு மதங்களான சமணமும் பௌத்தமும் இறக்குமதியாயின) தமிழ்நாட்டில் விரைவாகப் பரவத் தொடங்கிய சமண மதம் கடவுட் கோட்பாட்டினை ஏற்றுக்கொள்ளவில்லை 'வினை நீத்த அறிவர்களான துறவிகளே' அந்த மதத்தில் வழிபாட்டிற் குரியவராயினர். எனவே துறவிகளின் காலடிகளில் விழுந்து வணங்கும் முறை அம்மதத்தில் நிலவியது. இந்த வணக்கமுறை யினைக் கருதி வணக்கத்திற்குரிய துறவிகளும் 'அடிகள்' எனப்பட்டனர். சமணத் தீர்த்தங்கரர்களுக்குச் சிலை அமைத்து வழிபடும் முன்னர் இரண்டு காலடிகளை மட்டும் செதுக்கி வழிபடும் முறை நடைமுறையில் இருந்தது. சிலைகள் உருவான பின்னரும்கூடச் சில இடங்களில் பாதங்களை மட்டும் வடித்து வழிபடும் வழக்கம் தொடர்ந்து வந்தது சமண மதம் ஆணைவிடப் பெண் தாழ்ந்தவள் எனக் கருதிய மதம். எனவே, அடுத்த கட்ட வளர்ச்சியாகச் சமணர் குடும்ப அமைப்பில் கணவன் காலடியில் மனைவி விழுந்து வணங்கும் நியதி உருவாயிற்று. 'கொழுநன் தொழுதெழுவாள்' என்ற திருவள்ளுவர் பெண்களைக் குறிப்பதும் இவ்வகையில்தான்.

தமிழகத்தில் உருவான காலடி வணக்கம் பற்றிய செய்திகளை சிலப்பதிகாரத்தில் நிறையக் காண்கிறோம். இளங்கோவடிகள் கவுந்தியடிகள் என்ற பெயர் வழக்குகள், துறவிகளான அவர்கள் காலடி வணக்கத்திற்குரியவர்கள் என்று காட்டுகின்றன "முடிகெழு வேந்தர் மூவர்க்குமுரியது அடிகள் நீரே அருளுதிர்" என்கிறார் சாத்தனார். ஆய மகளான மாதரி, துறவியான "கவுந்தி ஐயையைக் கண்டு அடிதொழுது" வணங்குகிறாள்.

சிலம்பின் காலத்திலேயே கணவனின் காலடியில் மனைவி விழுந்து வணங்கும் வழக்கமும் தமிழகத்தில் உருவாகி நிலை பெற்றிருக்க வேண்டும். இக்காலத்தில் மனைவி கணவனை 'அடிகள்' என்றே அழைக்கிறாள்.

'அமுதம் உண்க அடிகள் ஈங்கென'க் கண்ணகி கோவலனை உணவுண்ண அழைக்கிறாள். மனைவியின் நிலையில் கருதப்பட்ட

மாதவியும் 'அடிகள் முன்னர் யானடி வீழ்ந்தேன் என்று தொடங்கி, கோவலனுக்குக் கடிதம் எழுதுகிறாள். அக்கடிதத்தைக் கோவலன் பெற்றோருக்கு அனுப்பும்போது – பெற்றோரை 'அடிகள்' என்றே குறிப்பிடுகிறான். எனவே, சிலம்பின் காலத்தில் துறவிகளோடு குடும்ப அமைப்பில் கணவன், பெற்றோர் ஆகியோரும் காலடி வணக்கத்திற்கு உரியவராகக் கருதப்பட்டுள்ளனர். அக்காலத்தில் 'அடிகள்' என்ற சொல் புறவாழ்க்கை சார்ந்ததாக அதாவது அரசன், கடவுள் ஆகியோரைக் குறிக்கப் பயன்படுத்தப்படவில்லை; துறவிகளையும் குடும்ப அமைப்பில் மரியாதைக்குரியவர்களை யும் குறிக்கவே பயன்படுத்தப்பட்டு வந்தது.

பக்தி இயக்கம் எழுந்தபோது சமண, பௌத்த மதங்கள் தளர்வடையத் தொடங்கின. ஆனால் அதற்குச் சற்று முன்னரே அடிகள் என்ற சொல்லும் அதற்குரிய பொருளும் சைவ வைணவ மதங்களைப் பாதித்துவிட்டன. செங்குட்டுவன் சிவதீக்கை பெற்றவன் என்பதை

தெண்ணீர் கரந்த செஞ்சடைக் கடவுள்
வண்ணச் சேவடி மணிமுடி வைத்தலின்

என்கிறார் இளங்கோவடிகள், தேவாரத்திலும் நாலாயிர திவ்வியப் பிரபந்தத்திலும் கடவுளைக் குறிக்க 'அடிகள்' என்ற சொல் பலமுறை பயன்படுத்தப்பட்டு உள்ளது.

நனைந்தனைய திருவடி என் தலைமேல் வைத்தார்
நல்லூர் எம் பெருமானார் நல்லவாறே
(திருநல்லூர் – திருத்தாண்டகம்)

என்று இறைவன் காலடிகளைத் தலைமேல் தாங்கும் தீக்கை முறையினைக் குறிப்பிடுகிறார் திருநாவுக்கரசர். சிவபெருமானின் காலடிகள் அப்பூதி நாயனாரின் தலையில் பூவாக விளங்கியது என்கிறார் அவர். 'அழலோம்பும் அப்பூதி குஞ்சிப்பூவாய் நின்ற சேவடி', என்பது அவர் பாட்டு.

குடும்ப அமைப்பிலிருந்து பக்தி இயக்கத்திற்குத் தாவிய இவ்வழக்கம் மீண்டும் குடும்ப அமைப்பில் வலிமை பெறுகிறது. தன்னை மனைவியாக ஏற்றுக்கொள்ளுமாறு ஆண்டாள் திருமாலை வேண்டுகிறார். கணவனின் காலில் விழுந்து வணங்குவது மட்டுமல்ல மனைவி செய்யவேண்டியது; அடிமை உணர்வோடு அவனுக்குக் கால் பிடித்தும்விட வேண்டும் என்னும் கருத்து அவர் பாடலில் வெளிப்படுகிறது.

கேசவ நம்பியைக் கால் பிடிப்பாள்
எனுமிப்பேறு அருளு கண்டாய்

என்பது நாச்சியார் திருமொழியில் அவரது வேண்டுகோளாகும்.

பக்தி இயக்கம் தொடங்கியபோது 'திருவுடை மன்னரைக் காணின் திருமாலைக் கண்டேனே' என்று அரசனும் கடவுளும் ஒப்பாகக் கருதப்பட்டான். எனவே பக்தி இயக்கத்தின் இறுதிக் கட்டத்தில் 'அடிகள்', 'பெருமான் அடிகள்' என்ற சொற்கள் அரசனைக் குறிக்கவும் பயன்படுத்தப்பட்டிருக்கின்றன.

கி.பி. 9ஆம் நூற்றாண்டில் பல்லவ மன்னன் அபராஜிதன் காலத்தில் நம்பியப்பி என்பவன் திருத்தணிக் கோயிலைக் கற்கோயிலாக மாற்றினான். இவனைப் பாராட்டி அரசன் பாடிய வெண்பாவிற்குக் கீழ் 'இது பெருமான் அடிகள் தாம் பாடி அருளித்து' என்ற கல்வெட்டுத் தொடர் காணப்படுகிறது. இக்காலம் தொடங்கிப் பெரும்பாலான கல்வெட்டுகள் அரசனைப் 'பெருமான் அடிகள்' என்று குறிப்பிடுகின்றன. இங்கே "பெருமானடிகள் இராஜதேஜஸ்வாரா நிற்க" எனப் பல்லவனையும், "பெருமானடிகள் மேல் பல்லவரையர் படைவந்து" எனக் கங்கவரசனையும், "வீரசோழப் பெருமானடிகள்" எனச் சோழனையும் "பெருமானடிகள் உள்ளன்புமிக்குள்ள இரண கீர்த்தி" எனப் பாண்டியனையும் குறிப்பதை மு. இராகவையங்கார் (சாசனத் தமிழ்க்கவி சரிதம், ப.26. 1958) எடுத்துக் காட்டுகிறார். பிற்காலச் சோழர் கல்வெட்டு ஒன்று அரசன் மனைவியை 'முக்கோக்கிழான் அடிகள்' என்று குறிப்பிட்டு அரசன் மனைவியும் பாதவணக்கத்திற்குரியவள் என்று விளக்குகிறது.

ஊடற்காலத்தில் மனைவி காலில் கணவன் விழுவதைச் சிற்றிலக்கியங்கள் குறிப்பாகக் காட்டுகின்றன. ஆணின் மான உணர்வைக் காட்ட வந்த கம்பர், ஊடற்காலத்தில்கூட மனைவியின் காலில் விழ மாட்டான் என்பதனை, "வாளினைத் தொடுவதல்லால் வணங்குதல் மகளிர் ஊடல் நாளினும் உளதோ" என்று காட்டுகிறார்.

ஆயினும் காம உணர்வு காரணமாக ஆண்கள் பெண்களின் காலில் விழுந்ததை ஒன்றிரண்டு பாடற் குறிப்புகள் காட்டுகின்றன.

> வாசமலர் மடந்தை போல்வார்வண் கானப்போர்
> ஈசன்தன் மக்கள் எழுபதின்மர்— தேசத்(து)
> இரவலர்மேல் நீட்டுவர்கை ஈண்டுலகம் காக்கும்
> புரவலர்மேல் நீட்டுவர் பொற்கால்

என்ற பாடலைப் பெருந்தொகையில் (மு. இராகவையங்கார் தொகுத்த நூல்) காண்கின்றோம். மேற்குறித்த செய்திகளில் இருந்து நாம் பெறும் வரலாற்று உண்மைகளைப் பின்வருமாறு வகைப்படுத்தலாம்.

- தொடக்க காலத்தில் காலில் விழுந்து வணங்குதல் என்பது ஒருவன் தன் தோல்வியை ஒத்துக்கொள்ளும் உடல் அசைவாக இருந்தது

- பின்னர், கடவுள் நம்பிக்கைகள் மதமாக வளர்ச்சி பெற்ற போது துறவிகளை மனிதர்களைவிட உயர்ந்தவர்கள் என ஒத்துக்கொள்வதற்கு அடையாளமாக அது மாறியது.

- அடுத்ததாக, சமூகத்தில் ஆதார அச்சாகவும், அரசு என்னும் நிறுவனத்தின் குறு வடிவம் ஆகவும் இருந்த குடும்ப அமைப்புக்குள் ஆணாதிக்க உணர்வுடன் இவ்வழக்கம் ஊடுருவியது. எனவே, மனைவி கணவனின் காலில் விழுந்து வணங்கும் கடமை உடையவள் ஆனாள்.

- பின்னர், குடும்ப அமைப்பிலிருந்து மதச் சார்புகளோடு வளர்ந்த அரசியல் அதிகார அமைப்பினை நோக்கி இவ்வழக்கம் கிளைவிட்டுப் படர்ந்தது.

ஆன்மிகத்தில் தொடங்கி, குடும்ப அமைப்பிற்குள் வேரோடி, பின்னர் மதத்தின் மறுபக்கமான அரசியல் அதிகாரத்திற்குப் பாய்ந்திருக்கிறது இந்த வழக்கம். இந்த வழக்கத்தின் வளர்ச்சி யானது குடும்ப அமைப்பிற்கும் அரசு என்ற நிறுவனத்திற்கும் உள்ள பண்பாட்டு உறவினைப் புரிந்துகொள்ள நமக்குத் துணை செய்கிறது. அதைப் போலவே மதத்தில் தொடங்கிய வழக்கம் அரசியல் அதிகாரத்தில் முழுமை பெறுவதைப் பார்க்கிறோம். அரசுக்கும் மதத்திற்கும் உரியதான பண்பாட்டு உறவினையும் இவ்வழக்கம் தெளிவாகக் காட்டுகிறது. அரசியல் அதிகாரத்திற்கும், அதன் மூலம் பணத்திற்கும் ஆசைப்படும் இக்கால அரசியல்வாதிகளின் கலாச்சாரம்கூட இந்த நூற்றாண்டின் மக்கள் இயக்கங்களில் ஊடுருவிய ஆன்மிகத்தின் தொடர்ச்சியே ஆகும். அரசியல் தலைவர்களில் சிலர் மனிதர்களை விட உயர்ந்த 'மகாத்மா'க்களாக கட்டப்பட்டதன் பின்விளைவே ஆகும்.

பலராம வழிபாடு

தொல்காப்பியம் காட்டாத சமயநிலைகளை யும், தெய்வங்களையும் சங்க இலக்கியங்கள் கொண்டுள்ளன. தொல்காப்பியம் சில வழிபாட்டு முறைகளை நமக்குக் காட்ட, சங்க இலக்கியங்களில் கடவுட் கொள்கைகள் சமயங்களாகக் கால்கொண்ட நிலைமையைக் காணலாம். அவற்றுள்ளும் கலித்தொகையும் பரிபாடலும் ஏனைய சங்க இலக்கியங்களிலிருந்து பெரிதும் மாறுபட்ட சமய நிலையை அல்லது சமய வளர்ச்சியைக் காட்டு கின்றன. அவற்றுள் குறிப்பிடத்தக்கது வாலியோன் என்னும் பலராமன் வழிபாடு ஆகும்.

தொல்காப்பியம் 'வாலியோன்' என்ற தெய்வப் பெயரை எங்கும் குறிப்பிடவில்லை. ஆயினும் உயிர்மயங்கியல் நூற்பா ஒன்று (286), 'பனைமுன் கொடி வரின்' என்று தொடங்குகிறது. இதைக் குறிப்பிட்டு மு. இராகவையங்கார், "இங்ஙனம் பனைக்கொடியைத் தனியே எடுத்துக்கொண்டு ஆசிரியர் விதி கூறுதலினின்று அக்கொடி அக்காலத்து வழக்குமிகுதி பெற்றிருந்தது என்பது பெறப்படும். இங்ஙனம் பிரபலம் பெற்ற பனைக் கொடி, நம்பி மூத்தபிரானான பலதேவர்க்கன்றி வேறெவர்க்கும் உரியதன்றென்பது கற்றோர் அறிவர்" என்கிறார்.' இக்கருத்து ஆராய்தற்குரியதே.

மாலிருங்குன்றம் என்னும் திருமாலிருஞ்சோலை மலையில் பலராமன் (வாலியோன்) திருமாலோடு கோயில் கொண்டுள்ளதைப் பரிபாடல் (15) கூறும். பலராமன் வெள்ளை நிறமுடையவன்;

கலப்பையை ஆயுதமாக உடையவன்; ஒரு கையில் உலக்கையினை உடையவன்; பனைக் கொடியினை உடையவன்; பெருங்குடியன்.[2] இவன் ஒருமுறை ஒரு மரத்தடியில் சாய்ந்தவண்ணம் நீராடுவதற்காக, யமுனையைத் தன்னிடம் வருமாறு அழைக்கிறான். அவள் வராது போகவே தன் கலப்பையைக் கொண்டு அவளைத் தன்னிருப்பிடத்திற்கு இழுத்து நீராடுகிறான். இவனுக்கு 'ஹலாயுதன்' என்ற பெயரும் உண்டு. 'ஹலம்' என்ற வடமொழிச்சொல் 'கலப்பை' என்று பொருள்படும். திருமாலிருஞ்சோலையில் நேமியும் கலப்பையும் பொலிந்து நிற்பதாகப் பரிபாடலில் (15) இளம்பெருவழுதியார் பாடுகிறார்.

தொல்காப்பியர் மருதநில மக்களாகிய உழவர்களின் தெய்வமாக வேந்தன் எனப்பெறும் இந்திரனைக் குறிப்பிடுகின்றார். இந்திரன் உழுதொழிலுக்கு வேண்டிய மழை தரும் தெய்வம். அவனைப் பற்றிய செய்திகளிலிருந்து பலராமனும் உழவர்களின் தெய்வமாகவே விளங்கியது தெளிவு. "பலராமனுக்குக் கலப்பை தான் ஆயுதம் என்று கூறுவதால் இவர் உழவர்களின் தெய்வமாக ஆகிவிட்டார்" என்கிறார் அக்னிகோத்ரம் ராமானுஜ தாத்தாச்சாரியார்.[3]

இன்று தமிழ்நாட்டில் இந்திர வழிபாடும் இல்லை, பலராமன் வழிபாடும் இல்லை. உழவர்களின் தெய்வ வழிபாடு எவ்வாறு மறைந்தது என்ற கேள்வி எழுகிறது.

தமிழ்நாட்டில் பலராம வழிபாடு நிகழ்ந்ததற்கு இலக்கியத்தைத் தவிர ஒரு சிற்பச் சான்றும் உள்ளது. மாமல்லபுரத்தில் கிருஷ்ண மண்டபத்தில் கிருஷ்ணன், பலராமன், நப்பின்னை ஆகிய மூவரும் இணைந்து நிற்கும் ஒரு சிற்பம் உள்ளது.[4] இது ஏறத்தாழ கி.பி. ஏழாம் நூற்றாண்டினது என்பர்.[5] "உடுப்பிக்கருகிலுள்ள குடவூர் என்ற கிராமத்தில் அதிசயமாக ஒரு பலராமர் கோயில் உள்ளது" என்று பி.ஆர். ஸ்ரீநிவாசன் கூறுகிறார்.[6]

சங்க இலக்கியங்களில் புறநானூறும் பரிபாடலும் பலராமனைத் திருமாலோடு அவனுக்கு உடன்பிறந்தவனைப் போலக் குறிக்கின்றன. கபிலரும் நற்றிணையில் ஒரு குறிஞ்சித் திணைப் பாடலில்,

> மாயோன் அன்ன மால்வரைக் கவாஅன்
> வாலியோன் அன்ன வயங்குவெள் ளருவி[7]

என இருவரையும் ஒருசேரக் குறிக்கிறார். பரிபாடலும், கடலும் கானலும் போலவும், சொல்லும் பொருளும் போலவும் விளங்குவதாக இருவரையும் குறிக்கிறது. திணைமாலை நூற்றைம்பதில் ஒரு பாடலும் (58), யாப்பருங்கல விருத்தி மேற்கோள் பாட

லொன்றும் (78), இலக்கண விளக்கம் 738ஆம் சூத்திர மேற்கோள் பாடலும் இதே உவமையால் இருவரையும் விளக்கிப் பாடியமை நினையத்தக்க செய்தியாம். கடலின் நீலநிறமும் கரைமணலின் வெண்ணிறமும் கருதியே திருமாலையும் வாலியோனையும் இவை இணைத்துக் குறிப்பிடுகின்றன. இளம்பெருவழுதியார், பரிபாடலில் (15) இவர்கள் இருவரையும் 'காத்தலாகிய ஒரே தொழில் செய்யும் இருவர்' எனவும் குறிக்கிறார்.[8]

புலவர் கீரந்தையார் இரண்டாம் பரிபாடலில், 'திருமாலே நீ வாலியோற்கு இளையன் என்பார்க்கு இளையனாகவும், முதியன் என்பார்க்கு முதியனாகவும் உள்ளாய்' என்கிறார். முதற் பரிபாடலில் இளம்பெருவழுதியார் திருமாலே வாலியோனைத் தன்னகத்துக் கொண்டுள்ளதாகப் பாடுகிறார். நான்காவது பரிபாடலில், 'கருடக் கொடியுடைய திருமாலே! பனைக்கொடியும், நாஞ்சிற்கொடியும், யானைக்கொடியும் உனக்குரியவை' என்கிறார் கடுவன் இளவெயினனார். பதிமூன்றாம் பரிபாடலில் நல்லெழினியார், 'திருமாலே! துளவஞ்சூடிய அறிதுயிலோனும் நீயே! மாற்றார் உயிருண்ணும் நாஞ்சில் உடையோனும் நீயே! ஆதிவராகமும் நீயே!' என்று தெளிவாகவே கூறிவிடுகிறார்.

கடுவன் இளவெயினனார் கிருஷ்ணனின் நான்கு வியூகங்கள் எனப்படும் வாசுதேவன், சங்கர்ஷணன், பிரத்தியும்நன், அநிருத்தன் என்பனவற்றை,

> செங்கட் காரி கருங்கண் வெள்ளை
> பொன்கட் பச்சை பைங்கண் மாஅல்[9]

என்று குறிப்பார். வெள்ளை பலராமனின் நிறம் மட்டுமன்று; பலராமனின் பெயர்களிலும் ஒன்று எனப் பிங்கல நிகண்டு கூறும்.[10] 'மேழி வலனுயர்த்த வெள்ளை', 'வெள்ளை நாகர்' எனச் சிலப்பதிகாரமும்[11], 'பொற்பனை வெள்ளை' என்று இன்னா! நாற்பதும்[12] பலராமனைக் குறிப்பிடும். "கலப்பையினையுடைய பலராமனையே சங்கர்ஷணன் என்பர். 'சங்கர்ஷணன்' என்றால் 'உழவன்' என்று பொருள்" என ஜான் டவ்சனின் இந்துக் கடவுள் புராண மரபு அகராதி கூறுகின்றது.[13] எனவே மருத நிலத்து உழவரை இந்திர வழிபாட்டிலிருந்து கிருஷ்ண வழிபாட்டுக்கு இழுக்கும் முயற்சி பரிபாடல் காலத்திலேயே தொடங்கிவிட்டது எனலாம்.

சங்க இலக்கியங்களுக்குப் பிற்பட்ட திருக்குறள் 'விசும்புளார். கோமான் இந்திரன்'[14] என இந்திரனைக் குறித்தாலும், 'வான் சிறப்பு' அதிகாரத்தில் மழைத் தெய்வமான இந்திரனைப் பற்றிய குறிப்பு ஏதும் இல்லை.

கடல் சார்ந்த நெய்தல் நிலத் தெய்வமாகத் தொல்காப்பியர் வருணனைக் குறித்தாலும், சங்க இலக்கியங்களிலேயே வருண வழிபாடு பற்றிய தெளிவான குறிப்புகள் இல்லை என்பதை நினைவில் கொள்ள வேண்டும். அதைப் போலவே இந்திர வழிபாடும் சங்க இலக்கிய காலத்திலேயே பின்னடைந்து விட்டது போலும்.

பூம்புகாரில் இந்திரன் தோட்டம் இருந்ததாக இளங்கோவடிகள் சிலப்பதிகாரத்தில் குறிப்பிடுகின்றார். புகார் நகர மக்கள் இருபத்தெட்டு நாள் இந்திரவிழா எடுக்கின்றனர். "தமிழ் வேந்தர்கள் இந்திரனோடு சேர்ந்து நின்று போரிட்டுத்தானவர்களை வென்றார்கள் என்பது போன்ற புராணச் சிந்தனையின் வளர்ச்சியினை இவ்விழா எடுத்தற்குரிய காரணத்தில் காண்கிறோம் . . . இவ்விழா அரசியல், சமுதாயம், சமயம் அனைத்தும் இணைந்துள்ள ஒரு விழாவாக உள்ளது" என்று குறிப்பிடும் ப. அருணாசலம், அடுத்து ஓர் ஐயத்தைக் கிளப்புகின்றார். "இந்திர விழவூரெடுத்த காதையில் சோழர்களுக்கு ஏதோ தீங்கு ஏற்பட்டுவிட்டதன் எதிரொலிகளாகச் சில வரிகள் உள்ளன.

"வெற்றிவேல் மன்னற்கு உற்றதை ஒழிக்க"(65)
"வெந்திறல் மன்னற்கு உற்றதை ஒழிக்க"(79)
"வெற்றி வேந்தன் கொற்றம் கொள்க"(85)

எனக் கூறிப் பலியூட்டுகின்றனர். இங்கு வேந்தற்கு உற்ற ஊறு யாது? இந்திர விழா ஒரு சாந்தி விழாவா?"[15] என்று வலிவான ஓர் ஐயத்தையும் அவர் எழுப்புகின்றார்.

இந்திர விழாவும் புகாரின் கடற்கரையில் நிகழ்வதாகவே இளங்கோ குறிக்கிறார். மருதநிலத் தெய்வத்துக்கு நெய்தல் நிலத்தில் விழா நடைபெறுகிறது. இந்திரனுக்கு உரிய திசை கிழக்கு என்பர். கடற்கரை வாழ் மக்கள் கடலை நோக்கி – கிழக்கு நோக்கி–இந்திரனை வழிபட்டார்களோ என்றெண்ணத் தோன்றுகிறது.

இந்த விழாவில் உழவர்களுக்குப் பங்கில்லை. இந்திரனுடைய வச்சிரப் படையை எடுத்து வந்து நீராட்டுவோர் 'அரசகுமரரும் பரத குமரரும்' என்கிறார் இளங்கோ. 'பரத குமாரர்' வணிகக் குலத்தவர் என உரையாசிரியர் கூறுகிறார். சமூகத்தின் மேல்தட்டில் வாழ்ந்த மக்களின் விழாவன்றி, உழுதொழில் செய்வோரின் விழாவாக இது இல்லை.

இருப்பினும் தீம்புனல் உலகத் தலைவனான இந்திரனிடம் மழை வேண்ட மட்டும் எடுத்த விழாவன்று அது என்பதும் தெளிவு. ஏனெனில் குன்றக்குறவர், பத்தினித் தெய்வமாகிய

கண்ணகி மழை வளம் தருவாள் என்று வேண்டி வழிபடும் செய்தியைச் சிலப்பதிகாரத்திலேயே,

ஒருமுலை இழந்த நங்கைக்குப்
பெருமலை துஞ்சாது வளஞ்சுரக் கெனவே[16]

என்ற அடிகளில் காண்கிறோம். சிலம்பின் காலத்து மழைத் தெய்வ வழிபாடு வீரவழிபாட்டில் கலந்துவிடுகின்றது. மணி மேகலை, "மண்திணி ஞாலத்து மழைவளந் தரூஉம் பெண்டிர்"[17] என இக்கருத்தை மேலும் விரிவாக்குகிறது.

ஆயர்பாடியைச் சேர்ந்தவர்கள் இந்திரனுக்குப் படையலிட முற்படுகின்றனர். கிருஷ்ணன் அதைத் தடுக்கிறான் நந்த கோபாலனை நோக்கி, "தந்தையே! நாம் உழவர்களுமல்லர் வணிகருமல்லர். இந்திரனுக்கும் நமக்கும் என்ன தொடர்பு? கால்நடைகளும் மலையுமே நமது தெய்வங்கள்"[18] என்கிறான். பின்னர் தானே அந்த மலையாக நின்று அந்தப் படையலினை ஏற்கிறான். "இந்திர வழிபாட்டைத் தன்னை நோக்கித் திருப்பவெ கிருஷ்ணன் இவ் வழியைக் கையாண்டான்" என்று வில்கின்ஸ் கருதுகிறார்.[19]

இந்திரனுக்கும் கிருஷ்ணனுக்கும் நடந்த போராட்டத்தை ஆரியர்–ஆரியர் அல்லாதார் போராட்டத்தின் ஒரு பகுதியாகக் காணகிறார் எஸ். ராதாகிருஷ்ணன்.[20]

இந்திரன் ஆயர்களிடம் சினத்தைக் காட்டிப் பெருமழை பொழிய, கிருஷ்ணன் கோவர்த்தன மலையைக் குடையாகப் பிடித்து அவர்களைக் காக்கிறான். இது விஷ்ணு புராணம் தரும் செய்தி.

கலப்பையேந்திய பலராமன் கண்ணனோடு எப்பொழுது இணைந்திருக்கிறான். கிருஷ்ணன் அவதாரங்களில் பலராம – அவதாரமும் ஒன்று என்றும், விஷ்ணு கண்ணனாக வடிவெடுத்து வந்தபோது அவனது பள்ளியணையாகிய ஆதிசேடனே (இராமாவதாரத்தில் இலக்குவனாக வந்தது போல) பலராமனாக வந்தான் என்றும் புராணங்கள் கூறும். எனவே கிருஷ்ண னுடைய இந்திர எதிர்ப்பில் பலராமனுக்கும் பங்குண்டு.

கிருஷ்ணாவதாரம் பற்றிய கதைகள் சங்க இலக்கியக் காலத்திலேயே நிலவின. முல்லை நிலத் தெய்வமான மால் வழிபாட்டோடு புராணங்கள் கூறும் கிருஷ்ணாவதாரச் செய்தி களும் கலந்துவிட்டதைச் சங்கப் பாடல்களில் காணலாம்.[21]

புகார்க் காண்டத்தில் சோழநாட்டில் இந்திரன் பெற்ற சிறப்புகளைக் கூறிய இளங்கோவடிகள், மதுரைக் காண்டத்தின்

தொடக்கத்தில் பாண்டியனுக்கும் இந்திரனுக்கும் ஏற்பட்ட பகையினைக் கூறுகின்றார். ஒரு சமயம் பாண்டிய நாட்டில் இந்திரன் மழை பொழியாதிருந்தபோது, பாண்டியன் இந்திர னோடு போர் தொடுக்கிறான். இந்திரன் கனமான தன் கழுத்தணியைப் பாண்டியன் தோளிலிட்டு அவனை வீழ்த்த முயன்று, தோல்வியுறுகிறான். இந்திரன் முடியைத் தன் வளை களினால் உடைக்கிறான் பாண்டியன்.[22] இதன் வழி பாண்டிய நாட்டில் இந்திர வழிபாட்டிற்கு ஏற்பட்ட எதிர்ப்பொன்றைக் காட்டுகின்றார் இளங்கோவடிகள்.

இந்திர விழா முடிவில் பூம்புகாரைவிட்டுப் புறப்பட்டுக் கண்ணகியும் கோவலனும் உறையூர் கழிந்து பாண்டிய நாட்டின் எல்லைக்குள் நுழைகின்றனர். அவர்கள் கேட்கும் முதற்குரல், இந்திரனை வென்ற பாண்டியனின் சிறப்பைப் பாடிக்கொண் டிருக்கிறது. அது மாங்காட்டு மறையவன் குரல், பூம்புகாரில் இந்திர விழா கொண்டாடும் வணிகர் குலத்தைச் சேர்ந்த கோவலன் அவனை அணுகவும் அது ஒரு காரணமாகிறது.

பரிபாடலைப் பற்றி பொ.வே. சோமசுந்தரனார் தருகின்ற ஒரு கருத்து இங்கே நினையத் தகும். "மதுரையையும், அதன் அணித்தாகிய திருப்பதியையும் யாற்றையுமே இப்பரிபாடல் கூறுவனவாக, எஞ்சிய இரு முடிவேந்தர் நாட்டிலுள்ள திருப்பதி களும், யாறுகளும், இப்பரிபாடல் பெறாமைக்குக் காரணம் யாது? இனி, எழுபது என்ற தொகை கூறப்பட்ட பாடலனைத்தும் பாண்டிய நாட்டிற்கே உரியன என்றே ஊகிக்க இடனுளது."[23] "பதிற்றுப்பத்து சேரர்களைப் பற்றியே கூறுவது போலப் பரிபாடல் பாண்டியர்களைப் பற்றியே கூறுகின்றது. எனவே இப்பாடல்கள் பாண்டிய நாட்டிலேயே வழங்கியிருக்கலாம் என்ப" என்கிறார் இரா. சாரங்கபாணி."[24] இக்கருத்தே ஏற்புடையது எனத் தோன்றுகிறது. இந்நூலின் திருமாலைப் பாடும் ஆறு பாடல்களும் பலராமனைக் குறிப்பதும், இந்திரனோடு பாண்டியன் கொண்ட பகைமையும், சோழநாட்டில் இந்திர விழா நடப்பதும் இக்கருத்தை உறுதிசெய்கின்றன.

மழைமேகம் போன்ற நிறமுடையவன் கிருஷ்ணன் (கண்ணன்), அவன் காக்கும் முல்லை நில உயிரினங்கட்கும் புல்வளர மழை வேண்டும். கிருஷ்ணனின் மற்றொரு அவதாரமான பலராமன் கலப்பையேந்தி அருள் செய்யும் உழவர்களுக்கும் மழை வேண்டும். எனவே உழவர்க்கும், கால்நடை வளர்ப்போர்க்கும் கண்ணன் மழை தருகிறான்.

நாங்கள் நம்பாவைக்குச் சாற்றி நீராடினால்
தீங்கின்றி நாடெல்லாம் திங்கள்மும் மாரிபெய்து

ஓங்குபெருஞ் செந்நெல் ஊடுகயல் உகள
....
தேங்காதே புக்கிருந்து சீர்த்தமுலை பற்றி
வாங்கக் குடம் நிறைக்கும் வள்ளல் பெரும் பசுக்கள்[25]

கி.பி. ஏழாம் நூற்றாண்டில் ஆண்டாளின் திருப்பாவை இது, பலராம வழிபாட்டின் தோற்றம், இந்திர வழிபாட்டின் சரிவு, மழைத்தெய்வ வழிபாடு வீரவழிபாட்டிலும் கலந்தது திருமாலின் மற்றொரு அவதாரம் பலராமன் என்ற கொள்கை இவை அனைத்தும் சேர்ந்து இப்பாடற் கருத்து உருப்பெறுகிறது.

கால்நடை வளர்ப்போரைப் போல், உழுதொழில் செய்வோரையும் ஈர்ப்பதற்கு வைணவ மதம் பலராம வழிபாட்டை பயன்படுத்தியது. திருமாலிருஞ்சோலைக் கோயிலின் வழிவழி அடியாரில் உழுதொழில் செய்வோர் பெருந்தொகையினராக இருப்பது, வைணவத்தின் முயற்சி தமிழ்நாட்டின் தென்பகுதியில் ஓரளவு வெற்றி பெற்றது என்பதைக் காட்டுகிறது.

இந்திர வழிபாட்டின் வீழ்ச்சியோடு, பலராமனும் திருமால் வழிபாட்டில் இணைந்து மறைந்துவிடுகின்றான். ஆயினும் பலராம வழிபாட்டின் எச்சமாகவெள்ளையன்,வெள்ளைச்சாமி,வெள்ளைக் கண்ணு என்ற பெயர்கள் பாண்டிய நாட்டின் இன்றும் வழங்கக் காணலாம். வாலியோன் என்ற சொல்லுக்கும் 'வெள்ளையன்' என்றே பொருள். கறுப்புநிறச் சாமியாகிய கண்ணனிடமிருந்து வேறுபடுத்தவும், கண்ணனின் அண்ணன் என்ற தொடர்பைக் காட்டவும் வெள்ளைக்கண்ணு (கண்ணன்) வெள்ளைச்சாமி என்ற பெயர்கள் பயன்படுகின்றன. சின்னக் கண்ணு (கண்ணன்), மலைக் கண்ணு (கண்ணன்) முதலிய பெயர்களின் முன்னொட்டுகளும் இக்கருத்தை வலியுறுத்தும். அதைப் போலவே மதுரைப் பகுதியில் உலக்கையன், முத்துலக்கையன் என்று வழங்கும் பெயர்களும் கையில் உலக்கை ஏந்திய பலராமனையே குறிக்கும். உலக்கையன் எனப் பொருள் தரும் 'முசலி' எனும் வடமொழிப் பெயர் வடமொழிப் புராணமரபிலும் பலராமனுக்கு வழங்கக் காணலாம். இவை மறைந்துபோன பலராம வழிபாட்டின் எச்சங்களாகும்.

குறிப்புகள்

1. மு. இராகவையங்கார், *ஆராய்ச்சித் தொகுதி*, 2ஆம் பதிப்பு, 1964, ப.54.

2. *Shakti M. Gupta, From Daiyas to Devatas in Hindu Mythology, 1973, p. 12.*

3. அக்னிகோத்ரம் ராமானுஜ தாத்தாச்சாரியார், *வரலாற்றில் பிறந்த வைணவம்*, 1973, ப.137.

4. K.R. Srinivasan, 'Some Aspects of Religion as Revealed by Early Monuments and Literature, The Madras University Journal, 1960, p.147.
5. K.V. Soundararajan, Art of South India – Tamil Nadu and Kerala, p.49.
6. பி.ஆர். ஸ்ரீநிவாசன், *நாம் வணங்கும் தெய்வங்கள்*, 1959, ப.55.
7. நற்றிணை, 2.
8. 'ஒரு தொழில் இருவர்', பரிபாடல், 15
9. பரிபாடல், 3
10. பிங்கல நிகண்டு, கழகப் பதிப்பு, 1968
11. சிலம்பு, 14:9; 9:10
12. இன்னாநாற்பது, கடவுள் வாழ்த்துப் பாடல்.
13. John Dowson, A Classical Dictionary of Hindu Mythology, Ed. II,1968, London.
14. திருக்குறள், 3:5.
15. ப. அருணாசலம், *சிலப்பதிகாரக் கதைகள்*, பக். 88,89,183.
16. சிலம்பு, 24:98– 99.
17. மணிமேகலை, 22:45– 46.
18. H.H. Wilson (Trans), The Vishnu Purana, Chap. X, Ed III, 1961, p.418.
19. W.J. Wilkins, Hindu Mythology, 1973. p. 207.
20. S. Radhakrishnan, The Hindu View of Life, p.40.
21. அகம், 59, முல்லைப்பாட்டு, 1– 3.
22. சிலம்பு, 14:23–29.
23. பொ.வே. சோமசுந்தரனார், அணிந்துரை, பரிபாடல், கழகப்பதிப்பு, 1969, ப.14
24. இரா. சாரங்கபாணி, *பரிபாடல் திறன்*, 1972, ப.27, 25. திருப்பாவை, பாடல் 2.

அழகர்கோயில் அமைப்பும் தமிழகக் கோயில் அமைப்பும்

ஆழ்வார்களால் பாடப்பெற்ற வைணவத் திருப்பதிகளில் ஒன்று அழகர்கோயில். ஆழ்வார்களில் ஐவர் இக்கோயிலைப் பாடியுள்ளனர். பெரியாழ்வார் மூன்று திருமொழிகளும், ஆண்டாள் ஒரு திருமொழியும், நம்மாழ்வார் நான்கு திருமொழிகளும், திருமங்கையாழ்வார் இரண்டு திருமொழிகளும் இக்கோயிலின்மீது பாடியுள்ளனர். பூதத்தாழ்வார் இரண்டு பாசுரங்களில் மட்டும் இத்தலத்தினைப் பாடியுள்ளார். ஐவரும் பாடியுள்ள மொத்தப் பாசுரங்கள் 108 ஆகும்.

அழகர்கோயில் மதுரை மாவட்டம் மேலூர் வட்டத்தைச் சேர்ந்தது. தென்கிழக்கிலிருந்து வரும் மலைத்தொடர் கிழக்காகத் திரும்பும் இடத்தில் மலைச்சரிவில் ஏறத்தாழ இரண்டு ஏக்கர் நிலப்பரப்பில், இக்கோயில் அமைந்துள்ளது. இக்கோட்டையை உள்ளிடமாகக்கொண்டு வெளிக்கோட்டை ஒன்று தென்புறமாக நீண்டு அமைந்துள்ளது. இந்த உட்கோட்டைக்கு 'இரணியன் கோட்டை' எனவும், வெளிக்கோட்டைக்கு 'அழகாபுரிக் கோட்டை' எனவும் பெயர். இந்த வெளிக்கோட்டை கி.பி.15ஆம் நூற்றாண்டில் இந் நிலப்பகுதியை ஆண்ட மாவலி வாணாதிராயர்களால் கட்டப்பெற்றிருக்க வேண்டும் எனத் தொல்லியல் அறிஞர் இரா. நாகசாமி கருதுகிறார்.[1]

"ராஜராஜப் பாண்டி நாட்டு ராஜேந்திரச் சோழ வளநாட்டுக் கீழிரணிய முட்டத்துத் திருமாலிருஞ் சோலை" என ஒரு கல்வெட்டு இவ்வூரினைக் குறிப்பிடுகிறது.[2]

கோயில் கருவறை

கருவறை வட்ட வடிவில் அமைந்துள்ளது. திராவிடம், நாகரம், வேசரம் என்னும் மூன்று வகை விமானங்களில் இது வேசர வகையினைச் சார்ந்தது. இவ்வாறு வேசர வகையில் அமைந்த கருவறைகள் தமிழ்நாட்டில் இதுவரை மூன்று மட்டுமே கண்டறியப்பட்டுள்ளன: அழகர்கோயில், நார்த்தாமலை விசயாலயச் சோழீசுவரம், காஞ்சிபுரம் ஐவூரகரேசுவரர் கோயில். இக்கருவறையின் பிரஸ்தரப் பகுதி (சுவர்ப் பகுதி) இரட்டைச் சுவர்களை உடையது. இந்த இரண்டு சுவர்களுக்கும் இடையில் விசயாலயச் சோழீசுரத்தில் உள்ளது போல ஒருவர் மட்டுமே செல்லக்கூடிய அளவில் பிராகாரம் (திருச்சுற்று) ஒன்று அமைந்துள்ளது. மற்றுமொரு தனித்துவமான செய்தி, இச்சிறிய பிராகாரத்துக்கு 'நங்கள் குன்றம் பிராகாரம்' என்ற ஒரு பெயரும் வழக்கில் இருக்கிறது.

கருவறையின் அடிப்பகுதியில் கல்வெட்டுகள் ஏதுமில்லை. கட்டடப் பொருள்கள் பிற்காலத்தனவாகத் தோன்றினாலும் இந்த அமைப்பு காலத்தால் மாறியதாகத் தோன்றவில்லை. "தென்னகத்தில் புதுக்கிக் கட்டும்போது விமானத்தின் முந்திய அமைப்பை அப்படியே பின்பற்றுவது வழக்கம்" என்று சி. கிருஷ்ணமூர்த்தி கூறுகிறார்.[3] அழகர்கோயில் கருவறை அமைப்பு பிற்காலச் சோழர் காலத்திற்கு முந்தியது என்றும், அவ்வமைப்பில் குறிப்பிட்டுச் சொல்லும்படி பாண்டி மண்டலத் தில் இது ஒன்றே உள்ளது என்றும் கே.வி. சௌந்தரராஜன் கருதுகிறார்.[4] சகம் 1386இல் (கி.பி.1464) எழுந்த ஒரு கல்வெட்டு திருமாலிருஞ் சோலை நின்றான் மாவலி வாணாதிராயன் உறங்காவில்லிதாசன் ஆணையின்படி இக்கோயில் உபானம் (அடித்தளம்) முதல் ஸ்தூபி வரை திருப்பணி செய்த திருவாளன் சோமயாஜிக்கு குலமங்கலம் என்னும் சிற்றூர் தானம் செய்யப் பட்டதாகக் கூறுகிறது.[5]

தாயார் சன்னிதி மேலே சுவரின் அடிப்பகுதியில் ஒரு கல்லில் ஒரு கோடு வெட்டப்பட்டுள்ளது. அதனருகில் இக்கோடு "திருமாலிருஞ்சோலை" நின்றான் மாவலி வாணாதிராயன் 'மாத்ராங்குலம்' என்ற கல்வெட்டு உள்ளது. (இக்கோட்டின் நீளமுடைய கோலையே அளவுகோலாகக் கொண்டு இத்தாயார் சன்னிதி இவ்வாணாதிராயனால் கட்டப்பட்டிருக்கலாம் என்று தோன்றுகிறது.)

கருவறைக் கடவுள் தோற்றம்

கருவறையில் நின்ற திருக்கோலத்தில் இறைவன் வழக்கம் போல் சீதேவி, பூதேவி ஆகிய இருதேவியருடன் நிற்கிறார். 'மருந்துச் சாந்துப்' பூச்சுக் கொண்ட கற்சிலை இது. எனவே இரண்டு, மூன்றாண்டுக்கொருமுறை 'தைலப் பிரதிஷ்டை' என்ற பெயரில் புதிய 'மருந்துச் சாந்து பூசும் திருவிழா' இங்கு நடைபெறுகிறது. இம்மூலத் திருமேனியில் குறிப்பிடத்தக்க அம்சம் ஒன்றுண்டு. பொதுவாக வைணவக் கோயில்கள் இறைவனின் வலது மேற்கையில் உள்ள சக்கரம் ஆஸ்தானச் சக்கரமாகவே, அதாவது அணியாகவே அமைந்திருக்கும் இக்கோயில் இறைவன் கையில் சக்கரம் பிரயோகச் சக்கரமாக செலுத்தப்படும் நிலையில் அமைந்து இருக்கிறது.

மகாமண்டபம்

அர்த்தமண்டபம் என்னும் சிறிய இடைகழி மண்டபத்தை அடுத்து மகாமண்டபம் அமைந்துள்ளது. இதிலுள்ள ஒரு கல்வெட்டால், "மிழலைக்கூற்றத்து நடுவிற்கூறு புள்ளூர்க்குடி முனையதரையனான பொன்பற்றியுடையான், மொன்னை பிரான் விரதமுடித்தபெருமாள்" என்பவன் இம்மண்டபத்தை கட்டிய செய்தி தெரிகின்றது.[6] இம்மண்டபத்திற்கு 'அலங்காரன் திருமண்டபம்' என்ற பெயரும் வழங்கப்படுகிறது. இதன் முன் அமைந்துள்ள சிறிய மண்டபத்திற்கு 'ஆரியன் மண்டபம்' என்று பெயர், பக்கவாட்டில் படிகளையும் யாளித்தூண்களையும் உடைய இதற்குப் 'படியேற்ற மண்டபம்' என்ற பெயரும் உண்டு. இதிலுள்ள உள்ள ஒரு கல்வெட்டால் தோமராசய்யன் மகனான ராகவராஜா என்பவனும் இம்மண்டபத்தைக் கட்டியதாக அறிகிறோம்.[7]

மகாமண்டபத்திற்கு வடமேற்குத் திசையில் உயரமான மண்டபம் ஒன்று உள்ளது. இதில் உள்ள ஒரு கல்வெட்டால் இம்மண்டபத்தைச் சடாவர்மன் சுந்தரபாண்டியன் கட்டினான் என்றும் இதற்குப் 'பொன் வேய்ந்த பெருமாள் மண்டபம்' என்பது பெயர் என்றும் தெரியவருகின்றது.[8] "இவனது காலம் கி.பி. 1251 – 1271 ஆகும். மதுரைக் கோயிலில் உள்ள ஆயிரங்கால் மண்டபத்தைப் போன்ற அமைப்பில் இது அளவில் சிறியதாக அமைந்துள்ளது. கி.பி. 13ஆம் நூற்றாண்டைச் சேர்ந்த இந்த மண்டபம் ஒரு காலத்தில் கோயில் இறைவனுக்குரிய திருநாள் மண்டபமாகவும் பயன்பட்டிருக்க வேண்டுமெனத் தெரிகிறது. இதனைத் தொட்டுக் கொண்டே கோயிலின் முதல் மதில் அமைகின்றது. இதை அடுத்து வரும் இரண்டாம் திருச்சுற்றில் தாயார் சன்னிதியும் அதன் பின்புறம் திருவாழி ஆழ்வார்.

எனப்படும் 'சுதர்ஸன' சன்னிதியும் அமைந்துள்ளன. இரண்டாம் திருச்சுற்றில் வடக்கு நோக்கித் திரும்பும் இடத்தில் 'பள்ளியறை' உள்ளது. பள்ளியறைக்கு வடக்கே கருவறைக்கு நேர் பின்னாக உயர்ந்த ஒரு மண்டபத்தில் கிழக்கு நோக்கி 'யோக நரசிம்மர்' அமைந்துள்ளார். இவருக்கு 'உக்கிர நரசிம்மர்', 'ஜ்வாலா நரசிம்மர்' முதலிய பெயர்களும் உண்டு. இவரது சினம் தணிய நாள்தோறும் இவருக்கு எண்ணெய்க் காப்பிடுவர். இரண்டாம் திருச்சுற்றில் கிழக்கு நோக்கித் திரும்பும் இடத்தில் ஆண்டாள் சன்னிதி உள்ளது. அதற்கு முன்னால் யாகசாலையும், வாகன மண்டபங்களும் உள்ளன. இந்த இரண்டாம் திருச்சுற்று மதிலில் உள்ள கோபுரம் 'தொண்டைமான் கோபுரம்' என வழங்கப்படு கிறது. 'இக்கோபுரச் சுவரில் உள்ள ஒரு கல்வெட்டால் இதனைச் 'செழுவத்தூர் காலிங்கராயர் மகனான தொண்டைமானார்' என்பவர் கட்டிய செய்தி தெரிய வருகின்றது.[9]

இதுவரை அமைந்துள்ள கட்டடப் பகுதிகளே கி. பி. 14ஆம் நூற்றாண்டின் தொடக்கத்தில் கோயிலின் அளவாக இருந்திருக்க வேண்டும். அதன் பின்னர் இக்கோபுரத்திற்கு வெளியில் உள்ள பரந்த நிலப்பகுதியில், விசய நகர அரசு காலத்துப் படைப்பான கல்யாண மண்டபம் அமைந்துள்ளது. இதைப் பல சிற்பங்கள் அணி செய்கின்றன. இரணிய வதம் செய்யும் நாசிம்மரின் இரண்டு தோற்றங்கள், குழலூதும் வேணுகோபாலன், திருவிக்கிரமன், பூமிவராகர், ரதி, மன்மதன் ஆகிய சிற்பங்கள் இம்மண்டபத்தில் உள்ளன.

இம்மண்டபத்தை உள்ளடக்கிய பகுதியே உட்கோட்டைப் பகுதியாகும். இவ்வுட்கோட்டையில் கிழக்கு மதிற்சுவரில் உள்ள கோபுரமே இராசகோபுரமாகும். இந்த இராசகோபுர வாசல் நிரந்தரமாக அடைக்கப்பட்டிருக்கிறது. இக்கோபுர வாசலில் உள்ள மூன்று கல்வெட்டுகளில் சகம் 1435 (கி.பி. 1513) இல் எழுந்த விசயநகர மன்னன் கிருஷ்ணதேவ மகாராஜாவின் கல்வெட்டே பழமையானதாகும்.[10] எனவே இந்த இராசகோபுரம் 16ஆம் நூற்றாண்டுப் படைப்பாகும். இங்குள்ள பழமரபுக் கதையினைக் கொண்டு கி.பி. 1608க்கும் 1769க்கும் இடைப்பட்ட காலத்தில் உத்தேசமாக – 17ஆம் நூற்றாண்டின் இறுதிப் பகுதியில் – இக்கோபுர வாசல் அடைக்கப்பட்டு இருக்கலாம் என்ற முடிவுக்கு வரலாம்.

இம்மூன்றாம் திருச்சுற்றுக்கும் வெளியில் வசந்த மண்டபம் என்ற பெயரில் ஒரு நீராழி மண்டபம் உள்ளது. கல்லால் ஆன இதன் கூரைப்பகுதியில் நாயக்கர் காலத் தமிழெழுத்தோடு கூடிய இருநூறுக்கும் மேற்பட்ட இராமாயணக் காட்சிகளைக் கொண்ட ஓவியங்கள் வரையப்பட்டுள்ளன.

மலைச்சரிவில் அமைந்துள்ள கோயில் என்பதால் இதனைச் சுற்றித் தேர் ஓட இயலாது. எனவே, வெளிக்கோட்டை யின் சுவர்களை ஒட்டியே ஓடுகிறது. கல்வெட்டுக் குறிப்பு களால் இத்தேரின் பெயர் 'அமைத்த நாரணன்' என்பதும் தேரோடிய வீதி ஒன்றின் பெயர் 'தியாகஞ் சிறியான் திருவீதி' என்பது அவ்வீதியில் தேர் வரும்போது இறைவன் 'சடகோபன் பாட்டு (நம்மாழ்வார் பாசுரங்கள்) கேட்கும் வழக்கம் இருந்தது என்று தெரிகிறது.[11]

தெப்பத் திருவிழா நடைபெறும் தெப்பக்குளம் கோயிலுக்குத் தெற்கே இரண்டு கி.மீ. தொலைவில் பொய்கைக்கரைப்பட்டி என்ற ஊரில் அமைந்துள்ளது.

தமிழ்நாட்டு வைணவக் கோயில்கள் பொதுவாக வைகானசம், பாஞ்சராத்திரம் என்ற இரண்டு ஆகம நெறிகளில் ஒன்றையே பின்பற்றி அமையும். வைகானசம் என்பது விகானஸ் என்ற முனிவரால் அருளப்பட்ட நெறி. பாஞ்சராத்திரம் என்பது திருமாலாகிய இறைவனால் ஐந்து இரவுகளில் அருளப்பட்டது என்பது வைணவர்களின் நம்பிக்கை. அழகர்கோயில் வைகானசர் நெறியைப் பின்பற்றும் கோயிலாகும். ஆனால் இக்கோயில் அர்ச்சகர்கள் தவிர ஏனைய பிராமணப் பணியாளர்கள் அனைவரும் பாஞ்சராத்திர ஆகம நெறியினராவர். இவ்விரு நெறியாளரையும் கூர்ந்து நோக்கினால் பாஞ்சராத்திர ஆகமத்தினர் ஆழ்வார்களையும் வைணவ ஆசாரியர்களையும் அவதாரங்களாக ஏற்றுக்கொள்ளும் மிதவாதக் கொள்கையினர் என்பதும் வைகானசர் ஆழ்வார்களைப் பூசனை செய்யாத தூய்மைவாதக் கொள்கையினர் என்பதும் தெரியவருகின்றது.

அழகர்கோயிலின் அமைப்பு, ஆகமங்களால் வரையறுக்கப் பட்ட பொதுவிதிகளுக்கு உட்பட்டும் அவற்றை மீறியும் அமைவதனைப் பார்க்கலாம். வட்ட வடிவ விமானம், நங்கள் குன்றம் என உரிமைப் பெயர் சுட்டும் கருவறை, நரசிம்ம வழிபாடு இத்தலத்தில் சிறப்பிடம் பெறுவது, கோயிலைச் சுற்றாமல் தேர் ஓடுவது, இராசகோபுர வாசலை அடைத்து அதில் சிறுதெய்வத்தை அமர்த்துவது, அதில் இரத்தப் பலியிடுவது எனப் பொது விதிகளுக்கு உட்படாத பல நடைமுறைகள் இக்கோயிலுக்குள் அமைந்துள்ளன.

தமிழ்ப் பண்பாட்டு மரபுகள் மிக ஆழமான வேர்களை உடையன. அவற்றில் கணிசமானவற்றைத் தமிழ்நாட்டுக் கோயிற் பண்பாட்டினை அறிவதன் மூலமாக நாம் உணர முடியும். அளவிலும் எண்ணிக்கையிலும் தமிழ்நாட்டுக் கோயில்கள் மிகப் பெரியன. "கோயில் கட்டடக் கலை குறித்து

தமிழ்நாடு அளவிற்கு இந்தியாவில் வேறு நிலப்பகுதிகள் பெருமை கொண்டாட முடியாது" என்று கோயிற்கலை அறிஞரான கே.வி. சௌந்தரராஜன் குறிப்பிடுகின்றார்.[12]

வழிபடு கடவுளரைப் பல்வேறு இடங்களில் திருநிலைப் படுத்தி வழிபட்டு வந்துள்ளனர் தமிழர்.

காடும் காவும் கவின்பெறு துருத்தியும்
சதுக்கமும் சந்தியும் புதுப்பூங் கடம்பும்
யாறும் குளனும் வேறுபல் வைப்பும் (திருமுருகாற்றுப்படை)

தமிழ்நாட்டுக் கடவுளர்களின் இருப்பிடங்களாக இருந்தன.

வழிபடும் நேரத்தில் மட்டும் கடவுள் மண்ணில் இறங்கு வதாக எண்ணி, தொடக்க காலத்தில் கடவுளுக்குக் களம் இழைத்தனர். வேலனாகிய பூசாரி களத்தில் நின்று வெறியாடி னான். கடவுளாகிய முருகன் அங்கு வந்தான். ('வேலனார் வந்து வெறியாடும் வெங்களத்து, நீலப்பறவைமேல் நேரிழை தன்னோடும், ஆலமர் செல்வன் புதல்வன் வரும்.' சிலம்பு – குன்றக் குரவை.)

பின்னர் மரத்தாலும் மண்ணாலுமான கோயில்கள் அமைக்கப்பட்டன.

இட்டிகை நெடுஞ்சுவர் விட்டம் வீழ்ந்தென
மணிப்புறாத் துறந்த மரஞ்சேர்பு மாடம்

எனச் சங்க இலக்கியம், மரத்தாலான கோயில் ஒன்றினையே குறிப்பிடுகின்றது என்பர் ஆராய்ச்சியாளர். திருவாரூரில் இருந்த கோயில் ஒன்று கி.பி. ஏழாம் நூற்றாண்டில் 'பரவையுள் மண்டளி' (மண்தளி) என வழங்கப்பட்டிருப்பதைச் சம்பந்தர் தேவாரத்தால் அறிகிறோம். எனவே அக்காலத்திலும் அக்கோயில் மண்ணால் அமைக்கப்பட்ட கோயிலாக இருந்திருக்க வேண்டும். கிபி. 770இல் எழுந்த ஆனை மலைக் குடைவரைக் கோயில் கல்வெட்டு அக்கோயிலை 'மாறன்காரி இக்கற்றளி செய்து' எனக் குறிப்பிடுகின்றது. எனவே மண்டளி, கற்றளி ஆகிய சொல் வழக்குகள் கட்டப்பட்ட பொருளால் கோயில்கள் வேறுபடுத்திக் கொள்ளப்பட்டதைக் காட்டுகின்றன. பின்னர் கற்களை அடுக்கிக் கோயில் கட்டும் முறையினை ஏழாம் நூற்றாண்டில் பல்லவர்கள் தொடங்கி வைத்தனர். கோயிற் கட்டடக் கலை பெருமளவு வளர்ந்த பிறகு கோயில்களின் அளவும் பெரிதாகின. கருவறை, இடைகழி, முக மண்டபம், முன் மண்டபம், பரிவார ஆலயங்கள், சுற்றாலைகள், யாகசாலைப் பகுதி, மடைப்பள்ளி, பள்ளியறை, முதலாம் திருச்சுற்று, மதில் கோபுரம், இரண்டாம் மூன்றாம் திருச்சுற்று மதில்கள், கல்யாண மண்டபம், தெப்பக்குளம், வசந்த மண்டபம், தேர் மண்டபம் எனக் காலம்தோறும் திருக்கோயிலின் அமைப்பு வளர்ச்சி பெற்றது. ஆயினும் கட்டுமானக் கோயில்களின்

தொடக்க காலத்தில் அவை கருவறை, இடைகழி, சிறிய முன் மண்டபம்ஆகியவற்றோடு மட்டுமே விளங்கியிருக்க வேண்டும் (எ.டு) ‘விஜயாலயச்சோழீச்சுவரம்.’

திருக்கோயிலின் அமைப்பு வளர்ச்சியில் குறிப்பிடத்தகுந்த ஒரு கட்டத்தினை இங்கு நினைவிற்கொள்ள வேண்டும். 11ஆம் நூற்றாண்டின் தொடக்கம் வரை தமிழ்நாட்டு சைவ, வைணவக் கோயில்களில் இறைவிக்கென்று (அம்மன், தாயார்) தனிச் சந்நிதிகள் அமைக்கும் வழக்கம் இல்லை. இது பொதுவிதியாக இருந்தாலும் ‘அங்கயற்கண்ணி தன்னொடும் அமர்ந்த ஆலவாய் என்று சம்பந்தர் பாடுவது போல ஒன்றிரண்டு விதிவிலக்குகளும் இருந்திருக்கலாம்’ என்றே தோன்றுகிறது.

தமிழ்நாட்டுச் சமயத் தத்துவங்களும், கோயிலில் அமையும் திருவுருவங்களின் அமைப்பும், அவற்றிற்குரிய பூசனை நெறிகளும் திருக்கோயில் அமைப்பும் தனித்தனியே ஆகமங்களால் ஒழுங்கு செய்யப்பட்டிருந்தன. இந்த ஆகமங்களில் ஒன்றேனும் இப்பொழுது தமிழில் கிடைக்கவில்லை. ஆகமங்களைச் சிவபெருமானே அருளினார் என்பது சைவர்களின் நம்பிக்கை. சிவபெருமான் தன் பங்கில் அமர்ந்த மனைவிக்கும் ஆகமங்களைக் கற்பித்தார் என அப்பர் பாடுகின்றார்.

இணையிலா இடைமாமருதீசா எழு
பணையில் ஆகமம் சொல்லும் தன்பங்கிக்கே
(திருவிடைமருதூர்ப் பதிகம்)

என்பது தேவாரம், மெய்ப்பொருள் நாயனார் புராணத்தில் முத்த நாதன், நாயனாருக்கு ஆகமங்கள் கற்றுத்தருவதாகக் கூறியதி லிருந்து அக்காலத்தில் தமிழில் ஆகம நூல்கள் இருந்திருக்க வேண்டும் என்று தோன்றுகிறது.

“இறைவனார் அருளிய, ஆனால் இதுவரை யாரும் அறியாத ஒரு ஆகமநூல் கொண்டுவந்துள்ளேன்” என முத்தநாதன் கூறுவதி லிருந்து அக்காலத்திலேயே ஆகம நூல்களில் சில வழக்கில் இல்லாமல் மறைந்து போய்விட்டன என்பதையும் அறியலாம். பெரும்பாலான கோயில்கள் வெவ்வேறு காலகட்டங்களின் மெல்ல மெல்ல வளர்ச்சி பெற்றிருப்பதால் அவை அனைத்தையும் ஆகம நெறிக்குள் கொண்டுவந்து விளக்க இயலாது. எடுத்துக்காட்டாக ஒன்றைக் கூறலாம். சைவ, வைணவக் கோயில்கள் பெரும்பாலும் கிழக்கு நோக்கிய கருவறையினை உடையன. ஆயினும் சைவர் களின் முதற்கோவிலான சிதம்பரமும், வைணவர்களின் தலைப்பெருங் கோயிலான திருவரங்கமும் தெற்கு நோக்கியே அமைந்துள்ளன. மேற்கு நோக்கி அமைந்த சைவ, வைணவக் கோயில்களும் தமிழ்நாட்டில் ஓரளவு காணப்படுகின்றன.

தமிழ்நாட்டுக் குடைவரைக் கோயிலின் சத்திகள் கிழக்கு, மேற்கு, தெற்கு, வடக்கு என எல்லாத் திசைகளையும் நோக்கி அமைந்திருப்பதைக் காணலாம். இந்த இடத்தில் குடைவரைக் கோயில்களைப் பற்றிய மற்றொரு செய்தியையும் நாம் நினைவில் கொள்ள வேண்டும். தொடக்க காலத்தில், அதாவது மண்ணாலும், மரத்தாலும், செங்கற்களாலும் அமைக்கப்பட்ட கோயில்களைப் பாடிய தேவார மூவரும், ஆழ்வார்களும் தாங்கள் வாழ்ந்த காலத்தில் ஒற்றைக் கல்லாலும் குடைவரையாகவும் அமைக்கப்பட்ட திருக்கோயில்களைப் பாடவில்லை. முதலாம் மகேந்திரவர்மன் எடுப்பித்த வல்லம், தளவானூர், மண்டகப் பட்டு கோயில்களைத் தேவார மூவரும் பாடவில்லை என்பது குறிக்கத் தகுந்தது. நம்மாழ்வாரால் பாடப்பெற்ற திருமோகூருக்கும் அழகர்கோயிலுக்கும் இடைப்பட்ட தொலைவு 20 கிலோ மீட்டருக்கும் குறைவாகவே அமையும், இந்த இரண்டு கோயில்களையும் நம்மாழ்வார் பாடியுள்ளார்; இவை இரண்டுக்கும் நடுவில் அமைந்துள்ள, கி.பி. 770இல் எடுக்கப்பட்ட குடைவரையான ஆனைமலை நரசிங்கப்பெருமாள் கோவிலை அவர் பாடவில்லை என்பது குறிப்பிடத்தகுந்தது. கல்லைக் குடைந்து செய்யப்பட்ட கோயில்களைத் தேவார மூவரும், ஆழ்வார்களும் புனிதமான தாகக் கருதவில்லை போலும். அவர்கள் அதனை 'உத்தமம்' என்று கருதாது 'அதமம்' என்று கருதினர் போலும்" என வெ. வேதாசலம் போன்ற தொல்லியல் அறிஞர்கள் கருத்துரைக்கின்றனர்.

கோயில்களின் அமைப்பில் ஆகம வரம்பு மீறிய மற்றொரு செய்தியையும் இவ்விடத்தில் குறிப்பிட்டாக வேண்டும். இசுலாமியர் படையெடுப்புக் காலத்தில் திருவரங்கம் கோயில் கொள்ளை அடிக்கப்பட்டுப் பல தொல்லைகளுக்குள்ளானதை டில்லீசுவரனான துலுக்கன் திருவரங்கம் திருப்பதியிலேயும் வந்து புகுந்து ப்ரவேஸித்து. . . கருவுலகம் முதலானவைகளையும் கொள்ளையிட்டு அழகிய மணவாளநாயனார், சேரகுல வல்லியார் முதலான விக்ரஹங்களையும் எடுத்துக்கொண்டு ஸர்வத்தையும் கொண்டு போகையில்" என்று குறிப்பிடுகிறது.[13] அதே கோயிலொழுகு, திருவரங்கன் ஆணையால் சாந்து நாய்ச்சியார் என்ற துலுக்க நாய்ச்சியார் திருவரங்கம் கோயிலில் திருநிலைப்படுத்தப்பட்டதனைப் "பெருமாள் நியமனத்தினாலே ராஜ மகேந்திரன் திருவீதியில் வடகீழ் மூலையிலேயே திருநடை மாளிகையிலேயே அறையாகத் தடுத்து அந்த டில்லீசுவரன் புத்திரியான ஸுரதாணியை சித்திரரூபமாக எழுதி வைத்து ப்ரதிஷ்டிப்பித்து" என்றும் குறிப்பிடுகிறது.[14]

இத்தகைய பின்னணியில் நாம் அழகர்கோயில் அமைப்பு தனித்தன்மைகள் குறித்து விளங்கிக்கொள்ள வேண்டும். இந்த

கோயிலை மட்டும் கணக்கில் எடுத்துக்கொள்ளாமல், பொதுவாக தமிழகக் கோயில் அமைப்பு குறித்த பார்வையோடு இக்கோயிலை நாம் அணுக வேண்டும். ஒரு கோயிலின் அமைப்பையும் அதன் நடைமுறைகளையும் வகுப்பதில் எழுதப்பட்ட விதிகளுக்குள் மேலாக, அக்கோயில் அமைந்த நிலப்பகுதி, அந்நிலப்பகுதியின் அரசியல் வரலாறு, அந்நிலப் பகுதியில் வாழும் மக்களோடு காலந்தோறும் கோயில் கொண்டுள்ள உறவு ஆகியவை குறிப்பிடத் தகுந்த பங்கினை வகிக்கின்றன.

குறிப்புகள்

1. ஆய்வாளருக்கு நேரில் தெரிவித்த கருத்து. நாள் 215 இளையான் குடியிலுள்ள ஒரு கல்வெட்டால் இந்த மதில் 'கோதண்டராமன் திருமதில்' என்ற பெயருடன் விளங்கியதைக் கல்வெட்டறிஞர் வெ. வேதாசலம் குறிப்பிடுகிறார்.

2. A.R.E 4 of 1932.

3. C. Krishnamurthy, *Thiruvorriyur Temple* (Unpublished thesis, Made University), p.88.

4. K.V. Soundararajan, *Artof South India—Tamil Nadu & Kerala*, p.103

5. A.R.E 307 of 1930.

6. A.R.E 270 of 1930.

7. A.R.E 83 of 1929.

8. A.R.E 84 of 1929.

9. A.R.E 331 of 1930.

10. A.R.E 83 of 1929.

11. A.R.E 14 of 1932.

12. K.V. Soundararajan, *Tamil Temple Architecture and Art*'; *Splendours of Tamil Nadu* — Mulk Raj Anand (Ed.), p. 36.

13. கோயிலொழுகு (எஸ். கிருஷ்ணசாமி ஐயங்கார் பதிப்பு) 1976 ப.19

14. மேலது, ப.29.

கள்ளரும் அழகரும் கள்ளழகரும்

அழகர் கோயிலில் ஆண்டுதோறும் சித்திரை மாதம் ஒன்பது நாள் நடைபெறும் சித்திரைத் திருவிழாவின்போது நான்காம் திருநாளன்று அழகர், கள்ளர் திருக்கோலத்துடன் மதுரைக்குப் புறப்படுகிறார். ஒன்பதாம் திருநாளன்று இரவு கோயிலுக்குத் திரும்பவும் வந்து சேர்கிறார்.

"துர்வாச முனிவரால் தவளையாகும்படி சபிக்கப்பட்ட சுதபஸ்முனிவரின் சாபவிமோசனத்தின் நிமித்தமாகவும், சுந்தரத்தோளுடையான் என்று ஸ்ரீ ஆண்டாள் மங்களாசாசனம் செய்த சுந்தரத் தோள்களுக்கு வருஷம் ஒருமுறை ஆண்டாள் சாற்றிக் கொடுத்தத் திருமாலையை ஏற்றுக்கொள்ளும் பொருட்டும் ஸ்ரீசுந்தரராஜன் 'கள்ளழகர்' திருக் கோலத்துடன் மதுரைக்கு எழுந்தருளுகிறார்" என்று கோயில் அழைப்பிதழ், அழகர் மதுரைக்கு வருவதன் காரணத்தைக் கூறுகிறது.[1]

இத்திருவிழாவில் அழகர், கள்ளர் திருக்கோலம் பூண்டு வருகிறார். 'நீ ஒருவர்க்கும் மெய்யனல்லை' என்று பெரியாழ்வாரும், 'வஞ்சக் கள்வன் மாமாயன்' என்று நம்மாழ்வாரும், இத்தலத்து இறைவனான – அழகரைப் பாடியிருப்பதைக் காட்டி[2] அது காரண மாகவே அழகர், கள்ளர் வேடம் பூண்டு வருகிறார் என்று புராணிகர்கள் கூறுகின்றனர். இக்கருத்து பொருத்தமான‌தன்று.

கள்ளர் என்ற சாதியாரில் அழகர்மலைப் பகுதியிலும் மேலூர் பகுதியிலும் வாழ்கின்ற 'மேலநாட்டுக் கள்ளர்' என்ற பிரிவினர் போல அழகர் வேடமிட்டு வருகிறார். அச்சாதியினரின் ஆசாரங்களுக்கேற்ற வேடத்தையே அழகர் புனைந்து வருகிறார் என்பது தெளிவு. கைக்கொன்றாக வளதடி எனப்படும் வளரித்தடி சாட்டை போன்ற கம்பு, மேலநாட்டுக் கள்ளர் சாதி ஆண்கள் இடுகின்ற கொண்டை, தலையில் உருமால், அவர்கள் பெரிதும் விரும்பி அணியும் வண்டிக்கடுக்கன் – இவ்வாறு அமைகிறது கள்ளர் வேடம்.

'வளதடி' எனப்படும் வளரித்தடியை ஆங்கிலேயர் *Boomerange* என்று குறிப்பிடுவர். மேலநாட்டுக் கள்ளரும், சிவகங்கை, புதுக்கோட்டைப் பகுதியில்வாழ் கள்ளரும் இக்கருவியைக் கையாள்வதில் பெரும்புகழ் பெற்றவர்கள். 'மனிதன் முதன் முதலாகப் பயன்படுத்திய கருவிகளில் வளரித்தடியும் ஒன்று' என்று கலைக்களஞ்சியம் கூறுகிறது.[3] 'மதுரை மாவட்ட அரசிதழ்' நூலை எழுதிய பிரான்சிஸ், தென்னிந்திய சாதிகளைப் பற்றிய நூல் எழுதிய 'எட்கர் தர்ஸ்டன்', 'இராணுவ நினைவுகள்' என்ற நூலை எழுதிய கர்னல் வெல்ஷ் ஆகியோர் தம் நூல்களில் இக்கருவியைப் பற்றியும், கள்ளர் இனத்தவர் இதைக் கையாண்ட முறை பற்றியும் நிறைய எழுதியுள்ளனர்.[4] *'சிவகங்கை சரித்திர அம்மானை'* என்ற நூல் பெரியமருது வளரியினால் மல்லாரிரா வின் தலையை அறுத்த செய்தியை

செயிவளரி தன்னைத் திருமால் முதலையின் மேல்
பேசிவிட்ட சக்கரம்போல் பெரியமரு தேந்திரனிவன்
வீசி எறிய விலகாமல் மல்லராவு
தலையை நிலைகுலையத் தானறுத்துத் தாங்காமல்
வலுவாய் வடகரையின் வாய்க்காலில் போட்டதுவே

என்று குறிக்கிறது.[5] தன்மபுத்திரன் எழுதிய 'வாளெழுபது' என்ற நூலும் வளரியைக் குறிப்பிடுவதாக மீ. மனோகரன் எழுதுகிறார்.[6]

"வளரி என்னும் இவ்வாயுதம் இந்தியாவிலேயே தமிழ்ப் பகுதியிலேதான் பயன்படுத்தப்படுகிறது... 1883 மார்ச்சில் சிவகங்கைக்கு அண்மையில் இந்த 'பூமராங்குகள்' பயன்படுத்தப் படுவதை நேரில் காணும் வாய்ப்பு எனக்குக் கிட்டியது" என்று புரூஸ் புட் (*Bruce Foote*) என்ற ஆய்வாளர் குறிப்பிடுகிறார்.

கைக்கொன்றாக வளரி ஏந்திய அழகருக்கு இடப்படும் கொண்டையும் கள்ளர் சாதியில் ஆண்கள் இடுகின்ற கொண்டையே. சாதாரணமாகப் பெண்கள் இடுகின்ற கொண்டையைப் போலப் பிடரியின் கீழ்ப்பகுதியில் தொடங்கி தோளை நோக்கிச் சரிந்ததாக இல்லாமல் நடுப்பகுதியில்

இக்கொண்டை நேரானதாக அமைந்துள்ளது. (இச்சாதியினரில் முதியவர் ஓரிருவர் இக்கொண்டை இட்டிருப்பதை நான் நேரில் கண்டிருக்கிறேன்.)[7]

'மதுரை இதழ்' என்ற நூலெழுதிய நெல்சன், "கள்ளச் சாதியில் 15 வயது ஆன ஆண்மகன் தான் விரும்பும்வரை முடி வளர்த்துக்கொள்ளலாம். சிறுவர்களுக்கு இந்த உரிமை இல்லை"[8] என்று குறிப்பிடுவது இச்சாதியில் ஆண்கள் கொண்டையிடும் வழக்கத்தை உறுதிப்படுத்துகிறது. வண்டிக்கடுக்கன் காது மடலோடு ஒட்டியதில்லை. மிகப் பெரிய காது வளையம் இது. அடிப்புறத்தில் கல் வைத்துக் கட்டப்பட்டிருக்கிறது. இச் சான்றுகளால் அழகர் மேல நாட்டுக் கள்ளர் போல் வேடம் புனைந்து வரும் செய்தி உறுதிப்படுகிறது.

இக்கோயில், 'கள்ளழகர் கோயில்' என்று பத்தொன்பதாம் நூற்றாண்டிலிருந்துதான் ஆவணங்களில் குறிக்கப்படுகிறது. ஆழ்வார்கள் பாசுரங்களில் மட்டுமின்றி இக்கோயிலில் உள்ள 123 கல்வெட்டுகளில் ஒன்றில்கூட இப்பெயர் வழங்கக் காணவில்லை. அழகர் குறவஞ்சி, அழகர் கலம்பகம், அழகர் பிள்ளைத்தமிழ், அழகர் கிள்ளைவிடுதூது, இருபதாம் நூற்றாண்டிலெழுந்த சோலை மலைக் குறவஞ்சி ஆகிய இலக்கியங்களும் இதைப்பற்றி எந்தக் குறிப்பையும் தரவில்லை. அழகர் கிள்ளை விடுதூது அழகர் மதுரைக்கு வந்து வைகையாற்றில் இறங்குவதைப் பற்றி மட்டுமே பாடுகிறது. மதுரைக்கு வரும் அழகரை வரவேற்கும் வகையிலமைந்த அழகர் வருகைப் பத்தும் கள்ளர் வேடமிடுவதைக் குறிக்கவில்லை. சென்னை கீழ்த்திசை ஓலைச்சுவடி நூலகத்திலுள்ள திருமாலிருஞ் சோலைமலை அழகர் மாலை; என்னும் நூல் மட்டும் *(R. 8462)*,

கள்ளக் குடிகட்கு உரிமை அமைத்தருள் காரணத்தால்
கள்ளர்க்குரிய அழகப்பிரான் எனக் காதலுரைத்(து)
உள்ளத் துறையும் பிரானே அழகில் ஒப்பிலியே

என்று கள்ளழகர் என்ற பெயரையும், கள்ளர்க்கு உரிமையுடையவர் அழகர் என்ற செய்தியினையும் குறிப்பிடுகிறது.[9]

அழகர் வருணிப்பு என்னும் பாடல் அழகர் கள்ளர் வேடமிடுவதைக் "கள்ளர் வேடம் தானெடுத்து, கையில் வளைதடியும் தான் பிடித்து" என்று குறிப்பதோடு அதற்குரிய கதையினையும் குறிக்கின்றது.[10] (நாற்பது ஆண்டுகளுக்கு முன் இராம குருசாமிக் கோனார் என்பவரின் வேண்டுகோளுக்கிணங்க இராமசாமிக் கவிராயர் எழுதிய பெரிய அழகர் வருணிப்பும் கள்ளர் வேடத்தில் அழகர் வருவதை விரித்துரைக்கின்றது.)[11]

அழகர் வருணிப்பு கூறும் கதை இதுதான்: கோயிலிலிருந்து மதுரை வரும் வழியில் கள்ளந்திரி தாண்டுகிற அப்போது,

கள்ளர் வழி மறித்து – காயாம்பூ மேனியை
கலகமிகச் செய்தார்கள்

வள்ளலாரப்போது – நீலமேகம்
கள்ளர்களைத்தான் ஜெயிக்க

மாயக்கணையெடுத்து – ஆதிமூலம்
வரிவில்லில்தான் பூட்டி

ஆயர் தொடுத்துவிட – நரசிங்க மூர்த்தி
அப்போது கள்ளருக்கு

கண்ணு தெரியாமலப்போ – என் செய்வோமென்று கள்ளர்
மயங்கி நின்றார்

புண்ணாகி நொந்து கள்ளர் – காயாம்பூ மேனியிடம் புலம்பியே
யெல்லாரும்

வழி வழிவம்சமுமாய் – நீலமேகத்திற்கு
வந்தடிமை செய்யுகிறோம்

ஒளிவு தெரியும்படி – ஆதிமூலம்
உம்மாலவிந்த கண்ணை

திறக்க வேணுமென்று சொல்லி – கள்ளர்
மார்க்கமுடனே பணிந்தார்.[12]

உடனே அழகர் "நான் வண்டியூர் சென்று மீண்டும் மலைக்குத் திரும்பும்வரை என் உண்டியலைத் தூக்கிக்கொண்டு வாருங்கள்" என்று கட்டளையிடுகிறார்.

இப்பகுதி மக்களிடம் வழங்கும் கதையும் இதே செய்தியைத் தான் சொல்கிறது. ஆனால் கள்ளந்திர் மண்டபம் தாண்டி வந்த போது இந்நிகழ்ச்சி நடந்ததாக அழகர் வருணிப்பு சொல்ல, மக்களிடம் வழங்கும் கதையோ இச்சம்பவம் காரைக் கிணற்றில் (காதக்கிணறு) நடந்ததாகவே கூறுகிறது. இரண்டிடங்களுக் கிடையில் 5 கி.மீ. தொலைவு உள்ளது. பெரிய அழகர் வருணிப்பும் காரைக் கிணற்றில் இந்நிகழ்ச்சி நடந்ததாகவே கூறுகிறது. சிறிய அழகர் வருணிப்பு மற்றோரிடத்தில் "காரைக்கிணர் கடந்தார் – என்னையன் கள்ளர் பயமே தீர்ந்தார்"[13] என்று கூறுகிறது. தவிரவும் இப்பகுதி மக்களிடத்தில் "காரைக்கிணறு கழிச்சேன் கழிச்சேன் – கள்ளர் வேஷம் போட்டேன் போட்டேன்"[14] என்று அழகர் சொல்வதாக வழங்கும் சொல்லடையும் இக்கருத்தை உறுதி செய்வதால், அழகர் ஊர்வலத்தை மறித்த இடம் காரைக்கிணறு தான் என்று உறுதியாகக் கொள்ளலாம். இச்சொல்லடை, நிகழ்ச்சி நடந்த இடத்தோடு அழகர் காரைக்கிணறு தாண்டிக் கள்ளர்

வேடமிடுவதாக ஏதோ உறுதி (சத்தியம்) செய்து கொடுப்பது போலவும் சொல்கிறது.

அழகர் ஊர்வலம் கள்ளர்களால் வழிமறிக்கப்பட்டது தொடர்பாக ஒரு சிறு சடங்கு மட்டுமே இப்பொழுது நடைபெறுகிறது. விழா முடிந்தபின் அழகர் தன் கோயிலுக்குத் திரும்பும் வழியில் தல்லாகுளம் பெருமாள் கோயிலுக்குப் பின்புறமாக, அழகர் ஏறிவரும் பல்லக்கை மாங்குளம் கிராமத்தினரான கள்ளர் சாதியினர் சிலர் பெருஞ்சத்தத்துடன் வழிமறிக்கின்றனர். பல்லக்கை இரண்டு மூன்று முறை சுற்றி வந்தபின் பல்லக்கின் முன் கொம்பினை 'வாழாக்கலை' என்னும் ஈட்டியால் குத்துகின்றனர். சில நிமிடங்களுக்கு ஒரு நாடகம்போல இந்நிகழ்ச்சி நடத்தப்பெறுகிறது.

வெள்ளியங்குன்றம் ஜமீன்தார், நாயக்கராட்சியின்போது அழகர் கோவில், 'வடக்குக்கோட்டை கொத்தழம்' பாதுகாவல் பொறுப்பிலிருந்தார். அழகர் ஊர்வலம் திருமலை நாயக்கர் காலத்தில்தான் மதுரை வந்தது. அதற்கு முன் சோழவந்தான் அருகிலுள்ள தேனூர் சென்றது. வெள்ளியங்குன்றம் ஜமீன்தாருக்கு சகம் 1591இல் (கி.பி.1669) திருமலை நாயக்கர் வழங்கிய பட்டயம் வேடர்கள் (வலையர் எனப்படும் மூப்பனார் சாதியினர்) இக்கோயிலில் நகைகளையும் பாத்திரங்களையும் கொள்ளையிட்ட செய்தியைக் குறிக்கிறது.[15] இப்பட்டயம் திருமலை நாயக்கர் மறைந்து பத்தாண்டுகளுக்குப் பின்னரே வழங்கப்பட்டுள்ளது. இதற்குமுன் சகம் 1489இல் (கி.பி. 1567) விசுவநாத நாயக்கர் வழங்கிய பட்டயம் கள்ளர்கள் அழகர் கோயிலுக்கு வந்த பக்தர்களைக் கொள்ளையடித்துத் தொல்லை கொடுத்த செய்தியைக் குறிக்கிறது.[16]

இரண்டு பட்டயங்களிலும் அழகர் சப்பரத்தை மறித்த செய்தியோ, கள்ளர் வேடம் பற்றிய குறிப்போ காணப்படவில்லை. எனவே நாயக்கராட்சியின் வீழ்ச்சியின்போது, நாட்டில் அரசியல் தலைமை பலவீனமடைந்திருந்த காலத்திலேதான் இந்நிகழ்ச்சி நடந்திருக்கலாம் என்று எண்ணத் தோன்றுகிறது.

அழகர் மதுரை வரும்போது தல்லாகுளம் பெருமாள் கோயிலில் கள்ளர் வேடத்தைக் களைந்து பெருந்தெய்வக் கோலம் புனைகிறார். திரும்பும்போது தல்லாகுளம் சேதுபதி மண்டபத்தில் மீண்டும் கள்ளர்வேடம் அணிகிறார். தல்லாகுளத்திற்கும் வண்டியூருக்கும் இடைப்பட்ட பகுதியில் பெருந்தெய்வமாகவே அவர் காட்சி தருகிறார். தல்லாகுளத்தில் கள்ளர் வேடமிடும் இடத்தில் அழகரின் வாசல் காவலனான பதினெட்டாம்படிக் கருப்பசாமிக்கு ஒரு கோயில் உள்ளது. அழகர் வரும்போது அந்த இடத்தில் அவரைப் பாண்டிமுனி

மறித்துக்கொள்வதாகவும், அதனால் அழகர்கோயிலில் இருந்து வந்த கருப்பசாமி தல்லாகுளம் பாண்டி முனியை விரட்டிவிட்டு அவ்விடத்தில்தான் கோயில் கொண்டு நிலையாக அமர்வதாகவும் மக்களிடையே ஒரு கதை வழங்கி வருகிறது.[17] இக்கதையும், வேறு சில சான்றுகளும் கள்ளர் வேடத்தில் வந்த அழகர் ஊர்வலம் தல்லாகுளத்தில் வழிமறிக்கப்பட்டதோ என்ற ஐயத்தை எழுப்பு கின்றன. இது, விரிவான மற்றொரு ஆய்வுக்குரியது.

சித்திரை மாதம் அழகர் ஆற்றில் இறங்கும் திருவிழா, மதுரை தவிரப் பரமக்குடி, மானாமதுரை ஆகிய ஊர்களிலும் பெரிய அளவில் நடைபெறுகிறது. அங்கும் கள்ளர் வேடம் உண்டு. மதுரை சித்திரைத் திருவிழாவின் செல்வாக்கு காரணமாக இவற்றின் மறுவடிங்களாகவே அவை விளங்குகின்றன.

ஆழ்வார்களில் பெண்பாலரான ஆண்டாளுக்கு அழகரிடத்தி லுள்ள ஈடுபாட்டின் காரணமாகவும் ஆண்டாள் சூடிக் கொடுத்த மாலையினைச் சித்திரை விழாவில் அழகர் சூடுவதனாலும், திருவில்லி புத்தூரிலும் மார்கழி மாதம் நடைபெறும் நீராட்டுத் திருவிழாவின் இரண்டாம் நாளில் இதே போன்ற கள்ளர் வேடம் திருமாலுக்கு இடப்படுகிறது. பெரும்பாலும் மதுரைப் பகுதியிலுள்ள வைணவக் கோயில்களிலும், நவராத்திரிக் கொலுவின்போது சில அம்மன் கோயில்களிலும் கடவுளுக்குக் ‘கள்ளர்’ வேடமிடுகின்றனர். இவ்வடிவத்தை அக்காலச் சமுதாயம் ஏற்றுக்கொண்ட விதத்திற்கு இவை சான்றுகளாகும்.

அழகரின் கள்ளர் கோலம், அதற்கான கதை, சடங்குகள், நம்பிக்கைகள் இவற்றிலிருந்து நம்மால் உண்மையாக நடந்திருக்கக் கூடிய நிகழ்ச்சிகளை ஊகித்து உணர முடிகிறது.

அழகர்கோயிலுக்குத் தெற்கிலும் கிழக்கிலும் மேலை நாட்டுக் கள்ளர்களே பெருந்தொகையாக வாழும் சாதியின ராவர். அவர்கள் வைணவ மரபினர் அல்லர். மிகப்பெரிய சொத்துடைமை நிறுவனமாகிய கோயிலோ ஒரு மலைப் பகுதியில் அமைந்துள்ளது. ஆள் வலிமையும் ஆயுத வலிமையும் உடைய கள்ளர் சாதியினர் தங்கள் மரபுவழி நாட்டுப் பகுதியில் நுழைந்து, மதுரைக்கு வரும் அழகரின் ஊர்வலத்தை மறித்துக் கொள்ளை யிட முனைகின்றனர். கோயிலின் மேலாண்மையை ஏற்றிருந்த மேல்சாதியினர் ‘கோயிலும் இறைவனும் உங்களுக்கும் பொது’ எனச் சமரசம் செய்துகொள்ள முன்வருகின்றனர். சமரசத்தின் வெளிப்பாடாகக் கோயில் நடைமுறைகளில் கள்ளர்க்கு மரியாதைகள் வழங்கப்படுகின்றன. ஆடிமாதத் தேர்த் திருவிழா வில் நான்கில் மூன்று வடங்களை இழுக்கும் உரிமை மேலநாட்டுக்

கள்ளர்க்கு வழங்கப்படுகின்றது. சித்திரைத் திருவிழாவில் அழகர்கோயிலுக்கும் தல்லாகுளத்திற்கும் இடைப்பட்ட பகுதியில், கள்ளர் சாதியின் ஆண்மகனைப் போல இறைவனுக்கு வேடமணிவித்து வரவும் கோயிலார் உடன்படுகின்றனர்.

நிலமானிய மதிப்பீடுகள் வலிமையாக இருந்த அக்காலத்தில் 'கோயில் மரியாதை' என்பது கள்ளர் சாதியாருக்குக் கிடைத்த மிகப்பெரிய அங்கீகாரமாகக் கருதப்பட்டிருக்கின்றது; ஆகையால் அவர்களும் இதற்கு உடன்பட்டிருக்கின்றனர். வைணவ மதம் சார்ந்த கோயில், ஒரு பண்பாட்டுச் சமரசத்தை வெற்றிகரமாகச் செய்து முடித்துத் தன்னையும் தன் சொத்துகளையும் காத்துக் கொண்டிருக்கிறது. நாளடைவில் கோயிலும் கள்ளழகர் கோயில் என்றே வழங்கப்படலாயிற்று. இதுவே அழகர், கள்ளழகர் ஆன கதையாகும். மதுரை நகரத்தின் அரசியல் தலைமை வலிமையிழந்து போயிருந்த காலத்தில்தான் (உத்தேசமாக கி.பி. 1690–1742) இந்த நிகழ்ச்சி நடைபெற்றிருக்கலாம் என்று தோன்றுகிறது.

தமிழ்நாட்டு வைணவம் இதுபோன்ற பல அனுபவங்களைக் கொண்டிருக்கிறது. சான்றாக, ஆழ்வார் திருநகரி நம்மாழ்வார் திருவுருவத்தை முசுலீம் படையெடுப்புக் காலத்தில் பொதிய மலை அடிவாரத்தில் ஒரு சுனையில் போட்டுவிட்டனர். பகையச்சம் நீங்கிய பின் அந்த இடத்தை அடையாளம் கண்டு, ஆழமான சுனையிலிருந்து அந்த விக்கிரகத்தை ஒரு குறவன் எடுத்துத் தந்தான் என்பர். அவனுக்கு மரியாதை செய்யும் பொருட்டு, இன்றளவும் நாள்தோறும் சிறிது நேரம் நம்மாழ்வார் விக்கிரகத்துக்கு, 'குறவன் கொண்டை' இடப்படுகிறது.

ஆகமரீதியான சடங்குகளோடு 'சம்பிரதாயம்' என்ற பெயரில் பல சடங்குகள் வட்டார வேறுபாடுகளோடு தமிழ் நாட்டு வைணவத்தில் கலந்துள்ளன. அவ்வாறான சடங்குகளில் பெரும்பாலானவை பிற்படுத்தப்பட்ட, தாழ்த்தப்பட்ட சாதியாருக்கு மதத்தின் எல்லைக்குள் பெருமளவு உரிமை தந்துள்ளன. "ஆசாரியர்களுடைய கருத்தில் உருவாகி உபதேச பரம்பரையிலேயே தனியாக வளர்ந்து வந்த தமிழ்நாட்டு வைணவத்திற்கும், ஆகமங்களையும் ஆகம சம்பிரதாயங்களையும் நேராகப் பின்பற்றி வந்த ஆலயங்களுக்கும் நேரான தொடர்பு கிடையாது" என்று வைணவ அறிஞர் ராமாநுஜ தாத்தாச்சாரியர் விளக்குகிறார்.[18] ஆயினும் இச்சம்பிரதாயங்கள் பின்னர் ஆலய நடைமுறையோடு கலந்துவிட்டன. புதிய சம்பிரதாயங்களும் உருவாகி அவற்றையும் ஆலயங்கள் ஏற்றுக்கொண்டுவிட்டன.

இராமானுசருக்குப் பின் தமிழ்நாட்டு வைணவம் சாதி வேறுபாடுகளைத் தாண்டி சாதாரண மக்களோடு கலந்தது.

அதன் விளைவாக இவ்வகையான நடைமுறைகளை வைணவம் விரும்பி ஏற்றுக்கொண்டது. இக்கருத்துக்குச் சார்பான நடைமுறைகளை தமிழ்நாடு முழுவதும் வைணவக் கோயில்களில் காணலாம். தமிழ்நாட்டில் அரச ஆதரவை மிகக்குறைந்த அளவில் பெற்ற மதம் வைணவம்தான். எனவே நேரடியாகவே மக்களைத் தன் பக்கம் ஈர்க்க வேண்டிய சூழ்நிலையும் கட்டாயமும் அதற்கு ஏற்பட்டது. விளைவாக ஆகம வழிபாட்டு முறைகளும் நாட்டார் வழிபாட்டு முறைகளும் கலந்து வளர்ந்ததாகத் தமிழ்நாட்டு வைணவம் புதிய உருக்கொண்டது.

குறிப்புகள்

1. சித்திரைத் திருவிழா அழைப்பிதழ் – 1977, அழகர்கோயில் ப.1
2. பெரியாழ்வார் திருமொழி (நாலாயிரத் திவ்வியப்பிரபந்தம், திருவேங்கடத்தான் திருமன்றம் பதிப்பு, 1973, சென்னை) பா. 454, நம்மாழ்வார் திருவாய்மொழி, பா. 3140.
3. கலைக்களஞ்சியம், தொகுதி 6, ப. 684.
4. Col, Welsh, Military Reminiscenes quoted by மீ. மனோகரன், 'வளரி' (கட்டுரை), மன்னர் கல்லூரி வெள்ளிவிழா மலர், சிவகங்கை, 1973, ப. 83.
5. சிவகங்கை சரித்திரக் கும்மியும் அம்மானையும், தி. சந்திர சேகரன் (ப.ஆ), கீழ்த்திசை ஓலைச்சுவடி நூலகம், சென்னை, ப. 148.
6. மீ. மனோகரன், 'வளரி' (கட்டுரை),, மேலது, ப. 81.
7. Edgar Thurston, Ethnographic Notes in Southern India (Reprint), 1975, p. 558.
8. J.H. Nelson, Manual of Madurai, Vol. II, p.55.
9. திருமாலிருஞ்சோலைமலை அழகர்மாலை, கையெழுத்துப் படி, R. 8462. கீழ்த்திசை ஓலைச்சுவடி நூலகம், சென்னை, பா. 12.
10. அழகர் வருணிப்பு, ஸ்ரீமகள் கம்பெனி பதிப்பு, ப.15,
11. இராமசாமிக் கவிராயர், பெரிய அழகர் வருணிப்பு (ஜி. ராம சாமிக்கோன்), 9ஆம் பதிப்பு, மதுரை, ப. 53
12. அழகர் வருணிப்பு, பக். 6–7,
13. மேலது, ப.7.

14. தகவல் தந்தவர் : பா. அ. மலையாண்டி அம்பலம், கொடிக்குளம், 15.11.77

15. வெள்ளியக்குன்றம் ஜமீன்தாரிடமுள்ள செப்புப் பட்டயங்கள்.

16. மேலது.

17. தகவல் தந்தவர்: சுப்பையாத் தேவர், ஆவியூர் (அருப்புக் கோட்டை) 22.4.77

18. அக்னிகோத்ரம் ராமானுஜ தாத்தாச்சாரியார், *வரலாற்றில் பிறந்த வைணவம்*, *ஸ்ரீசாரங்கபாணி தேவஸ்தானம்*, *குடந்தை*, 973, ப. 9

உடைமையும் ஒழுக்கமும்

தமிழ்ச் சமுதாயத்தின் வரலாற்றில் பக்தி இயக்கம் மிகப்பெரிய இடம் ஒன்றினைப் பெறுகின்றது. கி.பி. ஆறாம் நூற்றாண்டில் அரும்பத் தொடங்கிய பக்தி இயக்கத்தின் வளர்ச்சி ஏழாம் நூற்றாண்டின் முற்பகுதியில் மிகப்பெரிய வீச்சினைப் பெறுகின்றது. திருநாவுக்கரசரும், திருஞானசம்பந்தரும், பெரியாழ்வாரும் இவ்வளர்ச்சியில் கணிசமான பங்கினை ஆற்றியுள்ளனர்.

பக்தி இயக்கத்தின் ஆற்றல் வாய்ந்த கருவியாக இலக்கியம் திகழ்ந்திருக்கிறது. பக்தி இயக்கத்தின் வெற்றிக்குரிய காரணங்கள் பல. அவற்றில் முதன்மை யானது, பக்தி இலக்கியங்களைப் பாடியவர்கள் மானிட அனுபவங்களையே தம் இறை அனுபவமாக மாற்றிக்காட்டியது ஆகும். அன்புக்குரிய ஆணாகக் கடவுளும், அவன் அன்புக்கு ஏங்கி நிற்கும் பெண்ணாக மனிதனும் சித்திரிக்கப்பட்டுள்ளனர். அன்புக்குரிய ஆணும் பெண்ணும் சேரும்போது குடும்ப அமைப்பு உருவாகிறது. பக்தி இலக்கியத்தில் கடவுள் கணவனாக மட்டுமன்றி, பிள்ளைக்குத் தந்தையாகவும் மாறுகிறான். சில ஆண்டுகள் கழித்து அவன் பிள்ளையும் திருமணத்திற்கு உரியவனாகிறான். இவ்வாறு குடும்ப அமைப்பின் வளர்ச்சி நிலைகளைப் பக்தி இலக்கியத்தில் பரவலாகக் காணமுடிகிறது. எடுத்துக்காட்டாகத் திருநாவுக்கரசரின் தேவாரப் பாடல்களைக் காண்போம்.

1. வட்டணைகள் படநடந்து மாயம் பேசி
வலம்புரமே புக்கங்கு மன்னினாரே
(திருவலம்புரம் – திருத்தாண்டகம்)

இது, காதல் வசப்பட்ட பெண் ஒருத்தி ஆணின் அன்புக்கு ஏங்கும் நிலை.

2. துறைகளார் கடல் தோணிபுரத் துறை
இறைய னார்க்கிவள் என்கண்டு அன்பாவதே
(திருத்தோணிபுரம் – திருக்குறுந்தொகை)

இது, பெண்ணைப் பெற்ற ஒரு தாயின் வியப்பு.

3. தலைப்பட்டாள் நங்கை தலைவன் தாளே
(திருவாரூர் – திருத்தாண்டகம்)

இது, பெண் ஆணைத் தேடிக் கலந்துவிட்ட செய்தி. அதாவது அவர்கள் கணவன் மனைவி ஆகிவிட்டனர்.

4. சூடினார் கங்கையாளைச் சூடிய துழனி கேட்டங்(கு
ஊடினாள் நங்கையாளும்
(திருவதிகை வீரட்டானம் – திருநேரிசை)

இது, மணவாழ்வின் ஊடல் பற்றிய படப்பிடிப்பு.

5. படைமலிந்த மழுவாளும் மானும் தோன்றும்,
பன்னிரண்டு கண்ணுடைய பிள்ளை தோன்றும்
(திருப்பூவணம் – திருத்தாண்டகம்)

இது, மகனும் தந்தையும் தந்த திருக்காட்சி,

6. நங்கடம்பனைப் பெற்றவள் பங்கினன்
தென் கடம்பைத் திருக்கரக் கோயிலான்
(திருக்கடம்பூர் – திருக்குறுந்தொகை)

இது, கணவனும் மனைவியும் பிள்ளையுமான சிறு குடும்பத்தின் அமைப்பு.

7. குறவிதோள் மணந்த செல்வக் குமரவேள் தாதை
(திருப்பெருவேளூர் – திருநேரிசை)

இது, மகனும் வளர்ந்து மணமகன் ஆன கதை,

துறவு நெறியாகிய சமணத்தையும் பௌத்தத்தையும் எதிர்ப்பதற்குக் குடும்ப அமைப்பை முன்னிலைப்படுத்தியது பக்தி இயக்கம் எனலாம். அந்தச் சிந்தனையோடுதான் மானிட அனுபவங்கள் பக்தி அனுபவங்களாகக் காட்டப்பட்டன.

பக்தி இயக்கத்தின் வளர்ச்சிக்குக் காரணமாகத் தமிழ் நாட்டில் நிகழ்ந்த வரலாற்றுப் போக்கு, நிலவுடைமையின் வளர்ச்சி யாகும். சங்க காலத்தின் இறுதிக் கட்டத்திலேயே தமிழ்நாட்டு

வேந்தர்கள் 'குளந்தொட்டு வளம் பெருக்கி' புதிய பயிர் நிலங்களை உருவாக்கினர். பயிர் நிலங்களின் அளவோடு அவற்றுக்கு உரிமை யாளரான கிழார்களின் எண்ணிக்கையும் பெருகியது. அரசனுக்கு அருகிருந்த பார்ப்பனரும் கிழார்களும் இணைந்து வேள்வி நடத்தினர் (புறம். 166). சிவபெருமான் நிலவுடைமையோடு சேர்ந்த தெய்வமாக்கப்பட்டான். 'உடையார்' என்பது இறைவனைக் குறிக்கும் சொல்லாயிற்று. நிலவுடைமையால் குவிந்த செல்வம் காரணமாகச் சிவபெருமானுக்கு 'மூலபண்டாரம்' (திருவாசகம்), அதாவது 'அனைத்துச் செல்வங்களின் இருப்பிடம்' என்றும் பெயர் வழங்கப்பட்டது.

காட்டிலே வாழும் வேட்டுவ வாழ்க்கையை விடவும், கால்நடை வளர்க்கும் காட்டு வாழ்க்கையை விடவும், நன்செய் வேளாண்மையை மையமாகக் கொண்ட மருதநில வாழ்க்கையிலே தான் செல்வம் குவிந்தது. மருத நிலத்தின் செல்வ வாழ்க்கையில் வசதியுடையோர் வீட்டுப் பெண்கள் உடலுழைப்பில் இருந்து விலக்கப்பட்டனர். எனவே உழைப்பு சார்ந்த ஆடல்பாடல் போன்ற கலைகளிலிருந்தும் அவர்கள் அயன்மைப்பட்டனர். வேளாண் நாகரிக ஆண்களின் திரண்ட செல்வக் குவியல் ஆடல்பாடல்வல்ல பழைய பாண் மரபினரைப் பரத்தையர் ஆக்கியது.

> "மருதத்தின் ஒழுக்க முறையான ஊடலின் சமூகப் பொருளாதார முக்கியத்துவம் எளிதில் புரியக்கூடியதே. மருதத்தின் வேளாண்மையின் வளர்ச்சியானது விரிவான தனி நிலவுடைமை வளர்ச்சிக்கு அடிகோலியது. பொருளாதார ஆதிக்கத்தின் அடிப்படையான உபரி உற்பத்தியினை – மிகுந்த அளவில் நெல்லைச் சேமித்து வைப்பதனைச் சில பாடல்கள் வெளியிடுகின்றன. இத்தகைய செழுமையான நிலப்பிரபுத்துவ அமைப்பில், வீரயுகத்தின் பெணகுலக் கலைஞர்கள் பரத்தையர்களாக மாறினார்கள். பரத்தமை சமுதாயத்தால் ஏற்றுக்கொள்ளப்பட்ட, மண உறவுக்கு வெளியே இன்பம்காணும் வாயிலாக விளங்கிற்று. ஏனெனில் சொத்துரிமைக்கும், குடும்பபரம்பரை உரிமைக்கும் இடையூறு செய்யாத ஒரு தனியுரிமையாக இது திகழ்ந்தது. அப்படி இருந்தபோதிலும் இது ஒரு மனிதாபிமானச் சிக்கலாகவும் அறைகூவலாகவும் மனையில் வாழும் கிழத்திக்கு இருந்தது. இதுபோன்ற உறவுமுறையில் ஊடல் ஆதிக்கம் செலுத்துகிறது"

என்று பேராசிரியர் கா. சிவத்தம்பி திணைக் கோட்பாட்டினை விளக்குகிறார்.

சைவம் நிலவுடைமை சார்ந்து வளர்ந்த மதம் என்பதை ஆர்.பானர்ஜி, ஜி.எஸ்.குரே போன்றவர்கள் விரிவாகவே எடுத்துக்காட்டி உள்ளனர். எனவே நிலவுடைமை சார்ந்து வளர்ந்த 'பரத்தமை' என்ற நிறுவனத்தைச் சைவ சமயம் கண்டிக்கவில்லை; மாறாகத் தேவரடியார், பதியிலார், உருத்திர கணிகையர், மாணிக்கத்தார், தளியிலார் என்ற பெயரோடு சோழ, பாண்டிய அரசுகளின் எழுச்சிக் காலத்தில் பரத்தமை கோயிலோடு சேர்க்கப்பட்டது. தேவார மூவரில் ஒருவரான சுந்தரர் திருவாரூர்க் கோயிலில் ஆடுமகளிர் மரபில் வந்த பரவை நாச்சியார் என்ற பெண்ணைக் கண்டு, காதல் மணமும் செய்துகொள்கிறார். இக்கதை தொடங்கி பல்வேறு வகையில் சைவ மரபுகள் பரத்தமையை அங்கீகாரம் செய்கின்றன. கி.பி. பத்தாம் நூற்றாண்டில் தஞ்சைக் கோயிலில் ஆடல்வல்ல, நானூறு பணி மக்களை (நக்கன் என்ற பெயரில்) அமர்த்திய முதலாம் இராசராசன் அவர்களுக்குத் தனித்தனியே வீட்டு வசதி அளித்த செய்தியினையும் தஞ்சைக்கோயில் கல்வெட்டுகளால் அறிகிறோம்.

நிறுவன சமயங்களாக வளர்ந்த சைவத்திற்கும் வைணவத் திற்கும் தமிழகத்தில் பெருங்கோயில்கள் பல உண்டு. அரசர்களா லும், அரசியல் அதிகாரம் உடையவர்களாலும் இக்கோயில்கள் ஆக்கப்பட்டன. பெருஞ்சொத்துகளைக் கொண்டிருந்த இக்கோயில்கள், தங்கள் சமய எல்லையைக் கடந்து தத்தம் பகுதிகளில் பெருவாரியான அடித்தள மக்களின் பண்பாட்டைத் தீண்ட முற்படவில்லை. அதாவது பெருவாரியான அடித்தள மக்களின் நினைவுகளிலும், இலக்கியம் போன்ற பண்பாட்டு வெளிப்பாடுகளிலும் இவை தங்களுடைய ஆளுமையினைச் செலுத்த முடியவில்லை. இதனை மீறி (விதிவிலக்காகத்) தடம்பதித்த பெருமை இரண்டு கோயில்களுக்கு மட்டுமே உண்டு. அவை சைவர்களின் மதுரை மீனாட்சி கோயிலும் வைணவர்களின் சீரங்கமும் (திருவரங்கம்) ஆகும்.

மதுரை, இன்றளவும் தமிழர்களின் பண்பாட்டுத் தலைநகரம் போலவே விளங்குகிறது. மதுரை மீனாட்சித் தெய்வம் பழந் தமிழரின் தாய்த்தெய்வ வழிபாட்டின் எச்சமாக விளங்குகிறது. மதுரை நகருக்கு அரசியாகி, திருமணத்திற்கு முன் பட்டம் சூடி, கணவனை விஞ்சிய பெருமை உடையதாக இத்தெய்வம் விளங்குகிறது. மதுரை வட்டாரத்தில் மட்டுமின்றித் தமிழகத்தின் எல்லாப் பகுதிகளிலும் தாலாட்டு, ஒப்பாரி எனப்படும் நாட்டார் பாடல்களில் மீனாட்சியின் அழகு, பெருமை, அவள் குடும்பம் நடத்தும் பாங்கு, அவள் அண்ணன் தன் தங்கைமீது காட்டும் பாசம் ஆகியவை பதியப்பட்டுள்ளன. தாலாட்டு, ஒப்பாரி ஆகிய இரண்டும் பெண்களுக்கே உரிமையுடைய படைப்பிலக்கியங்கள் என்பதனை நாம் மறந்துவிடக் கூடாது.

தமிழ்நாடு முழுவதும் பரவலாக வழங்கி வரும் தாலாட்டுப் பாடல் ஒன்று, மதுரை மீனாட்சி அவள் கணவன் சொக்கரோடு நடத்தும் குடும்பப் பாங்கினைப் பேசுகிறது. அச்சிடப்பட தாலாட்டுப் பாடல் தொகுதிகளில் தமிழண்ணல், மா. வரதராசன், ஆறு. அழகப்பன், அன்னகாமு ஆகியோரது தொகுதிகளிலும் இப்பாடல் இடம்பெற்றுள்ளது. தனிநபர்கள் சேகரித்த, அச்சிடப் படாத பாடல் தொகுதிகளிலும் இப்பாடலைப் பலர் கண்டுள்ள னர். ஒரு சில சொல்மாற்றங்களுடன் இப்பாடல் பெருமளவுக்கு ஒன்று போலவே கிடைத்துள்ளது.

மதுரைக்குத் தெற்கே
மழை பெய்யாக் கானலிலே
தரிசாக் கிடக்குதுன்னு – மீனாள்
சம்பாவ விட்டெறிஞ்சா
அள்ளி விதை பாவி – மீனாள்
அழகு மலைத் தீர்த்தம் வந்து
வாரி விதை பாவி – மீனாள்
வைகை நதித் தீர்த்தம் வந்து
சம்பா கதிரடித்து – சொக்கர்
தவித்துநிற்கும் வேளையிலே
சொர்ணக் கிளிபோல – மீனாள்
சோறு கொண்டு போனாளாம்
நேரங்கள் ஆச்சுதென்று – சொக்கர்
நெல்லெடுத்து எறிந்தாராம்.
அள்ளி எறிந்தாராம்
அளவற்ற கூந்தலிலே
மயங்கி விழுந்தாளாம் – மீனாள்
மல்லிகைப்பூ மெத்தையிலே
சோர்ந்து விழுந்தாளாம்
சொக்கட்டான் மெத்தையிலே
அழுதகுரல் கேட்டு
அழகர் எழுந்திருந்து
வரிசை கொடுத்தாராம்
வையகத்தில் உள்ளமட்டும்
சீரு கொடுத்தாராம்
சீமையிலேயே உள்ளமட்டும்
மானா மதுரை விட்டார்
மதுரையிலே பாதிவிட்டார்.
தல்லாகுளமும் விட்டார்
தங்கச்சி மீனாளுக்குத்
தளிகையிலே பாதிவிட்டார்.

இத்தாலாட்டுப் பாடலோடு இதுவரை கிடைக்காத பிறபகுதி ஒன்று இக்கட்டுரையாளருக்குக் கிடைத்தது. 1982 ஏப்ரலில் முகவை மாவட்டம் பரமக்குடி நகரின் வடபுறமாக அமைந்துள்ள காந்தி நகர் என்னும் பகுதியில், தேவேந்திரர் சாதியைச் சேர்ந்த மூதாட்டி

ஒருவர் ஆய்வாளருக்கு இப்பாடலைப் பாடிக்காட்டினார். விளைந்த வயலைச் சொக்கர் பார்வையிட வருகின்ற இடத்திலிருந்து இந்த அடிகள் தொடங்குகின்றன.

அரிகுறுணி காணுமின்னு– என அம்மா சொக்கர்
ஆளனுப்பிப் போகவிட்டார்
காரானை மேலிருந்து – என் அம்மா சொக்கர்
கதிரறுக்க வாரராம்
போரானை மேலிருந்து – என் அம்மா சொக்கர்,
பொலியளக்க வாரராம்
வாரிப் பொலியளக்க– என் அம்மா சொக்கர்
வாரியலைச் சேகரிச்சார்
குமிச்சுப் பொலியளக்க–என் அம்மா சொக்கர்
குடும்பன்களைச் சேகரிச்சார்
நெல்லடிச்சு கோட்டை கட்டி – நல்ல என் கண்ணே
நெடும் பொலிய விட்டாத்தி
பொலியளந்த தூசியோட – என் கண்ணே சொக்கர்
போய் நொழைஞ்சார் தாசி வீடு
தாசி மயக்கமோ – என் அம்மா
தட்டாத்தி கைமருந்தோ
வேசை மயக்கமோ – என் அம்மா சொக்கர்
வீடு வந்துஞ் சேரவில்லை.

இந்தப் புதிய பகுதியைப் பின்னர் காணலாம். தமிழண்ணல், அழகப்பன், அன்னகாமு, வரதராசன் ஆகியோருக்குக் கிடைத்த பாடல்களின் தொடக்க அடிகள் புதிய வேளாண்மைப் பெருக்கத்தைக் காட்டுகின்றன. அதாவது புதிய நீர்க்கால்களை உருவாக்கி நஞ்சை நிலங்களின் அளவினைப் பெருக்கும் சமூக வளர்ச்சிக் கட்டம் ஒன்றினை அடையாளம் காட்டுகின்றன. மனிதகுல வரலாற்றில் மக்கள் தொகை பெருகும்போதெல்லாம் கிடைக்கின்ற நீர்வளத்தைக் கொண்டு பயிர் நிலங்களின் அளவைப் பெருக்குவது ஒரு வரலாற்றுப் போக்காகும். இந்த அடிகள் சொக்கரின் துணைவி மீனாட்சியையும் வேளாண்மையோடு தொடர்புபடுத்துகின்றன. ஏனென்றால் பயிர்த்தொழில் என்பது சமூக வளர்ச்சியில் பெண்களால் கண்டுபிடிக்கப்பட்டதாகும். இவற்றோடு தொல்பழைய நம்பிக்கைகளும் கலந்து பெண் விதைப்புச் சடங்குக்கு உரியவளாகிறாள். இன்றளவும் மகப்பேற்று ஆற்றல் குறையாத மங்கலப் பெண்களே விதைநெல்லை அளந்தும், விதைப் பெட்டியை எடுத்தும் கொடுத்துவருகிறார்கள். இந்த நம்பிக்கையே மங்கலப்பெண் மீனாட்சியை விதைப்பு நிகழ்ச்சியோடு தொடர்புபடுத்தியது. இப்படித் தொடங்குகிற தாலாட்டு மீண்டும் குடும்ப அமைப்பிற்குள் புகுந்துகொள்கிறது. அதாவது, கணவன் மனைவியர்க்கு இடையில் சிறிய மன வருத்தங்கள் ஏற்படுகின்றன. இந்தச் செய்தி பெண்ணின் தாய்வீட்டுக்கு

எட்டுகிறது. பெண்ணின் உடன்பிறந்தவன் (மீனாட்சியின் அண்ணனான அழகர்) திரண்ட சீர்வரிசைகளுடன் வந்து, தங்கை – மைத்துனர் இருவரின் வருத்தங்களையும் தணிவிக்கின்றார். கணவன் மனைவியரின் மன வருத்தங்களுக்கான காரணங்களைக் கண்டறிய அவர் முயலவேயில்லை. இந்தப் பாடல் காட்டும் நிகழ்ச்சி, நேற்றுவரை நமது கிராமப்புற வேளாண் சமூகத்தின் அன்றாட நிகழ்வே ஆகும். இதன் பொருள் என்ன? பெண்ணுக்குச் சொத்துரிமை மறுக்கப்பட்ட சமூக அமைப்பில் பெண் தனக்குரிய பங்கினைத் திருமணத்தின்போது நகைகளாகவும் பின்னர், 'சீர் வரிசை' என்ற பெயரிலும் தொடர்ந்து பெற்றுக்கொள்ள முயல்கிறாள். அப்பொழுதும் நிறைவடையாது பிறந்த வீட்டிலிருந்து பெண் எடுத்தோ, பிறந்த வீட்டுக்குப் பெண் கொடுத்தோ தன் சொத்துடைமை உணர்வை நிறைவுசெய்துகொள்ளப் பார்க்கிறாள். முறைப்பெண் – முறை மாப்பிள்ளை என்ற வழக்கம் திராவிட நாகரிகத்தின் தனிப் பண்புகளில் ஒன்றாக அமைந்திருப்பதை நாம் எண்ணிப் பார்க்க வேண்டும். குடும்ப அமைப்பில் உடைமை உணர்வுகள் புகுந்த காலத்தில்தான் இவ்வுறவுமுறை வழக்கம் தோன்றியிருக்க வேண்டும்.

கட்டுரையாளருக்குக் கிடைத்த புதிய அடிகள் இந்தத் தாலாட்டின் வளர்ந்த நிலையினைக் காட்டுகின்றன. நிலக்கிழாரான சொக்கர் களத்துமேட்டிலிருந்து தாசி வீட்டுக்குச் செல்கிறார். நிலவுடைமையினால் பிறந்த செல்வச் செழிப்பு நிலக்கிழாரை நேரடியாகப் பரத்தமைக்குத் தூண்டியது என்ற சமூக வளர்ச்சிப் போக்கும் தெளிவாகப் புலப்படுகிறது.

இப்பொழுது மேலும் ஒரு கேள்விக்கு விடைகண்டாக வேண்டும். தமிழ்நாட்டின் தனிப்பெருங்கடவுள் ஆகிய சிவபெருமான் இப்பாடலில் பரத்தமையோடு தொடர்புபடுத்தப்படுகிறார். வேறு சொற்களில் கூறுவதானால் பரத்தமை தெய்வத்தின் பேரால் நிலைப்படுத்தப்படுகிறது. இது எவ்வாறு நிகழ்ந்தது?

சங்க இலக்கியங்கள் காட்டும் மருதத் திணையின் பரத்தமை, நிலவுடைமையின் வளர்ச்சியில் நேரடியாகப் பிறந்ததாகும். அக் காலத்தில் இருந்த கோயில்கள் மிகச் சிறிய வழிபாட்டு இடங்களாகவே விளங்கின. பின்னர் பக்தி இயக்கம் அரும்பிய காலத்தில் அவை வழிபாட்டு இடங்களாக மட்டுமல்லாமல் இயக்க மையங்களாகவும் விளங்கின. பக்தி இயக்க எழுச்சியைத் தொடர்ந்து உருவான சோழ பாண்டியப் பேரரசுகளின் காலத்தில் கோயில்கள் கருங்கற்களால் அமைந்த பெரிய கட்டுமானக் கோயில்களாகத் தொடங்கின. ஊரின் விளைநிலங்களனைத்தும் இறைவன் பெயராலும் கோயிற் பார்ப்பனர், மேலாண்மை செய்த

வேளாளர் ஆகியோர் பெயராலும் கோயிலோடு சேர்க்கப்பட்டன. எனவே கோயில்கள் மிகப்பெரிய சொத்துடைய நிறுவனங்களாக மாறின. பணப் புழக்கம், நீர் மேலாண்மை, மருத்துவம், நீதி, கலைகள் ஆகிய அனைத்தும் கோயிலோடு இணைக்கப்பட்டன. அலைந்து திரியும் பாணர் மரபும் வாழ்க்கையும் அழிக்கப்பட்டு ஆடல், பாடல் ஆகிய கலைகளோடு அவற்றிற்குரிய கலைஞர்களும் கோயிற் பணியாளர் ஆக்கப்பட்டனர். பெருங்கோயில்களின் வளர்ச்சியோடுதான் தமிழ்நாட்டின் நிலமானிய அமைப்பு முறை முழுமை பெற்றது. எனவேதான் 'பரத்தமை' என்ற நிறுவனத்தையும் கோயில் தன்னுள் இழுத்துக்கொண்டு கட்டுப்படுத்தியது. இதன் பின்விளைவாக நிலமானிய முறையின் அனைத்து மனித மதிப்பீடுகளும் கடவுளுக்கும் சேர்க்கப்பட்டன.

கடவுள் சிறந்த நீதிபதியானார்; சிறந்த மருத்துவன் ஆனார்; சிறந்த பாட்டுப் புலவர் ஆனார்: இசைவாணர் ஆனார்: ஆடல் வல்லான் ஆனார்: நிலக்கிழார் ஆனார்: செல்வத் திரட்சியால் பரத்தை வீடு தேடிச் செல்பவராகவும் ஆனார். சைவ மதத்தின் நிலவுடைமைச் சார்பு சொக்கரை இப்படியொரு தோற்றங் கொள்ள வைத்ததில் வியப்பில்லை. இது அன்றைய நடையின் பாற்பட்டது. எனவே இத்தகைய தாலாட்டுகள் மக்கள் மத்தியில் பிறந்து எளிதாகப் பரவியுள்ளன.

சைவக் கோயில்களைப் போலவே வைணவக் கோயில்களும் 'பரத்தமை' என்ற நிறுவனத்தை அங்கீகாரம் செய்திருக்கின்றன. இருப்பினும் 'நிலவுடைமைச்சார்பு' வைணவ நெறியில் சைவத்தின் அளவுக்கு வேரோடியதில்லை. கால்நடை வளர்ப்புப் பொருளாதாரச் சூழலில் திருமால்நெறி கால்கொண்டதே அதற்குக் காரணமாகும். தமிழகத்தின் பேரரசுகளின் வளர்ச்சியிலும் வைணவ நெறிக்குப் பெரும் பங்கில்லை. ஆகவே அது சைவத்திலும் பார்க்க மிகக் குறைந்த வளர்ச்சியினையே தமிழ்நாட்டில் பெற்றிருந்தது.

ஆய்வுக்குரிய தாலாட்டுப்பாடல் நிலவுடைமைக்கும் பரத்தமைக்கும் உள்ள தொடர்பைச் சமயப் பின்னணியில் காட்டுவதை நாம் இவ்வாறுதான் விளங்கிக்கொள்ள முடியும். 'வாய்மொழி இலக்கியங்கள் சமூக வளர்ச்சியின் பெரும் அசைவு களையும் மதிப்பீடுகளையும் தம்முள் தவறாது பதிவுசெய்து வைத்திருக்கின்றன' என்பது மேற்குறித்த தாலாட்டுப் பாடலால் தெளிவாக விளங்குகிறது.

மாற்று மரபுகளும் தமிழ் வைணவமும்

'நாட்டார்', 'நாட்டார் மரபு' ஆகிய சொற்கள் இன்று நாட்டார் வழக்காற்றியலில் பல்வேறு வகையான விளக்கங்களைப் பெற்றுள்ளன. ரிச்சர்டு டார்சன், வில்லியம் பாஸ்கம் போன்ற மேனாட்டு அறிஞர்களும், பேராசிரியர் நா. வானமாமலை, தே. லூர்து, ஆ. சிவசுப்பிரமணியன் போன்ற தமிழ்நாட்டு அறிஞர்களும் இச்சொற்களுக்குப் பல விளக்கங்கள் அளித்துள்ளனர். இந்தக் கட்டுரையில் 'நாட்டார் மரபுகள்' என்பன பின்வரும் பொருளிலேயே கொள்ளப்படுகின்றன: வேதத்தையும் வேள்வியையும் தலைமையாகக் கொண்ட வைதிக நெறிக்கு மாறுபட்டவை; பெருஞ்சமயங்களான சைவம், வைணவம், சமணம், பௌத்தம் ஆகியவற்றை முறைப்படுத்தும் சாத்திரங்களுக்கும் ஆகம நெறிகளுக்கும் உட்படாதவை; மிக அரிதாகவே இச்சமய நெறிகளின் செல்வாக்குக்கு ஆட்பட்டவை.

மேற்குறித்த சமயங்களில் சைவமும் வைணவமும் தமிழ்நாட்டில் கால்கொண்டவை; ஆகம நெறிகளால் முறைப்படுத்தப்பட்டவை. ஆயினும் தமிழ்நாட்டு மக்கள் திரளில் மிகப்பெரும்பான்மையினர் ஆகமங்களின் வழி நிற்கும் சைவ வைணவப் பெருஞ் சமயங்களின் எல்லைகளுக்கு உட்படாதவர் என்பதும் வெளிப்படை. மிகப் பழமையான வழிபாட்டு நெறிகளே அவர்களின் சமயமாக அமைகின்றன. இந்த மக்கள் திரளின் வாழ்நெறிகள், நம்பிக்கைகள், சடங்குகள் பற்றிய மரபுகளே

இங்கு 'நாட்டார் மரபுகள்' என்று சுட்டப்படுகின்றன. தவிர்க்க இயலாதவாறு இந்நாட்டார் மரபுகளில் சிலவற்றை நிறுவன சமயங்களான சைவமும் வைணவமும் ஏற்றுக்கொண்டு உள்ளன. இவ்வாறு அவை ஏற்றுக்கொண்ட முறைகள் சமய நிறுவனங்களான பெருங்கோயில்களிலும் அக்கோயில்கள் தொடர்பான சடங்குகளிலும் காணக்கிடக்கின்றன. அவ்வகையில் தமிழ்நாட்டு வைணவம் நாட்டார் மரபுகளை ஏற்றுக் கொண்ட முறைகள் பற்றியும் அவற்றின் காரணம் பற்றியும் இந்தக் கட்டுரை ஆராய்கிறது.

இக்கட்டுரையாளர் 1979இல் நிகழ்த்திய கள ஆய்வில் கிடைத்த செய்திகளே இக்கட்டுரைக்கான முதல் தரவுகளாகும்.[1] தஞ்சை மாவட்டம் திருக்கண்ணபுரம் சவுரிராஜப்பெருமாள் மாசி மாதம் மக நட்சத்திரத்தில் காரைக்காலை அடுத்த திருமலைராயன்பட்டினத்திற்குக் கடலாட எழுந்து அருளுகிறார். இந்த இரண்டு இடங்களுக்கும் இடைப்பட்ட தொலைவு 70 கி.மீ. ஆகும். திருமலைராயன்பட்டினத்தை அடுத்த கடற்கரையில் பட்டினஞ்சேரி என்ற மீனவச் சிற்றூர் உள்ளது. இம்மீனவர்கள் திருக்கண்ணபுரத்திலிருந்து பல்லக்கில் வரும் பெருமாளைத் திருமலைராயன்பட்டினத்தின் மேற்கு எல்லையில் எதிர்கொள்கின்றனர். அந்த இடத்தில் இருந்து தாங்கள் கொண்டு வந்த 'பவளக்காய்ச் சப்பரம்' என்னும் மிகப் பெரிய சப்பரத்தில் பெருமாளை அமர்த்துகின்றனர். அச்சப்பரம் நெற்கதிர்க் கொத்துகளால் அலங்கரிக்கப்பட்டிருக்கிறது. இப்பெருமாளை அவர்கள் தங்கள் வீட்டு மருமகன் என்று அழைக்கின்றனர். சப்பரம் அவர்கள் ஊர் எல்லையைத் தொட்டதும் ஊரார் சார்பில் பெரிய மாலையும் பட்டும் சார்த்துகின்றனர். பின்னர் ஏறத்தாழ 200 பேர் அதனைத் தங்கள் தோளில் தூக்கிக்கொண்டு 'மாப்பிளே' 'மாப்பிளே' என்று மகிழ்ச்சியுடன் உரத்த குரல் எழுப்பிக்கொண்டு, சப்பரத்தைக் குலுக்குகின்றனர். இந்த நிகழ்ச்சியின்போது, அந்த மீனவ இனத்தைச் சார்ந்த பெண்கள் சப்பரத்திற்கு நேர் எதிரில் வந்து நின்று இறைவனை வணங்குவதில்லை. பெண்கள் மருமகனுக்கு எதிரே நிற்பதும், அவரை வணங்குவதும் 'வெட்கக்கேடு' என்ற மரபுவழிக் கூச்சமே இதற்குக் காரணமாகச் சொல்லப்படுகிறது. ஐம்பது ஆண்டுகளுக்கு முன்புவரை முதிய பெண்கள் ஓரமாக நின்றுகொண்டு ஒரு சிறிய சுளகினால் தங்கள் முகத்தை மறைத்துக்கொண்டுதான் இறைவனைப் பார்ப்பார்கள், என்று ஒரு முதிய தகவலாளி குறிப்பிட்டார்.

கடற்கரை மணற்பகுதிக்கு வந்ததும் சப்பரத்தில் இருந்து இறங்கி இறைவன் ஒரு சிறிய பல்லக்கில் கடலுக்குள் சென்று நீராடிவிட்டு மீண்டும் கரைக்கு வருகிறார். கடற்கரையில்

மீன் வலையையே கூரையாக வேய்ந்த ஒரு பந்தலுக்குக் கீழ் எழுந்தருளுகிறார். இப்பந்தலின் கால்கள் கட்டுமரங்களால் அமைக்கப்பட்டிருக்கின்றன. அந்த நாளிலும் அதற்கு முன்னும் பின்னுமான இரு நாட்களிலும் அவ்வூர் மீனவர்கள் மீன் பிடிக்கச் செல்வதில்லை. மீனோ புலாலோ உண்பதும் இல்லை. (ஆனால் சிறுவர் சிறுமியர் உட்பட அனைவரும் மது அருந்திக் களிப்பதைக் கள ஆய்வில் காணமுடிந்தது.)

மதுரை மாவட்டம் அழகர்கோயிலில் சித்திரைத் திருவிழா வின்போது தாழ்த்தப்பட்ட, பிற்படுத்தப்பட்ட சாதியினர் (தீட்டுக்கு உறுப்பான) தோலால் செய்த பைகளில் எடுத்து வரும் நீரை, உலா வரும் இறைவனின் திருமேனிமீது பீய்ச்சி அடிக்கின்றனர். வேறு சிலர் மிகப் பெரிய திரியினை வைத்து இறைவன் முன் சாமியாடுகின்றனர். வேறு சிலர் சாட்டையால் தங்களை அடித்துக்கொண்டு ஆடுகின்றனர். இந்த அடியவர்கள் அனைவரும் தென்கலை நாமமும், மார்பில் துளசிமாலையும் அணிந்திருக்கின்றனர். 1979இல் இக்கட்டுரையாளர் நிகழ்த்திய கள ஆய்வின்படி இவ்வாறு ஆடியும் பாடியும் வரும் மக்களில் பள்ளர், பறையர், இடையர், சேர்வை, தேவர், பிள்ளை, குறவர், சக்கிலியர், நாயுடு, நாயக்கர், ஆசாரி, வலைய மூப்பனார், அம்பலம் (கள்ளர்), வேளார் (குயவர்) ஆகிய சாதியினர் இடம் பெற்றிருப்பதைக் காண முடிந்தது. இவர்களில் 34% இடையர், 20% பள்ளர் பறையர், 16% சேர்வை, 3% சந்தனக் குறவர், 3% சக்கிலியர்.[2]

கோவை மாவட்டம் காரைமடை ரங்கநாதர் கோயிலில் மாசி மாதம் பௌர்ணமியன்று நடைபெறும் தேரோட்டத் திருவிழாவில் இருளர், படகர் ஆகிய மலைச் சாதியினரும் போயர், மாதாரி, தாசபளஞ்சிக செட்டியார் ஆகிய சாதியினரும் பெருவாரியாகக் கலந்துகொள்கின்றனர்.[3] அழகர் கோயிலைப் போலவே இவ்வைணவக் கோயிலிலும் அடியவர்கள் திரி எடுத்து, சாமியாடுகின்றனர். திரி வளைந்ததாக உள்ளது; தோளில் அதைத் தொங்கவிட்டுக்கொள்கின்றனர். ஆட்டுத்தோற்பைகளில் கோயில் தெப்பக்குளத்திலிருந்து நீரெடுத்து வந்து கோயில் திருச்சுற்றில் விடுகின்றனர். நேர்த்திக் கடனுக்காக நூறு அல்லது இருநூறு முறை இவ்வாறு செய்கின்றனர். தென்கலைத் திருமண் அணிந்து, துளசி மாலையினைக் கொத்தாக மார்பிலணிந்து கையிற் சிறு பிரம்பொன்றேந்திப் பறை, மேளங்களுடன் சிலர் சாமியாடுகின்றனர். சாமியாடி வருவோர்க்கு அடியவர்கள் வாயில் 'கவாளம்' கொடுக்கின்றனர்; இது பலவகைப் பழங்களைச் சருக்கரை வெல்லத்துடன் சேர்த்துப் பிசைந்த உருண்டையாகும்.

வைணவம் வேதத்தின் தலைமையினையும் பிராமணர் களின் மேலாண்மையையும் ஏற்றுக்கொண்ட சமயமே ஆகும்.

வைணவக் கோயில்கள் பாஞ்சராத்திரம் அல்லது வைகானசம் என்ற ஆகம நெறிகளில் ஒன்றின்படியே அமைக்கப்பட்டு உள்ளன. பிராமண மேலாண்மையும் ஆகம நெறிகளும் சாதிக் கோட்பாட்டையும் தீண்டாமைக் கோட்பாட்டையும் ஏற்றுக் கொண்டுள்ளவையே. மேலும் வேதத்தின் தலைமையை ஏற்றுக் கொண்ட எல்லா மதங்களும் சாதிய அடுக்குமுறையையும் ஏற்றுக்கொண்டுதான் உள்ளன. ஆனால் மேற்குறித்த திருவிழா நிகழ்ச்சிகள் மூன்றும் பிராமணர் மேலாண்மை, சாதிக் கோட்பாடு, தீண்டாமைக் கோட்பாடு ஆகிய மூன்றையும் தகர்த் தெறியும் ஆற்றலோடு விளங்குகின்றன. இதை வைணவம் என்ற பெருஞ்சமயம் எவ்வாறு ஏற்றுக்கொண்டது என்பதே நாம் விடை தேடவேண்டிய பெருங்கேள்வியாகும்.

மேற்குறித்த மூன்று நிகழ்ச்சிகளும் கோயிலுக்கு வெளியே நடைபெறுகின்றன. இவை தவிர வைணவக் கோயில்களுக்கு உள்ளாக இன்றளவும் நடைபெறும் சில நிகழ்ச்சிகளும் விழாக்களும் வைணவத்தின் தத்துவ எல்லைக்கும் ஆகம எல்லைக்கும் புறம்பாக அமைவன. ஆண்டாளின் 'வாழித் திருநாமப் பாட்டு',

திருவாடிப் பூரத்துச் செகத்துதித்தாள் வாழியே
திருப்பாவை முப்பதும் செப்பினாள் வாழியே
பெரியாழ்வார் பெற்றெடுத்த பெண்பிள்ளை வாழியே
பெரும்பூதூர் மாமுனிக்குப் பின்னானாள் வாழியே

என்று பேசுகிறது. ஆண்டாள் கி.பி. ஏழாம் நூற்றாண்டிலும் பெரும்பூதூர் மாமுனியாகிய இராமாநுசர் கி.பி. 12ஆம் நூற்றாண்டிலும் (1020 – 1140) வாழ்ந்தவராவர். வைணவ மரபும் ஆண்டாளுக்கு நெடுங்காலம் பிற்பட்டவர் இராமாநுசர் என்பதை ஏற்றுக்கொள்ளும். இருப்பினும் ஆண்டாளுக்கு இராமாநுசர் 'அண்ணன்' என்று பேசப்படுவதற்குப் பாசுரம் சார்ந்த மரபு ஒன்றை வைணவர்கள் காரணமாகக் காட்டுகிறார்கள். தன்னுடைய நாச்சியார் திருமொழியில் ஆண்டாள்,

நாறு நறும்பொழில் சூழ் மாலிருஞ் சோலை நம்பிக்கு
நூறு தடா வெண்ணெய் வாய் நேர்ந்து பராவி வைத்தேன்
நூறு தடா நிறைந்த அக்கார வடிசில் சொன்னேன்
ஏறு திருஉடையான் இன்று வந்து இவைகொள்ளும் கொலோ?

என்று அழகர்கோயிலில் உள்ள திருமாலுக்கு நேர்த்திக்கடன் செய்துகொள்கிறார்.[4] ஆண்டாள், வைணவ மரபுப்படி திருமாலோடு ஐக்கியமான பின்னர் இந்த நேர்த்திக்கடன் நிறைவேற்றப்பட்டதாகச் செய்தி இல்லை. பின்னர் தன் காலத்தில் அழகர்கோயிலுக்கு வந்த இராமாநுசர் ஆண்டாளின் பாசுரத்தை நினைவுகூர்ந்து இந்த நேர்த்திக்கடனைத் தான்

முன்வந்து செலுத்துகிறார். பின்னர் அங்கிருந்து அவர் திருவில்லிப்புத்தூர் சென்றபோது, அங்கே இறைவி ஆகிவிட்ட ஆண்டாள் அவரை எதிர்கொண்டு, 'அண்ணனே வருக' என்று வரவேற்றார். இந்தக் கதை மரபு பற்றியே இராமாநுசருக்குக் 'கோயில் அண்ணர்' என்று பெயரும் ஏற்பட்டது.[5] தந்தை யில்லாத இடத்தில் பெண்ணுக்கு வேண்டியனவும், சீரும் செய்வது அண்ணன் என்பது தமிழ்நாட்டு மரபு. பிற்படுத்தப்பட்ட, தாழ்த்தப்பட்ட சாதியாரிடத்தில் இந்த மரபு இன்றும் வலிமை குன்றாமல் நடைமுறையில் உள்ளது. இம்மரபு பற்றியே காலத்தை முன்பின்னாக மாற்றி இராமாநுசர்க்கு ஆண்டாள் 'பின்ஆனாள்' (தங்கை) எனலாம்.

இவ்வகையான மரபுகளையும் சடங்குகளையும் வழக்கு களையும் தமிழ்நாட்டு வைணவம் எவ்வாறு ஏற்றுக்கொண்டது என்பதை உணர வைணவ ஆழ்வார்கள், ஆசாரியர்களுடைய வாழ்க்கையினைக் கூர்ந்து உணர வேண்டியது அவசியம் ஆகும். தமிழ்நாட்டில் பக்தி இயக்கம் பிராமணராலும் பிராமணரை அடுத்த மேல்சாதியினராலுமே தொடங்கப்பட்டது. சமண, பௌத்த சமயங்களை எதிர்த்து எழுந்த இவ்வியக்கத்தில் திருஞான சம்பந்தர், திருநாவுக்கரசர், பெரியாழ்வார், தொண்டரடிப் பொடியாழ்வார், திருமங்கை ஆழ்வார் ஆகியோரது பாடல்களும் செயல்களுமே வேகம் மிகுந்தவையாக இருந்தன. சாதி அடுக்கு இறுகிப் போய்விட்ட அக்காலத்தில் தமக்குக் கீழ் உள்ள சாதியாரையும் பக்தி இயக்கத்தில் சேர்த்துக்கொள்ள வேண்டிய வரலாற்றுக் கட்டாயம் அவர்களுக்கு ஏற்பட்டது. 'ஆவுரித்துத் தின்றுழலும் புலையரையும்' சேர்த்துக்கொள்ள திருநாவுக்கரசர் உடன்படுகிறார். 'நலந்தாங்கு சாதிகள் நாலினும் இழிந்த குலந்தாங்கு சண்டாளரையும்' ஏற்றுக்கொள்ள வைணவமும் ஒருப்படுகிறது. மறுபுறமாக, 'கௌணியர் கோன் ஞானசம்பந்தன்' என்றும், 'வேயர் கோன் விட்டுசித்தன்' என்றும் தம் குலப் பெருமை பாராட்டுவதும் நடைபெறுகிறது. ஆயினும் 'சாதிய மேன்மையா வைணவ மேன்மையா எதை முன்னிலைப் படுத்துவது' என்ற கேள்வி வைணவ எல்லைக்குள் மிகப் பெரிதாக எழுந்து நின்றது. இந்தக் கேள்விக்குத் தெளிவான விடையைத் தொண்டரடிப் பொடியாழ்வாரே முன் வைக்கிறார்.[6]

குளித்து மூன்றனலையோம்பும் குறிகொள் அந்தணமை தன்னை
ஒளித்திட்டேன் என்கண் இல்லை நின்கணும் பத்தனல்லேன்.

இவ்வாழ்வார் மட்டுமன்றி ஏனைய ஆழ்வார்களும் திருமாலைப் பாடிய பாடல்கள் எளிமையும் ஏழ்மையும் மிகுந்த அடித்தள மக்களின் வாழ்வைப் படம் பிடிப்பதாகவே உள்ளன. திருமாலின் பத்து அவதாரங்களில் கிருஷ்ணாவதாரமே

ஆழ்வார்களும் தமிழ்நாட்டு வைணவமும் தேர்ந்துகொண்ட அவதாரமாகும். இந்த அவதாரத்தில்தான் இறைவனின் 'சௌலப்ய குணம்' (எளிய தன்மை) நிரம்பி இருக்கிறது. அதன்படி பாட்டுடைத் தலைவனான இறைவன் ஏழைக்குலத்தில் பிறந்து வளர்ந்தவன். அவன் திருடுகிறான்; பொய் சொல்கிறான்; அக ஒழுக்கம் இல்லாதவனாக இருக்கிறான்; கடுமையான உடல் உழைப்பாளியாக இருக்கிறான்; எனவே பெருந்தீனிக்காரனாக வும் இருக்கிறான்; பகலெல்லாம் குடையும் செருப்பும் குழலும் கொண்டு மாடு மேய்த்துவிட்டு அந்திப்போதில் வீடு திரும்பு கின்றான்; அவன் தாய்,

பேடை மயிற்சாயல் பின்னை மணாளா
நீராட்டமைத்து வைத்தேன்
ஆடியமுதுசெய் அப்பனும் உண்டிலன்
உன்னோடு உடனே உணபான்.[7]

என்று காலையில் குளிக்காது மாலையில் குளிக்கும் உழைப்பாளர் குடும்பத் தலைவியாகப் பேசுகிறாள். 'உன் திருமண நாள் நெருங்கி விட்டது. நீ நாளையிலிருந்து மாடு மேய்க்கச் செல்ல வேண்டாம்' என்று மகனை வேண்டுகிறாள்:

கண்ணாலஞ் செய்யக் கறியுங் கலத்தது அரிசியுமாக்கி
வைத்தேன
கண்ணா நீ நாளைத் தொட்டுக் கன்றின்பின் போகேல்
கோலஞ் செய்(து) இங்கேயிரு.[8]

இவன் காதலித்து அழைத்துவந்த பெண் உயர்குலத்தைச் சேர்ந்தவள். அந்தப் பெண்ணின் தாய்,

வேடர்மறக்குலம் போலே வேண்டிற்றுச் செய்(து) என்மகனை
கூடிய கூட்டமேயாகக் கொண்டு குடிவாழுங் கொலோ[9]

என்று புலம்புகிறாள். அதாவது, உடன்போக்கிலே கொண்டு போன இடைக்குலத்தான் ஆகிய கண்ணன், வேடர்குலமும் மறக்குலமும் போலே எவ்விதச் சடங்கு சாத்திரங்களும் இன்றி இப்படியே குடும்பம் நடத்தத் தொடங்கிவிடுவானோ என்று புலம்புகிறாள். சுருக்கமாகச் சொல்வதானால் எளிமையும் ஏழ்மையும் நிறைந்த கிருஷ்ணாவதாரக் கதையின் சமூகப் பின்புலங்களைத் தயக்கமில்லாமல் தமிழ்நாட்டு வைணவம் ஏற்றுக்கொள்கிறது. அதனைக் கற்பனையில் மேலும் விரிவு செய்கிறது. இதன் விளைவாக இறைவனின் பண்புகளில் சிறந்த பண்பாக சௌலப்யம் முன்னிறுத்திக் காட்டப்படுகிறது.

ஆழ்வார்களும் பின்வந்த வைணவ ஆசாரியர்களும் சாதிக்கும் தீண்டாமைக்கும் எதிராக விளக்கங்கள் கூறுவதோடு அவற்றைச் செயலிலும் காட்டினர். திருவரங்கத்தில் வாழ்ந்த

பெரிய நம்பி தாழ்த்தப்பட்ட சாதியைச் சேர்ந்த மாறனேர் நம்பிக்கு இறுதிக் கடன்களைச் செய்கிறார். அவருடைய மாணவ ரான இராமாநுசர் வைசியரான திருக்கச்சி நம்பியை ஆசிரியராக ஏற்றுக்கொள்கிறார்; மேல்கோட்டை எனப்படும் திருநாரண புரத்தில் தாழ்த்தப்பட்ட மக்களைக் கோயிலுக்குள் அழைத்துச் செல்கிறார்; தாழ்த்தப்பட்ட மக்களும் நாராயண மந்திரத்தை அறியும் உரிமை உடையவர்கள் என்பதையும் அவர்களுக்கும் வைணவ சமயத்தில் இடமுண்டு என்பதையும் திருக்கோஷ்டியூரில் நிலைநிறுத்துகிறார். இராமாநுசருக்குப் பின்வந்த ஆசாரியர்கள் பிறவியினால் கற்பிக்கப்பெறும் உயர்வு இழிவுகளை வைணவம் ஏற்றுக்கொள்ளவில்லை என நிலைநிறுத்துகிறார்கள்.

'பாகவதனன்றிக்கே வேதார்த்த ஜ்ஞாநாதிகளையுடையவன் குங்குமஞ் சுமந்த கழுதையோபாதி என்று சொல்லா நின்றதிறே'[10] என்று கூறும் பிள்ளை லோகாச்சாரியார் திருமாலடியாரின் சாதியை விசாரித்து அறிவது 'மாத்ரு யோநி பரீக்ஷையோடொக்கும்'[11] (பெற்ற தாயின் கற்பைச் சோதித்து அறிவது போல) என்று கடுமையாகச் சாடுகிறார். அவருடைய மாணவரான அழகிய மணவாள நாயனார் தம் ஆசார்ய ஹ்ருதயத்தில் "பேச்சுப்பார்க்கில் கள்ளப் பொய்ந்நூல்கலெல்லாம் க்ராஹ்யங்களே; பிறவி பார்க்கில் அஞ்சாம் ஓத்தும் அறுமூன்றும் கழிப்பனாம்" என்கிறார்.[12] அதாவது, ஒருவனுடைய பிறவியைக் கொண்டு தீர்மானம் செய்வதானால் ஐந்தாவது வேதம் என்னும் பாரதத்தையும் அறுமூன்று பதினெட்டு அத்தியாயங்களை உடைய கீதையையும் நாம் இழந்துபோக வேண்டும். ஏனென்றால் தாழ்ந்த குலத்து மீனவப் பெண் வயிற்றில் பிறந்த வியாசர் அருளிய பாரதமும், 'பெற்றம் மேய்த்துண்ணும் குலத்தில் பிறந்த' கிருஷ்ணன் அருளிய கீதையும் வைணவத்தின் உயிர் நூல்கள் ஆகும். இவ்வாறு கூறும் மணவாள மாமுனிகள் மீனும் பழைய வெண்ணெயும் உண்டாக்கும் நாற்றமும், திருமாலின் துழாய் மணமும் ஒன்றாகுமா? எனில் 'ஆம்' என்கிறார்.[13]

இன்னுமொரு கேள்வி எழுகிறது. சாதிய மேன்மை போலவே பக்தி இயக்க மூலவர்கள் சமஸ்கிருத மொழி மேன்மையையும் கொண்டாடினர். எளிய மக்களின் வாழ்நெறிகளை ஏற்றுக் கொண்ட வைணவம் அவர்களுடைய மொழியினையும் ஏற்றுக்கொண்டதா? 'செந்திறத்த தமிழோசை' என்ற திருமங்கையாழ்வாரின் பாசுரத்தைக் குறிப்பிடும் ஆசார்ய ஹிருதய ஆசிரியர் 'தமிழ்மொழியும் தோற்ற மில்லாதது' என்கிறார். (செந்திறத்த தமிழோசை என்பதனால் ஆகஸ்தியமும் அநாதி' என்பது அவர் கூறும் வசனமாகும்.)[14] திருவாய்மொழி வேதத்துக்கு சமமானது என நிறுவும் முயற்சி ஸ்ரீபராசரபட்டர், மணவாள மாமுனிகள் ஆகியோரால் தொடர்ந்து மேற்கொள்ளப்பட்டது பட்டர் இக்கருத்தை விளக்க 'அலங்கார

சுலோகம்' என்ற மணிப்பிரவாள நடையில் ஒரு நூல் எழுதி உள்ளார்.[15] 'வடதிசை பின்புகாட்டி தென்திசை இலங்கை நோக்கி' என்னும் தொண்டரடிப் பொடியாழ்வாரின் பாசுரத்திற்கு உரையெழுத வந்த பெரியவாச்சான் பிள்ளை, வடதிசை 'ஆரியர்களின் முருட்டு சமஸ்கிருதம் வழங்கும் பிரதேசம்' என்பதாலும் தென்திசை, 'ஆழ்வார்களின் ஈரத்தமிழ் நடையாடா நின்ற பிரதேசம்' என்பதாலும் திருவரங்கன் தெற்கு நோக்கினான் என்பர்.[16]

மேலே குறிப்பிட்ட செய்திகளிலிருந்து தமிழ்நாட்டு வைணவம் சாதிக் கோட்பாட்டையும் தீண்டாமைக் கோட்பாட்டையும் புறந்தள்ளிவிட்டு, எளிய மக்களிடையே தன்னை நிறுவ முயன்றிருப்பது தெரிகிறது. இதன் விளைவாகவே வைணவ மதத்தின் ஜீயரிடம் வைணவத் தீட்சை (திருவடி சம்பந்தம்) பெற்றுக்கொண்டவரிடையே சாதிய ஏற்றத்தாழ்வுகள் கடைப்பிடிக்கப்படுவது இல்லை. இன்றளவும் இது ஒரு நடைமுறை உண்மையாகும்.

தமிழ்நாட்டுப் பெருஞ்சமயங்களான சைவம், வைணவம் இரண்டிலும் சைவத்தை விடவும் வைணவம் நாட்டார் மரபுகளைப் பெருமளவு உள்வாங்கிக்கொண்டிருக்கிறது. அரசு ஆதரவைச் சைவத்தினும் பார்க்க வைணவம் குறைவாகவே தமிழ்நாட்டில் பெற்றிருந்தது என்பதும் வரலாற்று உண்மையாகும். இருப்பினும் வரலாற்றுப் போக்கில் சைவத்தைப் போலவே வைணவமும் தன்னை நிலைநிறுத்திக்கொண்டது. சைவம் இயல்பிலேயே உடைமை சார்ந்தும் அதிகாரம் சார்ந்தும் நிற்பதைப் போல வைணவம் நிற்கவில்லை. ஏனென்றால் அது கால்நடை வளர்ப்புக் காலத்தைச் சேர்ந்த முல்லை நாகரிகப் பொருளாதாரத்தில் பிறந்த சித்தாந்தமாகும். வேளாண்மை நாகரிகப் பொருளாதாரமே உடைமை சார்ந்த சிந்தனைகளை வளர்த்தது. எனவேதான் சைவம் இறைவனை உடையார் (இருப்பவன்) என்றும் கோயிலை ஈச்சரம் (ஈசுவரம் – ஐசுவரியம் மிகுந்த இடம்) என்றும் உடைமை சார்ந்து குறிப்பிட்டு வந்திருப்பதைக் காணலாம். ஓராயிரத்திற்கு மேற்பட்ட தமிழ்க் கல்வெட்டுகளில் சைவக் கோயில்களின் இறைவன் 'உடையார்' என்று அழைக்கப்படுவதையும், வைணவக் கோயில்களில் அச்சொல் விலக்கப்பட்டு 'ஆழ்வார்', 'பரமசாமிகள்' ஆகிய சொற்கள் பயன்படுத்தப்படுவதையும் நாம் எண்ண வேண்டும்.

இதுவன்றி மற்றும் ஒரு காரணத்தையும் நம்மால் உணர முடிகிறது. பக்தி இயக்கம் எழுந்தபோது சைவம் வைணவம்

ஆகிய இரு சமயங்களும் வடமொழி வேதத்தின் தலைமை யினை முழுமையாக ஏற்றுக்கொண்டன. காலப்போக்கில் தமிழ்நாட்டு வைணவம் வடமொழி வேதங்களின் இறுகிய பிடியிலிருந்து தன்னை விடுவித்துக்கொள்கிறது. "வேதங் கற்றான் ஒருவன் வந்தால் நாழி அரிசியைக் கொடுத்துப் புறந்திண்ணையிலே கிட என்பார்கள். திருவாய்மொழி கற்றான் ஒருவன் வந்தால் அகத்துக்குள்ளே இடம் ஒழித்துக் கொடுப்பார்கள்" என்பதும் வைணவ உரையாசிரியர் கூற்றாகும். இதனால்தான் வேதத்தையும் வடமொழியையும் விலக்கி வைத்து விட்டு வைணவம் எளிய மக்களை நோக்கிச் செல்கிறது. வேத மதமும் வைதிக வெறியும் தமிழ்நாட்டில் வேர் பிடிக்கவில்லை; வேர் பிடிக்க இயலாது என்பதை வைணவ ஆசாரியர்களும் உரையாசிரியர்களும் நன்றாகவே புரிந்துகொண்டனர். எனவே அவர்கள் அடித்தள மக்களின் பண்பாட்டோடு சமரசம் செய்து கொண்டனர். இந்தப் பண்பாட்டுச் சமரசத்தை விழாக்களிலும் சடங்குகளிலும் குரு பரம்பரைக் கதைகளிலும் நிலைப்படுத்தி வைத்தனர்.

திருமலைராயன் பட்டினத்துக் கடற்கரை மீனவர்கள் திருமாலை வீட்டு மருமகன் என்பதற்குரிய காரணத்தை ஒரு கதையாகக் கூறுகின்றனர். கடலுக்குரியவர்கள் தங்கள் வீட்டில் பெருமாள் பணியாளாக இருந்து தங்கள் வீட்டுப் பெண்ணை அழைத்துக்கொண்டு ஓடிப்போய்த் திருமணம் செய்துகொண்ட தாகவும், அதனால்தான் அவர் தங்களுக்கு மருமகனானார் என்றும் குறிப்பிடுகின்றனர். கூர்ந்து நோக்கினால், திருமாலின் மனைவியாகிய திருமகள் பாற்கடலில் பிறந்தவள் என்ற வைணவ மரபினைக் கொண்டு தமிழ்நாட்டு வைணவம் மீனவர்களை வென்றெடுத்திருக்கிறது என்பதை உணரலாம். எனவே அவர்கள் பெருமாளைத் தங்கள் வீட்டு 'மாப்பிள்ளை' என்று சொல்வதையும், தோளிலே தூக்கிக் கொண்டாடுவதையும், மீன்வலைப் பந்தலில் அமரச் செய்வதையும் அது அனுமதித்து இருக்கிறது. ஆண்டாளுக்கு இராமாநுசர் அண்ணனான கதையும் இவ்வாறுதான். அண்ணன் – தங்கை உறவென்பது எல்லாப் பண்பாடுகளிலும் மரியாதைக்குரியது; திராவிடப் பண்பாட்டிலோ அது மிகுந்த அழுத்தத்தினைப் பெறுகிறது. முறைப் பெண், முறை மாப்பிள்ளைத் திருமணம் என்பது திராவிடப் பண்பாட்டின் தனிக் கூறுகளில் ஒன்றாகும். இது பிராமணியத்திற்கு மாறான நெறி என்பர்.

இதன்படி உடன்பிறந்த ஒருவனும் ஒருத்தியும் அடுத்த தலைமுறையில் பெண் கொடுத்தும் எடுத்தும் சம்பந்திகள்

ஆகித் தங்கள் உறவை உறுதி செய்துகொள்கின்றனர். எனவே அண்ணன் சீர்தருவது என்பது அடுத்த தலைமுறைக்கும் உறவு தொடர்வதைக் குறிப்பதாகும். எனவேதான் தாய் குழந்தைக்குப் படைக்கும் தாலாட்டு என்னும் வாய்மொழி இலக்கியத்தின் நாயகனாகக் குழந்தையின் தந்தைக்குப் பதிலாகத் தாய்மாமன் முன்னிறுத்தப்படுகிறான். திராவிடக் குடும்ப அமைப்பின் இந்த அழுத்தமான உறவுநிலையைத் தமிழ்நாட்டு வைணவம் பயன்படுத்திக்கொண்டதால்தான் நான்கு நூற்றாண்டு களுக்குப் பின் பிறந்த இராமாநுசர் ஆண்டாளுக்கு அண்ணனா கிறார். நாட்டார் மரபுகளை இவ்வாறு உள்ளிழுத்துக்கொண்ட வைணவர் கடவுளை இன்னும் எளிமையான பொருளாக்கினார்.

பூனை தன் குட்டியைத் தன் பொறுப்பாகக் கவ்விச் செல்வதைப் போல இறைவன் தானே பொறுப்பேற்று அடியவர் களைக் காப்பாற்றுவான் என்று 'மார்ச்சால நியாயம்' பேசினர். இவ்வகையான போக்கினால் தமிழ்நாட்டில் வைணவத்தின் ஒரு பிரிவினர் பிரிந்து சென்றபோதும் தம்முடைய நெறியைத் 'தென்கலை' என்று பெருமையுடன் அழைத்துக்கொண்டனர். இன்னும் விளக்கமாகச் சொல்வதானால் இந்தியத் தத்துவ மரபு வேத மரபு சார்ந்தது. இன்றளவும் இந்தியத் தத்துவ ஞானம் என்பது வேத ஞானமாகவே காட்டப்படுகிறது. தமிழ்ச் சமய வரலாற்றைக் கூர்ந்து நோக்குவோர் இக்கருத்தை ஏற்கவியலாது. தமிழ்நாட்டு வைணவமே அடித்தள மக்களின் மரபுகளை வேத மரபுக்கு மாற்று மரபாகக் கொண்டு வரலாற்றுப் போக்கில் தன்னைத் தற்காத்துக்கொண்டது. வேத மரபுக்கு மாற்று மரபுகள் குறித்த ஆய்வுகள் பெருகிவரும் இவ்வேளையில் இக்கட்டுரையை அதற்குரிய முன்னுரைகளில் ஒன்றாகக் கொள்ளலாம்.

குறிப்புகள்

1. திருமலைராயன் பட்டினம், கள ஆய்வு நாள் *13–3–1979.*
2. தொ. பரமசிவன், அழகர்கோயில் (மதுரை காமராசர் பல்கலைக் கழக வெளியீடு), *1989*, பக். *193–194.*
3. காரைமடை (கோவை மாவட்டம்), கள ஆய்வு நாள் *22/23–2–1978.*
4. நாச்சியார் திருமொழி, *9:6.*
5. ஆறாயிரப்படி குருபரம்பரா பிரபாவம், கிருஷ்ணசாமி ஐயங்கார் பதிப்பு, திருச்சி, *1968*, பக். *77–78*
6. தொண்டரடிப் பொடியாழ்வார், திருமாலை, பாடல் *25.*

7. பெரியாழ்வார் திருமொழி, 3:3:3.
8. மேலது, 3:3:9.
9. மேலது, 3:8:6.
10. ஸ்ரீவசன பூஷண தாத்பர்யஸாரம் (அண்ணங்கராசாரியார் உரையும் பதிப்பும்), காஞ்சிபுரம், வசனம் 236.
11. மேலது, வசனம் 195 – 197.
12. ஆசார்ய ஹிருதயம், சூர்ணை எண்: 185.
13. மேலது, சூர்ணை எண்: 202.
14. மேலது, சூர்ணை எண்: 128.
15. இந்த அரிய நூல் திருக்கண்ணபுரம் கோயிலில் ஆண்டுதோறும் வைகுண்ட ஏகாதசித் திருநாளில் வாசிக்கப்படுகிறது. இந்த நூலின் ஏட்டுப்பிரதியொன்று இந்த ஆய்வாளரிடம் உள்ளது.
16. தொண்டரடிப் பொடியாழ்வார், திருமாலை, பாடல் 19 மற்றும் அதன் உரை.

"பார்ப்பார்":
ஒரு வரலாற்றுப் பார்வை

சங்க இலக்கியங்கள் பிராமணர்களைக் குறிப்பதற்கு அந்தணர், பார்ப்பார் என்ற இரண்டு சொற்களைப் பயன்படுத்துகின்றன. பிராமணர்களைக் குறிக்க இக்காலத்தில் வழங்கும் ஐயர் (அல்லது ஐயங்கார்) என்ற சொல் சங்க இலக்கியங்களில் அவர்களைக் குறிக்க எங்குமே பயன்படுத்தப்படவில்லை. பதிற்றுப்பத்தின் பதிகம் ஒன்று 'உயர் நிலை உலகத்து ஐயர்' என்று வானகத்துத் தேவர்களைக் குறிப்பிடுகிறது. 'ஐயர் யாத்தனர் கரணம் என்ப' (தொல்பொருள் 143) என்று ஐயர் என்ற சொல்லை வழங்கும் தொல்காப்பியத்தின் மரபியல் பகுதியின் ஏற்புடைமை விவாதத்துக் குரியது. பிற்காலத்தில் சமயத் தலைவர் என்ற பொருளில் இச்சொல் கிறித்துவர்களாலும் பயன் படுத்தப்பட்டது என்பதையும் நினைவில் கொள்ள வேண்டும்.

'அறுவகைப்பட்ட பார்ப்பனப் பக்கமும்,' (தொல்பொருள் 75), 'பேணுதகு சிறப்பிற் பார்ப்பான்' (தொல்பொருள் 502) என்று தொல்காப்பியம், 'பார்ப்பனர்' என்ற சொல் வழக்கையும் 'ஆறு தொழில்களையுடைய பார்ப்பனர் பேணுதற் குரியவர்' என்ற செய்தியையும் குறிப்பிடுகிறது.

சங்க இலக்கியங்களில் பார்ப்பனப் புலவர் களை அவர்களுக்குரிய ரிஷிகோத்திரப் (குடிமுதல்வ னான முனிவர்) பெயர்களுடன் காண முடிகிறது.

காசியபன் (காஸ்யப), கௌதமன் (கௌதம), வாதூளி (வாதூல), ஆத்திரையன் (ஆத்ரேய), கவுணியன் (கௌன்டின்ய), சாண்டிலியன் (சாண்டில்ய) ஆகியன தொகை நூல்களில் காணப்படும் பார்ப்பனக் குடிப்பெயர்களாகும். பதிற்றுப்பத்தின் பதிகம் ஒன்று 'நெடும்பாரதாயன்' என்ற பெயர்வழி பாரத்வாஜ கோத்திரத்தைக் குறிப்பிடுகிறது. தொல்காப்பியரே 'காப்பியக் (காவ்ய) குடி' என்ற பார்ப்பனக் குடியைச் சேர்ந்தவர் என்றும் சிலர் குறிப்பிடுகின்றனர்.

பார்ப்பனரைக் குறிக்கும் மற்றொரு சொல் 'அந்தணர்' என்பதாகும். தொல்காப்பியத்திலும் இச்சொல் 'அந்தணர்', 'அந்தணாளர்' என்று காணப்படுகிறது, (தொல்பொருள் 625, 637) பார்ப்பனரும் அந்தணரும் ஒருவர்தாமா என்ற ஐயம் சிலருக்கு எழுந்துள்ளது. இவர்கள் இருவேறு பிரிவினர் என்றும், 'பார்ப்பனர் வேள்வித் தொழில் செய்யாமல், தலைமக்களின் வீட்டோடு இருந்து அவர்களின் இல்லறச் சிறப்பிற்குத் துணை நின்றவர்கள்' என்றும் புலவர் குழந்தை குறிப்பிடுவார். இக்கருத்தை மறுக்கத் தமிழ் இலக்கியங்களிலேயே போதிய சான்றுகள் உள்ளன. ஆயினும் 'அறுவகைப்பட்ட பார்ப்பனப் பக்கம்' என்ற தொல்காப்பிய நூற்பா பார்ப்பனர் வேள்வி உள்ளிட்ட அறுதொழில் உடையவர் என்பதைக் காட்டும். 'வேளாப் பார்ப்பான்' (அகம். 24) என்ற இலக்கிய வழக்கு பார்ப்பனர் என்போர் பொதுவாக வேட்கும் (வேள்வி செய்யும்) தொழில் செய்வோர் என்பதையே எதிர்மறை யாகக் காட்டுகிறது. 'பார்ப்பான் வேதசூத்திரங்களை (ஓத்துகளை) மறந்துவிட்டாலும் நினைவுபடுத்திக்கொள்ளலாம்' என்று கூறும் திருக்குறள் பார்ப்பனர்க்கு வேதம் பயில்வதும், ஓதலும், ஓதுவித்தலும் கடமை என்பதையே குறிப்பிடுகிறது.

> 'அறுதொழில் அந்தணா அறம்புரிந் தெடுத்த
> தீயொடு விளங்கும் நாடன்' (புறம் 397)
>
> 'அழல் புறந்தரூஉம் அந்தணர்' (புறம்)
>
> 'ஓதல் வேட்டல் அவைபிறர்ச் செய்தல்
> ஈதல் ஏற்றல் என்று ஆறு புரிந்து ஒழுகும்
> அறம்புரி அந்தணர்' (பதிற். 24)

ஆகிய குறிப்புகளால் அறுதொழில் உடைய அந்தணர்களைப் பற்றிய செய்திகளை அறிகிறோம். ஆறு தொழில்களுள் ஒன்றான வேட்பித்தலை, பூஞ்சாற்றூர்ப் பார்ப்பான் கவுணியன் விண்ணந்தாயன் திறம்படச் செய்ததை ஆவூர் மூலங்கிழார் என்ற புலவர் பாராட்டுகிறார் (புறம் 166). புறநானூற்றின் மற்றொரு பாடலில் (367) பார்ப்பார், அரசர்களிடம் ஏற்றலை ஔவையார், "ஏற்ற பார்ப்பார்க்கு ஈர்ங்கை நிறையப் பூவும்

பொன்னும்புனல்படச் சொரிந்து" என்று விளக்கமாகக் குறிப்பிடு கிறார். எனவே 'பார்ப்பனர்', 'அந்தணர்' ஆகிய சொற்களை இரு வேறு பிரிவினரைக் குறிக்கும் சொற்கள் என்று புலவர் குழந்தை கருதுவதை ஏற்கவியலாது.

ஆயினும் பார்ப்பனர்களில் வேள்வித் தொழில் செய்யாத வேறு சில சிறு பிரிவினரும் இருந்ததைச் சங்க இலக்கியங்களில் காண முடிகிறது. "வேளாப் பார்ப்பான் வாள் அரந்துமிய" (அகம். 94) என்ற அடிகளிலிருந்து சங்கறுக்கும் தொழிலை யுடைய பார்ப்பனரையும், அவர்கள் வேள்வித் தொழிலுக்கு விலக்கானவர் என்பதையும் நம்மால் அறிய முடிகிறது. அவர்களைப் போன்ற (ஆறு தொழில்களிலும் சேராத) தூது செல்லும் தொழிலை யுடைய பார்ப்பனரும் இருந்ததைத் 'தூதொய் பார்ப்பான்' என்ற அகநானூற்றுப் பாடல் (337) வரிகளால் அறிகிறோம். காமக்கணி நப்பாலத்தனார், காமக்கணி நப்பசலையார், வெறிபாடிய காமக்கணியார் முதலிய சங்கப்புலவர் பெயர்களை, பிற்கால இலக்கிய சாசன வழக்காறுகளுடன் பொருத்தி ஆராய்ந்து, இவை சோதிடம் வல்ல பிராமணர்களின் சிறப்புப் பெயர்கள் என நிறுவுகிறார் மு. இராகவையங்கார் (ப.63).

சிலப்பதிகாரத்தின் மூலம், வேத வாழ்க்கையை விடுத்த 'இழுக்கிய ஒழுக்கம்' உடையாராய், வரிப்பாடல்கள் பாடும் பார்ப்பனர் மதுரை நகர்ப்புறத்தே இருந்ததை அறிகிறோம் (13:38-39). இவை ஒருபுறத்திருக்க,

நூலே கரகம் முக்கோல் மணையே
ஆயும் காலை அந்தணர்க் குரிய   (தொல் மரபு. 71)

என்று அந்தணர்க்குரிய பொருள்களைப் பட்டியலிட்டுக் காட்டுகிறது தொல்காப்பியம். ஆயினும் நீர்க்கரகமும் ஏந்தி, மணைப் பலகையிட்டு அமரும் பார்ப்பனரைச் சங்கப் பாடல்கள் காட்டவேயில்லை. முல்லைப்பாட்டில் மட்டும் ஒரு வரியில் பார்ப்பனரின் முக்கோல் உவமையாகக் குறிக்கப்பட்டுள்ளது (முல். அடி 38). அதற்கு முந்திய வரியில் பார்ப்பனர், செங்காவிக் கல்லிலே தோய்ந்த செவ்வாடை அணிந்தவராகவும் குறிக்கப் படுவது ஒரு புதிய செய்தி இது. சங்க இலக்கியங்களில் வேறெங்கும் காணப்படவில்லை.

இனி, பார்ப்பார் என்ற சொல்லின் பொருளை ஆராய்வோம். இச்சொல்லுக்கு "வேதத்தையும் வேதாந்தத்தையும் பார்ப்பவர்கள் என்பது பொருள்; பார்ப்பான் என்ற சொல் பிராமணன் என்ற சொல்லின் திரிபாகும்" என்பார் ந. சுப்பிரமணியன். பார்ப்பான் என்ற சொல்லுக்கு வேர்ச்சொல் 'பார்ப்பு' என்பதாகும். இந்தச் சொல்லுக்கு இளமை, குஞ்சு, குட்டி என்பது பொருள்.

"பார்ப்பும் பறழும் பறப்பவற்றிளமை" (தொல். மரபு. 4) என்பது தொல்காப்பியம். எனவே இது பிராமணன் என்ற சொல்லின் திரிபு என்பதை ஏற்றுக்கொள்ள முடியாது. விவாதத்திற்குரிய தொல்காப்பிய மரபியல், நான்கு இடங்களில் இச்சொல்லைப் பறவைகள், ஊர்வன, குரங்கு ஆகியவற்றின் குஞ்சுகளையும், குட்டிகளையும் குறிக்கப் பயன்படுத்துகிறது. சங்கப்பாடல்களிலும்,

"யாமைப் பார்ப்பு" (குறுந். 152)

"தன் பார்ப்புத் தின்னும் அன்பில் முதலை" (ஐங்.41)

"மேற் கவட்டிருந்த பார்ப்பினங்கள்" (அகம். 31)

"பாரப்புடை மந்திய மலை" (குறு. 276)

என்று இச்சொல் இளமைப் பொருளாகவே பயன்படுத்தப் பட்டுள்ளது. இன்றும் குழந்தையைக் குறிக்கும் 'பாப்பா' என்ற விளியாக அமைந்த வழக்குச் சொல்லும் பார்ப்பு–பார்ப்பா–பாப்பா என்றே திரிந்திருக்க வேண்டும். புலவர் குழந்தை மட்டும் பார்ப்பான் என்ற சொல்லாராய்ச்சியின்போது இப்பொருளை ஏற்றுக்கொள்கிறார். ஆயினும், பார்ப்பான் என்ற குடிப்பெயர் வழக்கோடு இப்பொருளைப் பொருத்துதற்கு இயலாமல் விட்டு விடுகிறார். பார்ப்பார் என்ற சொல்லுக்கு வேர்ச்சொல்லின்படி 'இளையர்' என்பதே பொருளாகும்.

இப்பொருளை ஏற்றுக்கொள்வதானால் அடுத்து ஒரு கேள்வி எழுகிறது. பார்ப்பார் யாருக்கு இளையர்? அவருக்கு மூத்தவர் யார்? இதற்கான விடையை இலக்கியங்களில் மட்டும் தேடுவது பயனற்றது. கள ஆய்வின் துணையுடன்தான் இக்கேள்விக்கு விடை காண முடியும். இன்னும் ஒரு கேள்வியும் இங்கு எழுகிறது. பிராமணரின் தமிழக வருகைக்கு முன்னர், தமிழகத்துக் கோயில் களில் பூசை செய்யும் குருமார்களாக யார் இருந்தார்கள் என்பது அக்கேள்வி.

இந்த இரண்டு கேள்விகளையும் விவாதிப்பதற்கு முன்னர் மற்றுமொரு செய்தியை மனங்கொள்ள வேண்டும். சங்கப் பாடல்களில் பார்ப்பனர் வேதத்தைக் காக்கவும், அரசனைக் காக்கவும், நாட்டின் நன்மை கருதியும் வேள்விக்கடன் ஆற்றுபவர்க ளாகவே உள்ளனர். கோயில் பூசை செய்வோராக எங்குமே காணப்படவில்லை. பார்ப்பனரல்லாத குடும்பத்திற்கு அவர்கள் புரோகிதராக இருந்த செய்தியையும் முதன்முதலாக, "மாமுது பார்ப்பான் மறை வழி காட்டிட" என வரும் சிலப்பதிகார அடிகளால்தான் அறிகிறோம்.

இருபதாம் நூற்றாண்டின் தொடக்கத்தில் (புதிய நாகரிக அலைகளினால் பெருமளவு சமூக மாற்றங்கள் ஏற்படும் முன்)

தமிழ்நாட்டுப் பார்ப்பனர் பெருந்தெய்வக் கோயில் பூசனை செய்வோராகவும், சிறுபான்மை புரோகிதம் செய்வோராகவும், மிகச் சிறுபான்மையினரே வேள்விக்கடன் செய்வோராகவும் இருக்கக் காண்கிறோம். விதிவிலக்காக பிராமணர் சிறு தெய்வக் கோயில்களில் பூசை செய்வதும் உண்டு. ஆனால், பெருந்தெய்வக் (சிவன், திருமால்) கோயில்களில் பார்ப்பன ரல்லாதார் மூலத் திருமேனியைத் தொட்டுப் பூசை செய்யும் வழக்கம் இல்லவே இல்லை.

ஆனால், பெருந்தெய்வம் அல்லாத சிறுதெய்வக் கோயில் களில் (இவற்றின் தலையாய பண்புகள் ஆகம வழிப் பூசைகள் இன்மையும், இரத்தப் பலி கொடுத்தலும்) சடங்கியலான தொல்லெச்சங்கள் மூலம் இன்று தாழ்த்தப்பட்ட சாதியராக கருதப்படுவோரில் சில சாதியார், அக்காலத்தில் கோயில் பூசை செய்பவராக இருந்ததை அறிய முடிகிறது. இந்த உண்மையை முதன் முதலாக 1874இல் டபிள்யூ. ஜே. வால்கௌஸ் என்ற ஆராய்ச்சியாளர் தொட்டுக்காட்டினர். இவர்களுள் குறிப்பிட்டுச் சொல்லத் தகுந்தவர் பறையர்கள் ஆவர். ‘சங்க இலக்கியத்தில் பறையர்கள் மதிக்கத்தக்க இடத்தைப் பெற்றவராகத் தெரிகிறது. துடியர்களைப் போல இழிசனர்களாக எங்கும் குறிக்கப்பட வில்லை’ என்று அனுமந்தன் குறிப்பிடுகிறார். சங்க காலத்தில் மதச் சடங்குகளைச் செய்தவர்களில் பறையர்களும் உண்டு என்று ஜார்ஜ் எல். ஹார்ட் குறிப்பிடுகிறார். ‘தூய்மை, தீட்டு இவை பற்றிய கோட்பாடுகள் பிராமணர் வருகையினால்தான் தமிழ்நாட்டில் இடம்பெற்றன’ என்கிறார் அவர். இன்றும் தமிழ்நாடு முழுவதும் மாரியம்மன் என்ற தெய்வத்தின் கணவ ராகப் பறையர்களே கருதப்படுகின்றனர். பல இடங்களில் மாரியம்மன் கோயில் திருவிழா தொடங்கும்போது பறையர்க்குக் காப்பு கட்டும் வழக்கம் நடைமுறையில் இருந்து வருகிறது. திருவாரூர் தியாகராசர் கோயில் திருவிழாவின்போது இறைவனின் திருவீதி உலாவில் முன்னதாக யானை மீது அமர்ந்து ஒரு பறையர் கொடிபிடித்துச் செல்லும் வழக்கம் உண்டு. உள்ளூர்ப் புராண மரபுகளின்படி அக்கோயிலின் பிராமண அர்ச்சகர்கள் நண்பகற்பொழுதில் ஒரு நாழிகை நேரம் (24 நிமிடம்) பறையர் களாக மாறிவிடுவதாக ஒரு செய்தி வழங்கி வருகிறது. நண்பகல் கழிந்தபின் மீண்டும் ஒரு முறை அவர்கள் குளித்துவிட்டுப் பிராமணராவார்கள். இப்பிராமணப் பிரிவினர்க்கு ‘மத்யானப் பறையர்’ என்ற பெயர் வழங்குகிறது. பேரூர்ப் புராணம், “முன்னர்ப் பறையனான நீ இப்பொழுது பள்ளனும் ஆனாய்” என்று சிவபெருமானைக் குறிப்பிடுகிறது. பேரூர்க் கோயிலில் ‘நாற்று நடவுத் திருவிழா’ என்ற பெயரில் இன்றும் ஒரு திருவிழா நடந்து வருகிறது.

தென் மாவட்டங்களில் சிறுவர்கள் பனம்பழம் உண்ணும் போது வேடிக்கையாகப் பனம்பழத்தின் ஒரு முனையினை 'பார்ப்பான் முனை' என்றும் மற்றொரு முனையைப் 'பறையன் முனை' என்றும் கேலிசெய்து நகையாடும் வழக்கம் உள்ளது. இந்தப் பழம் பற்றிய குறியீடு இரு சாதியாரும் ஒரு தொழிற் களத்தில் இருந்ததைக் குறிப்பதாகும். தவிர 'பார்ப்பானுக்கு மூப்பு பறையன், கேட்பார் இல்லாமல் கீழ்ச்சாதியானான்' என்பதும் மற்ற சாதியினரால் தென்மாவட்டங்களில் பெருக வழங்கும் ஒரு சொல்லடையாகும். 'கேட்பதற்கு ஆளில்லாவிட்டால் நிலை இழப்பு ஏற்படும்' என்ற பொருளில் இது வழங்கி வருகிறது. இவை ஒரு காலத்தில் பறையர் பெற்றிருந்த சமூக உயர்வுக்கான சான்றுகளாகும்.

பிராமணராகிய புரோகிதர்க்கும் பறையராகிய புரோகிதர்க்கும் இடையிலான பெரிய அளவிலான வேறுபாடு (மொழி தவிர) புலால் உண்ணலும், இரத்தப் பலியிடுதலும் தாம். வேத காலத்துப் பிராமணர் வேள்விகளில் ஏராளமான உயிரினங்களைப் பலி கொடுத்துள்ளனர். தமிழ்நாட்டிலும் புலால் உண்ட பிராமணராகச் சங்கப் புலவர் கபிலரை (புறம் 113) நாம் காண்கிறோம்.

கி.மு. 6ஆம் நூற்றாண்டில் எழுந்த சமண மதத்தின் செல்வாக்கே பிராமணர்களைப் புலால் உண்ணுவதிலிருந்து தடுத்து நிறுத்தியது. இன்றும் புலால் உண்ணும் பழம் மரபின் தொல்லெச்சமாக ஆந்திரத்தில் (கர்நூல் மாவட்டம் கம்மம் தாலுகாவில்) 'மாதங்கி' வழிபாட்டில் ஈடுபட்டுள்ள பிராமணர்கள் தங்கள் இல்லத்தில் எருமைக் கறி சமைத்து மாதிகருக்குப் பரிமாறுவதும், அதே நேரத்தில் மாதிகர் ஆட்டுக்கறியைப் பரிமாறுவதும் பிராமணர் உண்பதும் ஆண்டுக்கொரு முறை சடங்கு நிகழ்ச்சியாக நடத்தப்படுகிறது. (மாதிகர் ஆந்திரத்தில் ஒடுக்கப்பட்ட சாதியார் ஆவர்.)

மேற்குறித்த தொல்லெச்சங்கள் யாவும் பிராமணர் வருகைக்கு முன்னர் புரோகிதராகப் பறையர்கள் இருந்த வரலாற்று உண்மையினைக் காட்டுகின்றன. கோயில்கள் கற்கோயில்களாகவும், பெருந்தெய்வக் கோயில்களாகவும் அரச ஆதரவோடு ஆக்கப்பட்ட காலங்களில், அங்கு பூசனை செய்வோராக – குடியேற்றவாசிகளான பிராமணர்கள் அமர்த்தப் படுகின்றனர். பிராமணர் வருகைக்கு முன்னர் குருமாராக இருந்தவர்களிடமிருந்து வேறுபடுத்திக் காட்ட பிராமணர் இளைய குருமாராக (புரோகிதராக) இளமைப்பொருள் தரும் பார்ப்பு எனும் சொல்லின் அடியாக, பார்ப்பார் பார்ப்பனர் என வழங்கப்பட்டனர்.

தெய்வங்களும் சமூக மரபுகளும்

பறையர் தவிர, நாவிதர், வண்ணார் ஆகிய சாதியாரும் அங்கங்கே பிராமணர் வருகைக்கு முன்னர் தமிழ்ச் சாதியார் சிலருக்குக் குருமாராக இருந்துள்ளனர். இதைக் காட்டும் தொல்லெச்சங்களும் ஏராளமாக உள்ளன. இவை தனி விரிந்த ஆராய்ச்சிக்கு உரிய களங்களாகும்.

பயன்பட்ட நூல்கள்

1. இராகவையங்கார், மு., *இலக்கியச் சாசன வழக்காறுகள்*, தமிழ்நாடு அரசு வெளியீடு, 1973

2. இராமகிருஷ்ணன், எஸ்., *இந்தியப் பண்பாடும் தமிழரும்*, மீனாட்சி புத்தக நிலையம், மதுரை, 1971.

3. புலவர் குழந்தை, தொல்காப்பியர் காலத் தமிழர்.

4. Elmore, *Dravidian Gods in Modern Hinduism*, 1913.

5. George L. Hart III, *The Poems of Ancient Tamils*.

6. Hanumanthan, K.R. *Untouchability – A Historical Study*, Koodal, Madurai, 1979.

7. Subramanian, N., *Sangam Polity*, Asia Publishing House, Bombay.1966.

8. Walhouse, A.J., 'Archaeological Notes.' *The Indian Antiquary*, July 1874.

மதுரைக்கோயில் அரிசன ஆலயப் பிரவேசம், 1939

மதுரை மீனாட்சியம்மன் கோயிலில் 1939 ஜூலை 10ஆம் தேதி அரிசன ஆலயப் பிரவேசம் நடைபெற்றது. மதுரை நகரத்தில் வாழ்ந்த காங்கிரஸ் பிரமுகர் வைத்தியநாதையர் இதனை முன்னின்று நடத்தினார். தேசிய இயக்கத்தவரால் "மிகப் பெரிய சமூகப் புரட்சி" என்று அன்றும் இன்றும் பெருமையோடு பேசப்படும் நிகழ்ச்சி இது.

தமிழ்நாட்டில் அரிசனங்களுக்கும் பெருந் தெய்வ ஆலயங்களுக்கும் உள்ள உறவினை ஏறத்தாழக் கி.பி. எட்டாம் நூற்றாண்டில் நிகழ்ந்த நந்தன் கதையின் மூலம் முதன்முதலாக அறிகிறோம். அதன் பின்னர் வைணவப் பெரியாரான இராமாநுசர் கி.பி. 13ஆம் நூற்றாண்டில் கர்நாடக மாநிலத்தில் உள்ள மேல் கோட்டையில் (திருநாராயணபுரம் என்று வைணவர் வழங்குவர்) திருமால் கோயிலுக்குள் அரிசனங்களை அழைத்துச் சென்ற செய்தியினை ஆறாயிரப்படி குருபரம்பரா ப்ரபாவத்தால் அறிகிறோம்.

1939இல் மதுரையில் பரபரப்பூட்டிய அரிசன ஆலயப் பிரவேச நிகழ்ச்சியின் மறுபக்கத்தினை, அதாவது அதற்கு மேல்சாதியினர் காட்டிய எதிர்ப்பு நடவடிக்கைகளை வரலாற்றுக் கட்டுரைகளிலும் நூல்களிலும் முழுமையாகக் காணமுடியவில்லை. இந்நிகழ்ச்சி ஒரு அரசியல்வாதியின் தனிமனித முயற்சியாகவே காட்டப்பட்டுள்ளது. இந்நிகழ்ச்சிக்கு

எதிரான அரசியல், சமூகப் பின்னணி பற்றிய செய்திகள் பின்வந்தவர்களால் அறியப்படவே இல்லை எனலாம். 1963இல் மதுரைக் கோயிலில் பி.டி. இராசன் முயற்சியால் குடமுழுக்கு விழா நடைபெற்றது. இதையொட்டி வெளியிடப்பட்ட இ. பழனியப்பன் எழுதிய 'கோயில் மாநகர்' என திருக்கோயிலா ரால் வெளியிடப்பட்ட 300 பக்கங்களையுடைய நூலில் கோயில் வரலாற்றில் முக்கியமான இந்த நிகழ்ச்சி ஓரிடத்தில் கூடக் குறிப்பிடப்படவில்லை.

ஆனால் இந்நுழைவு நடந்த காலத்தில் அரிசன ஆலயப் பிரவேசத்தைக் கண்டித்தும் எதிர்த்தும் பிராமணப் பெண்கள் இருவர் பாட்டுப் புத்தகங்களை வெளியிட்டுள்ளனர். 1939இல் 'மதுரை பேச்சியம்மன் கோயில் ரஸ்தா லேட் பத்மனாபய்ய ரவர்கள் பாரி பாகீரதி அம்மாள்' என்பவர் 'ஆலய எதிர்ப்பு கும்மி பாட்டுப் புஸ்தகம்' என்ற பெயரில் இரண்டணா விலையில் 16 பக்கத்தில் ஒரு புத்தகத்தை வெளியிட்டுள்ளார். 1940இல் 'மதுரை கமலத் தோப்புத் தெரு எஸ். தர்மாம்பாள்' என்பவர் 'ஆலயப் பிரவேச கண்டனப் பாட்டுப் புஸ்தகம்' என்ற பெயரில் இரண்டணா விலையில் 28 பக்கத்தில் ஒரு புத்தகத்தை வெளியிட்டுள்ளார். உணர்ச்சிமயமான இந்தப் புத்தகங்களின் பெயர்களில் ஒரு 'தெளிவின்மை' காணப்படுவது கவனிக்கத் தகுந்தது.

1937 மார்ச் தொடங்கி மதுரைக் கோயிலில் ஆர்.எஸ். நாயுடு என்பவர் நிர்வாக அதிகாரியாக இருந்திருக்கிறார். மதுரையில் புகழ்பெற்று விளங்கிய வழக்கறிஞர்களில் ஒருவரும் காங்கிரஸ் தலைவருமான வைத்தியநாதையரும், ஆர்.எஸ். நாயுடுவும் மதுரைக் கோயிலில் 'அரிசன ஆலயப் பிரவேசம்' நடத்தத் தீர்மானித்தனர். 1939இல் வைத்தியநாதையர் இது குறித்துப் பொதுக் கூட்டங்களில் பேசத் தொடங்கினார். ஜூன் மாதத்தில் இதற்கு ஆதரவு திரட்டும் வகையில் மதுரை நகருக்குள் சில பொதுக் கூட்டங்களையும் அவர் நடத்தினார்.

நுழைவுக்குப் பத்து நாள் முன்பிருந்தே மதுரையில் தனது இல்லத்தில் (இப்போதுள்ள காலேஜ் ஹவுஸ் விடுதியின் பின்புறம்) சுமார் 50 பேர்களுக்கு சத்தியாக்கிரகப் பயிற்சி கொடுக்கத் தொடங்கினார். ஆனால் ஆலயப் பிரவேச நாளை அவர் வெளியிடவில்லை. வைத்திய நாதையரின் முயற்சியினை அறிந்த ஆலயத்தின் பிராமணப் பணியாளர்கள், சனாதனிகள் ஆகியோர் மத்தியில் கொந்தளிப்பான சூழ்நிலை நிலவியது. இந்நிலையில் ஜூலை 8ஆம் தேதி திடீரென்று 6 பேரை உடன் அழைத்துக்கொண்டு வைத்தியநாதையர் கோயிலுக்குள் நுழைந்துவிட்டார். இதை யாரும் எதிர்பார்க்கவில்லை.

இந்த அறுவரில் மதுரை மாவட்டக் காங்கிரஸ் கமிட்டி உறுப்பினர் தும்பைப்பட்டி கக்கன் (பின்னாளில் தமிழக அமைச்சராக இருந்தவர்), ஆலம்பட்டி முருகானந்தம், மதிச்சியம் சின்னையா, விராட்டிபத்து பூவலிங்கம், முத்து ஆகிய ஐவரும் அரிசனர். ஆறாவது நபர் விருதுநகர் சண்முக நாடார்.[1] (அக்காலத் தில் நாடார்களுக்கும் கோயில் நுழைவு மறுக்கப் பட்டிருந்தது).

இதைக் கண்ட ஆலய அர்ச்சகர்களும், வேதம் ஓதும் 'அத்யயன பட்டர்' என்ற பிரிவினரும் இந்தத் திடீர் முயற்சியைக் கடுமையான சொற்களால் (மட்டும்) எதிர்த்தனர். இருப்பினும் அன்றும் மறுநாளும் ஆலய பூசைகளை முறைப்படி செய்தனர். 10.7.39 அன்று காலை பூசை முறைகாரர் சுவாமிநாத பட்டர் என்பவர். மீண்டும் 10ஆம் தேதி பெருமளவில் அரிசனர்கள் கோயிலுக்குள் நுழையப் போவதைப் பிராமணர் அறிந்து மதுரை (தானப்ப முதலித் தெருவில் இருந்த) 'மங்கள நிவாசம்' என்னும் பங்களாவில் கூடினர். வைத்தியநாதையரைப் போலவே அக்காலத்தில் மதுரையில் புகழ்பெற்றிருந்த வழக்கறிஞர்கள் கே.ஆர். வெங்கட்ராமையர் என்பவரும் ஆறுபாதி நடேச ஐயர் என்பவரும் இவர்களுக்கு உதவினர். இவர்களில் ஆறுபாதி நடேச ஐயர் ஏற்கெனவே 'வர்ணாசிரம ஸ்வராஜ்ய சங்கத்தின்' மதுரை நகரத் தலைவராகவும் இருந்தார். வழக்கறிஞர்களின் ஆலோசனைப்படி பிராமணர்கள் 9ஆம் தேதி இரவு முதல் கோயிலைப் பூட்டிவிட முடிவு செய்தனர். 10ஆம் தேதி அர்ச்சக முறைகாரரான சுவாமிநாத பட்டர் இதற்கு உடன்படவில்லை. எனவே 9ஆம் தேதி இரவு பூசை முடிந்ததும் அர்ச்சகர்கள் கோயிலைப் பூட்டி, சாவியை எடுத்துச் சென்றுவிட்டனர்.

'கோயில் நிர்வாக அதிகாரி ஆர்.எஸ். நாயுடு சனாதனிகள் செய்யவிருந்த ஒவ்வொரு நடவடிக்கையையும் எதிர்பார்த்து அதற்குத் தகுந்த காரியங்களைச் செய்தார்' என்கிறார் ஒரு தகவலாளி. இதன்படி 10ஆம் தேதி காலையில் மேஜிஸ்டிரேட் ஒருவர், சுவாமிநாத பட்டர் ஆகியோர் முன்னிலையில் ஆர்.எஸ். நாயுடு பூட்டியிருந்த கோயிற்கதவுகளைத் திறந்தார். திட்டமிட்டிருந்தபடி அன்று ஏராளமான அரிசனங்கள் ஆலயப் பிரவேசம் செய்தனர்.

கே.ஆர். வெங்கட்ராம ஐயரும் ஆறுபாதி நடேச ஐயரும் போட்ட திட்டங்கள் தோற்றுப் போயின. வெங்கட்ராமையர் வன்முறையை எதிர்பார்த்துத் தன் கட்சிக்காரரும் நண்பரு மான பசும்பொன் முத்து ராமலிங்கத் தேவரின் உதவியை

நாடியதாகத் தெரிகிறது. ஆனால் தேவர் உதவி செய்ததாகத் தெரியவில்லை.

ஆலயப் பிரவேசம் நிகழ்ந்த 10ஆம் தேதி முதல் சுவாமிநாத பட்டர் தவிர மற்ற அர்ச்சகர்களும், கோயிலில் வேதம் ஓதும் அத்யயன பட்டர் பிரிவினரும் கோயிற்பணிகளில் நேரடியாகக் கலந்துகொள்ளாமல் வெளியேறிவிட்டனர். கோயில் நிர்வாகத்தின் மீது பல வழக்குகளைத் தொடுத்தனர். கோயிலில் பிராமணரல்லாத மற்றப் பணியாளர்கள் வழக்கம் போலத் தம் பணிகளைச் செய்துகொண்டிருந்தனர்.

வர்ணாசிரம ஸ்வராஜ்ய சங்கத் தலைவரான ஆறுபாதி நடேச ஐயரும் கோயில் நிர்வாகத்தை எதிர்த்து வழக்குத் தொடர்ந்தார். இந்த வழக்குகளின் விளைவாக வைத்திய நாதையர் கைது செய்யப்படலாம் என்ற நிலை உருவானது.

இதற்கிடையில் அன்றைய சென்னை மாகாண முதலமைச்சர் இராஜாஜி, அரிசன ஆலயப் பிரவேசம் சட்டத்துக்கு எதிரான தல்ல என்று ஒரு அவசர சட்டத்தை அறிவித்தார். இதன் விளைவாக வைத்தியநாதையர் கைதாகும் நிலை தடுக்கப்பட்டது.

ஆலயப் பிரவேசம் நிகழ்ந்த நாள் முதல் கோயிலின் பிராமணப் பணியாளர்களும் சனாதனிகளும் 'மங்கள நிவாசம்' பங்களாவிலே தொடர்ந்து கூடினர். அதையே மீனாட்சி அம்மன் கோயிலாகக் கருதி பூசை வழிபாடுகளை அங்கேயே நடத்தி வந்தனர். சில நாள்களுக்குள், ஆறுபாதி நடேச ஐயர் வீட்டின் முன் இருந்த காலி மனையில் (இப்போது தமிழ்ச் சங்கம் சாலையில் செந்தமிழ்க் கல்லூரியை அடுத்துக் கீழ்புறமாக உள்ள காலி மனை) ஒரு 'புதிய மீனாட்சியம்மன் கோயிலை'ச் சிறியதாகக் கட்டினர். அங்கேயே வழிபாடுகளும் பூசைகளும் நடத்தினர்.[2]

இந்தப் புதிய கோயில் வடக்குவெளி வீதியிலிருந்த (இப்போ துள்ள ஸ்பென்சர் கம்பெனி) வெங்கட்ராமையர் வீட்டுக்கு அருகில் இருந்தது. அரிசன ஆலயப் பிரவேசத்தைக் கண்டித்துப் பாட்டுப் புத்தகங்கள் எழுதிய இரண்டு பெண்களின் வீடும் இவர் வீட்டை அடுத்த வலப்புறத் தெருவிலும் இடப்புறத் தெருவிலும் இருந்தன.

எனவே 1939இலும் 40இலும் வெளியிடப்பட்ட இந்த இரண்டு பாட்டுப் புத்தகங்களும் ஆறுபாதி நடேச ஐயர் தலைமையில் இயங்கிய, கே.ஆர். வெங்கட்ராமையரும் பங்குகொண்ட வர்ணாசிரம ஸ்வராஜ்ய சங்கத்தின் ஆதரவுடனேயே வெளி வந்திருக்க வேண்டும்.

இனி இப்பாட்டுப் புத்தகங்கள் தரும் செய்திகளைக் காண்போம்.

ஆஸேது ஹிமயமலை வரையில் – அங்கே
எத்தனையோ ராஜாக்கள் ஆண்டார் – அவாள்
ஆலயப் பிரவேசமென்ற அநீதிகளைக்
கனவிலும் நினையார் மனந் துணியார்
அந்த நாளில் இந்த சண்டாளர்கள் இல்லையோ
அவாள் இன்றுதான் பூமியில் குதித்தனரோ (எதிர்ப்புக் கும்மி)

பாகீரதியம்மாள் புத்தகத்தில் (1939) இவ்வகையான கடுமை கொஞ்சம் அதிகமாகவே இருக்கிறது.

ஆறுபேர் சண்டாளர்களை
அன்புடனே அழைத்துக்கொண்டு
ஒருவருக்கும் தெரியாமல்
உள் நுழைந்தார் திருடனைப்போல.

இந்த வரிகள் 8.7.1939இல் நடந்த நிகழ்ச்சியைக் குறிக்கின்றன. இதே நிகழ்ச்சியை 1940இல் வெளிவந்த தர்மாம்பாள் பாட்டு, நிகழ்ச்சிக்குக் காரணமான நபர்களின் பெயர்களுடன் குறிப்பிடுகிறது:

ஆர்.எஸ். நாயுடும் வைத்யநாதரும் அக்ரமங்கள் செய்தார்கள்
அக்ரமமாய்ப் பஞ்சமரை ஆலயத்தில் புகுத்திவிட்டார்
(கண்டனப்பாட்டு)

பாகீரதியம்மாள் புத்தகத்தில் ஒரு பாட்டு 'அரிசனங்கள் ஆலயத்துக்குள் புகுந்தவுடன் அங்கிருந்து வெளியேறிவிட்ட மீனாட்சியம்மனை மதுரை நகர்த் தெருக்களில் தேடுவதாக' அமைந்திருக்கிறது.

அத்துடன் அன்றைய முதலமைச்சர் இராஜாஜி முயற்சியில் அரிசன ஆலயப் பிரவேச நிகழ்ச்சிக்கு ஆதரவாக வெளியிட்ட அவசர சட்டத்தினையும், அவரையும் கண்டித்து பாகீரதி யம்மாள் பாடுகிறார். (காங்கிரஸ் கட்சிக்குள் தன் ஆதரவாளரான மதுரை வைத்தியநாதையரைக் கைதாகாமல் காப்பாற்ற வேண்டி அப்போது ஊட்டியில் ஓய்வெடுத்துக்கொண் டிருந்த மாநில ஆளுநரிடம் அவசரமாகக் கையெழுத்து வாங்கி இராஜாஜி அவசரச் சட்டத்தை வெளியிட்டார்,

என் தாயைப் பறையர் கையில் ஒப்புவித்துப்
பவிஷுடன் மார்தட்டுகிறார் பிரதம மந்திரி (எ.கு)

என்று அவரைக் கண்டிப்பதோடு, "பக்க பக்க மெம்பர்களுக்கு காசு கொடுத்து" இந்தச் சட்டத்தை நிறைவேற்றியதாகவும் குற்றஞ்சாட்டுகிறது. பாகிரதியம்மாளின் மற்றொரு பாடல் 'மங்கள பங்களாவுக்குப் போவோம் வாருங்கள்' என்று சனாதனி களும் கோயிற் பிராமணர்களும், வர்ணாசிரம ஸ்வராஜ்ய

சங்கத்தாரும் மங்கள நிவாசம் பங்களாவிலே கூடி ஆலோசனையும் பூசைகளும் நடத்தியதைக் குறிப்பிடுகிறது.

இந்தக் காலகட்டத்தில் வடநாட்டிலிருந்து வந்திருந்த ஒரு சாமியாரும் இந்த முயற்சிகளுக்கு 'ஆசி' வழங்கியிருக்கிறார். இவரை 'பூரிமடத்துச் சாமியார்' என்று களஆய்வுச் செய்திகள் தெரிவிக்கின்றன. ஆனால் தர்மாம்பாளின் பாடல்கள் இவர் பத்ரிநாத்திலிருந்து வந்ததாகக் குறிப்பிட்டு, இவரை வாழ்த்தி இவரிடம் 'ஆலோசனைகளும்' கேட்கின்றன. "சத்குருவே எங்கள் சமயமறிந்து வந்தீர் தேசிகமூர்த்தி" என்றும், "ஆலய அபரிசுத்தம் ஆக்கிவிட்டார்கள் – ஐயோ அனுக்கிரஹம் செய்யுங்களேன் தேசிகமூர்த்தி" (க.பா.) என்றும் தர்மாம்பாள் இவரைப் பாடுகிறார்.

10ஆம் தேதி பெருமளவில் அரிசனங்கள் ஆலயத்துள் நுழைந்த பிறகு 'மங்கள நிவாசம்' பங்களாவில் கூடி எடுக்கப்பட்ட முடிவினைப் பாகீரதியம்மாள் பாடல் தெரிவிக்கிறது.

ஆலயமொன்று இயற்றி
        ஆடவா் ஸ்திரீ பாலருக்கு
ஆகமவித்தை பயிற்சி
        அரும் உபன்யாஸம் இயற்றி
வித்வத் கோஷ்டிகளுடன்கூட
        வேகமுடன் தெரிசித்து
பக்தியுடன் ஸத்காலேட்சபம்
        செய்துதான் வசிப்போம்   (எ.கு.)

இந்த முடிவின்படிதான் தமிழ்ச் சங்கம் சாலையில் 'வர்ணாசிரம ஸ்வராஜ்ய சங்கத் தலைவர்' ஆறுபாதி நடேசய்யர் பங்களா வளாகத்தில் காலி மனையில் சிறியதாக ஒரு 'புது மீனாட்சியம்மன் கோவில்' கட்டப்பட்டு பூசை, வழிபாடுகள் நடைபெறத் தொடங்கின. கோயிலுக்கு முன்னர் சிறிய ஓலைப் பந்தலும் போடப்பட்டிருந்தது. மீனாட்சியம்மன் கோயிலில் இருந்து வெளியேறிய அர்ச்சகர்களும், வேதம் ஓதும் பட்டர் களும் இங்கு வழிபாடு நிகழ்த்தினர்.

1945 வரை இந்தக் கோயில் நீடித்திருந்தது. அதன்பின் பூசைகள் நிறுத்தப்பட்டு, மூடப்பட்டு, பின்னர் சுவடு தெரியாமல் இடிக்கப்பட்டும் விட்டது. கோயிலின்மீது வழக்குத் தொடுத் திருந்த அர்ச்சகர்களும், வேதம் ஓதும் பட்டர்களும் தங்கள் முயற்சியில் தோற்று மீண்டும் கோயிற் பணிக்குத் திரும்பினார்கள்.

1939ஐ ஒட்டிய காலகட்டத்தில் தமிழ்நாட்டில் கோயில் நுழைவில் தாழ்த்தப்பட்ட மக்கள் ஆர்வம் காட்டவுமில்லை; திரண்டெழுந்து போராடவுமில்லை. அந்த நிலையில் மதுரை வைத்தியநாதையர் இந்தப் பிரச்சனையை ஏன் முன்னெடுத்துச்

சென்றார் என்றும் ஒரு கேள்வி எழுகிறது. இந்தக் கேள்விக்கான விடை காங்கிரஸ் இயக்கத்தின் வரலாற்றில் பொதிந்து கிடக்கிறது.

காந்தியடிகள் எரவாடா சிறையில் காலவரம்பற்ற உண்ணா நோன்பைத் தொடங்கியதன் விளைவாக டாக்டர் அம்பேத்கார் காங்கிரஸ் இயக்கத்தோடு 'புனா ஒப்பந்தத்தை' 1932 செப்டம்பர் 24இல் செய்துகொண்டார்.[3] ஆயினும் அவருக்கு நிறைவு ஏற்படவில்லை. 1933 பிப்ரவரி 4ஆம் நாள் நிகழ்ந்த காந்தியடிகள் – அம்பேத்கார் சந்திப்பின்போது மத்திய சட்டசபையில் ஸ்ரீரெங்க ஐயரும் தமிழகச் சட்டசபையில் அப்போதைய முதலமைச்சர் டாக்டர் சுப்பராயனும் கொண்டு வரவிருந்த 'தாழ்த்தப்பட்டோர் ஆலயப் பிரவேச மசோதா' வுக்கு ஆதரவு தருமாறு காந்தியடிகள் அம்பேத்காரைக் கேட்டுக் கொண்டார். அம்பேத்கார் இணங்கவில்லை.[4]

'கல்வி, பொருளாதாரம், அரசியல் ஆகிய துறைகளில் தாழ்த்தப்பட்டோர் முன்னேறும்போது கோயில் நுழைவு தானாக நடைபெறும்' என்பது அம்பேத்கார் கருத்து. மறு வாரம் 11 பிப்ரவரி 1933 காந்தியடிகள் புதிதாகத் தொடங்கிய *ஹரிஜன்* இதழுக்கும் இக்கருத்தையே அம்பேத்கார் செய்தியாக அனுப்பியிருந்தார்.[5] இருவருக்குமான கருத்து வேறுபாடுகள் முதிர்ந்துகொண்டு வந்தன.

புனா ஒப்பந்தத்தில் கையெழுத்திட்ட தாழ்த்தப்பட்டோர் தலைவர்களில் அம்பேத்காரைத் தவிர மற்ற இருவரும் தமிழ நாட்டவர் ஆவர். ஒருவர் ராவ்பகதூர் (ரெட்டைமலை) சீனிவாசன்; மற்றவர் எம்.சி. ராஜா. இவர்களில் சீனிவாசன் வட்டமேசை மாநாட்டின் முதல் சுற்றில் அம்பேத்காரோடு கலந்துகொண்டவர்.

மிக விரைவில் புனா ஒப்பந்தத்தைக் காங்கிரஸ்காரர்கள் நடைமுறையில் கைகழுவி விட்டனர். அரிசனர் கோயில் நுழைவைக் கடுமையாக வங்காள இந்துக்கள் எதிர்த்தனர். அதற்கு முசுலீம்களின் ஆதரவைப் பெறவும் அவர்கள் முயன்றனர்.[6] 1933இல் வங்காளத்தைச் சேர்ந்த கவி ரவீந்திரநாத் தாகூர்கூட புனா ஒப்பந்தத்துக்கு அளித்த தன் ஆதரவைத் திரும்பப் பெற்றுக் கொண்டார்.[7]

புனா ஒப்பந்தத்துக்குத் தமிழ்நாட்டில் எதிர்ப்பு பரவலாக இருந்தது. 1932 அக்டோபரில் சென்னையில் ஜே. சிவசண்முகம் (பிள்ளை) தலைமையில் கூடிய தாழ்த்தப்பட்டோர் மாநாடு புனா ஒப்பந்தத்தைக் கண்டித்தது. அத்துடன் "இம்மாநாடு கோயில் நுழைவு அவ்வளவு அவசியமல்லவென்று கருதுகிறது" என்றும் தீர்மானம் நிறைவேற்றியது.[8] காந்தி தாழ்த்தப்பட்டோருக்கு அரிஜன் என்று பெயரிட்டு, இதழ் ஒன்றையும் தொடங்கி

யதைக் கண்டித்துத் தாழ்த்தப்பட்டோர் எழுதினர். மணிநீலன் (எ. முத்துக்கிருஷ்ணன்) என்பவர்

> சாற்றிடும் அரிசனப் பெயர் எதற்குதவும் – அது
> தாழ்ந்தவரைக் கை தூக்குமோ

என்று பாடல் எழுதினார்.[9] அவரெழுதிய நூலின் பெயரே 'காந்தி கண்டன கீதம்' என்பதாகும். 1937 தேர்தலில் காங்கிரஸ் அம்பேத்காருக்கு எதிராக வேட்பாளரை நிறுத்தியது. இருப்பினும் அவர் வென்றார்.

இந்தச் சூழ்நிலையில் தாழ்த்தப்பட்டோரைக் காங்கிரஸ் இயக்கத்துக்குள் தக்கவைக்க வேண்டிய நெருக்கடி அதற்கு உருவாயிற்று. இந்த நெருக்கடி தமிழ்நாட்டில் கடுமையாக இருந்தது. ஏனென்றால் முதலமைச்சர் இராஜாஜியின் வேட்பாளரான சுப்பையாவை எதிர்த்துத் தமிழ்நாடு காங்கிரஸ் தலைவர் தேர்தலில் காமராசர் வெற்றி பெற்றிருந்தார். வெளியிலே தெரியாதபடி கட்சிக்குள் ஒரு நெருக்கடி உருவாகியிருந்தது.

மதுரை வைத்தியநாதையர் காங்கிரஸ் கட்சிக்குள் இராஜாஜியின் ஆதரவாளர் ஆவார். எனவே உள்கட்சி நெருக்கடி, தாழ்த்தப்பட்டோர் ஆதரவைப் பெறுவது என்ற இரண்டு நோக்கங்களோடு இவர் மதுரைக் கோயிலில் 'அரிசன ஆலயப் பிரவேசம்' நடத்திக் காட்டினார். இராஜாஜியும் அரிசன ஆலயப் பிரவேசத்தை முறைப்படுத்தும் அவசர சட்டத்தை வெளியிட்டு, வைத்தியநாதையரின் முயற்சியினை வெற்றியாக்கிவிட்டார்.

இனி, 'அரிசன ஆலயப் பிரவேசம்' என்ற நிகழ்ச்சியை முன்னிறுத்தி 'கோயில்' என்ற சமூக நிறுவனமும் அதை மையமிட்ட பண்பாடும் எவ்வாறு தோற்றுப் போயின என்பதை வரலாற்று ரீதியாகக் காண வேண்டும்.

கி.பி. ஏழாம் நூற்றாண்டு முதல் தமிழ்நாட்டில் கோயில் என்பது மிகப்பெரிய சமூக நிறுவனமாக வளரத் தொடங்கியது. பத்தாம் நூற்றாண்டுக்குள் தமிழ்நாட்டுப் பொருளாதாரமே அதைச் சார்ந்து நிற்கும் நிலை உருவானது. விளைநிலங்களின் பெரும்பகுதியும் கோயிலைச் சார்ந்ததாக மாறிவிட்டது. (கி.பி. 1010இல் கட்டி முடிக்கப்பட்ட இராசராசனின் தஞ்சைப் பெரிய கோயிலின் அக்கால வருமானம் குறித்துப் பேராசிரியர் நா. வானமாமலை எழுதியுள்ள ஆய்வுக் கட்டுரை இங்கு நினைவிற்குரியது.) நிலவுடைமையின் விளைபொருள்களில் ஒன்றான சாதி இறுக்கங்களும், தீண்டாமையும் பத்தாம் நூற்றாண்டிலேயே மிகவும் வளர்ந்துவிட்டதைச் சோழர்

காலக் கல்வெட்டுகள் நன்கு உணர்த்துகின்றன. சுருக்கமாகச் சொல்வதானால் அரசுக்குத் தேவையான பண்பாட்டு வடிவங்களைக் கோயிலின் மூலமாக மதம் நிறைவேற்றி வந்தது. சோழப் பேரரசு சரிந்து பிற்காலப் பாண்டியப் பேரரசிலும் இந்நிலைமை நீடித்தது.

பாண்டியப் பேரரசின் வீழ்ச்சியின்போது 1310இல் நிகழ்ந்த மாலிக்காபூரின் படையெடுப்பும் கோயிற் கொள்ளைகளும் 'கோயில்' என்ற சமூக நிறுவனத்தின்மீது பெருந்தாக்குதலாக அமைந்தன. 14ஆம் நூற்றாண்டில் பெருங்கோயில்கள் பல தம் செல்வாக்கை இழந்து நின்றன. மீண்டும் விஜய நகரப் பேரரசின் எழுச்சிக் காலத்தில் 'இந்து மதமும்' கோயில்களும் மறுவாழ்வு பெற்றன. இருப்பினும், பல்லவ, சோழ, பாண்டிய அரசர்கள் காலத்திய செல்வாக்கினை மீட்க முடியவில்லை. அரசுக்குத் தேவையான பண்பாட்டு முயற்சிகளில் மதமும் கோயிலும் பின்தங்கிப் போயின. ஆட்சியாளர்கள் பிறமொழியாளர்களாக இருந்ததும் இதற்கு ஒரு காரணமாக இருக்கலாம்.

மீண்டும் 1752இல் 'கும்பினியார்' படைகளும் நவாபின் படைகளும் தமிழ்நாடு முழுவதும் கோயில்களை நெருக்கடிக்கு உள்ளாக்கின. அதைத் தொடர்ந்து அரசின் நேரடி ஆதரவைக் கோயில்கள் இழந்தன. தம் ஆதிக்கத்திலிருந்த நிலங்களைக் காப்பாற்றத் திணறின. 19ஆம் நூற்றாண்டின் பிற்பகுதியில் புதிய ஆங்கிலக் கல்வியும் வாழ்க்கை நெருக்கடிகளும் கோயிலின் தலைமையான பிராமண சமூகத்தினரை நகர்ப்புறங்களுக்கும் புதிய நாகரிகத்துக்கும் கொண்டுவந்து சேர்த்தன.

இருபதாம் நூற்றாண்டின் தொடக்கத்தில் நிலங்களின்மீதும், கலாசாரத்தின்மீதும் தான் கொண்டிருந்த மேலாதிக்கத்தைக் கோயில் சிறிது சிறிதாக இழந்துகொண்டிருந்தது. தேசிய இயக்கத்தின் புதிய அலைகள் இப்போக்கை விரைவுபடுத்தின. 1920 முதல் இந்தியாவெங்கும் "கல்வி, குடியுரிமைகள், பொதுக் கிணறுகளைப் பயன்படுத்துதல், கோயில்களில் நுழைவதற்கான அனுமதி, இன்ன பிறவற்றுக்கான போராட்டங்கள் நகர்ப்புறங்களில் நடந்தன" என்கிறார் கெய்ல் ஓம்வெட்.[10]

இந்தப் பின்னணியில் 1939இல் நடைபெற்ற வைத்திய நாதையரின் முயற்சியை எல்லா நிலையிலும் தளர்ந்திருந்த கோயில் கலாசாரத்தால் எதிர்த்து நிற்க முடியவில்லை. எனவேதான் கோயில் பிராமணப் பணியாளர்கள் ஆறு ஆண்டுகள் கழித்து 1945இல் மீண்டும் கோயிற் பணியில் திரும்ப வந்து சேர்ந்தனர்.

இதனை மற்றுமொரு நிகழ்ச்சியாலும் உறுதிப்படுத்தலாம். நாட்டு விடுதலைக்குப் பின்னர் வந்த ஜமீன்தாரி இனாம் ஒழிப்புச் சட்டத்தினால் கோயில் நிலங்களை வைத்திருந்த பிராமணர், வேளாளர் ஆகிய இரு மேல் சாதியினரும் அந்நிலங்களை இழந்த போது அரசாங்கம் கொடுத்த நட்ட ஈட்டை 'மனமுவந்து பெற்றுக் கொண்டு' ஒதுங்கிவிட்டனர். பாகீரதியம்மாள், தர்மாம்பாள் இருவரது பாடல்களிலும் ஒலிக்கும் 'தீண்டாமை உணர்வு' கால ஓட்டத்தில் பலவீனப்பட்டு, தோற்றுப்போனதும் இப்படித்தான்.

குறிப்புகள்

கள ஆய்வில் முக்கியமான தகவல்களை அளித்து உதவியவர்கள்

1. காங்கிரஸ் தலைவர் அ. வைத்தியநாதையர் மகன், வழக்கறிஞர் திரு. வை. சங்கரன் (66), மதுரை
2. திரு. எஸ். சுப்பிரமணியம் (62), மதுரை
3. (காலஞ்சென்ற) இராகவையங்கார் (61), மதுரை
4. திரு. கி. செயராமன் (60), மதுரை
5. செல்வி. எஸ். ஆனந்தி, மதுரை

○

1. விடுதலை, (தமிழ் நாளிதழ்), 27-2-1989, ப.3
2. ஆலயப் பிரவேசம் நடந்தவுடன் ஏற்பட்ட எதிர்விளைவினை வைத்தியநாதையர் வாழ்க்கை வரலாறு பின்வருமாறு குறிப்பிடுகிறது:

"நடேச அய்யரும் சனாதனிகளின் ஏனைய தலைவர்களும் ஆவேசத்துடன் மீனாட்சியம்மன் கோவிலுக்கு விரைந்தனர். உடனே ஒரு பொற்குடத்திற்கு ஏராளமாகச் சடங்காச்சாரங் களைச் செய்து பூஜை செய்தனர். அந்தப் பொற்குடத்துடன் சனாதனிகளனைவரும் நடேச அய்யர் வீட்டிற்குச் சென்றனர். மீனாட்சியம்மன் இக்கோயிலை விட்டு வெளியேறிவிட்டாள் என்றும், தமது வீட்டில் அருள் பாலித்திருப்பதாகவும் நடேச அய்யர் அறிவித்தார். நடேச அய்யர் வீட்டில் பொற்குடம் வைக்கப்பட்டுப் பூஜைகள் நடத்தப்பட்டன. மீனாட்சியம்மன் தன் கோயிலை விட்டு வெளியேறி நடேச அய்யர் வீட்டில் இருக்கிறாள் என்ற செய்தி பொது மக்களிடையே மீண்டும் திகைப்பை ஏற்படுத்தியது. ஏராளமான பிராமணர்கள் நடேச அய்யர் வீட்டிற்குச் சென்று வழிபட ஆரம்பித்தனர்."

பி.எஸ்.சந்திரபாபு, *ஹரிஜனத் தந்தை அமரர் அ. வைத்தியநாத அய்யர் வாழ்க்கை வரலாறு*, தமிழ்நாடு ஹரிஜன சேவக சங்கம், மதுரை,

3. *M.L. Shahare, Dr. Ambedkar – His Life and Work, NCERT, 1988,p.53)*

4. *Ibid., p. 58*

5. *Ibid., p. 58*

6. *Ibid., p. 56*

7. *Ibid., p. 62*

8. கழஞ்சூர் செல்வராஜ் (தொ.ஆ) *டாக்டர் அம்பேத்கார் அறிவுக்கொத்து*, ப. 87 (குடியரசு 23.10.1932, ப. 13)

9. மணிநீலன் (முத்துக்கிருஷ்ணன்), *காந்தி கண்டன கீதம்*, உண்மை விளக்கம் பிரஸ், ஈரோடு, 1932, ப.11 (பி. யோகீசுவரன், தமிழ்க் கவிதையில் சமுதாயச் சிக்கல்கள், பக்.171இல் மேற்கோள்)

10. கெய்ல் ஓம்வெட், *வர்க்கம் சாதி நிலம்* (தமிழ் மொழிபெயர்ப்பு: இராஜாராம்), 1988, ப. 74

●

தெய்வம் என்பதோர் . . .

தாய்த் தெய்வம்	213
பழையனூர் நீலி கதை	227
உலகம்மன்	231
வள்ளி	234
சித்திரகுப்தன்	239
தமிழக ஆன்மீக வரலாற்றில் வள்ளலார்	244
ஆழ்வார் பாடல்களும் கண்ணன் பாட்டும்	252
பண்பாட்டுக் கலப்பு	260
சடங்கியல் தலைமையும் சமூக அதிகாரமும்	265
மரபும் மீறலும் – சாதி சமய அரசியல் பின்னணி	268
பெரியாரியலும் நாட்டார் தெய்வங்களும்	275
இந்தியத் தேசிய உருவாக்கத்தில் பார்ப்பனியத்தின் பங்கு	283
பேராசிரியர் கா. சிவத்தம்பியின் பக்தி இலக்கிய ஆய்வுகள்	289
சமய நல்லிணக்கம் – பெரியாரியப் பார்வையில்	296

தாய்த் தெய்வம்

தமிழகத்தில் புரட்டாசி மாத வளர்பிறையில் நவராத்திரி விழா என்ற பெயரில் கோயில்களில் அம்மனை மையமிட்டு, பத்து நாட்களாகத் திருவிழா ஒன்று நடைபெறுகின்றது. இத்திருவிழாவில் முதல் ஒன்பது நாட்கள் அம்மன் 'தவம்' செய்கிறாள். பத்தாம் நாளில் அம்மன் எனப்படும் இத்தாய்த் தெய்வம் சப்பரத்தில் வடதிசை நோக்கி எழுந்தருளி ஊரில் ஒரு திடலுக்குச் சென்று எருமைத் தலை அரக்கனை (ஓர் ஆணை) அம்புகளை ஏவிக் கொன்றுவிட்டுத் தன் கோயிலுக்குத் திரும்புகிறாள்.

தனியான அம்மன் கோயில்களோடு இந்தத் திருவிழா சில சிவன் கோயில்களிலும் அம்மனை முன்னிறுத்தி நடத்தப் பெறுகின்றது. இருப்பினும், ஆண் துணையின்றித் தனியாக அமர்ந்திருக்கும் அம்மன் கோயில்களில்தான் இத்திருவிழா சிறப்பாக நடைபெறுகின்றது. இவ்வகையான கோயில்களில் பெரும்பாலும் தமிழ்நாட்டுப் பார்ப்பனர்கள் பூசை செய்வதில்லை என்பது குறிப்பிடத்தக்கது. இக்கோயில்களும் பெரும்பாலும் பார்ப்பனரல்லாத சாதிகளின் உடைமையாகவே உள்ளன. பழைய மண் கோட்டைகளும் கற்கோட்டைகளும் இருந்து அழிந்துபோன ஊர்களில் ஊரின் நடுப்பகுதியில் இருந்து அம்மன் புறப்பட்டு கோட்டையின் வாசல் வழியாக (அதாவது அந்த வாசல் இருந்த இடத்திலிருந்து) வெளியேறி முன் உள்ள திடலில் அல்லது கிழக்குத் திசைத் திடலில் எருமைத் தலை அரக்கனைக் கொன்று, கிழக்கு வாசல் வழியாகத் தன்னுடைய கோயிலுக்குத் திரும்பி வரும்.

தமிழ்நாட்டில் நூற்றுக்கணக்கான மண்கோட்டைகள் இருந்து அழிந்திருக்கின்றன. இவை பெரும்பாலும் இரண்டு முதல் ஐந்து ஏக்கர் பரப்பளவிற்கு உள்ளாகவே அமைந்திருக்கின்றன. இன்று இக்கோட்டைகள் இருந்ததற்கான அடையாளங்கள் மட்டும் பெரும்பாலான ஊர்களில் எஞ்சியிருக்கின்றன. இக் கோயில்கள் பெரும்பாலும் செல்லியம்மன், செல்லத்தம்மன், வடக்கவாச் செல்வி (வடக்குவாசல் செல்வி) என்னும் பெயர்களில் அமைந்துள்ளன.

பழந்தமிழர்களின் தாய்த் தெய்வக் கோயில்களான அம்மன் கோயில்கள் 99 விழுக்காடு வடக்கு நோக்கியே அமைந்துள்ளன என்பதையும் நாம் இங்கு நினைவில் கொள்ள வேண்டும். கிறிஸ்துவுக்கு முற்பட்ட காலத்தில் முப்புறமும் கடல் சூழ்ந்த நாடாகவே (அதாவது இன்றைய கேரளத்தை உள்ளிட்டு) தமிழகம் இருந்துள்ளது. எனவே பகைப்படை வடதிசையி லிருந்து மட்டுமே வரமுடியும். தெய்வம் வடக்குத் திசை நோக்கித் தன் மக்களைக் காக்க ஆயுதம் ஏந்தி நிற்கின்றது என்பதே தொல் வரலாற்று உண்மையாகும். பழந்தமிழர்களின் தாய்த் தெய்வம், அரசுகள் உருவானபோது போர்த் தெய்வமாக மாற்றப்பட்டு ‘கொற்றவை’ என்ற பெயரோடு வழங்கப்பட்டது. இப்பெயருக் கான வேர்ச்சொல் ‘கொல்’ என்பதாகும். பெருந்தெய்வக் கோயில்களில் ஆண் தெய்வத்திற்கு அருகில் நின்றுகொண்டு அல்லது அமர்ந்துகொண்டிருக்கும் உமை, திருமகள் ஆகிய தெய்வப் படிமங்களின் கையில் நீலம், தாமரை ஆகிய மலர்களே காட்டப்பட்டிருக்கும். ஆனால், தாய்த் தெய்வங்களோ பெரும்பாலும் சிங்கத்தின் மீது அமர்ந்த கோலத்தில் நான்கு அல்லது எட்டுக் கைகளுடன், எல்லாக் கைகளிலும் ஆயுதங்கள் ஏந்தியபடி போருக்கு ஆயத்தமான நிலையில் உள்ளன. இவை இரத்தப்பலி பெறுகின்ற தெய்வங்களாகும். எனவே இவற்றின் பூசாரிகளாகப் பண்டாரம், வேளார் (குயவர்), உவச்சர் (கம்பர்) போன்ற பார்ப்பனரல்லாத சாதியாரே உள்ளனர்.

தமிழ்நாட்டுத் தாய்த்தெய்வம் பற்றிய குறிப்புகள் பெரும்பாலும் இலக்கியங்களில் இருந்துதான் நமக்குக் கிடைக் கின்றன. சங்க இலக்கியங்களும் பிற்கால இலக்கியங்களும் தரும் குறிப்புகளின்படி குழந்தை பெற்ற தாயினைக் குறிக்கும் சொல்லாகச் ‘செல்வி’ என்ற சொல்லே காணப்படுகின்றது. ‘காடுகெழு செல்வி, கடல்கெழு செல்வி’ ஆகிய தொடர்களால் தாய்த் தெய்வம் சுட்டப்படுகின்றது. பிற்காலத்தில் வந்த அம்மன் என்ற சொல்லைப் போல ‘செல்வி’ என்ற சொல் முற்காலத்தில் பயன்படுத்தப் பெற்றுள்ளது. ‘அம்மன்’ என்ற சொல்லுக்குச் ‘சீமாட்டி’ அல்லது ‘உயர்குடிப் பெண்’ என்பது பொருளாகும்.

அக்காலத்தில் தாய்த் தெய்வம் இப்போது போல ஊரின் நடுவில் இருக்கவில்லை. அதன் வாழிடம் காட்டுக்குள் இருந்தது. தாய்த் தெய்வத்தின் வழிபாட்டில் 'துணங்கைக் கூத்து' நடைபெறும். இந்த முற்குறிப்புகளோடு பின்வந்த திருமுருகாற்றுப்படை அவளுக்குப் 'பழையோள்' (பழையவள்) என்ற பெயரையும் கொடுத்து முருகனை அவள் மகனாகவும் ஆக்கிவைக்கின்றது. சிலப்பதிகாரம் பிறந்த காலத்தில் அவள் தந்தைத் தெய்வத்தின் (சிவனின்) மனைவி ஆக்கப்படுகின்றாள். அதன் பின்னர் கிழக்கிந்தியப் பகுதியில் இருந்து வந்த காளி வழிபாடும் அது குறித்த கதைகளும் பழைய தாய்த் தெய்வ வழிபாட்டோடு இணைக்கப்பட்டன. இந்த இணைப்பு வைதீக மதத்தின் எழுச்சியால் உருவானதாகும். வைதீகம் முழுமையாகத் தமிழ்நாட்டில் வெற்றி பெற்றபோது தாய்த் தெய்வம் சிவனின் மனைவியாகவும் திருமாலின் தங்கையாகவும் ஆக்கப்பட்டாள். அவளுடைய தோற்றக் கூறுகளை அடையாளம் காட்டும் தனித்தன்மைகள் ஓரளவு மறைக்கப்பட்டது; அவள் குடும்ப அமைப்பின் அச்சாணியாக மாற்றப்பட்டாள்.

இருந்தபோதும் வைதீகத்தின் முயற்சிகளால் தாய்த் தெய்வத்தின் தனித்தன்மையை 'முற்றிலுமாக' அழித்துவிட முடியவில்லை. சிவன், திருமால் ஆகிய பெருந்தெய்வக் கோவில்களில் அம்மன், தாயார் ஆகிய பெயர்களில் தாய்த் தெய்வம் குடியமர்த்தப்பட்டுள்ளது. இருந்தபோதிலும் 'ஆண் வாடையின்றித்' தனியாக தாய்த்தெய்வம் அமர்ந்துள்ள கோவில்களே தமிழ்நாட்டில் இன்றும் அதிகம் காணப்படுகின்றன. தாய்த் தெய்வங்கள் அனைத்தும் கையில் ஆயுதம் ஏந்தியுள்ளன என்பதே இவற்றின் தனித்தன்மையாகும். ஒரேயொரு வலிமையான கூறாக மட்டும் வைதீகத்தின் சாயல் தாய்த்தெய்வ உருவங்களின் மீது காணப்படுகிறது. தாலியின் மாற்று வடிவமாகப் 'பொட்டு' எனும் அணிகலன் தாய்த் தெய்வத்தின் கழுத்தில் சூட்டப்பட்டுள்ளது. இந்த ஒன்றைத் தவிர வேறு எந்த மாற்றத்தையும் வைதீகத்தால் தாய்த் தெய்வத்தின் மீது உண்டாக்க முடியவில்லை. வடக்கு நோக்கி அமர்ந்திருத்தல், கையில் ஆயுதம் ஏந்தியிருத்தல், தலையில் பெரும்பாலும் அக்கினி (தீச்சுவாலை) மகுடம் கொண்டிருத்தல், கழுத்தில் காறையும் பொட்டும் அணிந்திருத்தல், நிமிர்ந்த முகம் ஆகியவை தாய்த் தெய்வத்தின் தனி அடையாளங்களாகும். வழிபாட்டு முறைகளில் பொங்கலும் முளைப்பாரியும் சாமியாட்டமும் இரத்தப் பலியும் தாய்த் தெய்வத்தை அடையாளம் காட்டும் தனிக்கூறுகளாகும். அண்மைக்காலமாகத் திருவிழா நாட்களில் மட்டும் தாய்த் தெய்வத்தை வைதீகப்படுத்தி பார்ப்பனர்கள் பூசை செய்கின்றனர். ஏனைய நாட்களில் தாய்த் தெய்வத்திற்கான பூசை, பார்ப்பனர் அல்லாத சாதியாராலேயே செய்யப்படுகின்றது.

தெய்வம் என்பதோர்...

தமிழ்நாட்டில் பல்லவ, பாண்டிய, சோழ அரசர்களின் காலத்தில் சைவ, வைணவ சமயங்கள் பேரெழுச்சி பெற்றன. ஆந்திராவின் தென்பகுதி தொடங்கி குமரிவரை அக்காலத்தில் கற்களால் ஆன பெருந்தெய்வக் கோவில்களை அரசர்களும் அதிகாரிகளும் உருவாக்கினார்கள். எழுதப் பெற்ற தமிழக வரலாற்றைப் படிப்பவர்களுக்கு அக்காலத்தில் இவை மட்டுமே தமிழ்ச் சாதியினர் வழிபடும் இடங்களாக விளங்கின என்று தோன்றும். ஆனால் உண்மையில் அந்தக் காலகட்டத்தில் ஒவ்வொரு ஊரிலும் ஏராளமான தாய்த் தெய்வக் கோவில்கள் இருந்திருக்கின்றன. இக்கோயில் அமைந்த இடத்திற்கும் அதற்கு முன்னுள்ள முற்றத்திற்கும் வேறு வழியின்றி அரசர்கள் வரிநீக்கம் செய்திருக்கின்றனர். இவ்வாறு வரி நீக்கம் செய்யப்பட்ட நிலங்களுக்கு ‘இறையிலி நிலம்’ என்று பெயர். ஒவ்வொரு ஊரிலும் ஒன்றோ இரண்டோ பலவாகவோ இவ்வகையான தாய்த் தெய்வக் கோயில்கள் பல்லவ, பாண்டிய, சோழ அரசர்கள் காலத்திலும் இருந்திருக்கின்றன. எடுத்துக்காட்டாக, “மழ நாடான ராஜாச்ரய வளநாட்டுப் பாச்சில் கூற்றத்துக் கீழ்பலாற்றுத் துறையூர்” என்ற ஊரிலிருந்து தாய்த் தெய்வக் கோவில்களைப் பற்றி முதலாம் இராசராசனின் (கி.பி.985–1012) தஞ்சைக் கோயில் கல்வெட்டு பேசுகின்றது. “இவ்வூர் . . . பிடாரி புன்னைத்துறை நங்கை கோயிலுந் திருமுற்றமும், பிடாரி பொதுவகை ஊருடையாள் ஸ்ரீகோயிலுந்திருமுற்றமும், இவ்வூர்க் காடுகள் கோயிலுந்திருமுற்றமும், இவ்வூர்த் துர்க்கையார் கோயிலுந் திருமுற்றமும், இவ்வூர் எறாடு கடக்கம் இவ்வூர்க் காளாபிடாரியார் ஸ்ரீகோயிலுந் திருமுற்றமும், ஐயன் கோயிலுந் திருமுற்றமும் இவ்வூர்ப் பிடாரி குதுரைவட்ட முடையாள் ஸ்ரீகோயிலுந் திருமுற்றமும் இவ்வூர்க் குளமுங் கரையும் ஆக இறையிலி நீங்கு நிலன் . . .” என்பது கல்வெட்டுத் தொடராகும். இக்கோயில்களில் ஐயன் கோவில் என்று குறிப்பிடப் படும் ஐயனார் கோவில் தவிர ஏனையவை அனைத்தும் தாய்த் தெய்வக் கோவில்களாகும். கி.பி. 11ஆம் நூற்றாண்டின் தொடக்கம்வரை தமிழ்ச் சமூகத்தின் பெருந்திரளான மக்கள் தாய்த் தெய்வ வழிபாட்டில் தான் நின்றிருக்கின்றனர் என்பதற்கு இவை போன்ற செய்திகள் அடையாளமாகும். பெருஞ்சமய நெறிக்குள் கரைந்துபோகாமல் தமிழ்ச் சமூகம் தன்னுடைய பண்பாட்டினைத் தகவமைத்துக்கொண்டது என்பதுதான் இதிலிருந்து நமக்குக் கிடைக்கும் செய்தியாகும். ஒற்றைத் தெய்வத்தை முன்னிறுத்தும் பெருஞ்சமய நெறிக்கு மாறாகத் தமிழ்மக்கள் ஒரே ஊரில் பலவகைத் தாய்த் தெய்வங்களை வணங்கி வந்திருப்பது கூர்ந்து கவனிக்கத்தக்க செய்தியாகும்.

கல்வெட்டு குறிப்பிடும் தாய்த் தெய்வக் கோவில்களில் சிற்சில வேறுபாடுகளுடன் கூடிய சடங்குகளும் வழிபாடுகளும் நிகழ்த்தப் பெற்றிருக்க வேண்டும். பின்னர் ஆயிரமாண்டுகள் கழித்தும் இவ்வகையான பண்பாட்டு மரபுகளில் சில இன்று வரை தொடர்ந்து வலிமையாக உயிர் வாழ்கின்றன என்பதும் நாம் உணர வேண்டிய செய்தியாகும்.

தமிழ்நாட்டின் பெருந்தெய்வக் கோயில்கள் சிலவற்றில் குறிப்பாகச் சிவன் கோயில்களில் – தந்தைத் தெய்வத்தைவிட தாய்த் தெய்வம் ஆழ்ந்த பக்திக்கும் பெருத்த மரியாதைக்கும் உரியதாக விளங்குகின்றது. இவற்றோடு சில நுட்பமான சடங்கியல் அசைவுகளும் இக்கோயில்களில் காணப்படுகின்றன. கன்னியாகுமரியிலுள்ள குமரித் தெய்வம், திருநெல்வேலி காந்திமதி அம்மன், மதுரை மீனாட்சி அம்மன் திருவானைக்கா(வல்) அகிலாண்டேஸ்வரி, காஞ்சி காமாட்சி என்பன போன்ற சில தாய்த் தெய்வங்களை இவ்வகையில் நம்மால் குறிப்பிட்டுச் சொல்ல முடியும்.

கன்னியாகுமரியில் உள்ள குமரித் தெய்வம் தமிழர்களின் கடல்துறைத் தெய்வமாகத் தோன்றியிருக்க வேண்டும். ‘கடல்கெழு செல்வி’ என்று சங்க இலக்கியம் (அகநா.370) குறிப்பிடும் பழைய தாய்த் தெய்வமும் அதன் சடங்குமுறை களும் எவ்வாறு மறைந்து போயின என்று தெரியவில்லை. மீனைக் குலக் குழுச் சின்னமாகவும் கொடியாகவும் கொண்ட பாண்டியர் எனும் அரசமரபு தமிழ்நாட்டில் இருந்திருக்கின்றது. அவர்களுடைய தலைநகர்த் தெய்வமும் மீனோடு கூடிய பெயர் பெற்றிருக்கின்றது. சங்க இலக்கியக் குறிப்பின்படி சுறாக் கொம்பை நட்டு வழிபட்ட ‘தென் பரதவர்’ என்னும் சாதியும் பிற மீனவச் சாதிகளும் நெடிய கடற்கரையும் இன்றளவும் தமிழ் நாட்டில் உள்ளன. தமிழகம் முழுவதிலும் பரவலாக நாட்டார் தெய்வப் பெயரிடு முறைகளிலும் மீனா, மீனாள், மீனாட்சி ஆகிய பெயர்களின் செல்வாக்கினை நம்மால் மறுதலிக்கவியலாது. தந்தைத் தெய்வம் இல்லாமல் தனித்த தாய்த் தெய்வமாகத் தமிழ்நாட்டு அரசர்கள் குமரித் தெய்வத்தைக் கொண்டாடி இருக்கின்றனர் என்ற செய்தி கல்வெட்டுக்களால் தெரிய வருகின்றது. இக்குமரித் தெய்வமே சங்ககாலத் தமிழர்களின் ‘கடல்கெழு செல்வியாக’ இருக்க வேண்டும். இந்நினைவுகளில் இருந்தே தமிழ்ப் பௌத்த மரபில் ‘மணிமேகலை’ எனும் கடல் தெய்வம் தோன்றி இருக்க வேண்டும்.

மதுரை மீனாட்சித் தெய்வம் தானே தனியுரிமையோடு முடிசூடி அரசாளும் தெய்வமாகும். இக்கோயில் திருவிழாவில்

திருமணச் சடங்குக்கு முன்னர் அவள் மட்டும் முடிசூடும் 'பட்டாபிஷேகம்' என்னும் திருவிழாச் சடங்கும் 'திக்குவிஜயம்' என்ற பெயரில் அரசி நகரசோதனை செய்யும் திருவிழாச் சடங்கும் நிகழ்த்தப் பெறுகின்றன. 'அவள் அரசியே தவிர அவள் கணவன் அரசன் அல்லன்.' இப்படி ஒரு தனித்தன்மை கொண்ட தெய்வம் இந்தியாவில் வேறெங்கும் இல்லை. சிலப்பதிகாரம் குறிப்பிடும் 'தென்னவன் குலமுதல் கிழத்தி' (பாண்டியரின் குலதெய்வம்) இவளாகவே இருந்திருக்க வேண்டும். இத் தொடர்பையும் தொன்மையினையும் காட்டும் நுட்பமான சான்று ஒன்று அண்மையில் கிடைத்துள்ளது. எருமைத் தலை அரக்கனை அழிப்பதற்காக நவராத்திரித் திருவிழாவில் இவள் தவம் செய்யும்போது எட்டாம் திருநாள் விழாவில் மதுரை மீனாட்சிக்கு வேப்பம்பூ மாலை சூட்டப்படுகின்றது. 'வேப்பம்பூ மாலை சூடுதல்' என்பது தமிழ்நாட்டில் வேறு எங்கும் கண்டும் கேட்டும் அறியாத செய்தியாகும். பாண்டியர்களின் அடையாளப் பூமாலையான வேப்பம்பூமாலையை இத்தெய்வம் சூடிக் கொள்வது இத்தெய்வம் பாண்டியரின் குல தெய்வம் என்ற கருத்தினை உறுதி செய்கின்றது. (பாண்டியர்களின் குடிப்பெயர் களில் ஒன்றாக 'வேம்பன்' என்ற பெயரைச் சிலப்பதிகாரம் குறிப்பிடுவதும் இங்கு கவனிக்கத்தக்கது.)

இவ்வாறே குறிப்பிட்டுச் சொல்லக்கூடிய மற்றொரு தாய்த்தெய்வம் திருஆனைக்கா அகிலாண்டேசுவரி ஆகும். இக்கோயில் மதிற் சுவர்களில், இக்கோயிலில் தன் தலையைத் தானே அரிந்து (நவகண்டம்) கொடுக்கும் வழக்கம் இருந்ததைக் காட்டும் சிற்பச் சான்றுகள் உள்ளன. (இவ்வகைச் சான்றுகள் தொல்லெச்சங்களாகத் தமிழ்நாட்டில் பல கோயில்களில் காணக் கிடைக்கின்றன.) இக்கோயிலில் நண்பகல் ஒரு வேளையில் ஆண் பூசாரி சேலையைத் தன் உடம்பில் சுற்றிக்கொண்டுதான் பெண்ணாக மாறியதாகப் பாவனை செய்துகொண்டு பூசை செய்யும் வழக்கம் நடைமுறையில் உள்ளது. இதன் பொருள் இக்கோயில், ஒரு காலத்தில் நரபலி பெறும் உக்கிரமான தாய்த் தெய்வக் கோயிலாகத் தோன்றியிருக்க வேண்டும் என்பதுதான். இக்கோயிலை வைதீகமயப்படுத்திப் பிற்காலத்தில் தந்தைத் தெய்வக் கோயிலாக ஆக்கியுள்ளார்கள். வைதீகமயப்படுத்தும் முறைகளில் ஒன்று ஸ்ரீசக்கர பிரதிஷ்டை செய்தல் (தெய்வத்தின் அடங்காச் சினத்தைக் குறைக்கும் மந்திரங்களைச் செப்புத் தகட்டில் எழுதித் தலைவாசலில் பதித்தல்) ஆகும்.

இது ஒரு பார்ப்பனக் கதையாடலாகும். திருவானைக்கா கோயிலில் ஆதிசங்கரர் ஸ்ரீசக்கர பிரதிஷ்டை செய்து 'தாடங்கம்' என்னும் காதணி ஒன்றை இத்தெய்வத்திற்கு அளித்தார்

என்பது பார்ப்பனர்கள் கூறும் கதையாகும் (இக்கதையினைப் பயன்படுத்திக்கொண்டு இப்போதுள்ள சிருங்கேரிக் கிளைமட மான காஞ்சி மடத்து சங்கராச்சாரியார் தாடங்கம் செய்து கொடுத்துள்ளார் என்பதும் குறிப்பிடத்தக்கது.) காஞ்சி காமாட்சி யம்மன் கோவில் இப்போது சங்கராச்சாரியார் கட்டுப்பாட்டில் உள்ளது. வாய்மொழி வழக்காறுகளின்படி சங்கராச்சாரியார்கள் கைப்பற்றுமுன் இக்கோயில் 'விசுவ கருமாக்கள்' எனப்படும் கம்மாளர் சாதியார்க்குச் சொந்தமானது. வரலாற்று ஆராய்ச்சி யாளர்கள் இக்காமாட்சித் தெய்வம் கௌதமபுத்தரின் தாயான தாராதேவி வழிபாட்டிலிருந்து தோன்றியிருக்க வேண்டும் எனக் கருதுகின்றனர். தமிழ்நாட்டுச் சிற்றூர்களில் இன்றளவும் காமாட்சித் தெய்வம் சிறு தெய்வமாகவே கருதப்படுகின்றது. காஞ்சிபுரத்தில் மட்டுமே இது வைதீக சமயத் தெய்வமாகும். தமிழ்நாட்டில் தெலுங்கு மொழி பேசும் பொற்கொல்லர்கள் பங்காரு காமாட்சி (தங்கக் காமாட்சி) என்னும் தெய்வத்தையே குல தெய்வமாக வழிபடுகின்றனர் என்பதும் இங்கே குறிப்பிடத்தக்கது.

சங்க காலத்துக் கோயில்கள் பெரும்பாலும் மண்ணாலும் செங்கற்களாலும் மரச்சட்டங்களாலும் அமைக்கப்பட்டிருந்தன. பக்தி இயக்க எழுச்சியின்போது இவையும் பெருந்தெய்வக் கோயில் களைப் போலக் கற்கோயில்களாக மாற்றப்பட்டதுண்டு. சங்க இலக்கியங்களில் கோயில்களைக் குறிக்க வரும் 'கோட்டம்' என்ற சொல் கி.பி. 8, 9ஆம் நூற்றாண்டு வரை தமிழ்நாட்டில் வழங்கி வந்திருக்கின்றது. இவற்றுள் 'காமக் கோட்டம்' என்ற சொல்லே தாய்த் தெய்வக் கோயில்களைக் குறித்ததாக இருக்க வேண்டும். காஞ்சிபுரம் காமாட்சியம்மன் கோயில் இன்றளவும் 'காமக் கோட்டம்' என்றே வழங்கப் பெறுகின்றது. பார்ப்பனச் சொல்லாடல் இதனையே 'காமகோடி' என்று தன்மயமாக்கி வைதீகமயப்படுத்தியிருக்கின்றது.

9ஆம் நூற்றாண்டுக் கல்வெட்டுகள் சிலவற்றில் 'காமக் கோட்டம் அழித்தார் பட்ட பாவம்' என்ற தொடர் காணப் படுகின்றது. இது, ஏதோ சில காரணங்களுக்காகக் காமக் கோட்டங்கள் என்னும் 'தாய்த் தெய்வக் கோயில்கள்' அழிக்கப் பட்ட வரலாற்று உண்மையை உணர்த்துகின்றது. அவை, தந்தைத் தெய்வக் கோயிலாக மாற்றப்படுவதற்காக வைதீக சமயத்தவ ரால் அழிக்கப்பட்டிருக்கலாம். பொதுவாக பக்தி இயக்கம் ஆணாதிக்க உணர்வினை முன்னிலைப்படுத்தியதே இதற்குக் காரணமாக இருக்க வேண்டும். தாய்த் தெய்வக் கதைகளும் சடங்குகளும் பலமுனைப்பட்டவையாக அமைகின்றன. அவற்றுள் பெரும்பாலானவற்றில் மக்களைக் காப்பாற்றுவதற் காகத் தாய்த் தெய்வம் ஆயுதம் ஏந்துவதையோ அருள்

செய்வதையோ வழக்கமாகக் கொண்டுள்ளன. பொதுவாகத் தாய்த் தெய்வங்கள் ஆறாத சினம் கொண்டவை. எனவேதான் அவை அக்கினி மகுடம் (நெருப்புச் சுவாலையால் ஆன தலையணி) உடையனவாகக் காணப்படுகின்றன. விதிவிலக்காகத் தாய்த் தெய்வக் கதைகள் கொலை செய்த கணவனைப் பேயாக வந்து பழி வாங்கிய 'நீலி' என்னும் இயக்கி கதையினையும் அழுக்குக்கும் வறுமைக்கும் அடையாளமான, ஒரு காலத்தில் பரவலாக வழிபடப் பெற்ற 'மூதேவி' தெய்வ வழிபாட்டினையும் ஏற்றுக் கொண்டது ஆய்வுக்குரிய செய்தியாகும்.

இது போலவே, 'மாகாளம்' என்னும் வழிபாட்டுத் தலங்களைத் தமிழக வரலாற்றில் பார்க்கிறோம். உஞ்சேனை மாகாளம், அம்பர் மாகாளம் எனச் சில மாகாளத் தலங்கள் தேவாரத்தில் குறிக்கப்படுகின்றன. மாகாளி, உஜ்ஜயினி, மாகாளி ஆகிய பெயர்களோடு (உச்சினி) மாகாளி என்னும் தாய்த் தெய்வ வழிபாடும் தமிழ்நாட்டில் பரவலாகக் காணப்படுகின்றது. வடநாட்டில் உள்ள உஜ்ஜயினி, ஒரு மாகாளத் தலமாகும். இத்தலத்தில் உள்ள காளி தேவியே காளிதாசனுக்குக் கவிஞனாக வரங்கொடுத்தவள். தமிழ்நாட்டில், 'காளி', என்ற சொல்வழக்கு முதன் முதலில் சிலப்பதிகாரத்திலேயே காணப்படுகிறது. எனவே காளி வழிபாட்டுத் தலங்களான மாகாளத் தலங்களும் பின்னர் தந்தைத் தெய்வக் கோயில்களோடு சைவப் பெருஞ்சமயத்தில் இணைக்கப்பட்டிருக்க வேண்டும்.

வட்டாரம், சாதி ஆகியவற்றைத் தவிர்த்துவிட்டு தாய்த் தெய்வங்களைப் பற்றி ஒரு பறவைப் பார்வை செலுத்தினால் அடிப்படையான சில பொதுக் கூறுகளை நம்மால் இனங்காண முடிகின்றது. பெருந்தெய்வக் கோயில்களைப்போல வரையறுக்கப் பட்ட விழாநாட்கள் அங்கே முக்கியத்துவம் பெறுவதில்லை. மாறாக, சடங்குகளே தாய்த் தெய்வக் கோயில்களில் முதன்மை பெறுகின்றன; அங்கு நடைபெறும் கொண்டாட்டங்களில் செல்வாக்கு செலுத்துகின்றன. எனவே தாய்த் தெய்வங்கள் பெரும்பாலும் சடங்கியல் சமயச் (*Ritualisitc religion*) சார்பையே வெளிப்படுத்துகின்றன. தாய்த் தெய்வ வழிபாட்டின் தொன்மைக்கு இஃதொரு வலிமையான சான்றாகும். பெருஞ்சமயப் புயலுக்குள் சிக்காமல் தாய்த் தெய்வங்கள் தனித்து நிற்பதற்கும் இதுவே வலிமையான காரணமாகும்.

தாய்த்தெய்வ வழிபாட்டின் மூல வடிவமான 'யோனி'த் தெய்வ வழிபாடு இன்னும் தமிழ்நாட்டுக் குடும்பங்களில் நடைமுறையில் உள்ளது என்பது நமக்கு வியப்பான செய்தி யாகும். இத்தெய்வத்துக்கான வடிவங்கள், முகம் இல்லாமல் (முகத்துக்குப் பதிலாகத் தாமரை உள்ளது) ஒன்றிரண்டு மட்டுமே

நமக்குக் கிடைத்துள்ளன. பெரும்பாலான தமிழர் வீடுகளில் (பிறந்த குழந்தை உயிரோடு இருந்தால்) வீட்டின் உள்ளாகவோ வீட்டின் பின்புறமாகவோ மகப்பேற்றுத் தீட்டைக் கழிப்பதற்குச் செய்யும் சடங்கானது யோனித் தெய்வ வழிபாடே ஆகும்.

தாய்த் தெய்வ வழிபாட்டின் மற்றுமொரு கூறு. அத்தெய்வம் தன்னுடைய ஆற்றலை ஆண்டுதோறும் புதுப்பித்துக்கொள்வது ஆகும். விசயநகர ஆட்சியின் வருகைக்கு முன்னர் தமிழ்நாட்டு அம்மன் கோயில்களில் எருமைத் தலை அரக்கனைக் கொல்லும் நவராத்திரித் திருவிழா நடைபெற்றதற்கு நமக்குத் தெளிவான வரலாற்றுக் குறிப்புகள் ஏதும் இல்லை. விதிவிலக்காக இளங்கோவடிகள் மட்டும், கொற்றவையினை 'கானத்து எருமைக் கருந்தலை மேல் நின்றாயால்' எனக் குறிப்பிடுகிறார். ஆனால் ஆண்டுக்கொரு முறை கோடை காலத்தில், 'சூறை' என்னும் திருவிழா நடைபெற்றது (இன்றும் தென்மாவட்டங்களில் சில ஊர்களில் நடத்தப்படுகின்றது). இந்தத் திருவிழாவில் குறிப்பிடத்தகுந்த நிகழ்வு ஒன்று உண்டு. அதாவது, தாய்த் தெய்வத்தை அந்த நாளில் அதற்குரிய கோயிலில் வழிபடாமல் ஊர்ப் பொதுவிடத்தில் அல்லது மந்தையில் ஒருநாள் தற்காலிக மாகத் திருநிலைப்படுத்துகிறார்கள்; வழிபாடு செய்கின்றார்கள். இத்திருவிழாவில் தெய்வ உருவம் ஊர்வலமாக எடுத்துச் செல்லப் படுவதில்லை. அதற்கு மாற்றாக கோமறத்தாடியே (முதல் சாமியாடியே) தெய்வத்தின் பிரதிநிதியாக ஊரினைச் சுற்றி வருகின்றார். தெய்வத்திற்குக் கூழ் சமைத்துப் படைக்கப்படுகின்றது. பின்னர் அக்கூழ் ஊர்மக்கள் அனைவருக்கும் பகிர்ந்தளிக்கப்படு கின்றது. தாய்த் தெய்வத்திற்கான ஊட்டு விழாவாகப் பெருமளவு இவ்விழாவினைக் கருதலாம்.

தாய்த் தெய்வத்தின் தோற்றக் கூறுகளில் சிலவும், வழிபாட்டின் பொதுக் கூறுகளில் சிலவுமே இக்கட்டுரையில் காட்டப்பட்டுள்ளன. தமிழகம் முழுவதும் தாய்த் தெய்வத்தின் தனித்த கூறுகள் பெருநூல் அளவுக்குப் பேசப்பட வேண்டியவை.

இனி, இத்தாய்த் தெய்வங்களின் பெயர்களில் சிலவற்றைக் குறிப்பிட்டுக் காணலாம். இப்பெயர்கள் வைதீகச் சார்பின்றித் தாய்த் தெய்வத்தின் தனியாளுமையினை விளக்கக்கூடிய பெயர்களாகும். 'வெயிலுகந்தாள்', 'கருக்கினிலமர்ந்தாள்', 'வாள்மேல் நடந்தாள்' என்பவை அவற்றுள் சிலவாகும். இவற்றுள் வெயிலுகந்தாள் என்பது வெயில்(கோடை) காலத்தில் வெப்புநோயை வழங்குகின்ற 'மாரி'யம்மனுக்கு மக்கள் வழங்கிய மற்றொரு பெயராகும். 'கருக்கினில் அமர்ந்தாள்' என்பது பனைமரத்தில் குடியிருப்பதாக நம்பப்பெறும் ஒரு தாய்த் தெய்வத்தின் பெயராகும். 'வாள்மேல் நடந்தாள்' என்பது போர்த்

தெய்வமான தாய்த் தெய்வத்தைக் குறிக்க எழுந்த பெயராகும். அரசர்கள் போருக்குப் புறப்படுவதற்கு முன்னர் வாளினையும் குடையினையும் வடதிசையினை நோக்கி வைப்பதான குறிப்புகள் இலக்கியங்களில் காணப்படுகின்றன. இது சடங்கு நிகழ்வாக இருத்தல் வேண்டும். எனவே 'வாள்மேல் நடந்தாள்' என்பது மன்னர்களின் காலத்தில் கொற்றவையின் பெயராக இருத்தல் வேண்டும்.

இதுபோன்ற பெயர் வழக்குகள் தமிழ்நாட்டில் வட்டார வேறுபாடு உள்ளனவாக அமைந்திருக்கின்றன. தென் தமிழ் நாட்டில் அம்மன் என்பதாக முடியும் பெயர்கள் தமிழ்நாட்டில் வடபகுதியில் 'ஆயி' என்பதாக வழங்கப்பெறுகின்றன. எடுத்துக் காட்டாக, 'குழுமாயி', 'பூமாயி', 'பெரியாயி', 'சிலம்பாயி' என்பவற்றைக் குறிப்பிடலாம்.

இன்னும் சில தாய்த் தெய்வங்கள் குறிப்பிட்ட மக்கள் திரளுக்குரியவையாக அமைகின்றன. இன்று, அவை பொதுப்பட எல்லோராலும் வணங்கப்படுகின்றன. என்றாலும் குறிப்பிட்ட சில சாதியாருக்கு அவை பெரிய அளவில் 'உணர்வு உரிமை' உடையனவாகக் காணப்படுகின்றன. எடுத்துக்காட்டாக, தமிழ்நாட்டில் 'பத்திரகாளி' அம்மனைப் பெருமளவு நாடார் சாதியினரே வணங்குகின்றனர். 'பத்ரம்' என்ற வடமொழிச் சொல்லுக்கு ஓலை என்பதே பொருளாகும். நாடார் என்று இக்காலத்தில் அறியப்படும், மரபு வழியாகப் பனைத் தொழிலோடு தொடர்புகொண்ட மக்கள் திரளின் 'கணத்' *(clan)* தெய்வமாக இத்தெய்வம் தோன்றியிருக்க வேண்டும். அதுபோலவே ஆசாரி என்ற அறியப்படும் கம்மாளச் சாதியினர் பெரும்பாலும் 'காமாட்சி' அம்மனைக் குடித்தெய்வமாகக் கொண்டுள்ளனர். இவர்களில் தெலுங்கு பேசுபவரே பங்காரு (தங்கம்) காமாட்சியை வணங்குபவர்கள். இவ்வாறாகத் தமிழ் நாட்டில் பல நூறு தாய்த் தெய்வங்களை அடையாளம் காண முடியும். தமிழ்நாட்டில் பரவலாக அறியப்படும் மற்றொரு தாய்த்தெய்வத்தின் பெயர் 'லோகநாயகி', 'லோகாம்பாள்' என்பதாகும். இது மேலோர் மரபு சார்ந்த தெய்வப் பெயர் போலவே தோன்றுகின்றது. தென் மாவட்டங்களில் இப்பெயரே உலகம்மை, உலகநாயகி என்று வழங்கப்படுகின்றது. இப்பெயர்க் குரிய தெய்வங்கள் அரச குடும்பத்தையோ அரசு அதிகாரிகள் குடும்பத்தையோ சேர்ந்தவையாகவோ இருக்க வேண்டும். இவை ஏதோ ஒரு காரணத்தால் சமாதி (பள்ளிப்படை) செய்யப்பெற்ற அரச குடும்பத்துப் பெண்களை வழிபடுவதற்காக உருவாக்கப்பட்ட கோயில்களாகும். எளிய குடிமக்களில் பெண்களுக்காகச் சமாதிக் கோயில் எழுப்பும் வழக்கம் இல்லை. அரசதிகாரம் சார்ந்த

குடும்பத்துப் பெண்களுக்கு மட்டும் விதிவிலக்காக இவ்வகைக் கோயில்கள் அமைந்திருக்கின்றன.

மேற்கூறியவை அனைத்தும் கோயில்களில் திருநிலைப் படுத்தி வணங்கப்பெறும் தாய்த் தெய்வங்களாகும். கோயில் என்றொரு இடமின்றி வழங்கப்பெறும் வீட்டுத் தெய்வங்களும் உண்டு. அவை பற்றி அடுத்துக் காணலாம். பொதுவாக, தமிழ்க் குடும்பங்களில் திருமணம் போன்ற நன்னிகழ்ச்சியை எதிர் கொள்கின்றபோது குறிப்பிட்ட சில தெய்வங்களை வணங்குகிற மரபு ஒன்று நடைமுறையில் இருக்கிறது. இவ்வாறு வழிபடப் பெறும் தாய்த் தெய்வங்கள் மானிடப் பெண்ணாக வாழ்ந்து மறைந்தவையாகும். திராவிட மொழி பேசும் மக்களிடத்தில் தாய்த்தெய்வ வழிபாட்டு உணர்வு மிக ஆழமாக வேரூன்றி யுள்ளது என்பதனை வேறுசில சான்றுகளாலும் அறிய முடிகின்றது.

கத்தோலிக்கக் கிறித்தவமதம் தென் தமிழ்நாட்டுக் கடற்கரை யில் கி.பி. 16ஆம் நூற்றாண்டின் தொடக்கத்தில் கால் கொண்டது. தேவகருவாக ஒரு மானிடத்தாய் வயிற்றில் உருவாகியவர் இயேசுநாதர். மனிதனுக்காக மண்ணில் தன் பாடுகளைக் கழித்துவிட்டு மணவாழ்க்கையின்றி விண்ணுலகை எய்தியவர். தமிழ்நாட்டுக் கத்தோலிக்க கிறித்துவத்தில் இயேசுநாதரைப் போலவே அவருடைய தாய் மரியாளும் வழிபடப்படுகிறார். தொடக்கக் கால கத்தோலிக்கக் கிறித்தவமதப் பரப்புநர்கள் திராவிடப் பணபாட்டில் தமிழ் மண்ணின் – தாய் வழிபாட்டுணர் வினை நன்றாக உள்வாங்கிக்கொண்டனர். திருச்சி மாவட்டம் ஏலாக்குறிச்சியில் தூய மரியாளின் பெயரில் 18ஆம் நூற்றாண்டில் ஒரு கோயிலைக் கட்டினார் வீரமாமுனிவர். பெஸ்கி எனும் இயற்பெயருடைய அவர் இத்தாலி நாட்டுக்காரர். தான் கட்டிய கோயிலில் தாய் மரியாளுக்கு அவர் 'பெரிய நாயகி' என்ற பெயரிட்டார். அவர் அங்கு அமைத்த குடியிருப்பிற்கு ' அன்னையின் காவலில் உள்ள ஊர்' எனப் பொருள்படுமாறு 'திருக்காவலூர்' என்று பெயரிட்டார். தமிழ்நாட்டில் கிராமப் புறங்களில் அமைந்த தொடககால கத்தோலிக்கக் குடியிருப்புகள் பல 'காவனூர்', 'காவலூர்' என்று பெயரிடப்பட்டன. 'காவல் உணர்வு' என்பது தாய்த்தெய்வம் வழங்குகின்ற பாதுகாப்பு உணர்வாகும். வீரமாமுனிவர் 'அன்னை அழுங்கல் அந்தாதி', 'திருக்காவலூர்க் கலம்பகம்', 'பெரிய நாயகி பேரில் பதிகம்' ஆகிய நூல்களையும் அப் பெரியநாயகி பேரிலேயே பாடினார். "உருவில்லா உருத்தாங்கி உலகிலொரு மகனுதிப்ப கருவில்லாக் கருத்தாங்கி கன்னித்தாய் ஆயினையே" என்றும் பெரியநாயகியைப் பாடினார் அவர். பெரிய நாயகி என்பது பழைய தாய்த் தெய்வத்தை நினைவுபடுத்தும் பெயராகும். முத்தாரம்மன்,

முத்தியாலு அம்மன் ஆகிய பெயர்களும் அவ்வாறு அமைந்தவையே. முதலாம் இராசராசன் கட்டிய தஞ்சைப் பெரிய கோயிலில் அம்மனின் பெயர் பெரியநாயகியே ஆகும். இந்த உணர்வோடு தான் கத்தோலிக்கக் கிறித்துவத் தேவாலயங்களை, கிறித்துவர் அல்லாத மக்கள் 'இயேசு கோயில்' என்பதற்குப் பதிலாக 'மாதா கோயில்' என்று பெயரிட்டழைத்து வருகின்றனர்.

வைதீகச் சார்பற்ற எளிய தமிழ் மக்கள் இவ்வாறு பிற சமயத் தெய்வங்களையும் தமதாக ஏற்றுக்கொள்ளும் சனநாயகத் தன்மை உடையவர்களாக இருந்தார்கள்; இருக்கின்றார்கள். நெல்லை, குமரி மாவட்டங்களில் பரவலாக வணங்கப்பெறும் இசக்கி யம்மன் ஒரு சமண சமயத்தெய்வமாகும். சமணமதம் தென்தமிழ் நாட்டில் கி.பி. 13ஆம் நூற்றாண்டுக்குப் பின்னர் பூண்டற்றுப் போயிற்று. ஆனால், 'அம்பிகா யக்ஷி' என சமணப் புராணங்களில் கூறப்பெறும் இசக்கியம்மன் மட்டும் அதே பெயரிலும் பகவதி யம்மன் என்ற பெயரிலும் பல சிற்றூர்களில் இன்றளவும் வழிபடப்பெறுகின்றது. இதனைப்போலவே தமிழ்நாட்டின் வட மாவட்டங்களில் வழிபடப்பெறும் பொன்னியம்மனும் 'ஜ்வாலா மாலினி' என்ற சமணசமயப் பெண் தெய்வமே ஆகும். சமணமதம் வேரற்றுப் போனாலும் அம்மதம் உருவாக்கி வைத்திருந்த தாய்த் தெய்வங்களை வைதீகத்திற்கு அடிமைப் படாத எளிய மக்கள் – குறிப்பாகப் பெண்கள் – தங்களுடைய வழிபாட்டுக்குரிய தெய்வங்களாக ஏற்றுக்கொண்டு அக்கோயில் களைப் பேணிக் காத்து வருகின்றனர்.

தமிழ்நாட்டில் பரவலாக வழிபடப்படும் தாய்த் தெய்வங்களை ஏழெட்டு வகைகளுள் அடக்கிவிடலாம். முதலாவது வகை. ஊர்ப்பொதுத் தெய்வமாக அமைந்தவை. நான்கு அல்லது எட்டுக் கைகளோடு அமைந்து எல்லாக் கைகளிலும் ஆயுதங்கள் ஏந்தி எருமைத்தலை அரக்கனைக் கொன்றொழிப்பவை. இக்கோயில்கள் விதிவிலக்காக அன்றி வடக்கு நோக்கியே அமைந்திருக்கும். ஊரின் நடுவிடம் அல்லது மந்தையே இத்தெய்வங்களின் இருப்பிடமாக அமையும். இரண்டாவது வகையாக மாரியம்மனைக் குறிப்பிட லாம். 'மாரி' என்ற சொல்லுக்கு மழை என்று பொருள். முறையான ஊர் வழிபாடு பெறாத காலத்தில் இத்தெய்வம் சினங்கொண்டு மழையினை நிறுத்திவைத்துவிட்டு வெப்பு நோயினைப் பரப்பி விடும். மனிதர்களோடு மட்டுமன்றிக் கால்நடைகளுக்கும் இத் தெய்வம் வெப்பு நோயை (கோமாரி) வழங்கித் தண்டிக்கும். அக்கினி மகுடம் கொண்ட இத்தெய்வத்திடம் அடியவர்கள் தாங்கள் அக்கினிச்சட்டி ஏந்தித் தங்களை ஒறுத்துக்கொண்ட அருள் வேண்டி நிற்பது வழக்கம்.

இருட்டிலும் தன்னை வழிபடும் மக்களின் கனவிலும் மட்டும் வாழும் பேச்சி (பேய்ச்சி) அல்லது 'வனப்பேச்சி' அம்மன் மக்களை அச்சுறுத்தும் வகையினைச் சார்ந்தது. இத் தெய்வத் தினை அமைதிப்படுத்த கோழி போன்ற சிறுவகை இரத்தப் பலிகள் கொடுக்கப்படுவதும் வழக்கம். 'பே' என்ற தமிழ்வேர்ச் சொல்லுக்கு அச்சம் என்பது பொருளாகும்; இது மூன்றாவது வகையாகும்.

மற்றொரு வகைத் தெய்வங்கள் பத்தினியம்மன், தீப்பாய்ச்சியம்மன் என்ற பெயரில் பாலியல் வன்முறைக்கு ஆளானவையாகும். இன்னுமொரு வகைத் தெய்வங்கள் குறிப்பிட்டுச் சொல்லப்பட வேண்டியவை. மறைந்துவிட்ட சாக்த வழிபாட்டின் எச்சங்களாகவும் காபாலிக, காளாமுக வழிபாட்டோடு தொடர்புடையதாகவும் இவை கருதப்படுபவை. இத்தெய்வங்களுக்கான வழிபாடுகள் பெரும்பாலும் சடங்குகளாக அமைகின்றன. இச்சடங்குகள் சுடுகாடு அல்லது சுடுகாட்டின் அண்மையில் நிகழ்த்தப்படுவதும் இவற்றில் மனித எலும்புகள் இடம் பெறுதலும் ஆராய்ச்சிக்குரியவையாகும். இத்திருவிழாக்கள் சில இடங்களில் 'மயானக் கொள்ளை' அல்லது 'மயானக் கொல்லை' என அழைக்கப்படுகின்றன. கோவை மாவட்டத்தில் நிகழ்த்தப் பெறும் 'மசானி' அம்மன் வழிபாடும் இந்த வகையைச் சார்ந்த தாகும். 'ஸ்மசானம்' என்ற வடசொல்லே மசானம் – மயானம் – மாசானம் – மாசானி என மாறிமாறித் திரிந்து வந்துள்ளது. தென் மாவட்டங்களில் மாசானம் என்பது ஆண்பாற் பெயராகவும் வழங்கி வருகின்றது. இவற்றைச் சுடலைத் தெய்வங்கள் என்று வகைப்படுத்தலாம்.

தமிழகத்தின் தாய்த் தெய்வங்களில் தனித்துப் பேசக்கூடிய பிறிதொரு வகை, தெலுங்கு மக்களோடு தமிழ்நாட்டுக்குக் குடிபெயர்ந்து வந்த தெய்வங்களாகும். முத்தியாலம்மன், ரேணுகா தேவி, சீதளாதேவி, எல்லம்மன் (எல்லையம்மன்) ஆகியவை இந்த வகையினைச் சேர்ந்தவையாகும். இவற்றுள் சீதளா(குளிர்ந்த) தேவி என்பது மாரியம்மனின் தெலுங்கு வடிவமாகும். வண்ணார் வீட்டில் வளர்க்கப்பெறும் முளைப்பாரியோடு வணங்கப் பெறும் ரேணுகாதேவி மாரியம்மன் மாற்று வடிவமாகும்.

மூத்தாயி (மூத்த ஆய்) அல்லது முத்தாயி, முத்தாச்சி 'அரியநாச்சி', 'அரியாக் கிழவி' ஆகிய பெயர்களில் வழங்கப்படும் தெய்வங்களையும் நோக்க வேண்டும். இவற்றை வழிபடு வோருக்குக் குறைந்தது நான்கைந்து தலைமுறைகளுக்கு இவை முற்பட்டவையாம். நினைவுகளை மட்டுமே முன்னிறுத்திக் கொண்டு இவ்வகைத் தாய்த் தெய்வங்களை அக்குடும்பத்தினர் தங்கள் 'குலமுதல்வி'யாகக் கொண்டாடுகின்றனர். மிகச்சில

இடங்களில் அரியாக்கிழவி என்ற பெயரோடு குலதெய்வக் கோயில்களில் இத்தெய்வங்களுக்குச் சிறு சிலை வடிவில் ஓர் இடம் அளிக்கப்படுவதும் உண்டு. குடும்பத் தெய்வங்களில் மற்றொரு வகை 'கன்னி' ஆகும். பூப்பெய்தும் பருவத்திலோ, பூப்பெய்திய பிறகோ, இளவயதில் இறந்துபோன பெண்கள் குடும்பத்திற்குரிய கன்னித் தெய்வமாக்கப்படுகின்றனர். இவற்றுக்குப் படைக்கப்படும் சிற்றாடைகளுக்குக் 'கன்னிச் சிற்றாடை' என்று பெயர். மஞ்சள் வண்ணத்தில் சிவப்புக் கரைகளோ கட்டங்களோ இடப்பட்ட, ஏறத்தாழ மூன்று முழம் உள்ள சிறுவகைச் சேலையாகும் இது. விஜயநகர ஆட்சிக் காலத்தில் பாவாடையும் ஆங்கிலேயர் காலத்தில் கவுனும் அறிமுகம் ஆவதற்கு முன்னர் தமிழகத்துப் பெண்பிள்ளைகள் இவ்வகையான ஆடையையே அணிந்திருந்தனர். மூன்றாவது வகையான குடும்பத் தெய்வங்கள் சற்று ஆழமான பார்வைக்கு உரியனவாகும். திருமணமாகிக் குழந்தை பெற்று மிக இளவயதில் இறந்துபோன பெண்களும் குடும்பத் தெய்வங்கள் ஆவார்கள். இவ்வகைத் தெய்வங்களுக்குப் பொதுவாக வழங்கும் பெயர் 'மாலையம்மன்' ஆகும். 'கன்னித் தெய்வமல்ல', 'மணமாலை சூடியவள்', 'பெற்றுப் பெருகியவள்' என்பதே இங்கு மாலை என்ற சொல் உணர்த்தும் பொருளாகும். திருமணம் உறுதி செய்யப்பட்டுவிட்டால் 'பெண்ணுக்கு மாலை பூத்துவிட்டது' என்ற சொல்லாடலைத் தென்மாவட்டங்களில் இன்றும் நிறையவே கேட்கலாம்.

தமிழகத்தின் தாய்த்தெய்வ வழிபாடு நூற்றுக்கணக்கான பரிமாணங்களை உடையது. இப்பரிமாணங்கள் அத்தெய்வங்கள் வழிபடப்பெறும் வட்டாரத்தின் சமூக அரசியல் வரலாற்றோடு தொடர்புடையன. இவ்வரலாற்று அசைவுகளை அளந்தறியவும் எழுதிக் காட்டவும் ஆய்வாளர்களும் நூற்றுக்கணக்கில் தேவைப் படுகின்றனர். இத்தேவை நிறைவு செய்யப்படும்போதுதான் தமிழகச் சமுதாய வரலாற்றின் உறுதியான அடித்தளம் கட்டியமைக்கப் பெறும் என்பதில் ஐயமில்லை.

பழையனூர் நீலி கதை

தமிழ் இலக்கியங்கள் காலந்தோறும் ஒருதலைச் சார்பான கருத்து நிலையினையே பெரும்பாலும் காட்டியிருக்கின்றன. அவற்றின் தொகுப்பு முறையும் அவ்வாறுதான் அமைந்துள்ளது. விதிவிலக்காகவே சில வரலாற்று நிகழ்வுகளும் துணுக்குகளும் தமிழ் இலக்கியங்களில் அங்கங்கே பதிவுசெய்யப்பட்டுள்ளன. அவற்றுள் ஒன்று பழையனூர் நீலி கதை.

கி.பி. ஏழாம் நூற்றாண்டில் வாழ்ந்த திருஞான சம்பந்தர் இக்கதையினை மெலிதாகத் தம் தேவாரத்தில் பதிவு செய்து வைத்திருக்கிறார்.

வஞ்சப் படுத்தொருத்தி வாணாள்கொள்ளும்
வகைகேட்(டு)

அஞ்சும் பழையனூர் ஆலங்காட்டு எம் அடிகளே
(திருவாலங்காட்டுப் பதிகம்)

பழையனூர் நீலி கதை குறித்த முதல் எழுத்துப் பதிவு இதுவேயாகும். நீலி கதைக்குச் சில பாட வேறுபாடுகள் இருப்பினும் கதையின் சுருக்கம் இதுவே: காஞ்சிபுரத்து வணிகன் ஒருவன் தன்னுடைய முதல் மனைவியை வஞ்சகமாகக் கொன்று விட்டான். இரண்டாம் திருமணம் செய்து வாழ்ந்து வந்த அவன், வணிக நோக்கமாகப் பழையனூர் வழியாகப் பயணம் செய்கிறான். பழையனூர் என்பது திருவாலங்காட்டை அடுத்த ஊராகும். கொலை செய்யப்பட்ட அவன் முதல் மனைவி பேயாக மாறி அவனைப் பழிவாங்கத் துடிக்கிறாள். அவனுடைய

மனைவி போல் உருமாற்றம் பெற்று, ஒரு கரிக்கட்டையைப் பிள்ளையாக்கி இடுப்பில் வைத்துக்கொண்டு கணவனை வழிமறிக்கிறாள். அவன் அவளை மனைவியென ஏற்றுக்கொள்ள மறுக்கவே வழக்கு திருவாலங்காட்டு வேளாளர்கள் முன் வருகிறது. நீலி ஆறாகக் கண்ணீர் வடிக்கிறாள். வணிகனோ, 'இது வஞ்சப் பேய்' என்று கூறி மறுக்கிறான். நீலியின் கையிலுள்ள குழந்தையோ வணிகனை 'அப்பா' என்று அழைக்கின்றது. செய்வதறியாது திகைத்த வேளாளர்கள் நீலியின் அழுகைப் பெருக்கைக் கண்டும் குழந்தை அழைத்ததைக் கொண்டும் அவள் வணிகனின் மனைவியே என்று முடிவுசெய்துவிடுகிறார்கள். வணிகனோ இந்தப் பேய் தன்னைக் கொன்றுவிடும் என்று கூறி விடாப்பிடியாக மறுக்கிறான். தீர்ப்பளித்த வேளாளர்களோ 'இவளோடு ஒரு வீட்டில் நீ தங்கு. நீலி பேயாகி உன்னைக் கொன்றால் நாங்கள் எழுபது பேரும் தீக்குளித்து மாள்கிறோம்' என வணிகனுக்குச் சத்தியம் செய்து கொடுக்கிறார்கள். அன்று இரவு அவர்கள் தங்கியிருந்த இடத்தில் நீலிப்பேய் வணிகனைக் கொன்றுவிட்டுக் காணாமல் போய்விடுகிறது. காலையில் வணிகன் மாண்டுகிடப்பதைக் கண்ட வேளாளர்கள் தாங்கள் சொன்ன சொல் தவறாமல் தங்களின் தவறான தீர்ப்புக்காகக் குழிவெட்டித் தீமூட்டி அதிலே பாய்ந்து உயிர் நீத்தனர்.

நாட்டார் மரபில் நீலியின் கதைவடிவம் மறந்து போய் விட்டாலும் அழுகையும் பொய்யுமான பெண்ணின் கண்ணீருக்கு, 'நீலிக் கண்ணீர்' என்ற தொடர் மட்டும் பெண்களிடத்தில் இன்றள வும் வழங்கி வருகிறது. பொய்யான கண்ணீரின் அளவை நம்ப மறுத்து 'நீலிக்குக் கண்ணீர் நெத்தியிலே' என்ற சொல்லடையும் பெண்களிடத்தில் வழங்கி வருகின்றது.

எழுத்து மரபில் நீலியின் கதை விரிவாகப் பேசப்பட்டது. உமாபதி சிவாச்சாரியாரின் சேக்கிழார் புராணத்தில்தான்:

மாறுகொடு பழையனூர் நீலி செய்த
  வஞ்சனையால் வணிகனுயிர் இழப்பத் தாங்கள்
கூறிய சொல் பிழையாது துணிந்து செந்தீக்
  குழியில் எழுபதுபேரும் முழுகிக் கங்கை
ஆறணிசெஞ் சடைத்திருவா லங்காட்டப்பர்
  அண்டமுற நிமிர்ந்தாடும் அடியின் கீழ் மெய்ப்
பேறு பெறும் வேளாளர் பெருமை எம்மால்
  பிரித்தள விட்டிவள வெனப் பேச லாமோ

என்பது சேக்கிழார் புராணப் பாடலாகும்.

பாடலின் நான்காமடி வேளாளரின் குலப் பெருமை பேசுவதை வெளிப்படையாகவே உணர்த்தி நிற்கிறது.

வேளாளர்கள் எழுபது பேரும் தீப்புகுந்த குழியில் தீ நெடுங்காலம் அவியாமல் எரிந்து கொண்டிருந்ததாம். இந்தச் செய்தியினைக் கேள்விப்பட்ட மூவேந்தர்கள் நேரில் வந்து இந்தக் காட்சியினைக் கண்டு வியந்து, ஆளுக்கொரு பாடலாக மூன்று பாடல்களில் வேளாளர்களின் சொல் தவறாத் தன்மையினைப் புகழ்ந்து பாடுகிறார்கள். இந்த மூன்று பாடல்களையும் தமிழ் நாவலர் சரிதையிலிருந்து எடுத்து மு. இராகவையங்கார் தம்முடைய 'பெருந்தொகை'யில் காட்டுகிறார்.

வேளாளர் பெருமை பேசும் எல்லாச் சிற்றிலக்கியங் களிலும் நீலிக்கதையினை முன்னிறுத்தி வேளாளர்களின் சொல் தவறாத் தன்மை பேசப்படுகிறது.

பக்தி இயக்க எழுச்சியின்போது சைவ, வைணவ மதங் களால் அதற்கு முந்திய கட்டத் தொன்மங்களும் நாட்டார் கதைகளும் சமண பௌத்தக் கதைகளில் சிலவும் தன்மயமாக்கப் பட்டன. பக்தி இயக்கத்தின் அடிக்கூறுகளில் முதன்மையான ஒன்று, வணிகருக்கும் வேளாளர்களுக்குமான முரண்பாடாகும். பக்தி இயக்கத்திற்கு முந்திய பெருங்காப்பியங்களிலும் சிறு காப்பியங்களிலும் ஏதேனும் ஒரு வகையில் வணிகரது பெருமை தவறாது பேசப்படுகின்றது. சமண, பௌத்த மதங்களின் பரவலும் வாழ்க்கையும் பெரும்பாலும் வணிகக் குழுக்களைச் சார்ந்தவையாகவே இருந்தன. பக்தி இயக்கமோ நிலவுடைமை யாளர்களின் எழுச்சியாக இருந்தது. எனவே வணிகர் x வேளாளர் என்ற எதிர்வு, மறைமுகமாகத் தமிழ் எழுத்திலக்கியங்களில் பதிவுசெய்யப்பட்டுள்ளது. நீலிக் கதையில் கொலைகார வணிகனும் சத்தியம் தவறாத வேளாளர்களும் எதிர்வுகளாக முன்வைக்கப்பட்டுள்ளனர். ஆனால் இரண்டு தரப்பிலும் 'ஆணுக்கடங்கிய பெண்' என்ற பார்வை பொதிந்து கிடப்பதையும் நம்மால் உணர முடிகிறது.

பெண்கல்விக்கு இடமளித்த மதம் சமணம் என்றாலும் பெண்ணுக்குக் 'குறைந்த உயிர்' என்ற தகுதியினையே சமண மதம்கொடுத்தது. அதற்கு எதிராகச் சைவமதம் கடவுளுக்கு ஆண்பாதி, பெண் பாதியான 'அர்த்தநாரீஸ்வரர்' கோலத்தைக் கற்பித்தது. இந்தக் கற்பிதம் கி.பி. ஏழாம் நூற்றாண்டின் சமுதாய வரலாற்றுத் தேவையாகும். சோழப் பேரரசின் எழுச்சியும் சைவமும் சமணத்தை எதிர்த்தபோதும் அதன் வழியிலேயே ஆணாதிக்கச் சிந்தனைக்குள் புகுந்துகொண்டன என்பதே வரலாறாகும்.

பழிவாங்கத் துடிக்கும் ஆண் தமிழ்ச்சமூகத்தில் வீரனாக வும் தெய்வமாகவும் சித்தரிக்கப்படுகிறான். சுடலைமாடன்,

கருப்பசாமி, காத்தவராயன் என ஆண் தெய்வங்களின் வரலாறெல்லாம் அவைதாம். மறுதலையாக, பழிவாங்கத் துடிக்கும் பெண் எந்தச் சமயவாதியாலும் ஏற்றுக்கொள்ளப்பட முடியாதவளாகிறாள். ஆனால் தமிழ் நாட்டார் மரபில் பெண்கள் நீலியின் கதையைப் பேணி வந்திருக்கிறார்கள். பலதார மணம் என்பது தமிழ்ச் சமூகத்தில் இருபதாம் நூற்றாண்டின் நடுப்பகுதி வரை இயல்பான நிகழ்வாக இருந்திருக்கிறது. பெண்களுக்கான சொத்துரிமை மறுக்கப்பட்ட சமூகத்தில் ஒரு பெண்ணுக்குக் கணவனின் தங்கை கொடியவளாகவே தோற்றமளிக்கிறாள். அது போலவே மறுமணம் செய்துகொண்ட கணவனும் மாற்றாளும் (சக்களத்தியும்) மனித மதிப்புக் குறைந்தவர்களாவார்கள். பாலியல் பொறாமையும் சொத்துரிமை மறுப்பும் பெண்களைப் பெண்களே எதிரிகளாக நினைக்கும் சமூக உளவியலை உருவாக்கி வைத்துள்ளன. எனவேதான் கொலைகாரக் கணவனைப் பழி வாங்கிய நீலி தெய்வமாக்கப்படவில்லை; அதே சமயம் அவள் மறக்கப்படவுமில்லை. இந்த இரண்டுக்குமான இடைவெளி நினைக்கப்பட வேண்டிய ஒன்று.

பிற்காலத்தில் 'பழகை நல்லூர் நீலி' என்னும் பெயரில் தென் மாவட்டங்களில் இசக்கியம்மனோடு அவள் சேர்க்கப் பட்டாள். இச்சேர்க்கை, வில்லுப்பாட்டுப் பாடகர் அளவில் நடந்ததே தவிர வழிபாட்டு அளவில் நடைபெறவில்லை. ஆனாலும் இந்தச் சேர்க்கைக்கான காரணம் குறித்து நாம் சிந்திக்க வேண்டும். இசக்கியம்மன் கதையின் மூலவடிவமான 'அம்பிகாயட்சி' என்ற சமணக் கதையில் அவள் இரண்டு குழந்தை களோடு கணவனால் கைவிடப்பட்ட பெண் ஆவாள். நாட்டார் மரபில் அவள் உக்கிரம் மிகுந்த 'வாழாவெட்டிப்' பெண்ணாவாள். கணவனால் கைவிடப்பட்ட உக்கிரம்கொண்ட பெண் என்ற அளவில் நீலியினை இசக்கியம்மனோடு சேர்த்துப் பார்ப்பது கதைப்பாடல் பாடகர்களுக்கு எளிதாகப் போய்விட்டது.

உலகம்மன்

தமிழ்நாட்டின் சமூக வரலாற்றினையும் பண்பாட்டு வரலாற்றினையும் கண்டுணருவதற்குத் துணை நிற்கும் சான்றுகளில் குறிப்பிடத்தகுந்தது தாய்த்தெய்வ வழிபாடாகும். தமிழ்நாட்டில் வணங்கப்பெறும் தாய்த் தெய்வங்களில் மாரியம்மன், காளியம்மன், பொன்னியம்மன், இசக்கியம்மன், பத்திரகாளியம்மன் போன்றவைபோலக் குறிப்பிடத் தகுந்த ஒரு தெய்வம் 'உலகம்மன்' ஆகும். நெல்லை மாவட்டத்தில் பெண் மக்கள் பெயர் வழக்குகளில் 'உலகம்மாள்' என்றும் ஆண்மக்கள் பெயர் வழக்கு களில் 'உலகநாதன்' என்றும் இப்பெயர் காணப்படு கின்றது. தமிழகத்தின் வடபகுதியில் (தஞ்சை, திருச்சி மாவட்டங்களில்) லோகநாயகி, லோகாம்பாள் என்ற பெயர் வழக்குகள் காணப்படுகின்றன. பொதுவாக இப்பெயர் வழக்கு, பார்ப்பனர் அல்லாதோர்க் கிடையில்தான் காணப்படுகின்றது என்பதை நினைவில் கொள்ளவேண்டும். தமிழகத்தின் சில பகுதிகளில் 'பட்டத்தரசியம்மன்' என்ற பெயரில் ஒரு தெய்வம் காணப்படுகின்றது. 'உலகத் தலைமையினைக் கொண்டாடும் இந்தப் பெயர் வழக்கில் பெண் பெயராக 'உலகநாயகி' இருப்பது போல ஆண் பெயராக 'உலகநாயகன்' என்பது காணப்பெறவில்லை. 'உலகநாதன்' என்ற பெயரே காணப்படுகிறது.

பொதுவாக, கல்வெட்டுக்களில் அரசன் 'எல்லா நிலத்தை யும் வெற்றி கொண்டான்' என்பதைக் குறிக்க சில தொடர்கள் காணப்படுகின்றன. "திருமகள் போலப் பெருநிலச் செல்வியும் தனக்கே உரிமை பூண்டமை மனக் கொள" என்பது முதலாம் இராசராசனின் மெய்க்கீர்த்தியாகும். அவனுக்குப் பின்வந்த சோழ அரசர்களின் மெய்க்கீர்த்திகள் அனைத்துமே 'பூமடந்தை', 'நிலமடந்தை' ஆகிய சொற்களால் நிலம் என்னும் பெண்ணின் மீது அரசன் முற்றுரிமை செலுத்தினான் என்று தவறாமல் குறிப்பிடுகின்றன. சோழ அரசர்களின் மனைவியர்களின் பெயர்கள் 'அவனி முழுதுடையாள்', 'புவன முழுதுடையாள்', 'உலக முழுதுடையாள்', 'தரணி முழுதுடையாள்', 'மூவுலகுடை யாள்', 'திரிபுவனமாதேவி' என்றே குறிக்கப்பெறுகின்றன. நிலத்தின் மீதான முழுதுடைமையினைப் பெயரளவிலேனும் அரசியர் கொண்டாடினர் அல்லது அரசர்கள் தங்கள் மனைவியர் பெயரின் மூலம் நிலத்தின் மீதான தங்கள் முழு அதிகாரத்தைப் பறைசாற்றிக் கொண்டனர் என்பதே இதன் பொருளாகும்.

அரசர்கள் புதைக்கப்பட்ட அல்லது எரிக்கப்பட்ட இடத்தில் பள்ளிப்படை ஆலயங்கள் எழுப்பும் வழக்கத்தைச் சோழ அரசர்கள் தொடங்கிவைத்தனர். முதலாம் ஆதித்தனின் பள்ளிப்படைக் கோயில் 'ஆதித்தேசுவரம்' என்றும் அரிஞ்சய சோழனின் பள்ளிப்படைக் கோயில் 'அரிஞ்சிகை ஈசுவரம்' என்றும் வழங்கப்பட்டன. முடிசூடி ஆண்ட எல்லா அரசர் களுக்குமே பள்ளிப்படைக் கோயில்கள் எழுப்பப்பட்டிருக்க வேண்டும். ஆனால் இன்று அவற்றை முழுமையாக அடையாளம் காண இயலவில்லை. அரசர்களைப் போலவே அரசியர்க்கும் சிறு அளவிலேனும் பள்ளிப்படைக் கோயில்கள் எழுப்பப் பெற்றிருக்க வேண்டும். ஆண்களின் பள்ளிப்படை (சமாதி)யின் மீது சிவலிங்கத் திருமேனி நாட்டுவது போலப் பெண்களின் பள்ளிப்படை (சமாதி)யின் மீது சிவலிங்கத்திருமேனி நாட்டுவது வழக்கத்தில் இல்லை. எனவே அவை ஆகம ரீதியாக ஒழுங்குபடுத்தப்பட்டு சிவன் கோயிலாகும் வாய்ப்பு இல்லாமல் போயிற்று. இவ்விடத்தில் குறிக்கத்தகுந்த மற்றுமொரு செய்தி, கைம்பெண்ணாக (விதவையாக) இறந்த பெண்களைத் தெய்வமாகத் திருநிலைப்படுத்தும் மரபு நமது குடும்பங்களிலும் இன்றுவரை இல்லை. எனவே, அரசன் மனைவி யாக இருந்தாலும் மங்கலப் பெண்ணாக இருந்தால் மட்டுமே பள்ளிப்படைகள் எழுப்பப்பட்டிருக்க வேண்டும். பொதுவாக, பெண்கள் அம்மை நோயினால் இறந்திருந்தால் அவர்கள் மாரியம்மனாக திருநிலைப்படுத்தப்படுவது மரபாகும். இதற்கு அரசன் வீட்டுப் பெண்களும் விலக்கில்லை. சோழப் பெருந்தேவி

ஒருவரின் பள்ளிப்படைக் கோயிலாகவே புகழ்பெற்ற சமயபுரம் மாரியம்மன் கோயில் இருக்க வேண்டும் எனப் பண்பாட்டு ஆய்வாளர்கள் மதிப்பிடுவர்.

பெருஞ்சாலை, ஊர்தி, பாலங்கள் என்றவாறு போக்குவரத்து வசதியற்ற அக்காலங்களில் அரசர்களோ அரசியரோ தலைநகர்க்கு வெளியே பிற ஊர்களில் இறந்திருந்தால் உடலை அங்கிருந்து தலைநகருக்கோ அரண்மனைக்கோ கொண்டுவர வாய்ப்பில்லை. நெடுந்தொலைவு சென்று நடந்த போர்களில் அரசன் இறந்திருந் தாலும் இதே நிலைமைதான். எனவேதான் சோழர்காலக் கல்வெட்டுக்கள் 'தொண்டைமான் ஆற்றூர்த் துஞ்சிய தேவர்', 'காஞ்சிபுரத்து பொன்மாளிகைத் துஞ்சிய தேவர்' என்று அரசர்கள் இறந்த இடங்களைக் குறிப்பிடுகின்றன. அருப்புக் கோட்டைக்கு அருகிலுள்ள சுந்தரபாண்டியம் (பள்ளிமடம்) என்னும் ஊரிலுள்ள கோயில் 'சோழன் தலைகொண்ட கோவீரபாண்டியனின்' அண்ணன் சுந்தரபாண்டியனின் பள்ளிப்படைக்கோயில் என்று கல்வெட்டு அறிஞர் வேதாசலம் கண்டுபிடித்துள்ளார். எனவே இதன் காலம் கி.பி. பத்தாம் நூற்றாண்டு ஆகும்.

நெல்லை மாவட்டத்தில் வள்ளியூரிலும் தாழையூத்து அருகில் ஒன்றுமாக இரண்டு பெண் தெய்வக் கோயில்கள் 'மூணாங்கொண்ட அம்மன்' என்ற பெயரில் விளங்குகின்றன. வள்ளியூரில் இத்தெய்வப் பெயரினை 'மூன்றுயுகங்கொண்ட அம்மன்' என்றும் வழங்குகின்றனர். இப்பெயர் வழக்கு 'மூன்றுலகம் கொண்ட' என்ற தொடரின் திரிபாகும். மூன்றுலகம் கொண்ட என்பது மூவுலகுடையாள் 'திரிபுவனமுடையாள்' என்ற பெயர்களின் மாற்று வடிவமாகும். எனவே அரச மாதேவியரின் பள்ளிப்படைக் கோயில்கள் தமிழகத் தாய்த்தெய்வ வழிபாட்டில் ஒரு பங்கினைப் பெற்றுள்ளன எனலாம். 'பட்டத்தரசி அம்மன்' என்ற பெயர் வழக்கினையும் அவ்வாறே கொள்ள வேண்டும்.

வாழ்வரசியாக (சுமங்கலியாக) மறைந்த பெண்களை எளிய குடும்பங்களில்கூட 'மாலையம்மன்' என்ற பெயரில் திருநிலைப் படுத்தி வணங்குவது தமிழர்களின் வழக்கம். அந்த மரபின் அதிகார நீட்சியாகவே உலகம்மன் வழிபாட்டினைக் கொள்ள வேண்டும்; அப்படி மட்டுமே கொள்ள இயலும்.

வள்ளி

எனக்குச் சின்னவயதில் கதை சொன்ன மூதாட்டிகளில் ஒருவர், சக்களத்திமார் சண்டை யிடுவதைப் பற்றிச் சொன்ன பாடல் வரிகள் சில நினைவிலே எஞ்சி நிற்கின்றன. முருகனின் மனைவிமாரான வள்ளியும் தெய்வானையும் சண்டையிட்டுக் கொண்டார்களாம். இந்திரன் மகள் தெய்வானையைப் பார்த்து வள்ளி கேட்டாளாம்.

ஓழக்கு நெல்லுக்கு ஓழக்குச் சள்ளை உணத்தி
விக்கிறது
ஓங்க அண்ணனா எங்க அண்ணனா

தெய்வானையின் கூடப் பிறந்தவன் உழக்கு நெல்லுக்கு மாற்றாக உழக்குச்சள்ளைக் கருவாடு விற்ற கடற்கரைக்காரன் என்று தெரிகிறது.

பூனைகுத்தி விருந்து வைப்பான
புனக்குறவன் உங்களண்ணன்

காட்டுக்குறவர், கறிவேப்பிலைக்குறவர், காப்பு மாற்றிக் (கேப்மாரி) குறவர். பூனைகுத்திக் குறவர் என்று குறவர்களிலேயே பல பிரிவுகள் உண்டு. காட்டுக்குறவர்களில் ஒரு பகுதியினர் காட்டுப்பூனை யினைக் கொன்று உண்ணும் பழக்க முடையவர்கள். பெண் கொண்ட மருமகனுக்குப் பூனைக்கறி படைக்கும் இழிந்த குடி வள்ளியின் குறக்குடி என்பது தெய்வானையின் தாக்குதலாகும்.

இலக்கிய மாணவனான பிறகுதான் இந்த மூதாட்டி சொன்ன வரிகள் 'வள்ளி – தெய்வானை ஏசல்' என்று வழங்கிவந்த நாட்டார் பாடல்களில் சில வரிகள் என்று தெரியவந்தது.

வள்ளி என்பது வெப்ப மண்டலத்தில் வளரும் கொடிகளில் ஒன்று. இதன் பயிரியல் பெயர் 'ஐபோமியா பட்டாடஸ்' (*Ipomoea Batatas*) என்பதாகும். மக்கள் வழக்கில் இது வள்ளிக்கொடி என்றும் சர்க்கரை வள்ளிக்கொடி என்றும் வழங்கப் படும். சர்க்கரை வள்ளியின் உருண்ட இனிப்பான கிழங்கு எளிய மக்களின் உணவாகும். இதிலே வெள்ளை, மஞ்சள் என நிறத்தில் இரண்டு வகை. மலையடிவாரங்களில் பயிராகும் இக்கிழங்கினைத் தென்மாவட்டங்களில் சீனிக்கிழங்கு என்றும் சொல்வார்கள்.

வள்ளி என்பதனை ஒருவழிபாட்டு முறைமையாகத் தொல்காப்பியர் குறிப்பிடுகிறார்.

'கொடிநிலை கந்தழிவள்ளி என்றா, வடுநீங்கு சிறப்பின் கண்ணிய மூன்றும்' என்பது தொல்காப்பியம்; கூத்துவகையில் ஒன்றுக்கும் 'வள்ளிக்கூத்து' என்ற பெயர் வழங்கிவந்திருக்கின்றது.

'முருகு புணர்ந்து இயன்ற வள்ளி போல' (நற்றிணை–82) என்பது சங்க இலக்கியத்தின் புகழ்பெற்ற வரிகளில் ஒன்று. வள்ளி முருகனைப் புணரவில்லை. முருகினையே புணர்ந்துள்ளாள்.

'முருகு மெய்ப்பட்ட புலைத்தி' என்ற சங்க இலக்கிய வரிகளி லிருந்து புலைத்தி (துணி வெளுக்கும் தொழிலுடைய பெண்) மீது தெய்வ ஆற்றலாக முருகு இறங்கும் என்பது தெரிகிறது.

'முருகு' முருகனாக வளர்ச்சி பெற்றபோது வள்ளி அவன் மனைவியாக்கப்பட்டாள். சிலப்பதிகாரமே முதன்முதலில் அவளைக், 'குறமகள்' என்று தெளிவாகக் குறிப்பிட்டு, அவளைக் குறவர்கள் தம் 'குலமகள்' என்று கொண்டாடுவதையும் குறிப்பிடு கின்றது. பின்னர் பக்தி இயக்கத்தின் எழுச்சியின்போது சிவனுக்கு மகனாக முருகன் மாற்றப்பட்டபோது திருநாவுக்கரசர் மட்டும் முருகனின் மனைவி வள்ளி என்ற கதையினை ஏற்றுக்கொள்கிறார்.

'குறவி தோள் மணந்த குமரவேள்'

'நம் செந்தில் மேய வள்ளிமணாளன்' என்ற பெயர்களால் அவர் முருகனைக் குறிப்பிடுகிறார். முருகன் – வள்ளி இணைப் பினைப் பக்தி இயக்க முன்னோடிகளான மற்றவர்கள் ஏற்றுக் கொள்ளவில்லை. இது குறிப்பிடத்தக்க செய்தியாகும். ஆனால் இக்காலகட்டத்தில் முருகனின் மனைவியாகத் தெய்வானை எங்குமே பேசப்படவில்லை என்பதும் இங்கே மனங்கொள்ள வேண்டிய செய்தியாகும்.

பெருஞ்சமய நெறிக்குள் வந்து சேர்ந்தபின் சண்முகன், கார்த்திகேயன், சுப்பிரமணியன் ஆகிய பெயர்களால் முருகன் அழைப்படுகின்றான். பார்ப்பனிய மேலாண்மைக்கு உட்பட்ட

முருகனுக்கு இந்திரன் மகள் தெய்வானை மற்றொரு மனைவியாக்கப்படுகிறாள். இக்காலகட்டத்தில் முருகன் தன்ஊர்தியாக மயிலையும் ஆட்டுக்கிடாயினையும் கொடியாகச் சேவலையும் கொண்டிருக்கிறான்.

கி.பி. 9ஆம் நூற்றாண்டளவில் தமிழ்நாட்டில் உருவான குடைவரைக் கோயில்களிலும் முருகன் இரண்டு மனைவியரோடு காட்சியளிக்கிறான். இரண்டு மனைவியரையும் அடையாளம் காணும் வகையில் இச்சிலைகளில் தெய்வானை மார்புக்கச்சு அணிந்த பெண்ணாகவும் சித்தரிக்கப்பட்டுள்ளனர்.

இவ்வேறுபாடு மேல் – கீழ், பெருந்தெய்வம் – சிறுதெய்வம், பார்ப்பனர் மரபு – நாட்டார் மரபு என்ற எதிர்வினை மையமாக வைத்து ஆக்கப்பட்டுள்ளது என்பது தெளிவு. ஆனாலும் மக்களின் மனங்களிலிருந்து குறவர்களின் குலதெய்வமான வள்ளியைப் பிரிக்க முடியவில்லை. வள்ளிக்கு 'வள்ளிமயில்' என்றும் பெயரிட்டு முருகனிடமிருந்து அவளைப் பிரிக்க முடியாத படி செய்துவிட்டனர்.

தமிழில் நாட்டார் பாடல்களில் காதல் இணையாகப் பேசப் படுபவர்கள் எப்பொழுதுமே வள்ளியும் வேலவரும்தான். சில பாடல்களில் வேலவர் என்ற பெயர் சுப்பையா என்பதாகக் காணப்படுகிறது. தமிழ் நாட்டார் மரபில் லட்சியக்காதலர் களாக இவர்களே உருவகப்படுத்தப்பட்டுள்ளார்கள்.

வள்ளி – முருகன் காதலுக்குப் பிள்ளையார் துணை வருவதும் நாட்டார் மரபில்தான் உண்டு. மேலோர் மரபில் இல்லை. நாட்டார் மரபில் வள்ளி இளமைக்கும் துடிப்புக்கும் அடையாளமாகக் காட்டப்பட்டாள். குமரகுருபரர், பாரதியார் – இந்த இரண்டு பெருங்கவிஞர்களின் கவிதைகளிலும் இந்த அடையாளத்தைக் காண முடியும்.

பார்ப்பனப்பூசைக்கு உட்பட்ட 'முருகனுக்கு' மறிப்பலி (ஆட்டுப்பலி)யும் குறக்குலத்தினை அடையாளப்படுத்தும் தேன் தினையரிசி, கிழங்கு படைப்பதும் தவிர்க்கப்பட்டுவிட்டன. ஆனாலும் கமில் சுவலபில் போன்ற ஆய்வாளர்கள் தமிழ்மரபும் தமிழ் நாட்டார் மரபும் அறியாமல் 'முருகனுக்கு வள்ளி இரண்டாம் மனைவி' என்று எழுதியிருப்பது வேடிக்கைக்குரியது.

வில்லினையொத்த புருவம்
வளைத்தனை வேலவா – அங்கோர்
வெற்பு நொறுங்கிப் பொடிப் பொடியானது வேலவா
சொல்லினைத் தேனிற் குழைத்துரைப்பாள் சிறு
வள்ளியைக் – கண்டு சொக்கி மரமென நின்றனை
தென்மலைக் காட்டிலே

கல்லினை யொத்த வலிய
மனங்கொண்ட பாதகன் – சிங்கன்
கண்ணிரண்டாயிரங் காக்கைக் கிரையிட்ட வேலவா!
பல்லினைக் காட்டி வெண்முகத்தைப் பழித்திடும்
வள்ளியை – ஒரு பார்ப்பனக் கோலந்தரித்துக்
கரந்தொட்ட வேலவா!

– பாரதி

கானக் குறப்பெண் குடியிருந்த
கன்னிப் புனத்துத் தினைமாவும்
கமழ்தேன் தெளிவும் உண்டு சுவை
கண்டாய் எனறோம் அதுவல்லால்
மீனத் தடங்கண் அவள் மிச்சில்
மிசைந்திட்டதுவும் நசைமிக்கு
விரைத்தீங் குமுதத்து அமுது அடிகள்
விருந்தாடியதும் விண்டேமா?

– குமர குருபரர்

வள்ளி தாலாட்டு
வள்ளி பிறந்த கதை
வள்ளி என்றால் வள்ளி
மலை மேல் படரும் வள்ளி
கொடியில் கிடந்து வள்ளி
கூவி அழும்போது
வனத்துக் குறவர்களாம்
மான் பிடிக்கும் வேடர்களாம்
குழந்தை குரல் கேட்டு
குறவேடர் ஓடிவந்து
மதலை குரல் கேட்டு
மான் வேடர் ஓடி வந்து
வாரியெடுத்து
வன்ன மடியில் வைத்து
தூக்கி எடுத்துச் சொர்ணமடியில் வைத்து
மண் துடைத்து மடியில் வைத்து
வள்ளி யென்று பேரும் வைத்து
வடிவேல் துணையென்றே
வளர்த்தார் வனந்தனிலே!

– தமிழண்ணல், 'தாலாட்டு'

வள்ளிக் கொடியருகே
மான்கன்று போட்டதென்று
கானக் குறவரெல்லாம்
கண்டெடுத்து மண்துடைத்து
மண்துடைத்து மடியில் வைத்து
வள்ளியென்ற பேருமிட்டு
வடிவேல் துணையுமென்று
வளர்த்தார் வனந்தனிலே!

– ஆறு அழகப்பன், (தாலாட்டுக்கள் ஐநூறு)

கருப்பு வளையலிட்டுக்
காரிகையை மாலையிட்டார்!
கீழ்ச்சாதி என்னாமல்
கிளிமொழியை மாலையிட்டார்!
குறச்சாதி என்னாமல்
கொம்பனையை மாலையிட்டார்!
மறுச்சாதி என்னாமல்
வள்ளிதனை மாலையிட்டார்!

— சொக்கர் கதை

— ஆறு அழகப்பன் (தாலாட்டுக்கள் ஐநூறு)

ஆம். நாட்டார் மரபிலே கால்கொண்ட முருகனுக்கு வள்ளியே துணையென்று மேற்குறித்த பாடல்கள் உணர்த்து கின்றன. எளிய மக்களிடமிருந்து புறம்போன 'சுப்பிரமணியன்' கதையில் வள்ளிக்கு இடமில்லாமல் போனது வியப்பில்லை.

சித்திரகுப்தன்

சித்திரை மாதம் முழுநிலவு நாளன்று தமிழ்நாட்டில் கொண்டாடப்படும் வீட்டு விழாக் களில் ஒன்று நயினார் நோன்பு என்றழைக்கப் படும் சித்திரகுப்த நயினார் நோன்பு ஆகும்.

தமிழ்நாட்டில் பரவலாகக் கொண்டாடப் பட்டாலும் இந்நோன்பு ஆற்றுப்பாசனம் உள்ள இடங்களில்தான் தவறாமல் கொண்டாடப்படுகிறது. தமிழ் பேசும் நிலவுடைமைச் சாதியினராலும் வணிகச்சாதியாராலும் இந்நோன்பு விருப்பமுடன் கடைப்பிடிக்கப்படுகிறது. சிறுநிலவுடைமைச் சாதிகளாலும் ஒன்றிரண்டு இடங்களில் கடைப் பிடிக்கப்படுகிறது. சித்திரை முழுநிலவு நாளில் இரவு முழுவதும் சித்திரகுப்த நயினார் கதையைப் படிக்கின்றனர். மறுநாள் காலையில் உணவில் அகத்திக்கீரையும் ஒரு சிறுதுண்டு எள்ளுப் பிண்ணாக்கும் சேர்க்க வேண்டும். தாமிரபரணி பாசனப்பகுதியில் காலைச் சிற்றுண்டியோடு அரிசி அவலும் (ஊற வைத்து) அகத்திக்கீரையும் எள்ளுப் பிண்ணாக்கும் சேர்த்துக்கொள்கின்றனர். சித்திரை முழு நிலவு நாளில் இரவு நேரத்தில் சித்திரகுப்த நயினார் கதை படிக்கும் வழக்கம் இன்று இல்லை.

சித்திரகுப்த நயினார் என்ற பெயரில் உள்ள நயினார் என்ற சொல் மேட்டிமையைக் குறிக்கும் சொல்லாகும். சித்திரகுப்தன் என்ற தெய்வத்திற்குத் தமிழ்நாட்டில் ஒன்றிரண்டு இடங்களில் கோவில்கள் இருக்கின்றன. தேனி மாவட்டம் போடிக்கு அருகில் ஒரு சிறுகோவிலும் திருச்செந்தூருக்கு அருகில்

ஆற்றூர்ச் சோமநாதர் கோவிலுக்குள் ஒரு சிறு சன்னதியும் கள ஆய்வில் கண்டறியப்பட்டுள்ளன. காஞ்சிபுரத்தில் தெற்கு ரத வீதி எனப்படும் நெல்லுக்காரத் தெருவில் இத்தெய்வத்திற்கு என்று தனிக்கோயில் அமைந்திருக்கின்றது. இரண்டு கைகளுடன் தெற்கு நோக்கி சுகாசனத்தில் அமர்ந்த கோலத்தில் ஒரு கையில் ஏடும் மறுகையில் எழுத்தாணியும் கொண்டு இத்தெய்வம் காட்சியளிக்கிறது.

சித்திரகுப்த நயினார் கதை நாட்டார் கதைப்பாடலாகவும் தமிழகத்தில் வழங்கி வருகிறது. இக்கதைப்பாடலைச் சுத்தப்பதிப்பாக 'லாங்மேன்ஸ் க்ரீன்' கம்பெனியார் 1915இல் வெளியிட்டுள்ளனர். நாட்டார் நம்பிக்கைகளின்படி சித்திர குப்தன் எமனுடைய கணக்குப் பிள்ளையாவார். ஒவ்வொரு தனிமனிதனும் செய்கின்ற பாவ புண்ணிய கணக்குகளைப் பதிந்து அவருடைய வாழ்நாள் கணக்கையும் குறிப்பிட்டு இறப்பின் கடவுளான எமனுக்குத் துணை செய்வது இவரின் பணியாகும். இத் தெய்வத்தின் பெயரிலுள்ள குப்தன் என்பது இன்று குப்தா என்று வழங்கும் பெயரின் மூல வடிவமாகும் (உதாரணமாக, புபேஷ் குப்தா, இந்திரஜித் குப்தா என்று நினைத்துக்கொள்க).

மத்திய இந்தியப் பகுதியிலும் கிழக்கிந்தியப் பகுதியிலும் கணக்குப்பிள்ளை சாதியின் பட்டப்பெயர் 'காயஸ்தா', 'காயஸ்தர்' என்பதாகும். காயஸ்தர் சாதிக்குரிய பெயர்களாகக் 'கரண' (தமிழ்க் கல்வெட்டுக்களில் 'கரணத்தான்') கர்ணீக் (தமிழ்நாட்டில் கர்ணீக முதலியார்) 'சித்திரகுப்த', 'புஸ்தபால' (புஸ்தக பாலர்) லேகா (எழுத்தர்), தர்மலேகின் (தருமக் கணக்கு எழுத்தர்) ஆகியவை பீகார், உத்திரப்பிரதேச மாநிலங்களில் வழங்குவதாக ஆர்.எஸ். சர்மா குறிப்பிடுகின்றார். 'கர்ணீக' என்ற பெயர் வங்காளத்திலும் மேற்கிந்தியப் பகுதிகளிலும்கூட வழங்கப்படுவதாக அவர் தெரிவிக்கின்றார். எனவே இத்தெய்வம் வடஇந்தியாவில் பிறந்து தென்னிந்தியாவில் நுழைந்திருக்க வேண்டும் எனத்தெரிகிறது. கி.பி. ஏழாம் நூற்றாண்டில் வாழ்ந்த பெரியாழ்வாரே இத்தெய்வம் பற்றிய குறிப்பினை முதன் முதலில் தமிழ் இலக்கியத்தில் பதிவுசெய்கிறார்.

சித்திரகுப்தன் எழுத்தால்
தென்புலக் கோன்பொறி யொற்றி
வைத்த விலச்சினை மாற்றித்
தூதுவ ரோடி யொளித்தார்

சித்திரகுப்தன் எழுதிய கணக்குப்படி தென்புலக்கோனாகிய எமன் காலமுத்திரை இடுகிறார். திருமாலின் அடியவர்களைக்

கண்டால் எமனின் தூதுவர் ஓடி ஒளிந்துகொள்வார். இதுவே இப்பாடல் வரிகள் உணர்த்தும் பொருளாகும். தமிழ்நாட்டில் நிலவுடைமை வளர்ச்சி பெறத்தொடங்கிய கி.பி. ஆறாம் நூற்றாண்டு முதலாக நில அளவு, நிலவரி, நிலவுடைமை ஆகியவை குறித்த பணிகளைக் கவனிக்க அரசர்கள் ஒரு பணித்துறையினை உருவாக்குகின்றனர். இப்பணித்துறைக்கு "புரவுவரித் திணைக் களம்" என்று பெயர். வரிமுறைகளில் ஏற்படும் மாற்றங்களைக் குறிக்கும் ஏடு 'வரிப்பொத்தகம்' எனப்பட்டது.

கி.பி. 7ஆம் நூற்றாண்டிலிருந்து 12ஆம் நூற்றாண்டு வரை பாண்டியர், சோழர் கல்வெட்டுக்களில் (மேற்காணும் சொற்கள்) திரும்பத்திரும்பப் பயன்படுத்தப்பட்டுள்ளன. நில ஆவணங் களில் கையெழுத்திட்ட அதிகாரி 'ஊர்க்கரணத்தான்' எனப் பட்டார். இவரே பிற்காலத்தில் சிற்றூர்களில் நில அளவுக் கணக்குகளை வைத்திருந்த கணக்குப் பிள்ளையின் முன்னோடி யாவர். கணக்குப் பிள்ளை பதவி பரம்பரைப்பதவி என்ற உரிமையினை காலனிய அரசாங்கமும் ஏற்றுக்கொண்டது. 1984இல் எம்.ஜி.ஆர் அமைச்சரவையில் சட்டம் கொண்டு வரப்பட்ட பிறகே இப்பரம்பரைப் பதவி ஒழிக்கப்பட்டது.

தமிழகத்தில் நில ஆவணங்களைப் பாதுகாக்கும் பொறுப்பில் பெரும்பாலும் இரண்டு சாதியாரே இருந்துள்ளனர். தமிழகத்தின் தென்பகுதியில் பிள்ளை என்ற சாதிப்பட்ட முடைய வேளாளச் சாதியினரின் உட்பிரிவினர்களும், வடபகுதி யில் கருணீக முதலியார் எனும் சாதியினரும் நில ஆவணங்களின் அதிகாரிகளாக இருந்துள்ளனர். கல்வெட்டுகளில் 'காரணத்தான்' என்று குறிப்பிடப்படும் சொல்லே பின்னர் 'கருணீகர்', 'கருணீக' என்றாகிக் காலனீய ஆட்சிக் காலத்தில் 'கர்ணம்' என்ற சொல்லாக விளங்கியது. சித்திரகுப்தர் கணக்கெழுதும் சாதிக் குரிய தெய்வமாகவே தமிழ்நாட்டில் நுழைந்திருக்க வேண்டும். காஞ்சிபுரத்தில் உள்ள சித்திரகுப்தன் கோயில் கருணீக முதலியார் சாதியினர்க்கு உரிமை உடையதாகும். (அதன் பிற்புலத்தில்தான் சித்திரகுப்தன் கோயிலுக்குள் கருணீக முதலியார் சாதியைச் சேர்ந்த வள்ளலாருக்கும் பிற்காலத்தில் ஒரு சந்நிதி உருவாக்கி வைத்துள்ளனர்.)

மேலோர் மரபில் நில ஆவணக் கணக்கெழுதுவோரின் தெய்வமாக இருந்தாலும் சித்திரகுப்தர் வழிபாடு நாட்டார் மரபிலும் இன்று தன்னைத் தகவமைத்துக்கொண்டது. அதாவது நிலக்கணக்குகளைப் போல ஒரு மனிதனின் பாவபுண்ணியக் கணக்குகளைச் சித்திரகுப்தர் எழுதுகிறார் என்பதே அது.

எனவேதான் நாட்டார் மரபுகளில் ஈடுபாடுடைய கவிஞர் பெரியாழ்வார் சித்திரகுப்தனைப் பாவபுண்ணியக் கணக்கெழுதுபவனாகக் காட்டுகிறார். சித்திரகுப்த நயினார் கதையின்படி, "பாவிக்கணக்கும் பஞ்சபாதகர் கணக்கும் நாகலோகத்திலுள்ள நன்மையுள்ள தன் கணக்கும் பூமிதனில் மாயவனார் புண்ணியபாவக் கணக்கும் எல்லாக் கணக்கும் எழுதி" கொடுப்பதுதான் சித்திரகுப்தருக்கு சிவபெருமான் இட்ட பணியாகும். அதன்படியே சித்திரகுப்தன் இரண்டு பக்கமாக கணக்கெழுதுகிறார். இவர்களெல்லாம் பாவக்கணக்குக்கு உட்பட்டவர்கள்: "பெற்றதாய் தந்தையைப் பேணாத பாவியர்கள் மண்ணிலிருந்து வழக்கோரஞ் செய்தவர்கள் அம்பலத்தில் நின்று அநியாயஞ் சொன்னவர்கள் ஊரார் உடைமைக்குப் பேராசை கொண்டவர்கள் கல்லாக் கசடர் கணக்குப் படியாதோர் சிவனை வணங்காதார் திருக்கோயில் சூழாதார் அயனை வணங்காதார் ஆலயத்தை மேவாதார் பிச்சைக்கு வந்தவரைப் பின்னேவாவென்பவர்கள் கன்று வருந்த கறந்த பால் உண்டவர்கள் சுற்றங்கொதிக்கச் சுரந்த பால் உண்டவர்கள் பொட்டிநாழி மரக்கால் போட்டளந்த பாவியர்கள் பிள்ளை யழித்துப் பேதமுறக் கொன்றவர்கள் உள்ள பொருளை இல்லை யென்றே உரைத்தவர்கள் தூர வழிக்குத் துணைவாரோமென்று சொல்லி ஆருமில்லாக் காட்டில் அடித்துப் பறித்தவர்கள்."

புண்ணியக் கணக்குக்கு உட்பட்டவர்கள் பட்டியல் பின்வருமாறு அமைகின்றது: "பசியாமல் அன்னம் பாங்குடனே கொடுத்தவரை இடுக்கத்துடனே ஏமாறி வந்தவர்க்கு உடுத்த புடவையுகந்தளித்தோர் தங்களையும் பிச்சையுமிட்டுப் பெரிய இடங்கொடுத்து மகேசுவர பூசைக்கு மடங்கட்டி வைத்தவரை சாலை மரமுஞ் சத்திரமும் வைத்தவரை சிவபூசை தவபூசை குருபூசை செய்வோரை நான்கு திசைவிளங்க நந்தவனம் வைத்தவரை ஆலயங்கள் கட்டி யன்னமிகக் கொடுப்போரை இடிந்த பழங்கோயிலெடுத்துப் புதுப்பித்தவரை தாகத்துக்காக நல்ல தண்ணீர் கொடுத்தவரை பொரிந்த வுயிர்தனக்குப் போகநீர் விட்டவரை இராக்காலப் பட்டினியை யிதமாகத் தீர்த்தவரை பஞ்சம் வருங்காலம் பகுத்தன்ன மிட்டவரை பெரியோர்கள் தங்களையும் பேணி நடந்தவரை விருந்துகள் வந்தால் வேறுவைத்து உண்ணாமல் வைத்து வகையில் வஞ்சகம் செய்யாரை."

நாட்டார் மரபு சித்திரகுப்தன் கதையை உட்கொண்ட முறையினைப் பின்வருமாறு விளங்கிக்கொள்ளலாம். வடபுலத்தி லிருந்து தமிழகத்திற்கு வந்த சித்ரகுப்தத் தெய்வம் ஓர் அவைதீகத்

தெய்வமாகும். வடநாட்டில் பெருவணிகர்களின் மதமாக விளங்கிய (விளங்குகின்ற) சமணமதத்தின் தெய்வமாக இது இருக்கலாம். இறப்பினை (மரண அச்சத்தை) முன்னிறுத்தி அறம் சொல்லும் வழக்கத்தைச் சமய மதமே தமிழ்நாட்டில் தோற்றுவித்தது. எனவே மேலோர் மரபில் கணக்குவழக்கு முறைமையில் தெய்வமான சித்திரகுப்தன், நாட்டார் மரபில் இறப்பினை முன்னிறுத்தி நியாயக்கணக்குப் பார்க்கும் தெய்வமாக பண்பு மாற்றம் பெற்றிருக்கின்றது.

நயினார் நோன்பு அன்று எண்ணெய் தேய்த்துக் குளிக்கா விட்டால் (இறப்புச் சடங்கின் ஒரு பகுதி) சித்திரகுப்த நயினார் செக்கிலிட்டு நம்மை ஆட்டுவார் என்ற நம்பிக்கையும் இதனடிப்படையிலேயே தோன்றியிருக்க வேண்டும்.

தமிழக ஆன்மீக வரலாற்றில் வள்ளலார்

தமிழகத்தின் ஆன்மீக வரலாற்றை ஐந்து பெரிய நீர்க்கால்களாகப் பகுத்துக் காணலாம். நாட்டார் சமயம், சமணம், பௌத்தம், சைவம், வைணவம் ஆகிய ஐந்தனுள் பௌத்தத்தின் தொல்லெச்சங்கள் மட்டுமே இன்று தமிழ்ச் சமூகத்தில் சமய வாழ்வில் காணக்கிடக்கின்றன. சமணம், வாழ்கின்ற மதமாக இருந்தாலும்கூடத் தமிழ்நாட்டின் வட மாவட்டங் களில் மட்டுமே கண்ணிற்குத் தெரிகின்றது. சைவ, வைணவ நெறிகளும் இருபதாம் நூற்றாண்டின் இயக்கங்களாலும் 'உலகமயமாக்கல்' பின்னணியிலும் தங்கள் இருப்பை மட்டுமே தக்கவைத்துக் கொண்டுள்ளன. நாட்டார் சமயத்தின் கணிசமான பகுதிகளும் 'நகரமயமாதல்' என்னும் தளத்தில் தம் வேர்களை இழந்து வருகின்றன.

தமிழகத்தின் ஆன்மீக வரலாறு தொடர்ச்சி யானது. இந்த வரலாற்றுப் பின்னணியில் வள்ள லாரோ 19ஆம் நூற்றாண்டின் வெற்றி பெற்ற ஒரு கலகக் குரலை எழுப்பியவர். அந்த வெற்றி இருபதாம் நூற்றாண்டில் தொடர்கிறதா என்பது தனித்த விவாதத்திற்குரிய பொருளாகும். (வள்ளலாரைப் போல இருபதாம் நூற்றாண்டு ஆன்மீக வரலாற்றில் கலகக் குரலாக எழ 'முயன்ற' ஆதிபராசக்தி மன்றத்தை இங்கு நினைத்துக்கொள்ள வேண்டும். இரண்டுமே பெரும்பாலும் தமிழ்நாட்டின் வட பகுதியில் மட்டுமே கிளை பரப்பியவை என்பதை யும் கவனத்தில் கொள்ள வேண்டும்.)

தமிழ்நாட்டுப் பெருஞ்சமய நெறிகளில் வள்ளலாரை எதனோடு சேர்த்துப் பார்ப்பது என்பது அடிப்படையான ஒரு கேள்வியாகும். 'பூசுவதும் வெண்ணீறு' என்பது சைவ சமயத்திற் குரிய முதல் அடையாளம் ஆகும். இந்த அடையாளமும் கோயில் வழிபாடும் வள்ளலாருக்குக் குடிப்பிறப்பாக வந்தவையே. வள்ளலார் தம் இளமைக் காலத்தில் திருத்தணிகைத் தவத்தின் மீதும் பின்னர்ச் சிதம்பரத்தின் மீதும் பற்றுக்கொண்டிருந்தார் என்ற செய்தி அவரது பாடல்களில் பொதிந்துள்ளது. பின்னர், புதுநெறி கண்ட பிறகும் திருநீற்று அடையாளத்தை அவர் கைவிடவில்லை. எனவே வள்ளலாரைச் சைவ மரபிற்குள் ளாகவே நிறுத்திப் பார்ப்பதே சரியானதாக இருக்க முடியும். சமண சமயத்தின் தொல்லறமாகவும் சைவத்தால் ஏற்றுக் கொள்ளப்பட்டதுமான 'புலால் உண்ணாமை' அறத்தினை அவர் 'உயிர் இரக்க ஒழுக்கமாக' (ஜீவகாருண்யமாக) முன்னிறுத்தினார். மனித உயிர்களைத் தாண்டிய மற்ற உயிர்கள் மீதும் படிந்த அவரது இரக்கப் பார்வை மனிதன் மீது திரும்பியபோது தன்னியல்பாகவே அது சாதி மறுப்புக் கொள்கையாக விளைந்தது.

மதித்த சமயமத வழக்கெல்லாம் மாய்ந்தது
வருணாச்சிரமமெனும் மயக்கமும் சாய்ந்தது
கொதித்த லோகாசாரக் கொதிப்பெல்லாம் ஒழிந்தது
கொலையும் களவும் மற்றைப் புலையும் அழிந்தது
குறித்த வேதாகமக் கூச்சலும் அடங்கிற்று
கொதித்த மனமுருட்டுக் குரங்கு முடங்கிற்று

என்ற வருணாச்சிரமத்திற்கு எதிரான அவரது குரல் 19ஆம் நூற்றாண்டின் ஒரு கலகக் குரலேயாகும். அதுவே முதற்குரல் ஆகும் என்பதே நாம் உணர்ந்து கொள்ள வேண்டிய செய்தியாகும்.

இந்தப் பின்னணியில் ஆன்மிக வரலாற்றில் வள்ளலாரின் இடத்தைக் கணிக்க முயன்றவர்களாக, ம.பொ. சிவஞானம், ஊரன் அடிகள், ராஜ் கௌதமன், கி. சுப்பிரமணியன், ப. சரவணன் ஆகியோரைக் குறிப்பிடலாம். இந்தக் கட்டுரை 'உணர்வறிய திருஞானம், ஒப்பரிய பெருஞானம்' என்று பேசப்படும் சைவ சமயப் பின்னணியில் வள்ளலாரைக் காண முற்படுகின்றது.

தமிழ்நாட்டுச் சைவ சமய வரலாறு சிக்கல், சிடுக்கல்கள் எதுவுமில்லாத ஒன்றாகவே சைவ சமய ஆய்வாளர்களால் எழுதப்படுகின்றது. ஆனால் உண்மையில் காலந்தோறும் சைவ சமயத்திற்குள் எழுந்த மோதல்களும் முரண்களும் அடுத்து வரும் காலத்தில் உள்வாங்கப்பட்டு முடக்கப்பட்டுள்ளன; அல்லது செரிமானம் செய்யப்பட்டுள்ளன. இந்த மோதல்களின் தொடர்ச்சியாகவே நாம் வள்ளலாரை இனம் காண முடியும்.

சைவத் திருமுறைகள் எனப்படும் தோத்திர நூல்கள் பன்னிரண்டில் திருமந்திரமும் திருவாசகமும் அடங்கும். இந்த இரண்டு நூல்களும் வள்ளலாருக்குப் பிடித்தவை.

சைவ சமயத்தில் திருமுறைகள் 'தோத்திர நூல்கள்' எனவும் தத்துவ நூல்கள் 'சாத்திர நூல்கள்' எனவும் வழங்கப்பெறு கின்றன. திருமுறைகள் 12 என்பதுபோல 'மெய்கண்ட சாத்திரம்' என்ற பெயரில் 14 நூல்கள் தத்துவ நூல்களாகத் தொகுத்துக் காட்டப் பெறுகின்றன.

சைவர்களின் சாத்திரநூல் பட்டியல் சிக்கலானது. இந்தப் பட்டியலுக்கு முந்திய சைவ சாத்திர நூல் "ஞானாமிர்தம்" என்பதாகும். கி.பி. 11ஆம் நூற்றாண்டில் நெல்லை மாவட்டம் திருவாலீசுவரத்தில் இருந்த கோளகி மடத்திலிருந்து பிறந்தது. திருவாலீசுவரம் கோயில் முழுமையான கற்கோயிலாக முதலாம் இராசேந்திரசோழனால் எடுக்கப்பட்டதாகும். இது பாசுபத சைவர்கள் வாழ்ந்த நிலப்பகுதியாகும். இங்கிருந்து 18 கி.மீ. தொலைவிலுள்ள குற்றாலத்திற்கருகில் 'பாசுபதப் பேரேரி' என்பது ஒரு குளத்தின் பெயராக இன்றும் வழங்கிவருகின்றது.

முதலாம் இராசராசன் கட்டிய தஞ்சைப் பெரியகோவில் பாசுபத ஆகம விதிகளை அடிப்படையாகக் கொண்டதாகும். முதலாம் இராசராசனுக்கும் அவனது மகனுக்கும் காசுமீரத்துப் பாசுபதசைவர்களே குருமார்களாக இருந்து வந்துள்ளனர். அவர்களது காலப்பகுதியில் பிற்காலத்திய சைவமான சித்தாந்தச் சைவத்தின் சுவடுகள் ஒன்றிரண்டை மட்டுமே காணமுடியும். வள்ளலார் திருமந்திரத்தைத் 'தோத்திர நூலாகக் கொள்ளாது' 'சாத்திர நூலாகக் கொண்டதே' சரியானதாகும். அது பாசுபத சாத்திர நூலாகும். திருமந்திரம் மனித உடலைக் கொண்டாடும் நூலாகும். 'உடம்பை வளர்த்தேன் உயிர் வளர்த்தேனே' என்பது திருமூலர் வாக்கு.

'கடவுளியியற்கை விளக்கத்திற்கு இடமாகிய சீவதேகங்கள் என்கிற ஆலயங்கள்' என்கிறார் வள்ளலார் (கி. சுப்பிர. ப. 37). இந்த உணர்வு இறந்த உடலைச் சுடக்கூடாது என்பதுவரை அவரைக் கொண்டு செல்கின்றது.

பிணங்கழுவி எடுத்துப்போய்ச் சுடுகின்றீர்
இனிச்சாகும் பிணங்களே நீர்
கணங் கழுகுண்டாலும் ஒரு பயனுண்டே
என்ன பயன் கண்டீர் சுட்டே (5609)

(கி. சுப்பிர. ப. 46)

என்பது திருஅருட்பாவாகும். வள்ளலார் தனக்குப் பிடித்த தோத்திர நூலாக திருவாசகத்தையே குறிப்பிடுகின்றார்.

வான்கலந்த மாணிக்க வாசகநின் வாசகத்தை
நான் கலந்து பாடுங்கால்.

என்ற பாடல் வள்ளலாரின் பாடல்களில் குறிப்பிடத் தகுந்த தாகும். "திருவாசகத்தில் பிரசார வேகம் தளர்ந்து அது ஆன்மிக அனுபவங்களுக்கு முக்கியத்துவம் கொடுத்துள்ளது. திருவாசகத் தின் பக்திச் சுவையின் தித்திப்பில் தெவிட்டாத ருசி கண்ட இராமலிங்கரின் 6ஆம் தொகுப்பிலுள்ள பாடல்களில் அது பிரமாதமாக வெளிப்பட்டுள்ளது" என்று மதிப்பிடுகிறார் ராஜ் கௌதமன் (ப. 42). சோழர்காலக் கல்வெட்டுக்களிலிருந்து அப்பர், சம்பந்தர் இருவரின் பாடல்கள் மட்டுமே அவர்களால் தேவாரமாக ஏற்றுக்கொள்ளப்பட்டது தெரிகின்றது. சுந்தர ருடைய தேவாரம் 'தம்பிரானார் திருப்பாட்டு' என்ற பெயரிலேயே அக்காலத்தில் அழைக்கப்பட்டது. சோழர் காலத்திலும் பிற்காலப் பாண்டியர் காலத்திலும் திருவாசகப் பாடல்கள் கோயில்களில் விண்ணப்பம் செய்யப்படவில்லை என்பதையும் இங்கு கவனிக்க வேண்டும். அதற்கான சான்றுகள் ஏதும் கிடைக்கவில்லை.

பெரியபுராணக் கதையின் காலம் மாணிக்கவாசகருக்கு முற்பட்டதாயினும் அதனைச் சமய இலக்கியம் ஆக்கிய சேக்கிழாரின் காலம் மாணிக்கவாசகருக்குப் பிற்பட்டதே. அவர் மாணிக்கவாசகரைக் குறிப்பாகக்கூட ஓர் இடத்திலும் சுட்டவில்லை. பாசுபத சைவநெறிப்படி அமைக்கப்பட்ட தஞ்சைப் பெரிய கோவிலையும் அவர் சுட்டவில்லை. இவ்வகை யான விலகல்களும் ஒதுக்கல்களும் உள்வாங்கிக் கரைத்தலும் ஒவ்வொரு சமயத்திற்குள்ளாகவும் வரலாறு நெடுகிலும் நடந்து வருகின்றன. வள்ளலாரின் மனங்கவர்ந்த மாணிக்கவாசகர் நடு நாட்டுத்தலமான சிதம்பரத்தைப் பாடியுள்ளார். காவிரிக் கரையோரத் தலம் எதனையும் பாடவில்லை. அவர் அத்துடன் மட்டும் நின்றுவிடவில்லை. தேவாரம் காட்டும் தமிழ்த் தேசியத்திற்கு மாற்றாகச் சிவபெருமானைத் 'தென் பாண்டி நாடன்' என்றும் 'மதுரையார் மன்னன்' என்றும், 'மதுரை மண் சுமந்தான்' என்றும் 'பாண்டி நாடே பழம்பதி' என்றும் ஒரு குறுந்தேசியவாதத்தைக் *(Subnaturalism)* கட்டமைக்க முயன்றார் என்பது தெரிகின்றது. இதனை அரசியல் முரணாக மட்டும் கருத இயலவில்லை. ஏதோ ஒரு வகையில் இது சித்தாந்த முரணாகவும் அமைந்திருக்க வேண்டும். பிற்காலத்தில் எழுந்த சித்தாந்த சைவம், மாணிக்கவாசகரைக் கொண்டாடியது. ஆனாலும் திருவாசகம் கோயில் வழிபாட்டிற்கு அல்லாமல் வீட்டு வழிபாட்டிற்குரிய 'முற்றோதுதல்' (பாராயண) நூலாகவே அமைந்துவிட்டது. "திருவாசகத்திற்குச் செய்யுளால் அமைந்த

விளக்கமே திருவருட்பா" என்று துரைசாமிப்பிள்ளை குறிப்பிட்ட தாகப் புரிசை நடராசன் எழுதுகின்றார். திருவாசகத்தின்மீது சோழர்களின் சைவ அரசு கொண்டிருந்த விலகல் போலவே பாசுபத சைவ நூலான திருமந்திரத்தைத் தோத்திர நூலாகக் காட்ட முயலும் விலகல் போக்கு சித்தாந்த சைவத்திலும் காணப்படுகிறது. வள்ளலாரின் மனம் கவர்ந்த திருமந்திரமும் திருவாசகமும் சைவ மரபுகளில் பிற்காலத்தில் உள்வாங்கிக் கரைக்கப்பட்டன என்பதே இதன் பொருளாகும்.

சித்தாந்த சைவம், வேதத்தின் தலைமையினை ஏற்றுக் கொண்ட, ஆகம நெறிப்படி அமைக்கப்பட்ட கோயில்களை மையமாகக் கொண்டதாகும். அதனுடைய 'தலைக்கோயில்' தில்லை எனப்படும் சிதம்பரமாகும். தேவகுலம், பொது, அம்பலம், தளி, கோயில் என்பன கோயில்களுக்கு வழங்கப்பட்ட பெயர்க ளாகும். கேரளத்தில் இன்றளவும் கோயில்கள் அம்பலம் என்ற பெயராலே அழைக்கப்படுகின்றன. அங்கு கோயில் பணியாளர் களுக்கு அம்பலவாசிகள் என்றே பெயர். அவர்களின் ஒரு பிரிவினர் 'பொது ஆள்' (பொதுவாள் – புதுவாள்) என்றே அழைக்கப்படுகின்றனர். தில்லைக் கோயிலைப் பாடும் வள்ளலார் 'திருப்பொதுவில் ஆடுகின்ற அரசே' என்றும் 'அம்பலப் பாட்டே அருட்பாட்டு' என்றும் பொது, அம்பலம் என்ற இரண்டு சொற்களை வலியுறுத்துகின்றார். ஆனால் தில்லைக்கோயில் இன்றளவும் பொதுக்கோயிலாக அமையாமல் தில்லை மூவாயிரவர் என்ற பிராமண சாதிக்குரிய சொத்தாகவே இருந்துவருகின்றது என்பதையும் உணர வேண்டும். தில்லைக் கோயிலில் வள்ளலார் புராணப் பொழிவுகள் நடத்தியுள்ளார். ஆறுமுக நாவலருக்கும் அவருக்குமான முரண்பாடு அங்கே தான் தோன்றியது. தில்லைக்கோயில் அதற்கு முன்னரும் பல முரண்களுக்குக் களனாக இருந்துள்ளது என்பது வரலாறு. மூர்த்தி நாயனாருக்குத் தில்லை மூவாயிரவர் முடிசூட்ட மறுத்த கதை பெரியபுராணத்தில் பதிவாகியுள்ளது. தில்லைக் கோயிலிலிருந்து தேவார, திருவாசகங்கள் 'மீட்டெடுக்கப்பட்ட' கதையை திருமுறை கண்டபுராணம் பேசுகின்றது. இதுவும் ஏதோ ஒரு கருத்தியல் சார்ந்த முரணாகவே இருக்க வேண்டும்.

"சிதம்பரம் தற்காலத்தில் நமது உயிர்த்துணைவராகிய நடராஜரைப்பற்றி நாம் போவதற்கும் இரண்டொரு தினம் இருப்பதற்கும் தக்கதேயன்றி வேறொரு வகையாலும் தக்க தில்லை. ஆயின் அது கலிகால வண்ணம்" என்று 1861இல் இரத்தின முதலியார்க்கு எழுதிய கடிதத்தில் வள்ளலார் குறிப்பிடுகின்றார் *(ம.பொ.சி. ப. 200, 2001).*

"1871இல் வடலூரில் தமது சத்தியஞான சபையை நிர்மாணித்த பிறகு சிதம்பரம் கோயிலை அவர் திரும்பிப் பார்க்கவில்லை என்று தெரிகிறது" என்கிறார் ராஜ்கௌதமன் (ப.107).

தில்லைக் கோயிலின் மீது வள்ளலாருக்கு இருந்த ஈடுபாடே வடலூரில் தான் நிறுவிய சபைக்கு, 'உத்தர ஞானசிதம்பரம்' (அதாவது வடக்குச் சிதம்பரம்) என்று பெயரிட வைத்தது. ஆனால் வள்ளலார் கோயில் வழிபாட்டுக்கு அடிப்படையான உருவ வழிபாட்டைத் தாம் நிறுவிய ஆன்மீக மையத்தில் நிராகரித்தார். அதற்குக் 'கோயில்' என்று பெயரிடாமல் 'சபை' என்று பெயரிட்டார். கோயில்களில் சமயம்சார்ந்த அடியவர்களுக்கு உணவளிக்கும் மரபு தமிழகத்தில் தொன்றுதொட்டே நடந்து வந்துள்ளது. தில்லையிலும் அவ்வாறு உணவளிக்கப்பட்டதனை 'அன்னம் பாலிக்கும் தில்லைச்சிற்றம்பலம்' என்ற அப்பர் தேவாரத்தினால் அறியலாம். (பல நூற்றாண்டுகளாகத் தமிழகத்தில் பிராமணருக்கு மட்டுமே அன்னதான ஏற்பாடுகள் செய்யப்பட்டிருந்தன. பெருந்தொகையில் ஏழை எளியவர் அனைவரும் உண்டு பசியாறும் ஏற்பாட்டைச் செய்தவர் முதன்முதல் அடிகளார் தாம் என்பதே உண்மை (தமிழக வரலாறு கே.கே. பிள்ளை, பக். 491). அடியவருக்கு உணவளித்தல் என்ற கோயில் நடைமுறையினையும் சாதி, மதம் கடந்து ஏழை. எளியவர்களுக்கு உணவளித்தல் என்ற நடைமுறையாக மாற்றிக் காட்டினார்.

சைவக்கோயில்கள் சாதிமரபிற்கு உட்பட்டவையே. ஆனால் தில்லைக்கோயிலோ ஒரு சாதிப் பிரிவுக்கு மட்டுமேயுரிய சொத்தாகவும் (Property) இருந்து வருகின்றது. ஆறுமுக நாவலர் போன்ற அறிஞர்களை ஆதரித்த சைவத் திருமடங்களும் (தமிழகத்தில் பதினெட்டு வகையான சைவத் திருமடங்கள் உள்ளன) சாதிக் கயிற்றால் கட்டப்பட்டவையே.

"சமயச் செயல்பாடுகள் மடங்கள் என்னும் அதிகார மையங்களான நிறுவனங்களால் முன்னெடுக்கப்பட்ட காலச் சூழலில் வள்ளலார் வாழ்ந்தார். அம்மடங்கள் அனைத்தும் சாதிய நியதியைப் பேணியவை. அந்தச் சூழலில் இவரது தனித்த போராட்டம் வியப்பளிக்கும் வகையில் உள்ளது" என்று மதிப்பிடுகிறார் வீ. அரசு. (வள்ளலார் கடிதங்கள் முன்னுரை) 'இராமலிங்கம்பிள்ளை தம் சாதி கீழாயிருத்தல் கண்டே' என்பது மறுப்பு நூலில் உள்ள ஒரு தொடர் என்பதையும் இங்கே நினைவில் கொள்ள வேண்டும்.

வள்ளலார் பசிப்பிணி நீக்கும் செயலுக்கு அளித்த முதன்மை ஆன்மீக வரலாற்றில் ஒரு புதுமையாகும். 19ஆம் நூற்றாண்டில்

தமிழ்நாட்டில் பல பஞ்சங்கள் ஏற்பட்டன. காலனிய ஆட்சியின் பஞ்ச நிவாரண ஆவணங்களே இப்பஞ்சங்களின் கொடுமையை நமக்கு விளக்கப் போதிய ஆவணங்களாகும். எனவே பசிப் பிணியை மனிதகுலத்தின் முதல் எதிரியாகக் கண்டு வள்ளலார் அஞ்சியதற்கு அவர் வாழ்ந்த காலச் சூழலும் அரசும் ஒரு காரணமாகும். 'கருணையிலா ஆட்சி கடுகி ஒழிக' என்ற அறச் சீற்றத்துக்கும் இதுவே காரணமாகும். எனவே வள்ளலார், சைவம் என்ற எல்லையைத் தாண்டி சமரசம் என்ற பெருவெளியில் நுழைகின்றார். அதாவது தன் சமகாலச் சைவ மடங்களையும் வள்ளலார் நிராகரிக்கின்றார்.

ஆனால் சமகாலச் சைவத்தால் வள்ளலாருடன் முரண்பட மட்டுமே முடிந்தது. மரபுவழி வரலாற்றின்படியே அவரை விலகவோ விலக்கவோ இயலாமல் போயிற்று. ஏனென்றால் வள்ளலாரின் காலம் தொடர்புச் சாதனங்கள் வளர்ச்சி பெறும் காலமாகவே இருந்தது. அச்சு எந்திரம், இரயில் வண்டி, பங்கி வண்டி ஆகிய 'நவீனங்கள்' அவரது அனுபவ எல்லைக்குள் வந்துவிட்டன. எனவே வள்ளலாரைப் பத்தொன்பதாம் நூற்றாண்டில் சைவ சமய ஆன்மீக வரலாற்றில் எழுந்து 'வெற்றி பெற்ற ஒரு முரண்பாடு' என்று மதிப்பிடலாம்.

தமிழக வரலாற்றில் வள்ளலாரைப் பற்றிய மிகை மதிப்பீடு களே நிறைய வந்துள்ளன. அவரது கால அச்சியந்திர வளர்ச்சி, மதங்களின் பெருத்த ஆதரவுபெற்ற ஆறுமுக நாவலருடன் கருத்து மோதல் நிகழ்த்தியமை, ஈழத்து வேளாளர்களிடையே சிதம்பரம் கோவிலின் செல்வாக்கு, 'பொது' என்பதற்கு சாதி – மதம் கடந்து அவர்கொண்ட பொருள், சிதம்பரம் கோவிலை உரிமை கொண்டாடிய ஒரு குறிப்பிட்ட சாதியினரின் அதிகாரம், வள்ளலார் பாடலைக் கோவிலில் பாடமுற்பட்டதாக வைக்கப் படும் குற்றச்சாட்டு, தன் வாழ்நாளின் பிற்பகுதியில் சிதம்பரம் கோயிலை விட்டு முற்றிலும் நீங்கியமை, தான் தொடங்கிய 'சத்திய ஞான சபைக்கு உத்தர (வடக்கு) ஞான சிதம்பரம்' என்று பெயரிட்டது, ஆடும் மூர்த்தியின் திருவுருவத்துக்குப் பதிலாக ஒளிவிளக்கு ஒன்றினை ஏற்றி வழிபடச் செய்தது – இவற்றை யெல்லாம் கவனத்தில் கொண்டவாறே சிதம்பரம் கோவிலை அணுக வேண்டும்.

சிதம்பரம் கோயில் குறித்த எல்லாக் கதைகளும் 'பொது' எனப்படும் தீட்சதர்களின் சாதி அமைப்பைச் சுற்றியே வருகின்றன. 15 ஆண்டுகளுக்கு முன் தமிழறிஞர் வ.சுப. மாணிக்கம், சிதம்பரம் கோவிலின் அர்த்த மண்டபத்தில் தமிழ்பாட ஒரு இயக்கம் நடத்தியதும் 'பொது'விடத்தில் அவர் தோற்றுப் போனார் என்பதும் குறிப்பிடத்தக்கவை.

துணை நூல்கள்

 1. ம.பொ. சிவஞானம், வள்ளலார் கண்ட ஒருமைப்பாடு, 2001 (நான்காம் பதிப்பு).

 2. ராஜ்கௌதமன், கண்மூடி வழக்கம் எல்லாம் மண்மூடிப் போக.. ! சி. இராமலிங்கம் (1823–1874), 2001.

 3. R. Sunthara Lingam, Politics and National Awakening in South India 1852 – 1891, The University of Arizona (unpublished).

---

* இக்கட்டுரை வாசிப்பிற்குப் (06.03.2006) பின் 05.10.2006 அன்று சன் தொலைக்காட்சி நேர்காணலில் சிதம்பரம் கோயில் தீட்சதர்களின் சாதி மேலாண்மையினையும் மொழி மேலாண்மையினையும் முன்னாள் அறநிலையத்துறை.

ஆழ்வார் பாடல்களும் கண்ணன் பாட்டும்

கண்ணன் பிறந்தான் – எங்கள் – கண்ணன்
பிறந்தான் புதுக்
கவிதைகள் பிறந்ததம்மா . . .

என்பது ஒரு திரைப்படப் பாடலடியாகும். கவிஞர் கண்ணதாசன் இந்த அடியினை ஆராய்ச்சி உணர்வோடு எழுதினார் என்று கொள்ளுவதற்கில்லை. இருப்பினும் இந்திய மொழிகளில் இலக்கிய வரலாற்றைக் கூர்ந்து பார்த்தால் கி.பி. ஏழாம் நூற்றாண்டு முதல் கி.பி. பதினேழாம் நூற்றாண்டு வரை 'கண்ணன்' என்னும் தெய்வம் இந்திய மொழிகளில் கவிதையின் ஊற்றுக் கண்ணாக விளங்கியிருப்பதை உணரலாம்.

வைணவம் குறித்த தொன்மையான சான்றுகள் நமக்குச் சங்க இலக்கியத்திலேயே காணக்கிடைக்கின்றன. கண்ணனார், காரிக்கண்ணனார், விண்ணந்தாயன் ஆகிய வைணவப் பெயர் மரபுகளைச் சங்கப் பாடல்களின் துறைக்குறிப்புகளில் காணுகிறோம். இவற்றுள் 'விண்ணன்' என்பது 'விஷ்ணு' என்ற பெயரின் தமிழிய வடிவமாகும். காரிக்கண்ணன் என்பது வாசுதேவ கிருஷ்ணன் என்ற பெயரின் தமிழ் வடிவமாகும்.

செங்கட்காரி கருங்கண் வெள்ளை
பொன்கட பச்சை பைங்கண்மா அல

என்று பரிபாடல் திருமாலின் 'வியூக' அவதாரங்களைப் பதிவுசெய்கின்றது. 'செங்கட்காரி' என்ற

பெயரே காரிக்கண்ணன் என்று தமிழில் வழங்கப்பெற்றது என்பதைப் புலவர் ஒருவர் பெயரால் அறிகிறோம்.

கண்ணன் என்ற பொதுப்பெயரால் பக்தி இலக்கியங்களில் குறிக்கப்படும் தெய்வம் இந்த வாசுதேவ கிருஷ்ணனேயாகும். இருபது நூற்றாண்டுகளாகத் தமிழ்நாட்டில் மாறாத மக்கள் பெயர் வழக்குகளாக விளங்கும் பெயர்கள் கண்ணன், குமரன், சாத்தன், முருகன் என்ற மிகச் சிலவே ஆகும். 'கண்ணன் பாட்டு' என்ற பெயரில் பாரதியார் ஆக்கித்தந்த 23 பாடல்களுக்கும் தமிழ் இலக்கியத்தில் தொன்மையான வேர்கள் உண்டு என்பதை இவ்விடத்தில் நினைவில் கொள்ள வேண்டும். இவ் வேர்களைக் குறித்த மு. இராகவையங்காரின் 'கண்ணபிரானைப் பற்றிய தமிழ்நாட்டு வழக்குகள்' என்னும் கட்டுரையும் இங்கே நினைவுகொள்ளத்தக்கது.

'விபவம்' என்னும் இதிகாசப் பிறப்பிற்குக் காரணமான இராமன், கிருஷ்ணன் என்னும் இரண்டு அவதாரங்களில் கி.பி. ஏழாம் நூற்றாண்டில் கிளர்ந்தெழுந்த பக்தி இயக்கத்தின் தமிழ்நாட்டு வைணவம் கிருஷ்ண அவதாரத்தையே பெரிதும் கொண்டாடியது. இராம அவதாரத்தை விதிவிலக்காக மட்டுமே அது கொண்டாடியது. அதுபோலவே பிற்காலச் சோழர், பிற்காலப் பாண்டியர், விசயநகர ஆட்சிக் காலத்தில்தான் இராம அவதாரத்திற்கான கோயில்களும் தமிழ்நாட்டில் ஓரளவு எழுந்தன. தமிழ்நாட்டில் கிடைக்கும் திருமாலின் வெண்கலத் திருமேனிகள் எல்லாம் பெருமளவு கிருஷ்ண அவதாரம் சார்ந்ததாகும். கிருஷ்ணன் என்னும் கண்ணனுக்கு மகிழிணையாக வடநாட்டு இலக்கிய மரபுகள் ராதையைக் கொண்டாடியது போலத் தமிழிலக்கியங்கள் நப்பின்னையைக் கொண்டாடின.

நாண்இத்தனையும் இலாதாய்
நப்பின்னை காணில் சிரிக்கும்

என்று பெரியாழ்வார் கண்ணனுக்கு நப்பின்னையை முறைப் பெண்ணாகவே காட்டுகின்றார். நாச்சியார் திருமொழி யில், 'மாமிமார் மக்களேம்', என்றே ஆண்டாள் மைத்துன உறவுமுறைகளைக் குறிக்கின்றார். பாலியல் ரீதியிலான இந்த முறைப்பெண் – முறை மாப்பிள்ளை உறவுமுறை திராவிடர் களுக்கே உரியது என்று ஹட்டன் குறிப்பிடுவார். (HUTTON. J.H., Caste in India, Oxford University Press, Bombay, Reprint, 1969).

கண்ணன் என்னும் தெய்வம் குறித்துச் சங்க இலக்கியத்திலும் ஆழ்வார் பாடல்களிலும் பிற்காலத் தத்துவ நூல்களிலும் உள்ள செய்திகள் மூன்று அடுக்குகளாக உள்ளன.

தெய்வம் என்பதோர்...

1. பாகவதக் கதைகள் காட்டும் கண்ணன்

2. பாரதமும் இராம காவியமும் காட்டும் கண்ணன்

3. கீதை என்னும் தத்துவ நூல் காட்டும் கண்ணனைவிட முதன்முதலாக இளங்கோவடிகள் தம் சிலப்பதிகாரத்தில் பாகவதக் கதை காட்டும் கண்ணனையே பெருமளவு இராம, கிருஷ்ண அவதாரக் கதைகளுடன் கலந்து காட்டுகின்றார்.

மூவுலகு மீரடியான் முறை நிரம்பா வகை முடியத்
தாவிய சேவடிசேப்பத் தம்பியொடுங் கான்போந்து
சோவரணும் போர்மடியத் தொல்லிலங்கை கட்டழித்த
சேவகன் சீர் கேளாத செவியென்ன செவியே
திருமால் சீர் கேளாத செவியென்ன செவியே
என்பது ஆய்ச்சியார் குரவைப் பாடலாகும்.

ஆனாலும் பின்வந்த ஆழ்வார்கள் கிருஷ்ண (கண்ணன்) அவதாரத்தையே பெரிதும் கொண்டாடினர். கீதை உரைத்த கண்ணனைப் பற்றிய குறிப்புகள் ஆழ்வார்களின் பாசுரங்களில் ஒன்றிரண்டு மட்டுமே வருகின்றன. சமகாலச் சூழலில் இது வியப்புக்குரிய செய்தியே. ஆனாலும் இதுவே உண்மையாகும்.

கீதை உரைத்த கண்ணனை நான்முகன் திருவந்தாதியில் வரும்
சேயன் அணியன் சிறியன் மிகப்பெரியன்
ஆயன் துவரைக் கோன் ஆய் நின்ற மாயன் அன்(று)
ஓதியவாக் கதனைக் கல்லார் உலகத்தில்
எதிலராய் மெய்ஞ்ஞானமில் (71)

என்ற ஒரே ஒரு பாடல் மட்டுமே குறிப்பாகப் பேசுகின்றது. பிற்காலத்தில் வைணவ ஆசாரியர்கள் மட்டுமே கீதையினைச் சற்றே விரிவுபடுத்துகின்றனர். ஆழ்வார்களின் பாசுரங்களில் அதற்கு இடமில்லை.

செம்மையுடைய திருவரங்கர் தாம் பணித்த
மெய்ம்மைப் பெருவார்த்தை

என்ற ஆண்டாளின் பாசுரம் கீதையினைக் குறிப்பாகச் சுட்டுவதாகப் பிற்கால உரையாசிரியர்கள் வலிந்து பொருள் கூறுகின்றனர்.

கிருஷ்ண வழிபாட்டில் பாகவதக் கதைகளே மிகத் தொன்மையானவையாகும். இந்தப் பாகவதக் கதைகளில் மிகப் பழமையான குருந்து ஒசித்த கதை,

வடா அது, வண்புனல் தொழுநை வார்மணல் அகன்றுறை
அண்டர் மகளிர் தண்டழை யுடீஇயர்
மரஞ்செல மிதித்த மாஅல் போல

எனச் சங்க இலக்கியத்தில் பதிவு பெற்றுள்ளது. மல்லரை அட்டது, மதயானையை வென்றது, சகடாசுரனை வென்றது, பாம்பினைக் கயிறாகக்கொண்டு கடல் கடைந்தது, கோவர்த்தன கிரியைக் குடையாகப் பிடித்தது, மரக்கால் ஆடல் ஆடிக் காட்டியது, குடக்கூத்து ஆடியது ஆகியவற்றை இராமாயண பாகவதக் கதைகளோடு இளங்கோவடிகள் கலந்துகாட்டு கின்றார். ஆழ்வார் பாசுரங்களோ பாகவதக் கதைகள், பாரதம்சார் கதைகள், இராமாவதாரக் கதைகள் என்ற அளவிலேயே கதைகளைப் பதிவு செய்கின்றன.

ஆழ்வார்கள் பாசுரங்கள் கண்ணனைப் பெருந்தெய்வ மாகக் காட்டும் அதே வேளையில் அவனை மிக எளியவனாகவும் காட்டுகின்றன. சௌலப்யம் (எளிவந்த தன்மை) என்பது கண்ணன் அவதாரத்தின் உயர்ந்த பண்புகளில் ஒன்று. துறையும் படியுமாக அமைந்த ஆறுபோல அல்லாமல் அடியார்க்கு அவன் இறங்கிய இடமெல்லாம் துறையாகும்படி இருப்பான் என்பதே இதன் விளக்கமாகும். ('அடியார்க்கு இழிந்த இடமெல்லாம் துறை யாகும்படி' எனப்பிற்கால ஆசாரியர்கள் உரை வியாக்கியானம் செய்வர்.) எனவே தயக்கமின்றி ஆழ்வார்களின் பாசுரங்கள் கண்ணனைப் பலபட உரிமையுடன் பழிக்கின்றன.

கண்ணன் பெருவயிற்றுக்காரன். "சட்டித் தயிரும் தடாவி னில் வெண்ணெயும் உண் பட்டிக் கன்று" (பெரியா. திருமொழி) அவன் வெண்ணெயும் தயிரும் திருடித் தின்பவன். "கறந்தநற் பாலும் தயிரும் கடந்துறி மேல் வைத்த வெண்ணெய், பிறந்ததுவே முதலாகப் பெற்றறியேன் எம்பிரானே" (பெரியா. திருமொழி). "தாரார் தடந்தோள்கள் உள்ளளவும் கைநீட்டி, ஆராத வெண்ணெய் விழுங்கி அருகிருந்த மோரார் குடமுருட்டி" (திருமங். சிறிய திருமடல்) ஏதும் அறியாதவன்போல் பொய்யுறக்கம் கொள்ளுபவன். அவன் ஒரு பொய்சொல்லி. "புறம்போலும் உள்ளும் கரியன்" (நாச்சியார் திருமொழி)."புல்லாணி எம்பெருமான் பொய்கேட்(டு) இருந்தேனே" (திருமங்கை) என்று புலம்புகிறாள் ஒரு கன்னி. அவன தாய் அவனைக் கண்டித்து வளர்க்கத் தவறி விட்டாள். "அஞ்ச உறப்பாள் அசோதை, ஆணாட விட்டிட்(டு) இருக்கும்" (நாச்சியார் திருமொழி). ஆனால் அந்தத் தாயோ பேய்ச்சி முலையுண்டு அவளைச் சாகடித்த இந்தப் பிள்ளையிடம் ஏதும் சொல்ல அச்சப்படுகிறாள். "பேய்ச்சி முலையுண்ட பின்னை இப்பிள்ளையைப் பேசவும் அஞ்சுவனே" (பெரியா. திருமொழி). அத்துடன் பாகவதக் கதைகள் சொல்லாத குறும்புகளையும் ஆழ்வார்களின் பாசுரங்கள் பேசுகின்றன. வீட்டில் தனியாக இருந்த கன்னியின் கையைப் பற்றி அவள் வளைகளைக் கவர்ந்து போய்க்கொடுத்து நாவற்பழம் வாங்கித் தின்றா னென்று கண்ணக் குறும்புகளை ஆழ்வார் பாசுரங்கள் பேசுகின்றன.

இல்லம் புகுந்தென் மகளைக் கூவிக்
கையில்வளையைக் கழற்றிக் கொண்டு
கொல்லையில் நின்றும் கொணர்ந்து விற்ற
அங்கொருத்திக்(கு) அவ்வளைகொடுத்து
நல்லன நாவற்பழங்கள் கொண்டு
நானல்லன் என்று சிரிக்கின்றானே

என்பது பெரியாழ்வார் பாசுரம்.

இந்தப் பிற்புலத்தில் பாரதியின் கண்ணன் பாடல்களை நோக்குவது மரபுசார்ந்த ஒரு முறையாகும். மற்றொரு வகையாகக் கண்ணன் பாட்டுக்களின் தனித்தன்மை எனப் பேசத்தக்க சிலவற்றை முதலில் காணவேண்டும். கண்ணனை 'எல்லாம்' ஆகப் பார்க்கும் பாரதியின் பார்வை ஆழ்வார்களிடமிருந்து கவித்துவ அளவிலும் வளர்ச்சி பெற்றுள்ளது.

மழைக்குக் குடைபசி நேரத் துணைவென்றன்
வாழ்வினுக் கெங்கள் கண்ணன்
–
பொன்னவிர் மேனிச் சுபத்திரை மாதைப்
புறங்கொண்டு போவதற்கே – இனி
என்ன வழியென்று கேட்கில் உபாயம்
இருகணத் தேயுரைப்பான்.

(கண்ணன் என் தோழன்)

கண்ணனைக் குழந்தையாகவும் நாயகனாகவும் தெய்வமாகவும் மட்டுமே ஆழ்வார்கள் பார்க்கப் பாரதியோ தாயாகவும் தோழனாகவும் சற்குருவாகவும், ஆண்டானாகவும் அடிமையாகவும் நாயகியாகவும் பார்க்கிறான். தெய்வத்தை வைதீகச் சமயங்கள் நாயக – நாயகி பாவனையில்தான் பெரும்பாலும் பாடியிருக்கின்றன. பாரதியோ நாயிகா – நாயக பாவத்தில் பாடத் துணிந்திருக்கின்றான். 'கண்ணம்மா என் காதலி' என்ற தலைப்பில் அமைந்த பாடல்கள் தமிழ் அகப்பொருள் மரபினை மீறியவையாகும். (இசுலாமிய மரபில் குணங்குடி மஸ்தானின் 'மனோன்மணிக்கண்ணி' பாரதிக்கு முன்னான ஒரு மரபு மீறலாகும்). மற்றொன்று, தெய்வத்தைக் கவிஞன் தன் வேலைக்காரனாகக் கண்டு பாடுவதாகும். இதுவே பாரதி படைத்த புதுமையாகும். 'விளிம்பு நிலை மனிதர்கள்' என்ற சொல்லாடல் கேட்கப்பெறாத காலத்தில் பாரதியின் இந்த 'சனநாயக உணர்வு' காலப் பிற்புலத்தோடு நினைத்துப் பார்க்க வேண்டிய ஒன்றாகும். 'கண்ணன் என் ஆண்டான்' என்ற தலைப்பில் அமைந்த பாடல் பள்ளு இலக்கியங்களின் பாதிப்பைப் பெற்றிருந்தாலும் அது காலனிய ஆட்சிவரை தமிழகத்தில் நடைமுறையிலிருந்த பண்ணை அடிமை முறை பற்றிய சுருக்கமான சொற்சித்திரமாகும்.

மரபுவழி அகப்பொருள் கவிதையாக இருந்தாலும் வேறு யாரும் பேசத் துணியாத ஒரு செய்தியினைப் பாரதி 'கண்ணன் என் தாய்' என்ற தலைப்பில் பேசுகின்றார். "வரலாறு என்பது மதக் கொலைகளாலும் அரசர்களின் கூத்துக்களாலும் ஆனது. வேதங்களிலும் பொய் வேதங்கள் உண்டு. மூத்த தலைமுறை யினரும் பொய் நடைக்காரராக இருப்பர்." இதனைச் சொல்லும் துணிவு பாரதிக்கு முன்னிருந்த கவிஞர்களுக்கு இல்லை என்பதை உணரவேண்டும்.

கோத்தபொய் வேதங்களும் – மதக்
கொலைகளும் அரசர்தம் கூத்துக்களும்
மூத்தவர் பொய் நடையும் – சில
மூடர் தம் கவலையு மவள் புனைந்தாள்

என்கிறார் பாரதி.

போலிச் சுவடியை எல்லாம் இன்று
பொசுக்கிவிட்டால் எவர்க்கும் நன்மை உண்டென்பான்

என்று பாரதி கூறும் ஒரு கருத்தினை,

கள்ளப் பொய் நூல்கள்

என்று வைணவத் தத்துவ நூலான ஆசார்ய ஹ்ருதயமும் கூறுகின்றது.

'சொல் புதிது, பொருள் புதிது' என முழங்கும் பாரதியின் முழுமையான புதுமை ஈடுபாடு, அகப்பாட்டிலும் கூட எதிரொலிக்கின்றது.

நாட்டினிற் பெண்களுக்கு நாயகர் சொல்லும் – சுவை
நைந்த பழங்கதைகள் நானுரைப்பதோ ?

என்கிறார் பாரதி.

இப்படி ஒரு காதலன் தமிழ் அகப்பொருள் மரபில் பேசிய தில்லை. வெவ்வேறு மனநிலைகளிலிருந்து பாடப்பட்ட கண்ணன் பாடல்களில் ஓரிடத்தில் (தோழன்) பாரதி தன்னை அர்ச்சுன னாகவும் மற்றோரிடத்தில் தன்னை அர்ச்சுனனின் தம்பியாகவும் கற்பனை செய்துகொள்கின்றார்.

ஆண்டு அருள் புரிந்திடுவாள் – அண்ணன்
அர்ச்சுனன் போல் என்னை ஆக்கிடுவாள்

(கண்ணன் என் தாய்)

'காலத்தால் அழியாத நவகவிதை' எழுதவந்த பாரதி என்ற பெருங்கவிஞன் தமிழ்க் கவிதை மரபிலும், இந்தியக் கவிதை மரபிலும் மிகப்பழமையான ஒரு பாடுபொருளை எடுத்துக் கொண்டு 23 பாடல்களை ஏன் ஆக்கியிருக்க வேண்டும்?

காலப் பின்னணியோடும் களப் பின்னணியோடும்தான் இந்தக் கேள்வியை நாம் எதிர்நோக்க வேண்டும்.

வைணவக் குடும்பத்தில் பாரதி பிறக்கவில்லை. எனவே கண்ணன் என்ற பெரும் தெய்வத்தின் மீதான நேயம் அல்லது கவர்ச்சி பாரதிக்குப் பிறப்பிலும் வளர்ப்பிலும் கிடைத்ததாகத் தெரியவில்லை. தன் தாய்வழிப் பாட்டனாரைக் கூடச் சிவபூசை செய்பவராகவே பாரதி காட்டுகின்றார். கண்ணன் பாடல்களில் கூட 'சிவயோகம்' என்ற சொல் மூன்று இடங்களில் வருகின்றது. கண்ணன் பாடல்கள் அனைத்தும் 1917 ஆம் ஆண்டு பிறந்தவை என்று சீனி. விசுவநாதனின் 'பாரதி ஆய்வுப்பதிப்பு' தெரிவிக்கின்றது. அதாவது பாரதியின் புதுச்சேரி வாழ்க்கையின் கடைசிப் பகுதியில் இப்பாடல்கள் பிறந்துள்ளன. வைணவ இலக்கிய உலகத்துடன் பாரதிக்குக் கிடைத்த தொடர்பினை மண்டையம் திருமலாச்சாரியாரின் நட்பின் வழியாகவே நம்மால் புரிந்துகொள்ள முடிகின்றது. மண்டையம் ஆச்சாரியர் மகள் யதுகிரியம்மாள் தனது தந்தையாரும் பாரதியும் ஆழ்வார்ப் பாடல்கள் குறித்துப் பேசிக்கொள்வது வழக்கம் என்கிறார். இந்த ஒரு தொடர்பு மட்டுமே 'கண்ணன் பாட்டு' என்னும் பெருங்கலைப் படைப்புக்குக் காரணம் என்று கூற இயலாது.

பாரதி முழுமையான விடுதலையினை யாசித்த ஒரு கவிஞர். 'வேண்டுமடி எப்போதும் விடுதலை' என்று மீண்டும் அடிமைத்தளையில் சிக்க மறுக்கின்ற கவிஞர். பாரதியின் விடுதலை உணர்வு அரசியல் தளத்தில் மட்டுமல்லாது கலைத் தளத்திலும் பரவிநிற்கின்றது. அதிகாரம் சார்ந்த எல்லா வகையான ஒழுங்கு முறைகளையும் மீற விரும்புவது கவிஞரின் மனமாகும். காந்தி யுகத்தின் தொடக்கம்வரை வாழ்ந்திருந்தாலும் பாரதி அரசியல் தளத்தில் திலகரின் மாணவராகவே இருக்கின்றார். எனவே, 'எல்லாவற்றிலிருந்துமான விடுதலை', என்ற திலகரின் முழக்கம் ஆன்மிகத் தளத்திலும் பாரதியை ஈர்க்கின்றது. 'திலகர் முனி', 'திலகர் கோன்' என்று பாரதியும், 'குருநாதர்', 'ஆசிரியர் பிரான்' என்று பாரதியின் தோழரான வ.உ.சியும் திலகரைக் கொண்டாடுகின்றனர். திலகர் இந்திய தேசியத்தை ஆன்மிகத் தளத்திலிருந்தும் காண முற்பட்டவர். 'இந்து, இந்தி, இந்தியா' என்ற தனது நூலில் எஸ்.வி. ராஜதுரை இதனை விளக்கமாகப் பேசியுள்ளார். மதம் என்பது ஒரு அதிகாரக் கட்டுமானம். ஆனாலும்கூடத் தமிழ்நாட்டு வைணவம் அந்தப் பொது நெறியிலிருந்து சற்று விலகியே நிற்கின்றது. அரசுப்பிறப்பு, அரசதிகாரம் ஆகியவற்றோடு தொடர்புடையது இராமாவதாரம். அன்றும் இன்றும் அரசியல் அதிகார வேட்கையினை உடையவர்கள்

இராமாவதாரத்தினைக் கொண்டாடுவதன் உட்கிடக்கை இதுவேதான். அதனைவிடப் புற அழுக்கு நிறைந்த வாழ்க்கை அசைவுகளையுடைய கிருஷ்ணாவதாரத்தையே வைணவர்கள் கொண்டாடுகின்றனர். "பிரபத்திக்கு தேசநியமமும் காலநியமமும் பிரகார நியமமும் அதிகாரி நியமமும் பல நியமமும் இல்லை", என்று கூறி சுத்த அசுத்தக் கோட்பாடுகளை உடைத்தெறியும் 'ஸ்ரீவசந பூஷணம்', எனும் வைணவத் தத்துவ நூல், திரௌபதி தீட்டுக்கரியவளாக இருந்த காலத்தில் பக்தி செய்த நிகழ்ச்சியை யும் இரத்தவாடையும் பிணவாடையும் அடிக்கின்ற போர்க் களத்தில் அர்ச்சுனனுக்குக் கிருஷ்ணனால் கீதை சொல்லப் பட்டதையும் உதாரணமாக எடுத்துக்காட்டுகின்றது.

அதிகாரச் சார்பு ஏதுமற்ற பாகவதக் கதைகள் காட்டும் கண்ணன் தனது குறும்புகளின் மூலமாக, கற்பிக்கப்பட்ட ஒழுக்க நெறிகளைச் சவாலுக்கு அழைக்கின்றான். வேறு வகையில் சொல்லுவதனால், 'தெய்வம்' என்ற பெயரில் ஒரு அதிகார மையத்தை பாகவதக் கதைகளைக் கொண்டு உருவாக்க இயலாது. அரசியல் தளத்தில் ஒரு அதிகார மையத்தினை அழித்துச் சனநாயக உணர்வுகள் தலைதூக்க வேண்டுமென்பது பாரதியின் விருப்பம். இந்த சனநாயக உணர்வுக்கு அதிகார வலைக்கு உட்படாத பாகவதக் கண்ணன் கதைகள் உணர்வு ரீதியாகத் துணை செய்கின்றன. பாரதிக்குக் கண்ணன் வாழ்வியலும் கவித்துவமும் நிறைந்த ஒரு தெய்வம். எனவே கண்ணன் பாட்டில் வைணவம் என்ற சமய அதிகார மையம் ஒன்று உருவாகவில்லை. மாறாக 'மையம் அழித்தல்' என்ற வகையில் சனநாயக உணர்வுகள் பரவ லாக்கப்படுகின்றன. எனவேதான் கண்ணனின் குறும்புகளைத் தானும் தன் பங்குக்குப் பாரதி 'பின்னலைப் பின்நின்று இழுப்பான்' 'குழல்கேட்டு மயங்கும் வாயில் எறும்பு பிடித்துப் போடுவான்' என்றெல்லாம் மேலும் விரிவுசெய்கின்றார். இந்த 'அதிகார மையம் அழித்தல்' என்பதே விடுதலை உணர்வின் மறுபக்கமான சனநாயக உணர்வாகும். ஆழ்வார்களின் பாடல் சாரமாக, அதே நேரத்தில் கவித்துவமும் சனநாயக உணர்வும் கொண்ட கவிதைகளாகக் 'கண்ணன் பாட்டு' மலர்ந்திருப்பதற்கு இதுவே காரணமாகும். இதனைத் தாண்டி கண்ணன் பாடல்களின், 'இசைத் தகுதி' ஆழ்வார்களின் பாடல்களைப் போலச் சனநாயக உணர்வுகளைச் சுமந்து வரும் ஊர்தியாகப் பயன்பட்டிருக்கின்றது. இசைவாணர்களே அதனை மதிப்பீடு செய்ய வேண்டும்.

பண்பாட்டுக் கலப்பு

வைணவ இலக்கியப் படைப்பாளிகளில் ஆண்டாள் சில தனிச்சிறப்புகளை உடையவராவார். பன்னிரு ஆழ்வார்களில் அவர் ஒருவரே பெண் என்பதோடு, மற்றுமொரு வைணவ இலக்கியப் படைப்பாளியின் மகள் என்பதும் அவர் பெற்ற சிறப்பாகும். தமிழ்நாட்டு வைணவர்களின் வழக்கில் உள்ள ஆண்டாளின் வாழித்திருநாமப் பாட்டு, "அவர் பெரியாழ்வாரின் மகள், திருமல்லிவளநாட்டைச் சேர்ந்தவர், திருஆடிப் பூர நாளில் பிறந்தவர். அரங்கனுக்கே மாலை சூடிக் கொடுத்தவர், இராமநுசரை அண்ணனாகப் பெற்றவர், திருப்பாவை முப்பது பாடல்களும் நாச்சியார் திருமொழி 143 பாடல்களும் பாடியவர்", ஆகிய செய்திகளைத் தருகின்றது.

பிற்காலத்தவரால் ஓடம், ஊசல், கும்மி, பிள்ளைத்தமிழ் எனப் பல்வேறு சிற்றிலக்கியங்களும் வைணவத்தில் ஆண்டாளின் மீதே நிறையப் பாடப் பெற்றிருக்கின்றன. மேலும் திருப்பதி, திருவரங்கம் ஆகிய கோயில்களில் கருவறைக்குள்ளாகவும் தமிழகத்தின் வீதிகளிலும் இன்றளவும் பாடப்பெறும் இலக்கியமாகவும் அவரது திருப்பாவைப்பாடல்கள் அமைந்துள்ளன. அத்துடன் பதினாறாம் நூற்றாண்டுக்கு முன்னரே திருப்பாவைக்கு வைணவ உரையாசிரியர் அறுவர் உரையும் விரிவுரையும் எழுதியுள்ளனர். திருக்குறள், திருமுருகாற்றுப்படை ஆகிய நூல்களைத் தவிர்த்து மிகுதியான உரைகளைப் பெற்ற நூல் இதுவே எனலாம்.

தமிழ் இலக்கிய உலகில் திருப்பாவை அளவுக்கு அவரது மற்றொரு படைப்பான நாச்சியார் திருமொழி அறியப் பெறவில்லை. பதினான்கு திருமொழிகளாக அமைந்துள்ள இப்பாடல்களுக்குப் பதின்மூன்றாம் நூற்றாண்டில் அறுவரும் இருபதாம் நூற்றாண்டில் ஸ்ரீ கிருஷ்ணசாமி ஐயங்காரும் உரை எழுதியுள்ளனர்.

வைணவத் தமிழ் இலக்கியங்களில் சாதி அமைப்புக்கு எதிரான ஒரு குரல் காலந்தோறும் தொடர்ந்து ஒலித்து வந்திருக்கின்றது. இதனைத் தொடங்கி வைத்தவராகத் தொண்டரடிப் பொடியாழ்வாரைக் குறிப்பிடலாம். இவரை அடுத்து இக்குரலுக்கு வலிமை சேர்த்தவராகப் பெரியாழ்வாரை யும் அவர் மகளான ஆண்டாளையும் குறிப்பிட வேண்டும். வைணவ மரபுக் கதைகளிலிருந்தும் பாடல்களிலிருந்தும் பிறப்பினால் இவர்கள் பார்ப்பன வகுப்பைச் சேர்ந்தவர்கள் என்று தெரிகிறது. இவர்கள் வாழ்ந்த காலத்திய சமூகத் தலைமை பார்ப்பனர்களிடமே இருந்தது. ஆனாலும் இதற்கு மாறான ஒரு குரலை இவர்கள் இருவரும் தங்களின் கவிதை களில் பதிவு செய்துள்ளனர்.

பக்தி இலக்கியத்தின் முதன்மையான இலக்கிய உத்தி என்பது நாயகன் நாயகி பாவனை ஆகும். ஆனால் பெரியாழ்வார் தம் கவிதைகளில் கண்ணனுக்குத் தாயாக (இடைச்சாதிப் பிறப்புடையவளாக) தன்னைக் கற்பனை செய்துகொள்கிறார். பெண் என்பதால் ஆண்டாளுக்கோ நாயகி பாவனை தேவை யற்றதாக இயல்பாகவே கண்ணன் மேல் காதல் உணர்வு பெருக்கெடுத்ததாயிற்று. வைணவ உரையாசிரியர்கள், "ஏனையோர் எல்லாம் பெண்ணாக வேஷம் கட்டிக்கொண்டு ஆடினார்கள்" என்றும், "ஆண்டாளின் காதல் உணர்வு பள்ளமடைபோல வேகமிகுந்ததாயிற்று" என்று விளக்கு கின்றனர். திருப்பாவை முப்பது பாடல்களிலும் தன் தந்தையாரைப் போலவே ஆண்டாளும் தன்னை இடைச்சாதி யில் பிறந்தவராக் கருதிக்கொண்டு தன் காதல் உணர்வினை வெளியிடுகிறார். நாச்சியார் திருமொழியிலும் இந்தச் சாதி 'பாவனை' உணர்வு வெளிப்படையாகவே நிற்கின்றது. வடமதுரை, இடைச்சேரி, விருந்தாவனம் (துளசிக்காடு) யமுனை யாறு ஆகிய பிற்புலங்களைக் குறிப்பிடுவதோடு 'வாரணமாயிரம்' திருமொழியில் கண்ணனை ஆயன் என்ற சொல்லாலே குறிப்பிடுகின்றார். இவற்றையெல்லாம் மனங்கொண்டே, பதின்மூன்றாம் நூற்றாண்டின் இறுதிப்பகுதியில் வாழ்ந்த பிள்ளை லோகாசாரிய ஜீயர் தம்முடைய 'ஸ்ரீவசநபூஷணம்'

என்னும் நூலில் "ப்ராஹ்மணோத்தமரான பெரியாழ்வாரும், திருமகளாரும் கோப ஜந்மத்தை ஆஸ்தாநம் பண்ணினார்கள்" என்று குறிப்பிடுகின்றார்.

ஆண்டாளின் பாடல்களில் புலப்பாட்டு நெறி, பெருந் திரளான மக்களின் வாழ்வியல் சார்ந்ததாகவே அமைந் திருப்பதனை அவரது சொற்களிலும் தொடர்களிலும் காண முடிகின்றது. அவர் தேர்ந்தெடுத்த மொழி நடை இன்றும் புழக்கத்தில் உள்ள சொற்களைக் கொண்டதாக அமைகின்றது என்பது வியப்பான செய்தியாகும். முள்ளில்லாத சுள்ளி, மேலாப்பு (தாவணி), கண்ணாலம், கட்டி அரிசி, பரக்கழி, குப்பாயம் ஆகிய சொற்கள் தென்மாவட்டங்களில் இன்றும் வழக்கில் உள்ளன. இவற்றுள் கடைசியில் அமைந்த பரக்கழி என்னும் சொல், "பழி உண்டாக்கும் பிள்ளையே" என்ற வசைச் சொல் ஆகும். இத்துடன் 'வசவு' என்னும் சொல்லையும் அதற்கு இணையாகத் தென் மாவட்டங்களில் வழங்கும் 'ஏச்சு' என்னும் சொல்லையும் ஒருசேரப் பயன்படுத்துகிறார். மிகுதியும் சேட்டை செய்யும் பிள்ளையினை 'பரக்கழி' என்று ஏசுவது இன்றும் காணப்பெறும் நிகழ்ச்சியாகும். ஆண்டாள் பேசும் உண்பொருள்களும் எளிய மக்களால் நுகரப்பெறும் கட்டி அரிசி, அவல், பொரி முதலியனவே ஆகும். இவற்றுள் அவல், இன்றும் தென்கேரளத்தில் பெரிதும் நுகரப்பெறும் உணவாகும். கட்டி அரிசி என்பது கருப்பட்டிப் பாகுடன் கலந்து செய்யப்பெறும் அரிசிமாவினால் ஆன உணவாகும்.

சொல்லாலும் தொடர்களாலும் மட்டுமன்றி ஆண்டாள் காட்டும் வாழ்நெறிகளும் சடங்குகளும் உறவுமுறை உணர்வு களும்கூட எளியமக்களின் சார்பு உடையதாகவே அமைந்திருப் பதனைப் பார்க்கிறோம். நிறைவேறாத காதல் உணர்வால் தான் வாடுவதைப் பாடும்போது, 'நீர்க்காலத்து எருக்கிலம் பழவிலைபோல் வீழ்வேனை' என்கிறார்.

"கோடையிலே பாலறவுலர்ந்த எருக்கிலையிலே மழைத்துளி பட்டவாறே அற்று விழும்" என்று உரையாசிரியர் பெரிய வாச்சான் பிள்ளை இதற்கு விளக்கம் தருகிறார். விரும்பப் பெறாத எருக்கஞ்செடியும் அதன் காய்ந்த இலைகளும் அவற்றின் மழைக்கால வீழ்ச்சியும் 'உயர்சாதிப்' பெண்ணொருத்தியின் அனுபவ எல்லைக்குள் எப்படி வந்தன என்று வியப்படைகிறோம்.

அதனைப்போலவே திருமணச் சடங்குகளைப் பேசும் 'வாரணமாயிரம் திருமொழி'யில் நாத்தனார் முறையுடைய துர்க்கை மணப்பெண்ணின் கழுத்தில் மாலை சூட்டுவதனை யும் மணமக்களின்மேல் பொரி அள்ளிப்போடுதல் ஆகிய

பார்ப்பனர் அல்லாத மக்களின் திருமணச்சடங்குகளையும் தன்வயப்படுத்திக்கொண்டு பாடுகிறார்.

மாமியார் – மருமகன் உறவுமுறை திராவிடர்களின் உறவு முறையில் கூச்ச உணர்வும் விலக்குகளும் கொண்டதாகும். பிற்படுத்தப்பட்ட தாழ்த்தப்பட்ட சாதி மக்களிடத்தில் இவ்வுணர்வு இன்னும் கடுமையானதாகவே அமைந்திருக்கிறது. மகளைக் கொண்ட மருமகனின் முன் வந்து நிற்பதும் வரவேற்பதும் உணவு பரிமாறுவதும் உரையாடுவதும் இன்றும் பலசாதிகளில் விலக்கப்பட்டதாகவே இருக்கின்றன. ஆண்டாள் மூன்றாம் திருமொழியில் உடைகளைத் திருடிக்கொண்டு மரத்தின் மீது இருக்கும் கண்ணனிடம் தண்ணீருக்குள் ஆடை யின்றி நின்றுகொண்டு உடைகளுக்காகக் கெஞ்சும் பெண்ணாகத் தன்னைக் கற்பனை செய்துகொள்கிறாள். (பாகவதக் கதையில் வரும் இச்செய்தி சங்க இலக்கியத்திலும் பதிவு பெற்றுள்ளது) “மாமிமார் மக்களே யல்லோம் மற்றுமிங் கெல்லாரும் போந்தார்” என்பது ஆண்டாள் பாசுரம். “நாங்கள் உனக்கு மாமிமார் மக்கள் இல்லைதான், இருந்தாலும் இந்த நீர்த்துறைக்கு மற்றவர்களெல்லாம் வந்தார். உன் மாமிமார்களும் வந்துகொண்டிருக்கிறார்கள்,” என்பதே இதன் பொருள். “உனக்குக் கூச்சு முறையுடையாரெல்லாம் போந்தார் காண்” என்பது இவ்வரிகளுக்குப் பெரியவாச்சான் பிள்ளை தரும் உரையாகும்.

இவ்வாறு பார்ப்பனரல்லாத மக்கள் திரளின் வாழ்வினை யும் உணர்வுகளையும் உள்வாங்கிக்கொண்டு பாடினாலும், ஆண்டாள் தம்முடைய வைதிகப் பின்னணியினையும் கவிதை களில் பதிவுசெய்வது தவிர்க்கமுடியாதது ஆகிவிடுகின்றது. வேதவாய்த் தொழிலாளர் “வாயுடை மறையவர் மந்திரத்தால்”, “வாய்நல்லார் நல்ல மறையோதி மந்திரத்தால், பாசிலை நாணல் படுத்து”, “பார்ப்பனச் சிட்டர் தீர்த்தம்,” “தீவலம் செய்தல்”, “அம்மி மிதித்தல்” என்று பார்ப்பனர் வாழ்வியலின் அம்சங்களையும் அவரது கவிதைகள் எதிரொலிக்கின்றன.

வைதிகப் பின்னணியில் வளர்ந்த ஆண்டாள் வடமொழிப் புராணங்களிலும் இதிகாசங்களிலும் பயிற்சி உடையவராக இருந்தார் என்பதனை நாச்சியார் திருமொழியில் ஓரிடத்தில் நுணுக்கமாக நம்மால் உணரமுடிகிறது. கருடனின் தாய் வினதை என்பவள். இவளின் சகக்களத்தியான கத்ரு இவளை வெயிலில் நிற்கவைத்துக் கொடுமைப்படுத்தினாள். அப்போது அவளை அவள் மகன் கருடன் தன் சிறகுகளை விரித்துக் காத்து நின்றான். மகாபாரதத்தில் வரும் இக்கதையினை நிறைவுபடுத்தும் வகையில் கருடனை ஆண்டாள் ‘வினதை சிறுவன்’ என்று

குறிப்பிடுகிறார். இந்த அளவு மகாபாரதக் கல்விப் பயிற்சி ஆண்டாளின் வைதிகப்பின்னணியை விளக்கப் போதிய சான்றாகும்.

மொத்தத்தில் ஆரியர், திராவிடர் என இருவகையான பண்பாட்டுக் கூறுகளின் கலப்பினை ஆண்டாள் மிகுந்த முயற்சி யுடன் நம்முன் வைக்கிறார். பார்ப்பனரல்லாத மக்கள் திரளைத் தம்முடன் இணைத்துக்கொண்டால்தான் வைணவ சமயம் வாழமுடியுமென்று பிற்கால வைணவ ஆசிரியர்கள் தெளிந்த முடிவுக்கு வந்தனர். 'முமுட்சுப்படி', 'ஸ்ரீவசநபூஷணம்', 'ஆசாரிய இருதயம்' ஆகிய மூன்று தத்துவ நூல்களிலும் இந்த உணர்வினை விரிவாகவும் ஆழமாகவும் காணலாம். இதற்கான வரலாற்றுப் பின்னணியில் ஆண்டாளுக்கும் ஓர் இடமுண்டு என்பதனை அவரது பாசுரங்கள் தெளிவாகக் காட்டுகின்றன.

சடங்கியல் தலைமையும் சமூக அதிகாரமும்

தமிழ்ச் சமூகத்தின் சாதியமுறை படிப்பறிவினால் மட்டும் புரிந்துகொள்ளுவதற்கு மிகவும் சிக்கலானது. ஐரோப்பியர்கள் இந்தியாவில் குறிப்பாகத் தமிழகத்தில் சாதி முறையை நோக்கிய விதம் இன்னும் சிக்கலானது. ஒரு மேல்சாதி மனிதனைப்போல வியப்புணர்ச்சியோடும் வேடிக்கையாகவும் சில நேரங்களில் கேலியாகவும் அவர்கள் சாதித் திரள்களைப் பார்த்தார்கள்; அப்படியே எழுதினார்கள். செர்ரிங் அடிகளார் தொடங்கி எட்கர் தர்ஸ்டன், ஹட்டன் வரையிலான எழுத்துக்கள் எல்லாம் இவ்வாறுதான் இருக்கின்றன.

ஆங்கிலத்தில் எழுதப்பட்ட வடமொழியும், சாதியும் சார்ந்தவற்றைப் படித்துவிட்டு இவர்கள், "வருணாசிரமக் கோட்பாடு" (நால் வருணக் கோட்பாடு) எல்லாக் காலத்திலும் எல்லா இடங்களிலும் நடைமுறையில் இருந்ததாக நம்பினார்கள். தமிழகத்தின் தெற்கும் வடக்குமாகப் பயணம் செய்தவர்களுக்குத் தெரியும், 'இது எத்தனைப் பெரிய ஏமாளித்தனம்', என்று. எல்லா இடங்களிலும் பார்ப்பனர்கள் சமூக அதிகாரம் பெற்றிருந்தார்கள் என்பது மட்டுமே உண்மை. இந்த அதிகாரமும் அரசதிகாரம் செல்லுபடியாகாத இடங்களில் இருந்ததில்லை. எனவே தான் தமிழகத்தில் மேற்கு மலை அடிவாரத்தை ஒட்டிய பல பகுதிகளில் மக்கள் தொகை இருந்தும் பார்ப்பனக் குடியிருப்புகள்

தெய்வம் என்பதோர் ...

இல்லை. வருணக் கோட்பாட்டின்படி சூத்திரர்களான வேளாளச் சாதியினர்தான் தமிழகத்தின் நிலவுடைமையாளர்களாக இருந்தனர். வட்டாரம் சார்ந்தும் தொழில் சார்ந்தும், உடைமை சார்ந்தும் ஒடுக்கப்பட்ட சாதித் திரள்களே, 'சமூகம்' என்ற பெயரில் வாழ்ந்தன. இந்த வரலாற்று உண்மையை உணராத ஆய்வுகள் அனைத்தும் திசை தடுமாறியவை என்றே கொள்ள வேண்டும்.

தமிழகத்திலிருந்த பார்ப்பனர்களின் வெற்றி என்பது பல்வேறு சாதியினரிடம் வட்டார அளவிலிருந்த சடங்கியல் தலைமையினை அவர்கள் ஒட்டுமொத்தமாகப் பறித்துக் கொண்டனர் என்பதுதான். இந்தப் பறிமுதல் வேலை அதிகாரமும் உடைமையும் சார்ந்தே அமைந்திருந்தது. எனவேதான் அதிகார மற்ற மற்ற சாதியாரின் பிறந்த நாள், இறந்த நாள் சடங்குகளி லிருந்து அவர்கள் விலகிக்கொண்டனர். அவர்கள் கற்பித்துக் கொண்ட தீட்டுக் கோட்பாடு (*Taboo*) இதற்கு உறுதுணையாக இருந்தது.

பார்ப்பனர்களிடம் தங்கள் சடங்கியல் தலைமையினைப் பறிகொடுத்த சாதியாரே பிற்காலத்தில் பிற்படுத்தப்பட்ட, மிகப் பிற்படுத்தப்பட்ட, ஒடுக்கப்பட்ட சாதியத் திரள்கள் ஆனார்கள். மருத்துவர் (முடி திருத்துவோர்), பறையர், வள்ளுவர், வண்ணார் (மண்ணார்) என வட்டார வாரியாக இவ்வகையில் பல சாதியாரைக் குறிப்பிடலாம். குறிப்பாக எடுத்துக் காட்டுவதானால், சில சாதியார் பார்ப்பனரைப் போன்று தீ வளர்த்துத் திருமணச் சடங்கினைச் செய்கின்றனர். இந்தத் திருமணச் சடங்கின்போது மணமகனுக்கும் மணமகளுக்கும் பார்ப்பனப் புரோகிதர் காப்புக் கயிறு 'கட்டு'கின்றனர். இந்தக் காப்புக்கயிறு 'அறுக்கும்' சடங்கினைப் பெரும்பாலும் பார்ப்பனப் புரோகிதர் செய்வதில்லை. மாலையில் அல்லது மறுநாளில் மருத்துவர், வண்ணார் போன்ற மற்றொரு சாதிக்காரரே மரியாதையுடன் கூடிய காணிக்கை (தட்சணை) பெற்றுக்கொண்டு மணமக்களுக்குக் கட்டப்பட்ட காப்பினை அறுக்கின்றனர். இது ஒரு சமூக வரலாற்றுத் தொல் எச்சமாகும். அதாவது, திருமணம் செய்துகொண்ட சாதியார்களுக்குக் காப்பறுத்த சாதியாரே பார்ப்பன வருகைக்கு முன் புரோகிதராக (குருவாக அல்லது சடங்கியல் தலைவராக) இருந்திருக்கின்றார். இதுவே வரலாற்று உண்மையாகும்.

சமூக வரலாற்று அசைவுகளில் இதற்கு மற்றுமொரு சான்றினைக்கூடச் சொல்லலாம். ஒடுக்கப்பட்ட மக்களாய்ப் பணி செய்யும் சாதியார் தங்களை ஒடுக்கும் சாதி மக்களின் வீட்டு விழாக்களிலும் கோயில் விழாக்களிலும் 'சபை மரியாதை' பெறுகின்றனர். எடுத்துக்காட்டாக, தென் மாவட்டங்களின் இடையர்களில் ஒரு பிரிவினர் பார்ப்பனரைக் கொண்டு தீ

வளர்த்துத் திருமணம் செய்கின்றனர். பார்ப்பனக் குருவை ஒட்டிக்கொண்டு சடங்குகளில் அவருக்கு உதவி செய்பவர் மருத்துவர் சாதியைச் சார்ந்தவராவார். மணமகன் தொட்டுக் கொடுக்கும் அரசாணிக் காலை நடுகின்ற உரிமை மருத்துவரான உதவியாளருக்கே உண்டு. பார்ப்பனருக்கு இல்லை. தலையில் தலைப்பாகையோடு மணமேடையினைத் தொட்டுக்கொண்டு அவர் தலைமையில் திருமணம் நடப்பது போன்ற கம்பீரத்துடன் நிற்கிறார். ஒரு காலத்தில் இவரே அவர்களின் சடங்கியல் தலைவராக இருந்திருக்க வேண்டும்.

இது போன்றே தமிழகத்தின் வெவ்வேறு பகுதிகளில் பறையர், வள்ளுவர், வண்ணார் போன்றோர் சடங்கியல் தலைமையினை ஏற்கின்றனர். இது மட்டுமன்றி ஒரே சாதிப் பிரிவிற்குள் அகத்தார், புறத்தார் என்ற வேறுபாடு வரும்போது ஒரே சாதியினைச் சார்ந்தவரே அவர்களுக்குக் குருவாக (புரோகித ராக) இருக்கின்றனர். சமூக அதிகாரம் உருவாக்கிய படிநிலை களில் ஒன்று 'அகத்தார் – புறத்தார்', என்ற பிரிவுகளாகும். இதற்கு ஒரு நல்ல எடுத்துக்காட்டு, புரத வண்ணார் எனத் தவறாக அழைக்கப்படும் 'புறத்து வண்ணார்" ஆவர். இவ்வகையான உள், இடைத்தட்டு சாதிகளைப் பற்றிய களஆய்வுகள் பெருக வேண்டும். இவர்களின் சமூக உரிமைகளைப் பார்ப்பனியம் எவ்வாறு பறித்து வைத்துக்கொண்டது என்பதனைக் களஆய்வு செய்து வரலாற்றினைச் சமூகக் கண்ணோட்டத்துடன் மீண்டும் நாம் எழுத வேண்டும். 'எழுதப்பட்ட வரலாற்று நூல்களைத் திருத்தி எழுதவேண்டும்' என அறிஞர் டி.டி. கோசாம்பி இதனையே வலியுறுத்துகின்றார்.

---

* புறத்து வண்ணார் என்ற பெயரினை ஆங்கிலேயர்கள் புரத, புறத, பொரத, பொருட என எழுதிக் காட்டினதையே இன்றும் தமிழில் எழுதுபவர்கள் பின்பற்றி வருவது வேடிக்கையாகும்.

தெய்வம் என்பதோர் ...

மரபும் மீறலும் – சாதி சமய அரசியல் பின்னணி

மரபு வழிப்பட்ட தமிழ்ச்சமூகம் சாதிய அடுக்குகளால் ஆனது. 'சாதிகளை மீறிய தனிநபர்' என்று மரபுவழிச் சமூகத்தில் யாருமில்லை. எனவே சமூகம் ஆக்கிய எல்லா நிறுவனங்களிலும் கருத்தியல்களிலும் சாதியும் அவற்றின் அடையாளங்களும் எல்லைகளும் கவனமாகப் பொதிந்து வைக்கப்பட்டுள்ளன. நிலமானியச் சமூக அமைப்பில் உற்பத்தித் தளங்களும் காலமும் வெளியும் சாதியப்படிநிலை வரிசைக்கு ஏற்பவே பங்கிடப்பட்டன. சமூகத்தின் அடித்தள மக்களின் ஆன்மீகத் தளத்திலும் சாதிப்படிநிலை மரபுகள் கடுமையாக விதிக்கப்பட்டன. மரபுகள் மீறப்படும் பொழுது மீற முயன்றவர்கள் நேரடி வன்முறைக்கு ஆளானார்கள். நந்தன் கதை அதற்கு ஒரு எடுத்துக் காட்டு.

அரச ஆதரவுபெற்ற பெருங்கோயில்களை மையமாகக் கொண்டு எழுந்த ஊர்களில், நிலப்பரப்பு அல்லது தளம் அல்லது வெளி (*space*) சாதியப் படிநிலைக்கு ஏற்பவே பிரிக்கப்பட்டது. கோயிலைச் சுற்றியுள்ள பகுதி பார்ப்பனர்க்குரியதாக (மாடவீதி சன்னிதி வீதி) அதற்கு அடுத்த பகுதி வேளாளருக் குரியதாக (ரத வீதிகள்) அதற்கும் அடுத்த பகுதிகளும் அவற்றிற்கு இடையிலான சந்துகளும் கோயிலோடு தொடர்புடைய பிற்படுத்தப்பட்ட சாதிகளுக்கு

உரியனவாகப் பிரிக்கப்பட்டுள்ளன. ஒடுக்கப்பட்ட மக்களின் குடியிருப்பு, பிற பகுதிகளில் இருந்து

சற்றுத் தொலைவில் வயல்களுக்கு நடுவில் அல்லது நீர்க்கால்களுக்கு மறுபுறத்தில் தள்ளப்பட்டு இருக்கிறது.

பெருந்தெய்வக் கோயில்கள் இல்லாத ஊர்களில் அய்யனார் (அல்லது ஊர் அம்மன்) கோயில் அமைந்துள்ளது. இது 'ஊர்ப்பொது'வாகக் கருதப்படுகின்றது. அதற்கு முன்னர் அமைந்துள்ள பெரிய காலிமனை அறுவடைக் களமாக, ஊர் மந்தையாக, திருவிழாக் கூத்துக்கள் நடைபெறும் இடமாக, ஊர்ப் பஞ்சாயத்து அல்லது ஆதிக்க சாதிப் பஞ்சாயத்து கூடும் இடமாக அமைந்துள்ளது. கோயிலையும் காலி மனையையும் சுற்றி அமைந்துள்ள குடியிருப்புப் பகுதிகள் அந்த ஊரில் ஆதிக்க முடைய பிற்படுத்தப்பட்ட சாதியாரால் பங்கிட்டுக்கொள்ளப் படுகின்றன. ஒடுக்கப்பட்ட மக்கள் வயல்களுக்கு இடையே (அல்லது) நீர்க்கால்களுக்கு மறுபுறத்தில் ஒதுக்கப்பட்டு இருக்கிறார்கள். விதிவிலக்காகவன்றி தமிழ்நாட்டு ஊர்களில் 'வெளி' பங்கீடு செய்யப்பட்டுள்ள பொதுவான முறை இதுவே யாகும்.

பெருந்தெய்வமோ, நாட்டார் தெய்வமோ திருவிழா நாட்களில் சுற்றிவரக்கூடிய நிலப்பகுதியே அத்தெய்வத்தின் அருளாட்சிஎல்லையாகும்.ஒடுக்கப்பட்ட மக்களின் குடியிருப்புகள் பெருவாரியான மக்கள் வணங்கும் தெய்வங்களின் அருளாட்சி எல்லையில் இருந்து வெளியே தள்ளப்பட்டுள்ளன. எனவே தெருவில் வலம்வரும் தெய்வங்கள் இம்மக்களின் குடியிருப்புப் பகுதிக்கு வருவதில்லை. தங்கள் வாழ்விடத்தருகில் மாலை அணிவித்தோ, சூடம் ஏற்றியோ, பொங்கல் இட்டோ, தேங்காய் உடைத்தோ வழிபடும் வாய்ப்பு இம்மக்களுக்கு இயல்பாகவே மறுக்கப்பட்டுள்ளது. ஆனால் மேல் சாதித் தெய்வங்களின் 'அருள் வரம்புக்கு' விலக்கப்பட்ட மக்கள், அவற்றின் 'அதிகார வரம்புக்கு' மட்டும் உட்படுத்தப்பட்டனர்.

நாட்டார் தெய்வத்தின் வழிபடு எல்லைக்குள் உரிமை மறுக்கப்பட்ட மக்கள் அதன் அதிகார வரம்புக்கு கீழ்ப்பட்டவ ராகவே வாழ்கின்றனர். ஏனென்றால் ஊர்ச்சபை என்பது விழாக் காலங்களில் தெய்வத்தின் பெயரால் கூடுதல் அதிகாரம் செலுத்துகிறது. திருவிழாவுக்கான ஊர் வேலைப் பங்கீடுகள், ஊர்ச்சபையினரால் செய்யப்படுகின்றன. தெய்வ வழிபாட்டில் உரிமையில்லாத ஒடுக்கப்பட்ட மக்களுக்குத் திருவிழாவுக்கான கடுமையான உடல் உழைப்பு வேலைகள் பங்கிட்டு விதிக்கப் படுகின்றன. விழாவுக்கான களங்களைச் சுத்தம் செய்தல், ஊர்

சாற்றுதல் (ஊர் சாட்டுதல்), ஊர்க் கழிவுகளை அகற்றிச் சுத்தம் செய்தல், தேர்க்கால்களுக்குக் கட்டை இடுதல் ஆகியவற்றோடு பிற சிறிய வேலைகளும் விதிக்கப்படுகின்றன. இந்த மரபுகள் பெரும்பாலான ஊர்களில் பத்தாண்டுகளுக்கு முன்வரை வலிமையாகக் காலூன்றியிருந்தன.

காலனி ஆதிக்கம் தொடங்கிய காலம்தொட்டு ஊர்ச்சபை தன் அதிகாரத்தினை ஒதுக்கப்பட்ட மக்கள் மீது பயன்படுத்து வதில் நெருக்கடிகள் தோன்றத் தொடங்கின. 1830களில் கிரசனட் பத்திரிகையினை வாங்கி நடத்திய லெட்சுமி நரசு செட்டி தலைமையிலான சென்னை நகரத்து மேல்சாதி மக்கள் கும்பினி (கம்பெனி) அரசாங்கத்தோடு முதலில் முரண்பட நேர்ந்தது. இந்த மரபுவழி அதிகாரத்தைத் தக்கவைத்துக்கொள்ளத்தான். கிறித்தவ மதத்திற்கு மாறினாலும் தலித்மக்கள் ஊர்த்திருவிழா வேலைகளைச் சாதிமரபுப்படி செய்யுமாறு கட்டாயப்படுத்தப் பட்டார்கள். சில இடங்களில் இதற்கு எதிரான விழிப்புணர்ச்சி தோன்றியது. எனவே கும்பினி அரசாங்கம் ஊர்த் திருவிழாக் களில் மதம் மாறிய கிறித்துவ மக்களை அடிமை வேலை செய்யுமாறு கட்டாயப்படுத்தக் கூடாது என்று ஒரு ஆணை பிறப்பித்தது. இதனை எதிர்த்தே லெட்சுமிநரசுசெட்டி தலைமையிலான மேல்சாதி மக்கள், அரசு தங்களின் மதச் சுதந்திரத்தில் தலையிட லாகாது என்று எதிர்ப்புத் தெரிவித்தனர். தெய்வ வழிபாட்டை முன்னிறுத்திய அதிகார மரபுகள், ஒடுக்கப்பட்ட சாதி மக்களால் மீறப்பட்டு மோதல் தொடங்கியதற்குத் தமிழக வரலாற்றில் இதுவே முதல் சான்றாகத் தெரிகிறது.

அண்மைக்காலமாக தலித் மக்கள் மத்தியில் ஏற்பட்டுள்ள உரிமை உணர்வு, அவர்களுக்குக் கிடைத்துள்ள புதிய அரசியல் பலம் ஆகியவை அளவிலும் பண்பிலும் இம்முரண்பாட்டினைக் கூர்மைப்படுத்தி வருவதைக் காண்கிறோம். 1998இல் நடந்த இரண்டு நிகழ்ச்சிகளை இதற்கு எடுத்துக்காட்டாகச் சொல்ல லாம். முதலாவது நிகழ்ச்சி, தேவகோட்டைக்கருகில் கண்டதேவி கிராமத்தில் கோயில் தேரோட்டத் திருவிழாவில் ஏற்பட்ட மோதலும் கலவரமும் ஆகும். சாதிய அதிகார அமைப்பில் கனமான தேரை இழுத்துச்செல்லும் உரிமையினை எல்லா இடங்களிலும் பிற்படுத்தப்பட்ட சாதி மக்கள் தாங்களே பெற்றுள்ளனர். உட்பிரிவுகள் (அல்லது) குடும்பப் பெருமை ஆகிய மரபு வழிக் காரணங்களை முன் நிறுத்தி தேருக்குரிய 4 (அ) 5 வடங்களைத் தங்களுக்குள் கரை என்ற பெயரில் பங்கிட்டுக்கொள்கிறார்கள். பிறகு தேர் இழுப்பதற்கான கோயில் மரியாதையும் அவர்களுக்கு ஏகபோக உரிமையாக இருக்கிறது. தலித் மக்கள் "கோயில் திருவிழாவுக்கு மற்ற வேலைகளைச்

செய்யும் நாங்கள் தேர் வடத்தையும் தொட்டு இழுப்போம். அதற்கான மரியாதையினையும் நாங்கள் பெற வேண்டும்" என்ற உரிமைக் குரலை எழுப்பினர்.

இந்த முரண்பாட்டுக்கு அந்த நிலப்பகுதியில் அழுத்த மான மற்றொரு சமூகக் காரணமும் உண்டு. தேவகோட்டை, சிவகங்கைப் பகுதிகளில் கள்ளர் சாதியினரின் 'நாடு' அமைப்பு இன்னும் இருந்து வருகிறது. இதன் வழி எல்லாச் சாதியினர் மீதும் அதிகாரம் செலுத்த அவர்களால் முடியும். அண்மைக் காலம்வரை அரசுக்குப் போட்டியாகப் பொதுவளங்களை அதாவது புறம்போக்கு மர ஏலம், கண்மாய், மீன்பாட்டம், கள்ளச் சாராயம் காய்ச்சுதல் ஆகியவற்றில் பிற சாதியினர்மீது அவர்கள் மேலாதிக்கம் செலுத்திவந்தனர். எனவே கண்டதேவியில் எழுந்த தலித் மக்களின் உரிமைக்குரல் 'நாடு' அமைப்பிற்கு இடப்பட்ட சவாலாகும். தலித் மக்களின் புதிய அரசியல் தலைமை, சென்னை உயர்நீதிமன்றத்தின் ஆணையோடு தங்களின் உரிமைகளை நிலைநாட்ட முயன்றபோது மாவட்ட நிர்வாகம் அவர்கள் பக்கம் நிற்க வேண்டியதாயிற்று. ஒடுக்கப்பட்டவர்களின் உரிமை உணர்வுக்கும் மரபு வழிச் சாதி மேலாண்மைக்கும் இடையில் நடந்த மோதல் துப்பாக்கி சூட்டில் முடிந்தது.

கோவில்பட்டியில் அம்மன்கோவில் திருவிழாவில் தேருக்குக் கட்டை இடும் கடினமான வேலையினை மரபுவழி செய்து வந்த தலித் மக்கள் திருவிழா நடத்தவும் உரிமை வேண்டினர். 10 நாள் திருவிழா நடத்தும் உரிமையினையும் பிற்படுத்தப்பட்ட சாதிகள் தங்களுக்குள் பங்கிட்டுக்கொண்டதனால் புதிய உரிமையினைத் தலித் மக்களுக்குத் தர மறுத்தனர். இங்கும் காவல்துறையின் தலையீடும் கலவரமும் தவிர்க்க முடியாதவை ஆகின.

கோயில் நுழைவும் கோயில் மரியாதையும் திருவிழா நடத்தும் உரிமையும் நாட்டார் வழிபாட்டு முறைகளில் பிற்படுத்தப்பட்ட சாதிகளுக்குத் தங்கள் சமூக அதிகாரத்தைத் தக்கவைத்துக் கொள்ளும் கருவிகளாகும். தலித் மக்களின் உரிமைக்குரல் என்பது ஆன்மீகத் தேட்டத்திற்கான உரிமைக் குரலாக இல்லாமல் மரபு வழிச் சமூக அதிகாரத்தைக் கட்டுடைக்கும் வலிமையான குரலாக மாறுவதைப் பிற்படுத்தப்பட்ட சாதிகளால் தாங்கிக்கொள்ள முடியவில்லை.

மதுரை முகவை, மாவட்டங்களில் நாட்டார் தெய்வக் கோயில்களில் சிறப்பாகக் கொண்டாடப்படும் திருவிழா முளைப்பாரித் திருவிழாவாகும். முளைப்பாரியினை இடும் மண்கலத்தைக் கிராமத்து வேளார் செய்து கொடுக்க வேண்டும்.

சில ஊர்களில் கோயில்களிலும் சில ஊர்களில் வண்ணார் வீடுகளிலும் முளைப்பாரி வளர்க்கப்படும். முளைப்பாரி எடுக்கும் உரிமை அந்தந்தக் கிராமத்தில் ஆதிக்கமுடைய பிற்படுத்தப் பட்ட சாதிகளுக்கே உண்டு. ஆனால் முளைப்பாரி வலம் வரும் தெருக்களைச் சுத்தம் செய்யும் கடமை தலித்மக்கள்மீது சுமத்தப்பட்டு இருந்தது. ஆனால் அவர்களுக்கு முளைப்பாரி எடுக்கும் உரிமை கிடையாது. மானாமதுரைக்கருகில் துத்திகுளம் என்னும் ஊரில் நான்கு ஐந்து ஆண்டுகளாக நடைபெறாமல் இருந்த முளைப்பாரித் திருவிழாவினை 1996ஆம் ஆண்டு மீண்டும் கொண்டாட முயன்றனர். புதிய அரசியல் தலைமையினால் எழுச்சி பெற்றுள்ள தலித் இளைஞர்கள் 'நாங்களும் ஓடு போடுவோம்' (முளைப்பாரி எடுப்போம்) என்று குரல் கொடுத்தனர்.

அதற்குச் சம்மதிக்காத மேல் சாதியினரால் முளைப்பாரித் திருவிழா கொண்டாடுவது கடந்த சில ஆண்டுகளாக நிறுத்தப் பட்டுவிட்டது.

இது அல்லாமல், நகர்ப்புற வாழ்க்கையும் சாதி அடையாளம் தேவையற்றதுமான சூழ்நிலை உருவாகின்றபோது ஒடுக்கு கின்ற சாதியினர் பின்வாங்கிப் போவதற்கும் ஓர் எடுத்துக் காட்டு கிடைத்துள்ளது. நெல்லை மாவட்டத்தில் ஒரு ஊரில் செருப்பு தைக்கும் தொழிலாளியான செம்மார் சாதியினர் கடந்த நான்கு ஐந்து ஆண்டுகளாக, தங்கள் கோயிலில் திருவிழா நடத்துவதற்கு முன்னர், ஊருக்குள் மற்ற சாதியாரைப் போலவே ஊரில் உள்ள பெரிய அம்மன் கோயிலில் சென்று திருநீற்றை எடுத்து வழிபட்டு வருகின்றனர். அந்தப் பெரிய அம்மன் கோயில் பூசாரி உட்பட ஒடுக்கு முறைச் சாதியினர் இந்த நிகழ்ச்சியைக் கணக்கில் எடுக்கவும் இல்லை; கண்டுகொள்ளவும் இல்லை.

அதே ஊரில் 'மேல்சாதி' வேளாளருக்கும் பிற்படுத்தப்பட்ட சாதியினருக்கும் ஒரு நாட்டார் தெய்வக் கோயிலின் மீது உரிமை வழக்கு ஏற்பட்டது. தீர்ப்பின்படி கோயில், மேல்சாதியாருக்கு உரிமையானதும், பிற்படுத்தப்பட்ட சாதியார் கோயில் முன்பிருந்த காலியிடத்தில் புதுக் கோயில் கட்டி 'புது உலகம்மன்' எனப் பெயரிட்டுக் கொண்டனர். சாதிப் பிரிவினை அடிப்படையில் ஒரு உரிமையியல் வழக்காக (Civil Suit) வடிவெடுத்த பின்னர் மனித உரிமை ஒடுக்கு முறையோ மீறலோ இங்கே நிகழவில்லை.

'வெளி' அதன் 'பங்கீடு' பற்றிய செய்திகள் வரலாற்றுப் பின்னணியாக மட்டும் அமைந்துவிடவில்லை. ஏனென்றால் தமிழகத்தில் 90 விழுக்காடு ஊர்களில் இந்தப் 'பங்கீடு' இன்னும்

மறையவில்லை; உயிரோடு இருக்கின்றது. சாதிப் பாகுபாட்டோடும் படிநிலை வரிசையோடும் அமைக்கப்பட்ட தெருக்கள் வரிசையே இன்றும் காணப்படுகின்றது. எனவே அண்மைக் கால நிகழ்வுகளில் களம் (அ) வெளி உயிரோட்டமுள்ள பங்கினைத் தொடர்ந்து வகித்துவருகிறது.

1930களில் தேசிய இயக்கத்தினர் சமூக உரிமைக் குரல்களை 'ஆலயப் பிரவேசம்' என்னும் புதிய தளத்தில் முன் வைத்தனர். தமிழ்நாட்டில் 1932 முதல் 39 முடிய எட்டாண்டுக் காலம், 'ஒடுக்கப்பட்ட மக்களின் கோயில் நுழைவு' என்பது அரசியல் அரங்கில் பெரிதும் பேசப்பட்ட சிக்கலாகும். 1939இல் சென்னை மாகாண அரசு ஒடுக்கப்பட்ட மக்கள் ஆலயஉரிமை நுழைவுக்கான சட்டத்தை இயற்றியது. ஆனால் நடைமுறையில் இது பழைய ஊர்களிலும் புகழ்பெற்ற நகரங்களிலும் இருந்த, பெருந் தெய்வக் கோயில் நுழைவாகவே இருந்துவிட்டது. கோயில் நுழைவு மறுக்கப்பட்ட ஒடுக்கப்பட்ட வகுப்பினர் இச் சிக்கலில் ஆர்வமில்லாமல்தான் இருந்தனர். ஏனென்றால் கிராமப்புறங்களில் நாட்டார் தெய்வக் கோயில்களில் ஒடுக்கப்பட்ட மக்கள் நுழைவதும் விழாக்களில் உரிமையுடன் பங்கெடுப்பதும் அன்று தேசிய, திராவிட இயக்கத்தினரின் சக்திக்கு அப்பாற்பட்டதாகவே இருந்தது என்பதுதான் உண்மை. 1994இல் நாட்டார்கள் "திருவிழாக்களில் தலித் மக்கள் குதிரை (புரவி) எடுக்கக் கூடாது என விதித்த தடையை மீறியதால் சித்தனூர் பூச்சி என்ற தலித் கொல்லப்பட்டார். 1979இல் கோயிலில் தலித் மக்கள் நுழைந்ததால் கலவரம் ஏற்பட்டு உஞ்சனையில் தலித் மக்கள் ஐந்து பேர் கொல்லப்பட்டனர். (மக்கள் பண்பாடு – இதழ் ஜூலை – டிசம்பர் 1998 – சென்னை – 69) 1980இல் தேவகோட்டை அருகே பாகனேரி பில்வ நாயகி அம்மன் கோயிலில் பிற்படுத்தப்பட்ட 'நாட்டார் கள்ளர்' வகுப்பினரோடு போராடியே தாழ்த்தப்பட்ட மக்கள் கோயில் நுழைவு உரிமை பெற்றது இதற்கு ஒரு சான்றாகும். ஆக, 1930களின் இறுதியில் முடிந்துபோனதாக அரசியல் கட்சிகள் கருதிய ஒரு சமூக உரிமைச் சிக்கல், நாடு விடுதலை பெற்று 50 ஆண்டுக்காலம் கழித்துச் சமூக அரசியல் உரிமைச் சிக்கலாகப் புதிய வடிவம் காட்டுகிறது.

இந்த மாற்றத்திற்கான காரணத்தை நாம் சமூக அரசியல் தளத்தில்தான் விளங்கிக்கொள்ள வேண்டும் 1930களில் தேசிய இயக்கத்தினர் முன்வைத்த 'கோயில் நுழைவு' மரபுகளை மீறுவதாகவோ மோதல்களை எதிர்கொள்ளத் தயாரான போராட்டமாகவோ அமையவில்லை. மரபுகளை மீறுவதற்குப் பதிலாக மரபுகளை 'மாற்றிக்கொள்ளுமாறு' ஆதிக்க சாதியினருக்கு

விடப்பட்ட வேண்டுகோளாகவே அது அமைந்தது. அதாவது, பரந்த மனப்பான்மை பெற்று மேல் சாதியினர் தாமே முன்வந்து கொடுக்க, ஒடுக்கப்பட்ட மக்கள் பெற்றுக்கொள்ளும் போக்கில் அது அமைந்திருந்தது.

ஆனால் அண்மைக்கால நிகழ்வுகள் ஒடுக்கப்பட்ட மக்கள் அரசியல் தன்னுணர்ச்சி பெற்று, தாங்களே தேடிக்கொண்ட அரசியல் தலைமையின்கீழ், தங்கள் உரிமையினைத் தாங்களே எடுத்துக்கொள்ளும் வடிவத்தில் அமைந்திருக்கிறது. 1930களில் பெருந் தெய்வக் கோயில்களில் பார்ப்பனர் வகித்த பாத்திரத்தை 1990களில் நாட்டார் தெய்வக் கோயில்களில் பிற்படுத்தப்பட்ட ஆனால் ஆதிக்க உணர்வுடைய சாதியினர் வகிக்கின்றனர். எனவேதான் மரபு மீறல் அல்லது மீறப்படுதல் என்பது மோதலுக்குரிய காரணமாக அமைகின்றது. புதிய அரசியல் கருத்தாக்கங்களின் பின்னணியில் இந்த 'மீறலும் மோதலும்' தவிர்க்க முடியாதவையாகும்.

பெரியாரியலும் நாட்டார் தெய்வங்களும்

அண்மைக் காலமாகத் தமிழ் வாசகரிடமிருந்து பரவலாக வருகின்ற கேள்வி ஒன்று. "அது எப்படி, பெரியாரையும் பெரியாரியலையும் ஏற்றுக் கொண்டவர்கள் நாட்டார் தெய்வங்களைக் கொண்டாட முடிகின்றது?" இந்தக் கேள்வி, ஒரு புறம் சிந்தனையுணர்வோடும் மறுபுறமாகக் கேலியாகவும் கேட்கப்படுகின்றது என்பதையும் நாம் நினைவில் கொள்ளவேண்டும்.

பெரியார் 1917 முதல் 1973 வரை தன்னுடைய எழுத்தாலும் பேச்சாலும் தன் சிந்தனையில், 'சரி' என்று தோன்றியவற்றை எப்பொழுதும் எளிய மக்களின் மத்தியில் நின்றுகொண்டு முரட்டுத் தனமான பேச்சாலும் எழுத்தாலும் முன்வைத்தவர் ஆவார். பல நூற்றாண்டுக் காலமாக முளைத்தெழுந்த எளிய மக்களின் கோபத்தின் வெளிப்பாடு அவர். அறிவாளிகளின் கூட்டத்தினையும் புத்தகத்தினையும் பின்னணியாக வைத்துக்கொண்டவர் அல்லர், அவர். இதுவே அவரது மிகப்பெரிய வலிமையாகும். இலக்கு நோக்கிய தன் பயணத்தில் சில கட்டத்தில் எதிரிகளையும் கூட்டாளிகளாகச் சேர்த்துக் கொண்டவர் அவர்.

'பெரியாரியம்' என்று நாம் வகைப்படுத்துகின்ற சிந்தனை மரபு பெரியாருக்கு முன்னரே தொடங்கிய ஒன்று. அது அவருக்குப் பின்னரும் தொடருவதாகும். ஒரு கலகமரபின் பேராளுமையாக அமைந்த

தெய்வம் என்பதோர் ...

காரணத்தாலும் அதிர்ச்சி மதிப்பீடுகள் நிறைந்த அவரது செயல்பாடுகள் நம் கண்முன் நிகழ்ந்தவை என்பதாலும் இச் சிந்தனை மரபினைப் 'பெரியாரியம்' என்கிறோம்.

இந்தச் சிந்தனை மரபினால் நெடும்பரப்பாகவும் குறுக்கு வெட்டாகவும் தமிழ்நாட்டில் ஏற்பட்ட சமூக அசைவுகளை நாம் இழைஇழையாக அவதானிக்க வேண்டும். 'காலனிய மரபின் எதிர்வினையாகப் பாரதியார் உருவானார்', என்றால், 'இந்து தேசியத்தின் எதிர்வினையாகப் பெரியார் உருவானார்'. ஆனால் அவரது பேச்சும் செயல்பாடுகளும் 'இந்து தேசியம்', 'இந்திய தேசியம்' என்ற இரண்டு எல்லைகளையும் தாண்டி மனிதகுல விடுதலைக்கான பயணமாகவிளங்கின.அதிகாரக்குவிமையத்தைத் தகர்ப்பதற்காக அவர் நடத்திய மாநாடுகளில் பல 'அல்லாதார்' மாநாடுகளாகவே அமைந்தன. அல்லாதார் என்பது அவரது அகராதியில் 'அடிமைப்பட்ட மக்களின் பெரும் திரளாகும்.' அவர்களை நோக்கிய அவரது கண்டிப்பில் நோதலும் இருந்தது, நோகாமையும் இருந்தது. 'தமிழ் காட்டுமிராண்டி மொழி' என்று பேசிய வாயும் அவருடையதே. தமிழ் எழுத்துச் சீர்திருத்தத்தைச் செய்த கையும் அவருடையதே. கோயில்களை 'குச்சுக்காரி' வீடு என்று சொன்னதும் அவர்தான். கோயில் கருவறை நுழைவுப் போராட்டத்தையும் அவரால்தான் முன்னெடுக்க முடிந்தது. கலை இலக்கியம் பற்றி உயர்ந்த எண்ணம் எதுவும் அவருக்குக் கிடையாது. அதே நேரத்தில் பாரதிதாசனின் முதல் கவிதைத் தொகுதிக்கு அவர் முன்னுரையும் எழுதினார்; அண்ணாவின் நாடகங்களையும் பாராட்டினார். இதன் உண்மையான பொருள் என்னவென்றால், 'அல்லாதார்' எனப்படும் எளிய மக்களின் சமூக விடுதலைக்காக அவர்களோடும் அவர்களது சமூக அசைவு களோடும் அவர் சமரசம் செய்துகொண்டார் என்பதேயாகும்.

நாட்டார் தெய்வங்களைக் கொண்டாடலாமா என்று கேள்வி கேட்பவர்கள் ஒன்றை நினைத்துப் பாருங்கள். இரண்டு ஆண்டுகளுக்கு முன்வந்த உயிர்ப்பலித் தடைச் சட்டத்தை இந்துத்துவ சக்திகளும் ஆதரித்தன, கி. வீரமணியும் ஆதரித்தார். இதனை எப்படிப் பார்ப்பது? இது ஒரு அரசியல்முரண் அல்லாமல் பண்பாட்டு முரண் ஆகும். பெரியார் உயிரோடு இருந்திருந்தால் இந்தக் கட்டத்தில் பெரியாரது நிலைபாடு என்னவாக இருந்திருக்கும்? "பெரிய கோயில்களில் யாகங்களை நிறுத்துங்கள், அனைவரையும் கருவறைக்குள் நுழைய அனுமதியுங்கள். அதற்கப்புறம் 'உயிர்ப்பலித் தடை' பற்றி யோசிக்கலாம்" என்று தான் அவர் சொல்லியிருப்பார். ஏனென்றால் பெரியார் உடனடித் தீர்வு பற்றிய சிந்தனையாளர் அல்லர்; அவர் 'நேற்றும் நாளையும்' ஆகப் பணியாற்ற விரும்பியவர்.

முதலில் பண்பாட்டளவில் நாட்டார் தெய்வங்கள் எனப் படும் தெய்வங்களுக்கும் சிவன், பார்வதி, திருமால், பிரம்மா, சுப்பிரமணியன் என்று அறியப்பட்ட 'மேலோர்' தெய்வங்களுக்கும் உள்ள வேறுபாடுகளைக் கொஞ்சம் 'தள்ளி' நின்று புரிந்து கொள்ள முயல வேண்டும். இல்லையென்றால் சமகால இதழ்கள் ஊட்டமுயலும் பண்பாட்டுத் தவறுகளையும் முட்டாள்தனமான திரிபுகளையும் நாம் ஒத்துக்கொண்டாக வேண்டும்.

'நாட்டார் தெய்வங்கள்' என்ற சொல்லாட்சி, ஓரளவு வாசிப்புப் பழக்கம் உடையவர்களிடத்திலும் இடதுசாரி இயக்கச்சார்பு உடையவர்களிடத்திலும் உடனடியாகச் 'சாமி யாட்டம், குருதிப்பலி, பலிவடிவங்கள்' ஆகிய படலங்களாகவே விரிகின்றது. பொத்தாம் பொதுவான அல்லது மேலோட்டமான இந்தக் கணிப்புக்கள் அனைத்துமே தவறானவை. நாட்டார் தெய்வங்கள் 'தத்துவ விசாரங்களிலே' நொறுங்கிப் போகுமளவு மெலிதானவையல்ல. அவற்றின் வேர்கள் வலிமையானவை. அவை வட்டாரத் தன்மையும் உயிர்ப்பும் உடையன. சிவன், திருமால், விநாயகர்போல 'வடவேங்கடம் தென்குமரி' வரை ஒத்ததன்மை அவற்றுக்கில்லை. சென்னை, செங்கல்பட்டு வட்டங் களில் 'காளன்', ஆற்காட்டுப் பகுதியில் 'பொன்னியம்மன்', வேலூர் திருவண்ணாமலைப் பகுதிகளில் 'போத்தி ராஜா', கொங்குநாட்டில் 'அண்ணன்மார்', திருச்சி – புதுக்கோட்டை மாவட்டங்களில் 'காத்தவராயனும் நாடியம்மனும்', மதுரை – முகவை மாவட்டங்களில் 'கருப்பசாமி' – நெல்லை – குமரி மாவட்டங்களில் 'சுடலைமாடனும் இசக்கியம்மனும்' என்று, வட்டாரம் சார்ந்த உற்பத்தி அசைவுகளும் சமூக உளவியலும் ஆகப் பன்முகத்தன்மையைக் கொண்டாடுபவை. இந்தப் 'பன்முகத் தன்மை' என்பது சைவம், வைணவம், ஸ்மார்த்தம், இசுலாம், கிறித்தவம் ஆகிய எந்த நிறுவனச் சமயத்தாலும் ஏற்றுக் கொள்ளப்பட இயலாததாகும்.

'நிறுவனம்' என்பதே அதிகாரச் சார்புடையது. எனவே அங்கு 'மேல் – கீழ்' என்ற வரிசைமுறையுடன்தான் அதிகாரம் செயற்படத் தொடங்குகின்றது. அதிகாரத்தை நிலைப்படுத்த விரும்புகின்ற நிறுவனச் சமயங்களுக்கு மூன்று அடிப்படைத் தேவைகள் உண்டு. முதலாவது ஒரு புனித நூல் (வேதம், தேவாரம், பைபிள், குர்ஆன்) இரண்டாவதாக விதிகளை அடிப்படையாகக் கொண்ட பூசை முறை (கிரியாசூத்திரம், காரண – காரிய ஆகமங்கள், பாஞ்சராத்திர – வைகாசன ஆகமங்கள், ஷியா – சன்னி – மாலிகி – அன்பலி விளக்கங்கள்) மூன்றாவதாகப் புனித இருப்பிடங்கள் (கைலாசம், பரமபதம், காசி, பெத்லேம், மெக்கா) ஆகியவற்றோடு மற்றொரு கூறும் இதில் அடங்கியுள்ளது.

அதாவது, கடவுளுக்கும் அடியவர்களுக்கும் நடுவிலே நிற்கும் புரோகிதர் *(Clergy)* எனப்படும் ஒரு மனிதன். நாட்டார் தெய்வ வழிபாடுகள் மேற்குறித்த இலக்கணத்திலிருந்து விலகி நிற்பவை அல்லது அவ்வகையான கட்டுகளுக்குள் அடங்க மறுப்பவை.

நாட்டார் தெய்வங்கள் நிறுவனச் சார்பற்றவை. எடுத்துக் காட்டாக, நெல்லை, குமரி மாவட்டங்களில் ஊர்தோறும் வழிபடப்பெறும் சுடலைமாடன், இசக்கி ஆகிய தெய்வங்களுக்கு நிறுவனத் தலைமை என்று ஏதும் இல்லை. ஆறுமுகமங்கலம் சுடலை (தூத்துக்குடி மாவட்டம்), ஊர்க்காட்டுச் சுடலை (நெல்லை மாவட்டம்) , முப்பந்தல் இசக்கி (குமரி மாவட்டம்) என்று சிறப்பிடங்கள் உண்டு. அவ்வளவே! ஒருங்கிணைந்த *(Integrated)* ஒருவழிபாட்டு முறைமை இத்தெய்வங்களுக்கு இல்லை. இவை அனைத்தும் வட்டாரச் சார்புடைய மாற்றங்களை உட்கொண்டவை. இத்தனை தொலைவு போக வேண்டாம். மாரியம்மனை எடுத்துக்கொள்வோம்.

'மாரி' என்னும் தமிழ்ச்சொல்லுக்கு 'மழை' என்பதே பொருளாகும். மழையைக் கட்டுப்படுத்தும் தெய்வம் (அதி தேவதை) மாரியம்மன் ஆகும். இருக்கன்குடி (சாத்தூர் அருகே) வண்டியூர் (மதுரை மாவட்டம்) சமயபுரம் (திருச்சிக்கு அருகே) பண்ணாரி (கோவை) என மாரியம்மன் குடிகொண்ட 'சிறப்பிடங்கள்' உண்டே தவிர மையமான ஒரு தலைமையிடம் (மேல்மருவத்தூர் ஆதிபராசக்தி என்பது போல) இந்த வழிபாட்டு நெறிக்கு *(Cult)* கிடையாது. இவ்வாறு பல்வேறு வகையான வழிபாட்டு நெறிகள் தமிழ்ச் சமூகத்திலும் – பொதுவாக இந்தியச் சமூகத்திலும் உள்ளன. இவற்றைத் தெய்வ நம்பிக்கை யோடு கூடிய வழிபாட்டு நெறிகள் *(Cult)* என்று அழைக்கலாமே தவிர மதம் என்ற கட்டுக்குள் அடக்கவியலாது. எனவே, அவை அரசதிகாரச் சார்புடையன அல்ல என்று புரிந்துகொள்ள வேண்டும்.

நாட்டார் தெய்வங்கள் அனைத்தும் சாதிக்கயிற்றால் கட்டப் பட்டவைதானே என்பது அடுத்த கேள்வியாகும். நாட்டார் தெய்வங்களின் வகைப்பாடுகள் பல. ஒரு சாதியினர் மட்டும் வழிபடும் தெய்வங்கள் சில உண்டு. அவை எல்லா ஊரிலும் அதே சாதியினரால் வழிபடப் பெறுவதில்லை. எனவே ஒரு சாதிக்குரிய தெய்வம் என்பது அந்த ஊரில், அந்த இடத்தில் (கோயில் என்று சொல்ல வழியில்லை) மட்டும் ஒரு சாதியினர் வழிபடும் தெய்வமாகும். அந்தத் தெய்வத்தின் 'அருளாட்சி எல்லை' அந்த ஊரெல்லை அளவே. அது மட்டுமன்று. ஒரு சாதிக்குரிய தெய்வத்தைப் பிறர் கும்பிட முன்வந்தால் அந்த முதற்சாதிக் காரர்கள் 'நீ கும்பிடக் கூடாது' என்று தடுப்பதில்லை. சாதிய முரண்பாடுகள் தலைதூக்கும்போதுகூட அந்தந்த சாதிக்குரிய

தெய்வங்கள் முரண்படுவதில்லை. மாறாக ஒருவர் தெய்வத்தை மற்றவர்கள் மதிக்காவிட்டாலும் விலகிப் போய்விடுகின்றனர். ஒடுக்கப்பட்ட மக்களின் தெய்வங்களைப் பிற சாதியினர் வழிபடுவது என்பதும் தமிழ்நாடு முழுவதும் காணக்கூடிய ஒரு காட்சியேயாகும்.

ஒரே சாதிக்குரிய கோயில்களில் காணக்கூடிய மற்றொரு நடைமுறை, அக்கோயிலில் சாமியைத் தொட்டுப் பூசனை செய்யும் பூசாரிகளும் சாமியாடிகளும் அதே சாதியினரே ஆவர். பூசாரிக்கும் சாமியாடிக்கும் தரப்படும் 'புனிதம் சார்ந்த மரியாதை' (அல்லது ஆன்மீக அதிகாரம்) என்பது திருவிழா நடைபெறும் ஒன்றிரண்டு நாட்களிலும் சாமியாடும் நேரத்திலும் மட்டுமே. பின்னர் அனைவரும் இயல்பான சமத்தன்மையுடன் உறவாட வேண்டியவர்களே.

ஊர்த்தெய்வங்கள் என்பன அவ்வூரில் வாழும் நான்கைந்து சாதிகளுக்கும் பொதுவானவை. ஊர்த்தெய்வங்கள் தாம் வாழும் ஊரின் சாதி அதிகார அமைப்பை 'மேல்சாதியார்' பேணிக் கொள்வதற்கு ஒரு கருவியாகவும் காரணியாகவும் அமைந்துள்ளன என்பது உண்மையே. ஊர்த் தெய்வக் கோவில்களில் சாதிய மேலாண்மை மூன்று நிலைகளில் செயல்படுகின்றது. கோயில் அமைந்துள்ள நிலப்பரப்பின் மீதான உரிமை, கோயில் நிருவாக உரிமை, கோயில் மரியாதை ஆகிய மூன்று நிலைகளில் பிற்படுத்தப் பட்ட – மிகப் பிற்படுத்தப்பட்ட சாதியார் அவற்றைத் தங்கள் முற்றுரிமையாகக் கொள்கின்றனர். ஊர்த்தெய்வ வழிபாட்டு நெறிகளில் பிராமணரும் வேளாளரும் பெரும்பாலும் இருப்ப தில்லை; அல்லது ஒதுங்கிக்கொள்கின்றனர் (குருதிப் பலியும் சாமியாட்டமும் அவர்களுக்கு அன்னியமானவை). ஊர்த் தெய்வக் கோயில்களுக்கான வரியினை 'ஊர்ச்சமூகம்' பெறுவ தில்லை. ஊர் என்ற அளவில் 'வரி' என்பது 'சம உரிமை'யின் அடையாளமாகும். ஒடுக்கப்பட்ட மக்களிடமிருந்து வரியினைப் பெறாத பிற்படுத்தப்பட்ட சமூகத்தினர் 'மரபு', 'வழிவழி வழக்கம்' என்ற பெயர்களில் ஊர்த்திருவிழாவிற்குரிய அவர்களின் உடலுழைப்பினைக் கட்டாயப்படுத்தினர். (சில ஊர்களில் இன்னும் நிலைமை இதுவே. 1832இல் கிழக்கிந்தியக் கம்பெனி நிருவாகத்திற்கு எதிராகச் சாதி ஆதிக்கம் இந்த இடத்தில்தான் முதன்முதலாகப் 'போர்க்கோலம்' பூண்டது. அதாவது ஒரு பறையர் வகுப்பினர் கிறித்துவராக மாறிய பிறகும் ஊர்த்தெய்வக் (கிறித்துவம் அல்லாத) கோயில் திருவிழாக்களின்போது அவர் தன்னுடைய சுத்திகரிக்கும் பணியினைக் கூலியில்லாமல் செய்தாக வேண்டும்). இதன் காரணமாகவே தமிழகத்தின் பல ஊர்களில் சாதி முரண்பாடுகள் முளைவிடத் தொடங்கின.

இந்த முரண்பாடுகள் கூர்மையடையவில்லை. இதற்கான காரணத்தையும் எண்ணிப் பார்க்க வேண்டும். 'இந்த இடம் மட்டுமே இந்தத் தெய்வத்தின் தலைமையிடம்' என்பது போல நாட்டார் தெய்வங்கள் ஆன்மீக அதிகாரத்தின் குவிமையங்களை (காஞ்சி மடம்) ஏற்றுக்கொள்பவையல்ல. இதற்கு மாற்றான சனநாயக் கூறு ஒன்றினை நாட்டார் தெய்வங்கள் பெருமித உணர்வுடன் வெளிப்படுத்திக்கொண்டுள்ளன.

சாதிய அடுக்குமுறை காரணமாகவோ அல்லது உள்ளூர்க் காரணங்களாலோ ஒரு தெய்வத்தை வழிபடத் தடை ஏற்படுத்தப் படும்போது நாட்டார் தெய்வ வழிபாட்டு நெறி அதற்கு ஒரு மாற்று வழியினை முன்னிறுத்துகின்றது. அதாவது, எந்தத் தெய்வத்தின் கோயிலில் இருந்து யாராயினும் 'பிடிமண்' எடுத்துக்கொண்டு சென்று, தன்னிடத்தில் அந்தத் தெய்வத்துக்கு ஒரு கோயிலை உருவாக்கிக்கொள்ளலாம்; இதனை யாரும் எதிர்க்க இயலாது. கேரளத்தில் நாராயண குரு ஈழவர்க்கான சிவன் கோயிலை உருவாக்கியபோது அவரை யாராலும் எதுவும் செய்ய இயல வில்லை. ஆனால் தமிழகத்தின் பண்பாட்டுச் சூழலில் அவ்வாறு யாரும் முன்வரவில்லை; வந்தாலும் 75 ஆண்டுகளுக்கு முன்னான சூழலில் வெற்றி பெறவும் இயலாது. பின்னாட்களில் (1980களில்) பங்காரு அடிகளார் அதனை வெற்றிகரமாகச் செயல்படுத்தினார். அவரது வெற்றி தனியான ஆய்வுக்குரியது.

நாட்டார் வழிபாட்டில் ஊர்த்தெய்வ வழிபாட்டில் மட்டும் சாதிய அதிகாரம் பிரதிபலிக்கின்றது என்பதை மறுக்க இயலாது. இது சமூக அதிகாரமே தவிரப் பண்பாட்டு அதிகாரம் அல்ல. 'பிடி மண்' கோயில்கள் என்பன பெரும்பாலும் சாதிய அதிகாரத்தோடு மோதி வெல்ல முடியாமல் இடம் பெயர்ந்தமக்கள் உருவாக்கிக்கொண்ட பண்பாட்டுப் பாதுகாப்பு அரணாகும். (கண்டதேவி சொர்ணபுரீசுவரர் கோயிலும் கோவில்பட்டி செண்பகவல்லி அம்மன் கோயிலும் ஆகம ரீதியாக ஒழுங்கு படுத்தப்பட்ட அதாவது குருதிப்பலி பெறாத பெருந்தெய்வக் கோயில்களாகும். அவை நாட்டார் தெய்வங்கள் அல்ல.) சாதிய அதிகாரம் என்பது உற்பத்தி உறவுகளிலும் சமூகத்தின் பிற அசைவுகளிலும் மூர்க்கமாகச் செயல்படுவதுபோல நாட்டார் தெய்வ வழிபாட்டில் செயல்பட இயலாது என்பதை நாம் உணர்ந்துகொள்ள வேண்டும்.

சாதிய ஆதிக்கத்தால் கொலை செய்யப்பட்ட ஒருவன் தெய்வமாக்கப்பட்டால் அவன் இரண்டு சாதியாராலும் வணங்கப்படுவான். அவனைக் கொன்ற ஆதிக்க சாதி ஆவி

அச்சம் காரணமாகவும், கொலை செய்யப்பட்டவனின் சாதியினர் பாதுகாப்புக் கருதியும், ஒரே தெய்வத்தை வழிபடுவதையும் களஆய்வில் கண்டறியலாம்.

எளிய மக்கள்திரளில் பெண்களின் விடுதலைத் தாகம் நாட்டார் தெய்வ வழிபாட்டில் வெளிப்படுகின்றது. நாட்டார் தெய்வங்களில் 90 விழுக்காட்டுக்கு மேல் பெண் தெய்வங்கள் என்பதையும் நாம் நினைவில்கொள்ள வேண்டும். நாட்டார் தெய்வக் கோயில்களில் மட்டுமே தெய்வத்தைத் தன்மேல் நிறுத்திச் சாமியாடவும் குறி (அருள்வாக்கு) சொல்லவும் அடியவர்களுக்குத் திருநீறு வழங்கி அருள் பாலிக்கவும் பெண்களுக்கு உரிமை இருக்கின்றது. இது மேல் சாதி மரபில் பெருந்தெய்வக் கோயில்களில் முற்றிலுமாக நிராகரிக்கப்பட்ட ஒன்று என்பதை நாம் மறந்துவிடக் கூடாது. நாட்டார் தெய்வங்கள் எவையும் 'முன்னே வந்து' வரம் தரும் தெய்வங்கள் அல்ல; 'பின்னே நின்று' பாதுகாப்புத் தரக்கூடியன; அவை அழிக்கும் ஆற்றல் அற்றவை. மாறாக, வயல் களத்திலும் அறுவடைக் காலத்திலும் கண்மாய்க் கரையிலும் ஊர் மந்தையிலும் ஊர் எல்லையிலும் தூங்காமல் நின்று காவல் காக்கக் கூடியன. அவை நுகர்வுக்காக மட்டும் பிறந்தவை அல்ல; உற்பத்தி சார்ந்த பண்பாட்டோடு பிறந்தவை. பெரியாரைப் புரிந்துகொள்வது போலவே நாட்டார் தெய்வங்கள் 'மதம்' என்ற கட்டுக்குள் அடங்குவதில்லை என்பதையும் புரிந்துகொள்ள வேண்டும். எனவே, 'மதத்திலிருந்து மனிதனை விடுதலை செய்வது', என்ற முழக்கம் நாட்டார் தெய்வ வழிபாடுகளுக்குப் பொருந்தாது. மேலோர் மரபினால் விலக்கப்பட்ட கள்ளும் கறியும் நாட்டார் தெய்வங்களால் கொண்டாடப்படுபவை. உற்பத்தி உறவுகளோடு இரண்டறக் கலந்தவை. எனவே நகர்ப் புறம் சார்ந்த அறிவுஜீவிகள் தவிர பாரம்பரியமான முறையில் பொருள் உற்பத்தி செய்யும் மனிதரைத் தெய்வ நம்பிக்கையி லிருந்து விடுதலை செய்ய இயலாது. சோவியத் ஒன்றியத்திலும் சீனத்திலும் மாபெரும் புரட்சிகளுக்குப் பின்னரும்கூட மக்களை மதத்திலிருந்து மட்டுமே விடுதலை செய்ய முடிந்தது. தமிழ்நாட்டில் பெரியாரின் ஐம்பதாண்டுப் பணியும் அவ்வாறே செய்ய முடிந்தது. தமிழ்நாட்டுப் பெண்கள் (குறைந்தது) எண்பது விழுக்காட்டிற்கு மேல் சனநாயக உணர்வுடன் கூடிய நாட்டார் தெய்வ வழிபாட்டில் நம்பிக்கை உடையவர்கள். எனவேதான், நாகூரும் வேளாங்கண்ணியும் சமயபுரமும் அவர்களுக்கு வெவ்வேறான தெய்வங்களாகத் தெரியவில்லை. அவர்களைச் சடங்கியல் போர்வையில் ஊடகங்கள் 'இந்து மதத்திற்குள்' இழுத்து வர முயலுகின்றன. இதற்கான எதிர்க்குரல் என்பது நாட்டார் தெய்வங்களை அங்கீகரிப்பதாகவே இருக்க முடியும்.

தெய்வம் என்பதோர் . . .

எல்லாவற்றையும்விட மேலாக, நாட்டார் தெய்வங்கள் அனைத்தும் குறிப்பாகத் தாய்த் தெய்வங்கள் தம் மக்களின் காப்பிற்காக ஆயுதமேந்திப் போராடும் குணம் உடையன. தம் மக்களைக் காப்பதற்காகவே மகிசாசுரன் (எருமைத்தலை அரக்கன்) என்னும் ஆணைத் தாய்த்தெய்வம் ஆண்டுதோறும் போரிட்டு அழிக்கின்றது. இதன்வழியாக இருத்தலுக்கும் வாழ்வதற்குமான போராட்ட உணர்வை நாட்டார் தெய்வங்கள் பண்பாட்டுத் தளத்தில் பேணிக்காத்து வருகின்றன.

பெரியாரின் வாழ்வும் நோக்கமும் தன் மக்களின் இருத்த லுக்கும் கண்ணியமான வாழ்விற்குமான போராட்டமாக இருந்தன. எனவேதான், ஆண்டு முழுவதும் வெட்டவெளியில் மண் குவியலாகக் கிடந்து ஆண்டிற்கொருமுறை உயிர் கொண்டெழும் நாட்டார் தெய்வங்களை அவர் எதிர்கொள்ளவில்லை. மாறாக, அதிகாரமையமாகிய கோயில்களையும் அதனை மையப்படுத்திய மனித ஏற்றத்தாழ்வுகளையுமே அவர் எதிர்த்தார்.

இறுதியாக, பெரியாரைப் புரிந்துகொள்ள முயலுகின்றவர் களுக்கு ஒரு கேள்வி எழுகின்றது. குருதிப் பலியும் சாமியாட்டமும் கூட மூட நம்பிக்கைகள் தானே என்பதே அந்தக் கேள்வி. இப்படி திருப்பிக் கேட்கலாம் 'நம்பிக்கைகளுக்கும் மூடநம்பிக்கை களுக்கும் இடையே என்ன இருக்கின்றது?' ஏதோ ஒருவகையில் நுண் அரசியல் அதிகாரமும் சமூக அதிகாரமும் இருக்கின்றன என்பதே நமது பதிலாகும். இந்தப் பதிலைக் கொண்டுதான் பெரியாரையும் மக்கள் திரளையும் நாம் சரியாகப் புரிந்து கொள்ள முடியும்.

இந்தியத் தேசிய உருவாக்கத்தில் பார்ப்பனியத்தின் பங்கு

பதினெட்டாம் நூற்றாண்டின் நடுப்பகுதி முதலாகக் கிழக்கிந்தியக் கம்பெனியின் படைகள் தமிழ்நாட்டின் தென்கோடிப் பகுதி வரை எவ்விதப் பேரெதிர்ப்புமின்றி ஊடுருவிச் சென்றன. எனவே பதினெட்டாம் நூற்றாண்டின் இறுதியில் ஏறத்தாழத் தமிழ்நாடு முழுவதும் அப்படைகளின் கையில் வந்து விட்டது. 1752இல் தொடங்கி 1799க்குள் அவர்கள் தமிழ்நாட்டின் நிலவரி வசூலை முழுவதுமாகத் தமதாக்கிக் கொண்டனர். இதன் இறுதிக்கட்டமாகத் தென்தமிழ்நாட்டின் 1799இல் வீரபாண்டியக் கட்டபொம்மனும் 1801இல் மருது சகோதரர்களும் தூக்கிலிடப்பட்டனர். இதன் பின்னர் நீதித்துறையும் இராணுவமும் சார்ந்த ஒரு முழுமையான அரசாங்கத்தை உருவாக்கும் முயற்சியில் காலனி அரசாங்கம் ஈடுபட்டது.

வங்காளம் உள்ளிட்ட கிழக்கிந்தியப் பகுதியில் அரசாங்கத்தை உருவாக்கிய முன் அனுபவம் காலனி அரசுக்கு இருந்தது. வங்காளத்தில் நீதித் துறையை ஒழுங்குபடுத்தும் முயற்சியில் சர். வில்லியம் ஜோன்ஸ் ஈடுபட்டார். உள்நாட்டு நீதிமுறைகளை அவர் தொகுத்துத் திரட்டி அதற்கு இந்துச் சட்டம் *(Hindu Law)* எனப் பெயரிட்டார். கிறித்தவரல்லாத, இசுலாமியரல்லாத பெருந்திரளான மக்களைக்

குறிக்க ஐரோப்பியர் வழங்கிய 'இந்து' என்னும் சொல் முதன் முதலாக அதிகார அங்கீகாரம் பெற்றது.

அப்போதுதான் தமிழ்நாட்டில் 1801இல் திருப்பத்தூரில் தூக்கிலிடப்பட்ட பெரியமருது தன்னுடைய மரண வாக்குமூலத்தில் கம்பெனி அதிகாரிகளுக்கு வைத்த கோரிக்கைகளில் ஒன்று;

'நான் கோயில்களுக்கும் அறநிலையங்களுக்கும் வழங்கிய சொத்துக்களைக் கம்பெனியார் பறிக்கக்கூடாது', என்பது தான் அது. ஆட்சி அதிகாரத்தைத் தக்கவைக்க முயன்றுகொண்டிருந்த கம்பெனி அரசு இந்தக் கோரிக்கையை அப்படியே ஏற்றுக்கொண்டது. அத்துடன் உள்நாட்டு மக்களின் மத உணர்வுகளைச் சீண்டிவிடக்கூடாது என்பதில் அது முன்னெச்சரிக்கை உணர்வுடன் 1817 வரை நடந்துகொண்டது. இந்தக் காலப்பகுதியினை அரசு ஆவணங்கள் 'நடுநிலைக் காலம்' (Period of Nutrality) என்று குறிப்பிடுகின்றன. இக்காலத்தில் கம்பெனி அரசாங்கம் கோயில் நிலங்களுக்குரிய வரியினை மட்டும் பெற்றுக்கொண்டிருந்த மாவட்ட ஆட்சித்தலைவர்கள், கோயில் நிர்வாகத்தில் சிக்கல் ஏற்பட்டபோதெல்லாம் வருவாய் ஆணையத்தின் (Board of Revenue) ஆணையைப் பெற்றே நடவடிக்கை எடுத்தனர்.

வட இந்தியாவிலும் பார்க்கத் தமிழ்நாட்டில் பெருங் கோயில்களும் மடங்களும் எண்ணிக்கையில் மிகுதி. விளைநிலங்களில் 90 விழுக்காடு இவற்றுக்கு உரியதாகவே இருந்தன. இக்கோயில்கள் அனைத்தும் பார்ப்பனர்களின் முழுமையான கட்டுப்பாட்டில் இயங்கிவந்தன. (விதி விலக்காகச் சில மடங்களும் விளைநிலங்களும் வேளாளர் கையில் இருந்தன.) சொத்துடைமை நிறுவனமான கோயில் வழியாகப் பார்ப்பனர்கள் பெருந்திரளான மக்களின்மீது தங்களின் அதிகாரத்தைச் செலுத்த முடிந்தது. கோயிற்பணியாளர் வரிசையிலும் இசைகாரர், கொத்தர், தச்சர் தவிர அருச்சகர், பரிசாரகர், மடைப்பள்ளியார், ஸ்தலத்தார் என்று பார்ப்பனர்களே எண்ணிக்கையிலும் மிகுதியாக இருந்தனர். எனவே அரசு என்னும் நிறுவனத்துடன் தொடர்புகொள்ளப் பார்ப்பனர்களுக்கு மட்டுமே வாய்ப்பிருந்தது. பெருந்திரளான மக்களின் கையில் இருந்த ஒரே நிறுவனம் 'உள்ளூர்ச் சாதிக்குழு' (Local Cas te Assembly) மட்டுமே. சொத்துடைமையற்ற இந்தக் குழுக்களுக்கு வேறு வலிமை ஏதும் இல்லை. இவை வட்டார அளவில் சடங்குகளால் பிணைக்கப்பட்டவை மட்டுமே. இந்தப் பின்னணியில்தான் 1817இல் காலனிய அரசு கோயில்களையும் மடங்களையும் ஒழுங்குபடுத்தும் (Regulations VII of 1817) சட்டத்தைக் கொண்டு வந்தது.

1830களில்தான் பத்திரிகைகள், புதுக்கல்விப் பள்ளிகள் என்னும் புதிய சமூக நிறுவனங்கள் தமிழ்நாட்டில் அறிமுகமாயின.

அதற்கு முன்னர் ஐரோப்பிய மிஷனரிகள் தங்கள் முயற்சியில் சிறிய அளவிலான கல்வி முயற்சிகளைச் செய்திருந்தனர். சென்னையை அடுத்து தென் தமிழ்நாட்டின் திருநெல்வேலிப் பகுதியில் ஒடுக்கப்பட்ட மக்கள் கணிசமான அளவு கிறித்தவத்தைத் தழுவியிருந்தனர். எனவே, மேல்சாதியினரின் நடுவில் அரசதிகாரம் பிற மதத்தினரின் கையில் இருப்பது ஓரளவு உணரப்பட்டது. மறுதலையாக சில மிஷனரிகள் முயற்சி யால், கிறித்துவர்களாக மாறிய தாழ்த்தப்பட்ட மக்களைப் பழைய வழக்கப்படி ஊர்க்கோயில் திருவிழாக்களில் ஊழியம் செய்ய மேல்சாதியார் கட்டாயப்படுத்தக்கூடாது என்று அரசு ஒரு ஆணை வெளியிட்டது. இதனைப் பொறுக்கவியலாத மேல்சாதியார், அரசு தங்கள் மத வழக்கங்களில் தலையிடுவதாகக் குற்றஞ்சாட்டினர். காலனி ஆட்சிக்கான தங்கள் முதல் எதிர்ப்பை மேல்சாதியார் இவ்வாறு சாதி சார்ந்தும் மதம் சார்ந்துமே பதிவு செய்தனர். ஏனென்றால் மரபு வழிச் சமூகத்தில் சாதியும் மதமும் (குறிப்பாகப் பார்ப்பனர்களுக்கு) நாணயத்தின் இரண்டு பக்கங்களைப் போல் பிரிக்க முடியாதபடி அமைந்திருந்தன. 1834இல் சென்னைப் பல்கலைக்கழகத்தின் முன்னோடியாகத் தொடங்கிய சென்னை உயர்நிலைப் பள்ளியில் 1855 வரை தாழ்த்தப் பட்ட வகுப்பினர்க்கு அனுமதி இல்லை. 1851இல் தாழ்த்தப்பட்ட வகுப்பினரை அனுமதித்ததால் பல்கலைக்கழக மேலாண்மைக் குழுவிலிருந்து ஒரு 'இந்து' உறுப்பினர் பதவி விலகினார். 1855 வரை இந்தப் பள்ளியிலிருந்து தகுதிகாண் பட்டயம் (Proficiency Degree) பெற்ற 36 பேரில் 20 பேர் பார்ப்பனர்களே என்றும் 1859இல் ஆங்கிலேய அரசு முதன்முறையாகத் தேர்ந்தெடுத்த துணை ஆட்சியர் (Deputy Collector) 40 பேரில் இந்தப் பள்ளியில் பயின்ற பார்ப்பனர்களே பெருந்தொகையினர் என்றும் ஆர். சுந்தரலிங்கம் எடுத்துக்காட்டுகிறார்.

மேற்குறித்த நிகழ்வுகளில் இருந்து நாம் பெறக்கூடிய செய்தி ஒன்றுண்டு; அதுவரை பார்ப்பனர்கள் மட்டுமே பெற்றுவந்த வேதக் கல்வியும் வடமொழிக் கல்வியும் தம் அதிகாரத் தகுதியை இழந்துவிட்டன. சமூக அதிகாரம் சார்ந்த கல்வி என்பது ஆங்கிலக் கல்வியாக மாறிவிட்டது. அது பொதுக் கல்வியாக இருந்தபோதும் மக்கள் திரளில் சிறுபான்மையினராக இருந்த பார்ப்பனர்கள் புதிய அதிகாரத்தைத் தேடி ஆங்கிலக் கல்விக்குள் முதலில் நுழைந்து கொண்டனர்.

தமிழ்நாட்டு மக்களின் அமைப்புரீதியான முதல் அசைவுக்கு 1852இல் தொடங்கப்பெற்ற சென்னை குடிமக்கள் சங்கத்தினை (Madras Native Association) அடையாளமாகக் குறிப்பிடலாம். தமிழ்நாட்டில் தேசிய, திராவிட இயக்கங்களின் முன்னோடி

அமைப்பாக இதனையே கொள்ளவேண்டும். இந்த அமைப்பு பெரும்பாலும் பார்ப்பனரல்லாத உயர்சாதியான செட்டிகள், கோமுட்டிச் செட்டிகள், நாயுடு ஆகியோரைக் கொண்டு கஜலு லெட்சுமி நரசுசெட்டியாரால் தொடங்கப்பெற்றதாகும். இந்த அமைப்பில் திருநெல்வேலி கிறித்துவ வேளாளரான அப்பாசாமிப்பிள்ளை போன்றோரும் பங்குபெற்றுள்ளனர். கிரசன்ட் (Crescent) என்ற இதழ் இந்த அமைப்பின் சார்பில் வெளிவந்தது. சமூக சீர்திருத்தத்துக்கே முன்னுரிமை தர வேண்டும் என்ற நோக்கில் இந்த அமைப்பிலிருந்து 1853இல் வெளியேறிய சீனிவாசப்பிள்ளை என்பவர் Hindu Progressive Development Society (இந்து முன்னேற்ற வளர்ச்சி சங்கம்) என்ற அமைப்பினைத் தொடங்கினார். இந்த அமைப்பினர் Rising Sun (உதய சூரியன்) என்ற ஆங்கில இதழை வெங்கட்ராய நாயுடு என்பவரை ஆசிரியராகக் கொண்டு பத்தாண்டுக்காலம் (1853 – 1863) நடத்தினர்.

தேசம், தேசியம், இந்து, இந்திய நாகரிகம், திராவிடம் முதலிய கருத்தாக்கங்கள் அக்காலத்தில் முழுமையாக உருப்பெற வில்லை. 1866இல் வங்கத்தைச் சேர்ந்த கேசவந்திரசென் பிரம்ம சமாசத்தின் பிரதிநிதியாக தமிழ்நாட்டில் சுற்றுப்பயணம் செய்கின்றார். ஆங்கிலக் கல்வி கற்ற பார்ப்பனர்கள் அவரால் மீட்கப்படுகின்றனர். பிரம்மசமாஜத்தின் கருத்துக்கள் மொழி எல்லைகளைத் தாண்டி இந்திய ஆன்மிகத்தை உருவாக்கும் என்பதை அவர்கள் கண்டுகொண்டனர். பார்ப்பன, பௌராணிக மரபுகளால் கொண்டாடப்பட்ட 'பரத கண்டத்தின்' உயிர்ப்பை அது மீட்டெடுக்கும் என அவர்கள் நம்பினர். இந்தக் காலக்கட்டம் தொடங்கி, பிற்படுத்தப்பட்ட மக்கள் திரள் இதற்கு வெளியில் தங்கள் சாதி அடையாளத்தைத் தொடத் தொடங்கினர். இதனைச் சாதியப் பத்திரிக்கைகளின் தொடக்கக் காலம் எனலாம்.

மொழி எல்லைகளைக் கடந்த தேசியம் என்ற கருத்தாக்கம் பார்ப்பனர்களுக்கு ஏற்புடையதாக இருந்ததால் 1880இல் பி. சிவசாமி ஐயரும், அனந்தாச்சார்லு என்பவரும் சேர்ந்து 'மெட்ராஸ் மகா ஜனசபா' என்ற அமைப்பினைத் தொடங்கினர். இதுவே தமிழ்நாட்டில் இந்திய தேசியம் பேசிய முதல் அமைப்பாகும். இந்த அமைப்பின் முன்னணித் தலைவர்களில் சேலம் இராமசாமி முதலியார் தவிர அனைவரும் பார்ப்பனர்கள். 1884இல் இவர்கள் சென்னையில் தங்கள் அமைப்பின் முதல் மாநாட்டைக் கூட்டினர். காலனிய அரசுக்கு இந்தியத் தேசியம் என்ற கருத்தாக்கம் அன்றைக்குத் தேவையாக இருந்தது. 1881இல் பணி ஓய்வு பெற்ற ஃகியூம் (Hume) என்ற I.C.S. அதிகாரி இவர்களோடு சில கருத்து வேறுபாடுகளுடன் இணைந்து

வேலை செய்ய முன்வந்தார். அதன் விளைவாக 1884இல் புனா நகரில் நடந்த காங்கிரஸ் மாநாட்டிற்கு 8 பேர் சென்றனர். இவர்களில் 6 பேர் பார்ப்பனர்கள். 1881இல் பிரம்மஞான சபை நிறுவிய கர்னல் ஆல்காட்டும் பிளாவட்ஸ்கி அம்மையாரும் சென்னை வந்தனர். ஆரிய நாகரிகமும் வடமொழி வேதங்களும் உலகிற்கே வழிகாட்டும் என்பது அவர்களது கருத்தாகும். அழைப்பின் பேரில் அப்பொழுது கிறித்துவம் கணிசமாகப் பரவி யிருந்த திருநெல்வேலிக்கு அவர்கள் சென்றனர். திருநெல்வேலி நெல்லையப்பர் கோவிலில் பூரணகும்ப மரியாதையும் வரவேற்பும் அவர்களுக்கு அளிக்கப்பட்டது. கோயில் வளாகத்தில் அவர்கள் இருவரும் கூட்டம் ஒன்றிலும் பேசினர். "மலைமீது கட்டப்பட்ட கோட்டைபோல இந்திய நாகரிகம் என்பது வேதங்களின் மீதும் புனித நூல்களின் மீதும் கால் கொண்டு நிற்கின்றது *(An Indian Civilization res ting upon the Vedas and other National Works is like a s trong cas tle built upon rocks)"* என்பது ஆல்காட் சென்னையில் வெளியிட்ட கருத்தாகும். ஆக ஆரியன் என்ற கருத்தாக்கம், இந்து என்ற கருத்தாக்கம் இரண்டும் உருவாகிவந்த இந்திய தேசியத்திற்குள் புகுந்துகொண்டன என்பதற்கு இதுவே சாட்சியாகும். பின்னர் வந்த இந்திய தேசிய காங்கிரஸின் பெரும் தலைவர்களான திலகர், ரானடே, பண்டித மதன்மோகன் மாளவியா, அன்னிபெசன்ட் ஆகியோரும் இதே கருத்தாக்கங்களையே உயர்த்திப் பிடித்தனர். 1927இல் தமிழ்நாட்டில் காந்தியடிகள் வெளிப்படையாகவே வர்ணாசிரமத் தர்மத்தை ஆதரித்துப் பேசினார். அதுவே பெரியாரைத் தேசிய இயக்கத்திலிருந்து முற்றிலுமாக வெளியேறச் செய்தது.

இந்தியத் தேசியத்திற்கோ பார்ப்பனியம் ஊடுருவிய போதெல்லாம் அதற்கான எதிர்ப்பு தமிழ்நாட்டில் இருந்து தான் வந்தது. அயோத்திதாசப் பண்டிதர், மறைமலையடிகள், திராவிட இயக்க மூலவர்கள், பெரியார் ஈ.வே.ரா என்று இந்திய தேசியத்திற்கு மாற்றான ஒரு கருத்தியலை முன்வைத்ததில் தமிழ் நாட்டிற்குப் பெரும்பங்குண்டு.

பெரியாரின் போராட்ட உணர்வு, முழுவீச்சினை அடைவதற்குச் சற்றுமுன் தமிழ்நாட்டில் நடந்த ஒரு முயற்சியினை இங்கே பதிவுசெய்வது நல்லது. 1921இல் தமிழ்நாட்டில் நீதிக்கட்சி ஆட்சிப் பொறுப்பேற்று, அறநிலையப் பாதுகாப்பிற்கான சட்டமுன்வரைவு 1924இல் வெளிவந்தது. இந்தச் சட்டமுன் வரைவில் இருந்த 'இந்து' என்ற சொல்லைத் தமிழ்நாட்டுச் சைவர்கள் கடுமையாக எதிர்த்தார்கள். 1924ஆம் ஆண்டு டிசம்பர் செந்தமிழ்ச் செல்வி இதழில் பின்னிணைப்பாக இந்தச் சட்ட முன்வரைவு விமர்சனம் செய்யப்பட்டுள்ளது. 'இந்து' என்ற

சொல் எந்தவொரு சமயத்தையும் குறிப்பதாகாது. இந்து என்று சொல்லப்படும் பிரிவில் சைவம், வைணவம், லிங்காதயம், ஸ்மார்த்தம் என்று பல பிரிவுகள் உள்ளன. எனவே, இந்த முன்வரைவு ஒவ்வொரு சமயத்தைப் பற்றியும் தனித்தனியாகக் கணக்கிட வேண்டும். இந்து என்ற சொல் ஸ்மார்த்தர்களுடையது என்பதே அந்த விமர்சனத்தின் சாரம். அதே இதழில் "சுமார்த்தக் கலப்பால் சிவாலயங்களில் ஏற்படும் இடையூறுகள்" என்று ஒரு கட்டுரையினை வழக்கறிஞரும் தமிழறிஞருமான கா.சு. பிள்ளை எழுதியுள்ளார். சங்கராச்சாரியாரைக் குருவாகக் கொண்ட ஸ்மார்த்தப் பார்ப்பனர்கள் ஆகம விதிக்குப் புறம்பானவர்கள்; ஆகமநெறிக்குட்பட்ட சிவாலயங்களை அவர்கள் கைப்பற்ற முயற்சிக்கிறார்கள் என்று குற்றம் சாட்டுகின்ற கா.சு. பிள்ளை திருநெல்வேலி சிவாலயத்தில் இந்த முயற்சி தொடங்கியிருப்பதாகவும் குறிப்பிடுகின்றார். கா.சு.பிள்ளையின் முயற்சி தோல்வியடைந்து, 'இந்து அறநிலையம்' என்ற சொல்லே சட்டச்சொல்லாயிற்று. ஆனால் திருநெல்வேலிச் சிவாலயத்தில் ஊடுருவ ஸ்மார்த்தர்கள் செய்யும் முயற்சி 60களிலும் 70களிலும் தொடர்கிறது. அண்மையில் 2003இல்தான் திருநெல்வேலி சைவர்கள் இப்போதுள்ள சங்கராச்சாரியாரை எதிர்த்து நீதிமன்றத்தில் வழக்குத் தொடர்ந்து, அவரைப் பின்வாங்கச் செய்தனர். ஆனால் இந்து என்ற சொல்தான் இந்தியத் தேசியத்திற்கு மற்ற மதங்களை நிராகரிக்கும் அடிப்படைக் கருத்தியலாக அமைந்திருக்கிறது என்பதனையும் நாம் மறுக்க இயலாது. இந்தப் போக்கிற்கு ஸ்மார்த்தப் பார்ப்பனர்களே தலைமை தாங்குகின்றனர் என்பதும் நம் கண்முன் அரங்கேறும் உண்மையாகும்.

பேராசிரியர் கா. சிவத்தம்பியின் பக்தி இலக்கிய ஆய்வுகள்

தமிழ் இலக்கியப் பெரும்பரப்பின் பெரும் பகுதியினை இருபதாம் நூற்றாண்டின் தொடக்கம் வரை பக்தி இலக்கியங்களே நிறைத்து வந்துள்ளன. தமிழிலக்கிய ஆய்வாளர் எவரும் புறந்தள்ளிவிட முடியாத பகுதி இதுவாகும். பத்தொன்பதாம் நூற்றாண்டின் கடைசிப் பகுதியில் 'தமிழ் இதழ் உலகம்' என்ற ஒன்று உருவானபோது இலக்கிய ஆய்வுகளுக்கான வித்துக்கள் அங்கங்கே ஊன்றப் பட்டன. தமிழ் உரைநடை கட்டுவிடத் தொடங்கிய அக்காலத்தில்தான் ஆங்கிலேயரின் சமயம் சார்ந்த, சமயம்சாராதஉரைநடைநூல்கள்பலவெளிப்பட்டன. சைவ, வைணவப் பழந்தமிழ் இலக்கியங்களும் உரைநூல்களும் பனைஓலைகளிலிருந்து அச்சு ஊடகத்தை நோக்கி நகர்ந்தன. தமிழ்ச் சிற்றிலக்கிய மரபினைப் பின்பற்றி இசுலாமியாகளின் சிறு சிறு முயற்சிகள் அங்கங்கே வெளிப்பட்டன. ஒருவர் மதம் சார்ந்த இலக்கியங்களை மற்றவர் படிப்பதும் அதனை மறுப்பதுமான கட்டுரைகள் பல தமிழ் இதழ்களில் வெளிவரத் தொடங்கின. இது சுபக்கம் x பரபக்கம் என்ற பெயரில், 'தன்மதம் கூறிப் பிறர் மதம் மறுத்தல்' என்னும் சமய மரபுகளின் தொடர்ச்சியாகும். இவற்றுள் குறிப்பிடத்தகுந்தவை. ஈழத்துத் தமிழறிஞர்களின் சைவசமயச் சார்பும் அதற்கு எதிர்வினையான ஈழத்துக் கத்தோலிக்கக்

கிறித்துவர்களின் எழுத்துக்களுமாகும். இந்த இரு போக்குகளின் பிரதிநிதிகளாக யாழ்ப்பாணத்து நல்லூர் ஆறுமுக நாவலரையும் யாழ்ப்பாணத்து சுவாமி ஞானப் பிரகாசரையும் அடையாளம் காட்டலாம். இந்த வகையில் யாழ்ப்பாணம் காசிவாசி செந்தி நாதையரை நாவலரின் வழித்தோன்றலாகக் கருதலாம். அவர் 'தேவாரம் வேதசாரம்', 'சைவ வேதாந்தம்' என்ற இரண்டு நூல்களை எழுதினார். சைவ பக்தி இலக்கியமான தேவாரத்தை வேதச் சிமிழுக்குள்ளும் வேதாந்தத்திற்குள்ளும் அடைப்பதே அவரது நோக்கமாக இருந்தது. 1916 டிசம்பரில் பிராமண ரல்லாதார் அறிக்கை *(Non - Brahmin Manifesto)* வெளிவந்திரா விட்டால் செந்திநாதையர் 'வகையறா'விற்கும் இரட்சணிய சேனை *(Salvation Army)* அமைப்பிற்கும் இடையே நடந்த எழுத்து மோதல் தமிழ்ச் சமூகத்தைப் படுகுழியில் தள்ளியிருக்கும்.

இந்தக் காலப்பகுதியில் நமக்கு ஆறுதலைத் தருகிற நிகழ்வு களாக இரண்டினைக் குறிப்பிடலாம். ஒன்று, தான் இளவயதில் காலமாவதற்கு முன்னர் மனோன்மணியம் சுந்தரனார் திருஞான சம்பந்தரின் காலத்தினைக் கணித்து, ஜே.எம். நல்லுசாமிப்பிள்ளை நடத்திய 'சித்தாந்த தீபிகா' என்னும் ஆங்கில இதழில் எழுதிய கட்டுரையாகும். மற்றொன்று, பாண்டித்துரைத் தேவர் 1904இல் தொடங்கிய 'செந்தமிழ்' இதழில் இரா. இராகவையங்காரும் மு. இராகவையங்காரும் ஆசிரியராக இருந்தபோது வெளிவந்த சைவ, வைணவ, சமண, பௌத்த இலக்கிய ஆய்வுக் கட்டுரை களாகும். இந்த இதழில் தமிழ்நாட்டு, ஈழத்து அறிஞர்களின் கட்டுரைகள் பல வெளிவந்தன. என்ன காரணத்தினாலோ 1925க்குப் பின்னர் தமிழ்நாட்டு – ஈழத்து அறிஞர்களின் கருத்தூடாட்டம் நின்று போயிற்று.

ஏறத்தாழ 40 ஆண்டுகளுக்குப் பின்னர் 1960களின் இறுதிப் பகுதியில் தமிழ்நாடு – ஈழ அறிவுலகத் தொடர்பைப் புதுப்பித்த நன்றிக்குரியவர்கள் பேரா. க.கைலாசபதி, கா.சிவத்தம்பி ஆகியோர். இருவரும்தான் 'ஒன்றையே நோக்கிப் புக்கான்' என்பதற்கு மாறாகச் சங்க இலக்கியம் தொடங்கிப் புதுமைப்பித்தன் வரையிலான தமிழிலக்கியப் பரப்பில் தங்கள் ஆய்வு முயற்சிகளை உண்மை யோடும் நேர்மையோடும் செய்திருக்கின்றனர். இயக்கவியல் வரலாற்றுப் பொருள் முதல்வாதப் பின்னணியில் தமிழ் ஆய்வுலகிற்குப் புதிய வெளிச்சம் தந்தவர்கள் இவர்கள் ஆவர்.

தமிழ்ப் பக்தி இலக்கிய ஆய்வுகளிலும் இந்த இரண்டு அறிஞர் களும் முன்னடி எடுத்து வைத்தனர். கடந்த நூறு ஆண்டுகளுக்கு மேலாகச் சமய இதழ்கள் பல தமிழ்நாட்டில் வெளிவந்துள்ளன. ஆனாலும் தம் சமய சித்தாந்தத்தை ஆய்வுக்குட்படுத்தும் ஒரு

நெறி தமிழ்நாட்டில் முளைவிடவில்லை. உயர்கல்வி நிறுவனங்களிலும் இந்த நிலை மிக அண்மைக் காலமாகத்தான் தொடங்கியுள்ளது. எனவே,

> தமிழகப் பல்கலைக்கழகங்களில் தமிழ் வரலாற்றில் மதம் (அல்லது மதங்கள்) வகித்துவந்த இடம் பற்றிய ஆய்வுகள் அதிகம் இடம்பெறவில்லை. பேராசிரியர் நா. வானமாமலை, க. கைலாசபதி போன்றவர்கள் (இந்நூலாசிரியர் உட்பட) சில சமூக மத ஆய்வுகளைச் செய்திருந்தனர்[1]

என்று தன்னையும் உட்படுத்திப் பேராசிரியர் கா. சிவத்தம்பி வருந்திக்கூறுவது உண்மையேயாகும். தங்கள் சமயம் குறித்தோ பிற சமயம் குறித்தோ பலர் எழுதிய எழுத்துக்களும் 'விளக்கக் கட்டுரை' என்ற எல்லையினைத் தாண்டி வராமலே போய்விட்டன.

எனவே மார்க்சியச் சார்புடையவர்கள் என்று அறியப்பட்ட மேற்குறித்த பேராசிரியர் மூவருமே இந்தத் துறையில் முதலானவர்களாகக் கால் பதித்தனர். இந்த இடத்தில் மரபுவழித் தமிழ்ப் புலமை மற்றுமொரு கேள்வியினை முன்னெடுத்தது. 'தெய்வ நம்பிக்கையில்லாத மார்க்சியவாதிகள் எந்த வகையில் மதம் சார்ந்த பக்தி இலக்கிய ஆய்வுகளை முன்னெடுத்தனர்' என்பதே அது. பேராசிரியர் சிவத்தம்பி அதற்கான விடையினையும் முன்வைக்கிறார்.

> நம்மிற் பலர் நினைப்பது போன்று மார்க்சியம் மதத்தை முற்றாக நிராகரிக்கவில்லை. மார்க்சியம் மதத்துக்கான (மெய்யியல்) எடுகோள்களை நிராகரிக்கின்றது. ஆனால் 'மதம்' என்பது ஒரு முக்கியச் சமூக நிறுவனம் என்பதை மார்க்ஸோ, ஏங்கல்ஸோ நிராகரிக்கவில்லை.[2]

சமயஇலக்கிய ஆய்வுகளைப் பொருத்தமட்டில் அவை தமிழ் நாட்டில் வளரவில்லையென்பது ஒரு வருந்தத்தகுந்த செய்தியே ஆனாலும் அதற்குரிய காரணங்களை நாம் கணித்தறிய வேண்டும். பகுத்தறிவு இயக்கத்தின் எழுச்சி அதற்கான ஒரு காரணம் என்பதை நாம் மறுக்க இயலாது. பேராசிரியர் அவர்களும் இக் காரணத்தைப் பதிவு செய்துள்ளார். அத்துடன்,

> திராவிட இயக்கங்களைச் சார்ந்தவர்கள் மாத்திரமல்லாமல் மார்க்சிய இயக்கங்களைச் சார்ந்தவர்களும் கூட இந்நிலையினராகவிருந்தனர் என்பதற்கு உதாரணங்கள் உண்டு[3]

என்றும் எழுதிச் செல்கிறார்.

பேராசிரியர் இவ்வாறு எழுதிய பின்னருங்கூட கோ. கேசவன், பொ. வேல்சாமி போன்ற ஒன்றிருவர் மட்டுமே இந்தத் துறைக்கு

வந்துள்ளனர். பக்தி இலக்கியங்களை – அவை எந்த மதத்தைச் சேர்ந்தவையாக இருந்தாலும் அவற்றை – இசைப்பாடல்களாக மட்டுமே தமிழர்கள் பயன்படுத்தி வந்துள்ளனர். அவை வழிபாட்டு உணர்வுடன் பாடவும் கேட்கவும் மட்டுமே பிறந்தவை என்பது அவர்களுடைய நினைப்பாகும். எனவே அவை இலக்கியமாகக் கருதப்பட்டு காலப்பின்னணியிலும் களப் பின்னணியிலும் ஆராயப்பட வேண்டியன என்ற உணர்வின்மையே ஆய்வுக்குத் தடையாகப் போய்விட்டது. பகுத்தறிவு இயக்கம் சற்றுத் தளர்ந்த பின்னரும்கூட இந்த உணர்வு தலையெடுக்கவில்லை என்பதற்கு இதுவும் காரணமாகும்.

எல்லாச் சமயங்களும் தமிழ்மொழியைக் கொண்டாடு கின்ற போக்கினைச் சுட்டிக்காட்டுகின்ற பேராசிரியர் இதன் வழியாக,

> தமிழ்ப் பண்பாடு எனும் மொழிவழிக் கோட்பாடு தோன்று வதற்கு (*Language of Culture Concept* ஏற்படுவதற்கு) காரணமாக இதுவே அமைந்தது[4]

என்று சரியாகவே தன் பார்வையினை முன்னிறுத்துகின்றார்.

பேராசிரியருக்கு மட்டுமன்று, தமிழ்ப் பக்தி இயக்க ஆய்வாளர்கள் அனைவருக்கும் முன்னிற்கும் மிகப்பெரிய தடை ஒன்றுண்டு. அதாவது, 1925 – 1965 காலத்தில் தமிழ்நாட்டு ஆய்வாளர்களுக்கும் ஈழத்து ஆய்வாளர்களுக்கும் மிக்சிறிய தூர இடைவெளியே இருந்தாலும் ஆய்வுலக உறவுகள் ஏதும் நிகழவே இல்லை. அதற்கு அடிப்படையான சமய ஊடாட்டங் களும் நிகழவில்லை. யாழ்ப்பாணத்துத் தமிழ்ச்சைவம் கத்தோலிக்கத்தை எதிர்கொண்ட முறை வேறு. தமிழ்நாட்டுக் கிறித்தவம், சைவத்தோடு கொண்ட உறவு நிலை வேறு. ஈழத்துக் கத்தோலிக்கர்கள் வீரமாமுனிவரின் ‘பெரிய நாயகி’ என்னும் பேரிலமைந்த கன்னிமேரித் தெய்வத்தைத் தமிழ்நாட்டுச் சூழலில் உணரவில்லை. வைணவம் என்னும் மதம் குறித்து ஈழத்து ஆய்வாளர்களுக்குப் புரிந்துகொள்ள வாய்ப்பே இல்லாமல் போயிற்று. ஈழத்தில் தமிழ்நாட்டு வைணவத்திற்கு வேர் எதுவும் இல்லை. எனவே ஆழ்வார்களின் பாசுரங்களும் அவற்றிற்கான உரை விளக்கங்களும் மணிப்பிரவாள நடையில் அமைந்த தத்துவ நூல்களும் அவற்றின் ‘நிகழ்காலச்’ சடங்கியல் வாழ்வும் தமிழக எல்லையைத் தாண்டி வடக்கு நோக்கிப் பாய்ந்த பின்னரும் கூட (கிருஷ்ணதேவராயரின் ‘ஆமுக்த மால்யதா’ ஆண்டாளைப் பாடும் தெலுங்கு நூலாகும்) ஈழத்தைச் சென்றடையவில்லை.

வைணவத்தின் தமிழிலக்கியப் பாரம்பரியத்தை, அவ்விலக்கியப் பாரம்பரியத்தின் சமூகத்தளத்தை ஆயும்

முயற்சியில் ஈடுபட்டுள்ளேன். ஆய்வுக் கட்டுரையாக வடிப்பதற்கான தயார் நிலை இன்னும் ஏற்படவில்லை[5]

என்கிறார் பேராசிரியர்.

பேராசிரியரின் தயக்கத்தை நியாயப்படுத்தும் ஒரு சான்றினை இந்த இடத்தில் எடுத்துக்காட்டலாம். ‘திருவாசகம் காட்டும் மணிவாசகர்’ என்னும் கட்டுரையில்,“திருவாசகப் பாடல்களில் உணர்ச்சி வெளிப்பாடு இரு வகைப்பட்டு நிற்பதைக் காணலாம்.

அ. கற்பித உணர்ச்சி நிலையிற் பாடப் பெற்றவை

ஆ. தன்மை நிலையிற் பாடப் பெற்றவை

கற்பித உணர்ச்சி நிலை அகத்துறையில் வரும் உணர்வு நிலைகளாம்[6]

என்று வகைப்படுத்துகிறார் பேராசிரியர். இந்த வகைப்பாடு சரியானதே.

பக்திப்பாடலை ஆக்கும் கவிஞன் எப்பொழுது தானாக நின்று பாடுகின்றான். எப்பொழுது பெண்ணாக (அன்புக்கும் ஏங்கும் காதலியாக / தாயாக) மாறிப்பாடுகின்றான் என்பது ஒரு அடிப்படையான கேள்வியாகும். நம்மாழ்வாரின் அகத்துறைப் பாசுரங்களை முன்னிறுத்திக்கொண்ட 14ஆம் நூற்றாண்டைச் சார்ந்த வைணவ உரையாசிரியர் இந்தக் கேள்விக்கான விடையினை நமக்குத் தருகின்றார். அழகியமணவாளப் பெருமாள்

நாயனார் என்ற வைணவ ஆசாரியர் ‘ஆசார்ய ஹ்ருதயம்’ (மாறன் மனம்) என்ற தன்னுடைய, மணிப்பிரவாள நடையில் அமைந்த தத்துவநூலில்,

ஞானத்தில் தன் பேச்சு பிரேமத்தில் பெண் பேச்சு[7]

என்று பகுத்துக் காட்டுகின்றார்.

அறிவு தலைமையெடுக்கும்போது கவிஞனின் பேச்சு ஆண் பேச்சாகவும், அன்பு பெருக்கெடுக்கும்போது பெண்பேச்சாக வும் அமைகின்றது என்பது எளிமையும் ஆழமும் சேர்ந்த விளக்கமாகும்.

வைணவத்தைக் குறித்துத் தயக்கத்தோடு பேசினாலும் தெளிவான முடிவாகப் பேராசிரியர் “சித்தாந்தக் கொள்கைக்கு ஆதாரமாக அமைகின்ற சைவமரபினை நோக்கும்பொழுது, அதில் இராமானுசர் நிலைநிறுத்திய அளவு சமூக நெகிழ்ச்சி காணப் படவில்லையெனினும், பிராமணியம் வற்புறுத்தும் வருணாசிரம தருமம் இறுக்கத்துடன் போற்றப்படவில்லை என்பது உண்மை” என்று கூறுவதை நாம் ஏற்றுக்கொள்ள முடியும்.

தமிழ்ப் பண்பாட்டிற் கிறித்துவம் (ம.க. கட்டுரை), தமிழிற் கிறித்தவ இலக்கியப் பாரம்பரியம் (ம.மானு கட்டுரை எண். 2) என்ற இரு கட்டுரைகளும் தமிழ் ஆய்வுலகத்திற்குப் பேராசிரியர் தந்துள்ள பெரிய பங்களிப்பாகும். தமிழ்க் கிறித்துவ இலக்கிய ஆய்விற்கு இதனை அடிப்படையாகக் கொள்ளலாம். 18ஆம் நூற்றாண்டின் கடைசிப் பகுதியிலிருந்து தமிழ்நாட்டுக் கிறித்தவர்கள் அம்மானை, வழிநடைச் சிந்து, கண்ணி, கும்மி, கீர்த்தனை ஆகிய சிற்றிலக்கிய வகைமைகளில் படைத்தளித்த நூற்றுக்கணக்கான இலக்கியங்களைக் காணவும் பேணவும் ஆராயவும் இந்த இரு கட்டுரைகளும் உந்துசக்தியாகும். இசுலாமியத் தமிழிலக்கியங்கள் பற்றிய ஆய்வுகள் மிக அண்மைக் காலமாகத் தமிழ்நாட்டில் ஊக்கத்துடன் முன்னெடுக்கப்படு கின்றன. இசுலாமியத் தமிழிலக்கியப் பாரம்பரியம் தொடக்க காலத்தில் நாட்டார் மரபுகளோடு உறவு கொண்டிருப்பதனைப் பேராசிரியர் மிக நுட்பமாகத் தன் கட்டுரையில் எடுத்துக் காட்டுகின்றார்.

கிறித்தவம், இசுலாம் பற்றிய பேராசிரியரின் இலக்கிய ஆய்வுக் கட்டுரைகள் இன்றைய தமிழ்நாட்டுச் சூழலில் மிகமிக அடிப்படைத் தேவையாகின்றன. ஏனென்றால் இவ்விரண்டு மதங்கள் குறித்த ஊடகப் பெருஞ் சொல்லாடல்களுக்கு இவை மாற்றாகவும் மருந்தாகவும் அமைகின்றன.

பேராசிரியரின் சமய இலக்கிய ஆய்வுகள் இன்றளவும் தமிழ்ச் சூழலில் இவ்வகை ஆய்வுகளின் போதாமையையும் அவற்றின் தேவையினையும் நமக்கு உணர்த்துகின்றன. இவற்றோடு சைவ, பக்தி இயக்கம் குறித்த பல நுட்பமான கேள்விகளைச் சிந்திக்கத் தூண்டுகின்றன.

> அருணகிரியாரின் பாடல்களில் காணப்படும் மிதமிஞ்சிய பாலியல் திளைப்பு எனும் அமிசமும் அவரை விளங்கிக் கொள்வதற்கு முக்கியமான ஒன்றாகும்[8]

என்கிறார் பேராசிரியர். இசுலாமியப் படையெடுப்பினால் மிகச் சில காலம் கோயில்கள் நெருக்கடிக்கு உள்ளாயின. மூத்துப் போன தந்தைத் தெய்வத்தை விட்டுவிட்டு இளமையும் காதலும் வீரமும் நிறைந்த மகன் (முருகன்) தெய்வத்தை அன்றையச் சமூக உளவியல் விரும்பி நின்றதே காரணமாகும். இதனை மேலோட்ட மாக, ஆனால் நுட்பமாகப் பதிவு செய்கிறார் பேராசிரியர்.

இவ்வகையான விளக்கங்களோடும் நமக்கு நிறையக் கேள்விகள் எஞ்சுகின்றன. திருமந்திரம் சாத்திர நூலா தோத்திர நூலா ? தேவாரப் பாடல்களுக்கும் திருவாசகப் பாடல்களுக்கும் ஆன சிந்தனைத்தளம் ஒன்றுதானா ? தேவாரம் கட்ட விரும்பிய

சைவமும் மெய்கண்டாரின் சித்தாந்தசைவமும் ஒரே அடிப்படையில் அமைந்தவைதாமா? வாலை, மனோன்மணி, பராபரை, சக்தி ஆகிய திருமந்திரச் சொல்லாடல்களை மட்டும் கலகமரபுச் சித்தர்கள் எவ்வாறு ஏற்றுக்கொண்டனர் என்பனவெல்லாம் அவற்றில் சில.

பேராசிரியர் எழுதுவதற்கு முன்னரும் ஏன், பின்னரும்கூடப் பக்தி இலக்கிய ஆய்வுகள் மிகமிகக் குறைவே. ஒரு மிகப்பெரிய ஆடுகளம் ஆடுவாரின்றி வெற்றிடமாகக் கிடப்பதைப் பேராசிரியர் நமக்குச் சுட்டிக்காட்டுகின்றார். இந்தச் சுட்டிக்காட்டலும் வழிகாட்டலுமே அவரது சமய ஆய்வுக் கட்டுரைகளின் பெரும் பங்களிப்பாகும்.

குறிப்புகள்

1. கா. சிவத்தம்பி, (மூன்றாம் பதிப்பு) முன்னுரை, தமிழிலக்கியத்தில் மதமும் மானுடமும், ப.14.
2. மேலது., ப.17.
3. கா.சி., 'இலக்கியமாகப் பக்திப் பாடல்கள்' மதமும் கவிதையும் (மக்கள் வெளியீடு), ப.90.
4. கா.சி., 'தமிழ்ப் பண்பாட்டிற் கிறிஸ்தவம்' மதமும் கவிதையும், ப.67.
5. கா.சி., (முதற் பதிப்பு) முன்னுரை, தமிழ் இலக்கியத்தில் மதமும் மானுடமும், ப.35.
6. கா.சி., திருவாசகம் காட்டும் மணிவாசகர், மதமும் கவிதையும், ப.54
7. கா.சி., 'சைவசித்தாந்தம் – ஒரு சமூக வரலாற்று நோக்கு, தமிழ் இலக்கியத்தில் மதமும் மானுடமும், ப.115.
8. கா.சி., 'தமிழின் இரண்டாவது பக்தியுகம்' மதமும் கவிதையும், ப.39.

சமய நல்லிணக்கம் – பெரியாரியப் பார்வையில்

பல்வேறு சமயங்கள் தோன்றி வளர்ந்தும் வந்து பரவியும் நிலைபெற்றுவிட்ட இந்தியத் துணைக் கண்டத்தில் சமயப் பூசல்களுக்கும் சமய நல்லிணக்கத்திற்கும்கூட ஒரு வரலாறு உண்டு. நீண்ட நிலப்பரப்பும் பெரிய மக்கள் தொகையும் நெடிய வரலாறும் உடைய ஒரு நாட்டில் சமயங் களின் வளர்ச்சியும் சரிவும் பிணக்கும் காலனிய ஆட்சியின் தொடக்கம்வரை தவிர்க்க இயலாத வரலாற்று நிகழ்வுகளாகச் சித்தரிக்கப்பட்டன.

காலனிய ஆட்சி தொடங்கிய நாள்தொட்டு 19ஆம் நூற்றாண்டின் நடுப்பகுதிவரை இந்தியத் துணைக் கண்டத்தில் நிலவிய சமய அமைதியினை 'மயான அமைதி' என்றே கொள்ள வேண்டும். ஏனென்றால் காலனிய ஆட்சிக்கெதிராக எழுந்த தொடக்ககாலக் குரல்கள் இங்கே சமயப் பின்னணி யில்தான் எழுந்தன. அவற்றை எதிர்ப்புணர்வு என்பதனைவிடச் சமயங்களின் பொதுப் பண்பான 'மற்றவற்றை வெறுத்தல்' என்பதாகவே கணிக்க முடிகிறது. 'வெறுப்பதற்கு ஏதும் இல்லாததால் இந்துக்கள் பிரிட்டிஷ்காரர்களை வெறுத்தார்கள்' என்று நிராத் செளத்திரி கணிப்பதனை நாம் அவ்வளவு எளிதில் புறந்தள்ளிவிட முடியாது. இந்த வெறுப்புணர்ச்சிக்குத் தமிழ்நாடு, பஞ்சாப் போன்ற தனித்த பண்பாட்டு வேர்களையுடைய நிலப்பகுதிகள் விதிவிலக்காக இருக்கலாம். ஆனாலும் இந்தியச் சமூகத்தின் பொதுப் பண்பாக இதனையே நாம் கொள்ள முடியும்.

சமயங்கள், அவற்றுக்கு இடையிலான இணக்கங்கள் குறித்த பெரியாரியப் பார்வை 20ஆம் நூற்றாண்டுச் சரக்கன்று. அதன் குறுவித்துக்களை வரலாற்றில் சில நூற்றாண்டுகள் பின்சென்று கூட நம்மால் காண முடியும். 13ஆம் நூற்றாண்டில் பிறந்த தமிழ்ச் சித்தர் மரபானது வேதம், வேத மொழி, சாதி அமைப்பு, பார்ப்பனர், கோயில் ஆகிய கருத்தியல் நிறுவனங்களையும் உலகியல் நிறுவனங்களையும் மறுத்தது. ஆனால் கடவுளை மறுக்கவில்லை.

19ஆம் நூற்றாண்டின் பிற்பகுதியில் அச்சு ஊடகத்தின் வளர்ச்சியோடு பல புதிய போக்குகள் தமிழ்நாட்டில் எழுந்தன. ஒன்று, வேதத்தின் தலைமையினையும் புனிதத்தினையும் முதன்மைப்படுத்தி அதனையே இந்திய தேசியமாகக் காட்ட முயன்ற ஸ்மார்த்தப் பார்ப்பனர்கள். சர் வில்லியம் ஜோன்ஸ் போன்ற காலனியவாதிகள் ஆக்கித் தந்த 'இந்து' என்ற சொல் இவர்களுக்குப் பிடித்தமான ஒன்றாக இருந்தது. மற்றொன்று, ஆகமங்களை முன்னிறுத்தித் தமது மரபுவழிச் சமூக அதிகாரத்தினைப் பார்ப்பனர்களுக்கு எதிராகத் திருப்பிய சைவர்கள். மூன்றாவது, மரபுவழிச் சமூகத்தில் பிற்பட்டவர் களாகவும் ஒடுக்கப்பட்டவர்களாகவும் இருந்த பெருவாரியான மக்கள் திரளின் எழுத்து வழியான எதிர்ப்புக் குரல்கள். இம் மூன்றாவது பிரிவினர் முதல் தலைமுறையாக எழுத்தறிவு பெற்றவர்கள். இவர்களில் கிறித்துவர்களும் இசுலாமியரும் அடங்குவர்.

இந்தியத் தேசியத்தின் தோற்றம் என்பது 19ஆம் நூற்றாண் டின் பிற்பகுதியில் அரசியல் இயக்கமாகத் தோன்றவில்லை. மாறாக அது சமய, சமூகச் சீர்திருத்த இயக்கமாகவே தோன்றியது. கருத்தியலை வளர்த்தெடுக்கும் அச்சு ஊடகங்கள் (நாளிதழ், வார இதழ்கள்) எழுத்தறிவு பெற்ற மேல் சாதிக்காரர்களின் கைவசப்பட்ட காரணத்தால் உருவான நிலைமை இது. இந்தியத் தேசிய இயக்கத்தைத் தூய அரசியல் இயக்கமாகத் தோன்ற விடாமல் 'சமய மறு உருவாக்க' இயக்கமாக மாற்றிக் காட்டியதில் கர்னல் ஆல்காட், பிளாவட்ஸ்கி அம்மையார், அன்னிபெசன்ட் போன்ற ஐரோப்பிய அமெரிக்கர்களுக்கும் பங்குண்டு. வடமொழி வேதத்தை விவாதத்துக்கு அப்பாற்பட்ட வழிகாட்டியாக இவர்கள் முன்வைத்தபோது, பாரம்பரியச் சமூக அதிகாரத்தைக் கையிலே வைத்திருந்த மேல் சாதியாருக்கு அது வசதியாகப் போயிற்று. அதன் விளைவாக இந்தியத் தேசியக் கட்டுமானத்தில் 'இந்து' என்னும் சமய ஏகாதிபத்திய உணர்வு உள்ளார்ந்தப் பண்பாக மாறிவிட்டது. பின்வந்த ஒரு நூற்றாண்டுக் காலத்தில் ஏன், இன்றுவரை இந்தியச் சமூக வரலாற்றிலும் சமய வரலாற்றி

லும் இந்தச் சொல் உருவாக்கிய சுவடுகளை எளிதில் மறந்து விட முடியாது.

திலகர் யுகம் முடிந்து காந்தியுகம் பிறப்பதற்கு முன்னால் கிறித்தவர், இசுலாமியர், பார்சி, சீக்கியர் அல்லாத பெருந்திரளான மக்கள் திரளைக் குறிக்கும் சமயப் பெயராக 'இந்து' என்ற சொல் ஆக்கப்பட்டுவிட்டது. வேதத்தின் உயர்வு, பார்ப்பனரின் சடங்கியல் தலைமை, வடமொழியின் புனிதம், வருணாசிரமம் ஆகியவற்றைக் குறிக்கும் இந்தச் சொல்லுக்கு 'ஆரிய' என்ற சொல்லும் நெருக்கமானதாக ஆக்கப்பட்டது. இவற்றுக்கு நேரெதிரான கலகக்குரல் ஒன்று 1916 டிசம்பரில் சென்னையிலிருந்து எழுந்தது. *(Non–Brahmin Manifest)* 'பிராமணரல்லாதார் அறிக்கை' என்ற பெயரில் வெளியிடப்பெற்ற அந்த அறிக்கை, மரபு வழியான சமய அதிகாரத்துக்கு எதிராக எழுந்த ஒரு சவாலாகும். இந்த அறிக்கை வெளியாவதற்கு முந்திய 40 வருடங்களாகத் தமிழ்நாட்டில் அச்சு ஊடகம் என்பது வெகு மக்களிடமிருந்து அன்னியப்பட்ட பார்ப்பனிய, சைவ, கிறித்தவர்களின் சமயச் சண்டையினையே தாங்கிப்பிடித்து வந்தது. தமிழ்நாட்டில் *பிரம்மவாதி, பிரம்ம வித்யா, ஆரிய ஜன பரிபாலினி, தத்துவ விவேசினி, சித்தாந்த தீபிகா, போர்ச் சத்தம்* ஆகிய இதழ்களும் யாழ்ப்பாணத்திலிருந்து வந்த *இந்து சாதனம், சத்திய வேத பாதுகாவலன், ஞானசித்தி* ஆகிய இதழ்களும் இவ்வகையான போக்கிற்கு எடுத்துக்காட்டுகளாகும்.

பிராமணரல்லாதார் அறிக்கைக்குக் கிடைத்த முதல் வெற்றி அச்சு ஊடகத்தின்வழி, படித்த பெருமக்கள் நடத்திவந்த மோதல்களையும் காட்டிவந்த பிற சமய வெறுப்புணர்வையும் நிறுத்தி வைத்ததுதான். வைதீக சமயத்தவர் என்ற பெயரால் அறியப் பெற்ற அத்வைதிகள், சைவர், வைணவர் ஆகியோரைப் 'பிராமணரல்லாதார்' என்ற சொல்லாட்சி அதிர்ச்சியடையச் செய்தது. வடமொழி வேதத்தின் புனிதத்தை முழுமையாகவும் ஓரளவாகவும் ஏற்றுக்கொண்ட இவர்கள் தமக்கான பொது எதிரியாக இச்சொல்லாட்சியைக் கண்டனர். எனவே அவர்களுடைய பிற சமய மறுப்பு, வெறுப்பு ஆகியவை தற்காலிகமாக நிறுத்திவைக்கப்பட்டன.

பிராமணரல்லாதார் அறிக்கையை *இந்து* நாளிதழ், 'தற்கொலை முயற்சி' என்று வருணித்தது. வேதப் பொற்காலத்தை முன்வைத்த அன்னிபெசண்டும் வேதப் பெருமையில் நம்பிக்கையுடைய மகாகவி பாரதியாருங்கூட இந்தச் சொல்லாட்சியை எதிர்த்தனர். 'பிராமணரல்லாதார் என்று ஒரு ஜாதியே கிடையாது' என்பதே அவர்கள் முன்வைத்த மறுப்பின் முதற் பகுதியாகும்.

பெரியார் அரசியலில் நேரடியாக ஈடுபடுவதற்கு இரண்டாண்டு களுக்கு முன் நிகழ்ந்த இதனையே நாம் பெரியாரியத்தின் தொடக்கமாகக் கொள்ள வேண்டும். ஏனென்றால் 'பிராமண ரல்லாதார்' என்ற சொல் உணர்த்தும் பொருளையே பெரியார் பல சமயங்களுக்கும் உறவான ஒரு சொல்லாக்கிப் பொருள் விளக்கம் செய்தார் *(1925)*.

> *தென்னாட்டில் பொதுவாக இக்கூட்டத்தாரை (பிராமணரை) நீக்கிய பொது ஜனங்களுக்கு பிராமணரல்லாதார் என்ற பெயர் வழங்கப்படுகிறது. முக்கியமாக இதில் கிறிஸ்தவர்கள், முகமதியர்கள், ஆங்கிலோ இந்தியர்கள் முதலிய இந்துக்களல் லாதாரும் பிராமணரல்லாதவர்களே. இந்துக்களுக்குள்ளும் பிராமணர் நீங்கிய மற்றவர்கள் பிராமணர்களால் ஏற்படுத்தப் பட்ட பல ஜாதிப் பெயர்கள் சொல்லிக்கொள்ளப்பட்டாலும் அவர்களும் பிராமணரல்லாதவர்களே அல்லாமலும் தீண்டாதாரென்று கூறி தொடக் கூடாதவர்கள், பார்க்கக் கூடாதவர்கள் என்று தள்ளி வைத்திருக்கும் ஒரு பெரும் கூட்டத்தாரும் பிராமணரல்லாதவர்களே.*
>
> *(தமிழர் மாநாடு/ குடி அரசு 8.11.1925)*

வேறு சொற்களில் கூறுவதானால் 'இந்து' என்ற சொல் உணர்த்தும் பொருளுக்கு எதிராகப் பெரியார் 'பார்ப்பன ரல்லாதார்' என்ற கருத்தியலை முன்வைத்தார். இந்து என்ற கருத்தாக்கம் முதலில் ஐரோப்பிய அறிவாளிகளாலும் பின்னர் காலனிய ஆட்சியாளர்களாலும் முன்வைக்கப்பட்டதாகும். தேசிய இயக்கத்தின் ஊடாக இந்த (சொல்) கருத்தாக்கத்தின் வழியாகப் பார்ப்பனர்கள் தங்கள் சமூக ஆதிக்கத்தையும் புதிய அரசியல் அதிகாரத்தையும் தமதாக்கிக்கொள்ள முனைகின் றார்கள் என்பது அவரது குற்றச்சாட்டாகும். பெரியாருக்கு முன் 1912இல் அயோத்திதாசப் பண்டிதரும் காங்கிரஸைப் 'பார்ப்பனக் காங்கிரஸ்' என்று வருணித்தார். பின்னாளில் அந்தக் கருத்தையே எதிரொலித்துப் பெரியாரும் காங்கிரஸிலிருந்து விலகினார்.

பார்ப்பனர்களின் பிறப்பு வழிப்பட்ட மேன்மையினை உணர்த்தும் வருணாசிரமக் கொள்கை, இந்து என்று கற்பிக்கப்படும் மதத்தின் உயிர்நாடி என்பதைக் கொண்டு அதை முற்றாக நிராகரித்த பெரியார் ஏனைய சிறுபான்மைச் சமயங்களை மனித சமத்துவத்தைக் கொள்கையளவிலாவது ஏற்றுக்கொள்கின்றன என்பதால் அவற்றோடு ஓரளவு சமரசம் செய்துகொள்ள முன்வந்தார் என்றே தோன்றுகிறது.

'இன்று நம் நாட்டில் பெரும் ஒழுக்கக்கேடு நிலவி வருகிறது. இனியும் வளரும் போல் தெரிகிறதேயொழிய குறைகிற வழி

காணப்படவில்லை. இதன் காரணம் நமது மதம் என்னும் இந்து (ஆரிய) மதம்தான்' என்று குற்றம் சாட்டுகிற பெரியார், "ஒரு முஸ்லிமிடமோ ஒரு கிறிஸ்தவனிடமோ இருக்கிற 'மன இரக்கம்' மனிதனை மனிதனாக மதிக்கும் தன்மை, இன அன்பு, உதவி – இந்து என்பவனிடம் இல்லை" என்று ஒப்பிட்டுக் காட்டுகிறார்.

கிறித்துவ மத நிறுவனங்கள் பெரியாரை அவரது சமகாலத்தில் ஒப்புக்கொள்ளவில்லை. கிறித்தவ மதத்திற்குள் தீண்டாமை கடைப்பிடிக்கப்படுவதாக அவர் தொடர்ந்து குற்றம்சாட்டி வந்தார். 1933இல் திருச்சியிலிருந்து வெளிவந்த சர்வவியாபி என்னும் கத்தோலிக்கக் கிறித்தவ இதழ் பெரியாரைத் தாக்கி எழுதியது. ஆனால் அதே காலத்தில் ஆதி திராவிட கிறித்தவர்கள் நடத்திய மாநாடுகளுக்கு அவர் அழைக்கப்பட்டுள்ளார். இசுலாமிய மாநாடுகளிலும் குறிப்பாக மிலாதுநபி (முகமது நபியின் பிறந்த நாள்) விழாக் கூட்டங்களிலும் கலந்துகொண்டு உரையாற்றியிருக்கின்றார்.

பெரியாரின் நாத்திக உணர்வு கடவுட்கோட்பாட்டை விடக் கடுமையான விமரிசனங்களை 'இந்து' என்று அறியப் பட்ட மதத்தின் மீதே வைக்கின்றது. கடந்த 80 ஆண்டுக்கால அரசியல் வரலாற்றினைக் கூர்ந்துநோக்குபவர்களுக்குப் பெரியாரின் 'தீர்க்க தரிசனம்' புரியக்கூடியதாக அமையும். பண்டித மதன்மோகன் மாளவியாவும் பி.எஸ். மூஞ்சேயும் இருந்த தேசிய இயக்கத்தில்தான் காந்தியடிகளும் இருந்தார். பெரியார் மாநிலத் தலைவராக இருந்த காங்கிரஸில்தான் தேவதாசி ஒழிப்புச் சட்டத்தை எதிர்த்த சத்திய மூர்த்தியும் இருந்தார். தேசிய இயக்கத்தின் உள்கட்டுமானத்தில் 'இந்துத்துவம்' ஒரு முக்கியப் பங்கினைத் தொடர்ந்து ஆற்றி வந்திருக்கிறது என்பதே இதன் பொருளாகும்.

ஒரு நாட்டின் இதிகாசம் (Legend) என்பது அந்த நாட்டின் தொல்குடியான மக்களிடம் பிறப்பதாகும். அந்த நாட்டின் சமூக வரலாற்றோடும் பண்பாட்டோடும் அது தொடர்புடையது. ஆனால் அதனை ஒரு குறிப்பிட்ட சமயத்துக்கான நூலாகச் சுருக்கிப் பார்ப்பது ஆபத்தான போக்காகும். அதனைவிட ஆபத்தானது ஒரு குறிப்பிட்ட சமயத்தின் மீட்டுருவாக்கத்துக்காக அதனைப் பயன்படுத்துவதாகும்.

'இந்து' என்ற சொல் சமய ஆதிக்கச் சொல்லாக மட்டுமன்றி இன்று அரசியல் ஆதிக்கத்தையும் குறிக்கும் சொல்லாக வளர்ந்திருக்கின்றது. இதற்கு முதற்காரணமாக 'இந்து' என்ற சொல்லுக்குள் புதைந்திருக்கும் ஆதிக்க உணர்வினை இனம் பிரித்துக் காணலாம்.

வேதத்தை மட்டுமே கடவுளாகக் கொண்ட ஸ்மார்த்தர்கள், ஆகமங்களையும் கோயில் வழிபாட்டையும் முன்னிறுத்தும் சைவ வைணவர்கள், இந்த இரண்டு நெறிகளுக்குள்ளும் அடங்காத தொல்பழஞ் சமயக் கூறுகளையுடைய பெருவாரியான மக்கள் திரள் இவர்கள் அனைவரையும் 'இந்துக்கள்' என்ற கட்டுக்குள் அடக்க முயலுவதையே நாம் சமய ஆதிக்க உணர்வு என்கிறோம். இந்திய அரசியல் சட்டப் பிரிவுகள் 'இந்து' என்ற மேலைச் சொல்லாடலுக்கு நேரிடையான வரைவிலக்கணம் எதனையும் தரவில்லை என்பது இந்துத்துவவாதிகளுக்கு வசதியாகப் போய்விட்டது.

1950இல் தமிழ்நாடு அரசு தன் மீது தொடர்ந்த வழக்கில் நீதிமன்றத்தில் அளித்த வாக்குமூலத்தில் 'இந்து சமயத்தவர்' என்பதனைப் பெரியார் பின்வருமாறு விளக்குகிறார்:

"கடந்த பல நூற்றாண்டுகளாகவே இந்து சமுதாயம் பிராமணர், பிராமணரல்லாதார், தீண்டப்படாதார் என மூன்று பிரிவினர்களாகப் பிரிக்கப்பட்டிருக்கின்றது. நான் கடைசியாக எடுத்துக்காட்டியுள்ள தீண்டப்படாத பிரிவினர், இந்து மதத்திற்குப் புறம்பானவர்கள். அவர்களுக்குக் கல்வி, சொத்து, சமுதாய அந்தஸ்து முதலியவைகள் கிடையா. அவர்கள் அடிமைகள்" தீர்ப்பு நாள் 30.09.1950 குடியரசு 02.10.1950 – 115ஆவது பிறந்தநாள் மலர்.

இந்தக் குரல் இந்திய மக்கள் தொகையில் 70% உள்ள கிறித்தவரோ இசுலாமியரோ அல்லாத ஒடுக்கப்பட்ட மக்களுடைய குரலாகவும் இன்று எதிரொலிக்கப்படுகின்றது. இந்து சமய வரம்புக்குள் இந்த மக்கள் திரள் வந்துவிடாதபடியே, காலமும் வெளியும் இந்து சமயவாதிகளாலும் அரசர்களாலும் பங்கீடு செய்யப்பட்டிருந்தன என்பதே வரலாறு காட்டும் உண்மையாகும்.

இவர்கள் அல்லாத மற்ற இரண்டு பிரிவினர்களுக்கு இடையேயும் இன்று சமய அடையாளம் (Religious Identity) குறித்த முரண்பாடுகள் தலைதூக்கத் தொடங்கியுள்ளன.

பெரியார் குறிப்பிடும் பிராமணரல்லாதாரில் சைவர்களும் வைணவர்களும் இன்று 'இந்து' என்ற சொல்லை ஒப்புக்கொள்ள மறுக்கிறார்கள். இந்த இரண்டு சமயங்களும் பெருங்கோயில்களைத் தம்மிடத்தில் வைத்துள்ள பிரிவினர் ஆவார்கள். இக்கோவில்களின் வழிபாட்டு முறைகள் அவரவர்களுக்கு உரிய ஆகமங்களால் ஒழுங்கு செய்யப்பட்டுள்ளன. கோயில்களுக்கு உள்ளாக 'இந்து' என்ற சொல் செல்லுபடி

யாகாது என்பது இவர்கள் வாதமாகும். மிக அண்மையில் (ஐந்து ஆண்டுகளுக்கு முன்) திருநெல்வேலியில் காஞ்சி சங்கராச்சாரி, சிவன் கோவில் திருப்பணியைத் தொடங்கி வைப்பதற்கு எதிராக சைவர்கள் நீதிமன்றத்தில் வழக்குத் தொடர்ந்துள்ளனர். காஞ்சி சங்கராச்சாரியார் இவ்வழக்கில் பின்வாங்கிவிட்டார்.

"ஆகம வழி நடத்தப்படும் கோயில்களை 'இந்து' என்ற போர்வையில் ஸ்மார்த்தரான (ஸ்மிருதிகளை மட்டுமே ஆதாரமாகக் கொண்டு, ஆகமங்களைப் புறந்தள்ளிவிட்டு, தனியொரு கடவுளின் இருப்பினை ஏற்றுக்கொள்ளாத, பரமார்த்திகத்தில் மறைமுக நாத்திகவாதியான) சங்கராச்சாரியாரிடம் பறிகொடுக்க மாட்டோம்" என்பதே அவர்களின் எதிர்ப்புக்குக் காரணமாகும்.

இந்திய அரசியல்வாதிகள் இன்று சங்கர மடங்களுக்குத் தரும் முன்னுரிமையினை நூற்றுக்கணக்கான சமய நெறிகளுக்கான மடங்களுக்கும் கோயில்களுக்கும் தர முன்வருவதில்லை. எனவே 'நிழல் வடிவில்' சங்கர வேதாந்தம் எனப்படும் ஸ்மார்த்தப் பார்ப்பனச் சித்தாந்தமே 'இந்து' என்ற சொல்லுக்கு முழு உரிமை கொண்டாடுகிறது.

மதத்தின் பெயரால் ஏற்படும் பதற்றங்கள், இரத்தக் களரிகள் பிறவகை வன்முறைகள் அனைத்திலும் 'இந்து' என்ற கருத்தியலே மையமாகத் திகழுகின்றது. எனவே பெரியாரியப் பார்வையில் 'இந்து' என்னும் சொல்லுக்கு அரசியல் சட்டம் நேரிடையான வரைவிலக்கணத்தைத் தர வேண்டும். அந்தச் சொல் பல்வேறு சமயங்களையும் நம்பிக்கை சார்ந்த வழிபாட்டு நெறிகளையும் குறிக்கும் சொல் என்பதால் வெவ்வேறு சமயங்களுக்குமான வரம்புகளை முறைப்படுத்திச் சட்டமாக்க வேண்டும்.

"'நாஸ்திகம்', 'ஆஸ்திகம்' என்னும் சொற்களுக்கு சங்கர வேதாந்தம் தரும் பொருளை எந்த சமயவாதியும் ஏற்றுக்கொள்ள முடியாது. ஸ்வாமியில்லை என்று சொல்லிக்கொண்டே கூட ஆஸ்திகர்களாக இருக்க முடியும் . . . ஆஸ்திகம் என்றால் வேதத்தில் நம்பிக்கை இருப்பது என்றுதான் அர்த்தம் . . . வைதீக வழக்கை ஆட்சேபிப்பதுதான் நாஸ்திகம் என்பதே ஞான சம்பந்தன் கொள்கையாகவும் இருந்திருக்கிறது. ஈசுவர பக்தி இல்லாம லிருப்பதுங்கூட அல்ல". (தெய்வத்தின் நூல், தொகுதி 2, பக்.407–408). மேற்குறிப்பிட்ட சிக்கல்களைத் தெளிவுபடுத்த இந்த வாக்குமூலம் போதிய சான்றாகும். இந்த வாக்குமூலம் காஞ்சி (மறைந்த) சங்கராச்சாரியுடையதாகும்.

வேதத்தை முன்னிறுத்துகிறபோதே மனித சமத்துவத்தை நிராகரிக்கக்கூடிய மனுதர்மம், வருணாசிரமம், பிறப்புவழியான பார்ப்பன மேலாண்மை ஆகியன அதன் உள்ளாக அடங்கி விடுகின்றன. எனவே 'இந்து' என்ற சொல்லுக்கான அரசியல்சட்டப் புதிய வரைவிலக்கணம் இதனை மையங்கொண்டே அமைய வேண்டும். அதுவரை சமய நல்லிணக்கம் (Religious Harmony) என்பது இந்தியாவில் சமயச் சிந்தனையாளர்களின் கனவாகவே இருக்க முடியும்.

இதுவே சனநாயகம்!

பெண் பூசாரிகளும் தாய்த் தெய்வ வழிபாடுகளும்	307
குலதெய்வம்: இது எங்க சாமி!	309
இதுவே சனநாயகம்!	312
சமய எச்சங்கள்	315
கல்லறைகள் அல்ல விளை நிலங்கள்	320
நாலாயிர திவ்வியப் பிரபந்தமும் பக்தி இயக்கமும்	324
தொலைந்துபோன பொன்தொடரியின் கண்ணிகள்	329
தேவாங்கர் வாழ்வும் வழிபாடும்	332
பேரக் குழந்தைகள்	334
தம்பி உடையான்	336
கைம்பெண்ணும் சொத்துரிமையும்	340
சைமன் காசிச் செட்டி	344
தமிழ்நாட்டுக் கோசாம்பி	349
நம்பமுடியாத புலமையாளர்	352
திருக்குறள் அறிமுகவுரை	356
குடும்ப விளக்கு: அறிமுகம்	361
இருபதாம் நூற்றாண்டின் முதல் அறிவியல் தமிழ் நூல்	369

நிகண்டு	375
சிறுகதை, நவீன மனிதனின் குரலாகக் கேட்கிறது	380
அறம் / அதிகாரம் ஒரு பார்வை	385
தமிழகத்தில் நாடோடிகள்	394
கிரியாவின் (க்ரியா) அகராதி	398
சீறாவின் கடவுள் வாழ்த்து – ஓர் ஆய்வு	404
பொருநை நதியோரம்	412
திருமுலைப் பிரசாதம்	415
மறந்துபோன நேற்று	419
புறநானூறு . . ?	423

பெண் பூசாரிகளும் தாய்த் தெய்வ வழிபாடுகளும்

இன்று பூசாரித்தொழில் பெருந்தெய்வக் கோயில்களிலும் நாட்டார் தெய்வக் கோயில்களிலும் ஆண்களுடையதாகவே இருக்கிறது. பெருந்தெய்வக் (அரச ஆதரவு) கோயில்களில் ஒரு காலத்தில் நெல் குத்துதல், பெருக்குதல், மெழுகுதல் ஆகிய தொழில்களுக்கு மட்டுமே பெண் பணியாளர்கள் நியமிக்கப்பட்டனர்.

இவையன்றித் தேவரடியார் எனப்படும் பெண்கள் கோயில்களில் குடவிளக்கு ஏந்திச் சுற்றிவரவும் நடனமாடவும் நியமிக்கப்பட்டிருந்தனர். நாட்டார் தெய்வக் கோயில்களிலும் பெண்களைப் பூசாரிகளாக அனுமதிப்பதில்லை. ஆனால் சாமியாட மட்டும் அனுமதிக்கப்படுகின்றனர். பழங்குடி மக்கள் இயற்கைத் தீட்டாகக் கண்ட பெண்ணின் உடலியல் மாற்றங்களைப் பார்ப்பனியமும் ஆணாதிக்கத்துக்கான முதற்படியாக ஆக்கிக் கொண்டது. கிறிஸ்துவத்திலும் இஸ்லாத்திலும் கூட பெண்கள் பூசாரிகளாக (மௌலவிகளாக) அனுமதிக்கப்படுவதில்லை.

ஆனால், கடவுள் வழிபாட்டின் தொடக்கக் காலத்தில் பெண்களே பூசாரிகளாக இருந்துள்ளனர். இத்தகைய மறைந்துபோன வரலாற்று நிகழ்வைக் காட்டும் விதிவிலக்குகள் உலகில் அங்கங்கே இன்றும் காணப்படுகின்றன.

தமிழ்நாட்டிலும் ‘காமக்கோட்டம்’ என அழைக்கப்பட்ட பெண் தெய்வக் கோயில்களில் பெண் பூசாரிகளே இருந்திருக்க வேண்டும். இன்றும் திருச்சிக்கு அருகே திருவானைக்கா அகிலாண்டேஸ்வரி கோயிலில் ஒவ்வொரு நாளும் ஒருமுறை ஆண் பூசாரி புடவையைத் தன்மீது சுற்றிக்கொண்டு பெண்போல நின்று, பூசனை செய்யும் வழக்கம் உள்ளது.

நெல்லை காந்திமதி, காஞ்சி காமாட்சி, மதுரை மீனாட்சி, திருக்கருகாவூர் கருக்காத்த நாயகி (கர்ப்பரட்சாம்பிகை), கரூர்ஆநிரைநாயகி முதலிய கோயில்கள் ஒரு காலத்தில் காமக் கோட்டங்களாகவே இருந்திருக்க வேண்டும். பிற்காலத்தில் அரசுகள் நிலைபெற்ற பின்னர் இவை ஆண்துணையோடு சேர்க்கப்பட்டு இவற்றின் கோயில்கள் சாமிக் கோயில்களாக மாற்றப்பட்டன.

தமிழ்நாட்டின் பழைய தாய்த்தெய்வங்களில் ஒன்றான மதுரை மீனாட்சி இன்னும் திருமணத்துக்கு முன்பே அரசியாக முடிசூட்டிச் செங்கோல் தாங்கி அரசியல் கடமைகளை நிறைவேற்றுவதைப் பார்க்கின்றோம். அவள் கணவன் அரசன் ஆகாமல் கோமகனாகவே *(Duke)* அமைகின்றான். இந்தத் திருவிழாவின் பொருளைச் சகிக்க முடியாத ஆணாதிக்கம் கொண்ட பார்ப்பனியம், மீனாட்சியிடமிருந்த அரசையும் செங்கோலையும் பறித்து சுந்தரேஸ்வரருக்குப் பட்டாபிஷேகம் செய்வதாக ஒரு திருவிழாவை ஆவணி மாதத்தில் நடத்துகிறது. ஆனால் அந்தத் திருவிழாவை மீனாட்சி பட்டாபிஷேகத் திருவிழாவைப் போல் மக்கள் பெரிதாகக் கருதுவதும் இல்லை; ஏற்றுக்கொள்வதும் இல்லை.

இன்றும் தமிழ்நாட்டில் தாய்த்தெய்வ வழிபாட்டின் மிகப் பெரிய தொல்லெச்சமாகக் காணப்படுவது மதுரை மீனாட்சியம்மனின் பட்டாபிஷேகத் திருவிழா ஆகும்.

குலதெய்வம்: இது எங்க சாமி!

சில நொடிகள் கனத்த மௌனமும் சில நொடிகள் பேரிரைச்சலும் ஏற்படுத்துகின்றன அலைகள்! கடற்கரையோரம் செழித்திருக்கின்றன பனைகள். மீன் வீச்சமும் உப்புக் காற்றும் நிறைந்திருக்கிற உவரி கிராமத்தின் கடற்கரையில் குதிரைமீது இருக்கிறார் சாஸ்தா! திருநெல்வேலியிலிருந்து ஐம்பது கி.மீ தள்ளி இருக்கிறது உவரி கடற்கரைக் கிராமம். சாலையின் இரண்டு பக்கமும் சிவப்பேறிக் கிடக்கிறது மண். வழியெல்லாம் கள்ளிச் செடிகள். சாஸ்தாவின் முன், தன் மகள் விஜயலெட்சுமியுடன் கை கூப்பி நிற்கிறார் தொ. பரமசிவன்.

"என் மகளுக்குக் கல்யாணம். அதான் முதல் அழைப்பை சாஸ்தா காலடியில் வெச்சு ஆசிவாங்க வந்திருக்கேன்." ஒரு தகப்பனின் அன்பு, கண்களில் பொங்கப் பேச ஆரம்பிக்கின்றார் தொ.ப!

"எங்க சாஸ்தா, சைவசாமி. குதிரை மேல ஏறி, ஊரைச் சுத்தி வந்து காவல் காக்கிற முக்கியமான வேலை சாஸ்தாவுக்கு. கடல் பக்கமா உட்கார்ந்த படியே குடிகளைக் காப்பாத்துவார்ங்கிறது மக்களோட நம்பிக்கை."

"தமிழர்களின் வீரவழிபாட்டுக்கான அடையாளம் தான் குல தெய்வங்கள். கால்நடை களை, கண்மாய் நீரை, பெண்களை, விளைந்த பயிர்களைக் காக்கின்ற சண்டைகளில் உயிர்நீத்த

மனிதர்கள்தான் வீரவழிபாட்டில் தெய்வங்களாக ஆனார்கள். பெண் தெய்வங்களின் கதைகளும் பயங்கரமானவை. பகைவரால் கொல்லப்பட்டோர், பாலியல் வன்முறையிலிருந்து தப்பிக்கவும் அதை எதிர்க்கவும் தற்கொலை செய்துகொண்டோர், கணவனோடு உயிர்நீத்தோர் ஆகியோரே பெண்தெய்வங்களாக மாறினர்".

ஏழெட்டுத் தலைமுறைக்கு முன்னால் என் முன்னோர்கள் திருநெல்வேலிக்கு இடம் பெயர்ந்துவிட்டார்கள். அதன்பிறகு சாஸ்தாவைக் கும்பிட இங்கே உவரிக்கு வருவதென்றால் வண்டி கட்டிக்கொண்டுதான் வரவேண்டும். போக்குவரத்து வசதிகள் எதுவுமே இருந்திராத காலத்தில் காட்டுப்பாதையில் வந்துபோவதன் சிரமங்கள் சொல்லித் தெரிய வேண்டியதில்லை. ஆனாலும் குலமுதல்வனை வழிபட ஒருவரும் தவறியதுமில்லை.

பின்னர் ஒரு கட்டத்தில் உவரியிலிருந்து பிடிமண் கொண்டு வந்து, திருநெல்வேலியிலேயே சாஸ்தா கோயிலை உருவாக்கினார்கள். இப்போது ஊர்ஊருக்கு சாஸ்தா, மதுரைவீரன், அய்யனார், அங்காளபரமேஸ்வரிகள் இருக்கக் காரணம் பிடிமண் கிளைக்கோயில்கள்தான். வருடத்திற்கு ஒருமுறையாவது குடிசாமியின் முன் நின்று வேண்டிக்கொண்டால்தான் எம் மக்களுக்கு மனசு ஆறும். இல்லையென்றால் குடும்பத்தில் நடக்கிற எல்லா அசம்பாவிதங்களுக்கும் குடிசாமியின் கோபமே காரணமாகச் சொல்லப்படும். கிளைக்கோயில்கள் வந்த பிறகும், தாய்க்கோயிலை இன்னும் மறக்காமல் இருப்பதுதான் இந்தச் சமூகத்தின் பண்பாட்டு அடையாளம்.

மக்கள் வசதிவாய்ப்பு அற்றவர்களாக இருந்தால், அவர்களின் குடிசாமியும் அப்படியே வறுமையில் இருக்கும். சாஸ்தாவின் குடிகள் இப்போது கொஞ்சம் வசதிபெற்றுவிட்டார்கள் போலும். கோபுரம் கட்டிக் கும்பாபிஷேகமே நடத்திவிட்டார்கள். எங்கள் பாட்டனார் காலத்தில் சாஸ்தாவின் மீது உப்புவாசமும் மீன் வீச்சமும் அடிக்கும்; இப்போது சந்தனமும் ஜவ்வாதும் மணக்கிறது. கடல் மணற்பரப்பில் கூரைகூட இல்லாமல், மக்களோடு சேர்ந்து வெயிலில் காய்ந்திருந்தவருக்குக் கருவறை வந்துவிட்டது. திருநெல்வேலி வட்டார மொழியில் பாட்டும் கதையுமாகக் கலந்திருந்த சாஸ்தாவின் வீரமும் ஈரமும் இப்போது சமஸ்கிருதமயமாகிவிட்டது. மக்களின் தெய்வங்கள், இப்படியே மக்களிடமிருந்து அந்நியப்பட்டுப் போய்விடுமோ என்ற வருத்தம் தான் மனதை அரிக்கிறது".

"குலதெய்வங்களின் கோயில் திருவிழாக்கள் பெரும்பாலும் மகாசிவராத்திரி அன்று நடக்கும். விடியவிடிய சாமியாடி மக்கள், தங்கள் குடிமுதல்வனின் குறைகளைக் கேட்பர். பெரும்பாலும்

கோயில்களில் பூசாரிகள் சாமியாடிகளாக இருப்பதில்லை. தங்கள் குடிகளின்மேலே சாமி வந்திறங்கித் தனக்கு நேர்ந்த குறைகளைச் சொல்லும். இந்த நூற்றாண்டில்தான் பல சிறுதெய்வங்கள் பெருந்தெய்வங்களாக மாற்றப்பட்டன. சாஸ்தா இன்றைக்குப் பெருந்தெய்வத்திற்கான தோற்றத்துடன் இருக்கிறார். எதிர்காலத்தில் எங்கள் சாஸ்தாவின் கல்குதிரை தங்கக்குதிரையாக மாறினாலும் ஆச்சரியப்படுவதற்கில்லை. பெண்தெய்வங்களே, பெரும்பாலும் இந்த மாற்றத்திற்குட்படுகின்றன. இரத்தப்பலி நிறுத்தப்படுகிறபோதும் சமஸ்கிருத மந்திரம் ஓதப்படுகிற போதும் சிறுதெய்வங்கள் பெருந்தெய்வங்களாகிவிடுகின்றன. இரத்தப்பலி தருதல் என்பது பெரும்பாலும் ஆண் விலங்குகளைப் பலியிடுவதாகும். பெண்விலங்குகள் உயிர் பெருக்கும் சக்திகள் என்பதால், அவற்றைப் பலிகொடுத்தால் தெய்வம் தண்டிக்கும் என்னும் நம்பிக்கையே இதற்குக் காரணம்.

சிறுதெய்வங்கள் இல்லாத கிராமங்களைத் தமிழகத்தில் நம்மால் பார்க்கமுடியாது. அவற்றில் பாதிக்குமேல் பெண் தெய்வங்களே குடிதெய்வங்களாக இருக்கின்றன. நம்முடைய வழிபாடே தாய்த் தெய்வ வழிபாடுதானே.

ஆண்தெய்வங்களைவிட பெண் தெய்வங்கள் இன்னும் உக்கிரத்தோடு இருக்கும். சில பெண் தெய்வங்களுக்குப் பலிதரும் முறை அச்சமூட்டுவதாக அமைந்திருக்கும். நிறைசினையாக வுள்ள ஒரு ஆட்டைக் கொண்டுவந்து பெண் தெய்வத்தின் முன் நிறுத்த, வேல் போன்ற கருவியினால் அந்த ஆட்டின் வயிற்றைக் குத்திக் கிழித்து, அதன் உள்ளே இருக்கும் குட்டியை எடுத்துப் பலிபீடத்தின் மீது வைப்பர். இதனை 'சூலாடு குத்துதல்' என்று பெயரிட்டு அழைத்தனர். சில இடங்களில் சாமியாடிகள், பலியிடப் பெறும் விலங்குகளின் ரத்தத்தைக் குடிப்பதுண்டு. தாய்த் தெய்வங்கள், தம் மக்களைக் காக்க, அரக்க வடிவிலான தீமையை ஆயுதந்தாங்கிப் போரிட்டு அழிப்பதாக நம்பிக்கை. அதற்கு இத்தகைய உக்கிரத்தோடு இருக்கவேண்டும் என்கிற மக்களின் விருப்பம்தான் இவ்வகையிலான சடங்குகள். சிறுதெய்வ வழிபாட்டின் பல சடங்குக் கூறுகள் தமிழர்களின் போர் நெறிகளுடன் தொடர்புடையனவாகத் தோன்றுகின்றன.

ஆனந்தவிகடன், 28.11.2004

இதுவே சனநாயகம்!

கோத்த பொய் வேதங்களும் – மதக்
கொலைகளும் அரசர்தம் கூத்துக்களும்

வரலாற்று நெடுகிலும் நிரம்பிக் கிடக்கின்றன. ஆனால், இதுவே வரலாறு என்று கருதப்பட்ட நிகழ்வுகளெல்லாம் இப்பொழுது மறுபரிசீலனைக்கு உட்படுத்தப்படுகின்றன. 'எழுதப்பட்ட வரலாற்று நூல்களைத் திருத்தி எழுதுவோம்' என்று எழுதிய அறிஞர் கோசாம்பி மேற்கிந்தியப் பகுதியில் தாய்த்தெய்வ வழிபாட்டின் செல்வாக்கினை எடுத்துக்காட்டினார். மக்கள் வாழ்விலிருந்தும் வாக்கிலிருந்தும் பெறப்படும் செய்திகளால் ஆக்கப் படும் வரலாறு மட்டுமே சனநாயகத்தன்மை உடையதாக அமைந்திருக்கின்றது. வரலாற்றறிஞர் கே.என். பணிக்கர், 'மதச் சகிப்புத்தன்மை என்பது ஒரு கெட்ட வார்த்தை' எனக் கூறியிருந்தார். களஆய்விற்குச் சென்றவர்களால்தான் இந்த வார்த்தையின் கனத்தை அறிய இயலும். எளிய மக்கள் எந்த மதத்தையும் சகித்துக்கொண்டிருக்க வில்லை. எல்லா மதங்களின் இருப்பையும் வாழ்வை யும் தன் இயல்பாகவே அல்லது இயற்கையாகவே அவர்கள் ஏற்றுக்கொண்டிருக்கிறார்கள்.

நெல்லை மாவட்டத்தில் மேலச்செவலிலிருந்து களக்காடு செல்லும் சாலையில் எட்டு கி.மீ. போய் விட்டால் சிங்கிகுளம் என்ற சிற்றூர். ஊருக்குக் கிழக்கே ஒரு சின்ன மலை. மலை என்றால் சிறுபுதர் களும் சில ஆலமரங்களும் கொண்ட நூறடி உயர முள்ள ஒரு நெடும் பாறை. அவ்வளவுதான். மலையின்

மீது தெற்கு நோக்கி ஒரு சின்னக் கோயில். 'கல்வெட்டு இருக்கிறது' என்று ஊர் மக்கள் சொன்னார்கள். சாலையில் பகவதி அம்மன் கோவில் செல்லும் வழி என்று ஒரு விளம்பரப் பலகை. பலகையை ஒட்டிய குளத்துக் கரைமீது அரை கிலோ மீட்டர் சென்றால் மலைக்கோயிலுக்குச் செல்லும் படிக்கட்டுக்கள். 150 படிகள் ஏறினால் கோயிலின் பின்பக்கமுள்ள ஒரு சின்னச் சுனையினை அடையலாம்.

கோயிலுக்குள் சென்று பார்த்தபோது விழிகொள்ளாத வியப்பு அங்கே நமக்காகக் காத்துக்கிடந்தது. கோயிலின் தெற்கு வாசல் வழியாக உள் நுழைந்தால் எதிரே பகவதி அம்மன் சன்னதி. பகவதி அம்மன் சன்னதிக்கு மேற்கே கருவறையில் ஒரு தீர்த்தங்கரர். ஆம், இது ஒரு சமணக் கோயில்.

கி.பி. ஏழாம் நூற்றாண்டில் மதுரையில் ஆயிரம் சமணர் களைக் கழுவேற்றிச் சம்பந்தர் 'புண்ணியம்' தேடிக்கொண்ட பிறகும் தமிழ்நாட்டின் தென்பகுதியில் சமணம் பன்னிரண்டாம் நூற்றாண்டு வரை உயிரோடிருந்தது. நெல்லை மாவட்டத்தில் அங்கொன்றும் இங்கொன்றுமாகக் காடுகளிலும் வயல்களிலும் சிதறியும் உடைந்தும் கிடக்கும் தீர்த்தங்கரர்களின் திருமேனிகளே இதற்குச் சான்றுகளாகும்.

நெல்லை மாவட்டத்திலிருந்து சமணம் 'தொலைந்து போய்' எழுநூறு ஆண்டுகள் ஆன பிறகும் இந்தக் கோயில் மட்டும் உயிரோடு நிற்கின்றது. கோயிலைச் சுற்றி ஆராய்ந்தபோது, தீர்த்தங்கரர் இருக்கும் கருவறையைச் சுற்றி வெளிப்புறமாக இருக்கும் கல்வெட்டு நமக்கு வரலாற்று உண்மையினைச் சொல்கின்றது. அந்த ஒற்றைக் கல்வெட்டிலிருந்து நமக்குக் கிடைத்த செய்தி: இது ஒரு சமணப் பள்ளி (சமணர்கள் கோயில் என்று சொல்லமாட்டார்கள்). இம்மலையின் பெயர் ஜினகிரி. முள்ளிநாட்டுத் திடியூரான இராசராச நல்லூரில் உள்ள இந்தப் பள்ளியின் பெயர் 'நியாய பரிபாலப் பெரும்பள்ளி'. இப்பள்ளி 'எனக்கு நல்ல, பெருமானான அண்ணன் தமிழப் பல்லவரையன்' பெயரால் எடுக்கப்பட்டுள்ளது. இந்தத் தீர்த்தங்கரர்களில் இவர் யார் என்று அறியத் திருமேனியில் தடயங்கள் கிடைக்கவில்லை.

நெல்லை மாவட்டப் பகுதியில் அம்பிகா யட்சி என்ற இசக்கியம்மன் வழிபாடே இன்றும் செல்வாக்குடன் திகழ்கின்றது. அம்பிகாவைப் பணிமகளாகக் கொண்டவர் 23ஆவது தீர்த்தங்கர ராகிய நேமிநாதர் என்பவராவார். கட்டப்பட்டபோது துணைச் சன்னதியாக இருந்த யட்சியின் சன்னதி இன்று முதல் சன்னதி யாகவும் தீர்த்தங்கரரின் கருவறை துணைச் சன்னதியாகவும் மக்களால் வணங்கப் பெறுகின்றன. இக்கோயிலில் இரத்தப் பலி

கிடையாது. கொடியேற்றம், திருவிழா கிடையாது. மக்கள் தாங்கள் விரும்பும் நாளில் பகவதி அம்மனுக்குப் பொங்கல் வைக்கின்றனர்.

தாங்கள் வணங்குகின்ற பகவதியம்மன் ஒரு சமணத் தெய்வ மென்பதும் முனீஸ்வரர் என்ற பெயரால் அறியப்படும் தீர்த்தங்கரர் சமண மதத்தவர் என்பதும் வழிபடுகின்ற 'இந்து' மக்களுக்குத் தெரியாது. வைதிகத்துக்கு எதிரான சமணமதம் இப்பகுதியில் காணாமல் போய் எழுநூறு ஆண்டுகள் ஆகிவிட்டன. ஆனபோதும் சமணப்பள்ளி ஒன்று தாய்த் தெய்வக் கோயிலாகக் கருதப்பட்டு அந்நிலப் பகுதியிலுள்ள எல்லா மக்களாலும் பேணப்படுகின்றது. வழிபடப்படுகின்றது.

ஆதரவற்ற பிள்ளையைத் தன் பிள்ளையாக எடுத்து வளர்த்து குடிப்பெருக்கம் செய்வதில் எளிய மக்களுக்கு எந்தத் தடையு மில்லை. அப்படித்தான் சிங்கிகுளம் மக்கள் சமணப்பள்ளியைப் பகவதி அம்மன் கோயிலாக்கி வாழ வைத்திருக்கிறார்கள். அடுத்தவர் வழிபாட்டிடத்தை இடிப்பதும் அழிப்பதும், அரசர் களும் அமைச்சர்களும் அதிகாரிகளும் செய்கின்ற வேலை என்பதே அன்றும் இன்றும் வரலாறு. சனநாயக உணர்வுள்ள எளிய மக்கள் அதனை ஒரு போதும் செய்ய மாட்டார்கள். சிங்கிகுளம் 'நியாய பரிபாலப் பெரும்பள்ளி' நமக்குச் சொல்லும் செய்தி இதுதான்.

சமய எச்சங்கள்

தமிழ்நாடு பல சமயங்களின் வாழ்விடமாகவும் சமய முரண்களின் நிலைக்களனாகவும் இருந்தது. சமயங்கள் என்பன நிறுவன சமயங்கள் ஆகும். நிறுவன சமயங்கள் பிறப்பதற்கு முன்னரே தமிழகத்தில் தெய்வ நம்பிக்கைகளும் சடங்குகளும் கோயில்களும் இருந்தன. சமகால ஆராய்ச்சியாளர்கள் இதனை 'நாட்டார் சமயம்' என்ற சொல்லால் குறிக்கின்றனர். இச்சொல்லாக்கத்தின் பொருத்தப்பாடு குறித்து நாம் சிந்திக்க வேண்டியுள்ளது.

Folk Religion, Prescribe Religion ஆகிய ஆங்கிலச் சொற்களுக்கு இணையாகத் தமிழில் நாட்டார் சமயம், தொல்பழஞ்சமயம் ஆகிய சொற்களை ஆய்வாளர்கள் பயன்படுத்தி வருகின்றனர். இத்தொடராக்கத்தில் உள்ள 'சமயம்' என்னும் சொல்லாட்சி பொருத்தமானதாகத் தோன்றவில்லை. 'சமயம்' என்பது நிறுவனம் ஆனது. ஒரு புனித நூல் (பைபிள், குரான், வேதம் போல), புனிதத் தலங்கள் (ரோமாபுரி, மெக்கா, காசி என்பவை போல), குறிப்பிட்ட ஆகம ரீதியான வழிபாட்டு முறைகள் (காரணமாகமம், காரியாகமம், பாஞ்சராத்திர ஆகமங்கள் போல) என்பன நிறுவன சமயங்களின் இலக்கணமாகும். இந்த இலக்கணத்தோடு பொருந்திவராத நாட்டார் வழிபாட்டு நெறிகளைச் 'சமயம்' என்ற சொல்லால் குறிப்பது பொருத்தமாகாது. நாட்டார் வழிபாட்டு நெறிகள் (அல்லது) வழிபடுநெறிகள் என்ற தொடரே பொருத்தமாக அமையும்.

அது போலவே 'தொல்பழஞ்சமயம்' என்னும் சொல்லாட்சி, அவ்வகையான நெறிகள் முழுவதும் அழிக்கப்பட்ட மேற்குலக நாடுகளுக்குள் பொருந்துவதாக அமையும். இந்தியாவிலும் குறிப்பாகத் தமிழகத்திலும் அவை பெருவாரியான மக்களிடம் வாழ்நெறியாக உள்ளன. அதுமட்டுமன்று, நிறுவன சமயங்களின் அசைவுகளிலும் அவை பெருமளவு ஊடாடிக் கிடக்கின்றன. அதாவது நிறுவன சமயங்களின் ஆகமங்களுக்கு முரணாக அவை அவற்றுக்குள் கலந்துகிடக்கின்றன. எனவே கால ஓட்டத்தில் மறைந்துவிட்ட, அழிந்துவிட்ட அல்லது வாழ்விழந்த என்னும் பொருள்தரும் 'தொல்பழம்' என்னும் பெயருக்கு அவை பொருத்த மானவையல்ல.

சமண, பௌத்த மதங்கள் தமிழகத்தில் வாழ்ந்து மறைந்து விட்டன என ஆய்வாளர்கள் கூறுகின்றனர். உண்மையில் பௌத்தம் மட்டுமே தமிழகத்தில் மறைந்துவிட்ட சமயம் ஆகும். சமணம் தமிழகத்தின் தென்பகுதியில் மட்டுமே மறைந்துவிட்ட சமயம் ஆகும். அழிந்துவிட்டதாகக் கருதப்படும் எந்தப் பொருளும் அல்லது நிறுவனமும் அல்லது கருத்தியல்களும் முழுமையாக மறைந்து விடுவதில்லை. இதுவே இயற்பியல் அறிஞர்களுக்கும் மார்க்சியம் அறிந்தவருக்கும் முழு உடன்பாடான கருத்தாகும். அழிந்துபட்டதாக நாம் கருதனவற்றின் எச்சங்கள் நமது வாழ்விலும் சமய வாழ்விலும் பரவலாக ஊடுருவிக்கிடக்கின்றன.

அழிந்த சமயங்களின் எச்சங்கள் சொல்லாகவும் தொடராக வும் சொல்லடைகளாகவும் பழமொழிகளாகவும் தன்னுணர்ச்சி யின்றி நம் நினைவில் நிற்கின்றன. சில இடங்களில் நினைவுகளோடு சடங்குகளாகவும் இவை காணப்படுகின்றன. இவற்றை ஒருங்கு தொகுத்துக் காண்பது சமயங்களின் வாழ்வினையும் சரிவினையும் புரிந்துகெள்வதற்கான எடுத்துக்காட்டுகளாகும்.

நிறுவன சமயங்களாகத் தமிழ்நாட்டில் மறைந்துவிட்ட தாகக் கருதப்படும் சமயங்களின் சொல், தொடர், நம்பிக்கைகள், பிற அசைவுகள் என்பன சமய எல்லைகளைத் தாண்டி இன்றும் வாழ்கின்றன. எடுத்துக்காட்டாக ஆழ்வார் என்னும் பெயர், வைணவத்துக்கேயுரிய சொல்லாகவும் நாயனார் (நயினார்) என்னும் பெயர் சைவத்திற்கேயுரியதாகவும் கருதப்படுகின்றன.

பௌத்த மரபில் 'ஆழ்வார்' என்ற சொல் ஆசார்யர்களை (அறமுரைக்கும் ஆசிரியர்களைக்) குறிப்பதாக வழங்கியிருக்கிறது. 'ஈழம் அடிப்படுத்த தாடையாழ்வார் ஒருவரை நீலகேசி உரையி லிருந்து அறிகிறோம் (மொக்கலவாதச் சருக்கம்). இப்பெயர் வழக்கிற்கு இதுவே காலத்தால் முற்பட்ட பயன்பாடு என்று தெரிகிறது. இதற்கு மறுதலையாக 'ஆழ்வார்' என்ற சொல்

ஆழ்வார்களின் பாசுரங்களில் ஓரிடத்திலேனும் காணப்பட வில்லை என்பதையும் நோக்க வேண்டும். பிற்காலக் கல்வெட்டுக் களிலும் உரைகளிலும் இப்பெயர் திருமாலையும், அரச குடும்பத்துப் பெண்களையும் குறிக்கப் பயன்பட்டிருக்கிறது.

வைதீக, சைவ, வைணவ நெறிகளில் காவியாடை துறவிக்குரிய தாக மதிக்கப்படுகிறது. இந்தச் செந்துவராடையை முதலில் பயன்படுத்தியவர் பௌத்தத் துறவிகளே ஆவர். 'சீவரத்தர்' என்ற சொல் செவ்வாடையணிந்த பௌத்தத் துறவிகளைக் குறிக்கும் சொல்லாகும். பிற்காலத்தில் செங்கல் பொடிக்கூறை வெண்பல் தவத்தவர்' என ஆண்டாள் தம் பாசுரத்தில் வைதிகத்து நாராயணரைக் குறிக்கின்றார்.

தமிழகத்தில் முருகன் கோயில்களிலும் திருமால் கோயில் களிலும் நேர்த்திக்கடனாக குழந்தைகளுக்கும், பெரியவர் களுக்கும் தலைமுடி வழிக்கும் வழக்கம் நடைமுறையாக உள்ளது இதற்கான விதி பெருங்கோயில் வழிபாட்டை ஒழுங்குப்படுத்தும் ஆகம நூல்களில் இல்லை என்பர். கோயில் தொடர்புடைய பிராமணர்களிடமும் இவ்வழக்கம் இல்லை என்பது குறிப்பிடத் தக்கது. இவ்வழக்கம் பௌத்தத் துறவிகளின் ஒழுக்கமாகும். பௌத்தத் துறவிகள் தம் உடைமையாகக் கொள்ளக் கூடிய எட்டுப் பொருட்களில் மழிகத்தியும் ஒன்றாகும் என்பர் அறிஞர். புனிதர் களின் வழிபாட்டோடு இவ்வழக்கம் தமிழகத்துக் கத்தோலிக்கக் கிறித்துவத்திலும் புகுந்துவிட்டது.

அமாவாசை, பௌர்ணமி நாட்களில் தமிழ்நாட்டுப் பெண்கள் காலையிலேயே குளித்து, பழையன உண்ணாமல் நோன்பிருக் கின்றனர். அன்று வரும் காவியாடைப் பிச்சைக்காரர்களுக்கு உணவளிப்பது நோன்பின் (விரதத்தின்) பயன் என்கின்றனர். அமாவாசை, பௌர்ணமி எனப்படும் காருவா, வெள்ளுவா நாட்களில் ஒரு வட்டத்திலுள்ள பௌத்தத் துறவிகள்கூடி 'சங்கம்' நடத்துவர். இலங்கைச் சிங்களவர் இதனைப் 'போயா தினம்' என்பர். அன்று பிச்சைக்கு வரும் பௌத்தத் துறவிகளுக்கு உணவிட வே பெண்கள் மட்டும் இவ்வழக்கத்தைக் கொண்டிருந்தனர் என்று தெரிகிறது. இந்த நோன்பு ஆண்களுக்குரியதல்ல என்பதும், இது குறித்த பதிவுகள் தேவாரத் திருவாசகங்களிலேலா பாசுரங்களிலோ காணப்படவில்லை என்பதும் குறிப்பிடத்தகுந்தது.

தொழுகைக்குரிய சிறப்பு நாளாக வெள்ளிக்கிழமையினை இசுலாமியர்களும், ஞாயிற்றுக்கிழமையினைக் கிறித்தவர்களும் கருதுவதுபோல பௌத்தர்கள் வெள்ளிக்கிழமையினைப் புனித நாளாகக் கருதுவர். வீட்டினைத் தூய்மை செய்வதற்கும் கோயில் வழிபாட்டிற்கும் உகந்த நாளாகப் பெண்கள் வெள்ளிக்

கிழமையினையே கருதுகின்றனர். இது பௌத்த நெறியின் எச்ச மாகும். இதுவும் சைவ, வைணவ தோத்திர, சாத்திர நூல்களில் பேசப்படாத செய்தியாகும்.

தமிழ்நாட்டுப் பக்தி இயக்கம் என்பது சைவ, வைணவ மதங்களின் எழுச்சி மட்டுமன்று. அது சமண, பௌத்த மதங்களுக்கு எதிரான கலகக்குரலும் ஆகும். இதன் விளைவாகப் பௌத்தம் தமிழ்நாட்டில் வேரற்றுப் போயின. சமணமும் பௌத்தமும் வெறுத்தற்குரிய மதங்களாகச் சைவ வைணவர்களால் கருதப் பட்டன. இந்த வெறுப்புணர்வின் எச்சங்கள் தமிழரிடையே இன்னும் வசைச் சொற்களாக வழங்கிவருகின்றன.

வயதிற் பெரியவர்களின் நிர்வாணம் கேலிக்குரியதாக ஆக்கப்பட்டது, திகம்பர சமணத் துறவிகளின் மீதான எதிர்ப்புணர்வில்தான். அம்மணம், மயிராண்டி, மயிரைப் பிடுங்கு என்பன போன்ற வசைச் சொற்கள் இன்னும் வழக்கத்திலுள்ளன. நிர்வாணமாக இருத்தல், உடம்பில் மயிரின்றி இருத்தல், உடம்பின் மயிர்க்கால்களைக் கத்தி கொண்டு மழித்துக்கொள்ளாமல் கையினாற் பிடுங்கும் லோசனம் என்னும் வழக்கத்தைக் கடைப்பிடித்தல் ஆகியனவே மேற்குறித்த வசைச் சொற்கள் பிறக்கக் காரணங்களாகும். நிலையற்றவன், உறுதியற்றவன், ஒற்றைப்போக்கு இல்லாதவன் என ஒருவனைக் குறைகூறும்போது ‘ஏழுவழி போகிறவன்’ என்பது வசை மரபு ஆகும். இது சமண சித்தாந்தத்தில் பேசப்படும் சப்த பங்கி என்னும் ஏழு நிலைகளைக் குறித்ததாகும். சமணமதம் தனியொரு இறைவனை ஏற்றுக்கொள்ளாததாகும். உண்டு, இல்லை, சொல்ல முடியாதது என்ற மூன்றையும் மாறி மாறிக் கூட்டி ஏழு நிலைகளைச் சமணத் தத்துவம் பேசும். அதையே வெற்றி பெற்ற சைவம் வசைச் சொல்லாக நிறுவிக் காட்டியுள்ளது.

சைவநெறிக்குள்ளும் மறைந்துபோன காளாமுக, பாசுபத, மாவிரதிகள் பற்றிய சொற்களும் தொல் – எச்சங்களாக விளங்கு கின்றன. நெற்றியில் மட்டுமன்றி உடம்பு முழுவதும் நீறு பூசிக் கொள்வது அவர்களது வழக்கம். சிவபெருமானையே, ‘மெய்யெலாம் வெண்ணீறு சண்ணித்த மேனியன்’ என்று அப்பர் பாடுகிறார். மேற்குறித்த மூன்று பிரிவினரும் ஆண்டிக்கோலமுடையவர்கள். இவர்களில் மாவிரதிகள் கபால மாலை அணிந்தவர்கள். சிவபெருமானின் நெற்றிக் கண்ணைப் போல தம் நெற்றியிலும் ‘கண்’ வரைந்து கொண்டவர்கள். எனவே, குழந்தைகளுக்கு அச்சம் தரும் தோற்றமுடையவர்கள். காட்சி ஊடகங்களின் வளர்ச்சிக்கு முன்னர் குழந்தைகளை அச்சுறுத்த ‘பூச்சாண்டி வருகிறான்’, ‘மூணு கண்ணு பூச்சாண்டி வருகிறான்’ என்ற தொடர்களைப் பயன்படுத்தும் வழக்கமிருந்தது.

மேற்குறித்தவை அனைத்தும் மறைந்துபோன சமயங்களின் நினைவெச்சங்களாகும். அவற்றின் பருப்பொருள் எச்சங்கள் மலைக் குகைகள், குடைவரைக் கோயில்கள், அழிந்துபட்ட கோயில்கள், அழிவுற்ற நிலையில் காணப்படும் கோயில்கள், கற்சிற்பங்கள் என்னும் நிலையில் தமிழ்நாட்டில் நிறையவே உள்ளன. அவை குறித்துத் தொல்லியல் துறையினர், வரலாற்றாய் வாளர்கள், மானிடவியலாளர் ஆகியோர் நிறையவே எழுதி யுள்ளனர். இவையன்றி மறைந்துபோன தெய்வங்கள் குறித்த ஆய்வு தமிழ்நாட்டில் இன்னும் தொடங்கப்படவேயில்லை.

இதுவே சனநாயகம்!

கல்லறைகள் அல்ல விளை நிலங்கள்

வெகுசனக் கத்தோலிக்கத்தில் 'கல்லறைகள்' என்ற தலைப்பில் அருள்திரு.இருதயராஜ் அடிகளார் எழுதிய நூலைப் படித்தேன்.

கிறித்துவ மதத்தின் பிற பிரிவுகளை விடக் கத்தோலிக்கம் தாராளவாதத் தன்மையுடையது என்பது அதன் பெயரிலேயே காணக் கிடைக்கிறது.

தமிழகக் கடற்கரைப் பகுதியில் கிறித்துவம் காலூன்றி ஐந்து நூற்றாண்டுகள் கழிந்துவிட்டன. முதன்முதலில் கத்தோலிக்கத்திற்குள் வந்து சேர்ந்த மீனவ மக்கள் அக்காலத்தில் 'வெகுசனம்' என்ற அடையாளத்திற்குள் இருந்தனர்.

கத்தோலிக்கத்திற்குள் வந்து சேர்ந்ததும் அதுவரை தாங்கள் வழிபட்டு வந்த பூடங்களின் (பீடங்களின்) அமைப்பிலேயே குருசடிகளை அமைத்துக்கொண்டனர்.

குருசடிகள் விளக்கு மாடத்துடன் அமைந்திருந்தன. இதுபோன்ற விளக்கு மாடங்கள் வீட்டின் வெளிப்புறக் கதவையொட்டியும் அமைந்திருந்தன.

விளக்கு என்பது திராவிட நாகரிகத்தின் வலிமையான பண்பாட்டுக் கூறுகளில் ஒன்றாகும். குத்துவிளக்கைப் போலக் கைவிளக்குகளும்

அக்காலத்தில் வழக்கில் இருந்தன. மின்சாரம் வராத காலத்தில் அறைக்கு அறை எடுத்துச் செல்லும் இந்தக் கைவிளக்கிற்கு *(hand lamp)* ‘காமாட்சி விளக்கு’ என்பது பொதுப்பெயராகும்.

திருச்சபை, ஒளிதரும் பொருள் என்பதனால் இந்தக் குருசடி விளக்கு வடிவத்தை ஏற்றுக்கொண்டது. (இன்னும் என்னுடைய சேகரிப்பில் குருசடி விளக்கு ஒன்று உள்ளது).

எனவே கிறித்துவம் தமிழ் மண்ணில் கால்கொண்ட போதே இந்த வெகுசனத்தன்மையை ஏற்றுக்கொண்டது.

திராவிட நாகரிகத்தின் அசைக்க முடியாத பண்பாட்டுக் கூறுகளில் மற்றொன்று தாய் வழிபாடாகும். இன்றும் கிறித்துவ ரல்லாத பெருந்திரள் (இந்து) மக்கள் எல்லாத் தேவாலயங்களை யும் ‘மாதா கோவில்’ என்றே குறிப்பிடுவது கவனிக்கத் தகுந்ததாகும்.

இதனைச் சரியாகப் புரிந்துகொண்ட பெஸ்கி, கத்தோலிக்கத்தை வெகுசனமயமாக்கும் பிரதான நோக்கோடு தேவ மாதா வழிப்பாட்டுக்கு முன்னுரிமை கொடுத்தார். தேவமாதாவுக்கு அவர் இட்ட தமிழ்ப் பெயர் ‘பெரிய நாயகி’ என்பதாகும். உலகத்துயிர்களுக்குத் தாயைப் போலப் பாதுகாப்பு தரும் உயிர் வேறெதுவுமில்லை. எனவே அன்னையின் காவலில் அமைந்த ஊர்களுக்கெல்லாம் காவலூர், காவனூர் எனப் பெயரிட்டார். அதன் பின்னரே தமிழ்ச் சமூகத்தில் கத்தோலிக்கம் அசைக்க முடியாதபடி கால் கொண்டது.

தென்னிந்தியத் திருச்சபையினர் பாளையங்கோட்டையில் ‘தேவமாதா வணக்கத்தவது’ என்னும் நூலினை 1894இல் வெளி யிட்டனர். அதற்குப் பதிலடியாகப் பாளையங்கோட்டையிலிருந்து ஜே. இராயப்ப உபதேசியார் எழுதி வெளியிட்ட ‘மேரி’ என்னும் நூல் வெளிவந்தது.

மேற்குறித்த பின்னணியில் சின்னமாயி, மரித்தியம்மாள் வழிபாடு நமக்கு அந்நியத்தன்மை கொண்டதாகத் தோன்றவில்லை. எல்லா உயிர்களுக்கும் உண்பதற்கான தகுதி அது பசித்திருக்க வேண்டும்; உணவைப் பெறும் உரிமைக்கு வேறு தகுதி எதுவும் தேவையில்லை.

இந்த உண்மையை உணர்ந்த சின்னமாயி அம்மையார் கணவனுக்குத் தெரியாமல் ஏழைகளின் பசியாற தானியங்களை எடுத்துக் கொடுத்துவிடுகிறார். உணவுப் பிச்சை இடுவது பெண் களின் தனிஉரிமை என்பதனைத் தமிழ்நாட்டில் மணிமேகலை காலம் தொடங்கி இன்றைய வாழ்வியல்வரை காண்கிறோம்.

விவசாயக் குடும்பத்தில் பிறந்து விவசாயம் சார்ந்த தொழிலாளியாக வாழ்ந்து மறைந்த சின்னமாயி அம்மையார் மண்ணின் மகத்துவத்தை உணர்ந்திருக்கிறார். மண்ணிலும் ஏழைகளின் மனத்திலும் விழுந்த விதைகள் முளைக்கத் தவறுவதில்லை என அவருக்குத் தெரிந்திருக்கிறது. மண்ணில் புதைந்த நிலையிலும் அவர் கிறித்துவராக உயிர்த்தெழுந்துள்ளார். மறு உயிர்ப்பு என்பது உழவு சார்ந்த வெகுசன மக்களின் பண்பாடாகும். இதுவே கிறித்துவரான சின்னமாயி அம்மையாரின் வாழ்விலும் நிகழ்ந்திருக்கிறது. வயிற்று வலியால் துடித்த கோனாருக்கு மண்ணையே மருந்தாகப் பரிந்துரைத்ததும் இதனால்தான்.

மரித்தியம்மாள் கல்லறை வழிபாடு குறித்த செய்திகள் எனக்கு வியப்பைத் தந்தன.

நெடும்பலம் சாமியப்பா (முதலியார்) நீதிக்கட்சியின் தலைவர்களில் ஒருவர். தந்தை பெரியாரின் நண்பர். அவர் நிலத்திலும் கிறித்துவம் உயிர்த்தெழுந்துள்ளது.

சின்னமாயி அம்மையார் தாய்த் தெய்வம் என்றால் மரித்தியம்மாள் கன்னித் தெய்வம் ஆகிறார்.

வீரமாமுனிவர்,

உருவில்லா உருத்தாங்கி உலகிலொரு மகன் உதிப்பக்
கருவில்லாக் கருத்தாங்கி கன்னித்தாய் ஆயினையே

என்று தேவமாதாவைப் பாடுகிறார். சாதி அரசியல் வேறுபாடுகளைத் தாண்டி மரித்தியம்மாள் இவ்வாறு வழிபடப் பெறுவதில் வியப்பொன்றுமில்லை.

நூலாசிரியரான அடிகளார், திருச்சபையின் உறுப்பினர் என்ற வகையில் இவ்விரு ஆலயங்களும் திருச்சபை நிர்வாகத்தின் கீழ் வரவில்லையே என்று வருத்தப்படுகிறார். திருச்சபை பொறுப்பிலுள்ள எல்லாக் கோயில்களும் வேளாங்கண்ணி போல் மக்களை ஈர்க்கும் திறன் கொண்டவையல்ல. எனவே அடிகளாரின் வருத்தம் எனக்கு நியாயமாகத் தோன்றவில்லை.

அடித்தள மக்களின் ஆன்மீக உணர்வுகள் இது போன்றவற்றாலும் ஆகமங்களாலும் உருவானவை அல்ல. அவை எளிய மக்களின் உரையிலும் நினைவுகளிலும் கனவுகளிலும் தங்கி வாழ்பவை; அங்கேயே வளர்பவை. எனவே திருச்சபை வரம்புக்குள் வரமறுக்கும் எளிய மக்களின் ஆன்மீக உணர்வுகளை அப்படியே பாதுகாப்பது நல்லது என்று நான் கருதுகிறேன்.

அதிகார மையங்களுக்கு அப்பாற்பட்ட ஆன்மீக உணர்வு களே *(அதிலும் குறிப்பாக எளிய மக்களின், பெண்களின்)* இந்த நாட்டில் சமயத்தையும் சமயச் சார்பின்மையினையும் ஒருங்கே பாதுகாத்து வருகின்றன.

அடிகளாரின் பரந்த நோக்கும் எழுத்து முயற்சிகளும் தொடரட்டும், வெல்லட்டும்.

(அ. இருதயராஜ் சே.ச எழுதியுள்ள
'வெகுசனக் கத்தோலிக்கத்தில் கல்லறைகள்'
எனும் நூலிற்கு அளித்த அணிந்துரை.)

இதுவே சனநாயகம்!

நாலாயிர திவ்வியப் பிரபந்தமும் பக்தி இயக்கமும்

தமிழ்நாட்டில் கி.பி. ஆறாம் நூற்றாண்டில் கால் கொண்ட பக்தி இயக்கம் சைவம், வைணவம் என்று இரண்டு பிரிவாக வளர்ந்தது. வேதத்தினைப் புனித நூலாக ஏற்றுக்கொண்டதோடு தனித்த தன்மையினை உடைய ஒரு இறைவனை உருவப் படுத்திக்கொண்டதும் இவை இரண்டின் பொதுவான அம்சமாகும். இவை இரண்டினைத் தவிர வேதத்தினை மட்டும் கொண்டாடும் சுமார்த்தம் தமிழ்நாட்டில் தனியொரு மதமாக உருவாகவே யில்லை.

தமிழ்நாட்டு வைணவப் பக்தி இயக்கத்தின் வெளிப்பாடாக ஆழ்வார்களின் பாடல்கள் பிறந்தன. கால அடைவுப்படி முதலாழ்வார்கள் எனப்படும் மூன்று பேர் கி.பி. ஆறாம் நூற்றாண்டளவில் தமிழ் நாட்டின் வடகோடிப் பகுதியான தொண்டை மண்டலத்தில் பிறந்தவர்கள். பின் வந்த ஆழ்வார் களில் திருமழிசை ஆழ்வார் தொண்டை மண்டலத்தைச் சார்ந்தவராவார். கி.பி. எட்டாம் நூற்றாண்டளவில் தொண்டரடிப் பொடியாழ்வார், திருமங்கையாழ்வார், திருப்பாணாழ்வார் ஆகிய மூவரும் சோழநாட்டில் பிறந்தவர்கள். குலசேகர ஆழ்வார் சேர நாட்டு அரச மரபினைச் சேர்ந்தவர். எஞ்சிய ஆழ்வார்கள் நால்வரும் பாண்டிய நாட்டில் மதுரைக்குத் தெற்கேயுள்ள நிலப்பகுதியில் பிறந்தவர்கள். இதற்கு மாறாக, பெரும்பாலான சைவக்

குருமார்களும் அடியார்களும் சோழ நாட்டுக்காரர்களாகவே இருந்தனர் என்பது இங்கே குறிப்பிடத்தக்க செய்தியாகும்.

'ஆழ்வார்' என்ற சொல்லிற்கு 'அரச மரபில் பிறந்த பெண்' என்பதே பொருளாகும். அரச குடும்பத்துப் பெண்களும் அரசனின் மனைவியும் மற்றவர்களால் 'ஆழ்வார்' என்றே அழைக்கப்பட்டனர். சோழர் காலக் கல்வெட்டுக்களும் வைணவ உரையாசிரியர்களும் இக்கருத்தினை உறுதி செய்கின்றனர். இந்தப் பெயர் வழக்கே பக்தி இயக்கத்தின் அடிக்கூறுகளில் ஒன்றான நாயக–நாயகி பாவனையின் வெளிப்பாடாகும். 'திருமாலாகிய இறைவன் ஒருவனே ஆண்; மனித உயிர்கள் எல்லாம் பெண்களே' என்பது நாயக–நாயகி பாவனையின் கருத்தாகும். வைணவ மரபு இறைவனைப் 'புருஷோத்தமன்' (புருஷ உத்தமன்) எனப் பெயரிட்டு அழைக்கின்றது. சமண பௌத்த மதங்களின் துறவு நெறிக்கு எதிராகப் பக்தி இயக்கம் 'குடும்பம்' என்னும் அமைப்பினை உயர்த்திப் பிடித்தது. சைவ சமயம் இப்போக்கிற்குத் தன் பங்களிப்பாக 'அர்த்த நாரீஸ்வர' வடிவத்தை அளித்தது. தமிழ்நாட்டு வைணவமோ பாகவதக் கதைகளை அடியாகக் கொண்டு கண்ணனின் காதல் விளையாட்டுக்களைக் காமச்சுவை (சிருங்கார ரசம்) படப் பாடிக் காட்டியது.

ஆழ்வார்களில் பெண்ணாகப் பிறந்த ஆண்டாளின் பாடல்கள் அனைத்தும் கண்ணனை நோக்கிய காதல் பாடல்களே. ஆழ்வார்களில் கடைக்குட்டியாகக் கருதப்படும் மதுரகவியாழ்வார் தன்னுடைய குருவான நம்மாழ்வாரைப் பற்றி மட்டுமே பாடினார். நாராயணனைப் பற்றிப் பாடவில்லை. ஆழ்வார்களின் பாடல்கள் கி.பி. 11ஆம் நூற்றாண்டளவில் நாதமுனி என்பவரால் அடைவுபடுத்தப்பட்டன. நாலாயிரம் என்ற முழுமையான எண்ணாகக் குறிப்பிடப்பட்டாலும் அவை மொத்தம் 3,786 பாசுரங்களே ஆகும். இப்பாடல்கள் அனைத்தும் இயற்பாடல்கள், இசைப்பாடல்கள் என்று இரண்டாகத் தொகுக்கப்பட்டுள்ளன.

ஆழ்வார்கள் பாடல்களில் இருந்து நாம் காணுகின்ற ஒரு புதுமை அவர்கள் இலக்கியத்தின் வகைமைகளைப் பெருக்குவற்கு நடத்திய பல்வேறு சோதனை முயற்சிகளாகும். வைணவ இலக்கிய வகைகளை ஆராய்ந்த ம.பெ. சீனிவாசன் 24 வகையான பிரபந்தங்கள் ஆழ்வார்களின் பாசுரங்களில் காணப்படுவதாகக் குறிப்பிடுகின்றார். இந்தச் சோதனை முயற்சிகளின் தளமாக 'மேலோர் எழுத்து மரபு' என அறியப்பட்டவற்றிலிருந்து அவர்கள் புறம்போகவும் தயாராக இருந்தார்கள். குறிப்பாக, நாட்டார் இலக்கிய மரபில் ஒருவரை வாழ்த்தும் முறையிலிருந்து 'பல்லாண்டு' என்ற இலக்கிய வடிவத்தை அவர்கள் ஆக்கினார்கள். தாலாட்டுப்

பாசுரங்கள் இங்கே எண்ணத் தகுந்தவை. பிள்ளைகளைக் கொஞ்சும் முறையிலிருந்து ‘பிள்ளைத்தமிழ்’ என்ற இலக்கிய வகைமையினையும் அவர்கள் உருவாக்கினர். பெரியாழ்வாரின் கண்ணன் பிள்ளைத்தமிழ் கவிதைச்சுவையின் மேலெல்லை எனலாம். இவையன்றி நாட்டார் சடங்கிலிருந்து அவர்கள் உருவாக்கிய இலக்கிய வடிவமே ‘பாவை’ ஆகும். எழுத்திலக்கிய மரபினை நாட்டார் இலக்கிய மரபினை நோக்கி நகர்த்திய இந்தச் சாதனை இலக்கிய வளர்ச்சிக்குத் தமிழ் பக்தி இயக்கத்தின் மிகப் பெரிய பங்களிப்பாகும்.

இந்திய இலக்கிய மரபில் கவிதை இலக்கியம் பின்வந்த பல நூற்றாண்டுகளாகச் செழித்து வளரக் காரணமாக அமைந்தது ‘கண்ணன்’ என்னும் தெய்வத்தின் பிள்ளை விளையாட்டு (பாகவதக்) கதைகளாகும். பின்வந்த பல நூற்றாண்டுகளில் இந்தியா வில் பல்வேறு மொழிகளில் கண்ணன் என்னும் தெய்வத்தை மையமிட்டுக் கவிதை இலக்கியம் வளர்ந்தது. இந்த இலக்கிய முயற்சியை இந்திய மொழிகளில் ஆழ்வார்களே தொடக்கி வைத்தார்கள்.

சமண, பௌத்த மதங்களுக்கு எதிராகக் கிளர்ந்தெழுந்ததே தமிழ்நாட்டு பக்தி இயக்கம். சைவமும் வைணவமுமே சமண, பௌத்த மதங்களை எதிர்த்தன. அவ்விரு மதங்களும் தங்களின் எழுச்சிக்கு ஒரு தமிழ் அடையாளத்தைத் தேடின. அவை சமண, பௌத்த மதங்களைத் ‘தமிழ் அடையாளம் அற்றவை’ எனக் குற்றம் சாட்டின. நாலாயிர திவ்வியப் பிரபந்தம் கண்ணனை ‘தென்னன்’ என்றும் பேசிக் காட்டியது. வேறு வகையில் சொல்வதானால் இந்திய இலக்கிய அரங்கில் தமிழ்நாட்டுப் பக்தி இயக்கமே தேசிய இனம் என்னும் பார்வையை முதலில் முன்வைத்தது.

தமிழ்நாட்டுப் பக்தி இயக்கத்தின் முக்கியமான மற்றொரு கூறாகப் பன்னிரண்டு ஆழ்வார்களில் ஒருவரான தொண்டரடிப் பொடியாழ்வார் இன்றளவும் அதிர்ச்சி தரும் ஒரு செய்தியினை முன்வைக்கின்றார். ‘பிராமணனாக இருக்கும் ஒருவன் பக்தனாக முடியாது. பக்தனாக இருக்கும் ஒருவன் பிராமணனாக முடியாது. எனவே, நான் எனது பிராமணத் தன்மையினை விட்டு விடுகிறேன்’ என்று பிராமணனான தொண்டரடிப் பொடியாழ்வார் பாடுகின்றார்.

குளித்து மூன் றனலை யோம்பும்
குறிகொளந் தண்மை தன்னை
ஒளித்திட்டே னென்கண் இல்லை -- (896)

என்பது அவர் தம் வெளிப்படையான முழக்கம்.

இவருக்கு வடமொழியில் ‘பக்தி சாரர்’ என்றே பெயர். இந்த வகையான எதிர்ப்பதிவு கி.பி. ஏழாம் நூற்றாண்டளவில் இந்தியாவின் எந்த ஒரு மொழியிலும் இடம் பெற்றிருப்பதாகத் தெரியவில்லை. கி.பி. பன்னிரண்டாம் நூற்றாண்டில் வந்த வைணவ உரையாசிரியர்களும் தத்துவ ஆசிரியர்களும் இவ்வுணர்வினை மேலும் செழுமைப்படுத்தி முன்னெடுத்துச் சென்றனர். இந்த முன்னெடுப்பில் குறிப்பிடத்தகுந்தது சுத்தம் X அசுத்தம் என்ற கருத்தியலாகும். ஆழ்வார்களின் பாடல்களிலேயே கண்ணன் என்னும் குழந்தையை முன்னிறுத்தி, சுத்தம் என்னும் பிராமணிய அல்லது வைதீகக் கோட்பாட்டினைத் தகர்த்து எறிய முற்பட்டனர். குழந்தை என்பது சுத்த, அசுத்த அளவுகோல்களுக்கு அப்பாற்பட்டது. அது ஒரு அழகு வெளிப்பாடு மட்டுமே. எனவே, கண்ணன் என்னும் குழந்தையின் அழுக்கினையும் கொண்டாடும் பாடல்கள் நாலாயிர திவ்வியப் பிரபந்தத்தில் நிறையவே உள்ளன. இது பிராமணியத்தின் கருத்தியலுக்கு எதிரான இலக்கிய வெளிப்பாடாகவும் வாழ்வியல் வெளிப்பாடாகவும் அமைகின்றது. இந்த அணுகுமுறையே பின்னாளில் இராமானுசர் என்னும் சமயப் புரட்சியாளர் தமிழ்நாட்டில் தோன்றுவதற்கு வழிவகுத்தது.

இறைவனின் (திருமாலின்) பண்புகளாக ஆழ்வார்கள் கற்பித்தவற்றை சௌசீல்யம், சௌலப்யம், காருண்யம் என்ற மூன்று நிலைகளில் சுருக்கமாக வகைப்படுத்தலாம். சௌசீல்யம் என்பது எல்லா வகையான நற்குணங்களின் சேர்க்கையாகும். இந்த நற்குணங்களில் தலையாயது தனது அடியார்களைக் குறித்துத் தனது பிராட்டி குறை கூறினாலும் அதனை மறுப்பது ஆகும்.

> தன்னடியார் திறத்தகத்துத் தாமரையாளாகிலும்
> சிதகுரைக்குமேல்
> என்னடியார் அது செய்யார் செய்யின் அது நன்றென்று
> உரைப்பர் போலும்

என்பது ஆழ்வாரின் பாசுரமாகும். சௌலப்யம் என்பது இறைவனின் எளிவந்த தன்மை ஆகும். எல்லாம் வல்ல இறைவன் தன்னை ஒரு இடைப்பெண் வெண்ணெய் திருடியதாகச் சொல்லி உரலோடு சேர்த்துத் தாம்புக் கயிற்றால் கட்டியபோது அதனை ஏற்றவாறு இருந்தான்.

> கண்ணிநுண் சிறுத்தாம்பினால் கட்டுண்ணப்
> பண்ணி பெருமாயன்

என்பது மதுரகவியாழ்வார் பாசுரமாகும். ‘சாமான்யன் என்று இடும் ஈடெல்லாம் இடுங்கோள் என்றிருந்தான்’ என்பது இவ்வடிகளுக்கு உரையாசிரியர் தரும் மெல்லுரை (வியாக்யானம்) ஆகும். அவனுடைய கருணைத்திறம் (காருண்யம்) குறித்த செய்திகள்

பாகவதக் கதைகளை அடியொற்றி ஆழ்வார் பாடல்களில் நிறையவே காணக்கிடைக்கின்றன.

இவ்வகையான அணுகுமுறைக்குக் கிருஷ்ணாவதாரம் மட்டுமே இடம் தருகின்றது. ஆழ்வார் பாடல்களில் 30 விழுக்காட்டிற்கு மேலாகக் கிருஷ்ணாவதாரத்தையே கொண்டாடு கின்றன. அரசதிகாரத்தோடு தொடர்புடைய இராமாவதாரத்தை அவர்கள் விதிவிலக்காக மட்டுமே கொண்டாடினர். அது மட்டு மன்று, கிருஷ்ணாவதாரத்தின் முழுமையாகக் காட்டப்பெறும் 'கீதாச்சார்யனை' ஆழ்வார்கள் கொண்டாடவேயில்லை. ஆழ்வார்களின் பாடல்களில் ஒரே ஒரு இடத்தில் மட்டுமே கீதை பற்றிய குறிப்பு ஒன்று வருகின்றது. எனவே, நாலாயிர திவ்வியப்பிரபந்தம் கீதாச்சாரியனைக் கொண்டாடவில்லை; பாகவதக் கிருஷ்ணனையே கொண்டாடுகின்றது என்பதே நாம் உணர்ந்துகொள்ள வேண்டிய செய்தியாகும்.

தொலைந்துபோன பொன்தொடரியின் கண்ணிகள்

பத்தொன்பதாம் நூற்றாண்டு தமிழக சமூக வரலாற்றில் குறிப்பிடத்தக்க காலமாகும். அதாவது ஐரோப்பியர் இங்கு வந்து ஒரு நூற்றாண்டு காலமான பின்னர் ஐரோப்பிய அறிவொளிக் காலத்தின் முதற்கதிர்கள் தமிழ் சமூகத்தில் புதிய வெளிச்சத்தைப் பாய்ச்சின. அந்த ஒளியை ஏற்றி வந்த கருவியாக அச்சுக் கருவிகள் திகழ்ந்தன. "மூடத்தனத்தின் முடைநாற்றம் வீசுகின்ற காடு" என்று பாரதிதாசன் கவிதை குறிப்பிடுவதுபோல அச்சு இயந்திரம் வந்து ஒரு நூற்றாண்டுக் காலம் ஆன பின்னரும் தமிழரின் இல்லங்களிலிருந்து பனையோலைகளும் எழுத்தாணி களும் அவை சார்ந்த புனிதங்களும் விடைபெற்றுப் போகவில்லை. பத்தொன்பதாம் நூற்றாண்டில் வந்த ஆங்கிலேயப் பாதிரிமார்கள், குறிப்பாகத் தமிழறிந்த பாதிரிமார்கள் தமிழர்களுக்கு ஒரு புதிய உலகத்தைத் திறந்துகாட்டினர்; அல்லது படைத்துக் காட்டினர். இந்தப் புதிய உலகம் சிவனும் திருமாலும் படைத்த உலகத்திற்குப் போட்டியாக தமிழர் சிந்தனையில் உருவானது. அந்த உலக உருவாக்கத்திற்கு 'பிரமன் கைமண்' போல பத்திரிகைகள் மூலப் பொருளாகின. 1850 தொடக்கம் தமிழ் இதழ்கள் இந்தப் புத்துலக உருவாக்கம் பற்றி நமக்குக் கதைகதையாய்ச் சொல்கின்றன. 'கோத்த பொய் வேதங்களும் மதக் கொலைகளும் ஆள்வோர்தம் சூத்துக்களுமாயிருந்த'

தமிழக வரலாறு மக்களால் எழுதப்படும் பொன் தொடரியாக (பொற்சங்கிலி) வளரத் தொடங்கியது. இந்தப் பொன் தொடரியின் கண்ணிகள் பல தொலைந்துபோய்விட்டன. இக்கண்ணிகளில் சிலவற்றை மீட்டெடுத்துத் தந்துள்ளார் பேரா.வீ.அரசு. அவருக்குத் தமிழுலகம் நன்றிக்கடன் பட்டுள்ளது.

தமிழ்நாட்டில் சமூகம் என்பது சாதிகளின் அடுக்கேயன்றி வேறன்று. 1850 முதல் 1900 வரையிலான ஐம்பது ஆண்டுகளில் ஓரளவு எண்ணிக்கைப் பலம் கொண்ட எல்லாச் சாதியினரும் தங்களுக்கென ஒரு பத்திரிகையினைத் தொடங்கியிருந்தனர். 'ஊமைப்பிள்ளை பேசத் தொடங்கிய கதையிது.' சில பிள்ளைகள் மட்டும் தெளிந்த நல்லாற்றலோடு பேசின. பெருநகர உருவாக்கம் காரணமாக அப்படி அறிவார்ந்த பிள்ளைகள் சிலர் கூடிச் சுயசிந்தனையோடு தமிழில் *தத்துவ விவேசினி* என்ற இதழையும் ஆங்கிலத்தில் Reformer thinker என்ற இதழையும் தொடங்கி நடத்தியுள்ளனர். அறியப்படாத இந்த ஆளுமைகளின் பெருமுயற்சி யினைப் பேராசிரியர் வீ. அரசு நிகழ்காலத்தின் தேவைகருதி வெளிப்படுத்தியுள்ளார். 1878–1888 என இந்த நாத்திக இதழ்கள் வெளிவந்த காலத்தில்தான் வைதிகர்களும் சனாதனிகளும் ஆரிய சமாஜம், பிரம்ம சமாஜம், பிரார்த்தனை சமாஜம் போன்ற அமைப்புகளைச் சென்னையில் நிறுவி அவற்றின் கிளைகளையும் உருவாக்கி வந்தனர். நாவலாசிரியராக அறியப்பட்ட பி.ஆர். ராஜம் ஐயரின் Rambles of vedanta என்ற நூல் மிகச்சிறந்த நூலாக உயர்த்திப் பிடிக்கப்பட்டது. வைதிகத்தின் குழலான *இந்து* (ஆங்கிலம்) *சுதேசமித்திரன்* ஆகிய இதழ்களும் இக்கருத்துக்கு இசைந்து வினையாற்றின.

இந்த இதழ்கள் வெளிவந்த காலத்தில் தமிழ்ச் சமூகத்தின் எஞ்சிய பகுதி சைவ – கிறித்துவச் சண்டைகளால் நிரம்பியிருந்தது. யாழ்ப்பாணம் ஆறுமுக நாவலரின் புண்ணியத்தில் கிறித்துவத்தின் மீது தொடங்கப்பட்ட தாக்குதல்கள் சற்று ஆபாசமாகக்கூட இருந்தன. மற்றொரு புறம் *இந்து, சுதேசமித்திரன்* வழியாக உருவாக்கப்பட்ட இந்திய தேசியம் சிந்திக்கத் தொடங்கிய தமிழர் களை வேதாந்தப் படுகுழிக்குள் தள்ள முயன்றது. யாழ்ப்பாணம் காசிவாசி செந்திநாத ஐயரின் (இவர் நாவலரின் மாணவர்) தேவாரம் வேதசாரம், சைவ வேதாந்தம் என்னும் இரண்டு நூல்களும் அதற்கான சான்றுகளாகும். மனோன்மணியம் சுந்தரனார் போன்ற அறிஞர்கள் சைவ சித்தாந்தத்தை இந்தப் படுகுழியில் விழாமல் காப்பாற்றினார்கள். மறுபுறம் சுயசிந்தனையாளர்கள் சுழற்றிய *தத்துவ விவேசினி* போன்ற வாள்கள் நகர்ப்புறத்து மக்களோடு ஊர்ப்புறத்து மக்களையும் இந்துமத ஆசாரங்கள் என்னும் கொடும் பிடியிலிருந்து விடுவித்தன.

‘ஆபாசம்’ என்ற சொல்லாலே இந்து மதத்தை அடையாளப் படுத்திய இவர்களது அறிவுத்திண்மை இன்றளவும் நன்றிக் குரியது. அந்த வேதாந்தமே இன்று பகவத்கீதை என்ற பெயரில் இந்தியச் சமூகத்தை அடிமைப்படுத்தியிருக்கின்றது. ஐரோப்பிய அறிவொளிக் காலத்தின் புதிய சிந்தனைகளையும் கருத்துகளையும் இந்த இதழ் தமிழில் தரமுயன்றுள்ளது. ஐரோப்பிய நாத்திகர் பிராட்லாவின் (*Bradlaugh*) மாணவராகத் தமிழகம் வந்த ஐரோப்பியப் பேராசிரியர் சிலருக்கும் இதில் பங்குண்டு. திருநெல்வேலி ம.தி.தா இந்துக் கல்லூரியில் பணியாற்றிய பேராசிரியர் விங்லேர் (துரை) இவர்களில் ஒருவர். இவரது மாணவராக இருந்த எழுத்தாளர் பி.ஸ்ரீ. ஆச்சார்யார் தம் நூலொன்றில் இவரைப் பற்றிக் குறிப்பிடுகின்றார்.

விங்லேர் துரை சில காலம் பாளை நகராட்சியின் நியமனத் தலைவராகவும் இருந்துள்ளார் என்பது குறிப்பிடத்தக்கது. வேறுவகையில் சொல்வதானால் அறியப்படாத இந்த ஆளுமை களின் தொண்டினை மீளக் கண்டெடுத்து நாம் நன்றியுடன் பதிவு செய்தாக வேண்டும். அறிவியல் தமிழின் வரலாற்றினை எழுத வந்தவர்கள் கூட *தத்துவ விவேசினி*யில் வெளிவந்த அறிவியல் கட்டுரைகளைப் பற்றிப் பேசவில்லை.

‘வெள்ளைக்காரருக்கு மீள உயிர் கொடுக்கும் சக்தியுண்டு’ என்ற தலைப்பில் ஓர் ஆங்கில மருத்துவரின் சோதனை முயற்சி பற்றி நான்காம் தொகுதியில் கட்டுரை வெளிவந்துள்ளது. அக்காலத்தில் இக்கட்டுரை படித்தவர்களிடம் கூட எத்தகைய அதிர்வலைகளை உருவாக்கியிருக்கும் என்று நினைத்துப் பார்க்க முடியவில்லை. எனவேதான் சொல்லுகின்றோம். தமிழ் அறிவுலக வரலாற்றில் தொலைந்துபோன பொன்தொடரியின் கண்ணிகளைப் பேராசிரியர் வீ. அரசு மீட்டெடுத்துத் தந்துள்ளார். நிகழ்கால ஆய்வுலகமும் ஆய்வாளர்களும் அவருக்குப் பெரிதும் நன்றிக்கடன் பட்டுள்ளோம்.

போரா.வீ. அரசு தொகுத்த ‘தத்துவ விவேசினி’ நான்காம் தொகுப்புக்கான முன்னுரை

தேவாங்கர் வாழ்வும் வழிபாடும்

கடந்த இருபது ஆண்டுகளாகத் தமிழில் புதிய அறிவுத்துறைகள் மலர்ச்சி பெற்று வருகின்றன. அவற்றுள் ஒன்று இனவரைவியல் (Ethnography) ஆகும். திரு.சொ. சாந்தலிங்கத்தின் நூல் இந்த வகையினைச் சேர்ந்ததாகும். மலர்ந்து வரும் அறிவுத்துறையில் வெளிவரும் நூல் என்பதால் இது வரவேற்புக்கும் பாராட்டுக்கும் உரியது.

பெரியாரின் பகுத்தறிவு இயக்கத்தைப் படித்த தமிழர்கள் தவறாகப் புரிந்துகொண்டதனால் தங்கள் சாதி உட்பட, சாதிகளைப் பற்றிய எழுத்தும் பேச்சும் தவிர்க்கப்பட வேண்டியவை என்று தவறாகக் கணித்துவிட்டனர். அண்மையில் நாட்டார் வழக்காற்றியல் துறையின் எழுச்சிக்குப் பின்னர் இக்கருத்து தவறு என்பது நிலைபெற்றுவிட்டது. தமிழ்நாட்டைப் போல நெடிய வரலாற்றையும் ஆயிரத்துக்கும் மேற்பட்ட சாதிகளையும் கொண்ட சமூகத்தின் தொல்வரலாறு சாதிப்புராணங் களிலும் தொன்மங்களிலும் சடங்குகளிலும் புதை யுண்டு கிடக்கின்றது என்பதை இப்போது நாம் உணர்கிறோம்.

தமிழ்நாட்டில் இத்தகைய உணர்வைத் தோற்றுவித்த ஆய்வாளர்களில் அறிஞர் மா. இராச மாணிக்கனார், எம்.சீனிவாச அய்யங்கார் ஆகிய இருவரையும் நன்றியோடு நினைவுகூர்தல் வேண்டும். அந்த வகையில் தமிழ்ச்சாதிகள் மட்டுமன்றித் தமிழகத்துக்குள் புலம்பெயர்ந்த பிறமொழிச் சாதித் தொகுதிகளும் ஆராய்ச்சிக்குரியனவாகும். புலம்

பெயர்ந்து வந்த பிறமொழிபேசும் சாதியர்கள்தான் தமிழகத்தில் பருத்தி உற்பத்திக்கும் கடந்த பத்து நூற்றாண்டுகளாக மிகப்பெரிய பங்களிப்பைச் செய்துவந்துள்ளனர் என்பது தமிழ்நாட்டின் சமூக, பொருளாதார வரலாற்றில் மிக முக்கியமான வரலாற்றுப் பதிவாகும். புலம் பெயர்ந்த மக்களானாலும் அவர்கள் திராவிடக் கலாச்சாரத்தின் பங்காளிகளாகவே இருந்து வருகின்றனர் என்பதும் சமூக வரலாற்றுண்மையாகும்.

திராவிடக் கலாச்சார அடிக்கூறுகளின் மையமான ஆதிச்சநல்லூர் நாகரிகம் தொட்டு நம்மோடு கலந்து நிற்பது தாய்த் தெய்வ வழிபாடாகும். தமிழ்நாட்டில் கன்னடம் பேசும் தேவாங்கரின் சௌடாம்பிகை அம்மன் வழிபாடும் அந்த வகையிலேயே சேர்த்து எண்ணப்பட வேண்டியதாகும்.

இன்னும் ஒரு வரலாற்றுக் குறிப்பினையும் இவ்விடத்தில் பதிவு செய்ய வேண்டும். தமிழ்நாட்டு அரசுகளில் முழுநேரப் படை வீரர் எண்ணிக்கை மிகக் குறைவு. போர்க்காலங்களில் நெசவு, கோயிற் காவல் முதலிய பணி செய்யும் சாதியரும் ஆயுதம் ஏந்திப் போராடி இருக்கின்றனர். சௌடாம்பிகை அம்மன் வழிபாட்டில் சக்கி நிறுத்துதல் என்னும் சடங்கு கன்னட தேவாங்கர், குறுவாள்(அ) குத்துவாள் ஏந்திப் போராடிய சாதியர் என்பதைக் காட்டுகின்றது. பேராண்மையோடு தங்கள் குருதியினைத் தெய்வத்திற்குப் படைக்கும் இச்சடங்கும் திராவிடப் பண்பாட்டின் ஒரு கூறுதான். இன்னும் தெளிவாகச் சொல்வதானால் கன்னடமும் களிதெலுங்கும் கவின் மலையாளமும் துளுவும் ஒருதரத்தில் உதித்தெழுந்த கதையின் பகுதி இது.

சிலநாட்கள் என் மாணவராகவுமிருந்த திரு. சொ. சாந்த லிங்கத்திடமிருந்து நானும் சில விளக்கங்களைப் பெற்றுக் கொண்டிருக்கிறேன். அவரின் இந்தச் சிறுநூல் அவர் புதிய துறையில் தடம் பதித்திருப்பதைக் காட்டுகிறது. இப்புது நெறியில் அவரும் ஏனைய தமிழ் ஆய்வாளர்களும் இன்னும் நெடுந்தூரம் போக வேண்டும். அப்போதுதான் தமிழக வரலாறு முழுமை பெறும்.

நூலாசிரியரின் முயற்சிக்கும் உழைப்புக்கும் எனது பாராட்டுகள்.

முனைவர் சொ.சாந்தலிங்கம் எழுதிய 'தேவாங்கர் மரபும் குலச் சடங்குகளும்' நூலுக்கான அணிந்துரை.

பேரக் குழந்தைகள்

தமிழில் புழங்கும் உறவுமுறைச் சொற்களில் பண்பாட்டளவில் குறிப்பிடத்தகுந்தவை பேரன், பேத்தி ஆகிய சொற்கள். இவற்றின் சரியான வடிவம் பெயரன், பெயர்த்தி என்பதாகும். பெயரன் என்ற சொல்லுக்கு மீண்டும் வந்தவன் என்பதே பொருள். இறந்துபோன பாட்டனே மீண்டும் பெயரனாகவும் பாட்டியே பெயர்த்தி ஆகவும் பிறந்திருக்கிறார்கள் என்பது நம்பிக்கை. இந்த நம்பிக்கையின் அடிப்படையில்தான் பெயரன், பெயர்த்தி ஆகிய சொற்கள் பிறந்தன.

பாட்டனும் பாட்டியும் பேரக் குழந்தைகளிடமிருந்து புதுமணமக்களைப் போல இன்பம் பெறுகின்றனர். மக்கள் 'மெய் தீண்டல் உடற்கின்பம்' எனும் குறள் பேரக் குழந்தைகளிடமே முழுமை பெறுகிறது. பாட்டன் பெயர் இடப்பட்ட பெயரனைப் பாட்டி மிகுந்த மரியாதையோடு நடத்துகிறாள். அவனைப் பெயர் சொல்லி அழைக்காமல் ஐயா, தங்கம், ராசா என்ற செல்லப் பெயர்களால் அழைக்கின்றனர். பெற்ற மக்கள் இறந்தபின்னர் நீர்க்கடன் செய்வதைப்போல பேரக்குழந்தைகளுக்குச் சடங்கியல் கடமைகள் உள்ளனவா? உள்ளன. பாட்டனாரின் இறுதி ஊர்வலம் புறப்படும்போது பெயரன் நெய்ப்பந்தம் பிடிக்கிறான். வசதி குறைந்த வீடுகளில், ஊதுவத்திக் கட்டைக் கொளுத்திப் பேரக் குழந்தைகள் கைகளில் கொடுத்து வழி அனுப்புகிறார்கள். சில சாதியாரில் பேரக் குழந்தைகளை உயரத் தூக்கிப் பிடித்து வெள்ளைத் துண்டைக்

கொடுத்து வீசி வழியனுப்பச் சொல்வார்கள். பெயரனுக்கு இது கடமை என்றால், பேத்தியின் சடங்கியல் கடமைகள் என்ன என்ற கேள்வி எழுகிறது.

முன்னெல்லாம் இறந்தவர்க்கான வாய்க்கரிசிக்கு உறவினர்கள் கொண்டு வரும் நெல்லை வீட்டு வாசலில் உரலில் இட்டுக் குத்துவார்கள். வாய்க்கரிசி நெல்லைக் குத்தும்போது, முதல் உலக்கை இடும் உரிமை மகள் வழிப் பேத்திமார்க்கே உண்டு. அதுபோலவே நான்கைந்து நாட்கள் கழித்துப் பலகாரப் படையல் (கிழமை) வைக்கும் உரிமையும் அவர்களுக்கே உண்டு.

பேரன், பேத்தி என்பது சொத்துரிமைக்கு அப்பாலும் மரியாதை பெறும். ஏனெனில் அது உயிர்களின் தொடர்ச்சியைக் குறிக்கும் உறவாகும்.

மகள்வழிப் பேத்தி மணஉறவுக்கு உரியவளாகக் கருதப் பட்டாள். அதன் தொடர்ச்சியாகக் கேலி செய்யும் உரிமை இன்றும் பாட்டனுக்கு வழங்கப்படுகிறது. எதிர்நிலையில் மகள்வழிப் பேரன் இதே நிலையில் பாட்டியின் கேலியைப் பெறுகிறான்.

பண்பாட்டுக் கூறுகள் பெற்றோரிடமிருந்து பெறப்படுவதை விட தாத்தா, பாட்டியிடமிருந்தே அதிகம் பெறப்படுகின்றன. நிகழ்காலத்தில் தாத்தா பாட்டியிடமிருந்து அந்நியப்பட்டு விட்டதால், குழந்தைகளின் கதையுலகமும் கற்பனையும் சுருங்கிப் போய்விட்டன என்பது வருத்தத்திற்குரிய செய்தியாகும்.

இதுவே சனநாயகம்!

தம்பி உடையான்

ஒரு தாய் வயிற்றில் தனக்குப் பின் பிறந்தவனை 'தம்பி' என்னும் உறவுமுறைச் சொல்லால் குறிப்பது வழக்கம். இராமனுடைய தம்பிமார்களை 'எம்பெருமான் பின்பிறந்தார்' என்று குறிக்கின்றார் கம்பர். பெரியதம்பி, நல்லதம்பி, சின்னத்தம்பி என்று தமிழ்நாட்டிலும் சிவத்தம்பி, விநாசித்தம்பி, நன்னித்தம்பி என்று ஈழத்திலும் மக்களின் பெயர் வழக்குகளைக் காண்கிறோம். மலையாளப் புனைகதை எழுத்துக்களில் திரிவிக்ரமன் தம்பி, மதுசூதனன் தம்பி, நாராயணன் தம்பி முதலிய பெயர் வழக்குகளைக் காண்கிறோம்.

ஆனால், தமிழகத்தில் கீழக்கரை இசுலாமியரிடம் செய்குத்தம்பி, சக்குத்தம்பி, முகமது தம்பி முதலிய பெயர் வழக்குகளைக் காண்பது விதிவிலக்காகவும் வியப்பாகவும் இருக்கிறது. 17ஆம் நூற்றாண்டில் கீழக்கரையில் வாழ்ந்த வள்ளல் சீதக்காதியின் தந்தை பெயர் பெரிய தம்பி மரைக்காயர் என்ற மாமுநைனா மரைக்காயர் என்பதாகும். இசுலாமிய மரபு சாராத 'தம்பிப் பெயர்' வழக்கினை இசுலாமியர் எவ்வாறு ஏற்றுக்கொண்டனர்? இவர்கள் யாருக்குத் தம்பி? என்ற கேள்விகள் வரலாற்றுக் குறிப்புடையனவாகும்.

சேதுபதி அரசமரபினைக் கூர்ந்து கவனித்தால் அவர்களுக்கும் கீழக்கரை இசுலாமியருக்குமான உறவு நிலை புலப்படும். 'சேதுபதி மன்னர்களின் தம்பி' என்ற வகையில்தான் கீழக்கரை இசுலாமியர்கள் தம்பிப் பட்டத்தைப் பெற்றிருக்கிறார்கள். இந்தப் பட்டத்தை இவர்கள் தாங்களே சூட்டிக்கொண்டிருக்க இயலாது.

சேதுபதி மன்னர்கள் கொடுத்த இந்தப் பட்டத்தை இவர்கள் பெற்றுக்கொண்டிருக்கிறார்கள்.

கீழக்கரையில் வாழ்ந்த இசுலாமியர்கள் 'அஞ்சுவண்ணம்' என்னும் அரேபிய வணிகக் குழுவுடன் வந்த சாமந்தப் பண்ட சாலிகள் ஆவர். (அதாவது பண்டகச் சாலை காப்பாளர் என்று பொருள்.) இன்றளவும் கீழக்கரையில் இசுலாமியர்கள் கீழப் பண்டகச்சாலை, மேலப் பண்டகச்சாலை என இரு பிரிவினராக வாழ்ந்து வருகின்றனர்.

16ஆம் நூற்றாண்டின் நடுப்பகுதியில் இராமநாதபுரத்திற்கு மேற்கே 'போகலூர் சத்திரக்குடி' என்னுமிடத்தில் சேதுபதி மன்னர்களின் முன்னோர்கள் சிறிய அளவில் மண்கோட்டை கட்டிக்கொண்டு வாழ்ந்திருந்தனர். அக்காலத்தில் வைகை யாற்றங்கரைப் பகுதியை ஆண்டுவந்த வாணாதிராயர் அரச மரபினர் மிகப் பலவீனமாக இருந்தனர். இந்நிலையில் கீழக் கடற்கரையில் தங்கள் வணிக மேலாதிக்கத்தை நிலைநாட்ட விரும்பிய இசுலாமியர்கள் சேதுபதி மரபினர் கிழக்கே இடம் பெயர்வதை விரும்பினர். கிழக்குக் கடற்கரையில் நிலவிய போர்த்துக்கீசியரின் கடலாதிக்கமும் அவர்களின் ஆதரவினால் பரவிக்கொண்டிருந்த கத்தோலிக்கக் கிறித்துவமரபும், இசுலாமியர்களுக்குச் சவாலாக விளங்கின. எனவே, தரவைக் காடாக (கல்லும் கள்ளியும் மேய்ச்சல் நிலமுமாக) இருந்த இராமநாதபுரத்தில் கோட்டை கட்டிக்கொண்டு சேதுபதிகள் அரசமரபை நிலை நிறுத்தப் பொருளுதவி செய்தனர்.

சேதுபதிகளுக்குச் செய்த உதவிகளுக்குக் கைமாறாக கீழைக்கடற்கரையின் சங்கு, சிப்பி சேகரிப்பு உரிமையினையும் கடற்கரையை ஒட்டிய கச்சத்தீவு போன்ற பகுதிகளில் சாயவேர் சேகரிக்கும் உரிமையினையும் கீழக்கரை இசுலாமியர் பெற்றுக் கொண்டார்கள். அத்தோடு சேதுபதி மன்னரிடமிருந்து தம்பி என்ற உரிமை உணர்வு காட்டும் பெயரினையும் பெற்றுக் கொண்டனர். இதன் தொடர்ச்சியாக, 17ஆம் நூற்றாண்டின் நடுப்பகுதியில், கிரியோலி அடிகள் என்பவரால் கடற்கரை யினை ஒட்டி பரப்பப்பட்ட கத்தோலிக்கத்தை எதிர்க்கும் பணியினையும் அவர்கள் மேற்கொண்டனர். இப்பணியில் வள்ளல் சீதக்காதியின் தந்தை பெரிய தம்பி மரைக்காயர் முன்னணியில் நின்றார்.

சீதக்காதி திருமண வாழ்த்துப் பாடல் என்ற சிற்றிலக்கியம் ஒன்று, 'பேறாகவே வந்த பெரியதம்பி தன்புகழை மாறாமலே வளர்க்க வந்த சீதக்காதி மன்னன்' என்று சீதக்காதியின் தந்தை பெரியதம்பி மரைக்காயரை அறிமுகப்படுத்துகின்றது.

கூரைப்பள்ளி எனப்படும் வேதாளை பள்ளிவாசல் உள்ள மீசான் (கல்லறை) கல்வெட்டு ஒன்று இது குறித்த அசைக்க முடியாத சான்று ஒன்றினை நமக்குத் தருகின்றது.

. . . . திருவடி
சீமை தேசாத்தியத்துக்கு மணிய
மாக நின்று நசுருக்கள் ஏழு
கரை துறைக் கோவிலும்
சுட்டு இடிச்சுக் கீர்த்தியும்
மிக விருதும் பெத்த பெரிய தம்பி
மரைக்காயர் குமாரரான சேகு
இபுராகிம்.

என்று குறிப்பிடுகின்றது. இக்கல்வெட்டு சீதக்காதியின் அண்ணன் சேகு இபுராகிம் மரைக்காயரின் கல்லறைக் கல்வெட்டு ஆகும். நசுருக்கள் என்பது அக்காலத்தில் கிறித்துவர்களைக் குறிக்கும் சொல் என்று இக்கல்வெட்டினைக் கண்டுபிடித்த அறிஞர் எஸ்.எம். கமால்* விளக்கம் தருகின்றார். எனவே, இடிக்கப்பட்டவை கத்தோலிக்கக் கிறித்தவத் தேவாலயங்கள் என்பது தெரிய வருகின்றது. இந்தப் பகுதியில் கத்தோலிக்கக் கிறித்துவ மதத்தைப் பரப்பிய கிரியாலி அடிகளாரும் கொல்லப்பட்டார் என்று கிறித்தவர்களின் ஆவணங்கள் குறிப்பிடுகின்றன. மேற்குறித்த கல்வெட்டு பெரிய தம்பி மரைக்காயர் திருவடி சீமை (சேதுநாடு) தேசாதியத்துக்கு மணியமாக நின்று இந்தச் செயலைச் செய்தார் என்று குறிப்பிடுகின்றது.

17ஆம் நூற்றாண்டின் தொடக்கப் பகுதியிலும் நடுப்பகுதி யிலும் எழுந்து வந்த சேது அரச மரபினருக்கு மேற்கிலிருந்து மதுரை நாயக்கர்களும் கடற்பகுதியிலிருந்து போர்த்துக்கீசியர்களும் தொல்லையாக இருந்தனர். கடற்பகுதி வழியாக வந்த போர்த்துக்கீசியர்களும் கத்தோலிக்கக் கிறித்தவமும் இசுலாமியர் செல்வாக்கால் மட்டுப்படுத்தப்பட்டன. அவர்கள் செய்த உதவிக்குக் கைமாறாகவே சேதுபதி மன்னர்கள் தம்பி என்ற உறவு முறையினைப் பகிர்ந்து கொடுத்தனர்.

திருவனந்தபுரம் பகுதியில் வழங்கப்படும் தம்பிப் பெயர் வழக்கு அரசமரபினரின் 'ஒன்றுவிட்ட' (அதாவது மூத்தோர் சொத்தில் பங்குரிமை இல்லாத) உறவுமுறையினைக் குறிக்கும் சொல்லாகும் என்பதையும் நினைத்துப் பார்க்க வேண்டும். அதே நிலையில்தான் கீழக்கரை இசுலாமியரின் தம்பிப் பெயர் அரச மரபில் உரிமை இல்லாது பெற்றுக்கொண்ட (ஒன்றுவிட்ட) உறவுமுறைப்பெயர் ஆகும்.

---

* எஸ்.எம். கமால், 14 வேதாளை கூரைப்பள்ளிக் கல்வெட்டு, ஆவணம், இதழ் 4, சனவரி 1994.

தம்பி என்ற ஒன்றுவிட்ட உறவுமுறைச் சொல் 20ஆம் நூற்றாண்டுத் தமிழ்நாட்டு அரசியலில் திருப்புமுனையினை ஏற்படுத்திய மாற்றங்கள் நமது சமகால அரசியலாகும். 'தம்பி உடையான் படைக்கு அஞ்சான்' என்ற பழமொழியும் இப்படித் தான் பிறந்திருக்க வேண்டும். கம்பராமாயணத்தில் 'தம்பியை இன்றி மாண்டு கிடப்பனோ தமையன் மேல்' என்று கும்பகர்ணன் பேசும் வீரவசனம் நம் நினைவிற்கு வருகின்றது.

ஐரோப்பியர் படைகள் வலிமையடைந்து கீழைக் கடற்கரையிலிருந்து போர்த்துக்கீசியர் மறைந்தபோது இசுலாமியர் – கிறித்துவப் பகையுணர்வும் மறைந்து போயிற்று.

இதுவே சனநாயகம்!

கைம்பெண்ணும் சொத்துரிமையும்

1919இல் பிரிட்டிஷ் அரசாங்கம் இந்தியாவில் ஒன்றரை வயது முதல் பதினான்கு வயது வரை உள்ள விதவைகளின் எண்ணிக்கையைப் பட்டியலிட்டு வெளியிட்டது. அதனைப் பார்த்து தேசிய இயக்கத் தலைவரான காந்தியடிகள் அதிர்ந்து போனார். அதன்பிறகு, அரைமனத்தோடு விதவை மறுமணத்தை அவர் ஆதரித்துப் பேசலானார். ஆனால், 'இரண்டாவது திருமணம் என்பதை என் வீட்டுப் பெண்களுக்குச் சிபாரிசு செய்யமாட்டேன்' என்றும் ஒரு பேட்டியில் அவர் வெளிப்படையாகவே கூறியிருந்தார். மனைவியை இழந்தவர்கள் மட்டும் விதவைகளை மறுமணம் செய்துகொள்ளலாம் என்று காந்தியடிகள் பரிந்துரை செய்ததுதான் இதற்குக் காரணம். இந்தக் கருத்துக்கு எதிர்வினை ஆற்றிய தமிழ்நாட்டுக் கவிஞர் பாரதியார், 'ஸ்ரீமான் காந்தி சொல்வதைக் கேட்டால் பின்னாளில் புருஷ விதவைகளின் எண்ணிக்கையைப் பார்த்து நாம் பரிதாபப்பட வேண்டும்' என்று கேலி செய்தார்.

இருபதாம் நூற்றாண்டின் தொடக்கம் வரை தமிழ்ச் சமூகத்திலும் பெரும்பாலான சாதிகள் குழந்தை மணம் செய்யும் வழக்கம் உடையதாக இருந்தன. அதேபோலக் கைம்பெண் மறுமணம் செய்யும் வழக்கத்தையும் அந்தச் சாதிகள் கொண்டிருந்தன. பிராமணர், வேளாளர் ஸ்மார்த்த பிராமணப் புரோகிதத்தோடு திருமணம் செய்த

சில பிற்படுத்தப்பட்ட சாதியார் ஆகியோர் மட்டுமே கணவனை இழந்த பெண்ணுக்கு மறுமணம் செய்யும் வழக்கத்தைத் தடை செய்திருந்தனர்.

1880களில் வங்காளத்தில் பிராமணர்கள், பண்டிதர்கள், பத்ரலோக் வர்க்கத்தினர் ஆகியோரிடத்திலே வழக்கத்தில் இருந்த கைம்பெண் கொடுமையைக் கண்டித்து 'கைம்பெண் மறுமணச் சங்கங்கள்' தொடங்கப்பட்டன. சென்னையில் இப்படி ஒரு சங்கத்தைத் தொடங்குவதில் முன் நின்றவர் சுதேசமித்திரன் ஜி. சுப்பிரமணிய ஐயர். 10 வயதில் திருமணமாகி விதவையான தன்னுடைய 13 வயது மகள் சிவப்ரியாவிற்கு அவர் 1889இல் பம்பாயில் கூடிய காங்கிரஸ் மாநாட்டில் மறுமணம் செய்து வைத்தார்.

விதவை, கைம்பெண், கைம்பெண்டாட்டி (கம்மனாட்டி), அறுத(ா)லி, முண்டை, வெள்ளைச் சேலைக்காரி என்பன தமிழில் கைம்பெண்ணைக் குறிக்க வழங்கும் இழிவான சொற்கள். இவை வசைச் சொற்களாகவும் வழங்குகின்றன. கணவனை இழந்த பெண் முழுமை இல்லாதவள் (மூளி) என்ற நினைப்பே இதற்குக் காரணம். மூளி என்ற சொல்லும் வசைச் சொல்லாகப் பயன்படுகிறது.

கைம்பெண் மறுமணம் அனுமதிக்கப்பட்ட சாதிகளில்கூட கணவனை இழந்த அன்றும் அதைத் தொடர்ந்து சில நாட்களும், கைம்பெண்ணின் உணவு, உடை, நடமாட்டம், சமூக உறவுகள் ஆகியவை கடுமையாகக் கட்டுப்படுத்தப்படுகின்றன. தாலி உட்பட அனைத்து அணிகளையும் கழற்றிடுதல், தலையணை இல்லாமல் வெறுந்தரையிலோ அல்லது சாக்கின் மீதோ அறையின் ஒரு பகுதியில் அல்லாமல் 'மூலையில்' உறங்குதல், வெற்றிலை பாக்கு போடும் பழக்கம் உடையவராக இருந்தால் உடனே நிறுத்துதல், முதல் எட்டு அல்லது பதினைந்து நாட்களுக்கு ஒருவேளை மட்டுமே உணவு உண்ணுதல், தலைக்கு எண்ணெய் தேய்க்காமல் வாராமல் இருத்தல், பிற ஆடவர் முகம் பார்க்காமல் இருத்தல் ஆகிய கொடுமையான வழக்கங்கள் இன்றும்கூடச் சில சாதியாரிடத்தில் உள்ளன. பிராமணப் புரோகிதத்தை ஏற்றுக்கொண்ட சில சாதியாரிடத்தில் இவை மிகக் கடுமையாகப் பின்பற்றப்பட்டு வருகின்றன. கைம் பெண்ணுக்கு மொட்டையடிக்கும் வழக்கம் உடைய பிராமணர்கள் இப்பொழுது அதைக் கைவிட்டுவிட்டார்கள்.

இறந்த கணவனுடன், மனைவி தீப்பாய்தல் என்னும் வழக்கமும், தமிழ்நாட்டில் அரசு மரபினரிடத்திலும் அவர்க ளோடு தொடர்புடைய குடும்பத்தினரிடத்திலும் இருந்திருக்கிறது. முதலாம் இராசராச சோழரின் தாய், கணவன் இறந்தவுடன்

அவன் உடலோடு, தீப்பாய்ந்த பெண்களில் ஒருத்தி என்று திருக்கோவலூர்க் கல்வெட்டு கூறுகிறது. பால் குடிக்கும் குழந்தையைக்கூட விட்டுவிட்டுத் தன் கணவனின் ஈமத் தீயில் அவள் பாய்ந்தாள் என்பதனை,

. . . . சுரந்த
முலை மகப் பிரியினும் முழங்கெரிநடுவன்
தலைமகற் பிரியாத் தையல்

என்று கல்வெட்டு வியந்து பாராட்டியுள்ளது. ஆனால், விதி விலக்காக எங்கேனும் அன்றித் தமிழ்நாட்டில் பெருவாரியான மக்களிடம் இவ்வழக்கம் இருந்ததில்லை.

ஒப்பாரி என்பது, தமிழ்ச் சமூகத்தின் குடும்ப அமைப்புக்குள் பெண்கள் பட்ட துயரங்களை அவர்களின் கவித்துவ ஆற்றலோடு ஒரு சேரப் புலப்படுத்தும் இலக்கிய வடிவம். இந்த இலக்கிய வடிவத்தில் பதிவு செய்யப்பட்டுள்ள பெண்களின் துயரங்கள் குறிப்பிடத்தக்கன. சொத்துடைய கணவன் இறந்தவுடன் அவனுடைய பங்காளிகள் (தந்தைவழி உறவினர்) எல்லாச் சொத்துகளையும் எடுத்துக்கொள்வதை ஒப்பாரிப் பாடல் ஒன்று பின்வருமாறு பதிவு செய்கின்றது. குழந்தை இல்லாத கைம்பெண்ணின் துயரம் இப்பாடல்:

செஞ்சியிலே ரெண்டுகடை
தேங்காய்க்கடை நம்மகடை
சீமானும் போன அண்ணைக்கி
தேங்காயெல்லாம் சூறை சூறை
மதுரையிலே ரெண்டு கடை
மாங்காக் கடை நம்ம கடை
மன்னவனும் போன அண்ணைக்கி
மாங்காயெல்லாம் சூறை சூறை

நாட்டு விடுதலைக்குப் பின்பு ஏற்பட்ட சட்டப் பாதுகாப்பு களுக்கு முன்னர் பெண்களுக்குத் தனியாகச் சொத்துரிமை என்பது தமிழ்ச் சமூகத்தில் மறுக்கப்பட்டே வந்துள்ளது. குழந்தை இல்லாமல் கைம்பெண்ணான ஒரு பெண்ணுக்குக் கணவனின் பரம்பரைச் சொத்திலோ அவர் ஈட்டிய சொத்திலோ முழுஉரிமை கிடையாது. கணவனை இழந்தபின் ஒரு குழந்தை யைத் தத்தெடுக்கும் உரிமையும் அவளுக்குக் கிடையாது. சொத்து முழுவதும் கணவனின் உடன்பிறந்த ஆண்களின் கட்டுப்பாட்டுக்கு வந்துவிடும். அவர்களிடம் இருந்து அவள் பிரிந்து செல்ல விரும்பினால், கணவனின் சொத்தில் ஒரு மிகச்சிறு பகுதி அவளது உணவு, உடைத் தேவைகளுக்கு மட்டும் அளிக்கப்படும். இதற்கு 'அறுப்புச் சுகம்' (கட்டிக்கொண்ட தாலியை அறுத்துக்கொண்டதால் பெற்ற உரிமை) என்று

பெயர். இந்த வழக்கம் கிறித்துவ மதத்திற்கு மாறிய பின்புகூட சில சாதியாரிடம் இருந்தது என்பது ஆனந்தரங்கம்பிள்ளையின் நாட்குறிப்பு தரும் சாட்சியாகும்.

கி.பி. 1746ஆம் ஆண்டு பிப்ரவரி மாதம் 12ஆம் தேதி தண்டிகைக் கனகராய முதலியார் என்ற ரோமன் கத்தோலிக்கக் கிறித்துவர், பெருஞ்செல்வத்தையும் தன் மனைவியையும் விதவையான மருமகளையும் விட்டுவிட்டு, இறந்துபோனார். பிரெஞ்சுத் துரைத்தனத்தில் மிகுந்த செல்வம் சேர்த்தவர் இவர். கனகராய முதலியாரின் தம்பி சின்ன முதலி என்ற லாசரு முதலியார் தன்னுடைய அண்ணனின் சொத்து முழுவதும் வேறு வாரிசு இல்லாததால் தனக்கே சேர வேண்டும் என்றும் கனகராயர் முதலியாரின் மனைவி நட்சத்திரம் அம்மாளுக்கும் (குழந்தை இல்லாத) விதவையான மருமகள் சந்திரமுத்து அம்மாளுக்கும் 'கைம்பெண் கூறு' ஆகச் சிறிது பணம் மட்டுமே கொடுக்க வேண்டும் என்றும் புதுச்சேரி ஆளுநர் துய்மா துரையிடம் வாதிடுகின்றார். ஆளுநரோ, ஆனந்தரங்கம்பிள்ளை உட்பட இருபது பேர் கொண்ட 'மாநாட்டாரிடம்' வழக்கைத் தீர்க்கச் சொல்லி ஒப்படைக்கிறார். இந்த மாநாட்டார், லாசரு முதலியின் வாதத்தை ஏற்றுக்கொண்டு மாமியாரும் மருமகளு மான இரண்டு விதவைகளுக்கும், 'அன்ன வஸ்திரங்களுத் தாவு யில்லாமல் (சாகின்றவரை உணவுக்கும் உடைக்கும் தட்டுப்பாடு இல்லாமல்)' நாலாயிரத்து இருநூறு வராகன் கொடுத்து ஒதுக்கி விட்டனர். இந்தத் தொகையிலும் விதவை மாமியாருக்கு மூன்றில் இரண்டு பங்கும் விதவை மருமகளுக்கு மூன்றில் ஒரு பங்கும் என்று கணக்குத் தீர்க்கின்றனர். 200 ஆண்டுகளுக்கு முன்பு வரை விதவையின் சொத்துரிமை இவ்வாறுதான் இந்தியா முழுவதிலும் இருந்தது.

கடந்த இருபது ஆண்டுகளில் இறந்துபோன அரசு ஊழியரின் விதவை மனைவிக்கான ஓய்வூதியத் திட்டம் நாடு முழுவதும் பல்லாயிரக்கணக்கானோர் உயிரையும் மானத்தை யும் காப்பாற்றி இருக்கிறது. ஆனாலும்கூட, விதவைத் துயரத் துக்கு மாற்றாக இன்னமும்கூட சில வடமாநிலங்கள் 'ரூப்கன்வர்' போல 'சதிமாதாக்களை' உருவாக்கிக்கொண்டிருப்பது துயரமான செய்தியாகும்.

ஒப்பீட்டளவில் வடமாநிலங்களில் பெரியாரோ அம்பேத்கரோ உருவாகித் தம் கருத்துகளை எளிய மனிதர் களிடம் சேர்ப்பிக்கவில்லை என்பது கசப்பான, ஆனால், உண்மையான வரலாற்று நிகழ்வாகும்.

சைமன் காசிச் செட்டி

இருபதாம் நூற்றாண்டில் உருவான தமிழ் அறிவுலக ஆக்கத்தில் தமிழகத்து அறிஞர்களைப் போல ஈழத்தவர்களுக்கும் ஒரு பங்குண்டு. இந்த அறிவுலகத்தின் வேர்கள் 19ஆம் நூற்றாண்டிற்குள்ளும் ஊடுருவிக் கிடக்கின்றன. சி.வை. தாமோதரனார், கனகசபைப்பிள்ளை, ஆறுமுக நாவலர் ஆகியோரைத் தமிழ் வரலாறு தெரிந்தவர்கள் அடிக்கடி நினைவு கூர்வார்கள். தமிழக, ஈழ அறிவுலக ஊடாட்டம் இருபதாம் நூற்றாண்டின் முதல் கால்பகுதி வரை வலிமையாகத் தொடர்ந்தது. மதுரை தமிழ்ச் சங்கத்தை நிறுவிய பொன். பாண்டித்துரைத் தேவரும் அவர் தொடங்கிய செந்தமிழ் இதழும் நெடுங்காலம் அதன் ஆசிரியராகப் பணியாற்றிய மு. இராகவையங்காரும் இதற்குக் காரணமாவார்கள்.

தமிழகம் ஈழம் என்ற நிலவேறுபாடு கருதாமல் யாழ்ப்பாணத்துக் கனகசபைப்பிள்ளை, சுன்னாகம் குமாரசாமிப்பிள்ளை, யாழ்ப்பாணம் முத்துத் தம்பியாபிள்ளை, சி. கணேசையர், சதாசிவ ஐயர் என ஈழத்துத் தமிழ் அறிஞர்கள் அனைவரும் செந்தமிழ் இதழைத் தமிழ் ஆராய்ச்சிக்குப் பயன்படுத்தியுள் ளனர். (இக்காலப் பகுதிக்குப் பின்னர் மீண்டும் 1960களின் பிற்பகுதியில்தான் ஈழத்துத் தமிழாய்வு முயற்சிகள் தமிழ்நாட்டுக்குக் கிட்டின என்பதையும் நினைவில் கொள்ளவேண்டும்.)

மனோன்மணியம் சுந்தரனார் பல்கலைக் கழகத் தமிழியல்துறை 2001இல் 'இரேனியஸ்: தமிழியல் முன்னோடி' என்ற நூலை வெளியிட்டது.

நெல்லை மாவட்டம் பாளையங்கோட்டையில் 19 ஆண்டுக்காலம் வாழ்ந்த இரேனியஸ்(C.T.E. Rhenius) 1832இல் 'பூமிசாஸ்திரம்' என்ற முதல் அறிவியல் தமிழ்நூலை எழுதி வெளியிட்டார். ஆஸ்திரேலியக் கண்டம் கண்டுபிடிக்கப்படாத காலம் அது. மின்சாரமும் நெடுஞ்சாலையும் போக்குவரத்துச் சாதனமும் அக்காலத்தில் தமிழகத்தில் அறிமுகமாகவில்லை. போக்கு வரத்திற்குக் குதிரைகளும் குதிரை வண்டிகளும், அஞ்சல் போக்குவரத்திற்குப் பங்காவண்டிகளும் காடா விளக்குகளும் கைவிளக்குகளும்தாம் அக்காலத்தில் அறிமுகமாகியிருந்தன. அறிவியல் கண்டுபிடிப்புகளாகத் தாளும் மையும் அச்சு எந்திரங்களும் மட்டுமே அக்காலத்தில் இருந்தன. இந்தப் பின்னணியில் நினைத்துப் பார்க்கும்போது அக்காலத்து அறிவு முயற்சியாளர்களுடைய உழைப்பு வியப்போடு கூடிய மரியாதைக்குரியதாகும்.

இரேனியஸ் அடிகளின் சமகாலத்தில் வாழ்ந்து, எழுதி, தமிழர்களால் பெரும்பாலும் மறக்கப்பட்ட இன்னுமொரு முன்னோடியின் பெயர், சைமன் காசிச் செட்டி. தமிழியல் ஆய்வு களில் ஒரு முன்னோடிக்கான பங்கினை இவரும் ஆற்றியிருப்பதை நினைத்து வியப்படையாமல் இருக்க முடியாது. செட்டியாரின் 'The Castes Customs Manners and Literature of the Tamils' என்னும் நூல் அவர் மறைந்து (1861) நெடுங்காலத்திற்குப்பிறகு 1934இல் அவரது பேர்த்தியின் முயற்சியால் வெளியிடப்பட்டுள்ளது. மீண்டும் 1988இல் ஆசிய கல்விச் சேவை (AES) பதிப்பகம் இந்நூலை வெளியிட்டுள்ளது. செட்டியார் தம் சமகாலத்தில் வெளிவந்த Man in India என்ற ஆங்கில இதழில் தம் கட்டுரைகளை எழுதி யுள்ளார் என்பதும் தெரிய வருகிறது.

தமிழியல் ஆய்வுகளில் இரேனியஸ் அடிகளைத் தொடக்கப் புள்ளி எனக் கொண்டால் செட்டியாரை அவரைத் தொட்டடுத்த துணைப்புள்ளியாகக் கொள்ள முடியும். ஏனென்றால், பின்வந்த ஒரு நூற்றாண்டுக்கால வளர்ச்சிக்கான குறுவித்துக்களைச் செட்டியார் தன் எழுத்துக்களில் தூவியுள்ளார். ஹென்றி பவரின் 'வேத அகாராதி' (தமிழ்), பேராயர் கால்டுவெல்லின் 'திருநெல்வேலி வரலாறு' (ஆங்கிலம்), 'திருநெல்வேலி சாணார்கள்' (ஆங்கிலம்), கனகசபைப் பிள்ளையின் '1800 ஆண்டுகளுக்கு முற்பட்ட தமிழர்' ஆகியன எல்லாம் செட்டியாரின் எழுத்துக்களுக்குக் கடன்பட்டிருக்கின்றன.

தொல்காப்பியரும் சங்க இலக்கியமும் அறியப்படாத காலத்தில் தமிழர் சாதி அமைப்பு குறித்தும் தமிழ்ப் பெண்களின் அணிகலன்கள் குறித்தும் அவர் திரட்டியுள்ள தரவுகள் மிக

இதுவே சனநாயகம்!

நுட்பமானவை. நிகண்டு நூல்கள் மட்டுமே அக்காலத்தில் அவருக்குக் கிடைத்த சமூக வரலாற்று ஆவணங்களாகும். இவற்றில் காணப்படாத, கள ஆய்வில் மட்டுமே கிடைத்திருக்கக்கூடியவை அவரது நூலில் நிறையவே காணக்கிடைக்கின்றன.

தமிழ்ச் சாதிகள் குறித்து செட்டியாருக்குப் பின்வந்த எழுத்துக்களில் செர்ரிங் அடிகளார், எட்கர் தர்ஸ்டன் ஆகியோருடைய பதிவுகள் கணிசமானவை. இவர்களுக்குக் கிடைத்த தரவுகள் நிறுவனப் பின்புலத்தின் வழியாகப் பெற்றவை. செட்டியார் கள ஆய்வின் வழியேதான் இத்தரவுகளைத் திரட்டி யிருக்க இயலும். கடந்த இரண்டு நூற்றாண்டுக் காலத்தில் வெகுசன ஓட்டத்தில் கரைந்துபோன சாதிகளைப் பற்றிய குறிப்புகள் இவரது நூலில் காணக்கிடைக்கின்றன. எடுத்துக் காட்டாக, கல்கட்டு இடையர் (Kalkat Ideiyar) பற்றி இப்போது அறிய இயலவில்லை; அஞ்சாலி இடையர் (Anjali Ideiyar), தாலியால் பெற்ற பெயர்; குறுக்கை வெள்ளாளர் என்பது நடுநாட்டில் திருநாவுக்கரசர் பிறந்த சாதிப் பெயர்; நீலவண்ணார் – ஆடைகளுக்கு நீலச்சாயம் இடுபவர்; சாய வண்ணார் – துணிகளுக்குச் சிவப்புச்சாயம் இடுபவர்; இவர்களோடு பிற்கால ஆய்வாளர்கள் குறிப்பிடும் 'பொதரவண்ணார்' சாதியையும் எடுத்துக்காட்டுகிறார். பொதரவண்ணார் (என்ற புறத்து வண்ணார்) நெல்லை மாவட்டத்தில் மட்டும் இன்னும் வாழக்கூடியவர்கள். 'தாழ்நிலைச்' சாதிகளுக்குத் துணி நெய்து தருபவராக 'கோடியர்' என்னும் பிரிவினரைக் குறிப்பிடுகிறார்.

தமிழ்நாட்டுச் சாதிகளைப்பற்றிய தரவுகளே இவரது நூலில் பெரும்பாலும் காணப்படுகின்றன. 1834இல் அவற்றை இவர் எங்கிருந்து பெற்றார் என்பது தெரியவில்லை. செட்டியாரின் நூலில் மிக நுட்பமான பதிவொன்றினை நான் கள ஆய்வில் கண்டு வியந்திருக்கிறேன். கோவில்களில் சிற்பங்களுக்கு வண்ணம் தீட்டும் தொழிலையுடைய ஒரு சாதியார் தமிழ்நாட்டில் இருந்துள்ளனர். பெரும்பாலும் கரைந்துபோன இச்சாதியாரை 'மொச்சியர் – வண்ணம் தீட்டுபவர்' என்கிறார் இவர். நெல்லை மாவட்டத்தின் ஒன்றிரண்டு ஊர்களில் ஒன்றிரண்டு குடும்பங்களாக வாழும், எண்ணிக்கை சிறுத்த, இச்சாதியாரின் பெயர் 'நொச்சியர்' என்பதாகும். வண்ணம் தீட்டும் தொழிலாளியாக இருந்த இவர்கள் தற்போது வெள்ளையடிக்கும் தொழிலை மேற்கொண்டு வாழ்கின்றனர். இவர்களில் சிலர் கருவி இசைப்பயிற்சி (கிளாரினெட், நாதசுரம்) உடையவர்களாகவும் வாழ்கின்றனர்.

கடற்சிப்பி சுட்டுச் சுண்ணாம்பு ஆக்கும் தொழிலையுடையவர் இப்போது 'சுண்ணாம்புப் பறையர்' எனப்படுகின்றனர். இவர்களே

இலக்கியங்கள் குறிப்பிடும் 'கடையர்' என அடையாளப்படுத்து கின்றனர். செட்டியாரின் சாதித்திரள் பதிவுகளில் இரண்டு மிகவும் குறிப்பிட்டுச் சொல்லத் தகுந்தவை.

சங்க இலக்கியத்தில் பேசப்படும் பாணர் சாதியார் நெல்லை மாவட்டத்தில் கணிசமாக வாழ்கின்றனர். பறை செய்யும் இசைக்காரரான இச்சாதியினர் மோட்டார் தொழிலின் வருகை யினையொட்டிப் பேருந்துகளில் தோலால் ஆன இருக்கைகள் தைக்கும் தொழிலுக்கு ஈர்த்து வரப்பட்டனர். பின்னர் தையல் தொழிலுக்கு மாறினர். துன்னூசி, கொழுத்துன்னூசி என்ற தொடர்கள் இலக்கியங்களில் தோற்கருவிகள் தைப்பவரின் கருவியினைக் குறிப்பிடுகின்றன. 'துன்னர்' என்னும் சாதியினரைத் 'தோல் தைப்பவர்' எனக் குறிக்கின்றார், செட்டியார். தமிழ்நாட்டில் அல்லது ஈழத்தின் பகுதிகளில் இவர்கள் இப்பெயரோடு வாழ்ந்திருக்க வேண்டும். இவர்கள் தொல்தமிழ் மரபினரான பாணர்களின் கால்வழியினராக இருக்க வேண்டும்.

செட்டியார் 'உவலையார்' என்றொரு சாதியாரைக் குறிப்பிட்டு அவர்கள் நிலத்தடிநீரைக் கண்டுபிடிப்பவர்கள் (நீரோட்டம் பார்ப்பவர்கள்) என்று விளக்குகிறார். வறண்ட காடுகளில் அமைந்த கிணறுகளை 'உவலைக்கூவல்' என்று சங்க இலக்கியம் குறிப்பிடுகிறது. 'கோவலர், ஊறாது இட்ட உவலைக்கூவல்' என்ற அகநானூறு (21) நீரற்றுப் போனதால் இடையர் பயன்படுத்தாமல்விட்ட ஒரு கிணற்றினைப் பேசு கின்றது. 'தலைவன் நாட்டில் மான் குடித்தபின் எஞ்சிய கலங்கிய உவலைக் கூவல் நீர் இனிமையானது' என்று ஐங்குறுநூற்றில் (203) ஒரு தலைவி பேசுகின்றாள். கூவல் என்பது சிறிய தோண்டு கிணறு (அடிகிணறு அன்று) ஆகும். தமிழநாட்டில் மரபு வழியாகக் கிணறுதோண்டும் பணியினைச் செய்தவர் யார் என்பது இதுவரை விடையில்லாத கேள்வியாகும். ஏனென்றால், இருபதாம் நூற்றாண்டு வரை கிணறு தோண்டும் வேலை செய்வோர் ஒட்டர்களாகவும் (ஓரிய நாட்டிலிருந்து வந்தோர்), போயர்களாகவுமே (கன்னடம் பேசும் சாதியார்) இருந்தனர். செட்டியாரின் இந்தப் பதிவு தமிழ்ப்பண்பாட்டு வேர்களில் ஒன்றை இனங்காட்டியிருக்கிறது.

இவையன்றி ஈழத்துக்கேயுரிய கோவியர், நளவர், திமிலர், கரையார் ஆகிய மக்களையும் அவர் குறிப்பிடுகிறார். தமிழ்நாட்டு மகளிரின் அணிகலன்களை இவரே (இளங்கோவடிகளுக்குப் பின்னர்) முதலில் பட்டியலிடுகின்றார். பின்னர் 1950களின் நடுப்பகுதியில் 'தமிழ்நாட்டு அணிகலன்கள்' என்னும் 'நுண்கலைச் செல்வர்' அ. இராகவனின் புகழ்பெற்ற நூல் வெளிவந்தது குறிப்பிடத் தகுந்ததாகும்.

தமிழ் ஆய்வுகளில் 'இனவரைவியல்', 'பண்பாட்டு மானிடவியல்' முயற்சிகள் இப்போதுதான் அரும்பி வளர்கின்றன. இத்துறையின் வளர்ச்சிக்கு 150 ஆண்டுகளுக்கு முன் வித்திட்ட முன்னோடி என்ற பெயரைச் சைமன் காசிச் செட்டி பெற்றுக் கொள்கின்றார்.

இந்தக் காலப்பழமை காரணமாகவே தேசவழமைச் சட்டம், தேநீர்க்கடை போன்ற ஈழத்துச் சமகால உறுத்தல்களோ, தலித் இலக்கியக் கலகக்குரல்களோ அவரது நூலில் இடம்பெறாமல் போய்விட்டன என்பதையும் மனங்கொள்ள வேண்டும்.

தமிழ்நாட்டுக் கோசாம்பி

சற்றே குள்ளமான உருவம்; சிவந்த நிறம்; வாசிப்பின் வீச்சினைக் காட்டும் அகலமான பரந்த நெற்றி; தடித்த மூக்குக் கண்ணாடி; முழுங்கைச் சட்டை; வேட்டியின் நுனியை ஒரு கையில் பிடித்தவாறு பாளையங்கோட்டை தெற்குக் கடைத்தெருவில் நடந்துசெல்லும் அவரை 'வானமாமலை வாத்தியார்' என்றுதான் ஊர் மக்களுக்குத் தெரியுமே தவிர, 'தமிழ்நாட்டுக் கோசாம்பி' என்று தெரியாது. அவர் மறைந்த பிறகு யாழ்ப்பாணம் பல்கலைக்கழகம் அவருக்கு டாக்டர் பட்டம் வழங்கியதும் தெரியாது.

அவர் எந்தக் கல்லூரியிலும் பணியாற்றியதில்லை. ஆனாலும் இன்றைய தமிழ் ஆய்வுலகத்திற்கு அவர் பேராசிரியர் நா. வானமாமலைதான். நெல்லை மாவட்டம் நாங்குநேரியில் பழுத்த வைணவக் குடும்பத்தில் பிறந்தவர். நாற்பதுகளில் கம்யூனிஸ்ட் கட்சிக்குள் ஈர்க்கப்பட்ட தோழர்கள் ஆர். நல்லகண்ணு, ஏ. நல்லசிவம், பாலவிநாயகம், பின்னாளில் புகழ்பெற்ற வழக்கறிஞரான நாங்குநேரி என்.டி. வானமாமலை, பாளை என். சண்முகம், ஆர்.எஸ். ஜேக்கப் ஆகியோரோடு கட்சிப் பணி யாற்ற முன்வந்த தோழர் அவர். சிறிதுகாலம் பள்ளி ஆசிரியராகப் பணியாற்றிவிட்டு, பின்னர் கட்சியின் நெருக்கடியான காலத்தில் பள்ளிப் பணியை உதறிவிட்டு வந்தவர். தான் பிறந்த நாங்குநேரி வட்டத்தில் ஜீயர் மடத்திற்கு எதிராகத் தோழர் நல்லகண்ணு விவசாயிகளைத் திரட்டிப் போராடிய போது அவருக்குப் பின்னிருந்து உதவியவர்.

இதுவே சனநாயகம்!

பொதுவுடைமைக் கட்சிக்கான சிறு வெளியீடுகளைத் தமிழாக்கித் தந்தவர். ஒருமுறை பாளை நகராட்சி உறுப்பினராகப் பணியாற்றிய அனுபவமும் அவருக்கு உண்டு; சிறைவாழ்க்கையும் அவருக்கு வாய்த்திருந்தது.

ஐம்பதுகளின் கடைசிப் பகுதிகளின்போது கல்வியுலகமும் தமிழ் ஆராய்ச்சி உலகமும் அவருக்கு ஆர்வமாக இருந்தன. பெரியாரிடமிருந்து பிரிந்து வந்து பொதுவுடைமைக்காரரான சாத்தான்குளம் அ. ராகவன் நட்பும் அதற்கு ஒரு காரணமாகும். ஒரு காலத்தில் தமிழ் மரபுவழிப்புலமை, சித்தர் பாடல்களை ஏற்றுக்கொள்ளாதது போலவே எழுத்தறியா மக்களின் பாடல்களையும் கதைப்பாடல்களையும் பழமொழிகளையும் ஏற்றுக்கொள்ள மறுத்தது. 1957இல் பேராசிரியர் நா.வா. 'தமிழ்நாட்டுப் பாமரர் பாடல்கள்' என்ற பெயரில் ஒரு சிறிய தொகுப்பினை ஆய்விற்கான குறிப்புகளுடன் வெளியிட்டார். அதுவரை அவற்றைத் தமிழ் ஆய்வுலகம் அருங்காட்சியகப் பொருளாகவே ஒதுக்கிவைத்திருந்தது.

பேரா.நா.வா. அவை உயிருள்ள புழங்குபொருள் என்பதனை மெய்ப்பித்தார். இன்றைக்கு வேரும் விழுதுமாகக் கிளைவிட்டு நிற்கின்ற நாட்டார் வழக்காற்றியல் ஆய்வுப் புலங்களுக்கு அவரே வித்தூன்றியவர்.

அறுபதுகளின் இறுதிப் பகுதியில் மதுரைப் பல்கலைக்கழகம் கட்டபொம்மன் கதை, கான்சாகிபு சண்டை, காத்தவராயன் கதை ஆகிய கதைப்பாடல்களை அச்சிட்டு வெளியிட்டபோது தமிழ்ப்பண்டிதம் நெற்றி சுருக்கியது. ஆனால் ஆய்வுலகம் வரவேற்றது. அக்கதைப் பாடல்களின் பதிப்பாசிரியர் பேரா.நா.வா. அப்பணியை அவரிடம் ஒப்படைத்தவர் பேரா.தெ.பொ.மீ.

ஐம்பதுகளிலும் அறுபதுகளிலும் பொதுவுடைமைச் சித்தாந்தத்தை முறையாகப் பயின்ற தமிழ்நாட்டு இளைஞர்களில் பெரும்பாலானோர் பேரா.நா.வா எடுத்த வகுப்புகளுக்குக் கடன்பட்டவராவார். 1971இல் தமிழ்வழிக் கல்விக்கெதிரான குரல்கள் எழுந்தபோது அதனை எதிர்த்துப் பொதுக்கூட்டங்கள் நடத்தினார். 'தமிழால் முடியும்' என்ற நூலையும் எழுதினார்.

பேராசிரியர் நா.வா. கல்வியாளர் மட்டுமல்லர். எதிர்கால உணர்வுடன் கூடிய மிகச் சிறந்த ஆய்வாளரும் ஆவார். மணிமேகலை கூறும் பரபக்க லோகாயதம் குறித்தும் அவரால் எழுதமுடியும். பரிபாடலின் முருக ஸ்கந்த இணைப்புப் பற்றியும் அவரால் பேசமுடியும். அறுபதுகளின் கடைசிப் பகுதியில் அவர்

'நெல்லை ஆய்வுக்குழு' என்னும் அமைப்பினை நிறுவி *ஆராய்ச்சி* என்ற இதழினையும் தொடங்கினார்.

அவர் வாழ்ந்த காலம்வரை 24 முறை 'ஆராய்ச்சி' காலாண்டு இதழாக வெளியாயிற்று. சோவியத் நாட்டு வித்தாலி ஃபுர்னீக்காவுடன் தமிழ்நாட்டின் அ. ராகவன், முகு. ஜெகந்நாதராஜா, ஈழத்துப் பேராசிரியர் கா. சிவத்தம்பி, ஆ. சிவசுப்பிரமணியன், க. சுப்பிரமணியன், மே.து. ராசுகுமார் எனத் தமிழ் ஆய்வுலகத்தின் எல்லைகளை விரித்துக் காட்டிய பெருமை ஆராய்ச்சி இதழுக்கு மட்டுமே உண்டு. எளிய தமிழில் அறிவியல் கட்டுரைகள் பல எழுதிய பேராசிரியர், ரொமிலா தாப்பரின் நூலொன்றினை, 'வரலாறும் வக்கிரங்களும்' என்ற பெயரில் தமிழில் மொழிபெயர்த்தார். 'தமிழ் உரைநடை வளர்ச்சி' என்ற அவரது நூலும் காலத்தின் தேவையாகும்.

'தமிழர் பண்பாடும் தத்துவமும்,' 'விடுகதைகளும் பழமொழி களும்' ஆகிய அவரது நூல்கள் தமிழ் ஆய்வுலகத்திற்குப் புதிய பரிமாணங்களைத் தந்தன. கர்நாடகத்தின் தார்வார் பல்கலைக் கழகம் அவரைக் கௌரவப் பேராசிரியராக நியமித்தது. தமிழில் எழுந்த நாட்டார் படைப்புகளை ஆய்வு செய்ய வைத்தது. ஆராய்ச்சி இதழில் ஒவ்வொரு கட்டுரைக்கும் அவர் எழுதிய முற்குறிப்பு ஆய்வாளர்களுக்குப் புதிய வெளிச்சம் காட்டின.

'குகனொடும் ஐவரானோம்' என்பது போல அவரது ஆய்வு நட்புலகம், ரொமிலா தாப்பர் முதல் மயிலை சீனி வேங்கடசாமி வரை விரிந்தது. எழுத்தாளர் கி.ரா முதல் சிட்டி வரை அதில் அடக்கம். 'தம்மின் தம்மக்கள்' என்ற திருக்குறள் அறிவுலக நாகரிகத்தின் அடையாளம் ஆகும். அந்த நயத்தக்க நாகரிகம் அவருக்கு வாய்த்திருந்தது என்பதற்கு அவர் உருவாக்கிய நெல்லை ஆய்வு வட்டத்திலிருந்து வெளிவந்த பேராசிரியர்களே சான்றாவர்.

தே. லூர்து, எஸ். தோதாத்ரி, ஆ. சிவசுப்பிரமணியன், ந. முத்துமோகன், பொன்னீலன், சி. சொக்கலிங்கம், செந்தீ நடராசன், மே.து. ராசுகுமார், நா. இராமச்சந்திரன், வெ. கிருஷ்ண மூர்த்தி ஆகிய ஆய்வாளர்களின் ஆக்கத்தில் அவருக்குப் பங்குண்டு.

1980இல் போபாலில், மகள் வீட்டிற்குச் சென்றிருந்த பேராசிரியர் அங்கே காலமானார். பேராசிரியரின் ஆய்வுத் தொண்டினைத் தமிழர்கள் மறந்துவிட்டதில் வியப்பேதும் இல்லை. ஒருவேளை மீண்டும் மறப்பதற்காக நூற்றாண்டு விழா நேரத்தில் நினைப்பார்களோ, என்னவோ!

நம்பமுடியாத புலமையாளர்

தமிழ்நாட்டில் அறியப்பட்டவர்களைப் போல் அறியப்படாத பெரிய அறிஞர்களின் பட்டியல் ஒன்றும் இருக்கிறது. அதற்கு ஒரு நல்ல எடுத்துக்காட்டு சி.சு. மணி.

தொல்காப்பியம் உயிர்ஈற்றுப் புணரியலைப் பற்றிப் பேசவேண்டுமா? சங்க இலக்கியத்தின் பிசிராந்தையார் நட்பினைப் பற்றிப் பேச வேண்டுமா? பரிமேலழகர் உரைச் சிறப்பு என்ன? தமிழிலக்கிய நெடும் பரப்பில் எங்கே எந்தக் கேள்வி கேட்டாலும் பதில் சொல்லக் கூடிய ஓர் அறிஞர் அவர்.

சி.சு. மணி அஞ்சல் துறையில் எழுத்தராக இருந்தார். ஆனால் அவர் நெல்லை மாவட்டத்தில் எல்லாப் பேராசிரியர்களுக்கும் பேராசிரியர். எந்தத் தமிழ், ஆங்கிலப் பேராசிரியருக்கும் மரபு வழி இலக்கியத்தில் ஐயம் ஏற்பட்டால் அவரிடத்திலே போய்த்தான் தெரிந்துகொள்வார்கள். அவரது வாசிப்பு அவ்வளவு விரிவானது; ஆழமானது; மிக நுணுக்கமானது.

கல்லூரியில் பி.ஏ. பொருளாதாரத்தில்தான் அவர் பட்டம் பெற்றிருந்தார். ஆனால் அவரிடம் இசை உட்பட, பல துறைப்புலமைகள் இருந்தன. அவர் தன்னைத்தானே கேலியாகச் சொல்லிக் கொள்கிற மாதிரி, புளிய மரத்தடியை விட்டு எங்கும் போகாமலேயே எல்லா ஞானத்தையும் பெற்றுக் கொண்ட நம்மாழ்வாராக அவர் விளங்கினார்.

யார் எப்போது என்ன வந்து கேட்டாலும் இல்லையென்று சொல்லாமல் கொடுக்கக்கூடிய ஒரு செல்வனைப்போல அவருடைய வீடு அறிவைத் தேடி வருபவர்களுக்குத் திறந்தே கிடந்தது. உடல் நலம் குன்றியிருந்த கடைசி நிமிடம்வரை அது அப்படியேதான் இருந்தது.

உணர விரித்துரைத்தல் என்றால் அதுதான் நல்ல கல்வியின் பயன் என்று சொல்வார் வள்ளுவர். கற்றவன் அதை அடுத்தவர் உணருமாறு விரித்துச் சொல்ல வேண்டும். அப்படிச் சொல்கிற ஆற்றல் பேராசிரியர்க்ளைவிட அவருக்கு நிறைய இருந்தது. அவர் எல்லோருக்கும் ஆசிரியராக மட்டுமன்றிக் கடைசி நிமிடம் வரை மாணவனாகவும் இருந்தார். என்ன புதிய புத்தகம் வந்திருக்கிறது என்று கேட்பார். 69ஆம் வயதில் 2003ஆம் ஆண்டு வெளிவந்த 'புனைகளம்' மூன்றாவது இதழ் ஏன் வரவில்லை என்று ஒரு மாதத்திற்கு முன்னால் கேட்டார்.

அவருடைய மரபு சைவ மரபு. அவருடைய தாயார் குமரகுருபரருடைய தம்பியின் வழியில் வந்தவர். எனவே அவருக்குச் சைவ மரபுப் பின்புலம் இருந்தது. ஆனால் மத அடியாரைப்போல அவர் ஒரு போதும் நடந்துகொள்ள மாட்டார். தேவாரத்தை அவ்வளவு நுணுக்கமாகச் சொல்லுவார். 'சடையாய் எனுமால் சரண் நீ எனுமால்' என்ற சம்பந்தர் தேவாரத்திற்குச் சைவர்கள் சொல்கிற கதையை ஒப்புக் கொள்ளமாட்டார். இது அகப்பொருள் பாசுரம் என்பார். சிவஞான முனிவர் சொல்லுகிற 'சத்சூத்திரர்' என்ற கருத்தை அவர் ஒப்புக்கொள்ளமாட்டார். சைவ சித்தாந்தம் ரௌரவ ஆகமத்தினுடைய மொழிபெயர்ப்பு என்று சொல்லக்கூடிய கருத்தையும் அவர் ஒப்புக்கொள்ளமாட்டார். பதிநான்கு சாத்திரங் களுக்கும் உரை எழுதி ஒரு பல்கலைக்கழகம் செய்யவேண்டிய பெரும் பணியாகிய 'சிவஞான மாபாடிய'த்துக்கு ஆயிரம் பக்கங்களில் எளிய உரையை வரைந்திருந்தாலும் சிவதீட்சை பெற்றுக்கொள்ளவில்லை. ஆனால் நல்ல சைவராக வாழ்ந்தார். சைவநெறி என்பது ஒரு வாழ்நெறி என்று அடிக்கடி சொல்வார்.

அவருடைய எழுத்துப்பணி மிக விரிவானது. பதினான்கு சாத்திரங்களுக்கும் உரை எழுதியிருக்கிறார். சிவஞான மாபாடியத்துக்கு உரை எழுதுவது அவ்வளவு எளிதான காரிய மன்று; அதிலுள்ள கடுமையான இலக்கணப் பகுதிகளெல்லாம் யாவரையும் மலைக்க வைக்கும். அது அவருடைய மிகப்பெரிய பங்களிப்பு. ஐம்பது அல்லது அறுபது ஆண்டுக்காலமாக யாருமே படிக்காதிருந்த சிவஞான மாபாடியத்தை இன்னுமொரு

நூற்றாண்டுக் காலத்திற்கு ஒரு கல்லூரி மாணவன் தைரிய மாகத் தொட்டுப் பார்க்கலாம்; அந்த அளவுக்கு உரை எளிமை யானதாகும்.

சைவம் மட்டுமல்ல, வைணவ நூல்களையும் படிப்பார். ஆச்சார்ய ஹிருதயமும், மும்முச்சுப்படியும் ஸ்ரீவைஷ்ணவ பூஷணமும் அவருடைய நாவிலே சாதாரணமாக வந்து விழும். 'செந்நிறத்த தமிழோசை என்றதனாலே அகஸ்தியமும் அனாதி என்று சொன்னாரல்லவா' என்று அவர் மேற்கோள்காட்டுகிற போது நமக்குத் தலைசுற்றும். ஒரு திருநீறணிந்த சைவர் இவ்வளவு சாதாரணமாக மேற்கோள் காட்டுகிறாரேயென்று!

பைபிளிலே ஜேம்ஸ் எடிசன்னிலிருந்து பதின்மூன்று பதிப்புகள் அவரிடத்திலே இருந்தன. இமாம் கஸாலி பற்றிய நூல்களையெல்லாம் அவர் வைத்திருந்தார். முஸ்லிம்களிடம் இமாம் கஸாலியரைப் பற்றி அவரால் பேச முடியும். கூடுதலாகச் சில விசயங்களைச் சொல்லவும் முடியும். அவர் கடைசியாக என்னிடத்திலே வாங்கிப் படித்த புத்தகம், சமண ஷியாத்வாதம் பற்றியது.

அவரது நினைவாற்றல் ஒரு கணிப்பொறியை நினைவு படுத்துவதாக இருந்தது. மனப்பாடமாகச் சொல்லி நடத்துவார். வீட்டு மாடியில் ஒரு காலத்தில் எல்லோருக்கும் உணவளிக்கும் அளவுக்கு அவருக்குப் பொருள் வசதி இருந்தது; செய்தார். எல்லோரும் வந்து உட்கார்ந்திருப்போம். கேட்பவர்கள் பெறுவான் தவம் என்பது மாதிரி வந்து உட்காருவார்கள். சொல்லிக்கொண்டிருப்பார்; எல்லோரும் கேட்டுக்கொண்டே இருப்போம். எல்லாப் பக்கமும் சுற்றிச்சுற்றி வருவார்.

மூல இலக்கியங்களை மட்டுமல்லாமல் உரைகளையும் நுணுக்கமாகப் படித்திருந்தார். சிலப்பதிகார உரையில் இவருக்கு இருந்த பயிற்சி, பண்ணாராய்ச்சி வித்தகர் சுந்தரேசனார் போன்றவர்கள் மெச்சும்படி இருந்தது.

தவத்திரு குன்றக்குடி அடிகளார், பேரறிஞர் வானமாமலை, நுண்கலைச் செல்வர் சாத்தான்குளம் அ. ராகவன் போன்ற எல்லோரும் அவரை மதித்தார்கள். எல்லோரும் அவர் வீடு தேடி வந்து சென்றார்கள். குன்றக்குடி திருமடம் சேக்கிழார் விருதை ஏற்படுத்திய முதலாண்டிலேயே அதனை அவருக்கு வழங்கியது.

பத்துப் பதினைந்து ஆண்டுகளுக்கு முன்னால் வரைக்கும் அவருடைய குரல்வளம் மிக அருமையாக இருந்தது. செவ்வியல்

இசையையும் காவடிச் சிந்தையும் தேவாரத்தையும் பாடுவார். இத்தனைக்கும் ஓயாது புகைபிடிக்கிற வழக்கம் உடையவர்; இருந்தாலும் அவரது குரல் மணிக்குரலாக இருந்தது.

அவருடைய நடை, தோற்றம், எழுத்து, பேச்சு, காசுக்குத் தன்னுடைய புலமையை விற்காத வாழ்க்கை என எல்லாமே கம்பீரம் நிறைந்ததாக இருந்தது. அந்தக் கம்பீரத்தைக் கடைசி வரை காப்பாற்றினார். ஆக, ஒட்டுமொத்தத்தில் நான் என்னுடைய குருநாதரை இழந்துபோனேன். சைவ உலகம் மிகப்பெரிய சைவ சித்தாந்தியை இழந்துவிட்டது. தமிழ் இலக்கியம் பெரிய மரபிலக்கியப் பேரறிஞரை இழந்தது. எங்கள் நெல்லை மாவட்டம் ஒரு பல்துறை அறிஞரைப் பறிகொடுத்து விட்டது.

தீராநதி, செப். 2003

இதுவே சனநாயகம்!

திருக்குறள் அறிமுகவுரை

உலக நாகரிகத்திற்குத் தமிழினத்தின் பங்களிப்புகள் பல; அவற்றுள் இரண்டைக் குறிப்பிட்டுச் சொல்லலாம். ஒன்று, தமிழிசை; மற்றொன்று திருக்குறள். தமிழில் மிகச் சில சொற்களாலான கவிதை வடிவம் குறள் வெண்பா ஆகும். மிக விரிந்த உலகச் சிந்தனைகளை மிகக் குறுகிய வடிவத்தில் தரமுடியும் என்பதை உலக இலக்கிய அரங்கில் முதலில் வள்ளுவரே செய்து காட்டினார் எனலாம். சின்னக் குழந்தையின் சிரிப்பு முதல் 'மெய்யுணர்தல்' வரை வள்ளுவர் மண்ணுக்கும் விண்ணுக்குமான சிந்தனைகளைத் தம் அளவிற் சிறிய நூலில் பொதிந்துவைத்துள்ளார்.

வள்ளுவரது காலம் பல்வேறு அறிஞர்களால் கி.மு. முதல் நூற்றாண்டில் இருந்து கி.பி. இரண்டாம் நூற்றாண்டுவரை அறுதியிடப்படுகிறது. இலக்கிய வரலாற்று நோக்கில் பார்ப்பதானால், சங்க இலக்கியங்கள் பெரும்பாலானவற்றுக்கு, திருக்குறள் காலத்தால் பிற்பட்டது; சிலப்பதிகாரத்துக்கு முற்பட்டது.

இளங்கோவும் கம்பனும் ஆக்கியளித்த பேரிலக்கியங்களில் 'தமிழ்' என்ற அடையாளத்துக் குள்ளேயே அவர்களது முகம் தெரியும். வள்ளுவத்தை மட்டும் 'உலகப்பொதுமறை' என்கிறோம். காரணம் என்ன ? தமிழ்மொழியில் அமைந்தது என்பதைத்தவிர இனம், நாடு குறித்த வெளிப்படையான தன்னடை யாளம் எதையும் வள்ளுவர் தம்நூலில் கூற முற்பட வில்லை. தமிழ், தமிழ்நாடு, வஞ்சி, மதுரை, பாண்டியர்,

சோழர் ஆகிய அடையாளம் காட்டும் எந்தச் சொல்லும் திருக்குறளில் காணப்படவில்லை. வள்ளுவரின் சமகாலத்தில் ஏன், அவருக்குப் பின்னரும்கூட இந்தியத் துணைக்கண்டத்தில் இலக்கியங்களின் வழி அறம் பேசவந்தவர்கள் சாதி, சமயம், நிலப்பகுதி ஆகிய அடையாளங்களைத் தாண்டிச்செல்ல இயலவில்லை. வள்ளுவர் மனிதப் பொது அறம் பேசியவர். அவரது இயற்பெயர்கூட நம்மால் அறியப்பெறவில்லை. வள்ளுவர் என்பது ஒரு குடிப்பெயராகும். இன்பத்துப்பாலைக் கொண்டும் மக்கட்பேறு அதிகாரத்தைக் கொண்டும் அவர் மணமானவர், மழலை இன்பம் துய்த்தவர் என்பதை அறிய முடிகிறது.

'நேற்று வந்த பசி இன்றும் வந்துவிடுமோ', (குறள் எண். 1048) என்று அஞ்சுகிற இடத்திலும் 'நெருப்பிலே தூங்கலாம், பசியிலே தூங்க முடியாது' (குறள் 1049) என்று தன்னிரக்கம் காட்டும் இடத்திலும் வறுமையோடு போராடிய வள்ளுவரின் தனி வாழ்க்கையினை நாம் உய்த்துணரலாம். இவையன்றி, திருக்குறளிலிருந்து அந்த மானுடப் பெருமலையின் எந்தப் பக்கத்தையும் நம்மால் அறிய முடியவில்லை.

இனி, வள்ளுவரின் காலத்தில் தமிழ்நாட்டில் செல்வாக்குப் பெற்றிருந்த அல்லது தமிழ்ச் சமூகத்தை இயக்கிக்கொண்டிருந்த கருத்தியல்களை நோக்கலாம். தமிழகத்தில் புகுந்த வைதீகப் பார்ப்பனர்கள் தமிழ்நாட்டு அரசு அதிகாரத்திற்கு அருகில் அமர்ந்துள்ளனர். "ஏற்ற பார்ப்பார்க்கு – ஈர்ங்கை நிறையப் பூவும் பொன்னும் புனல்படச் சொரிந்த" தமிழ் மன்னர்கள் இருந்திருக்கிறார்கள். மறுபுறமாக, வைதீகத்திற்கு எதிராகக் கிளர்ந்தெழுந்த சமண, பௌத்த மதங்கள் தமிழ்நாட்டில் தங்கள் செல்வாக்கைப் பரப்பத் தொடங்கியிருந்தன. வள்ளுவர் வைதீகத்திற்கு எதிராகக் குரலெழுப்பியவர். 'பிறப்பு வழி வேற்றுமையே' வைதீகக் கொள்கையின் உயிர்நாடி. இந்தக் கொள்கை அதிகாரத்திற்கு நெருக்கமாக இருந்தபொழுது 'பிறப்பொக்கும் எல்லாவுயிர்க்கும்' என்ற வள்ளுவரின் குரல் கலகக் குரல்தானே. அது போல 'அந்தணர்' என்ற சொல்லைப் பார்ப்பனர்கள் தமக்கு வழங்கிய காலத்தில், வள்ளுவர் அச்சொல்லுக்கு 'அந்தணர் என்போர் அறவோர்' என்ற எதிர்மறை வரைவிலக்கணம் தர முற்படுகின்றார்.

நமது நிகழ்கால நோக்கில் வள்ளுவத்திற்குப் 'போதாத காலம் ஒன்று இருந்தது. 17, 18, 19 ஆம் நூற்றாண்டுகளில் தென்னகத்திற்கு வந்த, மேல்நாட்டு அறிஞர்கள் திருக்குறளை உச்சிமோந்து தலைமேல் வைத்துக் கொண்டாடினார்கள். ஆனால 18 ஆம் நூற்றாண்டில் வந்த காலனிய அரசு கல்கத்தாவில் மையம் கொண்டிருந்தது. எனவே உள்நாட்டு நீதிமுறைகளைத் தொகுத்த

காலனி ஆட்சியாளர்களின் பார்வையில் திருக்குறள் படவில்லை. அதன் விளைவாக மனுதர்மத்தை அடிப்படையாகக் கொண்ட 'இந்துச் சட்டம்' இந்திய ஏழை மக்களின் தலையில் விடிந்தது. ஆனாலும் கூட திருக்குறளை ஐரோப்பிய மொழிகளில் பெயர்த்த நன்றிக்குரியவர்களின் பெயர்களை இங்கே நினைக்கலாம்.

ஜி.யு. போப் *(G.U. Pope)*, கிண்டர்ஸ்லி *(Kindersley)*, எல்லீஸ் *(F.W. Ellis)*, ட்ரு *(W.H. Drew)*, சார்லஸ் கி. கோவர் *(C.E. Gover)*, ராபின்ஸன் *(E.G. Robinson)*, லாசரஸ் *(Rev.G. Lazarus)*, ஸ்காட் *(T.M. Scott)*, பாப்லி *(H.A. Popley)*, ஆகியோர் ஆங்கிலத்திலும், பெஸ்கிப் பாதிரியார் *(Father Beschi)*, டாக்டர் கிரௌல் *(Dr. Graul)* ஆகியோர் இலத்தீன் மொழியிலும் ஏ.எப். காம்மர்ஸ் *(A.F. Commers)*, ப்ரீட்சிக் ரூகர்ட் *(Friedrich Ruckert)* ஆகிய இருவரும் ஜெர்மன் மொழியிலும் இ. ஏரியல்*(E. Ariel)*, டிடூமாஸ் *(P.G.De Dumas t)*, எம். லெமரேஸ், லூயி ஜெகோலியா *(Louis Jacolliot)*, பொண்டேனோ *G.de. Barrigue de. Fontainieu)*, போன்றோர் பிரெஞ்சு மொழியிலும் திருக்குறளைப் பெயர்த்துள்ளனர். கி.பி. 1810இல் கிண்டர்ஸ்ஸி *(Kindersley)* திருக்குறளின் சில பகுதிகளை முதலில் அச்சு வாகனம் ஏற்றினார். அதே கால அளவில் 'எல்லீசன்' என்று தம்பெயரைத் தமிழில் எழுதியவரும், அன்றைய சென்னை மாநிலத் தலைமை நிதி அதிகாரியுமான எல்லீஸ் *(F.W. Ellis)* வள்ளுவதாசனாக வாழ்ந்திருக்கிறார். கி.பி. 1818இல் சென்னையில், உருவான குடிநீர்த் தட்டுபாட்டினைப் போக்க எல்லீஸ் வெட்டிய கிணறுகளில் ஒன்று சென்னை ராயப்பேட்டை பெரிய பாளையத்தம்மன் கோயிலில் இன்றும் உள்ளது. இக்கிணற்றின் கைப்பிடிச் சுவரில் பதிக்கப்பட்டுள்ள ஒரு கல்லில் எல்லீஸ் துரை 1818ஆம் ஆண்டில் வெட்டி வைத்த கல்வெட்டு இன்றளவும் நம் பார்வைக்கு உள்ளது. அதில்

சயங்கொண்ட தொண்டிய சாணுறு நாடெனும்
ஆழியி லிழைத்த வழகுறு மாமணி
குணகடன் முதலாக குடகட லளவு
நெடுநிலத்தாழ நிமிர்ந்திடு சென்னப்
பட்டணத் தெல்லீச னென்பவன் யானே
பண்டார காரியப் பாரஞ் சுமக்கையிற
புலவர்கள் பெருமான் மயிலையம்பதியான்
தெய்வப் புலமைத் திருவள்ளுவனார்
திருக்குற டன்னிற் றிருவுளம் பற்றிய
இருபுனலும் வாய்ந்த மலையும் வருபுனலும்
வல்லரணும் நாட்டிற் குறுப்பு
என்பதின் பொருளை யென்னுள்ளாய்ந்து . . .

என்ற வரிகளில் ஓர் அழகிய குறளை மேற்கோளாகக் கையாண்டிருக்கிறார்.

மற்றொரு கல்வெட்டு திண்டுக்கல் நகரிலுள்ள எல்லீஸ் கல்லறையின் மீது பொறிக்கப்பட்டுள்ளது. இதில் எல்லீசன் என்னும் இயற்பெயருடையோன்

திருவள்ளுவப் பெயர்த் தெய்வஞ் செப்பி
அருள் குறள்நூலுள் அறப் பாலினுக்குத்
தங்கு பல நூல்உ தாரணக் கடலைப் பெய்(து)
இங்கி லீசுதனில் இணங்க மொழி பெயர்த்தோன்

என்று குறிப்பிடப்பட்டுள்ளது. இக்கல்வெட்டுகளிலிருந்து எல்லீஸ் துரையின் ஆழ்ந்த தமிழ்ப்புலமையும் அவருக்குத் திருவள்ளுவர் மீதும் திருக்குறள் மீதும் இருந்த ஈடுபாடும் தெளிவாகத் தெரிகின்றன.

எல்லீஸ் மாநில நிதி அதிகாரியாகவும் அக்கசாலை (*Mint*)யின் தலைவராகவும் இருந்த காரணத்தால், திருவள்ளுவர் உருவம் பொறித்த (புழக்கத்தில் வராத) தங்க நாணயங்களை வெளி யிட்டார் என்று தெரிகிறது. இந்நாணயங்களை அண்மைக் காலத்தில் நாணயவியல் அறிஞர்கள் ஐராவதம் மகாதேவன், அளக்குடி ஆறுமுக சீதாராமன் ஆகிய இருவரும் கண்டு பிடித்துள்ளனர்.

திருக்குறளின் பெருமையில் நாட்டமுடைய உரை யாசிரியர்கள் பலர் இந்நூலுக்கு உரை எழுதியுள்ளனர். பன்னிரண்டாம் நூற்றாண்டுக்கு முன்னரே, பரிமேலழகர் உள்ளிட்ட பத்துப்பேர் குறளுக்கு உரை செய்துள்ளனர். இருபதாம் நூற்றாண்டில் சாதி, சமய எல்லை கடந்து ஐம்பதுக்கும் மேற்பட்டோர் உரை எழுதியுள்ளனர். திருக்குறளுக்கு எழுந்த உரை நூல்களுள் குறிப்பிட்டுச் சொல்லத்தக்கவை சில. பரிமேலழகர், மு. வரதராசனார், தேவநேயப் பாவாணர் ஆகியவரோடு ஐரோப்பிய மொழிகளில் பெயர்த்த வீரமா முனிவர் இந்நூலின் அறத்துப்பாலுக்கும் பொருட்பாலுக்கும் தமிழில் உரையெழுதியுள்ளார்.

திருக்குறளுக்கு இருபதாம் நூற்றாண்டில் ஒரு பெண்மணி யும் உரை தந்துள்ளார் என்பது குறிப்பிடத்தக்க செய்தி. திருச்சி மாவட்டம் மருங்காபுரி ஜமீன்தாரினி கி.சு.வி. இலட்சுமி அம்மணி என்பார் 1929இல் 'திருக்குறள் தீபாலங்காரம்' என்ற பெயரில் சாது அச்சுக்கூடப் பதிப்பாக ஓர் உரை நூலை வெளி யிட்டுள்ளார்.

ஜார்க் உக்ளோ போப் என்ற ஜி.யு. போப் (1820–1908), தமிழர்கள் நன்றியுடன் நினைக்கக்கூடிய பெயர்களில் ஒன்று. திருக்குறளை முழுமையாக ஆங்கிலத்தில் முதலில் மொழி பெயர்த்தவர் இவரே. 1886இல் இவரது திருக்குறள் ஆங்கில

மொழிபெயர்ப்பு வெளியானது. தமிழ் எழுத்து இலக்கியங் களை முறையாகப் பயின்ற ஜி.யு. போப் தமிழ்ப் பேச்சுமொழி யின் நுட்பங்களையும் உணர்ந்தவர். அவரது 'திருவாசக' மொழிபெயர்ப்பு உலகறிந்த ஒன்று. சைவ சாத்திர நூலான 'திருவருட் பயனையும், தமிழ்ச் சமூகத்தின் எட்டாம் நூற்றாண்டு வாழ்வியலைக் காட்டும் 'புறப்பொருள் வெண்பாமாலை' என்னும் இலக்கண நூலையும் மொழிபெயர்த்துள்ளார். புறநானூற்றின் சில பாடல்களை மொழிபெயர்த்ததோடு அந்நூல் குறித்த கட்டுரைகளையும் அக்கால இதழ்களிலே எழுதியுள்ளார். போப் இலண்டனில் 1908இல் காலமானார்.

போப் குறள் மொழிபெயர்ப்பு நூலைப் பின்னர் சைவச் சித்தாந்த நூற்பதிப்புக் கழகம் இருபதாம் நூற்றாண்டில் வெளியிட்டது. அதில் போப் எழுதிய முன்னுரையின் சில பகுதிகள் விடுபட்டுள்ளதாக கா.மீனாட்சிசுந்தரம் குறிப்பிடுகிறார்.

இங்கு திருக்குறளுக்கு மட்டும் போப்பின் ஆங்கில மொழிபெயர்ப்பு எடுத்தாளப்பட்டுள்ளது. இந்நூல் வெளியீடு அறியாதாரிடத்தும் குறளை அறிய வைப்பதற்குமான முயற்சி யாகும்.

யாதுமாகி பதிப்பகம் வெளியிட்ட
ஜி.யு.போப் திருக்குறள் ஆங்கில மொழிப்பெயர்ப்புக்கான
முன்னுரை

குடும்ப விளக்கு: அறிமுகம்

வீசும் புயல்காற்று, குமுறும் எரிமலை, இருகரையினையும் மீறிப் பார்ப்பவர் நடுங்கப் பாயும் காட்டாற்று வெள்ளம் – இப்படியொரு பாரதிதாசனையே தமிழ்நாடு முதலில் கவிஞனாக அடையாளம் கண்டது. மெல்லிய தென்றல், பொலிந்த அழகுடன் நின்று எரியும் சுடர்விளக்கு, சலசலத்துச் செல்லும் தெளிந்த நீரோடை – இப்படியும் ஒரு பாரதிதாசன் உண்டு என்று நமக்குச் சாட்சியம் கூறும் நூல் 'குடும்ப விளக்கு'.

தன் ஆசான் பாரதியைப் போல் அல்லாமல் குடும்பத்தோடு நிறைந்த ஒட்டுதலுடைய கவிஞர் பாரதிதாசன். ஆசானோ முப்பத்தொன்பது வயதிலே மறைந்துபோனார். இவரோ பெயரன், பெயர்த்தி எனக் குடும்ப அமைப்பின் இன்பங்களை முழுமை யாகத் துய்த்தவர். 1942இல் ஐம்பது வயதைத் தாண்டிய பின்னர் குடும்ப விளக்கின் முதல் பகுதியான 'ஒரு நாள் நிகழ்ச்சி'யை வெளியிடுகிறார் கவிஞர். 1944இல் 'விருந்தோம்பல்' என்னும் இரண்டாம் பகுதியும், 1948இல் 'திருமணம்' என்னும் மூன்றாம் பகுதியும், 1950இல் 'மக்கட்பேறு' 'முதியோர் காதல்' என்னும் நான்கு, ஐந்தாம் பகுதிகளும் வெளியிடப் பெறுகின்றன. ஆக ஒன்பதாண்டுக் காலத்தில் ஐந்து பகுதிகளாகப் பிறந்த நூல் குடும்ப விளக்கு. படைப்பாளியின் உணர்வு வளர்ச்சி படைப்பிலே தெரிகின்றது.

முதல் பகுதியான 'ஒரு நாள் நிகழ்ச்சி'யை வெளியிடுகின்ற போது இந்நூலை ஐந்து பகுதியாக எழுதும் முன்திட்டம் எதுவும் கவிஞரிடம் இருந்ததாகத் தெரியவில்லை. அது ஒரு பெரிய நூலின் முற்பகுதிபோலத் தோன்றவுமில்லை. ஏனைய பகுதிகளுக்கும் முதற்பகுதிக்குமுள்ள இன்னொரு வேறுபாடு – முதற்பகுதியில் கதைமாந்தர் யாவருக்கும் அவர் பெயர் சூட்டவில்லை. அவன், அவள், பிள்ளைகள், மாமன், மாமி என்று உறவுமுறைப் பெயர்கள் மட்டுமே தரப்படுகின்றன. அக்காலத்தில் இந்த நூலுக்குக் கிடைத்த வரவேற்பே கவிஞரை மேலும் நான்கு பகுதிளை எழுதத் தூண்டியிருக்க வேண்டும். அதனைத் தொடர்ந்தே கதை மாந்தர்களுக்கு வேடப்பன், நகைமுத்து எனப் பெயரிடவும் கவிஞர் விரும்பியிருக்க வேண்டும்.

இல்லறத்தின் சிறப்பை விளக்க முனைகின்ற பாரதிதாசன், இந்த நெடுங்கவிதை நூலில் எதிர்நிலையாகத் துறவறத்தைக் கடுமையாகச் சாடுகிறார். அதிலும் குறிப்பாக, அப்போது தென்னிந்தியாவில் செல்வாக்குப் பெற்றுக்கொண்டிருந்த புதிய மடங்களான திருவண்ணாமலை ரமணாசிரமத்தையும் புதுச்சேரி அரவிந்தர்ஆசிரமத்தையும் கடுமையான சொற்களால் 'ஆசிரமம்', 'மலையடியில் துறவு' என்ற இரண்டு தலைப்புகளில் சாடுகிறார். அத்வைத வேதாந்தச் சார்பாக இந்த ஆசிரமங்களை நிறுவிய ரமணரும் அரவிந்தரும் அப்போது அவற்றின் தலைமைப் பொறுப்பையேற்றுப் புகழோடு நடத்திக்கொண்டிருந்தனர். இல்லறத்தின் சிறப்பை விளக்க ஒரு புறம் துறவு நிறுவனங் களைச் சாடும் கவிஞர், மறுபுறத்தில் அற உணர்வினை இழந்த குடும்பத்தின் நிலையினை எதிர்நிலையில் வைத்து 'இருண்ட வீடு' என்ற கவிதை நூலையும் எழுதியுள்ளார்.

பத்தொன்பதாம் நூற்றாண்டில் இறக்குமதியான எந்திர நாகரிகம் தமிழர்களின் சமூக, அரசியல் வாழ்வை மட்டுமன்றிக் குடும்ப வாழ்வையும் பெரிதும் பாதித்தது. நகர்ப்புறம் சார்ந்த குடும்பம், மத்தியதரக் குடும்பம் என்றெல்லாம் புதிய அளவு கோல்கள் உருவாகும் வகையில் குடும்ப அமைப்பில் மாற்றங்கள் நிகழ்ந்தன. பெண்கல்வி பெரிதும் பேசப்படும் பொருளாயிற்று. மாறிவரும் சமூக அமைப்புக்கேற்ப, குடும்பத்தின் கட்டுமானத்தில் மாறுதல்கள் ஏற்பட வேண்டுமென்பது பாரதிதாசனின் எண்ணப் போக்காகும். நிராகரிக்க வேண்டிய சில பழமைப் போக்குகளையும் ஏற்றுக்கொள்ள வேண்டிய புதுநெறிகளையும் கொண்டு அவர் கவிதையில் நாம் காணவிரும்பிய ஓர் இலட்சியக் குடும்பத்தைப் படைத்தார். ஆனால், மரபுவழித் தமிழ்க் குடும்பத்தின் கட்டமைப்பு அவர் அடிமனத்தில் உறைந்திருந்தது என்பதனையும் நாம் மறுக்க வியலாது.

'மனைக்கு விளக்காகிய வாணுதல்' (அகம்) என்ற சங்கப் பாடலின் தொடரும் பொருளும் அவரது நூலுக்குக் 'குடும்ப விளக்கு' என்ற பெயரைத் தந்தன என்று கொள்ளலாம். குடும்ப அமைப்பின் ஆதார அச்சாக விளங்குபவள் பெண்ணே. ஆகையால் பெண்ணை மையமிட்டுப் பிறந்த அகத்திணை இலக்கியங்களைப் போலப் பெண்ணை மையமிட்டே 'குடும்ப விளக்கு' பிறந்தது. இந்தப் பாட்டுநூலின் தலைவி

இரவு தன்னை
திருவிளக்கேந்தி வந்து
தெருவினில் வரவேற்கின்றாள்

அவளே பாரதிதாசன் காட்ட முற்படும் 'குடும்ப விளக்கு'

வீட்டில் சமையல்காரியாக, தையற்காரியாக, தச்சு வேலையும் கொல்லர் வேலையும் செய்பவளாக, துணைவனுக்குக் காதலியாக, பிள்ளைகளுக்குத் தாயாக, மருத்துவச்சியாக, முதியவர்களுக்குப் பணிமகளாக இவள் நிற்கிறாள். இவள் வீட்டில் வேலைக்காரர்கள் இல்லை. இவளிடத்தில் புதுமையின் சாயலும் பொலிந்து நிற்கின்றது. இவள் காலையில் எழுந்தவுடன் இசைக்கருவி வாசிக்கின்றாள்; பிள்ளைக்குப் படிப்புச் சொல்லிக்கொடுக்கின்றாள்; கணவனது மளிகைக் கடையில் வணிகமும் செய்கின்றாள்; கணக்கும் எழுதுகின்றாள். இத்தனைக்கும் மேலாக இரவில் படுக்கையறையில் ...

'இதுவரைக்கும் பொதுநலத்துக் கென்ன செய்தோம்'

என்று தன் கணவனிடத்தில் ஒரு கேள்வியும் கேட்கிறாள். இவளே பாரதிதாசன் காண விரும்பிய புதிய பெண்.

"தமிழ்நாட்டின் பண்டைய அறிஞர்கள் கண்ட குடும்பங்கள் நமக்குச் 'சீவகன்' முதலிய பெருநூற்களில் காட்சியளிக்கின்றன. இன்றைய நிலையில் எளிய நடையில் அமைந்த 'குடும்ப விளக்கு' ஒரு நடுத்தரக் குடும்பம் இது என்று திட்டமாகச் சொல்லா விட்டாலும் கோடி காட்டியதாகவாவது இருக்கும். பெண், குடும்பம் என்பன பற்றிப் பாரதிதாசன் 1940களின் நடுப்பகுதியில் கொண்டிருந்த சிந்தனை இதுவேயாகும்.

குடும்பம் என்கிற அமைப்பு குறித்த விரிந்த, ஆழமான சிந்தனைகள் கடந்த நூற்றாண்டில் ஐரோப்பாவில் பிறந்தன. இருபதாம் நூற்றாண்டில் இந்தியாவின் மரபுவழிக் குடும்ப அமைப்புகளின் கட்டு உடைபடத் தொடங்கியபோது குடும்பம் பற்றிய மறுசிந்தனைகள் பிறக்கலாயின. இவ்வகையான மறுசிந்தனையை இந்தியாவில் தொடங்கி வைத்தவர் கவிஞர் பாரதிதாசன் ஏற்றுக்கொண்ட தலைவரான தந்தை பெரியார்

தான். 'கலியாணம் என்பதே நாம் உண்டாக்கிக்கிட்ட ஒரு வழக்கம் தானுங்களே' (பெரியார் 1972இல் 'கணையாழி' இதழுக்களித்த பேட்டி) என்று கூறிய பெரியார் குடும்ப அமைப்பின் 'புனிதத்தை' ஒட்டுமொத்தமாக நிராகரித்தார். இருபத்தொன்றாம் நூற்றாண்டின் முற்பகுதியில் நிற்கும் இன்றைய தமிழ் இளைஞர்கள் சிலர் "குடும்பம் என்கிற அமைப்பைத் திட்டமிட்டு நாம் சிதைக்க வேண்டும். அதுவே சமூக மாற்றத்திற்கு முதற்படியாகும்," என்று பேசியும் எழுதியும் வருகின்றனர். ஆனால் இந்தக் கருத்தோட்டம் இன்றைய நிலையிலும் 'அதிதீவிரம்' என்றே பெருவாரியான தமிழ் மக்களால் உணரப்படுகின்றது. அப்படியானால் பாரதிதாசன் மரபு வழிக் குடும்ப அமைப்பைப் பேணுபவர்தானா என்ற கேள்வி இலக்கியத் திறனாய்வாளர்களிடமிருந்தும் இளைஞர்களிடமிருந்தும் தோன்றலாம். இந்தக் கேள்வி நிராகரிப்பதற்குரியது அன்று. மாறாக பாரதிதாசன் பற்றிய துல்லியமான இலக்கியச் சமூக மதிப்பீட்டைக் கொள்ளும் வகையில் இது நமக்குத் துணைசெய்யும் கேள்வி ஆகும்.

பாரதிதாசன் தம் தலைவராகத் தந்தை பெரியாரை ஏற்றுக் கொண்டார். 1933இல் பகுத்தறிவாளர் மாநாட்டில் 'நான் ஒரு நிரந்தர நாத்திகன்' என எழுதிக் கையொப்பமிட்டார். ஆனாலும் கூட அவருடைய தலைவர் பெரியாரைப் போல தன் முழு வாழ்நாளையும் உழைப்பையும் சமூக மாற்றத்திற்காக முன் வைக்க அவரால் இயலவில்லை. அது பாரதிதாசன் தவறோ குறையோ அன்று. குடியிருக்கச் சொந்த வீடுகூட இன்றி 'வாய்க்கும் கைக்குமான வாழ்க்கைப் போராட்டத்தில்' நின்று கொண்டிருந்த ஒரு பள்ளிக்கூட ஆசிரியரின் எல்லையாகும். இது ஒரு நடைமுறை உண்மை. ஆனால் இந்த நடைமுறை உண்மையிலிருந்தும் சமூகம் தந்த வாழ்க்கைத் தளைகளிலிருந்தும் பாரதிதாசன் என்ற கவிஞர் விடுபடத் துடித்தார். விடுதலைக்கான தேட்டம் அவரிடம் முழுமையாக இருந்தது. அத்தோடு ஒரு கவிஞருக்கான 'அழகியல் தேட்டமும்' இருந்தது. ஆக மொத்தத்தில் பெரியாரின் தூய அறிவுப்போக்கு, நகர்ப்புற நடுத்தரக் குடும்பத்தின் வாழ்க்கைப் போக்கு, ஒரு கவிஞருக்கான அழகியல் தேட்டம், விடுதலை உணர்வு – இவையெல்லாமும் சேர்ந்து பாரதிதாசனைப் படாத பாடுபடுத்தின.

அவருக்குள் கடவுள் நம்பிக்கை இல்லை. ஆனால் விடியற் காலையில் வீட்டு வாசலில் பெண்கள் இட்ட கோலம் அவரது கண்ணையும் நெஞ்சையும் கவர்ந்தன.

அரிசிமாக்கோலம் அமைத்தனள்; அவளுக்குப்
பரிசில் நீட்டினான் பகலவன் பொன்னொளி!

என்கிறார் கவிஞர். 'குடும்ப விளக்'கில் மட்டுமன்று, அவரது எல்லாக் கவிதைகளிலும் ஞாயிறு எழுகின்ற காட்சி சிறப்பாகவே பாடப்பட்டுள்ளது.

உலகம் விளக்கம் உறக் கீழ்த்திசையில்
மலர்ந்தது செங்கதிர் மலர்ந்தது காலை

என்றுதான் கவிஞரின் 'எதிர்பாராத முத்தம்' தொடங்கும். ஆனால்

உலகம் உவப்ப வலனேர்பு திரிதரு
பலர்புகழ் ஞாயிறு கடற்கண்டாங்கு

எனத் தொடங்கும் 'திருமுருகாற்றுப்படை' ஆசிரியருக்கும் பாரதிதாசனுக்கும் பெருத்த வேறுபாடு உண்டு.

'குடும்பவிளக்கு' அளவிற்கு நீண்ட நெடிய தமிழ்க் கவிதை எதுவும் கடவுள் வணக்கம் அல்லது வாழ்த்து இன்றித் தொடங்கியதே தமிழ் இலக்கிய வரலாற்றில் கிடையாது, பாரதியாரின் 'பாஞ்சாலி சபதம்' உட்பட! குடும்ப விளக்கில் கடவுள் வாழ்த்தும் இல்லை; கடவுள் பற்றிய பேச்சும் எங்கும் வரக் காணோம். கடவுள் வாழ்த்து இல்லாமல் நெடுங்கவிதை நூல்படைக்கப் பாரதிதாசனுக்கு முன் தமிழ்க்கவிஞர்கள் எவரும் துணிவு கொள்ளவுமில்லை என்பதே வரலாறாகும்.

'குடும்ப விளக்கு' முழுக்க முழுக்கத் தமிழ் மரபும் மரபுக்கு ஊடாகக் கவிஞர் கண்ட புதுமையும் கலந்து பிறந்த நூலாகும். குடும்ப விளக்கின் இரண்டாம் பகுதி 'விருந்தோம்பல்' என்றும் மூன்றாம் பகுதி 'திருமணம்' என்றும் நான்காம் பகுதி 'மக்கட்பேறு' என்றும் கவிஞரால் பெயரிடப்பட்டுள்ளது. விருந்தோம்பல் என்பது மனிதப் பொதுமை சார்ந்த மதிப்பீடு; இருப்பினும் தமிழ் நாகரிகம் அதற்குச் சிறப்பான இடத்தை அளித்தது.

அல்லில் ஆயினும்
விருந்துவரின் உவக்கும் பெருந்தோட் குறுமகள்

என்பது சங்க இலக்கியம்.

இருந்தோம்பி இல்வாழ்வ தெல்லாம் விருந்தோம்பி
வேளாண்மை செய்தற் பொருட்டு

என்பது திருக்குறள். 'விருந்து புறந்தருதலும் இழந்த என்னை' என்பது சிலப்பதிகாரத்துக் கண்ணகியின் கவலை. 'விருந்து கண்டபோது என்னுறுமோ' என்றுதான் கம்பன் கண்ட சீதை அசோகவனத்தில் கலங்குகிறாள். இந்தத் தமிழ் மரபினை வலிமையாகப் பற்றிக்கொண்டே,

நற்றமிழர் சேர்த்த புகழ் ஞாலத்தில் என்னவெனில்
உற்ற விருந்தை உயிரென்று பெற்றுவத்தல்

என்கிறார் பாரதிதாசன். காதலும் திருமணமும் மனிதப் பொதுமை சார்ந்த நிகழ்வுகளே. திருமணத்தின் விளைபயன் மக்கட்பேறு என்பது தமிழ் மக்களின் வாழ்நெறியும் நம்பிக்கையும் ஆகும்.

மயக்குறு மக்களை இல்லோர்க்குப்
பயக்குறை இல்லை தாம் வாழுநாளே

என்பது சங்க இலக்கியக் கருத்தோட்டம்.

மங்கலம் என்ப மனைமாட்சி மற்றதன்
நன்கலம் நன்மக்கட் பேறு

என்பது வள்ளுவச் சிந்தனை.

இந்தத் தமிழ் மரபு பற்றியே குடும்ப விளக்கில் மூன்றாம் நான்காம் பகுதிகள் திருமணம், மக்கட்பேறு என்றமைகின்றன.

குடும்ப விளக்கின் ஐந்தாம் பகுதி, முதியோர் காதல். மிக நெடிய தமிழ் மரபின் நீட்சி இந்தப் பகுதி. ஆயினும் மரபினை இந்த அளவு விரித்துப் பாட பாரதிதாசனைப் போல எந்தக் கவிஞனும் நெஞ்சுரம் பெறவில்லை என்பது குறிப்பிட்டுச் சொல்லத் தகுந்த செய்தி. காதல் உணர்வு என்பது உடலளவில் இறந்துபோன பிறகும் நெஞ்சளவில் நின்று, அது மனிதனை இயக்குகின்றது. நவீனத் திறனாய்வாளர்களின் கருத்தின்படிச் சொல்வதானால் சிக்மண்ட் ஃபிராய்டு தமிழ் அகத்திணை மரபுகளிடம் தோற்றுப்போகின்ற இடம் இதுவே!

'காமஞ்சான்ற கடைக்கோட் காலை' என்று தொல்காப்பியம் காதலை முதுமையோடு சேர்த்துப் பேசியது. இருபது நூற்றாண்டுத் தமிழ்இலக்கிய வரலாற்றில் காதலுணர்வை இளமையிலிருந்து பிரித்து முதுமையோடு பொருத்திப் பார்ப்பதற்கான விருப்பமும் நெஞ்சுரமும் பாரதிதாசனைத் தவிர வேறெந்தக் கவிஞனுக்கும் வாய்க்கவில்லை. அது மட்டுமன்று உடலாலே கூடிக்களித்த அந்த முதியவர்கள் முதுமையிலும் கூடிக் கற்றார்கள்; அதுவும் திருக்குறள் கற்றார்கள்.

குடித்தோமே பாலின் கஞ்சி
குறட்பாவில் இரண்டு செய்யுள்
படித்தோமே, அவற்றினுக்கு
விரிவுரை பலவும் ஆய்ந்து
முடித்தோமே! மொண மொணென்று
மணிப் பொறி சரியாய்ப் பத்தும்
அடித்தது துயின்றேன் இப்போது
அழைத்தீர்கள் விழித்தேன் என்றாள்.

"இரவிலே நன்றாகத் தூங்கினாயா" என்று கணவர் கேட்கும் கேள்விக்கு மனைவி கூறும் மறுமொழி இது. தொல்காப்பியர்

தொட்டு பாரதியார் வரை எவரும் காணாத, காட்டாத குடும்பக் காட்சி இது. இந்தப் புதுமையின் பெயரே பாரதிதாசன். மரபு வழிக் குடும்பத்தின் மரபுவழிச் சுவையுணர்ச்சியிலிருந்து பாரதி தாசனால் விடுபட இயலவில்லை. பெற்ற குழந்தைகளையும் பேரக் குழந்தைகளையும் கொஞ்சிப் பெறுகின்ற மகிழ்ச்சி உண்மை யானதாகவும் உயர்வானதாகவும் பாரதிதாசனுக்குத் தோன்றியது. இந்த மகிழ்ச்சி உற்பத்தி சார்ந்த கலாச்சாரத்தின் ஒரு பகுதி. தந்தையின் முதுகில் குதிரையேறுகின்ற இளங்குழந்தைக்கு,

சப்பைக் குதிரை இல்லை இல்லை
தமிழன் குதிரை ஏய் ஏய் ஏய்

என்று பாட்டுச் சொல்லிக்கொடுக்கின்றார் பாரதிதாசன். "பாட்டியே சிறுமலைப் பழங்கள் இந்தா" என்று பேரன் கொடுக்க வருகின்றான். "உன் தாத்தாவுக்கு கொடு போ" என்று சொல்லிவிட்டுக் கொடுக்கப் போவதைக் கூர்ந்து நோக்கி மகிழ்ச்சியடைகிறாள் கிழவி. பாரதிதாசனுக்குப் பின்னும்கூட இந்த மகிழ்ச்சியை அடையாளம் கண்ட கவிஞரும் காட்டிய கவிஞரும் தமிழ்நாட்டில் வேறு யாரும் இலர். இது பாரதிதாசனின் தனித்த பெருமை.

வேறுவகையில் சொல்வதானால் நிலமானிய மதிப்பீடு களின் சாயலை ஒருபுறத்தில் பாரதிதாசனிடம் காணலாம்; மறுபுறத்தில் சமூகநீதி என்னும் வாளேந்தி இந்த மதிப்பீடுகளில் சிலவற்றிற்கு எதிராக நின்று போராடுகிறார். ஒன்றினைச் சான்றாக எடுத்துக்காட்டலாம். விருந்தோம்பல்! விருந்தினரை முகமலர்ச்சியோடு வரவேற்றல்; அவருக்கு மிகச் சீரிய பணிவிடைகள் செய்தல்; தன் வீட்டில் தான் உண்ணுமிடத்தில் அவரோடு உடன் அமர்ந்து உண்ணுதல்; தன் வீட்டுப் பெண்களை உணவு பரிமாறச் செய்தல்; உண்ணும்போது பரிவும் அன்பும் கலந்தபடி அவருடன் உரையாடுதல்; உண்டு முடித்த பின்னரும் அவருக்கு மகிழ்ச்சியூட்டும் மிகச் சிறிய செயல்கள் செய்தல்; இவையே மரபுவழி விருந்தோம்பலின் அசைவுகள் ஆகும். இருப்பவர், இல்லாதவர், அறிஞர், வறிஞர் என சமூகத்தின் எல்லாத் தரப்பிலும் விருந்தோம்பும் முறை இதுவாகத்தான் நேற்றுவரை இருந்து வந்திருக்கிறது. மனித உறவினைப் பேணி நிற்கும் உயர்மதிப்பீடுகளில் ஒன்று விருந்தோம்பல். இது உற்பத்திக் கலாச்சாரத்தின் விளைவு.

இன்று நகர்ப்புற மேல்தட்டு மக்களிடையே விருந்தோம்பலுக் கான அசைவுகள் என்ன? விருந்தினரை நகர்ப்புற விடுதிகளில் தங்க வைப்பது; பொருளியல் வளமுடையாரைத் தம்முடைய புற வீட்டிலோ விருந்தினர் விடுதியிலோ தங்க வைப்பது; உணவு

விடுதியிலிருந்து உணவு கொண்டு வருவது. வேலைக்காரரை இட்டுப் பரிமாறச்செய்வது; உடனிருந்து உண்ணும் வாய்ப்பை விருந்தினருக்குத் தராதது! இப்படி விருந்தினரை வணிக வாடிக்கையாளராக நடத்துவது ஏன்? இவ்வகையான அசைவுகள் ஏன் மரபிலிருந்து வேறுபட்டு நிற்கின்றன?

பாரதிதாசனின் 'விருந்தோம்பல்' நிலமானிய உற்பத்தி சார்ந்த பண்பாட்டின் வெளிப்பாடு. ஆனால் இன்றைய நகர்ப் புறத்து விருந்தோம்பல் தரகுப் பண்பாடு அல்லது நுகர்வுப் பண்பாடு; பின்னது உயிரற்றது. 'மனித உறவுகளை வணிக உறவுகளாக்குவது. பாரதிதாசன் நிலமானிய உற்பத்தி முறையின் நல்ல மதிப்பீடுகளுக்கும் 'அல்ல' மதிப்பீடுகளுக்கும் நடுவில் நின்றார். சில பழைய மதிப்பீடுகளைப் பேண நினைக்கிறார்; சில பழைய மதிப்பீடுகளை அழிக்க நினைக்கிறார்.

'முதியோர் காதலில்' கணவனும் மனைவியும் நூற்றைந்து ஆண்டுகள் வாழ்கின்றனர். அந்த வயதிலும் கூட கணவனுக்கருகில் இருக்கும்போது அவளுக்கு நாணம் பிறக்கின்றது. 'அம்மாயி' எனப் பேரன் அவளை அழைக்கும் குரல் கேட்டு அவள் மனம் இன்பத்தில் ஆழ்ந்து போகிறது. பயிர்ப் பெருக்கத்தைக் கண்டும் கேட்டும் மகிழும் உழவனைப்போல உயிர்ப் பெருக்கத்தைக் கண்டும் கேட்டும் மகிழ்வு கொள்ளுகின்ற உற்பத்தி சார்ந்த பண்பாட்டின் வெளிப்பாடு இது. மறுபுறத்தில் புதிய விஞ்ஞானம், அதன்வழி மேற்குலகம் பெற்ற வளர்ச்சி, புதிய சித்தாந்தங்கள் இவை பற்றிய விரிந்த பேச்சு எதுவும் 'குடும்ப விளக்கில்' இல்லை. ஆனால்

செவ்வையுற மகளிர்க்குக் கல்விநலம் தேடல்
செயற்பால யாவினுமே முதன்மை எனக் கொண்டே
அவ்வகையே செயல் வேண்டும்! அறிவுமனையாளால்
அமைதியுலகுண்டாகும் என்ன இதில் ஐயம்!

குடும்ப விளக்கின் சாரமான செய்தி இதுதான்.

இருபதாம் நூற்றாண்டின் முதல் அறிவியல் தமிழ் நூல்

அறிவியல் தமிழ் இன்று பரவலாகப் பேசப்படும் துறைகளில் ஒன்று. தன்னுடைய மொழியில் அறிவியல் கற்பிக்கப்படாதபோது, சமூகத்தின் அறிவு வளர்ச்சி தடைப்படுகிறது, சமூகநீதி மறுக்கப்படுகிறது என்ற எண்ணம் அறிஞர்களிடையே வளர்ந்துவரும் காலம் இது. அறிவியல் தமிழாக்க முயற்சிகளில் *கலைக்கதிர்* இதழ், *தினமணி* நாளிதழ், தமிழ்ப் பல்கலைக்கழகம் ஆகிய நிறுவனங்கள் முனைந்து நிற்கின்றன. பெ.நா. அப்புசாமி இத்துறையில் தனிநபராக 50 ஆண்டுக்காலம் பணிசெய்தார். இன்று வா.செ. குழந்தைசாமி போன்ற அறிவியல் அறிஞர்களும் டாக்டர். இராம. சுந்தரம், இராதாசெல்லப்பன் முதலிய பேராசிரியர்களும் இத்துறையில் உழைத்து வருகின்றனர். தமிழகத்தின் சில கல்லூரிகளில் இன்று அறிவியல் தமிழ், பாடத்தாள்களில் ஒன்றாகவும் வைக்கப்பட்டுள்ளது. ஆயினும் இந்த எல்லையைத் தமிழர்கள் தொடுவதற்குக்கூட 150 ஆண்டுகள் ஆகியிருக்கின்றன. 1832இல் நெல்லை மாவட்ட சி.எஸ்.ஐ. திருச்சபைப் போதகர் இரேனியஸ் (Rhenius) அடிகளார் எழுதிய 'பூமி சாஸ்திரம்' என்னும் நூலோடு அறிவியல் தமிழின் வரலாறு தொடங்கு கிறது. 1850க்கும் 1880க்கும் இடையே மருத்துவர் சாமுவேல் கிரீன் என்ற அமெரிக்கர் மருத்துவக் கல்லூரிகளிலும் தமிழ் பயிற்றுமொழி ஆகவேண்டும் என்ற நோக்கத்தோடு மருத்துவ நூல்கள் சில வற்றைத் தமிழில் மொழிபெயர்த்தார். உடற்கூறு

இயல், மகப்பேறு மருத்துவம், வேதியியல் ஆகிய துறைகளில் அவரது தன்னாக்க – மொழியாக்க நூல் முயற்சிகள் குறிப்பிடத் தகுந்தவை. "பிறநாட்டு நல்லறிஞர் சாத்திரங்கள் தமிழ்மொழி யில் பெயர்த்தல் வேண்டும்" என்ற பாரதியின் கவிதை பிறப்பதற்கு முன் பிறந்த நூல்கள் இவை. இன்றைக்கு 150 ஆண்டுகளுக்கு முன், ஆங்கில மருத்துவத்தை 33 பேருக்குத் தமிழில் கற்பித்து, டாக்டர் கிரீன் ஆற்றிய அறிவியல் தமிழ்ச் சாதனையை நன்றி யுடன் குறிப்பிடுகிறார் இராதா. செல்லப்பன்.

இவ்வகையான முன்முயற்சிகளும், தமிழ்ப் பத்திரிகை களின் வளர்ச்சியும் உள்நாட்டு அறிஞர்களையும் 1880ஆம் ஆண்டிற்குப் பின் அறிவியல் தமிழில் எழுதச் செய்தன. அந்த வகை முயற்சியாளர்களின் சிலருடைய பெயர்கள் மட்டுமே தாய்நாட்டினரால் அறியப்பட்டுள்ளன; அறிவியல் தமிழ் முயற்சி யில் அறியப்படாத பெயர்களில் ஒன்று சேலம் பகடால நரசிம்மலு நாயுடு.

'சேலம் பகடால நரசிம்மலு நாயுடு' தமிழில் புத்தகம் வாசிக்கும் பழக்கம் உள்ளவர்களுக்கு மட்டுமே தெரிந்த பெயர். அதுவும் காங்கிரஸ் கட்சியின் வரலாற்றை முதன்முதலில் எழுதியவர் என்னும் அளவிலேதான். சேலத்தைச் சேர்ந்த இவர் 1880இல் கோயம்புத்தூருக்குக் குடிபெயர்ந்திருக்கிறார். அங்கிருந்து கொண்டு ஆஸ்திகமதசித்தாந்தம், ஆரியர் சத்திய வேதம், காசி யாத்திரை ஆகிய நூல்களை எழுதியிருக்கிறார். கோவையிலிருந்தே 'கலாநிதி' என்ற பத்திரிகையையும் சில காலம் நடத்தியிருக்கிறார்.

1900வது ஆண்டு ஜனவரி மாதம் முதல் நாள் இவர் எழுதி வெளியிட்ட நூலின் பெயர் 'விவசாயம் அல்லது கிருஷி சாஸ்திர சாரசங்கிரகம்'. 20ஆம் நூற்றாண்டின் முதல்நாளில் பழந்தமிழ் மொழிக்குப் புதியதாய்ப் பொழுது விடிந்தது. அறிவியல் தமிழின் வரலாற்றில் குறிப்பிட்டுச் சொல்லவேண்டிய நூல் இது. ஐந்து பக்கங்களில் வாழ்த்து, ஏழு பக்கங்களில் முகவுரை, நூன்முகம் 26 பக்கம், 138 பக்கங்கள் நூல். இந்த அரிய தமிழ் நூலுக்கு அக்காலத்தில் சென்னையிலிருந்த விவசாய அறிஞர் டாக்டர் எஸ். பழனியாண்டி ஆங்கிலத்தில் ஒரு பக்க அளவில் வாழ்த்துரை வழங்கியிருக்கிறார். 138 பக்கங்களையுடைய இந்த நூலில் 10 அத்தியாயங்கள் உள்ளன.

1. மண்ணின் உற்பத்தி, வகுப்புகள், குணங்கள்

2. மண்ணில் இருக்கவேண்டிய எருவின் விபரங்கள்.

3. விவசாயத்துக்கு இன்றியமையாத தண்ணீரின் குணங்கள்

4. பூமியைப் பண்படுத்தும் வகை

5. பண்படுத்துவதற்கேற்ற கருவிகள்
6. பண்படுத்துவதற்கேற்ற கால்நடைகள்
7. அக்கால்நடைகளைப் பாதுகாக்கும் முறைகள்.
8. நமது இராஜதானியில் விளையும் பயிர் வகைகள்.
9. அவற்றை விளைவிக்கும் காலம்.
10. விளைவிப்பைப் பற்றிப் பெரியோர் சொல்லியிருக்கும் பழமொழிகள். இத்துடன் பயிர்த்தொழில் செய்வோர், நிலம் – பயிர் குறித்த புள்ளிவிவரங்களோடு கூடிய அட்டவணைகள் எனும் விவரங்களோடு ஆராய்ச்சி நெறிமுறைகள் குறித்த அரட்டைகளோ அலட்டல்களோ இல்லாத காலத்தில் (1900) இந்நூல் ஆராய்ச்சி நெறிமுறைகளோடு கூடிய அறிவியல் நூலாக எழுதப்பட்டது.

கோவை பாஷ்யகாரலு நாயுடு என்பவரும் அக்காலத்தில் வேளாண்மைத்துறையில் பணிபுரிந்த ராஜகோபால நாயுடு என்பவரும் தனது நூல் முயற்சிக்கு உதவியவர்கள் என்று குறிப்பிடும் நாயுடு, அப்போது கோவை மாவட்ட ஆட்சித் தலைவராக இருந்த நிகில்சன் துரையே தன்னை 'பட்டிக் காட்டுத் தமிழில்' இந்த நூலை எழுதும்படி வழிகாட்டியதாக நன்றியுடன் குறிப்பிடுகிறார்.

1900 வரையான சென்னை அரசாங்கத்தின் வேளாண் துறையினுடைய 30 வெளியீடுகளையும் அமெரிக்க அரசாங்கத்தின் 60 வெளியீடுகளையும், இவை தவிர உட்ரோப் ராபின்சன் (Woodrof Robinson) ஆங்கிலத்தில் அக்காலத்தில் எழுதிய விவசாய நூல்களையும் இந்நூலாசிரியர் படித்து எடுத்துரைத்திருக்கிறார். பிற நாடுகளில் வாழ் இந்தியர்கள் அங்குள்ள வேளாண் அறிவியல் குறித்து எழுதிய கடிதங்களை மேற்கோள் காட்டியிருக்கிறார். எல்லாவற்றிற்கும் மேலாகத் தானே கோவைக்கு அருகில் 3500 ரூபாய் கொடுத்து நிலம் வாங்கி அதில் பல சோதனைகளை நிகழ்த்திப் பார்த்தும் இருக்கிறார். இக்காலத்துப் பல்கலைக்கழக ஆராய்ச்சியாளர்கள் தம் ஆராய்ச்சிக்கான நேர்மையையும் உழைப்பையும் நாயுடுவின் புத்தகத்தைப் படித்துப்பார்த்தே தெரிந்துகொள்ளலாம்.

நாயுடுவின் கலைச்சொல்லாக்க முயற்சிகளும் அதற்கு அவர் வகுத்துக்கொண்ட நெறிமுறைகளும்தான் இன்றளவும் இந்நூலின் உயிர்ப்புக்குக் காரணமாக அமைகின்றன. நாயுடு வுக்கு முந்திய இத்துறையாளர்களில் சாமுவேல் கிரீன், கலைச் சொல்லாக்க முயற்சிகளைச் செய்தார் என்றும் (I) Meteria Medica and Pharmacy (II) Midaifery (III) Diseases of Women and children (IV)

இதுவே சனநாயகம்!

Medical Jurisprudence ஆகிய தலைப்புகளில் அவர் வெளியிட்டார் என்றும் இராதா செல்லப்பன் கூறுகின்றார். நாயுடு இதனைக் குறித்து ஏதும் அறிந்திருந்ததாகத் தெரியவில்லை. பின்னர் 1985இல் கலைச்சொல்லாக்க நெறிமுறைகளை விரிவாகப் பேசும் டாக்டர் இராதா செல்லப்பனின் 'கலைச்சொல்லாக்கம்' டாக்டர் வா.செ. குழந்தைசாமியின் 'அறிவியல் தமிழ்' ஆகிய நூல்கள் வெளிவருகின்றன. இந்த வரலாற்றுப் பின்னணியை மனத்திலே கொண்டு நாயுடுவின் முயற்சியை மதிப்பிட வேண்டும்.

ஆங்கில மொழியில் அமைந்த அறிவியல் கலைச்சொற் களைத் தமிழாக்குவதற்கு, நாயுடு எடுத்துக்கொண்ட முயற்சி களைக் கீழ்க்காணுமாறு பகுத்துப் பார்க்கலாம்.

1. தமிழில் வழக்கு மரபிலுள்ள சொல்லைப் பயன்படுத்துதல்

Loamy Soil	–	பசலை மண்
Cotton Soil	–	கரிசல் மண்
Gravel	–	சரளை மண்
Riderpost	–	கோமாரி, அலரி, காற்று நோவு

2. வழக்கு மரபிலுள்ள இரண்டு சொற்களைக் கூட்டி ஒரு சொல்லாக்குதல்

Black Alluvial Soil	–	கரிசல் படுகை நிலம்
Black Peaty Soil	–	கருங்கற்றை நிலம்

3. ஆங்கிலச் சொற்களுக்கு, இணையான தமிழ்ச் சொற்களை பொருள் வேறுபடுத்திப் பயன்படுத்துதல்

Manure	–	எரு
Fertiliser	–	உரம்

4. தானே புதிய சொற்களை ஆக்குதல்

Hydrogen	–	ஜலமூலம், ஜலவாயு, ஜலதம்
Nitrogen	–	நிர்ஜீவமூலம் அல்லது ருசரகம்
Carbon	–	கரிஅணு, கரிமூலம் இங்காலம்
Phosphorus	–	பிரகாசிதம் அல்லது காடிகாரமூலம்
Chlorine	–	இலவணமூலம் அல்லது உறரிதம்
Potash	–	காரமூலம் அல்லது சாம்பற்காரம் அல்லது சர்ஜிதம்

5. ஆங்கிலச் சொல்லைத் தமிழ்மைப்படுத்துதல்

Manganese – மாங்கனிஸ் அல்லது காந்தப்போலி

Kentaky Blue Grass – கென்டகி நீலப்புல்

6. ஆங்கிலச் சொற்களை அப்படியே பயன்படுத்துதல்

Iodine – ஐயோடைன்

நாயுடுவின் நூலில் குறிப்பிட்டுச் சொல்லவேண்டிய மற்றொரு கூறு அந்நூலின் எளிமையான நடையாகும். பெறுபவனை மனத்தில் கொண்டு கருத்துக்கு முதலிடம் தருகிறார். அதனால் எளிய சொல்லாட்சியும் சிறிய தொடர்களும் இயல்பாகப் பிறக்கின்றன. ஒப்பனையில்லாத மொழிநடை நூலாசிரியரின் நோக்கத்தை நிறைவேற்றிவிடுகின்றன.

(எ.டு) மாங்கனிஸ் அல்லது காந்தப்போலி

"இது மண்ணிலும் சாம்பலிலும் இருக்கிறது. இது திட்பம் பிராணவாயு, குளோரைன் என்னும் இரண்டு வாயுக்களை உண்டாக்குவதற்கு உபயோகப்படுகிறது. இது சுத்தமாக விருந்தால் எஃகைப்போல வெளுத்திருக்கும். காற்றிலிருக்கும் ஜீவமூலத்தை இது நிதானமாகக் கிரஹித்துக்கொள்ளும். இதற்கு ஜலத்தைப் பிரிக்கும் தன்மையுண்டு."

இன்றைய அறிவியல் அறிஞர்களின் சிந்தனைக்குரிய ஒரு பெரிய பணியினையும் நாயுடு செய்திருக்கிறார். வேளாண் அறிவியல் போன்ற உலகின் பழைய துறைகளில் மரபுவழியாகப் பெற்ற தொழில்நுட்ப அறிவினையும் நாம் பயன்படுத்த வேண்டும் என்பது அவர் கருத்து. தோராய விஞ்ஞானம் (*Empirical Sciences*) எனப்படும் உயிரியல், பயிரியல் துறைகளில் இந்த முயற்சிகளை நம்நாட்டில் அறிவியல் கற்பிக்கும் பேராசிரியர்கள் இன்றுவரை மதிப்பதே இல்லை. ஏனென்றால் நாயுடு எழுத்தாளராக மட்டு மல்லாமல் விவசாயியாகவும் தனது நிலத்தில் பல சோதனை களைச் செய்துபார்த்திருக்கிறார். அதிக எழுத்தறிவு பெறாத சமூகத்தின் தொழில், நுட்ப அறிவானது, அந்தச் சமூகத்தின் வழக்குத் தொடர்கள், பாடல்கள், பழமொழிகள் இவற்றிலேதான் பொதிந்துகிடக்கும். அவ்வகையில் நாயுடு வேளாண்மை தொடர்பான 680 பழமொழிகளையும் சொல்லடைகளையும் தன் நூலின் இறுதி அத்தியாயமாகத் தொகுத்துத் தந்திருக்கிறார். இப்படி பழமொழிகளும் தொழிலின் பெருமை, தொழிலாளியின் உழைப்பு, நிலம், வேலியடைப்பு, பருவகாலம், மழை, உரம், நீர்பாய்ச்சல், களையெடுப்பு, விதை, பயிர், பயிர்விதைகள் (எள், பருத்தி, கரும்பு, வாழை, தென்னை) கால்நடைகள் என்ற வகையில்

வகுத்துத் தரப்பட்டுள்ளன. இது மரபுவழித் தொழில்நுட்பத் திற்கும் புதிய விஞ்ஞான அறிவுக்குமான இடைவெளியைப் பாலம் கட்டி நிரப்பும் உன்னதமான முயற்சியாகும்.

இன்றைய அறிவியல் தமிழ் முயற்சியாளர்களால் நினைக்கப்பட வேண்டிய நூல், சேலம் பகடால நரசிம்மலு நாயுடு அவர்களின் விவசாயம் அல்லது கிருஷி சாஸ்திர சாரசங்கிரகம்.

நிகண்டு

'எதற்கெடுத்தாலும் தொல்காப்பியமா?' என்று என்னதான் 'நவீனர்கள்' முகம் சுழித்தாலும் தொல்காப்பியத்திலிருந்துதான் தொடங்க வேண்டியிருக்கிறது. 'நிகண்டு' என்ற சொல்லும் அதற்குரிய பொருளும் இன்றைய தமிழ் ஆய்வாளர்கள் பெரும்பாலோருக்குத் தெரியாது. தமிழர்களின் மரபுவழி அறிவுத்தொகுதி எங்கே கிடக்கிறது என்னும் ஞானமும் கவலையும் இவர்களுக்குத் தேவையில்லை. ஆனால் சமூக அக்கறையுள்ள ஆய்வாளர்களுக்கு இது அடிப்படைத் தேவையாகும்.

'நிகண்டு' என்னும் சொல் தமிழ்ச்சொல்லாகத் தோன்றவில்லை. அது தமிழ்ச்சொல் என்று நிறுவுவதற்கு சுந்தர சண்முகனார் போன்றோர் பெருமுயற்சி செய்துள்ளனர். நம்முடைய பார்வையில் அந்த முயற்சி தேவை இல்லாதது. தொல்காப்பியப் பொருளதிகாரத்தில் 'உரியியல்' என்று ஓர் இயல் உள்ளது. இந்த இயலே தமிழ் அகராதியின் மூலம் என்று அண்மையில் கிரகோரி ஜேம்ஸ் (Gregory James) என்ற அமெரிக்கர் 'தமிழ் அகராதிகளின் வரலாறு' (History of Tamil Dictionaries) என்று தன் நூலில் எழுதுகின்றார்.

உரிச்சொல் கிளவி அல்லது உரிச்சொல் பனுவல் என்பது பிங்கல, கயாதர நிகண்டுகளிலும் காணப்படும் பழைய பெயராகும். நன்னூல் உரையில் 'உரிச்சொல் பனுவல்' என்ற தொடரே காணப்படுகிறது. 'காங்கேயன் உரிச்சொல்' என்பதே 16ஆம் நூற்றாண்டில் பிறந்த ஒரு நூலின் பெயராகும். எனவே

நிகண்டு நூல்களின் பழைய பெயர் 'உரிச்சொல் பனுவல்' என்று தெரிகிறது.

தொலைக்காட்சியிலே வியக்கத்தகுந்த காட்சி ஒன்றைப் பார்த்த குழந்தை, கண்களை அகல விரித்து 'ஐ...' என ஒலி எழுப்புகிறது. இந்த ஒலியின் பொருளை எழுத்திலக்கியங்களில் தேட முடியாது. 'ஐ...' வியப்பு ஆகும்' என்று தொல்காப்பியர்தான் இதன் பொருளைத் தமது உரியியலில் விளக்குகின்றார். வெள்ளரிக்காயின் மிகச்சிறிய பிஞ்சினை 'தவப்பிஞ்சு' என்று நம் வீட்டுப்பெண்கள் கூறுவார்கள். 'தவ' என்பது உரிச்சொல் ஆகும். அண்மைக் காலமாகப் பேச்சுத் தமிழில் புழங்கிவரும் 'சூப்பர், தூள்' என்னும் பண்பு அடைச்சொற்கள் எல்லாம் மரபிலக்கணப்படி அந்த அளவு நெகிழ்வுடையன. இப்பொழுது ஒன்று புரிகிறது. அதாவது மக்கள் மொழியின் உயிர்ப்பினையும் ஆற்றலையும் அறிய விரும்புபவர்கள் எல்லாம், தம் தேடலைத் தொல்காப்பியத்தின் உரியியலிலிருந்துதான் தொடங்கவேண்டும். 70, 80 ஆண்டுகளுக்கு முன்னர் வித்துவான் படிப்பில் நிகண்டுகள் சேர்க்கப்பட்டிருந்தன. பின்னர் அது கைவிடப்பட்டபோது, அகராதியியல் அறிவே தமிழர்களுக்குக் கிடைக்காமல் போயிற்று. பிற்காலத்தில் வையாபுரிப்பிள்ளை. மு. அருணாசலம், சுந்தர சண்முகனார், வ. ஜெயதேவன் ஆகியோர் நிகண்டுகளைப் பற்றிக் கட்டுரைகளும் நூல்களும் எழுதியுள்ளனர். தமிழில் இதுவரை 35 நிகண்டு நூல்கள் நமக்குக் கிடைத்துள்ளன. இவற்றோடு 20 ஆம் நூற்றாண்டிலும் 'நவமணிக்காரிகை' என்ற பெயரில் சோழவந்தான் அரசஞ்சண்முகனார் ஒரு நிகண்டு நூல் செய்துள்ளார். தமிழ் நிகண்டு நூல்கள் பொதுவாக 12 தொகுதிகளாகப் பிரிக்கப் பட்டுள்ளன. இவற்றுள் 12ஆவது தொகுதி தொகைப் பெயர்ப் பிரிவாகும்; அதாவது தொகைச் சொற்களைப் பட்டியல் இடுகின்றது. எடுத்துக்காட்டாக காலம் மூன்று, பொறிகள் ஐந்து, அரசு உறுப்புகள் ஆறு, சிற்பத் தொழிலுக்கு வேண்டிய மூலப்பொருட்கள் பத்து, அலங்காரம் இருபத்தெட்டு என்ற வகையில் இது அமைகின்றது. பதினொன்றாம் தொகுதி ஒரு சொல் பல்பொருள் பெயர்த் தொகுதியாகும். ஒரு சொல்லுக் குரிய எல்லாப் பொருளையும் கூறும் இதுவே அகராதிகளின் மூலவடிவமாகும். ஏனைய பதினோரு தொகுதிகளும் கருத்துக்குச் சொல் தருவனவாகும். அதாவது ஆங்கிலத்தில் Thesaurus தெசாரஸ் எனப்படும் நூல் வகையைச் சேர்ந்தவை. இவை முறையே தெய்வப்பெயர்த் தொகுதி, மக்கள் பெயர்த் தொகுதி, விலங்கினப் பெயர்த் தொகுதி, மரப்பெயர்த் தொகுதி, இடப்பெயர்த் தொகுதி, செயற்கைவடிவப் பெயர்த் தொகுதி, பண்புப்பெயர்த் தொகுதி, செயல் பற்றிய பெயர்த்தொகுதி, ஒலி பற்றிய பெயர்த்தொகுதி என்றவாறு அமைகின்றன.

ஆங்கில மொழிகளில் *Thesaurus* என்னும் கருத்து விளக்கச் சொல் தொகுதி முதன்முதலாக 1752இல் *Regets* என்பவரால் செய்யப்பட்டது. தமிழில் தொன்மையான நிகண்டு நூல்களான திவாகரமும் பிங்கல நிகண்டும் முறையே 9ஆம் 10ஆம் நூற்றாண்டுகளில் செய்யப்பட்டன. எனவே கருத்துக்குச் சொல் தேடும் முயற்சி தமிழர்களின் பழைய வழக்கம் என்று தெரிகிறது.

அறியப்பட்ட எழுத்திலக்கியங்களைவிட நிகண்டு நூல்கள் காட்டும் தமிழ் அறிவுலகம் மிகமிகப் பெரியதாகும். பத்து வகையான பெயர்த்தொகுதிகளில் அவை மேலோர் வாழ்நிலை களைவிட எளிய மக்களின் வாழ்க்கையிலிருந்து நிறையச் செய்திகளை எடுத்துக் காட்டுகின்றன. அத்துடன் ஆய்வாளர் களுக்கு இன்றளவுமான பேச்சுத்தமிழ் மொழியினைப் புரிந்து கொள்ள அவைதவிர உதவி செய்யக்கூடிய இலக்கியக் கருவிகள் வேறு எவையுமில்லை. இந்நிகண்டு நூல்கள் சமய எல்லைகளைத் தாண்டியனவாக அமைகின்றன என்பதும் குறிப்பிடத்தக்கது.

ஒவ்வொரு தொகுதியிலிருந்தும் சில எடுத்துக்காட்டுகளைக் காணலாம். நிகண்டுகளைப் புரிந்துகொள்வதற்கு, இவை உதவும். இந்த எடுத்துக்காட்டுகள் திவாகரத்திலிருந்து மட்டும் இங்கே காட்டப்படுகின்றன.

தெய்வப் பெயர்களில் சிவன், திருமாலாகிய கடவுள்களோடு சமணசமயம் சார்ந்து அருகனுக்கு நாற்பத்து மூன்று பெயர்களை யும் அடித்தள மக்களின் வழிபடுதெய்வமான காடுகாளுக்கு ஏழு பெயர்களையும் காளிக்குப் பதினான்கு பெயர்களையும் பகவதிக்கு இருபத்திரண்டு பெயர்களையும் திவாகரத்தில் காணலாம். நெருப்புக்கு 21 பெயர்கள். இரண்டாவதான மக்கட்பெயர்த் தொகுதியில் துறவிகள். அறிஞர்கள், அரசர்கள், பரிவாரங்கள் ஆகிய பெயர்களோடு மருத்துவர், குயவர், உப்பு விற்போர், சித்திரக்காரர் ஆகியோர்தம் பெயர்களையும் ஊன் வினைஞர், தோல் வினைஞர், பாணர், கழைக்கூத்தா, தமிழ்க்கூத்தர், வெறியாடுவோன், தேவராளன்கூத்தர் ஆகியோரின் பெயர்களையும் திவாகரம் பட்டியலிடுகின்றது. இதனால் நமது எழுத்திலக்கியங்களில் பெருமளவில் விலக்கப்பட்டோர் நிகண்டு நூல்களால் மதிக்கப்படுகின்றனர் என்பதை உணரலாம். ஏடாவும் 'ஏடி'யும் 'தோழி'யும் முன்னிலைப் பெயர்களாகின்றன. இவற்றோடு உடலுறுப்புகளின் பெயர்களும் பேசப்படுகின்றன. விலங்கினப் பெயர்த் தொகுதியில் விலங்குகளின் வகைகளுள் அவற்றின் இளமைப் பெயர்களும் தரப்படுகின்றன. ஆட்டின் பொதுப்பெயர்களைக் கூறிவிட்டு துருவாடு, வெள்ளாடு, வரையாடு என வகைமைப் பெயர்களையும் அடுக்கிச் சொல்லும்

நிகண்டு நூல்களில் அடுத்ததாகக் குட்டிவகைப் பெயர்களையும் காணுகின்றோம். பறவைகளின் வகைகளைப் பேசிய பிறகு மயிலின் பெயரோடு மயில் பீலியின் பெயர், மயில் இறகு முடியின் பெயர், மயில் சிகைகளின் பெயர்களைக் கூறி மிக நுணுக்கமாக நத்தை, நண்டு, கரையான், புழுஆகிய பெயர்களும் பட்டியலிடப்படுகின்றன. நாலாவது மரப்பெயர்த் தொகுதியில் 79 மரங்களின் பெயர்கள் பேசப்படுகின்றன. பூமாலையின் வகைகளாக மட்டும் 27 குறிக்கப்படுகின்றன. ஐந்தாவதான இடப்பெயர்த் தொகுதியின் ஊரைக் குறிக்க 27 பெயர்கள். அவற்றில் ஒரு நூற்பா, கல்வியூரி, கல்லூரியாகும் என்கிறது. ஆறாவதான பல்பொருள் பெயர்த்தொகுதியில் உலோகங்கள், மணிகள், அலங்காரப் பொருட்கள் பட்டியலிடப்படுகின்றன. சோறு என்பதனை உணர்த்த 24 சொற்களும், கள்ளுக்கு 48 சொற்களும் காட்டப்பட்டுள்ளன. தமிழர்கள் மதுவை ஒழுக்கக் கோட்பாட்டைப் பொருத்திக் காணவில்லை என்பதற்கு இது சான்றாகும். தமிழில் 'சிற்றுண்டி' என்ற சொல் முதன்முதலாக இத்தொகுதியில்தான் காணப்படுகின்றது. பூரிகம்(பூரி), தோசை ஆகியவை அப்பவகை உணவுகளாகும் எனத் திவாகரம் கூறுவதும் சமகால இலக்கியங்களில் இச்சொற்கள் காணப்பட வில்லை என்பதும் சிந்திக்கத் தகுந்தனவாகும்.

ஏழாவதான செயற்கை வடிவப் பெயர்த்தொகுதி ஆயுதங் களின் வடிவப்பெயர்களை முதலில் பேசுகின்றது. கழுமரத்தின் பெயரைக் 'கழுமுள்' என்று சொல்வதிலிருந்து இப்பொழுது வழிபடு பொருள்களாகத் தமிழ்நாட்டில் காணப்படும் கழுமரங் களின் வடிவத்தின் மூலம் அறியமுடிகிறது. பின்னர் பெண்களின் அணிகலன்களைப் பேசிவிட்டு இசைக் கருவி உறுப்புகளின் பெயர்களையும் நுட்பமாக அறியத் தருகின்றது. வீட்டில் பயன்படுத்தப்பெறும் பொருட்களான பாய், விளக்கு, நாழி, குடை, உரல் என்பவற்றோடு விளக்குமாறு, தலைச்சும்மாடு ஆகிய பெயர்களையும் இப்பகுதி பட்டியலிடுகின்றது. பண்பு பற்றிய பெயர்த்தொகுதி எட்டாவதாக, கணிதவியல் அறிஞர்க்கும் அழகியல் குறித்துப் பேசுவோருக்கும் ஓர் அரிய கருவூலமாகும். ஐம்பொறிகளின் நுகர்வு பற்றிய கலைச்சொற்கள் இப்பகுதி களில் நிறையவே இடம்பெற்றிருக்கின்றன. ஒன்பதாவதான செயல் பற்றிய பெயர்த்தொகுதி மனிதவுடலின் எல்லா அசைவு களுக்குமான சொற்களைப் பட்டியலிடுகின்றது.

பத்தாவதாக அமைவது ஒலி பற்றிய பெயர்த்தொகுதி. இதில் அசைத்துறை சார்ந்த கலைச்சொற்கள் நூற்றுக் கணக்கில் இடம்பெற்றுள்ளன. இத்தொகுதி எழுத்தில்லாத ஓசைப் பெயர்களையும் பட்டியலிட்டுக் காட்டுகின்றது என்பது

குறிப்பிடத்தக்க செய்தியாகும். ஒரு சொல் பல்பொருள் பெயர்த் தொகுதி என்பது பதினொன்றாவது. இது தமிழ் மரபுக் கவிதையினைப் புரிந்துகொள்வதற்குத் துணை செய்வதாகும்.

இவ்வகையில் திவாகர நிகண்டு 9500 சொற்களைப் பதிவு செய்து வைத்துள்ளது. பிங்கல நிகண்டு 14,700 சொற்களையும் சூடாமணி நிகண்டு 11,000 சொற்களையும் பதிவு செய்து வைத்துள்ளன. நிகண்டுகளின் பெருமையெல்லாம் அவை பெரும்பாலான தமிழ் எழுத்திலக்கியங்கள் போல மேலோர் மரபு மட்டும் சார்ந்தவையல்ல என்பதே. அவைதிக மரபுகளைத் தேடத் தொடங்கிய அயோத்திதாச பண்டிதருக்கு நிகண்டு நூல்களின் அருமை புரிந்தது. அதனால் அவர் தம் ஆய்வுநூல்களில் அடிக்கடி நிகண்டு நூல்களை மேற்கோள் காட்டுகிறார்.

கலகக்காரர்களும் எதிர்க்கலகக்காரர்களும்,
டி. தர்மராஜ் (தொ.ஆ)
கல்லாத்தி, திருநெல்வேலி.

இதுவே சனநாயகம்!

சிறுகதை, நவீன மனிதனின் குரலாகக் கேட்கிறது

சோ. சிவபாதசுந்தரம், 'கௌதம புத்தர் அடிச்சுவட்டில்' என்னும் தன்னுடைய பயணநூல் வாயிலாகத் தமிழ்வாசகர்களால் அறியப்பட்டவர். அவ்வப்போது தமிழ் இதழ்களில் கட்டுரைகள் எழுதிவந்த சிட்டி (பெ.கோ. சுந்தரராஜன்) தி. ஜானகிராமனுடன் இணைந்து 'நடந்தாய் வாழி காவேரி' என்னும் பயணநூலை எழுதியவரும் ஆவார். சிட்டியும் சிவபாதசுந்தரமும் இணைந்து 1977இல், 'தமிழ் நாவல்; நூறாண்டு வரலாறும் வளர்ச்சியும்' என்றொரு நூலை எழுதி வெளியிட்டார்கள். இப்போது தமிழ்ச் சிறுகதைகளையும் 'அளந்து' அறிந்து எழுதியுள்ளனர்.

தமிழ்ப் படைப்பிலக்கியத் துறைக்கும் தமிழ்க்கல்வித் துறைக்கும் ஆன இடைவெளி தமிழ்நாட்டில் 20ஆம் நூற்றாண்டின் தொடக்கம் முதல் பெரிதாகிக்கொண்டே வந்தது. (பாரதி கூட தமிழாசிரியர் வேலையை மூன்றுமாதக் காலத்தில் உதறியெறிந்துவிட்டு வெளியிலே வந்தபின் 'அன்மொழித்தொகை சோறு போடாது; நெல்லுதான் சோறு போடும்' என்று தமிழாசிரியர்களுக்கு வழிகாட்ட முயன்றான்.) இந்த இடைவெளியை இட்டுநிரப்பப் பேராசிரியர்கள் சிலர் முயன்றனர். மதுரைப் பல்கலைக்கழகத்தில் பேராசிரியராக இருந்த முத்துச்சண்முகம் பிள்ளை இந்த இருவரையும் அழைத்து 1976இல் தமிழ்

நாவல் குறித்தும், 1978இல் தமிழ்ச் சிறுகதை குறித்தும் பல்கலைக் கழகத்தில் உரையாற்ற வைத்துள்ளார். எனவே இந்த நூலின் நூலாசிரியர் இருவரும் 'பல்கலைக்கழக அங்கீகார முத்திரையை' அழுத்தமாகவே பதித்துள்ளனர்.

தமிழ்ச் சிறுகதையின் வரலாற்றை 1850 தொடங்கி வ.வே.சு. ஐயர்வரை, அடுத்து 1945 (புதுமைப்பித்தன்) வரை, அடுத்து 1960 வரை, அதன் பின்னர் என்று நான்கு காலகட்டமாக இவர்கள் பகுத்திருக்கின்றனர். 1989இல் வெளியிடப்பட்ட நூலில் 1978 வரை மட்டுமே வெளிவந்த சிறுகதைகளைப் பற்றிப் பேசுவது, பின்வந்தவற்றைப் பேசமறுக்கும் 'பெரிய மனுஷத் தனமாக' இருக்கலாம்; விமர்சனம் ஆகாது. நூலாசிரியர்களின் பின்னிரண்டு காலப்பகுப்புகளும் நாட்டு விடுதலைக்குப்பின் எழுந்த புதிய சூழ்நிலைகளில் பிறந்தவை. இந்தப் பகுப்பு முறைகளுக்கான நியாயங்கள் நூலாசிரியர்களால் சரிவரக் காட்டப்படவில்லை.

சிறுகதை என்பது புதிய தொழில் வளர்ச்சி காரணமாக விளைந்த சூழ்நிலைகளில் பிறந்த இலக்கிய வடிவமாகும். இந்தச் சூழ்நிலையில் சமூகத்தில் எழும் புதிய அலைகளினால் புரட்டியெடுக்கப்படும் மனிதன், தான் இழந்ததையும் பெற்றதையும் சிந்திக்கிறான். பழைய சங்கிலிகள் இற்றுப்போக புதிய தளைகள் அவன் கால்களைச் சுற்றுகின்றன. எனவே இந்த வடிவத்தில் சலனம், அதிர்ச்சி, ஏமாற்றம், நம்பிக்கை, எதிர்ப்புணர்வு என எல்லாம் கலந்து நிற்கின்றன. எந்த நிலையிலும் அவன் உலக வாழ்க்கையை மறுதலிக்க முடியாதவனே. மண்ணுலக வாழ்க்கையிலிருந்து அவனால் பிரிந்து நிற்க இயலாது. எனவே "வாழ்க்கையின் குறுக்குவெட்டுத் தோற்றம் ஒன்றைக் கலைநய மும் சொல்லழகும் கொண்டதாகச் சித்திரித்தால் அதுவே சிறந்த சிறுகதையாகிறது" என்கிறார் ராஜம் கிருஷ்ணன்.

ஆயினும் இந்த நூலாசிரியர்களின் இலக்கியக் கொள்கை வித்தியாசமானது; அதிலே அவர்கள் 'மிகச் சரியாகவே' நின்றிருக்கிறார்கள். எனவே நூலில் திரும்பத் திரும்பப் பேசப்படுவதெல்லாம் சிறுகதையின் வடிவம்தான். 'வடிவ அமைப்புள்ள', 'வடிவ உணர்வுடன்', 'சிறப்பான வடிவத்தில்' ஆகிய சொற்றொடர்கள் இந்த நூல் முழுவதும் விரவிக் கிடக்கின்றன. ஒரு படைப்பின் வடிவம் என்பது அதன் உள்ளார்ந்த தன்மையில் கால் கொண்டிருக்கிறது; உள்ளடக்கத்தின் செம்மை வடிவத்தில் விளங்கி நிற்கிறது. ராஜம் கிருஷ்ணனின் கருத்திலே வெளிப்படுவதுபோல ஒரு மரத்தின் குறுக்குவெட்டுத் தோற்றம், அதன் உள்ளார்ந்த தன்மையானது வேதியியல், உயிரியல்

மாற்றங்களை உள்வாங்கிக்கொண்ட முறையினை வெளிப்படுத்து கிறது. அந்த அனுபவமும் புறச்சூழ்நிலைகளும் கூடி வினைப் பட்டு அது ஒரு வடிவத்தினைப் பெறுகிறது. நிச்சயமாக அந்த வடிவம் மூளியாக நிற்பதில்லை; சதுரமாகவோ செவ்வகமாகவோ வக்கிரப்படுவதும் இல்லை. உள்ளடக்கத்தின் தன்மைக்கும் வடிவத்திற்குமான இந்த உறவை நூலாசிரியர்கள் மிகச் சௌகரியமான முறையில் மறந்துபோய்விட்டார்கள். எனவே நூல் முழுவதும் 'வடிவழகிய' புராணமாகத் தோற்றமளிப்பது தவிர்க்க முடியாததாகி விடுகிறது. "சிறுகதையின் இலக்கியத்தரம் வடிவ முழுமையைச் சார்ந்திருப்பதால், அண்ணாதுரையின் படைப்புகள் ஆழ்ந்த மதிப்பீட்டுக்குத் தகுதியானவை," என்று முத்தாய்ப்பு வைக்கும் இடத்தில் நூலாசிரியர்களின் இலக்கியக் கோட்பாடு வாசகர்களுக்குத் தெளிவாகிவிடுகிறது. இந்த வகையான கோட்பாடு காரணமாகவே இவ்வரலாற்று விமர்சன நூல் பல 'விபத்துக்களைச்' சந்தித்து ஒரு தகவல் களஞ்சியமாக மாறியிருக்கிறது.

நூலாசிரியர்களின் 'முதிர்ச்சி' காரணமாக இந்தத் தகவல் களஞ்சியமும் முழுமையடையவில்லை. 368 பக்கங்களில் அமைந்த இந்த நூலில் 'தூரன்' என்ற பெயர் எப்படி விடுபட்டுப் போக முடியும்? மாலன், பாலகுமாரன், பிரபஞ்சன், சுப்பிரமணிய ராஜு ஆகியோர்களின் பெயர்கள் குறிப்பிடப்படும் பொழுது இந்தப் பட்டியலில் 'பூமணி'யின் பெயர் இல்லாமல் போனது எப்படி? இத்தனைக்கும் எழுபதுகளில் மாலன், செயப்பிரகாசம், சுப்பிரமணிய ராஜு ஆகியோரின் கதைகள் வெளிவந்த அதே 'கண்ணதாசன்' இதழ்களில் பூமணியின் சிறுகதைகளும் வெளி வந்தனவே. வேலையில்லாத இளைஞர்களின் மனநிலையைச் சித்திரிக்கும் கதைகளை எழுதியதாக வண்ணநிலவன், பிரபஞ்சன், வீர. வேலுசாமி மூவரும்' என்று குறிப்பிட்டுவிட்டுப் போகிறது. வேலையில்லாத இளைஞனின் சிந்தனைப்போக்கை விளக்கும் 'கிழிசல்' கதை மாணவர்களின் பாடப்புத்தகத்தில் இடம்பெறாமல் போனது, இந்த நூலின் வரலாற்றுத்தன்மையைக் கேள்விக் குறியாக்குகிறது.

இன்னுமொரு செய்தி, தனிநபர்களின் பெயர்கள் விடுபட்டுப் போனதற்கான சமாதானம் செல்லுபடியாகாத மற்றுமொரு இடமும் இந்த நூலில் உண்டு. தமிழ்ச்சிறுகதை வரலாற்றில் 'மணிக்கொடி'யை விட அழுத்தமாக நினைக்கப்பட வேண்டிய பத்திரிகை 'தாமரை' ஆகும். நூலாசிரியர்களின் அங்காந்த பார்வைக்குரிய பெருமையான 'பல்கலைக்கழக ஆய்வுப் பெருமை'யும் தாமரை இதழுக்கு நிறையவே உண்டு. எழுபது களில் கவனத்தைக் கவர்ந்த இளம் எழுத்தாளர்கள் பலருக்குப்

பயிற்சிக்களமாகத் தாமரை அமைந்தது என்பது தமிழ்ச் சிறுகதை வரலாற்றில் மறைக்க முடியாத உண்மையாகும். கால் நூற்றாண்டுக் காலமாகத் தமிழ்ச் சிறுகதைக்குப் பணியாற்றிய 'தாமரை'யைப் பற்றி ஒருசொல் கூட இந்த நூலில் இல்லை என்பது வியப்புக்குரிய செய்தியல்ல. ஏனென்றால் தாமரைக்குப் 'புருஷ பார்வை' உண்டே தவிர 'அரச பார்வை' கிடையாது.

தமிழ்ச் சிறுகதையின் வரலாற்றைப் பற்றி அவ்வப்போது எழுத வந்த எல்லோருக்கும் 'மணிக்கொடி' பற்றிய ஒரு மயக்கமே உண்டு. "மணிக்கொடியின் பல்வேறு கட்டங்களில் எழுதியவர்கள் யாவரையும் ஒன்றுசேர வைத்துப் பார்த்தல் கூடாது. மணிக்கொடிக் காலத்தில் எழுத ஆரம்பித்து, அதற்கு வெகு காலத்திற்குப் பின்னரே சிறுகதையின் வளர்ச்சிக்கு உதவும் வகையில் எழுதும் முதிர்ச்சி பெற்றோர் பலர் இருக்கின்றனர்" என்று கூறுவார் சிவத்தம்பி. நூலாசிரியர்கள் இருவருக்கும் பிற்காலத்திய மணிக்கொடியோடு சிறிது தொடர்பு இருந்திருக் கிறது. அந்தத் தொடர்பு தந்த மயக்கம் இந்த நூலுக்குள்ளும் மணிக்கொடிப் புராணத்தை அரங்கேற்றியிருக்கிறது.

தனித்தனியாகச் சிறுகதை எழுத்தாளர்களின் படைப்பாற்றல் குறித்து, இந்த நூலாசிரியர்களின் கருத்தைத் தொகுத்துப் பார்ப்பது அவர்களின் முகங்களை விளங்கிக்கொள்ள நமக்குதவும். பா. செயப்பிரகாசத்தின் காடு, கிராமத்து இராத்திரிகள், இரவுகள் உடையும் ஆகிய சிறுகதைத் தொகுதிகள் நூலாசிரியர்களின் பார்வைபெறும் புண்ணியத்தோடு பிறக்கவில்லை. 'ஒரு ஜெருசலேம்' தொகுதியிலுள்ள 'அம்பலக்காரர் வீடு' என்ற கதையை மட்டும் எடுத்துக்காட்டிவிட்டு நூலாசிரியர்கள் எழுது கின்றனர். "இந்தக் கதையில் அமைப்பு நல்லவடிவ உணர்வுடன் காணப்படுகிறது". செயப்பிரகாசத்தின் பல கதைகள் 'ஒரு ஜெருசலேம்' என்ற தொகுதியில் காணப்படுகின்றன.

இப்படி ஒரு வரலாற்று விமரிசன நூலைப் பெறுவதற்குத் தமிழிலக்கிய உலகம் தவம்செய்திருக்க வேண்டும்.

சுந்தர ராமசாமியின் தொடக்ககாலச் சிறுகதைகள் பற்றி நூலாசிரியர்களின் மதிப்பீடு இது:

"முற்போக்கு அணியில் கண்ட சமுதாய நோக்கில் இரண்டொரு கதைகளை எழுதியபின் கவிதைகளும் சில கட்டுரைகளும்தான் அப்போது அவருக்குப் பழக்கமான இதழ்களில் எழுதிவந்தார்."

மேற்குறித்த வரிகளிலே தெறிக்கிற அலட்சிய மனோபாவம், சராசரித் தமிழ் வாசகனின் மீதுள்ள நூலாசிரியர்களின் அபிப்பிராயம் ஆகும்.

இதுவே சனநாயகம்!

புதுமைப்பித்தனின் சிறுகதை மேதைமையை இவர்கள் தவிர்க்க முடியாமல் ஒத்துக்கொண்டாலும் (ப. 121) "புதுமைப் பித்தன் சிருஷ்டிகளில் வடிவ வகைகள், உத்தி வேறுபாடு, தத்துவச் செறிவு, உணர்ச்சிச் சாயல்கள், பொருட்செழுமை, சிந்தனைப் போக்கு, சொல்லாட்சி, கலைநோக்கு, பற்றின்மை முதலிய அம்சங்கள் தற்காலத் தமிழிலக்கியத்தில் வேறொருவரும் துணிந்து கையாளாத வகையில் விரவிக்கிடப்பதைக் காணலாம் (ப. 120)" என்பதுதான் இவர்களுடைய ஒட்டுமொத்த மதிப்பீடாகும்.

'சாப விமோசனம்' கதையில் எல்லோரையும் போல அகலிகையின் கற்பை விவாதப் பொருளாக்காமல், இராமனின் சாப விமோசனம் கொடுக்கும் தகுதியையே கேள்விக் குறியாக்கி யிருக்கிறார், புதுமைப்பித்தன். இந்தக் கதையைப் படித்துவிட்டுப் புராணக் கதைகளைத் தம் விருப்பப்படி மாற்றக்கூடாது என்ற 'நீதி'யை வலியுறுத்தக் கலைமகளில் 'அகலிகை கதை' என்ற சிறுகதையை இராஜாஜி எழுதினார் என்பது நூலாசிரியர்கள் தரும் புதிய செய்தியாகும். டெல்லிப் பல்கலைக்கழக ஆராய்ச்சி யாளர் ஒருவர் துணையோடு புதுமைப்பித்தன் 'இலக்கியத் திருட்டு நடத்தினார் என்று அந்த நூலாசிரியர்கள் "தெளிவாக (!)" நிறுவ முயன்றிருக்கிறார்கள். தொ.மு.சி. இரகுநாதன் எழுதிய 'புதுமைப்பித்தன் வரலாற்றில்' இலக்கியத் திருட்டுப் பற்றித் தமிழர்களுக்குப் புதுமைப்பித்தனே முதலில் எடுத்துக் கூறினார் என்ற செய்திக்கு இவர்கள் மறைமுகமாக மறுப்புரையை வழங்குகிறார்கள் என்பதும் எதையோ செரிக்க இயலாமல் திணறும் இவர்களின் முகமும் நுணுகிப் படிப்பவர்களுக்குப் புரியும்.

கடைசியாக இராஜாஜியின் சிறுகதைகள் பற்றிச் சிறப்புச் சொற்பொழிவாற்றிய தலைசிறந்த திறனாய்வாளரான கைலாசபதி 'கலையழகு குன்றியவை' என்று குறிப்பிட்டதை எடுத்துக்காட்டி — "படைப்பிலக்கியத்தில் கலையம்சம் முக்கிய மானதென்பதைக் காலகதியில் முற்போக்குவாதிகள் ஒப்புக் கொள்ள வேண்டி வந்தது என்பது மேற்கண்ட கூற்றிலிருந்து நிரூபிக்கப்படுகிறது" — என்று எழுதி இந்நூலின் நோக்கத்தைக் கம்பீரமாகச் சுட்டிக்காட்டி முடித்திருக்கிறார்கள்.

இந்நூல், இலக்கணச் சுத்தமாக மேல்தட்டு மனோபாவத் துடன் நமக்குத் தரப்பட்டுள்ள தகவல் களஞ்சியம்.

பாலம்

அறம் / அதிகாரம் ஒரு பார்வை

கடந்த இரண்டு நூற்றாண்டுகளாக மேற்குலகத்தின் அனுபவ விரிவு சில புதிய காற்றுகளைக் கிழக்கு நோக்கி அனுப்பி வைத்திருக்கிறது. அவை கொண்டுவந்த செய்திகள் இந்திய/தமிழகப் பண்பாட்டைப் புதிய கோணங்களில் காணவும் காட்டவுமான பார்வைகளை நமக்குத் தந்திருப்பதும் மெய்தான். இப்போது வந்துள்ள செய்தி 'பின் நவீனத்துவம்'; அறிவொளிக் காலத்தின் பாதிப்பிலிருந்து இன்றும் விடுபடாத ஒரு சமூகத்துக்கு இது தேவையே. இயற்கை உரங்களின் அருமையைப் பேசுகின்ற தொலைக்காட்சி நிகழ்ச்சியில் அடுத்ததாகப் பசுமைப்புரட்சியின் பிதாமகர்கள் சி. சுப்பிரமணியமும் எம்.எஸ். சுவாமிநாதனும் பாராட்டப்படுகிறார்கள். பெர்லின் சுவரைப்போல பெரிய சுவர் ஒன்று இருந்தால் முட்டிக்கொண்டே தகர்த்து விடலாம்.

ஒற்றை நேர்கோட்டுப் பார்வையிலேயே எல்லாவற்றையும் பார்த்துப் பார்த்து ஏமாந்து, சலித்துப் போனபின் தமிழ் இலக்கியப் படிப்பாளிகளுக்கும் திறனாய்வாளர்களுக்கும் நிறையக் கேள்விகள் மிஞ்சியிருக்கின்றன. மரபு வழிப் பார்வைக்கு மறுபார்வையும் புதிய பொருள்கோடலும் இந்த ஏமாற்றத்தின் பின்வந்த தேடலின் விளைவாக நல்ல விளைவாக – நமக்குக் கிட்டியிருக்கின்றன.

அப்படிப்பட்ட 'மறுபொருள் கோடல்' முயற்சியை ராஜ் கௌதமன் செய்திருக்கிறார். காலங்காலமாக மையத்தின் அருகே நெருங்க

விடாமல் புறந்தள்ளப்பட்ட ('விளிம்பு நிலை'என்ற சொல்லாட்சி யில் உடன்பாடில்லை) மக்கள் திரளின் பார்வையிலே 'தலித்திய சாத்தியப்பாடாக' அம்முயற்சியைத் தொடங்கியிருக்கிறார். ஃபூக்கோ ஒருதலையாக, நீட்சே மறுதலையாக அவரது தேடலுக்கு உதவியிருக்கின்றனர்.

புதுவகை மூலதனத்தோடும் சுரண்டலோடும் நெருங்கிய தொடர்புகொண்டிருந்த மேற்குலகம் பெற்ற அனுபவங்களின் வெளிப்பாடுகளில் மார்க்ஸும் உண்டு, நீட்சேயும் உண்டு. தமிழிலக்கிய ஆக்கத்தில் இருபது நூற்றாண்டுகளாக அதிகாரம் குறுக்குவெட்டாகப் பாய்ந்த கதையை இந்த இருவரது துணை கொண்டு அளக்க முற்படுதல் பாவகாரியமாகாது. அதிகார உருவாக்கமும் நிலைபேறும் மனிதனின் மனமொழி மெய்களைக் கட்டியாண்ட கதை சுவையானது. வரிவாங்குபவனை 'இறைவன்' என்று குறிப்பிட்ட வள்ளுவரின் சிந்தனையை ஆண்டது எது? உடலும் மனமும் குலுங்க வாய்விட்டுச் சிரிக்கும் பெண்ணைத் தடை செய்தது எது? என்ற சிந்தனை தமிழிலக்கிய வரலாற்றில் குறுக்குவெட்டாகப் பாய்கின்றபோது நமக்குப் புதிய செய்திகள் கிடைக்கின்றன.

இனக்குழுக்கள் வன்முறைக் கருவிகளால் ஒடுக்கப்பட்டு அல்லது தம்முள் கரைக்கப்பட்டு சேர, சோழ, பாண்டிய அரசுகள் உருவாயின. அந்த அரசுருவாக்கத்துக்குத் தேவையான வருணாசிரம சித்தாந்தம் வடக்கிலிருந்து வந்தது. வடக்கே வருணாசிரமத்தைத் தாக்கிவிட்டுத் தெற்கே குடிவந்திருந்த சமண, பௌத்த சித்தாந்தங்கள் வாணிகப் பெருக்கமில்லாத இடத்தில் அரசுருவாக்கத்துக்குப் போதிய அளவு துணை செய்ய இயலவில்லை. எனவே நிலவுடைமையோடு கூட்டுச்சேர்ந்த வருணாசிரமம் சமண, பௌத்தங்களை (உருவாகி வந்த அதிகார மையங்களின் துணையுடன்) மோதித் தூக்கியெறிந்தது. அந்த இடத்தில் அதிகார மையத்தின் பண்பாட்டுத் தளத்தில் தன்னைத் தக்கவைத்துக்கொண்டது. காலனி ஆதிக்கத்தின் தொடக்க காலம்வரை அதனை எள் முனையளவு கூட அசைத்துப் பார்க்கப் பெருவாரியான மக்கள் திரளுக்குச் சக்தியில்லாமல் போயிற்று.

அறங்களை முற்றிலும் புறவயமாக அணுகும் நிலைப்பாட்டை எடுக்க முடியாது என்ற இடத்திலிருந்து தன்னுடைய 'பொருள் கோடல்' முயற்சியைத் தொடங்கும் ராஜ கௌதமன், சொல்லும் நாவும் கட்டுப்படுத்தப்பட்ட நிகழ்வினை முதலில் விளக்கு கிறார். பின்னர் உடலுறுப்புகள் ஒவ்வொன்றும் அதிகாரக் கட்டமைப்புக்கு உட்படுத்தப்படும் கதையினைக் கூறுகிறார். கல்வியறிவு – குறிப்பாக எழுத்து மரபில் பதிவு செய்யப்பட்டது – பொருள் இகந்த உண்மைகளையும் மத உண்மைகளையும்

உள்ளடக்கமாகக் கொண்டிருந்தது என்ற சரியான முடிவுக்கு வருகிறார். ஈகை, ஏற்றல் ஆகியவற்றின் பின்புறமாக ஆன்மீக அதிகாரம் தொனிப்பட்டதென்பது உண்மைதான். சிறியதாயினும் உரிய காலத்தில் செய்யப்பட்ட உதவி உலகத்தைவிடப் பெரியது என்ற வள்ளுவர் சிந்தனை இந்த இடத்தில் மறுபரிசீலனைக் குரியதாகின்றது.

நூலின் உட்பகுதியில் காலப் பரிமாணம் சரியாகவே அமைந்திருக்கின்றது என்பதற்கு 'இனக்குழு வாழ்க்கை முறையும், வீரயுக வாழ்வின் அம்சங்களும் மூவேந்தரின் முடியாட்சி முறையும் கலந்திருந்த சங்ககாலத்தில், சமண – பௌத்த வைதிக மதங்களின் வினைக் கோட்பாடு தமிழ்ச் சமுதாயத்தின் ஆதிக்கப்பகுதிக்கு நன்கு அறிமுகமாகிவிட்டது என வரும் பகுதி அடையாளமாகும். சமண – பௌத்த மதங்கள் கடவுள் என்ற ஒரு தனிப்பொருளின் (ஈஸ்வரத் தத்துவம்) இருப்பை ஏற்றுக்கொள்வதில்லை. ஆனால் அவர்களின் 'மறுபிறப்புக் கோட்பாடு' வைதீகத்தால் தன்மய மாக்கப்பட்டுச் சாதிப் படி நிலையை நிரந்தரமாக்கிவிட்டது. இந்த இடத்தில் (ப. 103) ராஜ் கௌதமனின் கணிப்பு வரலாற்றுணர்வோடு அமைந்திருக்கின்றது. இந்த நேரத்தில் அவரது கருத்தை வலியுறுத்த இன்னொன்றையும் சொல்லியாக வேண்டும். வைதீகம் தன்மய மாக்கிக்கொண்ட சமண – பௌத்த கோட்பாடுகளில் மற்றொன்று கழுவாய் (பிராயச்சித்தம்) என்பதாகும்.

ஈஸ்வரனது இருப்பை மறுத்துவிட்ட காரணத்தால் சமண – பௌத்தர்கள் கழுவாயினை உலகியலுக்கு உரியதாக ஆக்கி வைத்திருந்தனர். ஆனால் அதைத் தன்வயப்படுத்திய வைதீகம் புனித நீராடலாகவும் தேவர்க்கும் பார்ப்பனர்க்கும் பொருள் கொடுப்பதாகவும் சுருக்கிவிட்டது. கழுவாய்க் கோட்பாடு பழைய வழிபாட்டு நெறிகளில் குறுக்குவெட்டாகப் பாய்ந்து தனக்கென நிலையான ஓர் இடத்தைப் பிடித்துக்கொண்டது.

தமிழிலக்கியத்தில் ஆண்டாளின் பாடல்களைச் சரியாக இனங்கண்டுகொண்டவர்கள் மிகச் சிலரே. "ஆண்டாள் பாடல்களில் குமுறும் உணர்வு சோகம்தான்" (ப. 182) என்பது மறுபொருள்கோடலுக்குச் சரியான எடுத்துக்காட்டாகும். கீழ்ப்படிதல் என்ற ஒழுக்கக் கோட்பாட்டின் உருவாக்கத்தில் எதிர்ப்புறமாக வன்முறை உணர்வு ஊடாடிக் கிடப்பதையும் அது அரச வன்முறைக்குச் சட்டத் தகுதியை ஏற்படுத்துவதையும் புறம் முப்பத்து நான்காம் பாட்டின் வழி விளக்க முயல்வது ஏற்கக் கூடிய வகையிலே அமைந்துள்ளது.

ஒழுக்கவாதம் பற்றிய பார்வைகள் அதிகாரத்தோடு கூடி வளர்வதற்கு முன்புள்ள கால எச்சங்கள் சில, சங்க இலக்கியங்

களிலே காணப்படுகின்றன. அங்கிருந்து தொடங்கிக் காலங்கால மாக ஒழுக்கப்பார்வைகள் மேலும் மேலும் இறுகிக்கொண்டே போகின்ற செய்தியை இன்னும் காவிய வரலாற்றுணர்வுடன் பார்க்க வேண்டிய தேவை நமக்கிருக்கிறது. எனவே முதல் முயற்சி என்கிற 'கனிவான' பார்வையில் ராஜ் கௌதமன் நூல் வரவேற்கப்பட வேண்டும்.

பெருவாரியான மக்கள் திரள், பண்பாட்டுத் தளத்தில் கொஞ்சம் கொஞ்சமாக ஒடுக்கப்பட்ட கதையினைத் தமிழிலக்கியங்கள் பக்கம் பக்கமாக வரைந்து தள்ளியிருக் கின்றன. இந்தப் பக்கங்களில் சிலவற்றை ஒவ்வொன்றாகப் புரட்டிக் காட்டுகிறார் ராஜ் கௌதமன்.

எதிர்தலையில் நின்று கேட்கப்படும் மற்றொரு கேள்விக்கும் நாம் பதில் சொல்லியாக வேண்டும். இனக்குழு வரைவு, அரசுருவாக்கம், அரசர் வணிகர் உறவு, பார்ப்பன வேளாளர் கூட்டணி, வைதீக வளமை என்று பார்த்துக்கொண்டே செல்வதும் ஒற்றைப் பரிமாணப் பார்வைதானே? இந்த நேர்கோட்டுப் பார்வை எல்லைக்குப் புறம்பாகச் சமூகம் இயங்கவேயில்லையா என்பது மாதிரியான கேள்விகள் எளிதில் தள்ளிவிடக் கூடியன அல்ல. இந்த இடத்தில் 'நூலின் எல்லை' பற்றிய விவாதம் தொடங்குகிறது.

எல்லாவற்றிலும் மறுபொருள் தேடும் முயற்சியில் ஈடுபடும்போது, மரபுவழிப்பட்ட தமிழ்ப் புலவர்கள் தந்த கால வரிசையினை அப்படியே பின்பற்றுதல் என்பது ஓட்டக்கார னின் காலில் தளையாகப்படுகிறது. இந்த இலக்கியங்களின் 'பிரதியின் ஏற்புடைமை', இவற்றின் 'கால ஏற்புடைமை' ஆகியவை பெருத்த விவாதத்திற்குரியவை. அகநானூற்றையும் திருக்குறளை யும் பரிபாடலையும் ஒரே கால எல்லைக்குள் அடக்க முடியுமா? இந்த நெடிய இலக்கியப் பரப்பில் உள்முரண்கள் ஏதும் தோன்றவே யில்லையா? சைவ சமயத்துக்குள்ளிருந்து ஒரே காலத்தில் வெளி வந்த 'கவுணியர்கோன் ஞானசம்பந்தன்' என்ற தன் அறிமுகக் குரலும் 'கோத்திரமும் குலமும் கொண்டென் செய்வீர்' என்ற குரலும் நேர் எதிர்முனையாகத் தெரிகின்றனவே! இதற்கான காரணம் என்ன? நூலுக்குள்ளே விடையில்லாத கேள்விகள் இது போலும் நிறைய.

'இரப்பவர்க்கு ஈயவைத்தார் ஈபவர்க்கருளும் வைத்தார்' என வரும் அப்பர் தேவாரப் பாடலைச் சாமர்த்தியமாக மேற்கோள் காட்டி 'அறத்துக்கு மூலம் வைதிகம் என்கிறது' (ப.52) என்கிறார் ராஜ் கௌதமன். இப்பாடலின் அடுத்த அடி, "கரப்பவர் (மறைப்பவர்) தங்கட்கெல்லாம் கடுநரகங்கள் வைத்தார்"

என்பதாகும். சமநிலை அழிந்துபோனால் ஆபத்து காத்திருக்கின்றது என்று சிலருக்கு அச்சமூட்டும் இந்தப் பாட்டு வைதீகம் ஆகாது. வைதீகம் என்ற சொல்லை வேதத்தின் தலைமையைக் கொள்கை யளவில் ஒத்துக்கொண்டவர்கள் மீதெல்லாம் திணிக்க இயலாது. வைதீகம் என்பது வேதத்தை மட்டுமே 'சுத்த சுயம்பு'வாகக் கொண்டு பொருண்மை நிராகரிப்பையும் பார்ப்பன மேலாண்மை யினையும் ஒருசேர முன்வைக்கும் தத்துவமாகும். பார்ப்பனர்களின் சந்தியா வந்தனம் என்ற அடிப்படையான வைதீக வழக்கத்தைப் பார்ப்பனருடன் நின்றுகொண்டே அப்பர் கண்டிக்கிறாரே? அதனை எப்படிப் பொருள் கொள்வது?

தமிழிலக்கியப் பரப்பில் அதிகார எதிர்ப்புக் குரலாக, நிறுவன எதிர்ப்புக் குரலாகக் குறைந்தது இரண்டு நூற்றாண்டுகாலம் சித்தர்களின் முழக்கம் கேட்கிறது. நாம் இன்னமும் கழற்றிக் கொள்ள முடியாத "வேதமாயை"யிலிருந்து விடுபடத் துடித்த முதற்குரலாக வரலாற்றில் அவர்களுடைய குரலையே கேட்க முடிகிறது. அதிகார மையங்களுக்கு எதிரான அவர்களது பாடல்கள் மடங்களிலிருந்து தொகுக்கப்படவில்லை. பெருவாரி யான ஒடுக்கப்பட்ட மக்களே அப்பாடல்களுக்கு உ.வே.சா.க் களாகத் திகழ்ந்திருக்கின்றனர். சித்தர்களது குரல்களை எதிர்கொள்வதற்குரிய வலிமை தமிழ்நாட்டில் நிலவிய அரசதிகாரத்தால் இயலாமற் போயிற்று. 'நாதசித்த வழிபாடு' என்ற பெயரில் சித்தரமரபோடு பண்பாட்டுச் சமரசம் செய்து கொள்ள முன்வந்த வேளாளரின் குரல் அதன் பின்னர் அதிகாரக் குரலாகத் தமிழக வரலாற்றில் ஒலிக்கவில்லை. வேளாளரைப் புறந்தள்ளிவிட்டுப் புதிய, பிறமொழியாளரான, அதிகார மையத்தை வருணாசிரமம் இங்கே கொண்டுவந்து தன்னை நிலைநிறுத்திக் கொண்டது. இசுலாமியத் தாக்குதலில் வடநாட்டில் பௌத்தம் அழிந்துபோக, வருணாசிரமம் தாக்குப் பிடித்த கதையினை அம்பேத்கர் விரிவாகச் சொல்லுவதனை இங்கே நினைவிலே கொள்ள வேண்டும். வைதீகம் இங்கே பார்ப்பனியத்தின் காவல் கோட்பாடாக மட்டுமே இருந்தது. வருணாசிரமமே (விசயநகரப் பேரரசர்களால்) இங்கே இந்துத்துவத்திற்குக் கால்கோள் இட்டது என்பதே வரலாற்று உண்மை.

"இலக்கியப் பிரதிகள் புனைந்து கூறும் வரலாற்றைச் சரி பார்த்துக்கொள்வதற்கான அறிவுச் சொல்லாடல்கள் கிடைக்க வில்லை" என்பதனால் "குறியீட்டு ஒழுங்கின் ஓரங்கமான இலக்கியப் பிரதியை மட்டும் வைத்துப் பொருள் கோடல் செய்ய வேண்டியுள்ளது" என்கிறார் ராஜ் கௌதமன். நமக்கு எழும் கேள்விகள்: இந்த அறிவுச் சொல்லாடல்கள் மட்டும் ஒரு சமூகம் உயிர்த்தும் இருந்தும் வாழ்ந்தும் வந்த தடயங்களை முழுவதும்

இதுவே சனநாயகம்!

காட்டிவிடுமா? அல்லது கையில் கிடைக்கும் கருத்தியல் தளங்கள் சமூகத்தின் பெருவாரியான மக்களின் வாழ்வை முழு வலிமை யுடன் ஒழுங்கு செய்தவை எனச் சொல்லிவிட இயலுமா? காலங்காலமாக நூற்றுக்குத் தொண்ணூறு பேர் புலால் உண்ணும் தமிழ்ச் சமூகத்தை இந்த எழுத்துப்பிரதிகளை மட்டும் நம்புபவர்கள் 'புலால் வெறுக்கும் சமூகம்' என்றுதானே கருத முடியும்? முழுமையான பார்வைக்கு வரலாற்று ஆதாரங்கள் தேடிப் புறப்பட்ட ஆய்வாளர்கள் எத்தனை பேர்? இந்த எழுத்துப் பிரதிகள் காட்டுவதாக ராஜ் கௌதமன் முன்வைக்கும் கருத்தியலுக்கு மாறான தடயங்களை ஒவ்வொரு கட்டத்திலும் பெருவாரியான மக்களின் வாழ்வியற் சடங்குகளிலிருந்து காட்ட முடியும். வீட்டுச் சடங்குகள், சாதிச் சடங்குகள், கோயிற் சடங்குகள், நடைமுறைகள், பழமொழிகள் எனச் சொல்லாடலுக்கு வெளியிலும் உள்ளுமாகத் தமிழ்ச் சமூகம் வெளிப்படுத்தும் கருத்தியலுக்கும் அறிவுச் சொல்லாடல்களுக்கும் இடையிலுள்ள வெளி தனியாக அளந்தறியப்பட வேண்டிய பெரும் பரப்பாகும். அவ்வெளியினை அணுகி அறிந்தால் மட்டுமே நமது புரிதல் முழுமையாகும். இல்லையென்றால் 'விதவை மறுமணக் கோட்பாடே பெரியாரின் கண்டுபிடிப்புத்தான்' என்று கூட வாதாடும் கருத்து வறட்சியாளர்களுடன் நாமும் கைகோத்துக் கொள்ள வேண்டியது வரும்.

அடுத்து, தமிழிலக்கியத்தின் நெடிய பரப்பினை முழுவதும் அறிந்த கருத்தியலாளர்கள் நம்மிடையே மிகக் குறைவு. அப்படி ஒரு பாவனையைத் தான் தமிழாசிரியர்கள் பலர் கொண்டுள்ளனர். ஆனால் தமிழிலக்கியப் பரப்பினைக் குறுக்காக விசாரிக்க நமக்குப் போதிய நூல்கள் இருக்கின்றன என்ற உண்மையினை யும் நாம் மறந்துவிடுவதற்கில்லை.

'மடிவாய்' குறித்து ராஜ் கௌதமன் கூறுவது மேற்கோள் அளவில்கூட ஏற்கத்தக்கதல்ல. 'மடிவாய் இடையர்' என்பது கால்நடைகளை ஒழுங்குபடுத்தும் சீழ்க்கை ஒலியாகவே சங்க இலக்கியங்களில் குறிப்பிடப்பட்டுள்ளது. 'நிறை எனப்படுவது மறை பிறர் அறியாமை' என்பது காதல் உறவு பற்றிய செய்தியே (பக். 17). அகத்திணைக் கலைச்சொல்லான 'நிறை' அண்மைக் காலம் வரை 'நிறையழிஞ்சவ' என்ற வசவுச் சொல்லாகவும் வழங்கிவந்தது. இதனைப் புறவாழ்க்கைக் களத்தில் பொய், பொய்சாட்சி கூறாமை என்று பொருள் விரித்துக்காட்டுவதனை ஏற்க முடியாது. அதுபோலவே ஓர் இலக்கியப் பிரதியினைப் பற்றிய முழுமையான பார்வை இல்லாமல் பெரியாழ்வார் பாடலைக் கருத்துரைக்கிறார் ராஜ் கௌதமன். "சரி, கதைக்கு வருவோம். பெரியாழ்வாருக்கு மனிதப் பிறவி, உடல்மீது

ஏகப்பட்ட கோபம். சீழ், மண், மலம், ஊத்தைகொண்ட இந்த உடல் மீது ஈ மொய்ப்பதை அருவருப்புத் தோன்றும்படி வருணிக்கிறார். இப்படிப்பட்ட உடலை உடைய குழந்தைகளுக்குப் பெற்றோர் ஆசையாகக் கண்ணன் என்று கடவுளின் பெயரை வைப்பதை இவரால் தாங்கிக்கொள்ள முடியவில்லை – 'ஊத்தைக் குழியில் அமுதம் பாய்வது போல் உங்கள் மூத்திரப் பிள்ளையை என் முகில் வண்ணன் பேரிட்டு ஆடித்திரிமினோ' என்று கோபித்துக்கொள்கிறார்" என்றெழுதுகிறார் ராஜ் கௌதமன்(பக்.122).

இத்தகைய தவறான மேற்கோள்கள் எழுத்தின் மீதான நம்பிக்கையைச் சிதைத்துவிடும். மேற்கோள் காட்டப்பெற்ற பாடல் மட்டுமன்று அந்தப் பதிகத்திலுள்ள பத்துப் பாடல்களும், 'பிள்ளைகளுக்குக் கண்ணன் பேரை இடுங்கள்' என்று வேண்டும் (சீரணிமால் திருநாமமே இடத்தேற்றிய) பாடல்கள் ஆகும். சிக்கல் இத்தோடும் அமையவில்லை. சமணத்தின் தாக்கத்தினால் மனித உடலின் அழுக்கைச் சொல்லி வெறுப்பேற்றுவது தமிழிலக்கியத்தில் இருபதாம் நூற்றாண்டுவரை பதிந்துபோன மரபாகும். இந்த இலக்கிய மரபினை எதிர்க்கும் முதற்குரலை – அது எவ்வளவுதான் வலிமை குறைந்ததாக இருந்தாலும் – பெரியாழ்வாரே ஒலிக்கிறார்.

பூணித் தொழுவினில்புக்குப்
புழுதியளைந்த பொன்மேனி
காணப் பெரிதும் உகப்பன்

என்று மாட்டுத் தொழுவிலே வேலை செய்து வந்தவனது உடற்புழுதியை அவன் தாய் கொண்டாடுகிறாள். புழுதியோடு 'மூத்திரமும்' பெரியாழ்வாருக்குப் பாடு பொருளாயிற்று. தெருவிலே விளையாடும் குழந்தை சிறுநீர் கழித்துவிட்டு, தாயின் நினைப்புடன் உடனே வீட்டுக்குள் ஓடி வந்து, அமர்ந்து வேலை செய்கிற தாயினைப் பின்னாகச் சேர்த்துக் கட்டிப்பிடிக்கிறது. மிச்சமிருக்கிற சிறுநீர்த்துளி தாயின் முதுகிலே சொட்டுச் சொட்டாகப் படிகிறது.

மொட்டு நுனியில் முளைக்கின்ற முத்தேபோல்
சொட்டுச் சொட்டென்னத் துளிக்க துளிக்க என்
குட்டன் வந்தென்னைப் புறம் புல்குவான்

என்று தாய் மகிழ்ச்சியால் சிலிர்த்துப் போகிறாள். இதுவும் பெரியாழ்வார் பாட்டுதான். எழுத்துப் பிரதிகளில் கருத்தியல் தளத்தில் இந்த எதிர் மரபு தொடர்ந்து, "திரௌபதி தீட்டுக்குரிய காலத்தில் இருந்தபொழுது கூப்பிட்டாள். கடவுள் வந்தான். எனவே பக்தி செய்வதற்குச் சுத்தம், வளமை, தகுதி காலம்

என்றெல்லாம் பார்க்க வேண்டாம்" என்று 13ஆம் நூற்றாண்டு (ஆசாரிய ஹிருதயம்) வரை வந்திருக்கிறது. சுத்தம் X அசுத்தம் என்ற கோட்பாட்டை உடைக்கும் முயற்சி ஒன்று வைணவத் துக்குள் இருந்திருக்கிறது என்பதற்கான சான்றுகள் இவை.

"பார்ப்பனர்கள் வீட்டில் சமஸ்கிருதமும் வெளியில் தமிழும் உபயோகித்தார்கள்" (பக்.210) என்பது போன்ற செய்திகள், குறைந்த அளவு கள ஆய்வேதும் இல்லாமல் மரபுகளைப் புரிந்துகொள்ளும் முயற்சிகள் தோற்றுப்போகும் என்பதற்கான அடையாளமாகும். பார்ப்பனர்கள் சமஸ்கிருதத்தைத் தொழிலுக்குரிய 'புனித மொழியாக' மட்டுமே கொண்டிருந்தார்கள். பார்ப்பனப் பெண்களுக்கு வேதக்கல்வி மட்டுமல்ல, சமஸ்கிருதக் கல்வியும் தடை செய்யப்பட்டிருந்தது. அதனால்தான் சமஸ்கிருதம் பார்ப்பனருக்கு வீட்டுமொழியாக விளங்காமற் போயிற்று. அப்படியிருந்திருந்தால் பெரியாரின் வேலை இன்னும் எளிதாகப் போயிருக்கும்.

தமிழிலக்கியம், சமூகம் என எதைப் பேசினாலும் சமஸ்கிருத மூலம் தேடும் 'மோஸ்தர்' (பெரியபுராணத்துக்கு உபமன்யு பக்த விலாசம், திருவிளையாடற்புராணத்துக்கு ஹாலாஸ்ய மகாத்மியம், மெய்கண்டார் நூலுக்கு ரௌரவ ஆகமம்) ராஜ் கௌதமனையும் தொற்றிக்கொண்டிருப்பது மகிழ்ச்சி தரவில்லை. 'அதிதி பூசை' (பக்.40) பற்றிக் குறிப்பிடுகிறார்கள்.

இராத்திரி நேரங்களில் ஊர் மடத்தில் வந்து படுத்திருக்கும் வெளியூர்க்காரனை விசாரித்து 'இராச்சோறு' கொடுக்கும் பழக்கம் இந்த நூற்றாண்டின் நடுப்பகுதிவரை கிராமங்களில் உயிரோடு இருந்தது. 'இராமடம் ஊட்டுவாரைப் போலே' என்று இந்த வழக்கத்தை உரையாசிரியர்களும் குறிப்பிட்டுள்ளனர். அதுபோலவே வள்ளுவர் சொன்ன மருந்து 'ஆயுர்வேதம்' என்கிற (பக்.20) பரிமேலழகரின் பார்வை எதிர்மரபு தேடுவோர்க்கு ஏற்ற வேலையல்ல. நாட்டு மருத்துவம் தென்னாட்டுக்கும் உண்டு, வடநாட்டுக்கும் உண்டு. இவ்வகையான 'வறண்ட பார்வைகள்' நூலின் நோக்கத்தைத் திசை மாற்றிப் போட்டுவிடும் ஆபத்தான பார்வைகளாகும்.

வெள்ளைக்காரன் காலத்தில்தான் வேளாளர்கள் பார்ப்பனர்களோடு மோதத் தொடங்கினார்கள். இது 'பதவிச் சண்டை' என்று கைலாசபதி விதைத்த 'மலிவான கருத்து மாயை' இன்றும் நம்மைவிட்டு விலகிப் போகவில்லை என்பதற்கும் ராஜ் கௌதமன் சாட்சியாகிறார் (பக். 214). திராவிட இயக்கத்தின் தோற்றக்காரணிகளைக் கொச்சைப்படுத்த முனைந்தவர்கள் தோற்றுப்போன செய்தியினை ராஜ்கௌதமன் இன்னும் ஏன்

ஏற்றுக்கொள்ள மறுக்கிறார்? "தமிழ்நாட்டின் நாகரிகம் தோன்றிய காலத்திலேயே பார்ப்பனியம் இங்கிருந்தது" (ப.210) என்றால் ஆதிச்சநல்லூர் புதைகுழிகளை இன்னும் ஆழப்புதைத்துவிட வேண்டியதுதான்.

அதிர்ச்சி மதிப்பீடுகள் நிறைந்த ஒரு நூலை (அவர் மறுத்தாலும்) ராஜ் கௌதமன் படைத்திருக்கிறார். இத்தகைய மரபு மீறிய ஆய்வு முயற்சிகள் நமக்குக் காலத்தின் தேவையே. உடைபட வேண்டிய புனிதங்கள் தமிழ்ச் சமூகத்தில் இன்னும் நிறைய மிச்சம் இருக்கின்றன. விடை காண வேண்டிய கேள்விகளும் சந்தேகப்பட வேண்டிய சொல்லாடல்களும் குவிந்து கிடக்கின்றன. எனவே இருப்பதை ஏற்றுக்கொள்ளும் 'பக்குவ மில்லாதவர்கள்' மீது நிறையப் பேருக்குக் கோபம் வருவது இவர்களுடைய 'நோகாத பிழைப்பு' கெட்டுப்போய்விடுகிறது என்பதால்தான். கிளைத்துப் பார்த்துத் தரம் பிரித்தால் காய்கறிக் கடைக்காரருக்கும்தான் கோபம் வரும். ராஜ் கௌதமன் நன்றாகவே கோபமூட்டுகிறார்.

ஆனால், தேடப் போனவர்கள் எதையேனும் கொண்டு வரவேண்டும். விரக்தியும் சலிப்பும் மதிப்புப் பெறாத பொருட்கள்; "சமர்த்தி சந்தைக்குப் போனால் வாங்கவும் மாட்டாள், விற்கவும் மாட்டாள்."

ராஜ்கவுதமன் நூலுக்கான மதிப்புரை
காலச்சுவடு, ஜூலை 1999

இதுவே சனநாயகம்!

தமிழகத்தில் நாடோடிகள்

தமிழகத்தின் மக்கள் திரள்களைப் பற்றிய பாடல்களும் பழமொழிகளும் கதைகளும் நம்மிடம் நிறையவே உள்ளன. சாதிகளின் பேரிட்ட புராணங்களும் நம்மிடம் நிறையவே உண்டு. இவை சில இடங்களில் தலபுராணங்களாகவும் வெளிப்பட்டிருக்கின்றன. ஆனால், மக்கள் திரள்கள் குறித்த ஆய்வு முயற்சிகள் காலனிய ஆட்சிக் காலத்தில்தான் நம்மிடையே அரும்பத் தொடங்கின. இவ்வகையான முயற்சிகள் நிகழ்கால ஆய்வாளர்களால் முழுமையான 'ஆய்வுணர்வுடன் கூடியவை, என்று ஏற்றுக்கொள்ளப்படுவதில்லை. அதற்கான காரணங்களும் உண்டு. ஐரோப்பிய அறிஞர்களால் ஆங்கிலத்தில் எழுதப்பட்ட இவ்வகை எழுத்துக்களில் 'வெள்ளைத்திமிர்' ஊடும் பாவுமாகப் பரவிக் கிடக்கின்றது என்பது இக்கால ஆய்வாளர்களின் மதிப்பீடாகும். இந்தக் கடுமையான விமரிசனத்தை நாம் எளிதாகப் புறந்தள்ளிவிடவும் முடியாது.

மிக அண்மைக் காலமாகவே, 'நம்முடைய வரலாற்றை நாம் எழுத வேண்டும்' என்ற உணர்வு நிலை தமிழ்க்கல்விச் சூழலில் முகிழ்த்து வருகின்றது. இந்த நூல் அந்த எண்ணத்திற்கும் அதற்கு அடுத்தக் கட்ட வளர்ச்சிக்கும் நம்மை இட்டுச் செல்கின்றது. ஓரிடத்தில் நிலையாகப் பன்னூறு ஆண்டுகள் தங்கிக் கல்வெட்டுக் குறிப்புகளும் சாதிப் புராணங்களும் தமக்கெனக் கோயில்களும் மடங்களும் உடைய சாதியார்களின் வரலாறுகளே இதுவரை எழுதப்பட்டு வருகின்றன (அந்த வகையிலும்

நாம் இன்னும் நெடுந்தூரம் செல்ல வேண்டியுள்ளது). இந்தச் சூழலில் நிலைகுடியாக இல்லாமல் அலைந்து திரியும் மக்கள் பற்றிய ஆவணமாக இந்த நூல் வெளிவந்திருப்பது மகிழ்ச்சிக் குரிய ஒன்று. 18 சாதிகளைப் பற்றிய கட்டுரைகளும் மூன்று சிறப்புக் கட்டுரைகளுமாக 21 கட்டுரைகள் இந்நூலில் அமைந்துள்ளன.

முதற் கட்டுரையான பக்தவத்சல பாரதியின் 32 பக்க ஆய்வுக் கட்டுரை பாராட்டுக்குரியது. நிலைகுடி இல்லாத ஒரு வாழ்க்கை நிகழ்காலச் சமூகத்திலும் தொடர்வது குறித்த தன்னுணர்ச்சியுடன் அவர் மக்களை அணுகியிருக்கிறார். ஆனாலும், தொடர்ந்துவரும் சில கட்டுரைகளில் இந்த வகையான பார்வை நமக்குக் காணக் கிடைக்கவில்லை. 'நாடோடி' என்ற சொல் பழகிப்பழகிப் பொருள் தேய்ந்துவிட்ட சொல் அல்ல. மாறாக ஆக்கத்திலேயே குறையுடைய சொல் ஆகும். நாடோடிகள் 'ஓடிச் செல்பவர்கள்' அல்லர். மக்கள் இடம் பெயர்தல் என்பது அன்றும் இன்றும் ஆட்சியதிகாரத்தால் ஒரு அழிசெயலாகவே பார்க்கப்படுகின்றது. எனவேதான், 'பதி எழு அறியாப் பழங்குடி' என்பதனைச் சிலப்பதிகாரம் பெருமையாகப் பேசுகின்றது. தோற்றுப்போன அரசர்களை வென்ற அரசர்கள் காட்டிற்குள் வெருட்டி ஓட்டுவதை

செம்பியனை சினமிரியப் பொருது சுரம் புக ஓட்டி

என்று செப்பேடுகளும் 'பாண்டியனைச் சுரம் இறக்கின பெருமாள்' என்று கல்வெட்டுக்களும் பெருமையாகக் கூறுகின்றன.

குறுகி வந்தடையா மன்னரை வெங்கூடு கலக்கி
சிறுகால் நெறியே போக்குவிக்கும் செல்வன்

என்று பாண்டியன் நெடுமாறனைப் பெரியாழ்வார் போற்று கின்றார். இவ்வாறு தங்கள் வாழ்விடத்தைக் கைவிட்டு அச்சத்தால் ஓடியவர்களுக்கே 'நாடோடி' என்ற சொல் பொருந்தும். மேலும், நாடு என்பதற்குப் பொதுவான வரையறை ஏதும் தமிழ் வாழ்க்கையிலும் வழக்கிலும் இல்லை. இரண்டு மூன்று கிராமங்கள் அல்லது பத்து இருபது கிராமங்கள் உள்ளடங்கிய பகுதிகள் கூடத் தமிழ்நாட்டில் நாடு என்ற பெயரோடு வழங்குகின்றன. பறம்பு நாடு 300 ஊர்களை உடையது என்பது கபிலரின் புறநானூற்றுப் பாடலாகும். எனவே, 'அலைகுடிகள்' என்ற சொல்லே நாடோடிகள் என்ற சொல்லை விடப் பொருள் காட்டும் சொல்லாகும். அலைகுடிகள் குடும்பத்தோடு தொடர்ந்த இடப்பெயர்வு உடையவர்கள். அவர்களும்கூட ஏறத்தாழ 100 சதுர கி.மீ. பரப்பளவிற்கு உள்ளாகவே இயங்கி வருகின்றார்கள். குடும்பத்தை, அதாவது பெண் மக்களையும் குழந்தைகளையும் ஓரிடத்தில் நிலையாக இருக்க வைத்துவிட்டு ஆண்கள் மட்டுமே

சுற்றித் திரியும் 'பூம்பூம் மாட்டுக்காரரை' நாடோடிகள் என்பது பொருத்தமானதன்று. அவர்களைப் போலவே 'இடையர்'களும் ஆவர். கிழக்கு முகவை மாவட்டத்தின் பரமக்குடி, முதுகுளத்தூர், கடலாடி, இளையான்குடி வட்டங்களைச் சேர்ந்த (நான் அப்பகுதியில் 16 ஆண்டுகள் இருந்திருக்கிறேன்.) இவர்கள் சொந்த ஊரில் வீடும் நிலபுலங்களும் – ஏன் வங்கிக் கணக்கும் வழக்கு மன்றத் தொடர்புகளும் கூட – உடையவர்களாக இருக்கின்றனர். தங்கள் சாதியால் நடத்தப்பெறும் ஆண்கள் கல்லூரியிலும் பெண்கள் கல்லூரியிலும் ஆட்சிக்குழு உறுப்பினர்களாகவும் கல்லூரி ஆசிரியர்களாகவும் உள்ளனர். இவர்களின் பிள்ளைகள் சிலர் மலேசியாவிலும் அரபு நாடுகளிலும் வேலை செய்து பெரும்பணக்காரர்களாகவே உள்ளனர். இவர்களில் ஒருவர் பொறியியற் கல்லூரி நடத்துகின்றார். மற்றொருவர் சட்டமன்ற உறுப்பினராக இருக்கின்றார். இவர்களை 'நாடோடிகள்' என்ற கணக்கில் சேர்க்க இயலாது. இடையர்களில் அறியப்பட்ட 27 பிரிவுகளில் மலைப்பகுதிகளில் வாழும் குடும்ப இடையர் (குரும்பாடு மேய்ப்பவர்) மட்டுமே 'பழங்குடி' என்ற கணக்கில் அடங்குவர்.

பக்தவத்சல பாரதி இந்த நூலின் முதற் கட்டுரையில் மட்டுமே 'நாடோடியம்' என்பதைச் சமகால உணர்வுடன் பார்க்கின்றார். எஞ்சிய கட்டுரைகளில் பெரும்பாலானவை இம்மக்கள் திரள்களைக் கடந்த காலத்தின், 'தொல்லெச்சங்களாகவே' பார்க்கின்றன. இது ஒரு நெருடலான செய்தி. 150 ஆண்டுகளாகக் காலனிய ஆட்சியிலும் அதன்பின் வந்த 50 ஆண்டுக் காலத்திலும் இவ்வகையான மக்கள்திரள்களில் பல பெருஞ் சமூக நீரோட்டத் தால் உள்வாங்கப்பட்டன; அல்லது கரைக்கப்பட்டன. இவர்கள் மட்டும் விளிம்பு நிலையிலும் விளிம்பு நிலைக்குத் தள்ளப்பட்டு வேர்கொள்ள முடியாத 'அலை நீர்த்தாவரங்களாக' வாழ்ந்து(?) கொண்டிருக்கின்றனர்.

வலையர்களில் ஒரு பிரிவினர், ஆற்றங்கரைப் பரிச லோட்டிகள், நெல் குற்றும் சாதியார், களம்பாடும் பாணர்கள் ஆகியோர் பெருஞ் சமூக ஓட்டத்தில் கரைக்கப்பட்டுவிட்டனர். எடுத்துக்காட்டாகத் தோலால் ஆன இசைக்கருவிகளை ஆக்கி, வயற்கள வாழ்த்துப் பாடிய பாணர்களைக் குறிப்பிடலாம். இசைக் கருவிகளுக்காகத் தோல் தையல் செய்த இவர்கள் தானியங்கிப் பட்டறைத் தொழில் தோன்றியபோது 'கார்'களுக் கான தோல் இருக்கைகள் தைக்க நகர்ப்புறமாயினர். சிலர் தையல் எந்திரத்தின் வருகையோடு துணித் தையல் வேலையினையும் மேற்கொண்டனர். நெல்லை மாவட்டத்தில் ஒரு காலத்தில் தையற்கலைஞர்களில் இவர்களே பெரிய எண்ணிக்கையில்

இருந்தனர். இவர்களில் வறுமையாளர் சிலர் தையல் எந்திரத்தைத் தெருத் தெருவாகத் தள்ளிச் சென்று கிழிந்த துணிகளைத் தைத்துக் கொடுத்தனர். இன்று தையற் கலைஞர் களுக்கான சாதி அடையாளம் ஏதும் கிடையாது. அதாவது, தையற் கலைஞர்கள் என்ற சாதிப்பிரிவினை இவர்களால் சாதி எல்லை கடந்து உருவாக்கப்பட்டது.

இந்த நூலில் உள்ள கட்டுரைகள் பெரும்பாலும் வடதமிழகத் தில் உள்ள 'அலைகுடி'களைப் பற்றியே அமைந்திருக்கின்றன. தமிழகத்தின் தென்பகுதியில் இவ்வகையான குடிகள் மிக அருகிலேயே காணப்படுகின்றனர் என்பதும் உண்மையே. இதற்கான காரணங்களைக் கண்டறியச் சமூக வரலாற்றியல் ஆய்வுகள் மேற்கொள்ளப்படும்.

அடித்தள மக்களின் வரலாற்றை அறிய விரும்புவோர்க்கு இந்த நூல் மிகப் பெரிய தகவல்களஞ்சியமாகும். வேளாண் உற்பத்தியோடு தொடர்புடைய நாழிமணிக்காரர், சாதிப்பிள்ளை போன்ற கட்டுரைகள் சமூக வரலாற்றுக்கு அரிய தரவுகளாகும். குறிப்பாகச் 'சாதிப்பிள்ளை' என்பது தனித்த ஆழமான சமூக வரலாற்றாய்வுக்கு உரியது. நாட்டார் ஆவணங்களில் 'பிள்ளைவர்த்தனப் பட்டயம்' என்ற ஒன்றுண்டு இரண்டு சாதிகளுக்கு இடையில் நிலவும், 'தந்தை – மகன்' உறவுநிலை யினைக் குறிக்கும் ஆவணமாகும் இது. எனவே, சாதிப்பிள்ளை என்பது ஒரு சாதியை மட்டும் குறிக்கும் சொல்லாகத் தோன்ற வில்லை. ஒரு அமைப்பு முறையினைக் குறிக்கும் சொல்லாகவே அது அமைந்திருக்கின்றது. நாடோடிகளின் கூட்டு வாழ்க்கை என்னும் கட்டுரை அலைகுடிகள் சனநாயக உணர்வுக்கும் மற்றதை மதிக்கும் பண்புக்கும் எடுத்துக்காட்டாக அமைந்திருக்கின்றன.

வரலாற்றைக் கீழிருந்து எழுதத் தொடங்குவது என்பதே இன்று அறிவுலகத்தின் கொள்கையாகும். அந்த வகையில் இந்த நூல் ஒரு புதிய சிறு தடம் பதித்திருக்கிறது. அத்துடன் எழுதப் பட்ட வரலாறு குறித்த நிறைய கேள்விகளையும் எழுப்பி யிருக்கின்றது. அதுவே இந்த நூலின் வெற்றியுமாகும்.

பக்தவத்சல பாரதி (ப.ஆ)

கிரியாவின் [க்ரியா] அகராதி

கிரியா நிறுவனத்தினர் தற்காலத் தமிழ் அகராதி ஒன்றை வெளியிட்டுள்ளனர். 1016 பக்கங்கள், 16,000 சொற்கள், 23,000 விளக்கங்கள்; தரமான தாள்; நேர்த்தியான அச்சு; இத்தனைக்கும் பின்னால் நிற்கிற மனித உழைப்பு, கணிப்பொறிச் செலவு உள்ளிட்ட அனைத்தையும் கணக்கிட்டால் 170 ரூபாய் விலை அதிகமில்லைதான். இந்தத் தயாரிப்புக்கு அமெரிக்க நாட்டு Ford Foundation நிறுவனம் நிதியுதவி வழங்கியிருக்கிறது. மைய அரசின் கல்வித் துறையும் மானியம் தந்துள்ளதாகத் தெரிகிறது.

25/01/92 தினமணி நாளிதழில் ஐராவதம் மகாதேவன் 'நினைந்து நினைந்து, நெகிழ்ந்து நெகிழ்ந்து, அன்பில் நனைந்து நனைந்து' இதற்கொரு ஒரு விமரிசனம் எழுதியிருந்தார். மொத்தத்தில் 'பார்த்தவர்கள் பாராட்டுகிறார்கள்; பாராதவர்கள் பாராட்டத் துடிக்கிறார்கள்' என்கிற பாணியில் அது அமைந்திருந்தது. மகாதேவன் இந்த அகராதித்திட்ட ஆலோசனைக் குழுவில் ஓர் உறுப்பினரும் கூட.

வழக்கமாகப் புலவர்கள் தயாரிக்கும் அகராதி இல்லை இது. 'அறிஞர்கள்' தயாரித்திருக்கின்ற அகராதி. வீரமாமுனிவர், வின்சுலோ முதலிய வெளிநாட்டுக்காரர்கள் தொடங்கி கதிரைவேற் பிள்ளை, கா. நமச்சிவாயனார், பவானந்தம் பிள்ளை, மதுரைப் பேரகராதி வரையிலான அகராதிகளுக்கும் இந்த அகராதிக்கும் என்ன வித்தியாசம்? அவை யெல்லாம் கற்காலம், இது 'தற்காலத்' தமிழ் அகராதி. தற்காலம் எங்கிருந்து தொடங்குகிறது?

1956இல் தொடங்குகிறது. "தமிழ் எதிர்கொண்ட தற்காலச் சவால்களால் பெரிய பாதிப்புகள்" அந்த ஆண்டிலிருந்துதான் தொடங்குகின்றனவாம்! அப்படியென்ன சவாலும் பாதிப்பும்? ஒருவேளை 'ஒரு கிலோமீட்டருக்கு ஒரு பள்ளிக்கூடம்' என்கிற கோட்பாட்டை முன்வைத்தார்களே அதைச் சொல்லுகிறார்களோ. 1956க்கு முன் தமிழுக்குச் சவால்களே இல்லையா? தமிழில் 'வசனகாவியம்' எழுதிய மாயூரம் வேதநாயகம்பிள்ளையும் 1870களில் தமிழை மருத்துவக் கல்லூரிப் பாடமொழியாக்க நூலெழுதிய சாமுவேல் ஃபிஸ்கிரீனும் மகாகவி பாரதியும், அறிவியல் நூலெழுதிய சேலம் பகடால நரசிம்மலு நாயுடுவும் 17ஆம் நூற்றாண்டுத் 'தமிழ்விடு தூது' நூலாசிரியனும் 1926இல் 'இந்தி எதிர்ப்புக் கட்டுரை எழுதிய பெரியார் ஈ.வெ.ராவும் தமிழர்களை ரொம்பத்தான் ஏமாற்றியிருக்கிறார்கள்.

"மணிக்கொடிக் காலத்திலிருந்துதான் தமிழில் புதிய உரைநடை வீச்சுத் தோன்றிற்று" என்று தமிழில் ஒரு 'தேவ வசனம்' உண்டு (அருளியவர் சிட்டி). அதுகூட 1956க்கு முன்தானே.

'தற்காலப் பொது எழுத்துத் தமிழுக்கானது' என்று இந்த அகராதியின் எல்லை வரையறுக்கப்பட்டிருக்கிறது. அகராதி முழுவதையும் புரட்டிய பின்னர் தெரியும் 'சுண்ணாம்பில் இருக்கிறது சூட்சுமம்' என்பது. 'தற்காலம்' 'எழுத்துத் தமிழ்' , என்னும் இரண்டும் எல்லைகள் அல்ல, முகமூடிகள் என்று! எழுத்துத் தமிழ் என்றால் என்ன? வணிகரீதியான அல்லது சித்தாந்த ரீதியான பத்திரிகை எழுத்தா? அல்லது அறிவு நூல் எழுத்தா? செய்திகள், கட்டுரைகள் ஆகியவற்றில் காணப்படும் எழுத்து மட்டும்தானா அல்லது புனைகதை எழுத்தும் அதில் சேருமா என்றெல்லாம் யோசிக்க வேண்டியதில்லை. பெருவாரியான மக்களிடமிருந்து அந்நியப்பட்டு நிற்கிற, நகர்ப்புறம் சார்ந்த, தகவல் தொடர்புச் சாதனங்களில் ஆதிக்கம் செலுத்துகிற தமிழ் மட்டுமே இங்கு எழுத்துத்தமிழ் என்று கணக்கிடப்பட்டிருக்கிறது.

சொல் என்பது ஒலிகளின் திரட்சி மட்டுமன்று; பொருளையும் செயலையும் வெளிக்காட்டும் ஓர் அடையாளம் என்றும் அதைக் கொள்ளலாகாது. ஒரு மொழியைப் பேசுகின்ற மக்கள் கூட்டத்தின் பொருள்களோடும்கூட அதற்குத் தொடர்புண்டு. மொழிக்கூட்டத்தின் பொருளும் பொருளுற்பத்தி முறையும் வகைமையும் மொழியின் சொல் தொகுதியில் வெளிப்படும். அதுபோலவே ஒரு சொல்லின் அழிவும் குறிப்பிட்ட பொருள் அல்லது கருத்தின் அழிவாகவே அமையும். ஓர் எடுத்துக்காட்டு சொல்லலாம். கடந்த முப்பது ஆண்டுகளில் நெல்லை, குமரி மாவட்டங்களில் சுமார் இருபது இலட்சம் மக்கள் புழங்கிய சொல் 'அக்கானி' (கூழ்ப்பதனீர்). இந்தப் பொருளின் உற்பத்தி அழிந்தது,

செய்முறை அழிந்தது; சொல்லும் அழிந்தது; வேறுவகையில் சொல்வதானால் ஒரு மொழி பேசும் மக்கள் கூட்டத்தின் சுயமான உற்பத்திமுறையும் சொல்லும் அழிக்கப்பட்டன. பன்முகப்பட்ட கருத்துகளும் சொற்களும் அழிக்கப்படுகின்றன; இது போல். எனவே ஒரு 'பொதுஎழுத்து மொழி' என்பது பன்முகமான பண்புகளைக் குலைத்தும் அழித்தும் மேலெழுகிற ஆதிபத்தியம் ஆகும்.

'மாறு' என்ற தமிழ்ச்சொல் பெருக்கு, கூட்டு, விளக்கு என்ற முன் ஒட்டுக்களோடு வரும் சொல்லாகும். தென்மாவட்டங்களில் இதற்கு வாரியல் என்றும் பெயர். (ஈர்க்குப்) புல்மாறு, (தென்னை) ஈர்க்குமாறு, கொளுஞ்சிமாறு, பனங்கொளுஞ்சிமாறு, குறத்திமாறு, (மூங்கில்) குச்சிமாறு என்பன பலவகைப்பட்ட உற்பத்திப் பொருள் களாகும். இவை அனைத்தையும் மறைத்துவிட்டு நகர்ப்புறத்தில் ஒரு சிறுதொகையினர் மட்டும் பயன்படுத்தும் 'துடைப்பம்', என்னும் சொல் மட்டும் அகராதியில் முன் நிறுத்தப்பட்டு உள்ளது. உண்மையில் எந்த வகை மாறும் துடைக்கின்ற பணியைச் செய்வது இல்லை; அவை பெருக்கும், கூட்டும், விளக்கும். துணியைப் போலத் துடைக்காது. இவையெல்லாம் அகராதித் தயாரிப்புக் குழுவினருக்குத் தெரியாதா, தெரியும். இது Neo Brahminismத்தின் முகங்களில் ஒன்று.

அரசு அல்லது அதிகாரம் சார்ந்ததாகச் சொற்பொருள் தருவதில் அகராதி தனிக்கவனம் செலுத்தியிருக்கிறது. எடுத்துக் காட்டாக 'அவைத்தலைவர்' என்ற சொல் சட்டமன்ற மக்களவைத் தலைவரை மட்டுமே குறிப்பதாக அகராதி சொல்கிறது. சாதாரணக் கூட்டத்தின் தலைவர் அவைத்தலைவர் ஆகமாட்டாரா? 'சீர்மரபினர்/முன்னாள் குற்றப்பரம்பரையினர்' என்ற வரலாற்றை இந்த அகராதி மறக்காமல் சொல்கிறது. அதுபோல் 'அரிஜனம்' என்ற சொல் இடம் பெற்றிருக்கிறது. இன்றைய எழுத்துத் தமிழுக்கு வராததால் 'தலித்' இடம்பெற வில்லை போலும். 'அவசரச்சட்டம்' இருக்கிறது; 'நெருக்கடிநிலை' (Emergency) இல்லை. 'ஒதுக்கீடு' என்ற சொல்லுக்கு 'Reservation' என்ற பொருள் வேண்டுமென்றே தரப்படவில்லை. அரசாங்கம் தரும் 'அகவிலைப்படி' இடம் பெற்றுள்ளது. ஆனால் 'அகவிலை' (விலைவாசி உயர்வு) காணப்படவில்லை.

மக்களோடு இணைந்து அரசாங்கம் பயன்படுத்தும் சொற்களிலும் பல, இந்த அகராதியில் விடுபட்டிருக்கின்றன. 'அடைப்பான்' கால்நடைகளுக்கு வரும் நோய்களில் ஒன்று. மக்களும் கால்நடைத்துறையும் அடிக்கடி பயன்படுத்தும் இச் சொல்லுக்கான பொருள் இந்த அகராதியில் கிடையாது. பெருவாரியான தமிழர்கள் அன்றாடம் புழங்கிவரும் எழுத்தில்

இடம்பெற வேண்டிய சொற்கள் மறவாமல் இடம் பெற்றிருக்கின்றன. புராணிகர், புருஷார்த்தம், புரோகிதம், மந்திரம், மகிமை, மகானுபாவன், உபநயனம், உக்கிராணம், ஜானவாசம், ஜென்மம், சகதர்மிணி, ஸ்லோகம், ஆசாரியா, பரமாசாரியார், ஜகத்குரு, ஜபம், ஜன்மம், ஷொட்டு, திராபை இவற்றோடு தண்டும் கமண்டலமும் படத்துடன் தரப்பட்டுத் தண்டின் கீழ் கமண்டலம் என்று எழுதப்பட்டுள்ளது. எனக்குத் தெரிந்த நாலைந்து தமிழாசிரியர்களிடம் 'திராபை'க்குப் பொருள் கேட்டேன். மலங்க மலங்க விழித்தார்கள். நல்லகாலம் இந்த அகராதி வந்தது, பிழைத்தேன்!

அகராதியிலே 'கர்ப்பிணி' உண்டு; 'சூலி'யோ 'நிறைசூலி'யோ கிடையாது. அசட்டுப்பிசட்டு, சாங்கோபாங்கம் போன்ற ஒலிமடக்குச் சொற்கள் காணப்படுகின்றன. அரசல்புரசல், செங்கல் மங்கல் எனும் சொற்களைக் காணோம். 'தலைக்குத் தண்ணீர் விடுதல்' என்பதற்கு 'பூப்பு நீராட்டல்' என்பதே முதற்பொருள் *(First meaning)*. அந்தச் சொல் தற்காலத்துக்கு ஒத்துவராத அநாகரிகம் என்பதனாலும் பெருவாரியான தமிழர்களிடம் அந்த வழக்கம் இல்லை என்பதனாலும் கைவிடப்பட்டுள்ளது.

எல்லா மத வழக்குகளும் அகராதியில் இடம்பெற்றுள்ளன. ஆனாலும் 'மசாலா' என்ற சொல்லுக்கு 'இசுலாமிய இலக்கிய வகை' என்ற பொருள் காணப்படவில்லை. 'மரைக்காயர்' என்ற சொல் இலங்கைத் தமிழ் வழக்காகவும் 'பள்ளிவாசல் நிர்வாக உறுப்பினர்' என்றும் பொருள் தரப்பட்டுள்ளன. கீழக்கரையிலும் காயல்பட்டினத்திலும் நெல்லை மாவட்டத்தின் பிற பகுதிகளிலும் வாழும் இலட்சத்துக்கு மேற்பட்ட எண்ணிக்கையுடைய மரைக்காயர் முஸ்லிம்கள் அனைவரும் இலங்கை அகதிகளா? மாதா கோயில் 'மரியன்னையின்' கோயில் என்று அகராதி கூறுகிறது. கத்தோலிக்கக் கிறிஸ்தவர்களின் எல்லாக் கோயில்களையும் மாதா கோயில் என்றே தமிழர்கள் குறிப்பிடுகிறார்கள். மாதாவுக்கு அமைக்கப்பட்ட தனிக்கோயிலுக்கு 'கெபி' என்ற சொல்லைப் பயன்படுத்துகிறார்கள். 'துன்பம்' என்ற பொருளில் 'அவஸ்தை' என்ற சொல் தரப்பட்டுள்ளது. கத்தோலிக்கக் கிறித்தவர்களின் 'அவஸ்தை பூசுதல்' காணப்படவில்லை.

பிப்பிரவரி 10இலிருந்து 25 வரை நான் வாசித்தறிந்த சில சொற்கள் இந்த அகராதியில் இடம்பெறும் அளவிற்குத் தகுதி பெறாமல் போய்விட்டன. வாய்மடை, கண்ணாறு, எக்கரடித்தல், பன்னரிவாள், நோக்கால் (நுகக்கால்), ஓதுக்கல் (ஆண்டுத் திவசத்திற்கு முதல் நாள்), எழுதம், கவி(ழ்)தம், (வீட்டுச் சுவர் உறுப்புகள்), அம்மாயி, சீயான்(தாத்தா), தவளைக்கொத்து (வீட்டுக் கூரையில் தொட்டில் கட்டப் பயன்படும் இரும்புக்

கொக்கி), தாய்விளக்கு, கூட்டு மாத்திரை, தவிதாயம், தொழி, கம்மனாட்டி போன்றவை அவை. அகராதியில் சுமங்கலி இருப்பதனால் வா(ழ்)வரசி காணாமல் போனாள். உக்கிராணம் இருப்பதால் 'ஆக்குப்புரை' காணாமல் போய்விட்டது. 'ஜகத்குரு' இருப்பதனால் 'சாமியாடி'யும் 'ஆதாளி' 'திரளை' கொடுத்தலும், 'சூறை' கொடுத்தலும் தேவையில்லாமல் போய்விட்டன. 'எழுத்துத் தமிழ்' என்ற கவசம் எத்தனை குண்டுகளை வேண்டு மானாலும் தாங்கும் போல!

இதுமட்டுமல்ல; மரபுவழி உறவுமுறைச் சொற்கள், தொழில் சார்ந்த சொற்கள், நாட்டார் விஞ்ஞானம் சார்ந்த சொற்கள் ஏட்டிலும் இடம்பெற்ற பழமொழிகள் காட்டும் சொற்கள் ஆகியவை மொத்தமாகவே காணாமல் போயிருக்கின்றன. அகராதியில் 'ஆரியம்' உண்டு; 'ஆரியக்கூத்து' காணோம். அதுதான் அகராதியே இருக்கிறதென்று விட்டுவிட்டார்கள் போலும்!

'அரிச்சந்திரன்' என்ற சொல்லுக்கு முதற்பொருள் (புராணப் பாத்திரம்) காணோம். தமிழ்ச்சொல்லுக்கு ஆங்கிலப் பொருள் தரும் இடங்களிலும் மயக்கங்கள் ஏற்பட்டிருக்கின்றன. அடித்தல், திருத்தல் என்ற சொல்லுக்கு '*Corrections*' என்று மட்டும் பொருள் தரப்பட்டுள்ளது. இது *Scoring out and corrections* என்று இருந்திருக்க வேண்டும். 'இரசிகர்' என்ற சொல்லுக்குத் தமிழில் அரைப்பொருளும் ஆங்கிலத்தில் குறைப்பொருளும் தரப்பட்டுள்ளன. இந்தச் சொல்லுக்குத் தமிழிலுள்ள கலைஞர், எழுத்தாளர் ஆகிய சொற்கள் ஆங்கில மொழிபெயர்ப்பில் காணப்படவில்லை. 'நஞ்சுக்கொடி' என்பதற்கு *Placenta and Umbitical cord* என்பது பொருளாகும். *Placenta* மட்டும் தரப்பட்டுள்ளது.

ஆங்கிலச் சொற்கள் ஒலித்திரிபு இன்றி அதே பொருளில் தமிழில் விளங்கும்போது அவற்றைத் 'தமிழர்கள் புழங்கும் ஆங்கிலச் சொற்கள்' என்று பட்டியலிடுவதே முறை; மாறுபட்ட பொருளில் விளங்கும் ஆங்கிலச் சொற்களை மட்டுமே *(Assault)* அகராதியில் சேர்த்திருக்க வேண்டும். அப்படி சொற்களும் சேர்க்கப்பட்டிருக்கின்றபோது மிகப்பரவலாகத் தமிழில் விளங்கும் ஆங்கிலச் சொற்கள் இந்த அகராதியில் இடம்பெறவில்லை. ஆங்கிலச் சொற்கள் தமிழில் நிலைத்திரா அல்லது ஆங்கிலச் சொற்களைத் தமிழ்ச் சொற்களாக ஏற்பது சரியில்லை என்ற கருத்துக்களின் அடிப்படையில் இந்த அகராதியில் சொல் தேர்வு நடைபெற்றுள்ளது" என்று ஐராவதம் மகாதேவன் *25/01/92* *தினமணி* நாளிதழில் எழுதியிருப்பது யாரை ஏமாற்ற?

ஆறுகோடிப்பேர் பேசும் மொழியில் *16,000* சொற்களை மட்டுமே அதுவும் கணிப்பொறி மூலம் தேர்ந்தெடுப்பது என்பது

ஒரு வரலாற்றுப் பொய்மை. நாம் குறிப்பிடும் பெருவாரியான சொற்களை இவர்கள் கலைச்சொற்கள் என்று ஒதுக்கிவிடலாம். சொல்லுக்கும் கலைச்சொல்லுக்கும் இவர்கள் என்ன அளவுகோல் வைத்தார்கள்? வட்டார வழக்கினைக் காட்டும் சிறுகதை, நாவல், ஆகியவற்றை எந்த அளவுகோலைக் கொண்டு சேர்த்துக் கொண்டார்கள் அல்லது விட்டுவிட்டார்கள்? இவர்கள் தொகுப்புக்கு எடுத்துக்கொண்ட பத்திரிகைகள்தாம் எவை எவை? இவர்கள் பெயர் குறிப்பிடும் அறிஞர்களெல்லாம் இந்த அகராதி ஆக்கத்தில் 'முழுமையாகப் பங்கெடுக்க அனுமதிக்கப் பட்டார்களா? இதற்கெல்லாம் தெளிவான பதில் கிடையாது. இந்த அகராதி அறிஞர் குழுவில் இருந்த ஐராவதம் தன்னுடைய கட்டுரையில், 'வட்டார சமூக, மத வழக்குகளும் ஓரளவு பேச்சுத் தமிழும் இந்த அகராதியில் சேர்க்கப்பட்டுள்ளன' என்கின்றாரே! தவிர எந்த வட்டாரம்? எந்த மதம்? எந்த சமூகம்? யாருடைய பேச்சு வழக்கு?

சுருக்கமாகச் சொன்னால் தற்காலம், எழுத்துத்தமிழ் என்னும் இரண்டு போர்வைகளில் தமிழன் கையைக்கொண்டே தமிழன் கண்ணைக்குத்தும் அவலம் மீண்டும் ஒருமுறை வெற்றிகரமாக அரங்கேறியிருக்கின்றது. ஆனந்தவிகடன், தினமணி, சுஜாதா, ஐராவதம் மகாதேவன், அமெரிக்கன் கான்சலேட், ஆல் இண்டியா ரேடியோ, தூர்தர்சன், வெளிநாட்டுப் பிராமணர் ஆகியோருக்காகவும் கிரியாவின் தற்காலத்திற்காகவும், அரைப்பார்ப்பனர்களாலும் புதிய பார்ப்பனர்களாலும் (Neo Brahmins) தயாரிக்கப்பட்டுள்ள அகராதி இது. "சர்வ ஜனாஉற் சுகினோ பவந்து"

மேலும்

சீறாவின் கடவுள் வாழ்த்து – ஓர் ஆய்வு

பாரிடை நபிகள் தோன்றிப் பதினொரு நூற்றாண்டின் பின் சீருயர் பாண்டி நாட்டில் செந்தமிழ் உமறு ஞானி ஈறிலா இறைவன் தூதர் இனியநற கதைவ டித்தார்.

வடித்த கதை தமிழுக்குப் புதியது. தமிழ்க் காப்பிய உலகத் தலைமக்களில் பெரும்பான்மை யோரைப் போலவே, உமறுவின் காப்பியத்தலைவரும் தமிழ்தவிர் நிலத்தைச் சார்ந்த அறமகனாரே.

உமறு வடித்த கதை தமிழுக்குப் புதியதென் றாலும், உமறு தமிழுக்குப் புதியவரல்லர். 'நரிவிருத்தம்' பாடித் தமிழிலக்கியத்தோடு அறிமுகம் செய்து கொண்ட திருத்தக்கரைப் போல உமறு 'முதுமொழி மாலை' பாடித் தமிழோடு அறிமுகம் செய்து கொண்டார். கானில் வாழ்வை முகமதுநபியைக் கண்களால் காணக் கவிஞர் கொண்ட ஏக்கம், 88 கவிமலர்களாகித் தமிழ்ச்சோலையில் மணம் பரப்புகிறது.

உமறுவின் காவியச்சுவடியில் முதல் ஏடாகக் 'கடவுள் வாழ்த்து' என்னும் பெயரில் காப்புச் செய்யுளோடு அமைந்த 21 செவிநுகர் கனிகளே இக்கட்டுரைக்குப் பொருளாகின்றன. புலவர்மணி நூர்முகம்மதுவின் விளக்கப் பதிப்பான "உமறு தரும் சீறா"வில் மட்டுமே இப்பாடல்கள் கடவுள் வாழ்த்து, திருநபி வாழ்த்து, முறுசலின்கள் வாழ்த்து என்ற பாடல் தலைப்புகளோடு அச்சேறி உள்ளன. கடைசி 3 பாடல்கள் புலவரின் அவையடக்கச் செய்யுள்களாகும். 21 பாடல்களுமே ஐஞ்சீர், அறுசீர், எழுசீர்களால் இயன்ற ஆசிரிய விருத்தங்கள்.

ஆய்வினைத் தொடங்குமுன் சிறிய ஐயம் ஒன்று எழுகிறது. பெருங்காவியத்தின் ஒரு பாடலை அல்லது ஒரு படலத்தை மட்டும் கொண்டு நூலினைத் திறனாய்தல் முறையாகுமா? 'முறையன்று' என்கிறார் டாக்டர் வ.சுப. மாணிக்கம்.

"தோள் கண்டார் தோளே கண்டார் என்றபடி தனிப்பாடல் கண்டார் தனிப்பாடலையே கண்டார்; படலங் கண்டார் படலத்தையே கண்டார் என்ற குறுநிலைக்குக் காப்பியம் குறைந்துவிடுகின்றது" என்பது அவர் கருத்தாகும்.

முன்னும் பின்னுமாகப் பாடல்களையும் படலங்களையும் விட்டுவிட்டு இடையிலே ஒன்றை அளவுகோலாகக் கொள்வதையே அவர் மறுக்கிறார். ஒரு நூலின் முதற்சுவடி படிப்போர்க்குக் கவிஞனையும் கவிதையையும் இனங்காட்டும் பண்பும் பயனும் உடையதாகும். அவன் சமைக்கவுள்ள கவிதைப் பெருமாளிகையின் பரப்பினையும் உணர்ச்சியினையும் கலை நுணுக்கங்களையும் தாங்கிநிற்கும் அடிப்படையாகும். எனவே இந்த ஐயத்தைக் களைந்து விட்டுத் தலைப்புக்கு வருவோம்.

"சீறாவின் ஆரம்பத்திலுள்ள காப்புச்செய்யுளான, 'திரு உருவாய்' என்ற பாடலே மூலப்பிரதிகளில் இல்லை என்றும் சீறாவைப் பதிப்பித்த புலவர்நாயகம் இதை எழுதியிருக்கலாம் என்றும் அறிஞர்கள் சிலர் கருதுகின்றனர்". இது ஆர்.பி.எம். கனி தரும் செய்தி. இனி மேலே செல்வோம்.

தமிழ் இலக்கண இலக்கிய மரபுகளைத் தெளிவுற உணர்ந்தவர், கவிஞர் உமறு. நிறைவிலாது போயினும் குறைவிலாத காப்பிய இலக்கணங்களை அவரது திருநூல் பெற்றுத் திகழ்கிறது. இருப்பினும் உமறுவின் கடவுள் வாழ்த்து அவையடக்கப் பகுதிகள் ஒரு தமிழ் மாணவனின் உள்ளத்தில் பல வினாக்களை எழுப்புகின்றன. ஒரேயொரு ஊகம் மட்டுமே இவ்வினாக்களுக்குத் தெளிவான விடையினைத் தருகிறது.

கடவுள் வாழ்த்துப் பகுதியிலும் அதைத் தொடர்ந்து அவையடக்கப் பகுதியிலும் ஏனைய தமிழ்க்காப்பிய வல்லார் தரும் செய்திகளை உமறு தரவில்லை.

தண்டியாசிரியர் காப்பிய இலக்கணம் வகுப்பதற்கு முன்னும் பின்னும் தமிழில் காப்பியங்கள் எழுந்ததுண்டு.

வாழ்த்து வணக்கம் வருபொருள் இவற்றின் ஒன்று
ஏற்புடைத்தாகி முன்வர இயன்று

என்பது தண்டியாசிரியர் கூறும் இலக்கணம். ஆனால் வாழ்த்து வணக்கம் இவற்றில் ஒன்றோடு 'வருபொருள்' கூறாத காப்பியக்

கவிஞர்கள் தமிழில் யாரும் இலர். முன்னோடிக் காப்பியங்க ளான சிலம்பிலும் மேகலையிலும் பதிகங்கள் அப்பணியை நிறைவு செய்கின்றன. நூற்பொருளோடு அல்லது கதையோடு தொடர் பில்லாத ஆனால் நூற்பிறப்போடு தொடர்புடைய செய்திகள் இப்பகுதியில் வருதல் மரபு. இக்காப்பிய மரபு புலவர் உமறு அறியாததன்று.

"இராமாவதாரப் பேர்க்கதை" என்று நூற்பெயரையும் "வாங்கரும் பாதம் நான்கும் வகுத்த வான்மீகி யென்பான்" எழுதியது என்று முதனூலையும் "சடையன் வெண்ணை நல் ஊர்வயின் தந்ததே" என்று நூல் பிறந்த இடத்தையும் கம்பர் குறிப்பிடுகின்றார்.

அலகில்சீர்நம்பி ஆருரர் பாடிய "தெரிவரும் பெருமைத் திருத்தொண்டர் தம், பொருவருஞ்சீர் புகலலுற்றேன்" என்று நூலின் தலைமக்களையும், "ஈங்கிதன் நாமம் கூறில் திருத்தொண்டர் புராணம்" என்று நூற்பெயரையும் "தூய பொன்னணி சோழன் நீடுழிபார், ஆயசீர் அநபாயன் அரசவை" என்று நூல் அரங்கேறும் களத்தையும், குறிப்பிடுகின்றார் சேக்கிழார் பெருமான்.

"முழுதுணர் முனிவன் (வியாசன்) தன் சொல்லாகிய மாப்பெரும் காப்பியம்" என்று தனக்கு முதனூலையும் "ஆக்கிய வரையும்" "மன்னு மாதவன் சரிதமும் இடையிடை வழங்கும் என்னு மாசையால் யானும் ஈதியம்புதற் கிசைந்தேன்" என்று தான் இக்கதையை விரித்த காரணத்தையும் குறிப்பிடுகின்றார் வில்லிப்புத்தூரார். பிற செய்திகளை அதே காலத்தில் எழுந்த வரந்தருவாரின் பதிகம் கூறுகின்றது.

நூற்பெயர் 'சிந்தாமணி' என்றும் "சீவகசாமியென்பான் வானேறனைய புகழான் சரிதம்" நூலின் பொருள் என்றும் கூறி 24 பாடல்களில் சீவகனின் வரலாற்றைச் சுருங்கக் கூறியும் விடுகின்றார் திருத்தக்கர்.

"ஆரியவளன் தன் காதை அறமுதல் விளங்கச் சொல்வாம்" என்று முதல் பாடலிலே நூற்பொருளையும் தலைவன் பெயரை யும், "ஆரியனூரில் தேம்பா அணியெனப் பிணித்தல் செய்வாம்" என்று நூல் பிறந்த ஊரையும் நூற்பெயரையும் 13 பாடல்களில் சொல்லிவிடுகின்றார் வீரமாமுனிவர்.

முதற்பகுதியில் 12 பாடல்களில் கம்பர் தந்த செய்திகளை, 10 பாடல்களில் சேக்கிழார் தந்த செய்திகளை, 8 பாடல்களில் வில்லியார் தந்த செய்திகளைக் கதைச் சுருக்கமும் சேர்த்து 29

பாடல்களில் திருத்தக்கர் தந்த செய்திகளை, 20 பாடல்களைப் பாடிய புலவர் உமறு தரவில்லையே! ஏன்?

காப்பியம் இயற்றும் புலவனின் இயல்பை, ஓர் உவமையின் வழி மாறனலங்காரமுடையார் விளக்குகின்றார். தலைவனைப் பிரிந்த தலைவியின் கண்கள் துயிலமாட்டா! எவை போலத் தெரியுமா? பெருங்காப்பியம் பாடுதற்கு உட்கொண்ட புலவர் கண்போல.

முற்ற உணர்ந்து முதுகாப் பியம்புணர்ப்பான்
உற்றவாதங் கணபோன் றுறங்காவாம் – இற்பிரிந்தால்
நல்லியலார் வந்தனைசெய் நாவீறன் மால்வரைமேல்
மெல்லியலார் இன்ப விழி

என்பது மாறனலங்கார ஆசிரியரின் கருத்தாகும். ஒரு செய்தியை மனங்கொள்ள வேண்டும்; இக்காப்பிய மரபுகளை உமறு அறியாதவரல்லர்.

நூற்பெயர் 'சீறா' என்பது, இது முதனூலாகிய 'சீறத்துநபி' என்பதைத் தழுவி வந்தது என்ற செய்தியை, சீறாவை முதன் முதலில் பதிப்பித்த புலவர் நாயகம் எழுதிய சிறப்புப் பாயிரத்தால் அறிகிறோம். "சீறாவென்ன முதனூல் நாமமே நாட்டி முதுபயன் அறம் பொருளின்பம் வீடனைத்து மடக்கிய திறம் பெருங்காப்பியம் செய்தனர்" என்கிறார் அவர். உமறு ஏன் இதைக்கூடச் சொல்ல வில்லை? நூற்பொருள் அண்ணல் நபி அவர்களின் புனித வரலாறு என்று சொல்லவுமா மறந்துபோனார்?

உமறுப்புலவரை ஆதரித்த வள்ளல் சீதக்காதி என்பது பரவலாக வழங்கிவரும் கதை. அவரைப் பற்றிய சிறுகுறிப்பினை முதற்பகுதியில் தரவேண்டாம் – நூலின் எந்த இடத்திலும் தரவில்லையே ஏன்? புனித வரலாறு பாடும்போது மனித வரலாறு இடைவிரவ வேண்டாம் என்று எண்ணினாரா? அப்படி எண்ணவில்லை என்று மிக உறுதியாகச் சொல்லலாம். தன்னைப் புரந்த உசேன் நயினார் மகன் அபுல்காசிம் மரைக்காயரை நூலின் பல இடங்களில் நன்றியுணர்வோடு பாராட்டுகின்றார் உமறு.

இன்னுமொன்று சீறாப்புராணத்தைச் சுவைக்கின்ற தமிழிலக்கிய மாணவர்கள் அனைவருக்கும் ஒரு சிறு வருத்தம் துளிர்ப்பதுண்டு. "உமறு ஏன் இந்நூலை நிறைவு செய்ய வில்லை?" என்று! அபுல்காசிம் மரைக்காயர் வீட்டின்முன் சீறா அரங்கேறியதாகவும் நாட்டுவழக்கில் செய்தி ஒன்றுண்டு. நிறைவடையாத காப்பியத்தையா உமறு அரங்கேற்றினார்? இவ்வரங்கேற்றம் பற்றி அவையடக்கப் பாடல்களில் உமறு ஏன் குறிப்பிடவில்லை?

இது ஒருபுறமிருக்க, "உமறுப்புலவர், நபிகள் நாயகத்தின் வாழ்வின் முக்கிய நிகழ்ச்சிகளை மட்டுமே பாடியுள்ளார். எனவே தன்னளவில் சீறா நிறைந்த காப்பியமே" என்று சிலர் வாதிட முற்படுகின்றனர். ஆர்வத்தைக் காட்டும் இக்கருத்து, இலக்கிய மாணவர்க்கு அமைதி தரவில்லை.

அண்ணலார் வாழ்வின் முக்கிய நிகழ்ச்சிகளை மட்டும் பாட உமறு நினைத்திருந்தாரென்றால் அவர்களின் பிறப்பு, வளர்ப்பு முதலிய நிகழ்ச்சிகளைப் பாடாது, அவர்களை "ஓதுவீராக" எனக்கூறி திருத்தூதுவராக ஆட்கொண்டருளிய புனித நிகழ்ச்சியில் தொடங்கினால் போதும்.

மக்கநகரை அண்ணல் நாயகம் வென்றது அவரது வாழ்வில் எத்துணைப் பெரிய நிகழ்ச்சி! அதைக்கூடப் புலவர் உமறு பாட வில்லையே!

அண்ணலாரின் இறுதி ஹஜ் திருப்பயணத்தின்போது ஒரு வெள்ளிக்கிழமையில் (ஹிஜிரி 10 துல்ஹஜ் 9) அரபாத் திடலில் 'கசுவா' என்னும் ஒட்டகத்தின் மீதேறிக் கூடியிருந்த இலட்சத்து இருபத்துநாலாயிரம் முஸ்லிம்களிடையில் (குத்பா என்னும்) சொற்பொழிவு நிகழ்த்துகையில், "இன்றைய தினம் உங்களுக்காக உங்களுடைய தீன் என்னும் சன்மார்க்கத்தை முழுமையாக்கினேன். என்னுடைய பேறுகளை உங்கள்மீது பூர்த்தி செய்துவிட்டேன். உங்களுக்காக இஸ்லாம் (என்னும் சாந்தி) மார்க்கத்தை நான் உவந்தேன்" என்று இறைத்திருமொழி அவர்களுக்கு அறிவிக்கப்பட்டது. அப்பொழுதுதான் அண்ணலாரின் வாழ்வுத் திருப்பணி முழுமையாகிறது. எனவே அதுவரையுள்ள நிகழ்ச்சிகளைப் பேசாத எந்த நூலும் நபிகள் நாயகத்தின் வரலாற்றை முழுமையாகச் சொல்லவில்லை என்றே பொருளாகும். இதை உணர்ந்துதான் காயல்பட்டினம் பனி அகுமது மரைக்காயர் 'சின்னச்சீறா' பாடினார். ரவண சமுத்திரம் ஹாஜி மொன்னான் முகம்மது காதிரி சத்தாரியும் புலவர் நாயகமும் 'ரௌலா ஷரீபில் ஜீவித்திருந்த படலம்' வரை பாடினார்கள்.

சீறாப்புராணம் தவிர முதுமொழி மாலை, சீதக்காதி திருமண வாழ்த்து, சீதக்காதி நொண்டி நாடகம், கோவை நூல் ஒன்று, சில தனிப்பாடல்கள் – இவையும் உமறுப்புலவரின் படைப்புக்கள் என்பர். முதுமொழி மாலை சீறாவுக்கு முற்பட்டது. ஏனைய நூல்களிலேனும் சீறாப்புராணம் பிறந்த கதையாவது, உமறுப்புலவரைப் பற்றிய செய்திகளாவது காணப்படுகின்றனவா எனில், அது இல்லை. "உமறுப்புலவர் அவர்கள் தன்னைப் பற்றிய விவரங்களைத் தாம் பாடிய மற்றகவிதை நூல்களிலும்

குறிப்பிடவில்லை." என்று தெளிவாக்குகிறார் எஸ்.ஏ. செய்யது அசன் மௌலானா.

"உமறு பற்றி ஆதாரப்பூர்வமான தகவல்கள் மிகவும் குறைவு" என்று வருந்திக் கூறுகிறார் ஆர்.பி.எம். கனி.

எனவே இதுவரை கூறிவந்த செய்திகளிலிருந்து நமக்குக் கிடைக்கும் தெளிவான செய்தி இதுதான்.

வள்ளல் நாயகத்தின் வரலாற்றைக் கவிப்பொருளாக்க எண்ணங்கொண்ட உமறு அவ்விலக்கியத்திற்குக் காப்பிய வடிவம் தரவேண்டுமென்று முதலில் எண்ணவில்லை. எனவேதான் காப்பிய மரபுகளைக் கடவுள் வாழ்த்துப் பகுதியில் அவர் அடியொற்றிச் சொல்லவில்லை.

நூலின் முதற்பகுதியில் 21 பாடல்களைப் புறத்திறனாய்வு செய்து நாம் காணும் முடிவு இது. ஆனால் சீறா நிறைவடையாததற் கான காரணத்தைக் காண இயலவில்லை.

அப்படியாயின் நாயக இலக்கியத்திற்கு முதன் முதலாக என்ன வடிவத்தைத் தேர்ந்தெடுக்க உமறு எண்ணினார் என்ற கேள்வி அடுத்து இயல்பாகவே பிறந்துவிடுகிறது.

சீறாப்புராணத்தை அகத்திறனாய்வு செய்யும்போது இக்கேள்விக்கு ஊகமாக ஒரு விடை கிடைக்கிறது.

63 ஆண்டுகள் வாழ்ந்திருந்த உமறுப்புலவரின் காலம் கி.பி. 1631 முதல் 1694 முடிய ஆகும். மிஃராஜ் மாலை பாடிய ஆலிப்புலவரைத் தவிர, உமறுவுக்கு முன்னர் இசுலாமிய இலக்கிய மரபுகளைத் தமிழில் உருவாக்க முஸ்லிம் புலவர்கள் இல்லை. உமறுவின் காலத்தில் கி.பி. 1659 முடிய அரசாண்ட மன்னர் திருமலை நாயக்கராவார். இவர் காலம், தமிழில் சிற்றிலக்கியங்கள் பல்கிப் பெருகிய காலம். தமிழ்ச் சமய இலக்கிய வரலாற்றில் பேரலையாக எழுந்த குமரகுருபர அடிகள் பிள்ளைத் தமிழும், கலம்பகமும், மாலை நூல்களும் பாடியருளி மக்களிடம் சமயம் பரப்பிய காலம் அது. வள்ளுவர் உள்ளிட்ட எல்லாப் புலவர்களும் காலச் சூழ்நிலைக்குக் கட்டுப்பட்டவர்களே. எனவே அக்காலப் புலவர் உமறு, நபிநாதரின் சீர்மிகு உயர்வாழ்வு காப்பியமாக்கப் படுவதற்குரிய உன்னத வாழ்வு என்பதை உணர்ந்த உமறு – பின்னர் வடிவத்தை மாற்றிக்கொண்டார் என்றாலும், சிற்றிலக்கிய வடிவம் ஒன்றையே மனத்தில் முதலில் தேர்ந்திருக்க வேண்டும். அது பிள்ளைத்தமிழ் வடிவம் என்பதே இக்கட்டுரையில் ஊகமாகக் கொள்ளப்பெறும் முடிவாகும்.

இதுவே சனநாயகம்!

இம்முடிவை வலியுறுத்தும் சான்றுகள் நூலுள்ளே விரவிக் கிடக்கின்றன.

இறை வணக்கத்தையும் நபிகள் நாயக வாழ்த்தையும் அடுத்து 11 பாடல்களில் முறுசலீன்கள், முந்திய பதினொரு நபிமார்கள், நான்கு கலிபாக்கள், அண்ணலாரின் திருப்பேரர்கள் அசன், உசேன், 'உலுல் அஜீமி'களான சுவனவாசிகள், நான்கு இமாம்கள், முகைதீன் ஆண்டகை, சமயஞானி சதக்கத்துல்லா அப்பா ஆகியோரை வாழ்த்திப்பாடுகிறார்.

இவ்வரிசையும் வாழ்த்தும் இசுலாத்தின் பெருங்கொள்கை யான இறைவனின் ஒன்றான தன்மைக்கு (ஏகத்துவத்திற்கு) முரணாகாத வகையில் பாடிய பிள்ளைத்தமிழ் நூலொன்றின் காப்புப் பருவம் போல அமைந்துள்ளன.

உமறுவுக்குப் பின்னர் 14 பிள்ளைத்தமிழ் நூல்களை இசுலாம் தமிழுக்குத் தந்ததுண்டு. ஆனால் உமறுவுக்கு முன்னர் இசுலாமியப் பிள்ளைத்தமிழ் நூல்மரபு உருவாகவில்லை என்பதை நினைவிற் கொள்ள வேண்டும்.

மதகை அடைந்த நிலையில், வெள்ளம் கரையை உடைக்க முற்படுவது இயல்பு. எழுந்துவிட்ட கவி உணர்வைப் புலவன் எங்கேனும் வெளியிட்டாக வேண்டும். பின்னர் உமறு பாடும் நபி அவதாரப் படலத்திலும் அலிமா அமுதூட்டு படலத்திலும் பிள்ளைத்தமிழ் மணமே நிறைந்திருப்பதை உணர்கிறோம்.

உடன் நனி 'கலிமா' விரலினை உயர்த்தி
உதித்தனர் மகமது நபியே!
மாநிலந் தனக்கோர் மணி விளக்கெனலாய்
மகமது நபி பிறந்தனரே!
மும்மை என்றுரைக்கும் புவனமும் புரக்க
மகமது நபி பிறந்தனரே!
மன்னிய எவரும் சொற்படி நடப்ப
மகமது நபி நடந்தனரே!
மலர் தரு சோதி முகமது விளங்க
மகமது சொல் விளங்கினரே!
மண்ணகத்திருந்து கிளை எலாம் வளர
மகமது நபி வளர்ந்தனரே!

என்று அடுக்கிய கவிதைகளில் தோயும்போது படிப்பது காப்பியமா, பிள்ளைத்தமிழா என்ற ஐயம் பயில்வார்க்கு அடிக்கடி தோன்றுகிறது. நாயகப் பிள்ளைத்தமிழ் பாடவேண்டும் என்ற புலவரின் உள்ளக் கிடக்கையைப் புலப்படுத்தும் கவிகளே இவை.

எனவே, இந்த ஆய்வின் சாரம் இதுதான். உமறுவின் நூல் ஒரு பெருங்காப்பியம் என்பதில் துளியும் ஐயமில்லை. இக்காப்பியம் எழுதும்முன் நாயக வரலாற்றைப் பிள்ளைத்தமிழாகப் பாட வேண்டும் என்னும் எண்ணமே உமறுப்புலவருக்கு இருந்தது. எனவேதான் சீறாப்புராணம் என்னும் காப்பியத்தின் கடவுள் வாழ்த்துப் பகுதி காப்பிய மரபுகளைத் தழுவாது அமைந்தது.

சீறா ஆய்வுத் திரட்டு
டாக்டர் சாகிர் உசேன் கல்லூரி, இளையான்குடி

பொருநை நதியோரம்

தமிழ்நாட்டின் சமூகப் பண்பாட்டு வரலாற்றைப் பேசவந்த அறிஞர் அனைவரும் தமிழ்நாட்டின் 'தென்' பகுதியில் அமைந்த மதுரையையே தமிழ்ப் பண்பாட்டின் தலைநகரம் என்பதோடு அமைந்துவிடுகின்றனர். ஆயினும் மதுரைக்கும் தெற்கே நூற்றெண்பது கி.மீ. வரை தமிழ்நாடு பரந்த நிலப்பரப்பினையுடையது. அங்கும் வளமான நிலமும் பண்பாடும் விளங்குகிறது என்பதைப் போதிய அளவில் கணிக்க முயலாமல் விட்டுவிட்டனர்.

தமிழ்நாட்டின் தென்பகுதியான குமரி மாவட்டம் கடந்த ஏழு நூற்றாண்டுகளாக இருமொழி வழங்கும் பகுதியாகவும் திராவிடப் பண்பாட்டின் இரு கூறுகளின் சந்திப்பிடமாகவும் விளங்குகிறது. எனவே தமிழர் பண்பாட்டின் தென்னெல்லை என நெல்லை மாவட்டத்தையே கொள்ளவியலும்.

திராவிட நாகரிகத்தின் தொல்லெச்சமாகத் தென்னிந்தியாவில் அறியப்படும் ஆதிச்சநல்லூர் நாகரிகம் மேனாள் நெல்லை மாவட்டத்தின் பொருநை நதிக்கரையிலேயே அமைந்துள்ளது. 'தென்' என்ற சொல்லும் 'தெற்கு' எனும் திசையும் பக்தி இயக்க எழுச்சிக் காலத்தில் பண்பாட்டின் நிலைக்களனாகக் கொள்ளப்பட்டன.

இருப்பினும் தமிழின் தொன்மையான இலக்கியப் பகுதிகளான சங்க இலக்கியத்தில்

இப்போதைய நெல்லை மாவட்டப்பகுதிகள் குறித்த போதிய சான்றுகளைக் காண இயலவில்லை. பொதிய மலையும் கொற்கை, செந்தில் ஆகிய இரு ஊர்பற்றிய குறிப்புகளுமே சங்க இலக்கியத்தில் எஞ்சியுள்ளன. பொருநை நதிக்கரையின் பிற ஊர்கள் பற்றிய குறிப்புகள் இல்லை.

நெல்லை மாவட்டத்தின் சங்கரன்கோயில், கரிவலம் வந்த நல்லூர் பகுதிகளில் கிறித்துவின் சமகாலத்திய ரோமானியத் தொடர்புகளைக் காட்டும் சான்றுகளும் ஆதிச்சநல்லூரில் அதற்கும் சற்று முந்தியகாலப் பண்பாட்டு வெளிப்பாடும் கிடைத்துள்ளன.

பின்னர் பக்தி இயக்கக் காலத்தில், ஒப்பீட்டளவில் நெல்லை மாவட்டத்தின் பங்கு மிகக் குறைந்த அளவே தெரிய வருகின்றது. சைவ நாயன்மார் அறுபத்து மூவரில் மதுரைக்குத் தெற்கிலுள்ள நிலப்பகுதியிலிருந்து யாரும் இடம்பெறவில்லை என்பது ஆய்வுக்குரிய செய்தியாகும். அதேநேரத்தில் இப்பகுதி யில் சைவத்திலும் வைணவமே வீச்சுடைய நெறியாக வாழ்ந்ததும் தெரிய வருகின்றது. இந்நிலைமைக்கான காரணங்கள் என்ன ?

மறுபுறத்தில் சமணத்தின் தொன்மை சுட்டும் சான்றுகள் ஒப்பீட்டளவில் நெல்லை மாவட்டத்தில் மிகுதியாக உள்ளன. குறிப்பாகக் கழுகுமலை, வள்ளியூர், மறுகால்தலை, சிங்கிகுளம் ஆகிய இடங்களைக் குறிப்பிடலாம்.

தமிழ்நாட்டின் தொல்பழங்குடிகளுள் ஒருபிரிவாகக் கருதப் படும் மலைப்பளியர் (மலைப்புளிஞர்), தமிழ்ச் சாதியினரில் அரியவகையினரான பாணர், கணியர் முதலானோர் இந்த மாவட்டத்தில் வாழ்கின்றனர். இவர்களைப் பற்றிய விரிவான ஆய்வுகள் இதுவரை நிகழ்த்தப் பெறவில்லை.

பிற மொழியாளர்களாலும் படையெடுப்புகளாலும் பெரிதும் பாதிக்கப்படாமை இந்நிலப்பகுதியின் தனித்தன்மைகளில் ஒன்றாகும். அதேநேரத்தில் பதினாறாம் நூற்றாண்டில் தமிழகத்தில் கிறித்துவம் முதலில் காலூன்றியதும் பின்னர் செழித்து வளர்ந்ததும் இங்கேதான். பத்தொன்பதாம் நூற்றாண்டில் தமிழ்த் தேசிய எழுச்சிக்கும் இருபதாம் நூற்றாண்டில் அதன் வளர்ச்சிக்குமான கருத்துகள் தமிழ்நாட்டில் தஞ்சை, திருச்சி, மதுரை, நெல்லைப் பகுதிகளில் தோன்றியபோது அதில் பேரிடம் பெற்றது நெல்லை மாவட்டமே. மேற்குறித்த வரலாற்று நிகழ்வுகள் காரணகாரியப் பின்னணியில் இதுவரை விளக்கப்படவில்லை. அவ்வப்போது நடைபெற்ற சில சிறிய முயற்சிகளைத் தவிர வேறு வகையில் சொல்வதானால் பொருநை நதிப் பண்பாட்டு வரலாறு காவிரி,

வையை போன்று விரிவான ஆய்வுக்கு உட்படுத்தப்படவில்லை. இவ்வரலாற்றுக்குத் தொல்லியல், தொல்இலக்கியச் சான்று களோடு நூற்றாண்டுவாரியான இலக்கியச் செய்திகள், கல்வெட்டுச் செய்திகள், கோவில் வரலாறுகள், வாய்மொழி வழக்காறுகள் (குறிப்பாக நெல்லை மாவட்டத்தில் பரவலாக வழங்கும் கதைப்பாடல்கள்), கோவில் விழாக்கள், சடங்குகள் போன்றவையும் கணக்கிலெடுத்துக் கொள்ளப்பட வேண்டும். (குறிப்பாக நெல்லை மாவட்டக் கல்வெட்டுக்கள் தொகுதி இதுவரை வெளியாகவில்லை).

மேற்குறித்த அனைத்துவகைச் சான்றுகளின் துணையோடு பொருநை நதிப் பண்பாட்டு வரலாறு எழுதப்பட வேண்டும். தமிழகத்தின் முழுமையான பண்பாட்டு வரலாற்றுக்கு வேண்டிய முன்தேவைகளில் இதுவும் ஒன்று.

திருமுலைப் பிரசாதம்

நெல்லை மாவட்டம் அம்பாசமுத்திரத்திற்கு வடக்கே மூன்று கி.மீ. தொலைவிலுள்ளது சிற்றூர் மன்னார் கோவில். 'அழகிய மன்னார் இராசகோபாலன்' என்பது கோயிலில் குடிகொண்ட திருமாலின் பெயராகும். அட்டாங்க விமானம் என்னும் 'திரிதள' விமானத்துடன் கூடிய கோயில் இது. 11ஆம் நூற்றாண்டில் முதலாம் இராசேந்திர சோழன் காலத்திய கோயில். சோழனின் 24ஆம் ஆட்சியாண்டுக் கல்வெட்டு ஒன்று இக்கோயில் சேர மன்னன் இராசசிம்மனால் கட்டப்பட்டது என்று கூறுகின்றது. வழக்கமான தலபுராணம் எல்லாம் உண்டு. இக்கோயிலைப் பற்றித் திருமலை ஐ.ஏ.எஸ். எழுதிய 'இராசேந்திர விண்ணகர்' என்ற ஆங்கில நூலைத் தமிழ்நாடு அரசு தொல்லியல் துறை வெளியிட்டுள்ளது. இக்கோயிலின் இரண்டு தளங்களிலும் பிற்காலச் சேரர் ஓவியங்கள் கண்ணைக் கவர்கின்றன.

இக்கோயில் இராச கோபுரத்தை அடுத்து உட்புறமாகப் பிற்காலச் சேரர் படைப்பான மண்டபம் ஒன்றுள்ளது. பிற்காலச் சேர மன்னர் களில் ஒருவரான பூதல வீர உதயமார்த்தாண்டன் நெல்லை மாவட்டத்தின் பெரும்பகுதியை வெற்றி கொண்டபோது இந்தக் கோயிலில் இந்த மண்டபம் எழுப்பப்பட்டிருக்க வேண்டும். மண்டபத்துத் தூண் ஒன்றில் கேரள பாணி மகுடம் அணிந்த ஒரு சிலை காணப்படுகிறது. மற்றொன்றில் அரசியின் மெய்க்காப்பாளப் பெண் ஒருத்தி இடையில்

குத்துவாளுடன் காணப்படுகிறாள். இது ஒரு விதிவிலக்கான காட்சியாகும். அடுத்துள்ள ஒரு தூணில் ஆறடி உயரமுள்ள கருங்கல்லாலான பெண்ணின் சிலை ஒன்று காணப்படுகிறது. இந்தச் சிலையே நம் கட்டுரைக்குப் பொருளாகும்.

சிலையில் கேரள பாணி காதணிகளும் கழுத்தணிகளும் அரை ஆடையும் கொண்டையும் காணப்படுகின்றன. மார்பில் ஆடை ஏதுமில்லை. வலது கை பெருத்த வலது மார்பகத்தில் பாலைப் பிதுக்குகின்ற நிலையில் உள்ளது. இம்மார்பின் மேற்பரப்பில் ஓர் அங்குலம் சுற்றளவில் துளை ஒன்று காணப்படுகிறது. மார்பகத்தின் உட்பகுதி குடையப்பட்டுள்ளது. மார்பகத்தின் காம்புப் பகுதி தனியாகச் செய்து பொருத்தப்பட்டு இருந்திருக்கிறது. இப்போது அது காணப்படவில்லை. இப்போது அவ்விடத்தில் துளை மட்டும் காணப்படுகிறது. சிறு கிண்ணம் ஒன்றை ஏந்திய இடதுகை வலது மார்பகத்தின் கீழே உள்ளது.

தமிழகத்தில் வேறு எங்கும் இப்படியொரு சிலை காணப்பட்டதாகக் குறிப்புகள் இல்லை. இந்தச் சிலை உணர்த்தும் பொருள் என்ன? வலது மார்பிலிருந்து பாலைக் கிண்ணத்தில் வடிக்கும் தோற்றத்தில் சிலை செதுக்கப்பட்டுள்ளது. அத்துடன் நின்றிருந்தால் ஞானசம்பந்தருக்குப் பொற்கிண்ணத்தில் தன் பாலைக் கறந்து கொடுத்த உமையவளின் சிலை என்று நாம் எண்ணிக்கொள்ளலாம். அதற்கும் வழியில்லை. ஏனென்றால், சிலை பெருமாள் கோயிலின் முன் மண்டபத்தில் வைக்கப்பட்டுள்ளது.

தமிழ்நாட்டுத் தாய்த் தெய்வ மரபில் தாய்த் தெய்வத்தின் முலையில் மானிடக் குழந்தைகள் வாய் வைத்து உண்ணுவதில்லை. எனவேதான் அவளுக்கு உண்ணாமுலையம்மை என்று பெயர் (வடமொழியில் அபித குஜாம்பாள் – எச்சில் படாத முலையாள் என்றழைப்பர்.)

இந்தச் சிலையில் பாலை ஊற்றுவதற்காக வலது மார்பகத்தில் துளையிடப்பட்டுள்ளது. எனவே, காட்சிப் பொருளாக மட்டு மல்லாமல் ஒரு சடங்கின் பங்களிப்பிற்குரியதாக இச்சிலை இருந்துள்ளது.

அதாவது, வலது மார்பகத்தின் மேலுள்ள துளை வழியாகப் பால் ஊற்றப்பட்டு முலைக்காம்பின்வழி இடதுகை ஏந்திய கிண்ணத்தில் வழிந்து அது பிரசாதமாக வழங்கப்பட்டிருக்க வேண்டும். ஏதேனும் ஒரு திருவிழாவின் பகுதியாக அல்லது சடங்காக இது நிகழ்த்தப்பட்டிருக்க வேண்டும். உள்ளூர் வழக்கு மரபிலோ தலபுராணத்திலோ இதுகுறித்த எந்தச் செய்தியும்

கிடைக்கவில்லை. பால் உண்ணும் குழந்தை உருவம் எதுவும் சிலை அருகில் வடிக்கப்படவும் இல்லை.

பாலூட்டும் தாய் என்பவள் வளமை வழிபாட்டின் குறியீடு ஆவாள். ஆயினும், பாலூட்டும் தோற்றத்தில் சிலை எதுவும் இதுவரை தமிழ்நாட்டில் கண்டறியப்படவில்லை. குழந்தையோடு தொடர்புபடுத்தப்படும் கோயில் சடங்கு ஒன்றைச் சில பெருந்தெய்வக் கோயில்களில் காணமுடிகின்றது. சில பெரிய கோயில்களில் தாமரைப்பூ உருவம் கீறிய (மேலோட்டமாகச் செதுக்கிய) கல் ஒன்று நடப்பட்டிருக்கும். அப்பகுதி மக்கள் மகப்பேற்றுத் தீட்டு கழிந்தவுடன் பிறந்த குழந்தையை அக்கல்லின் முன்னர் கிடத்தி வணங்கி எடுத்துச் செல்வர். இது யோனித் தெய்வ வழிபாட்டின் எச்சமாகும். ஆனால், மன்னார் கோயிலில் காணப்படும் சிலை பாலூட்டும் தாய் தொடர்பானது.

குழந்தைக்கு உணவூட்டுதல் என்பது ஒரு கோயில் சடங்காக இன்றும் கேரளத்தில் நிகழ்த்தப்படுகிறது. குருவாயூர்க் கோயிலில் நடைபெறும் 'அன்னப் பிராசனம்' (அதாவது குழந்தைகளுக்கு முதற் சோறூட்டும் சடங்கு) மிகவும் புகழ் பெற்றதாகும்.

கேரளத்தில் தெய்வ உருவங்களை வண்ணப் பொடிகளால் தரையில் எழுதி வணங்கும் முறை இன்றும் வழக்கத்திலுள்ளது. இதற்குக் 'களம் எழுதுதல்' என்று பெயர். வழிபாடுகள் முடிந்தபின் தெய்வ உருவங்களைக் கலைப்பதற்குக் 'களமழித்தல்' என்று பெயர். இது குறித்து குமரி மாவட்ட வரலாற்றாய்வாளர் அ.கா.பெருமாள் தரும் குறிப்பு நமக்குத் துணை செய்கிறது. களமழித்தல் சடங்கு, வரையப்பட்ட தெய்வ உருவங்களின் மார்பகங்களை மட்டும் வண்ணப் பொடிகளால் செய்யாது நெல்லையும் அரிசியையும் குவித்துச் செய்திருப்பர். களமழிக்கும்போது சுற்றியுள்ள மக்களுக்கு இந்த நெல்லும் அரிசியும் பிரசாதமாக அளிக்கப்படும். இதற்கு 'திருமுலைப் பிரசாதம்' என்று பெயர். குழந்தைக்குப் பால் கொடுத்தலை மலையாள மொழியில் இன்றும் 'முலை கொடுத்தல்' என்றே சொல்கின்றனர். திருமுலைப் பால் தாய்த் தெய்வத்தின் அருளாகக் கருதப்படுகிறது. இது ஆகம ரீதியிலான பெருங்கோயில் மரபன்று; நாட்டார் மரபாகும். மன்னார் கோயிலில் இச்சிலை உள்ள மண்டபம் கேரள மக்களின் பண்பாட்டு அசைவுகளில் ஒன்று என்பதில் ஐயமில்லை.

மன்னார் கோயிலோடு கேரள மக்களும் உறவு கொண்டுள் ளனர். இக்கோயிலிலுள்ள குலசேகர ஆழ்வார் சந்நிதியை எழுப்பித்தவர் மலை மண்டலத்து 'முல்லப்பள்ளி வாசுதேவ கேசவனான செண்டலங்கார தாசர்' என்பது இங்குள்ள

கல்வெட்டால் தெரிய வருகிறது. எனவே, இது கேரள மக்க ளோடும் உறவுடைய கோயிலாக விளங்கியிருக்கிறது.

வண்ணப் பொடிகளால் களமெழுதும் வழக்கம் மேற்கு மலைத் தொடரின் கீழ்புறத்தில் இல்லை. எனவே, கேரளத்துச் சிற்பியொருவன் திருமுலைப் பிரசாத வழிபாட்டைத் தமிழ் நாட்டின் கல்லிலே நிலைநாட்டியிருக்கிறான். தாய்ப்பாலை 'அம்மம்' என்பது தமிழிலக்கிய வழக்கு. நாட்டார் மரபில் 'அமுதப்பால்' என்பர். எனவே, இச்சிலையினை 'அமுதூட்டும் சிலை' என்றழைக்கலாம்.

மறந்துபோன நேற்று

தொல்லியல் துறையைப்பற்றி ஒரு பழமொழி உண்டு, 'வரதட்சணை இல்லாத அழகான மணமகள்' என்று. அதனால் பெரிதும் படித்தவர்களாலேயே கவனத்தில் கொள்ளப்படாத துறை இது. ஆனால் தொன்மையான கிரேக்க நாகரிகத்தைப் பார்த்துப் பொறாமைகொண்ட ஐரோப்பிய சமூகம் தொல்லியல் ஆய்வுகளில் நாட்டம்கொள்ளத் தொடங்கியது.

இந்தியாவில் காலனி ஆட்சியாளர்களே இந்த ஆர்வத்தைப் பதியவைத்தனர். ஹரப்பா நாகரிகம், அரிக்கமேடு கண்டுபிடிப்பு என இவையெல்லாம் காலனி ஆட்சிக்காலத்தில் தான் நடைபெற்றன.

கடந்த நான்கைந்து ஆண்டுகளாகத் தமிழ் நாட்டில் தொல்லியல் ஆய்வுகளில் ஆர்வம் அதிகரித்து வருகிறது. தமிழ்நாட்டில் தஞ்சையை மையமாகக்கொண்டு 'தொல்லியல் ஆய்வுக்கழகம்' என்ற அமைப்பு இருபதாண்டுகளாக இயங்கி வருகிறது. இது அரசு சாராத அமைப்பாகும். இதன் செயல்பாடுகளின் விளைவாக 1905இல் நிறுத்தப்பட்ட ஆதிச்சநல்லூர் அகழாய்வு 2005இல் மீண்டும் தொடங்கப்பட்டது. சத்தியமூர்த்தி, நம்பிராசன், அறவாழி ஆகிய அறிஞர்கள் இதில் பங்கேற்றனர். வழக்கம்போலவே மைய அரசின் இந்த அகழாய்வுப்பணி அறிக்கை தமிழில் இது வரை வெளியிடப்படவில்லை. நூற்றைம்பது ஏக்கர் பரப்பளவுள்ள ஆதிச்சநல்லூரில் அறுநூறு சதுர அடிப் பரப்பில் மட்டுமே இந்த ஆய்வு

மேற்கொள்ளப்பட்டது. இந்தக் குறுகிய பரப்பிலேயே நூற்று அறுபத்தைந்து தாழிகள் இப்போது கண்டெடுக்கப்பட்டுள்ளன. அவை ஒன்றன் கீழ் ஒன்றாக மூன்று அடுக்குளாகக் காணப் பட்டன. இப்படி இன்னும் எத்தனை 'கால அடுக்குகள்' தோண்டப்படாமலேயே இருக்கின்றன என்று தெரியவில்லை. (ஓர் அடுக்கு என்பது ஒரு காலத்தைக் குறிக்கும். ஆனால் முந்தைய (1905) அகழ்வாய்வாளர்களான டாக்டர் ஜேகோர், அலெக்ஸாண்டர் ரீ ஆகியோருக்குக் கிடைத்த வெண்கலப் பொருட்களில் ஒன்றுகூட இந்த ஆய்வில் கிடைக்கவில்லை (செம்பாலான ஒரு குழந்தை வளையலைத் தவிர).

இந்த 2005ஆம் ஆண்டு அகழாய்வு விவாதப்புயல் ஒன்றை யும் தொடக்கிவைத்தது. கண்டுபிடிக்கப்பட்ட பானை ஒன்றின் உட்புறமாகப் பிராமி எழுத்துக்கள் இருந்ததாக முதலில் பத்திரிகைச் செய்தி வந்தது. அதைக்கண்டு தமிழ் ஆர்வலர்கள் வானத்துக்கும் பூமிக்குமாகக் குதித்தனர். பானை ஓட்டின் உட்புறமாக எழுத்து இருப்பது இந்தியாவில் இதுவரை எங்கும் கண்டுபிடிக்கப்படவில்லை.

எலும்பும் சாம்பலும் படிந்த கீறல்களையே இவர்கள் பிராமி எழுத்துக்களாக வாசித்துவிட்டனர் என்பதுதான் உண்மை. ஐந்தாண்டுகள் கழித்து ஆர்வக்கோளாறு காரணமாக ஏற்பட்ட இத்தவற்றினை அரைகுறையாக ஒப்புக்கொண்டனர்.

ஆனால் ஆதிச்சநல்லூர் நாகரிகத்தைக் கரிம வேதியியல் ஆய்வுக்கு உட்படுத்தி கி.மு. எட்டாம் நூற்றாண்டுக்குக் கொண்டு சென்றது இந்த ஆய்வின் சாதனையாகும். (முந்திய ஆய்வுகள் ஆதிச்சநல்லூர் நாகரிகத்தை கி.மு. மூன்றாம் நூற்றாண்டில் நிறுத்தியிருந்தன).

ஆனால் ஆதிச்சநல்லூர் மக்கள் பேசிய மொழி எது என்ற கேள்விக்கான விடை இன்னும் எஞ்சியே நிற்கிறது. ஆதிச்சநல்லூர் புதைமேட்டின் குடியிருப்புப் பகுதிகளைக் கண்டறிவதற்கான முயற்சியும் முழுமையாக வெற்றி பெறவில்லை. இந்த மேட்டின் உட்புறமாக ஆற்றங்கரை ஓரமாக அமைந்திருக்கும் இரண்டு ஏக்கர் நிலப்பகுதி தொல்லியல் ஆய்வாளர்களால் இன்னமும் தீண்டப்படாத பகுதியாகவே உள்ளது.

ஆதிச்சநல்லூர் நாகரிகத்தின் வியப்புக்குரிய செய்தி, அங்கு வாழ்ந்த மக்கள் உலோகவியலில் பெற்றிருந்த அறிவாகும். இரும்பு, செம்பு, கலப்பு உலோகமான வெண்கலம் ஆகியவற்றை அந்த மக்கள் பயன்படுத்தியிருக்கின்றனர். அந்த அறிவு குறித்த எந்தக் கூடுதலான தகவலையும் இந்த 2005ஆம் ஆண்டு ஆய்வு தரவில்லை.

மாறாக புதைமேடு ஆக்கப்படுவதற்கு முன், இந்த இடம் தாதுச்சுரங்கமாக இருந்தது என்கிற தகவலை மட்டுமே தந்துள்ளார்கள்.

ஆதிச்சநல்லூருக்கு நேர் வடக்கே வல்லநாட்டு மலையில் கருங்காலி ஓடைக்கு இருபுறமாகவும் இருக்கிற இருநூறு ஏக்கர் பரப்பளவுள்ள தொல்லியல்தளத்தை மத்திய அரசின் ஆய்வுக்குழு கண்டுகொள்ளவே இல்லை என்பது வருந்தத்தக்கது.

ஆனால் தமிழகத்தில் வேறு சில இடங்களில் நடந்த ஆய்வுகள் நம்பிக்கையும் மகிழ்ச்சியும் அளிப்பனவாக உள்ளன. முதலாவது ஆண்டிப்பட்டிக்கு அருகில் பிராமி(தமிழ்) எழுத்தில் அமைந்த நடுகற்களின் கண்டுபிடிப்பாகும். தமிழ்ப்பல்கலைக்கழக மாணவர்களே இதைக் கண்டுபிடித்தனர். இந்த நடுகல் ஒன்றில் 'ஆகோள்' என்ற சொல் கண்டுபிடிக்கப்பட்டது. இது தொல்காப்பியர் பயன்படுத்திய சொல்லாகும். "வேயே புறத்திறை ஊர்கொலை ஆகோள்" என்பது தொல்காப்பியக் கூற்றாகும். தொல்காப்பியம் வழக்குமொழிக்கு முதன்மை தந்ததற்கு இதுவே சான்றாகும். இரண்டாவதாக தமிழ் எழுத்து, மக்கள் புழங்கிய எழுத்தல்ல, அது மேலோர் மரபு சார்ந்தது என்ற பேராசிரியர் கா. சிவத்தம்பி போன்றோரது கருத்தை இந்தக் கண்டுபிடிப்பு தகர்த்தெறிந்தது.

அடுத்து, மிக அண்மைக்காலத்தில் பழனிக்குத் தெற்கே இருபது கி.மீ. தொலைவில் 'பொருந்தில்' என்ற இடத்தில் ஓர் அகழாய்வு மேற்கொள்ளப்பட்டது. பேராசிரியர் கா. இராஜன் இந்த ஆய்வை முன்னின்று நடத்தினார். ஒரே ஆய்வுக்குழியில் 7500 மணிகள் கண்டெடுக்கப்பட்டன. ஆங்கிலத்தில் 'Cornelian beads' என வழங்கும் இவற்றைத் தமிழில் 'சூது பவளம்' என்பார்கள். இந்தக் கற்கள் தமிழ்நாட்டில் கிடைப்பதில்லை. குஜராத்திலிருந்து கொண்டுவரப்பட்டதாக இருக்கலாம். கேரளத்தின் வழியாக ஐரோப்பிய நாடுகளுக்கு ஏற்றுமதி செய்வதற்காக இந்தக் கற்கள் இங்கே மணிகளாகச் செய்யப்பட்டிருக்க வேண்டும் என்று கருதப்படுகிறது. பொருந்தில் தமிழக – கேரள வணிகப்பாதையில் அமைந்திருப்பது குறிப்பிடத் தக்கது.

'பொருந்தில்' என்னும் ஊர்ப்பெயர் சங்க இலக்கியத்திலும் காணப்படுகிறது. எனவே இது சங்ககால நாகரிகத்தைக் காட்டும் கண்டுபிடிப்பு என்பதில் ஐயமில்லை.

இந்தியாவில் ஆய்வுக்குரிய தொல்லியல் தலங்களாக 3500 தலங்களை மைய அரசு பட்டியலிட்டுள்ளது. ஆனால் தமிழகத்தில் மட்டுமே 5000 தலங்கள்வரை உள்ளன என்பது கள

ஆய்வாளரின் நம்பிக்கையாகும். அண்மையில் இந்தத் தொல்லியல் தலங்களைப் பேராசிரியர் கா. இராஜனின் மாணவர்கள் பட்டியலிட்டு இரு நூல் தொகுதிகளை வெளிக்கொண்டு வந்துள்ளனர் என்பது குறிப்பிடத்தக்கது.

வேர்களைப்பற்றிய அறிவு என்பது, விஞ்ஞானத்தின் ஒரு பகுதிதான். பண்டைக்காலத் தொழில்நுட்பத்தைப் புரிந்து கொள்வது ஐரோப்பியக் கொடும்பிடியிலிருந்து இத்தருணத் தில் நம்மை விடுவிக்க உதவும் என்பது இடதுசாரி ஆய்வாளர் களின் நம்பிக்கையாகும்.

புறநானூறு . . ?

புறப்பாட்டின் காலமும் சூழலும் உரையாசிரியரால் உள் வாங்கப்படவில்லை என்பதால் தொகுப்பில் பிழைகள் மலிந்திருக்கின்றன.

கணிப்பொறி அறிஞர், நாவலாசிரியர், நாட்டார்கள ஆய்வில் ஈடுபாடு காட்டியவர், குறுங்கட்டுரையாளர் என்பதாகத் தொடங்கிய சுஜாதாவின் எழுத்து வேலை ஆழ்வார் அறிமுகம், திருக்குறள் உரை என்று விரிவடைந்து இப்போது சங்க இலக்கியப் பெரு வெளிக்குள் நுழைய முயன்றிருக்கிறது.

எந்த வெளியும் யாருக்கும் காணியாட்சியுடையதல்ல. அந்தக் காலமெல்லாம் மலையேறி விட்டது. ஆனாலும் அறிவுலகப் பெருவெளிக்கு என சில நாகரிக வரம்புகள் உண்டு. செவ்விலக்கியங்களாகிய சங்க இலக்கியங்கள் ஆழ்ந்தும் அகன்றும் நுணுகியும் நிற்பன. அந்தப் பெருங்கடலுக்குள் இறங்க அசட்டுத் துணிச்சல் பற்றாது. 224 பக்கங்களையுடைய புறநானூறு 'ஓர் எளிய அறிமுகம்' (முதல் தொகுப்பு) என்னும் நூலின் முதல் ஐந்து பக்கங்களும் பேறுபெற்றவை. எஞ்சிய எல்லாப் பக்கங்களும் எழுத்து, சொல், தொடர், பொருள், கருத்து எனக் குறைவில்லாத அளவு பிழைகளைச் சுமந்து கொண்டிருக்கின்றன. சங்க இலக்கியங்களைத் தேடி அலைந்து தொகுத்த உ.வே.சாவின் முன்னுரைகளை மட்டும் படிப்பவர்கள்கூட இந்தப் பதிப்பினை மன்னிக்கமாட்டார்கள்.

‘மள்’ என்னும் சொல், சுஜாதாவின் உரையிலே மிகச் சாதாரணமாக ‘மல்லா’கி விடுகின்றது. சுஜாதாவிற்குக் கல்லும் கள்ளும் ஒன்றாகலாம்; புள்ளும் புல்லும் ஒன்றாகலாம். மூலபாடத்தில் அறிந்தும் அறியாமலும் செய்யப்படும் பிழைகள் படைப்பாளிக்குச் செய்யப்படும் அப்பட்டமான துரோகம்.

அச்சுப் பிழைகள் என்று கவசம் தேடும் பிழைகளைப் பெரிய மனதோடு ஒதுக்கிவிட்ட பிறகும் பொருளையே புரட்டிப் போடும் மூலபாடப் பிழைகளில் சில இதோ:

பாடல் எண் 27 – வல்லாய் (வல்லார் – படர்க்கை இங்கு முன்னிலையானது)

33 – தனிமகள் (தனி மகன்)

45 – மலைந்தோன் (மிலைந்தோன்) மலைதல் – போரிடல், மிலைதல் – தலையில் சூடல்

55 – புகழ் (புகல் – போர்) 84 – நாயக்கன் (நாயகன் – ஊர்த் தலைவன்)

‘ஆர்’ என்பது சோழர்களின் அடையாளப் பூ. இதனை ‘ஆத்தி’ என்றும் கூறுவர். மூன்று இடங்களில் ஆத்தியை ‘அத்தி’ என்று சுஜாதா உரையெழுதியிருக்கிறார். அத்தி தமிழ் மரபுப்படி பூக்காத தாவரம். ஆர் என்னும் பூவை ஏ.கே. ராமானுஜம் **labarnum** என்று குறிக்க, ‘சங்க இலக்கியத் தாவரங்கள்’ நூல் (கு. சீனிவாசன்) பாகினியா பர்பூரியா’ என்று விளக்குகிறது. நிகழ்காலப் பெயர் ‘மந்தாரம்’. நிலம் பற்றிய புரிதலில் சுஜாதா மற்றுமொரு சாதனையினைச் செய்திருக்கிறார். ‘கழி’ என்றால் உப்பங்கழி. மண் நீரும் கடல் நீரும் சந்திக்கும் இடம். இக்காலத்தில் ‘காயல்’ என்பார்கள். இந்த இடத்தில் மலரும் பூ நெய்தல். ‘கழியிலே மலர்ந்த நெய்தல்’ என்பதனைக் ‘கழிவு நீரில் மலர்ந்த நெய்தல்’ (பாடல் எண் 48) என்பது வாசகன் பற்றிய அலட்சிய மனோபாவம் மட்டுமல்ல; புறநானூறு என்னும் செவ்விலக்கியம் ஒரு நாவல் அளவுதான் என்று கருதும் பேதைத்தனமும் கூட.

கணிச்சி (பாடல் 42) என்றால் மழு. தொன்மங்களின்படி எமன் கையில் ஆயுதம். பரசுராமனுக்கும் ‘மழுவாள் நெடியோன்’ என்று பெயர் உண்டு. எமன் கையிலுள்ள மழுவைப் பிடுங்கி எறிந்துவிட்டு பலராமன் கைக் கலப்பையைக் ‘கணிச்சி’ என்று சொல்லி எமனுடைய தோளில் ஏற்றியிருக்கிறார் உரையாசிரியர்.

அச்சம் தரத்தக்க பறவையின் குரல் (பாடல் 41) என்பதற்குப் பதிலாக ‘அஞ்சுகிற பறவையின் குரல்’ என்கிறார். சாயல் என்றால் அழகின் அசைவு என்று தெரியாமல் ‘சாய் இன்று’ (பாடல் 127)

என்பதற்குச் 'சாய்ந்தது' என்று எழுதிப் போகிறார். தலைகீழ் உரை விளக்கங்களும் போதுமான அளவுக்கு உள்ளன.

பாடல் எண் 35. படரினும் – செல்லாவிட்டாலும் (சென்றாலும்)

159. அறம் பழியா – விதியைப் பழி சொல்லி (விதியைப் பழி சொல்லாத)

72. புரப்போர் – செல்வந்தர் (ஆதரிக்கப்படும் வறியவர்)

பாடலுக்கு உரை என்பது பாடலைப் புரிந்துகொண்டவர்களாலே எழுதப்படுவது என்பது வாசகர் நம்பிக்கை இல்லை என்கிறார் சுஜாதா.

எளிய அறிமுகம் என்பதால் சில இடங்களில் 'அறஞ்செய விரும்பு' நடையில் உரை அமைந்திருக்கிறது. அது போர் என்னும் (89) 'அது போர் என்னும்' என்றும் 'நீரினும் இனிய' (102) என்பதை 'நீரினும் இனியவன்' என்றும் சொல்கிறார். உண்மையில் 'அது போர் என்னும்' என்பதற்குப் 'போர் வந்துவிட்டதென ஆர்ப்பரிப்பான்' என்பதே பொருள். புறப்பாட்டின் காலமும் சூழலும் உரையாசிரியரால் உள்வாங்கப்படவில்லை என்பதால் இவ்வாறான நெருடல்கள் நூலில் பல இடங்களில் எதிர்ப்படுகின்றன.

'மருந்து கொள் மரத்தின் வாள்வடு' (பாடல் எண் 180) என்றால் 'மருந்து போட்ட தழும்புகள்' என்று எழுதுகிறவர் 'மருந்தாகித் தப்பா மரம்' என்ற குறளுக்கு எப்படி உரை எழுதினார்? மருந்தாகவும் பயன்படும் மரம் உடல் முழுக்க வடுக்களைச் சுமந்து நிற்கும். அது அடுத்தாரைக் காக்கும் பண்பிற்கு உவமை. இருந்துவிட்டுப் போகட்டும். 'மருந்து போட்ட தழும்புகள்' என்ற சொற்சேர்க்கைக்கு என்ன பொருள்? தழும்பான பின்பு மருந்து போடும் வழக்கம் எங்கிருக்கிறது? 'உற்றுழி உதவியும்' எனத் தொடங்கும் (183) பாடலின் கடைசி அடிகளுக்குச் சுஜாதா தரும் பொருள், "கீழ் சாதியைச் சேர்ந்த படித்தவன் மேல் சாதியைச் சேர்ந்தவனுக்குச் சமமாக மதிக்கப்படுவான்." இதென்ன ஆரியக்கூத்து!

இந்த உரை நூலின் ஆபத்தான பகுதி சுஜாதா தந்திருக்கிற முன்னுரை. அதிலே வெளிப்படுகிற வன்முறை உணர்வு அலட்சிய மனோபாவமும் கிண்டலும் நிறைந்தது. புறநானூற்றை எளிய அறிமுகம் செய்ய வந்தவருக்கு அவர் உதிர்க்கின்ற ஆங்கிலப் பெயர்கள் அனாவசியமானவை. வாசகனை ஏமாற்றுபவை. புரியாத தமிழ், வருணனைத் தோரணங்கள், பொருத்தமில்லாத

படி வருணனைகள் – இவையெல்லாம் புறநானூற்றில் மண்டிக் கிடப்பதாக சுஜாதா கண்டுபிடித்திருக்கிறார். ஆழ்வார்களின் பாசுரங்களை ஒழுங்காகப் படித்தவர்கள்கூட இப்படிச் சொல்ல மாட்டார்கள். காலத்தின் மொழிநடையினை உள்வாங்கத் தெரியாதவர்கள் அந்தக் காலத்து இலக்கியங்களைப் படிக்க முயன்று ஒதுக்கி வைத்துவிடலாம். உரை எழுதக் கூடாது. புரியாத தமிழ், பொருத்தமில்லாத வருணனை என்றெழுதுவது சிறுபிள்ளைத்தனம். கலைஞர்களுக்கும் அவர்களை ஆதரித்த வள்ளல்களுக்கும் இடையிலே நிலவிய உறவினையே புறநானூறு முதன்மைப்படுத்துகிறது. அந்த நோக்கமே அந்தத் தொகுப்பின் அடிப்படை என்பதைப் புரிந்துகொண்டே புறநானூற்றுப் பாடல்களை அணுக வேண்டும். பொருத்தமில்லாத வருணனை என்கிற சுஜாதாவின் அளவுகோலை (கத்திரிக்கோலை)ப் பயன் படுத்தினால் பாரதி, பாரதிதாசன் வகையில் ஆன தமிழ்க் கவிதையின் பெரும் பகுதியைக் கிழித்துப் போட்டுவிடலாம். அதற்கும் சுஜாதா மகிழ்ச்சியோடு சம்மதமளிப்பார்.

நீராட்டும் ஆறாட்டும்

தொன்மையா தொடர்ச்சியா?	429
மஞ்சள் மகிமை	433
தாலியின் சரித்திரம்	434
பெண் என்னும் சுமைதாங்கி	438
கோலம்	440
மாலை	443
நீராட்டும் ஆறாட்டும்	446
உணவும் குறியீடுகளும்	451
பண்பாட்டின் வாழ்வியல்	453
மீனாட்சிப் பட்டினம்	457
சமூக வரலாற்றுப் பார்வையில் திருவிழாக்கள்	462
சடங்கியல் வாழ்வு	466
நமது பண்பாட்டில் மருத்துவம்	469
பெயரிடுதல் என் சுதந்திரம்	480
நில அபகரிப்புப் பண்பாடு	484
ஏக ஆதிபத்தியத்தின் வேர்கள்	488
கூலமும் கூலியும்	492
படைப்பிலக்கியங்களும் பண்பாட்டு வெளிப்பாடும்	495
அதிர்ச்சி மதிப்பீடு	499

மரபும் புதுமையும்	502
தமிழ்ப் புத்தாண்டு	511
பொதியமலைப் பிறந்த மொழி வாழ்வறியும் காலம் எல்லாம்	513
வைதிகத்தின் இருண்டமுகம்	517
இராசராசனை இன்னும் கொண்டாடுவதேன்?	521
இராசராச சோழனின் ஏக ஆதிபத்தியம்	525
அன்னம் பஹூ குர்வீத	530
தெய்வங்களின் உணவுரிமை	537
இராமர் பாலம்	543
சாதிய ஆய்வுகள் நேற்றும் இன்றும்	545
உலகமயமாக்கல் பின்னணியில் பண்பாடும் வாசிப்பும்	553
டங்கல் என்னும் நயவஞ்சகம்	561

தொன்மையா தொடர்ச்சியா?

பிறந்து வளர்ந்த ஊரில் இருந்து 29 ஆண்டுகள் விலகி நின்ற என்னைப் பார்த்து அந்த 85 வயது முதியவர் கேட்டார்: "பேரப்புள்ள, நீ அந்த வகையறாவா?"

"எப்படிக் கண்டுபிடிச்சீங்க, தாத்தா."

"அதான், அந்தக் காது காட்டிக் குடுத்திட் டில்லா." பொக்கை வாய் கொள்ளாத சிரிப்பு அவருக்கு.

ஆம்! எங்கள் குடும்ப மூதாதையர்களிலே யாரோ ஒருவருக்குக் காது மடல் நீளம். என் தாத்தா, பெரியப்பா, அப்பா அவர்களின் பிள்ளைகள், பேரக் குழந்தைகள் என எல்லோருக்கும் அந்த அடையாளம் உண்டு. உயிரணுத் தொடர்ச்சி என்பது சாதியச் சமூகங்களிலேயே கூர்மையான அக்கறையோடு கவனிக்கப்பட்டு வருகின்றது. இதன் பெயர் 'தொன்மை'. உயிர்க் கூடத்தின் எல்லா வகையான அசைவுகளுக்குமான தொடர்ச்சி. உயிரியலின் தந்தை கிரகாம் மெண்டல் இருந்திருந்தால் இன்னும் விரிவாகப் பேசியிருப்பார்.

இந்தத் தொடர்ச்சி என்பது உடல் சார்ந்தது மட்டுமன்று; மக்கள் திரளின் எல்லா வகையான அசைவுகளிலும் அதன் இயக்கங்களிலும் உள்ளார்ந்த தாக இயங்கிக்கொண்டே இருக்கும். உணவு, உடை, மொழி, கலை வெளிப்பாடுகள் என்பவற்றோடு கருத்தியல் தளத்திலும் இந்தத் தொடர்ச்சி உண்டு.

முதுமைக்கு மரியாதை தருவது என்பது, வேர்களுக்குத் தரும் மரியாதை ஆகும். கண்ணுக்குப் புலப்படாத வேர்களே உயிர்க்கூட்டத்தைத் தாங்கிப் பிடித்துக்கொண்டிருக்கின்றன. வெட்டுப்பட்ட அடிமரங்கள்கூடத் தளிர்ப்பது வேர்களின் சக்தியால்தான்.

தொன்மை அல்லது பழமை என்பது, 'கவைக்கு உதவாதது, அப்பாவித்தனமானது, மூடநம்பிக்கை கொண்டது. மாறிவரும் உலகத்தைப் பார்க்க மறுப்பது, கட்டுப் பெட்டித்தனமானது. சமகாலச் சமூகத்தால் பரிதாபத்தோடு மன்னிக்கப்பட வேண்டியது', இந்தச் சமூக உளவியல் அடிமைப்பட்ட நாடுகளில் மட்டுமே நடைமுறைச் சாத்தியமாகும். நம்முடைய நாட்டில் இது எப்படிச் சாத்தியமாகிறது? காலனிய ஆட்சிக்கால அடிமை மனநிலை இன்னமும் நம்மை விட்டுப் போகவில்லை என்பதைத் தானே தெருவெல்லாம் சிதறிக் கிடக்கும் ஆங்கில வழிப் பள்ளிகள் காட்டிக்கொண்டு நிற்கின்றன. ஆனபோதும்கூடத் தொன்மை அல்லது பழமை என்பதனை நம்மால் சுருக்கிப் பார்க்க இயலாது.

பண்பாடு என்பது தொன்மையான அசைவுகளின் தொடர்ச்சியாகும். இது உயிர்த்திரள்களின் காலஞ்சார்ந்த அசைவுகளின் வெளிப்பாடு. உயிர்த்திரள் என்றால் அறுகம்புல்லும், மூங்கில் தூறும், ஆலமரமும் நமக்குக் காட்டுகின்ற வெளிப்பாடுகள். புதர் என்பதன் முந்திய வடிவமான அறுகம்புல், தூறு என்பதனை வெளிக்காட்டும் மூங்கில் (பெரும்புல் வகை), விழுதுகளாக வெளியினை நிரப்பும் ஆலமரம் என்பவையே தொன்மையும் பண்பாடும் என்ன என்று நமக்கு இயற்கை உணர்த்தும் பாடங்கள். 'ஆல் போல் தழைத்து அறுகுபோல் வேரூன்றி மூங்கில் போல் சுற்றம் முசியாது' என்ற வாழ்த்து மரபு கண்ட மக்கள் கூட்டத்தார் பண்பாடுமிக்கவர்கள்.

பெர்லினைச் சேர்ந்த டாக்டர் ஜேகோர் 19ஆம் நூற்றாண்டின் கடைசிப் பகுதியில் ஆதிச்சநல்லூரில் தங்கத்தால் ஆன நெற்றிப் பட்டத்தைக் கண்டெடுத்தார். இன்றும் தமிழ்நாட்டின் சில பகுதிகளில், சில சாதிகளில் இது மணமகளுக்குத் தாய்மாமன் அணிவிக்கும் நெற்றிப் பட்டம் என்பது களஆய்வு செய்தவர்களுக்குத் தெரியும். அப்படியானால் ஆதிச்சநல்லூர் பண்பாட்டுத் தொடர்ச்சி நம்மிடம் உயிரோடு இருக்கிறது என்பதுதானே உண்மை. ஆதிச்சநல்லூரில் தாய்த் தெய்வத்தின் வெண்கலச் சிற்பம் கண்டெடுக்கப்பட்டது. தமிழ்நாட்டின் 90 விழுக்காடாக அம்மன் கோவில்கள்தானே இருக்கின்றன. ஆற்றல் மிகுந்த தாய்த் தெய்வ வழிபாடுதான் தமிழர்களின் பண்பாடு என்பது இன்றளவும் உறுதியாகிக்கொண்டிருக்கிறது.

பண்பாடு என்பது சொல்லும் சொல் அல்லாத (non - verbal) மரபுகளும் சார்ந்தது. மரபு என்பது பண்பாட்டின் வேர்களாகும். 'கன்னு வந்து பயிர மேஞ்சுதாம் இவ(ன்) கழுதய பிடிச்சி காத அறுத்தானாம்' என்பது இன்றும் தமிழ்நாட்டுக் கிராமப்புறங் களில் கேட்கக்கூடிய சொலவடை (சொல் அடை). இந்தச் சொலவடை பல நூற்றாண்டுக் கால மரபின் தொடர்ச்சியாகும்.

உழுத உழுத்தஞ்செய் ஊர்க்கன்று மேய
கழுதை செவி அரிந்தற்றால்

என்பது முத்தொள்ளாயிரப் பாடல் அடியாகும். 'பழி ஓர் இடம், பாவம் ஓர் இடம்' என்பதுதான் இதன் கருத்தாகும். அப்படி யென்றால் பழந்தமிழன் பயன்படுத்திய ஒரு சொல் வழக்கினை நிகழ்காலத் தமிழர்களும் பயன்படுத்தி வருகின்றனர் என்பது தானே உண்மை.

நகர்ப்புறத் தமிழர்களுக்கு மறந்து போய்விட்ட வழக்கங்கள் சில, கிராமப்புறத்துத் தமிழர்களால் இன்றும் பின்பற்றப்பட்டு வருகின்றன. அவற்றிலே ஒன்று வீட்டு விழாக்களிலும் ஊர்க்கோவில் விழாக்களிலும் மண்ணைப் புதிது செய்தல் என்ப தாகும். அதாவது சுவரை வெள்ளையடிப்பதுபோல நிலத்தை என்ன செய்வது என்ற கேள்விக்கான விடையாக இது அமைகின்றது. 'புதுமணல் புரப்புதல்' என்பது வீடு அல்லது விழாக்களம் என்பதன் முன்னால் புதிய மணலைப் பரப்புவ தாகும். 'தருமணல் ஞெமிரிய திருநகர் முற்றம்' என்று நெடுநல்வாடை இந்த வழக்கத்தைக் குறிக்கின்றது.

சங்க இலக்கியக் காலத்திலுள்ள மக்கட் பெயர்கள் சில இன்றும் தொடர்ந்து இடப்படுவதே அக்காலச் சமூகத்தின் பின் தொடர்பினைக் காட்டுகின்றது. கண்ணன், குமரன், முருகன், சாத்தன், காரி, நாகன், நாகை முதலிய பெயர்கள் சங்க காலம் தொடங்கிப் பல நூற்றாண்டுகளாகத் தொடர்ந்து இடப்படுவதே 'மரபு' என்ற சொல்லை விளக்கப் போதுமானதாகும்.

ஒரு காலத்தில் சமண பௌத்த சமயங்களும் பின்னர் சைவ வைணவ மதங்களும் தமிழ்நாட்டுச் சமய வாழ்விலும் அரசியலி லும் பெரும் சூறாவளியை உருவாக்கிக் காட்டின. இருந்த போதும் இன்றுவரை தமிழர்களை ஆயுதம் ஏந்திய தாய்த் தெய்வங்களின் வழிபாட்டிலிருந்து அப்புறப்படுத்த இயல வில்லை. தமிழகத்தில் அம்மன் கோயில்கள்தான் எண்ணிக்கை யிலும் மிகுதி. அவைதாம் உயிர்ப்போடும் விளங்குகின்றன.

'மாமோட்டுத் துணங்கையஞ் செல்வி', 'பழையோள்', 'காடுகெழு செல்வி', 'கானமர் செல்வி', 'கடல்கெழு செல்வி' என்று

நீராட்டும் ஆறாட்டும்

சங்க இலக்கியங்கள் தாய்த் தெய்வத்தைப் பலபடப் பேசுகின்றன. தொல்காப்பியர் கூறும் திணைநிலைத் தெய்வங்களான ஆண் தெய்வங்களில் வருணனும் இந்திரனும் அப்போதே காணாமல் போய்விட்டனர்.

திருமண விருந்துகளில் இனிப்புணவாகப் பாயசம் வழங்கப் படுவதுகூட சங்க கால உணவு மரபின் தொடர்ச்சிதான். அதனை 'உளுந்து தலைப்பெய்த கொழுங்களி மிதவை' என்று சங்க இலக்கியம் குறிப்பிடும்.

ஒரு பெண் தாய்மையில் கனிகிறாள் (முழுமையடை கிறாள்) என்பதே பூப்பு என்ற சொல் உணர்த்தும் அக்காலத் தமிழர்களின் பண்பாட்டு வெளிப்பாடாகும். இயற்கையான கருச்சிதைவினை 'காய் விழுந்தது' என்றே நெல்லை மாவட்டத்தில் குறிப்பிடுகின்றனர். பூப்புக்கும் கனிவுக்கும் இடையிலான இந்தச் சொல் தாய்மை குறித்த தமிழ்ப் பண்பாட்டின் மதிப்பீட்டிற்கான அடையாளமாக இருந்து வருகிறது.

கலாச்சாரம் என்பது பொருள் உற்பத்தி சார்ந்தது. அந்த உற்பத்தி எதுவாகவும் இருக்கலாம். மனித இன மறு உற்பத்தி வரை. 'பால் பலவூறுக பகடு பல சிறக்க' என்ற ஐங்குறு நூற்றின் வாழ்த்துப் பாடலை வாசித்துக்கொண்டிருக்கும் நள்ளிரவுப் பொழுதில் இராப்பாடி அந்த வாழ்த்தினைப் 'பட்டி பெருக பால்பானை பொங்க' என்று தன்னுடைய மொழியில் தெருவெல் லாம் வழங்கிக்கொண்டு போகிறான்.

உலகமயமாக்கக் காலத்தில் வாழுகின்ற நமக்குத் 'தொன்மை' மரபு வழிப்பட்ட சமூக விழுமியங்கள் எல்லாம் தேவை யற்றவையாகிவிட்டன. நமக்கு 'யுனெஸ்கோ' தெரியும். அதற்கு அடித்தளமான

பசியும் பிணியும் பகையும் நீங்கி
வசியும் வளனும் சுரக்கென வாழ்த்தி

என்ற மணிமேகலை ஆசிரியரின் சிந்தனை விளங்காது. வறுமை யினால் வருகின்ற பசிக்குப் பொருளாதாரக் காரணங்களைக் கண்டறிய முயலும் காலம் நம்முடையது. பசியினை ஒரு சமூக நோயாகவும் (பசிப்பிணி) தொடரும் பசியினை அழிவு சக்தியாகவும் (அற்றார் அழிபசி) அடையாளம் காட்டிய வள்ளுவர் நமக்குக் 'கல்லில் வடித்துக் கதை படிக்க' மட்டும்தான்.

மஞ்சள் மகிமை

மஞ்சள்பூசிக் குளிப்பதும் மஞ்சள் கயிறு அணிவதும் பெண்ணுக்குரிய முக்கியமான செய்திகளாகும். மஞ்சள் என்பது பெண்ணோடும் 'மங்களகரம்' என்பதோடும் இணைத்துப் பேசப் படுகிறது.

ஆனால் மஞ்சள் ஆரோக்கியம் தொடர்பான ஒரு பொருளாகவே தமிழர் வாழ்வில் முன்பு இருந்துள்ளது. கிருமி எதிர்ப்புச் சக்தி, மஞ்சளில் உள்ளதாகக் கூறப்படுகின்றது.

'நோக்கி யசோதை நுணுக்கிய மஞ்சளால்' கண்ணனை நீராட்டுவது பற்றிப் பெரியாழ்வார் பாசுரம் பேசுகிறது.

பூசுமஞ்சளில் புகழ் பெற்றது 'விறலி மஞ்சள்' ஆகும். விறல் என்றால் முகம். விறலி என்றால் முகபாவங்கள் காட்டி நடிக்கிற நடனமாடுகிற பெண்ணைக் குறிக்கும். அன்று கூத்தாடிப் பெண்கள் அன்றைய விளக்கொளியில நாட்டியமாடினர். அவர்களது முகம் துடிப்பாகத் தெரிய மஞ்சள் அரைத்து முகத்தில் பூசிக்கொண்டனர். விறலியர் மட்டும் பூசிய மஞ்சளைக் காலப்போக்கில் குடும்பப் பெண்களும் பூசத் தொடங்கினர். விறலியரை மதியாத நம் சமூகம் விறலி மஞ்சளை மட்டும் கொண்டாடத் தொடங்கியது; இன்றும் கொண்டாடி வருகிறது. விறலி மலை என்பதுதான் இன்று விராலிமலை என்று ஆனது என்பது கூடுதல் செய்தியாகும்.

***புதுவிசை*, 10 ஜூலை 2007**

தாலியின் சரித்திரம்

தாலி கட்டுதல், திருப்பூட்டுதல், மாங்கல்ய தாரணம் ஆகிய சொற்கள் பெண்ணின் கழுத்தில் ஆண் தாலி அணிவிப்பதைக் குறிக்கின்றது. தாலி கட்டும் நிகழ்ச்சி நடக்கும்போது மணமக்களுக்குப் பின்னால் மணமகனின் சகோதரி அல்லது சகோதரி முறை கொண்டவர்கள் கட்டாயம் நிற்க வேண்டும். மணமகனுக்குத் தாலி முடிச்சுப் போட அவர் உதவி செய்ய வேண்டும். தமிழ்நாட்டில் பெருவாரியாக நிலவிவரும் வழக்கம் இதுவே.

மணவறையில் அல்லாமல் ஊர் மந்தையில் நின்றுகொண்டு தாலி கட்டும் வழக்கமுடைய சாதியாரிடத்திலும் சகோதரியானவர் மணமகனுக்குத் தாலிகட்டத் துணைசெய்கிறார். தமிழ் நாட்டில் குறிப்பிட்ட ஒன்றிரண்டு சாதியாரிடத்தில் இரண்டு வீடுகளுக்கு இடையிலுள்ள சந்து அல்லது முடுக்குக்குள் சென்று மணமகன் மணமகளுக்குத் தாலி கட்டுவது சில ஆண்டுகளுக்கு முன்வரை வழக்கமாக இருந்தது. இது வன்முறையாகப் பெண்ணை வழிமறித்துத் தாலிகட்டிய காலத்தின் எச்சப்பாடாகும்.

ஒரு நூற்றாண்டுக்கு முன்வரை சில சாதியாரிடத்தில் மணமகள் திருமண நிகழ்ச்சிக்கு வரமுடியாதபோது மணமகனை அடையாளப் படுத்த அவன் வைத்திருக்கும் பொருள்களில் ஒன்றைக் கொண்டுவந்து மணமகளின் பக்கத்தில் வைத்து மணமகனின் சகோதரி தாலி கட்டுகிற வழக்கம் இருந்திருக்கிறது.

மதுரை மாவட்டம், மேலூர் வட்டத்தில் வாழும் அம்பலக் காரர்களிடத்தில் மணமகனுக்குப் பதிலாக அவனுடைய வளைதடியை(வளரியை) கொண்டுபோய் அவனுடைய சகோதரி மணப்பெண்ணுக்குத் தாலி கட்டுகிற வழக்கம் இருந்துள்ளது.

மணமகன் இல்லாமலேயே மணமகளுக்குத் தாலி கட்டும் வழக்கம் தமிழகத்தில் இருந்துள்ளது என்பதற்கு இவை யெல்லாம் சான்றுகளாகும்.

தாலி என்ற சொல்லின் வேர்ச்சொல்லை இனங்காண முடியவில்லை. ஆனால், தாலி, தாலாட்டு ஆகிய சொற்களைக் கொண்டு 'தால்' என்பது தொங்கவிடப்படும் அணி (காதணி, மூக்கணி, விரலணி போல) என்று கொள்ளலாம்.

நமக்குக் கிடைக்கும் தொல்லிலக்கியச் சான்றுகளிலிருந்து (சங்க இலக்கியங்கள், சிலப்பதிகாரம்) அக்காலத்தில் ஆண் பெண்ணுக்குத் தாலி கட்டும் வழக்கம் இருந்ததில்லை என்றே தோன்றுகிறது.

தமிழர் திருமணத்தில் தாலி உண்டா, இல்லையா என்று தமிழறிஞர்களுக்கு மத்தியில் 1954இல் ஒரு பெரிய விவாதமே நடந்தது. இந்த விவாதத்தைத் தொடங்கி வைத்தவர் கவிஞர் கண்ணதாசன். தாலி தமிழர்களின் தொல் அடையாளம்தான் என வாதிட்ட ஒரே ஒருவர் சிலம்புச்செல்வர் ம.பொ.சி. மட்டுமே.

கி.பி. பத்தாம் நூற்றாண்டுவரை தமிழ்நாட்டில் தாலி என்ற பேச்சே கிடையாது என்கிறார் கா. அப்பாதுரையார். பெரும்புலவர் மதுரை முதலியாரும் தமிழ் ஆய்வறிஞர் மா.இராச மாணிக்கனாரும் பழந்தமிழர்களிடத்தில் மங்கலத்தாலி வழக்கு கிடையாது என உறுதியுடன் எடுத்துக் கூறினர்.

தொல் பழங்குடி மக்கள் பிள்ளைகளைத் தீயவை அணுகாமல் காப்பதற்குப் பிள்ளைகளின் இடுப்பில் அரைஞாண் கயிற்றில் சில பொருள்களைக் கட்டும் வழக்கம் இருந்தது. அவ்வழக்கம் மிக அண்மைக்காலம்வரை கூட நீடித்தது. இவ்வாறு ஐந்து பொருள்களைப் பிள்ளைகளின் அரைஞாண் கயிற்றில் கட்டுவதைச் சங்க இலக்கியங்கள் ஐம்படைத் தாலி என்று குறிப்பிடுகின்றன. மிக அண்மைக்காலம் வரையிலும்கூட கிராமப்புறங்களில் குழந்தைகளின் அரைஞாண் கயிற்றில் நாய், சாவி, தாயத்து ஆகிய உருவங்களைச் செய்து கட்டுவது வழக்கமாயிருந்தது.

நந்தனின் சேரிக்குழந்தைகள் அரைஞாண் கயிற்றில் இரும்பு மணி கட்டியிருந்ததான குறிப்பு பெரிய புராணத்தில் உள்ளது.

எனவே தாலி என்னும் சொல் கழுத்துத்தாலியைத் தொடக்க காலத்தில் குறிப்பிடவில்லை என்பது தெளிவாகிறது.

கி.பி. ஏழாம் நூற்றாண்டில் திருமணச் சடங்குகளை ஒவ்வொன்றாகப் பாடுகின்ற ஆண்டாளின் பாடல்களில் தாலி பற்றிய பேச்சே கிடையாது. மாறாக, தான்கொன்ற புலியின் பல்லை வீரத்தின் சின்னமாக ஆண் தன் கழுத்தில் கோத்துக் கட்டிக்கொண்டால் அதைப் புலிப்பல் தாலி என்று குறிப்பிட்டுள்ளனர்.

'புலிப்பல் கோத்த புலம்பு மணித்தாலி' (அகநானூறு)

'புலிப்பல் தாலிப் புன்தலைச் சிறார்' (புறநானூறு)

'இரும்புலி எயிற்றுத் தாலி இடையிடை மனவுகோத்து'

(திருத்தொண்டர் புராணம்)

தமிழ்நாட்டில் ஆதிச்சநல்லூர் உள்படப் பல்வேறு இடங்களில் தோண்டியெடுக்கப்பட்ட புதைபொருள்களில் இதுவரை தாலி எதுவும் கிடைக்கவில்லை.

தமிழ்நாட்டில் இப்போது பயன்படுத்தப்பட்டுவரும் தாலி களில் சிறுதாலி, பெருந்தாலி, பஞ்சார (கூடு) தாலி, மண்டைத் தாலி, நாணல் தாலி (ஞாழல் தாலி), பார்ப்பாரத் தாலி, பொட்டுத் தாலி ஆகியவை பெருவாரியான மக்களால் பயன்படுத்தப்படுபவை ஆகும்.

ஒரு சாதிக்குள்ளேயே அதன் உள்பிரிவுகள் சிறுதாலி, பெருந்தாலி வேறுபாட்டால் அடையாளப்படுத்தப்பட்டன. ஒரு காலத்தில் உணவுசேகரிப்பு நிலையில் வாழ்ந்த சில சாதியார் இன்றுவரை கழுத்தில் தாலிக்குப் பதிலாகக் 'காரைக்கயிறு' என்னும் கறுப்புக்கயிறு கட்டிக்கொள்கின்றனர். கழுத்தில் காரை எலும்பையொட்டிக் கட்டப்படுவதால் அது காரைக்கயிறு எனப் பெயர் பெற்றது. பார்ப்பாரத் தாலியில் ஒரு வகை, பெண்ணின் மார்புகள் போன்ற இரண்டு உருவத்திற்கு நடுவில் ஒரு உலோகப் பொட்டினை வைத்துக்கொள்வதாகும். இது மனிதகுல வரலாற்றில் ஏதோ ஒரு தொல்பழங்குடியினரின் கண்டுபிடிப்பாக இருக்க வேண்டும்.

கி.பி. பத்தாம் நூற்றாண்டு முதலே தமிழகத்தில் பெண்ணின் கழுத்துத்தாலி புனிதப் பொருளாகக் கருதப்பட்டு வந்துள்ளதாகக் கொள்ளலாம். அதன் பின்னரே கோயில்களிலும் பெண் தெய்வங் களுக்குத் தாலி அணிவிக்கப்பட்டது. திருக்கல்யாண விழாக் களும் நடத்தப்பட்டன. நாளடைவில் தாலி மறுப்பு அல்லது நிராகரிப்பு என்பது கனவிலும் நினைத்துப் பார்க்க முடியாத

ஒன்றாக மாறிவிட்டது. தம் குலப்பெண்களுக்கு மேலாடை அணியும் உரிமைகோரி குமரிப்பகுதி நாடார்கள் நடத்திய தோள்சீலைப் போராட்டத்தை ஒடுக்க அன்று நாயர்கள், நாடார் பெண்களின் தாலிகளை அறுத்தனர். அந்த இடம் இன்றும் தாலியறுத்தான் சந்தை என்று வழங்கப்படுகிறது.

இந்தியச் சிந்தனையாளர்களில் தந்தை பெரியார்தான் முதன்முதலில் தாலியை நிராகரித்துப் பேசவும் எழுதவும் தொடங்கினார். அவரது தலைமையில் தாலியில்லாத் திருமணங்கள் நடைபெறத் தொடங்கின. ஆணுக்குப் பெண் தாலி கட்டும் அதிர்ச்சி மதிப்பீட்டு நிகழ்ச்சிகளும் சில இடங்களில் நடந்தன. பின்னர் 1968இல் அண்ணா காலத்தில் நிறைவேற்றப்பட்ட சுயமரியாதைத் திருமணச்சட்டம் தாலி இல்லாத் திருமணத்தைச் சட்டபூர்வமாக அங்கீகரித்தது.

கடைசியாக ஒரு செய்தி: சங்க இலக்கியங்களில் தாலி மட்டுமல்ல, பெண்ணுக்குரிய மங்கலப் பொருள்களாக இன்று கருதப்படும் மஞ்சள் – குங்குமம் ஆகியவையும் கூட பேசப்படவே இல்லை.

நீராட்டும் ஆறாட்டும்

பெண் என்னும் சுமைதாங்கி

இரண்டு அகலமான கற்களை நெட்டுக் குத்தாக நட்டு, அவற்றின் மீது கிடைவசமாக மற்றொரு கற்பலகை வைக்கப்பட்ட அமைப்பைச் சாலை ஓரங்களில் பார்த்திருக்கலாம். இதுதான் சுமைதாங்கிக் கல். தரையிலிருந்து சுமார் நான்கு அல்லது ஐந்தடி உயரத்தில் கிடைவசக்கல் பொருத்தப்பட்டிருக்கும். போக்குவரத்து வசதி யில்லாத காலத்தில் தலைச்சுமையாகப் பொருட் களைக் கொண்டு செல்பவர்கள் பிறர் உதவியின்றி இந்தச் சுமைகளை இறக்கிவைத்து, பின்னர் யாருடைய உதவியுமின்றித் தலையில் ஏற்றிக்கொள் வார்கள். இவ்வாறு இளைப்பாறும் நேரத்தில் சுமையைத் தாங்குவதற்காக உருவான கற்களே சுமைதாங்கிக் கற்கள். வயிற்றுச்சுமை தாங்காமல் இறந்த பெண்ணின் மன ஆறுதலுக்காக, மற்றவர் களின் சுமை பகிர்ந்துகொள்ளுதல் என்னும் மனிதாபி மான நோக்கமே இதற்குப் பின்னிருக்கும் அம்சம்.

மகப்பேற்றின்போது வயிற்றுச்சுமை தாங்காமல், இறந்த பெண்களின் நினைவாகவே சுமைதாங்கிக் கற்கள் நடப்படுகின்றன. சாதாரணமாக இவற்றில் கல்வெட்டுகள் இருப்பதில்லை; விதிவிலக்காக ஒன்றிரண்டு கற்களில் இறந்த பெண்ணின் பெயர் பொறிக்கப்பட்டுள்ளது.

ஆணாதிக்கச் சமுதாயத்தில் பெண் ஒரு சுமை தாங்கி என்பதை இந்த ஓர் இடத்தில் மட்டும் ஆண் சமுதாயம் ஏற்றுக்கொண்டுள்ளது. பழைய தமிழ் இலக்கியங்களிலும் கல்வெட்டுக்களிலும் சுமைதாங்கிக் கற்கள் பற்றிய குறிப்புகள் எதுவும் இல்லை. எனவே இந்த வழக்கம் விசயநகர ஆட்சிக்

காலத்திலும் நாயக்கர் ஆட்சிக்காலத்திலும் பெருகியிருப்பதாகத் தெரிகிறது.

தொன்மையான சுமைதாங்கிக் கற்கள் இதுவரை கண்டறியப் படவில்லை. சுமைதாங்கிக் கற்கள் பொதுவாக ஊர் எல்லையும் நெடுஞ்சாலையும் சந்திக்கும் இடத்தில் நிழல்தரும் மரத்தடிகளில் அமைக்கப்படுகின்றன.

சுமைதாங்கிக் கற்களின் வடிவத்தைப் பொறுத்தமட்டில் கிடைவசத்தில் அமைக்கப்பட்ட கற்பலகையே இறந்த பெண்ணின் நினைவிற்குரியதாகும். அதனைத் தாங்க நிறுத்தப்பட்ட இரண்டு கற்களும் மகப்பேற்று உதவியாளர்களைக் குறிக்கும். இந்தியா முழுவதும் மகப்பேற்றுச் சிற்பங்களில் இரண்டு பெண் உதவி யாளர்கள் காட்டப்பெறுவது ஒரு மரபாகவே இருந்து வருகிறது. நாட்டார் மரபில் இந்தப் பெண் உதவியாளர்களைத் 'தொட்டுப் பிடித்தவர்கள்' என்பர்.

கிராமப்புறங்களில் ஓரளவு பொருள்வசதியுடைய குடும்பத்தவரே இந்தச் சுமைதாங்கிகளை நிறுவியுள்ளனர். பொதுவாக மகப்பேற்றின்போதும் சுமங்கலியாகவும் இறந்த பெண்களை மாலையம்மன், வாழவந்தாள், சேலைக்காரி ஆகிய பெயர்களில் வணங்குவது தமிழக நாட்டார் மரபாகும். பொருள் வசதி குறைந்த வீட்டில் மாலையம்மனுக்கு நினைவுநாளில் படைத்த புதுச் சேலையினை ஓலைப்பெட்டியில் வைத்து உத்திரத்தில் கட்டித் தொங்கவிட்டிருப்பார்கள். மறுஆண்டு நினைவு நாளில்தான் அந்தச் சேலையினை மற்றவர் எடுத்து உடுத்துவர்.

மகப்பேற்றில் இறந்த பெண்களைப்போல கன்னியாக இறந்த பெண்களும் வழிபாட்டுக்கு உரியவர்களாகக் கருதப் பட்டார்கள். அவர்கள் நினைவுக்குச் சேலை படைப்பதில்லை. 'கன்னிச்சிற்றாடை' மட்டுமே படைப்பர். இன்றளவிலும் கிராமப் புறத்துத் துணிக்கடைகளில் கன்னிச் சிற்றாடைகள் விற்பனைக்கு உள்ளன.

விசயநகர மன்னர் ஆட்சிக்காலம் தொடங்கி தமிழ் மக்களின் உணவு, உடை, சடங்குகள், திருவிழாக்கள் ஆகியவற்றில் பல மாற்றங்கள் நிகழ்ந்துள்ளன. மகப்பேற்றில் இறந்த பெண்ணின் நினைவாகச் சுமைதாங்கிக்கல் அமைக்கும் வழக்கமும் அக் காலத்தில்தான் தோன்றியிருக்க வேண்டும். இதுவன்றித் தமிழகப் பண்பாட்டு வரலாற்றில் சுமைதாங்கிக்கல் பற்றிய குறிப்புகள் எவையும் இல்லை.

சந்திப்பு: எஸ். கார்த்திகேயன்.

***புதிய தலைமுறை*, 19 ஜனவரி 2012**

கோலம்

கோலம் என்னும் வரைகலை வெளிப்பாடு தமிழர் வாழ்வியலோடு பின்னிப் பிணைந்ததாகும்.

கோலம் என்னும் சொல், சங்க இலக்கியத்திலேயே மிகப் பிற்பட்ட நூலான பரிபாடலில்தான் முதன்முதலாகத் திருமாலின் வராக அவதாரத்தைக் குறிக்க "கேழல் திகழ்வரக் கோலமொடு பெயரிய" என்னும் தொடராகக் காணப்படுகிறது. பெருங்காப்பியமான சிலப்பதிகாரத்தில் இத்தொடர் பயின்று வருகிறது. 'மாதவி தன் கோலம் தவிர்த்திருந்தாள்', 'மணமகளைப் போல யாழ் கோலம் செய்யப்பட்டிருந்தது', 'மாதவி எழுதுவரிக்கோலம் என்ற ஆட்டத்திற்காகக் கோலம் செய்திருந்தாள்', 'பழங்குடிமக்கள் குமரிப் பெண்ணைத் தெய்வக் கோலம் செய்திருந்தனர்'. இவையே சிலப்பதிகாரத்தில் கோலம் என்னும் சொல் வரும் இடங்களாகும்.

ஆடுமகளுக்கும் மணமகளுக்கும் இசைக் கருவிக்கும் செய்யப்பட்ட ஒப்பனைகளையே அதாவது கலை வெளிப்பாடுகளையே சிலப்பதிகாரம் கோலம் என்றது.

இன்று கோலம் என்பது அரிசி மாவினாலும் சுண்ணாம்புப் பொடியினாலும் பல வண்ணப் பொடிகளாலும் தரையில் இடப்படும் கோலத்தைக் குறித்து நிற்கின்றது. தரையில் இடப்படும் கோலம், வீட்டின் தலைவாயிலிலும் வீட்டிற்குள் தெய்வ வழிபாடு நிகழ்த்தப்படும் இடத்திலும் கோயில்களிலும் இடப்படுகின்றது. எனவே கோலம் என்பது

அழகுணர்ச்சி சார்ந்த வரைகலை வெளிப்பாடாக மட்டு மின்றிப் புனிதத் தன்மை அல்லது சடங்கியல் தன்மையுடைய தாகவும் விளங்குகின்றது என்பதை உணரலாம்.

தொல்பழங்குடி மக்களின் நம்பிக்கைகளில் ஒன்று தரையைப் புனிதப்படுத்துவதாகும். தூய்மைப்படுத்தப்படாத தரை தெய்வங்கள் காலூன்றி நிற்பதற்கு ஏற்றதன்று. தெய்வங்களும் வானவர்களும் பூமிக்கு (மண்ணுலகிற்கு) வரும்போது தரையினை மிதிப்பதில்லை. அவதாரமான இராமனும் கிருஷ்ணனும் மட்டுமே வெறுங்காலால் பூமியை மிதித்தவர்களாவர்.

மேலொரு பொருளுமில்லா மெய்ப்பொருள் வில்லும் தாங்கி
கால் தரை தோய வந்து கட்புலக் குற்றதம்மா

என்பது கம்பராமாயணம். இதன் பொருள் பொதுவாகத் தெய்வங்களின் கால்கள் தரைதோய வருவதில்லை என்பதாகும். தெய்வங்கள் வானுலகத்திலோ அல்லது மண்ணுலகத்தின் மரங்களிலோதான் வாழும். தரையில் மனிதர்களைப்போல வாழ்வதில்லை. தன் விருப்பத்திற்கும் தேவைக்குமேற்ப, மண்ணிற்கு வரும் தெய்வங்களுக்கு மனிதன் 'புனித இடங்களை' உருவாக்குகிறான். தெய்வச் சிலைகள் அனைத்தும் கவிழ்ந்த தாமரையின் மீதே (பத்மபீடத்தின் மீதே) அமைக்கப்படுவதன் காரணமும் இதுதான். நாட்டார் வழிபாட்டு மரபிலும் தெய்வத்தின் கால்கள் தரையிலே பதியக்கூடாது என்பதற்காக 'பூடங்கள்' (பீடங்கள்) அமைத்துள்ளனர். பீடங்களின் உச்சிப்பகுதியில் கவிழ்ந்த தாமரை போன்ற வடிவம் காட்டப்பட்டிருப்பதனைக் கூர்ந்து கவனித்தால் இதை அறிந்துகொள்ளலாம்.

படங்களோ சிலைகளோ வீட்டுப் புழக்கத்தில் இல்லாத காலத்தில் வீட்டிற்குள் தெய்வத்தை, திருநிலைகொள்ள வைப்பதற்குக் குத்துவிளக்கு மட்டுமே இருந்தது. குத்துவிளக்கும் கூட மனைப்பலகை அல்லது மண்ணால் செய்த சிறுபீடம் அல்லது கோலத்தின் மீதுதான் வைக்கப்படுகிறது. வெளியிலும் குத்து விளக்கு இல்லாத நிலையிலும் வீட்டிற்குள்ளும் தெய்வ வழிபாடு நிகழ்த்தப்படுவதுண்டு. அப்போதெல்லாம் அந்த இடங்களில் கோலங்கள் இடப்படுகின்றன. செம்மண் அல்லது பசுஞ்சாணத்தால் ஆன பிள்ளையாரும் கோலத்தின் பகுதியில் தான் வைக்கப்படுகின்றது.

கோலம் இடப்படும்முன் தரைப்பகுதி தண்ணீராலோ சாணத்தாலோ தூய்மை செய்யப்படுகின்றது. இதன்மீதே கோலங்கள் இடப்படுகின்றன. இன்றளவும் தலைவாசல் கோலமும் தரையில் தண்ணீர் தெளித்த பின்னரே இடப்படுகின்றது. கோலம் இடப்பட்ட இடங்களையே சங்க இலக்கியங்கள் 'களம்' எனக்

குறிப்பிடுகின்றன. குறிப்பாக முருகப்பூசாரி வெறியாடுமிடங்கள் களமாக அமைகின்றன. இக்களத்தின் மீதே வேலனாகிய முருகப்பூசாரி நின்று ஆடுகின்றான். கேரளத்தில் இம்மரபு இன்றும் உயிரோடுள்ளது. இதற்குக் 'களமெழுதுதல்' அல்லது 'களமெழுத்து' என்று பெயர்.

'களமெழுத்து' என்பது தூய்மை செய்யப்பட்ட இடத்தில் வரையப்பட்ட கோலத்தையே குறிக்கின்றது. சர்ப்பந்துள்ளல் போன்ற வழிபாட்டு நடனங்கள் பல வண்ணப்பொடிகளால் வரையப்பட்ட களத்தின் மீதே நடத்தப்பெறுகின்றன. "வேலன் தைஇய வெறி அயர் களனும்" என்று திருமுருகாற்றுப்படை, முருகப்பூசாரி வேலன் ஆடும் களத்தைக் குறிப்பிடுகின்றது.

இலக்கியங்கள் குறிப்பிடும் 'களன் இழைத்தல்' என்ற சொல் தமிழ்நாட்டில் இன்று மறைந்து போய்விட்டது. அதற்கு மாற்றாகவே அழகுபடுத்துதல், ஒப்பனை செய்தல் என்ற பொருளுடைய கோலம் என்ற சொல் புழக்கத்தில் வந்துள்ளது. 'தலைவாசல் கோலம்' என்பது மேலிருந்து இறங்கும் தெய்வம் மண்ணில் கால் பதிப்பதற்கு இடப்பட்ட முதல் களமாகும். வீட்டிற்குள் இடப்படும் கோலம் தெய்வத்தைத் திருநிலைப் படுத்தச் செய்யப்பட்ட இடமாகும்.

கோலம் என்பது ஏன் பெண்களுக்கு மட்டுமே உரிய கலை, சடங்கியல் வெளிப்பாடாக அமைகின்றது என்பது எஞ்சிநிற்கும் கேள்வியாகும். மனிதகுல வரலாற்றில் தொடக்க காலத்தில் பெண்களே பூசாரிகளாக இருந்துள்ளனர் என்பது மானிடவியல் காட்டும் உண்மையாகும். சங்க இலக்கியங்களில் முருகனுக்கு வேலனைப் போலவே புலைத்தியும் பூசாரியாக இருந்துள்ள செய்தி காணப்படுகின்றது. அதனால்தான் இன்னமும் தெய்வத்தின் ஆற்றலைத் தன் உடலில் இறக்கியாடும் சாமியாட்டம் பெண்களுக்கு விலக்கப்பட்டதாக அமையவில்லை.

கோலம் என்னும் வரைகலையின் தோற்றம் பெண்களைச் சார்ந்தது என்பதையே மனிதகுல வரலாறு நமக்கு உணர்த்து கின்றது. கோலம் வரைதல் ஒரு கடமையாகவும் உரிமையாகவும் பெண்களுக்கு அமைந்தது இப்படித்தான். எனவேதான் வறுமைப்பட்ட குடும்பங்களில்கூட கோலமிடுவதற்கு ஒருபிடிச் சுண்ணாம்புப் பொடி இன்னமும் இருக்கின்றது.

புதுவிசை

மாலை

மலர்களுக்கும் மனிதர்களுக்கும் உள்ள உறவு பிரிக்க முடியாதது. அதுவும் தமிழ்நாட்டைப் போன்ற வெப்ப மண்டலப் பகுதிகளில் பயிர் உலகத்துடன் ஆன இந்த உறவு விரிவானதாகவும் ஆழமானதாகவும் அமைந்துவிடுகின்றது.

அரும்பு, மொட்டு, பூ, மலர் என்பவை மலரின் பருவத்தைக் குறிக்கும் தமிழ்ச் சொற்களாகும். இவற்றோடு 'பூ(வி)ரி' (தென்னம்பூரி), மடல் என்ற சொற்களும் இங்கே நினைக்கத் தகுந்தவை. இணர், தாது, பொகுட்டு, அல்லி, புல்லி, தோடு, மடல் என்பவை பூவின் உறுப்புகளைக் குறிக்கும் பெயர்களாகும். பூ வகைகளாக நீர்ப்பூ, நிலப்பூ, பொடிப்பூ, கோட்டுப்பூ (கொம்பிலே பூப்பது) என்பன பழைய பெயர்ப் பகுப்பு முறையாகும். விதிவிலக்காக, ஊமத்தை அன்றி எல்லா வகைப் பூக்களும் அழகுணர்ச்சி, மருத்துவப் பயன், உணவுப் பயன், சடங்கியல் மதிப்பு ஆகியவற்றைக் கருத்தில் கொண்டு தமிழர்களால் பயன்படுத்தப்படுகின்றன.

பூத்தொடுப்பது அல்லது கட்டுவது என்பது தமிழ்நாட்டில் கலையாகவும் தொழிலாகவும் மதிக்கப்பட்டு வருகின்றது. இதனைத் தொழிலாகக் கொண்ட சாதியார் தமிழகத்தில் 'பண்டாரம்' என்றும், கேரளத்தில் 'வாரியார்' என்றும் அழைக்கப் படுகின்றனர். கண்ணி, தொடரி, பிணையல், மாலை, ஆரம், தார் என்பன கட்டப்பட்ட மலர்களைக் குறிக்கும். பூக்களும் கட்டப்பட்ட

பூக்களும், அரசர்களிடத்திலும் சமய எல்லைக்குள்ளும் அடையாளமாகவும் பயன்படுத்தப்பட்டு வந்துள்ளன. சேரருக்குப் பனம்பூ மாலை, சோழருக்கு ஆத்தி மாலை, பாண்டியருக்கு வேப்பமாலை ஆகியவை உரியன என்று தமிழிலக்கியங்கள் குறிப்பிடுகின்றன. தமிழ்ச் சமய இலக்கியத்தில் 'மகிழ மாலை' நம்மாழ்வாருக்கு உரிய அடையாளமாகக் கருதப்படுகிறது. இவையன்றி வழிபடு தெய்வங்களும் ஒவ்வொரு பூவோடும் மாலையோடும் சேர்த்தே அடையாளம் காட்டப்படுகின்றன. ஆத்தி, கொன்றை, பொன்னரளி, நந்தியாவட்டை ஆகிய பூக்கள் சிவபெருமானோடு சேர்த்துப் பேசப்படுகின்றன. ஆனால், பக்தி இலக்கியங்கள் காட்டும் குறிப்பின்படி ஒருகாலத்தில் சிவபெருமானுக்கு இண்டைப்பூவும் வன்னிப்பூவும் ஊமத்தம் பூவும் கூடச் சூட்டப்பட்டன என்று தெரிகிறது. முருகன் என்னும் தெய்வம் கடப்பம் பூவோடு தொடர்புடையவனாகப் பேசப்படுகிறான். போரிலே வெற்றி பெற்ற பின்னர் அரசன் தன் வீரர்களுக்குப் பொன்னாலான சிறு தாமரை மலரைப் பரிசாக அளித்த செய்தி சங்க இலக்கியத்தில் காணப்படுகிறது. இந்தப் பரிசளிப்பு விழாவினைப் 'பூக்கோள்' என்று சங்க இலக்கியம் குறிப்பிடுகின்றது.

பூக்களால் கட்டப்பட்ட மாலைகளில் பல்வேறு வகையான வேறுபாடுகளை நாம் உணர முடிகிறது. நெருக்கமாகக் கட்டப் பட்ட பூமாலைக்குப் 'பிணையல்' என்று பெயர். சற்றே இடைவெளி யுடன் கட்டப்பட்ட மாலைகளுக்குக் 'கண்ணி' என்று பெயர். கண்ணி என்பது இரண்டிரண்டு பூக்களால் கோர்க்கப்பட்ட மாலையாகும். கண்ணியைவிடச் சற்றே நெருக்கமாகக் கட்டப் பட்டது 'சரம்' ஆகும். தொடுக்கப்பட்ட பூச்சரத்திற்குத் தொடையல் என்று பெயர். மனைகளிலும் மண்டபங்களிலும் அழகுக்காகத் தொங்கவிடும் மாலைகளுக்குத் 'தொங்கல்' என்று பெயர். தமிழர் வாழ்வியற் சடங்குகளின்போது அழகும் நம்பிக்கையும் கலந்த வகையில் பல்வேறு வகையான மாலைகள் இடம்பெறுகின்றன. சில நேரங்களில் பூக்களில்லாத மாலையும் சடங்கியல் தகுதி பெறுகின்றன. எருமைத் தலை அரக்கனை அழிக்கக் கிளம்பும் தாய்த் தெய்வத்திற்கு வெற்றிலை மாலையும், எலுமிச்சம் பழ மாலையும் அணிவிக்கப்பெறுகின்றன (பெண்கள் அணியும் தங்கத்திலான காசுமாலையும் இவ்வகையில்தான் சேர்த்தி; கேலி உணர்வோடு அணிவிக்கப்பெறும் முறுக்குமாலை, பழமாலை ஆகியவற்றையும் இப்படியே கருத வேண்டும்.)

இவையன்றி மணமாலை, நீர்மாலை, பிணமாலை ஆகியவை யும் தமிழர் வாழ்வில் இடம்பெற்றுள்ள மாலைகளாகும். பெண்ணைப் பூவாகக் கருதுவதும், பெண்ணின் உடல்

மலர்ச்சியைப் 'பூப்பு' என்ற சொல்லால் குறிப்பிடுவதும், பெண் தெய்வங்களுக்குப் 'பூச்சொரிதல்' என்ற விழா நடத்துவதும் தமிழர் பண்பாட்டின் மற்றொரு கூறாகும்.

'மணமாலை' என்பது மணத்துக்குரிய ஆணும் பெண்ணும் தங்களின் இசைவினை மாலை மாற்றுவதனால் அடையாளப் படுத்துதலைக் குறிக்கும். நகரத்தார் சாதியிலும், வேறு சில சாதிகளிலும் தங்களின் குலதெய்வக் கோயிலில் சார்த்திக் களைந்த மாலைகளையே திருமண நாளில் மணமக்கள் மாற்றிக் கொள்ளுகிறார்கள். 'நீர்மாலை' என்பது பெற்றோருக்குப் பிள்ளைகள் செய்யும் நீர்ச்சடங்கினைக் குறிக்கும் சொல்லாகும். இறந்தவரைக் குளிர்ப்பாட்ட நீர்க்கரகம் ஏந்தி வரும் பிள்ளைகள் அதனை மாலையுடன்தான் கொண்டு வருவர். 'நீர்மாலை' என்ற சொல்லுக்கு நீரும் மாலையும் என்பதே பொருளாகும். திருவிழாக்களில் இறைவன் அல்லது இறைவி யின் அருளாற்றலை ஏந்திவரும் சாமியாடியும் கோயில் மாலையினையே அணிந்து வருகிறார். எனவே, மாலை என்பது முந்திய தலைமுறையினரோடான உறவுக்கும், புதிய உறவுக்கும், தெய்வங்களோடு கூடிய உறவுக்கும் குறியீட்டு அடையாள மாகவே தமிழர்களால் கருதப்பட்டு வந்தது என்பதனை உணரலாம்.

மணம் முடித்த பின் இளவயதில் மங்கலப் பெண்ணாக மறைந்துபோன தங்கள் குடும்பத்துப் பெண்களைத் திருநிலைப் படுத்தித் தெய்வமாக்குகின்றபோது அதற்கு 'மாலையம்மன்' என்ற பெயரையே தமிழர்கள் இட்டு வழங்கிவருவதும் நினைக்கத் தகுந்ததாகும். விதிவிலக்கான ஒரு செய்தியையும் இவ்விடத்தில் குறிப்பிட வேண்டும். குழந்தை பிறக்கும்போது தாயின் கருப்பையிலுள்ள நஞ்சுக்கொடி குழந்தையின் கழுத்தைச் சுற்றியபடி பிறந்தால் அக் குழந்தைக்கு மாலை, மாலைசூடி, மாலையப்பன் என்று பெயரிடும் மரபும் தமிழ்நாட்டில் வழக்கத்தில் இருந்து வருகிறது. அத்துடன் மாலைசூடிப் பிறந்த குழந்தை தாய்மாமனுக்கு ஆகாது என்ற நம்பிக்கையும் உள்ளது.

நீராட்டும் ஆறாட்டும்

வெப்ப மண்டல உயிரினங்கள் நீராடுவதில் பெரு விருப்பம் உடையன. தமிழ்நாடு வெப்ப மண்டலத்தின் பகுதியாகும். எனவே, தமிழர்களும் நீராடுவதில் வேட்கையுடையவர்கள். சுனையிலும் அருவியிலும் ஆற்றிலும் கடலிலும் நீராடலைத் தமிழ் இலக்கியங்கள் பலபடப் பேசுகின்றன.

நீராடல் வேறு, நீர் விளையாட்டு வேறு. ஆட்டனத்தி காவிரியில் நீர் விளையாடும்போது நீரோடு அடித்துச் செல்லப்பட அவன் மனைவி ஆதிமந்தி அவனைத் தேடிக் கண்டடைந்த கதை யினைச் சிலப்பதிகாரம் பேசுகின்றது. அருவி நீர் அடித்துச் செல்லும் பெண்ணை இளைஞன் ஒருவன் காப்பாற்ற அவர்கள் இருவரும் காதலர்கள் ஆகின்றனர். இதனைப் 'புனல்தரு புணர்ச்சி' என்று அகப்பொருள் இலக்கியம் ஓர் உத்தியாகவே பேசுகின்றது.

'குளித்தல்' என்ற சொல்லையே நீராடுவதைக் குறிக்க இன்று தமிழர்கள் பயன்படுத்தி வருகின்றனர். இது பொருட்பிழையான சொல்லாகும். குளித்தல் என்ற சொல்லுக்கு உடம்பினைத் தூய்மை செய்தல் அல்லது அழுக்கு நீக்குதல் என்பதல்ல பொருள்; சூரிய வெப்பத்தாலும் உடல் உழைப்பாலும் வெப்பமடைந்த உடலைக் 'குளிர வைத்தல்' என்பதே அதன் பொருளாகும். 'குளிர்த்தல்' என்ற சொல்லையே நாம் குளித்தல் எனத் தவறாகப் பயன்படுத்துகிறோம். 'குள்ளக் குளிரக் குடைந்து நீராடி' என்கிறார் ஆண்டாள். அச்சிடப்பட்ட

தமிழ் இலக்கியம் முழுவதிலும் இச்சொல்லை நாம் தவறாகவே பயன்படுத்தி வந்துள்ளோம். தமிழகத்தில் பெரும்பாலான உழைப்புச் சாதியார் மாலை அல்லது முன்னிரவு நேரத்தில் குளிக்கும் வழக்கமுடையவர் ஆவர். மாடு மேய்த்து மாலையில் திரும்பும் கண்ணனை அவன் தாய் யசோதை 'நீராட்டமைத்து வைத்தேன். ஆடி அமுது செய்' என்றழைப்பதாகப் பெரியாழ்வார் பாடுகின்றார்.

ஆரிய நாகரிகத்தில் நெருப்புப் போன்று திராவிட நாகரிகத்தில் நீரும் நீராடலும் சடங்கியல் தகுதி உடையன. மணமகளை அலரிப்பூவும் நெல்லும் இட்ட நீரால் மகப்பேறுடைய பெண்கள் நால்வர் நீராட்டும் வழக்கத்தினை அகநானூறு (86) குறிப்பிடுகின்றது. பெண்ணின் பூப்பு நீராட்டு, அரசர்களின் வெற்றி நீராட்டு (விஜயாபிஷேகம்), இறந்தார்க்கு ஊரறிய 'நீர்மாலை' எடுத்து வந்து நீராட்டுதல் என்பனவெல்லாம் தமிழரின் வாழ்வியல் அசைவுகளாகும். தென் மாவட்டங்களில் புது மணமக்கள் மலையாடுதல் அல்லது கடலாடுதல் என்பது ஒரு சடங்காகப் பின்பற்றப்படுகிறது.

குளிக்கும்போது தமிழர்கள் பயன்படுத்திய சவுக்காரம் (சோப்) ஏதேனும் உண்டோ என்ற கேள்வி எழுகின்றது. 'நுணுக்கிய மஞ்சளால்' குழந்தைகளைத் தேய்த்துக் குளிர்ப்பாட்டி குழந்தையின் நாக்கினையும் வழிக்கும் செய்தியை பெரியாழ்வார் குறிப்பிடு கின்றார். ஆடுமகள் மாதவி குளித்த முறையினை இளங்கோவடிகள்,

பத்துத் துவரினும் ஐந்து விரையினும்
முப்பத் திருவகை ஓமா லிகையினும்
ஊறிய நன்னீர் உரைத்த நெய்வாசம்
நாறிருங் கூந்தல் நலம்பெற ஆட்டி

என நுட்பமாகக் குறிப்பிட்டுச் செல்கிறார். இந்த மூவகை நீராடலை உரையாசிரியரே விளக்குகின்றார்.

பூவந்தி, திரிபலை, கருங்காலி, நாவல் முதலிய பத்துத் துவர்ப்புப் பொருள்களை ஊறவைத்த நீர் ஆடுமகளின் தோல் வனப்புக்காக; கோட்டம், அகில், சந்தனம், முதலிய மணப் பொருள்கள் உடல் நறுமணத்திற்காக; இலவங்கம், கச்சோலம், இலாமிச்சம், தான்றி, புன்னைத்தாது போன்ற முப்பத்திரண்டு வகை மூலிகைகள் ஊறிய நீர் நோயற்ற உடல்நலத்துக்காக.

தமிழர்களின் மருத்துவ அறிவினைக் காட்டும் இலக்கியப் பகுதி இது. ஆனாலும், பெரும்பாலும் பெண்கள் மஞ்சள் மட்டும் தேய்த்துக் குளி(ர்)ப்பதனையே வழக்கமாகக் கொண்டிருந்தனர். நாட்டார் பாடல் ஒன்று, மதுரை மீனாட்சி,

நாழி நறுக்கு மஞ்சள் நன்னாழிப் பச்சை மஞ்சள்
அரைச்சு வழிச்சாளாம் – மீனாள் – அஞ்சுவகைக்
                                            கிண்ணத்திலே
தேய்ச்சுக் குளிச்சாளாம் – மீனாள் – தெப்பமெல்லாம்
                                            பூமணக்க

என்று அழகுணர்ச்சியுடன் தகவல் தருகின்றது.

கிருமிக் கொல்லியாக அறியப்பட்ட மஞ்சளும் வேப்பிலையும் தமிழர்களால் பெரிதும் பயன்படுத்தப்பட்டுள்ளன. பூப்பு நீராட்டு விழாவினை 'மஞ்சள் நீராட்டு' என்று குறிப்பிடுவது வழக்கமாக உள்ளது. அம்மை நோய் கண்டு மீண்டவர்களை, முதற்குளியலில் மஞ்சளையும் வேப்பிலையையும் அரைத்த கலவையினையே தேய்த்துக் குளி(ர்)ப்பாட்டுகின்றனர். பத்திருபது நாட்கள் குளி(ர்)க்காத அந்த உடலில் எழுகின்ற நாற்றம் இந்தக் கலவை யால் நீக்கப்படுகின்றது. அத்துடன் மென்மையான அழுக்கு நீக்கியான பாசிப் பயற்றுப் பொடியினையும் பயன்படுத்துகின்றனர்.

நீண்ட தலைமுடி உலர வேண்டும் என்பதற்காகத் தமிழ்நாட்டுப் பெண்கள் நாள்தோறும் தலை நீராடுவதில்லை. சில நாட்களில் கழுத்தளவில் ஆன 'அரைக் குளியலை' மேற்கொள் கின்றனர். தலை நீராடுவதனை யாழ்ப்பாணத்தார் 'தோய்ந்து வந்தேன்' என்ற பழந்தமிழ்ச் சொல்லால் வெளிப்படுத்துகின்றனர்.

குழந்தைகளுக்குத் தேய்க்கும் எண்ணெயினை அழகான சிறிய வெண்கலக் கிண்ணங்களில் ஊற்றி வைப்பர். இதற்கு 'வால்கிண்ணம்' என்று பெயர். எண்ணெய் தேய்த்துக் குளி(ர்)க்கும்போது புளியம்பழம், பீர்க்கங்காய் ஆகியவற்றின் கோதுகளைக் (நார்க்கூடுகளை) கொண்டு உடல் தேய்க்கும் வழக்கம் அண்மைக்காலம் வரை வழக்கிலிருந்தது. ஆண்கள் பெரும்பாலும் சிகைக்காய்த் துகளையே தேய்த்து வந்துள்ளனர். கொட்டைப் பூந்திக்காயினை ஊறவைத்து நுரை வரும் பக்குவத்தில் தேய்ப்பதும் உண்டு.

விளையாட்டுப் பிள்ளைகளுக்கு வியர்வையும் உடல் வெப்பமும் ஒரு பொருட்டாவதில்லை. எனவே, குழந்தைகள் குளி(ர்)ப்பதை விரும்புவதில்லை. இளந்தாய்மார்கள் அவர்க ளோடு மன்றாட வேண்டும். இந்தத் தாய்மனநிலையினைப் பிள்ளைத் தமிழ் இலக்கியத்தில் 'நீராடற் பருவம்' என்று ஓர் உறுப்பாக்கி வைத்துள்ளனர், தமிழ் இலக்கியவாதிகள்.

நீ பிறந்த திருவோணம்
இன்றுநீ நீராடவேண்டும் எம்பிரான்! ஓடாதே வாராய்

என்று இளந்தாயாகி 'மன்றாடும்' பெரியாழ்வாரின் பாசுரம் ஆணையும் பெண்ணாக்கும் உணர்வு வல்லமை கொண்டதாகும்.

கலவியாடலைச் 'சுனையாடல்' என்ற குறிப்புச் சொல்லால் சுட்டுவது தமிழ் உரையாசிரியர் வழக்கு. கருவுற்ற பெண்ணைக் 'குளியாமல் இருக்கிறாள்' எனக் குறிப்பால் உணர்த்துவது நாட்டார் பேச்சு வழக்கமாகும்.

பழந்தமிழ் மரபில் 'மஞ்சள் நீராட்டு' என்ற சொல் பூப்பு நீராட்டினை மட்டும் குறிப்பதன்று. போர்க்காலம் செல்லும் வீரர்கள் மஞ்சள் நீராட்டு செய்து அல்லது மஞ்சள் உடை உடுத்துச் செல்லுவர். அது இறப்பினை எதிர்கொள்ளும் வீரவுணர்வினையும் தியாக உணர்வினையும் குறிக்கும். இவ்வழக்கத்தின் தொல்லெச்சமாகவே அரக்கனை அழிக்கச் செல்லும் தாய்த் தெய்வத்தின் 'சாமியாடி' (பிரதிநிதி) மஞ்சள் நீராடி மஞ்சள் உடை உடுத்திச் செல்கிறார்.

சைவ, வைணவப் பெருஞ்சமய நெறிகள் கிளர்ந்தெழுந்த போது அவை நாட்டார் மரபின் வலிமையான அடிக்கூறுகளைத் தன்வயமாக்கிக் கொண்டன. அவற்றில் ஒன்று, நீராடல் ஆகும். வெப்ப மண்டல மனிதர்களைப் போலவே அவர்கள் வழிபடும் சிவன், திருமால் ஆகிய தெய்வங்களும் நாள்தோறும் குளி(ர்)க்கின்றன. இதற்குத் 'திருமஞ்சனம் ஆடல்' என்று பெயர். வட இந்தியக் கோயில்களில் திருமேனிகளை நாள்தோறும் திருமஞ்சனம் ஆட்டுவதாகத் தெரியவில்லை. அவை வெப்ப மண்டலத்திற்கு வெளியே இருப்பதே காரணமாகும். மேலும், அவை பெரும்பாலும் சுதையினால் ஆனவை. தமிழ்நாட்டில் மூலத்திருமேனி சுதையில் அமைந்திருந்தால் திருவிழா (உற்சவ)த் திருமேனிக்குத் திருமஞ்சனம் செய்வது வழக்கம்.

கோயில்கள் பெருவளர்ச்சி பெற்ற காலத்தில் கோயில்களில் திருமஞ்சனநீர் எடுத்து வரத் தனிப்பணியாளர்கள் 'மஞ்சனக்காரர்' என்ற பெயரில் அமர்த்தப்பட்டனர். மதுரைக் கோயிலுக்கருகில் இன்றும் 'மஞ்சனக்காரர் தெரு' அமைந்திருக்கின்றது. தெய்வத் திருமேனிகளை நீராட்டுவதோடு திருமுழுக்கும் செய்வதுண்டு. அதனை வடமொழியில் 'அபிஷேகம்' என்பர். 'பஞ்ச கௌவியம்' எனப்படும் ஆனைந்து* கொண்டு சிவத்திருமேனிகளை முழுக் காட்டுவது மரபு. 'ஆவினுக்கு அருங்கலம் அரன் அஞ்சாடுதல்' என்பதோடு 'பால் நெய்யாடுவர் பாலைத் துறையரோ' என்றும் அப்பர் திருமுழுக்காட்டினைக் குறிப்பிடுகின்றார். கையில் கனலேந்திச் சுடலையில் ஆடும் சிவனுக்குத் திருமுழுக்கு உவப்பானது என்பது சைவர்களின் மரபு.

'ஆறாட்டு' (தீர்த்தவாரி) என்ற சொல்லைக் கேட்டவுடன் கேரள மாநிலத்தில் திருச்சூரில் யானை ஊர்வலத்துடன்

---

*. பால் + தயிர் + நெய் + மூத்திரம் + சாணம்

நீராட்டும் ஆறாட்டும்   449

நடைபெறும் ஆறாட்டுத் திருவிழாவே நினைவுக்குவரும். தமிழ் நாட்டிலும் குளம், ஆறு, கடல் முதலிய நீர்த்துறைகளுக்குத் திருமேனிகளை எடுத்துச் சென்று நீராட்டும் வழக்கம் உள்ளது. இந்த ஆறாட்டு பெரும்பாலும் தைப்பூச நாளிலும் மாசி மகத்திலும் நடைபெறுகின்றது. தமிழகத்தின் ஆற்றங்கரைகள் அனைத்திலும் ஒன்றிரண்டு தைப்பூச மண்டபங்கள் அல்லது துறைகள் உள்ளன. அழகர்கோயில் ஐப்பசி மாதத்தில் நடைபெறும் தலையருவித் திருவிழாவில் இறைத்திருமேனியை அருவி நீரில் அமர வைத்து நீராட்டுகின்றனர்.

தமிழக நாட்டார் தெய்வங்களுக்கும் ஆறாட்டு செய்வதுண்டு. நவராத்திரி விழாவில் அரக்கனைக் கொன்றழித்துத் திரும்பி, குருதிப் பலி பெற்ற பின், தாய்த் தெய்வம் கோயிலுக்குள் செல்லும். மறுநாள் அருகிலுள்ள நீர்த்துறைக்குத் தனியாக இடுப்பில் குடத்துடன் சென்று ஆறாடி, குடத்தில் நீர் எடுத்துத் திரும்பும். பெருந்தெய்வக் கோயில்களின் ஆறாட்டு ஆடம்பரம் நிறைந்த விழாவாகும். தாய்த் தெய்வக் கோயில்களில் அது 'சினம் தீர்ந்த' கதையாகும்.

கங்கையாடுதல், இராமேசுவரக் கடலாடுதல் ஆகியவை பாவங்களைப் போக்கும் என்பது வைதீகர்களின் நம்பிக்கை. திராவிட நாகரிகத்தில் அது உடலையும் நினைப்பையும் மறுமுறையும் உயிர்ப்பித்துக்கொள்ளும் நோக்கமுடையதாகும். 'திருவெண்காட்டு முக்குளத்து நீரில் குளி(ர்)த்தால் தீவினைகள் சேர மாட்டா' என்பது சம்பந்தரின் கருத்தாகும். ஆனால் அப்பரோ,

கங்கை யாடிலென் காவிரி யாடிலென்
பொங்குதண் குமரித் துறைபுகுந் தாடிலென்
எங்கும் ஈசன் எனாதவர்க் கில்லையே

என்று அந்த நம்பிக்கைகளை மறுத்துரைக்கிறார். வைதீகத்திற்கும் சைவத்துக்குமான முரண்பாடு இது.

ஒரு காலத்தில் தமிழகம் முழுவதும் பரவியிருந்த சமண மதம் கரைந்து போனதற்குப் பண்பாட்டளவிலான காரணங்கள் பல உண்டு. அவற்றுள் ஒன்று, கடுந்துறவு நெறியினை மேற்கொண்ட சமணத் (திகம்பரத்) துறவிகள் நீராடுவதில்லை என்பதும் ஆகும்.

உணவும் குறியீடுகளும்

தண்ணீரும் உணவும் மனித உடலை வளர்ப்பன. உணவு என்பது இயற்கையும் செயற்கையும் ஆகிய பொருட்களால் ஆனது. மனிதகுலத்தில் மக்கள் இனங்கள் ஒவ்வொன்றுக்கும் தனித்தனியே உணவு நெறிகள் உண்டு. எளிதில் கிடைப்பது, பச்சையாக உண்பது, சமைத்து உண்பது, விதிக்கப்பட்டவற்றை உண்பது, விதிக்கப்பட்ட நேரத்தில் உண்பது, விதிக்கப்பட்ட முறையில் உண்பது, விதிக்கப்பட்ட சடங்கியல் அசைவுகளோடு உண்பது என மக்கள் திரள்களின் உணவுப் பழக்கவழக்கங்களைப் பல்வேறு வகையில் அணுகலாம். இதற்கு எதிர் நிலையாக விலக்கப்பட்ட முறை, உணவு, காலம், அளவு, பொருட்கள் என்றும் மனிதர்களின் உணவுப் பழக்கவழக்கங்களைப் பகுத்துக் காண முடியும்.

கருவுற்ற பெண்ணைத் தாய் வீட்டிற்கு அழைத்துச் செல்லும்போது சுற்றியுள்ளவர்களுக்குப் பழம் கொடுப்பது தமிழ் மக்களின் வழக்கமாகும். நெல்லை மாவட்டத்தில் இச்சடங்கிற்குப் 'பழம் போடுதல்' என்றே பெயர். இங்கே பழம் என்பது பிறக்கப் போகும் குழந்தையின் முழுமையான வளர்ச்சியைக் குறிக்கும் குறியீடாகும்.

கீரை வகைகள் மனித உணவின் ஒரு பகுதியானாலும் எல்லாக் காலத்திலும் அவை காய் கனிகளைவிட மலிவாகக் கிடைப்பனவாகும். கீரை வளர்ப்பு என்பது ஒரு காலத்தில் வேளாண்மையின் ஒரு பகுதியாகக் கருதப்படவில்லை. காட்டுப் போக்கில் தானே முளைத்துக் கிடக்கும் கீரை

வகைகளையே மக்கள் பெரும்பாலும் உணவிற்குப் பயன்படுத்தி யுள்ளனர். உணவின்றி வாடிய மக்களின் கடைசி உணவாகக் கீரை அமைகின்றது. அதாவது கீரை ஏழ்மையின் சின்னமாக அமைகின்றது. வறுமைப்பட்ட மக்களே கீரையினை உணவாகக் கொண்டனர் என்பதனைச் சங்க இலக்கியம் இரண்டு இடங்களில் குறிப்பிடுகின்றது. எனவேதான், இன்றளவும் கோயில்களில் கீரை தெய்வங்களுக்கு உணவாகப் படைக்கப்படுவதில்லை. ஏனென்றால் தெய்வங்கள் ஏழ்மையானவை அல்ல; எல்லாச் செல்வங்களையும் மக்களுக்கு அருளுவனவாகும்.

தரைக்குக் கீழாக விளையும் கிழங்கு வகைகள் வள்ளி, உள்ளி (வெங்காயம்), பூண்டு போன்றவற்றை ஆசாரப் பார்ப்பனர்கள் இன்றளவும் உண்பதில்லை. எனவே, பெருந்தெய்வக் கோயில் களில் அவை அனுமதிக்கப்படுவதில்லை. அவை ‘பிறப்பினால் கீழ்ப்பட்டவை’ என்ற பார்ப்பனக் கருத்தியலே அதன் குறியீடாகும்.

பயறு வகைகள் பனிக்காலத்தில் புன்செய் மண்ணில் விளைபவையாகும். அவற்றை நுகரும் மக்களாலும் அவை இறப்பின் அல்லது இழப்பின் குறியீடாகவே கருதப்படுகின்றன. ‘பயறு அவித்தல்’ என்ற சொல்லாட்சி தென் மாவட்டங்களில் இழப்பினைக் குறிப்பதாகும்.

குறிப்பிட்ட பறவை அல்லது விலங்கினைக் குலக்குறிச் சின்னமாக உடைய மக்கள் அவற்றின் இறைச்சியை உண்ணுவ தில்லை. அது குலமுதல்வரைக் கொன்று உண்ணுவதாகும் என்ற நம்பிக்கையே இதன் அடிப்படை. பெரும்பாலும் தெய்வத்திற்குப் பலியிடும் பறவைகள் அல்லது விலங்குகள் ஆணாக இருக்க வேண்டும் என்பது எழுதப்படாத நியதியாகும். பெண் உயிரி விலக்கப்பட்டது என்பதே இதன் குறியீடாகும்.

உண்டு முடித்தபின் உண்ணும் ‘தாம்பூலம்’ (வெற்றிலை, பாக்கு) மகிழ்ச்சியின் குறியீடாகும். இறந்தவர்களின் வாயில், வெற்றிலை, பாக்கு வைத்து அனுப்புதல் அவர்கள் மகிழ்ச்சியாக மறுஉலகப் பயணம் செய்கிறார்கள் என்பதன் குறியீடாகும்.

பழைய இனக்குழுக்களின் நம்பிக்கைகள் செறிந்து முற்றுகிற போது அவை குறியீடுகளாக வளர்ந்து நிலை பெற்றுவிடும். இந்தக் குறியீடுகளில் பிற்காலத்தில் அதிகாரம் குறுக்கு வெட்டாகப் பாய்ந்து இவற்றை ஊதிப் பெருக்க வைக்கும். எடுத்துக்காட்டாக, வைதீகச் சார்புக்கு ஆட்பட்ட மக்கள் புலால் உணவை உண்ட கலத்தில் இலையில் மோர்ச்சோறு உண்ண மாட்டார்கள்.

ஆனால், குறியீடுகள் அனைத்தும் இனக்குழுச் சமூகங்களில் அதிகாரச் சார்பின்றிப் பிறந்தவை என்பதே மனிதகுல வரலாறு காட்டும் உண்மையாகும்.

பண்பாட்டின் வாழ்வியல்

நகர நாகரிகம், மேட்டிமையின் அடையாளம் என்பனவற்றில் ஒன்றாக இன்று நாடு முழுவதும் கற்காரை (கான்கிரீட்) வீடுகள் உருவாகி வருகின்றன. 'தனி வீடு' என்னும் உணர்வு, வெறியாக மாறி எல்லாரையும் பிடித்து ஆட்டுகிறது. உலக வங்கியின் வழியாகப் பன்னாட்டு மூலதனம் 'குறைந்த வட்டி' என்னும் தூண்டிலைப் போட்டு 'வீடு கட்டக் கடன்' என்னும் பெயரில் ஏழை நாடுகளைச் சுரண்டி வருகிறது.

காலனிய ஆட்சியின் தொடக்கப் பகுதியில் தமிழ்நாட்டில் தொண்ணூறு விழுக்காடு மக்கள் பனை, தென்னை, புல்வகைகள் வேய்ந்த கூரை வீடுகளில் வாழ்ந்தனர். இவ்வீடுகளின் சுவர்கள், குடிசைகளாக இருந்தால் செங்கல் இல்லாத மண்ணாலும், சற்றே பெரிய இரண்டு அறை வீடுகள் சுடப்படாத செங்கற்களாலும், அதைவிடப் பெரிய வீடுகள் சுட்ட செங்கற்களாலும் கட்டப்பட்டவையாக அமைந்திருந்தன. இந்தத் தொழில் நுட்பம் வெப்பமண்டலப் பகுதியிலுள்ள எல்லா நாடுகளுக்கும் பொருந்தும். இந்த வீடுகளைப் பற்றி, நாம் சொல்லக்கூடிய ஒரே குறைபாடு அவை கழிவறை வசதி இல்லாதவை என்பதுதான். 'கழிவறை' என்ற கோட்பாடும் இடவசதியும் வெப்பமண்டலப் பகுதியான தமிழ்நாட்டில் அக்காலத்தில் இல்லை. (எனவே மலம் அள்ளும் சாதியாரும் தமிழ்நாட்டில் தோன்றவில்லை).

நீராட்டும் ஆராட்டும்

‘வீடு’ என்ற சொல் தொழிற்களத்திலிருந்து ‘விடுபட்டு’ நிற்கும் இடத்தைத்தான் முதலில் குறித்தது. ‘விடுதி’ என்னும் சொல்லும் அந்தப் பொருளில் வந்ததாகும். பிற்காலத்தில் மேலோர் மரபு ‘வீடு’ என்பதை மண்ணுலகத்திலிருந்து விடுபட்டுச் சேர்கின்ற ‘துறக்கத்தை’ (சொர்க்கத்தை) குறிப்பதாக இருந்தது. சங்க இலக்கியத்தில் ‘வீடு’ என்ற சொல்லுக்குப் பதிலாக ‘மனை’ என்னும் சொல்லே காணப்படுகிறது. ஒரு மனிதன் உண்டு, உறங்கி, இனப்பெருக்கம் செய்யும் இந்த இடத்துக்குரியவளை ‘மனைவி’ என்றனர்.

மலை, காடு, வயல், புல்தரை, மணல்வெளி என நிலத்தின் எல்லாப் பகுதிகளிலும் தெய்வங்கள் உறைகின்றன. இவற்றை மனிதன் தொல்லை செய்யக்கூடாது. எனவே வீடு கட்டவிருக்கும் நிலத்தில் முளை அறைந்து, கயிறு கட்டி கயிற்றின் நிழல் வழியாகத் திசைகளைக் குறித்துக்கொள்ள வேண்டும். அந்தந்தத் திசையிலுள்ள தெய்வங்களைக் கண்டறிந்து அவற்றிற்கு வேண்டுவன செய்யவேண்டும். பின்னரே அந்த நிலத்தில் மனிதன் தனக்குரிய இருப்பாக வீடுகட்டத் தொடங்க வேண்டும் என்பது பழந்தமிழர் நம்பிக்கை.

நூலறி புலவர் நுண்ணிதிற் கயிறிட்டு
தேஎங் கொண்டு தெய்வம் நோக்கி
பெரும்பெயர் மன்னர்க்கு ஒப்பமனை வகுத்து

என்கிறது நெடுநல்வாடை. மனைத் தெய்வங்களையும் திசைத் தெய்வங்களையும் வேண்டி அமைதிப்படுத்தும் (சாந்தி செய்யும்) இந்தச் சடங்குக்குத் ‘தச்சு செய்தல்’ என்பது இன்றைய பெயராகும்.

“தோட்டம் இல்லவள் ஆத்தொழு ஓடை துடைவை என்றிவையெல்லாம் வாட்டம் இன்றி உன் பொன்னடிக் கீழே வளைப்பகம் வகுத்துக்கொண்டிருந்தேன்” என்பது பக்தி இயக்கம் கிளர்ந்த காலத்தில் (கி.பி. ஒன்பதாம் நூ) பெரியாழ்வார் பாடிய பாசுரமாகும். பார்ப்பனர்களின் ‘சுகஜீவனம்’ என்பது அக்காலத்தில் எவ்வாறிருந்தது என்பதனை இப்பாசுரத்தால் உணரமுடிகிறது. இதே காலத்தைச் சேர்ந்த இரண்டாம் நந்திவர்மனின் தண்டந்தோட்டம் செப்பேட்டால் மற்றுமொரு செய்தியினை அறிகிறோம். பார்ப்பனர் முந்நூற்றெட்டுப் பேருக்கு அரசன் ஒரே செப்பேட்டின் வழி ‘பிரமதேயம்’ வழங்குகிறான். இதன்படி அரசன் அளித்த உரிமைகளில் சில, ‘சுட்டிட்டிகையால் மாடமாளிகை எடுக்கப் பெறுவதாகவும் துரவு கிணறு இழிச்சப் பெறுவதாகவும்’ என்பவையாகும்.

அதாவது சுட்ட செங்கல்லால் வீடுகட்டிக் கொள்ளவும் வீட்டிற்கு மாடி எடுத்துக் கட்டவும் வீட்டுத் தோட்டத்தில்

கிணறு வெட்டிக்கொள்ளவும் அக்காலத்தில் அரசர்களின் அனுமதி வேண்டும். அந்த அனுமதி பார்ப்பனர்களுக்கு மட்டுமே இயல்பாக வழங்கப்பட்டிருந்தது. பார்ப்பனர்களின் தீட்டுக் கோட்பாட்டை அரண் செய்வதற்கும் பேணிக்கொள்வதற்கும் ஒவ்வொரு வீட்டிலும் தனித்தனியாகக் கிணறுகள் இருப்பதனை இப்பொழுதும் பார்ப்பனத் தெருக்களில் (அக்கிரகாரங்களில்) காண இயலும். இந்த உரிமையினை அரசர்கள் மற்ற சாதியாருக்கு வழங்கவில்லை.

சாதிவாரியாக வீடுகட்டும் உரிமைகள் அரசர்களால் வகுக்கப்பட்டிருந்ததை அறிய பல சான்றுகள் கிடைக்கின்றன. பழனிக்கருகிலுள்ள கீரனூர்க் கல்வெட்டு பன்னிரண்டாம் நூற்றாண்டில் அப்பகுதியில் வாழ்ந்த இடையர்களுக்கு அரசன் சில உரிமைகளை வழங்கியதைக் குறிப்பிடுகிறது. அவ்வுரிமை களில் ஒன்று, வீட்டிற்கு இருபுறமும் வாசல்வைத்துக் கட்டிக் கொள்ளலாம் என்பதாகும். அப்பகுதியில் அதுவரை அவர்களுக்கு அந்த உரிமை இல்லை.

காலனிய ஆட்சியில் தொடக்கம்வரை தமிழ்நாட்டில் பெரும்பாலான வீடுகள் ஓலைக்கூரை அல்லது புற்கூரை களாக இருந்தனவென்பதனை முன்பே குறிப்பிட்டோம். இவ்வீடுகளில் வாழ்ந்த ஒடுக்கப்பட்ட மக்களின் வீடுகள் இன்றளவும் குனிந்த வாசல் உடையனவாகவும் பின்புறவாசலும் சன்னலும் இல்லாதனவாகவும் இருப்பதனை நினைவில் கொள்ள வேண்டும். நிலைவாசல் (ஆள் நிமிர்ந்தபடி உள்ளே செல்லும் உயரத்தில் இருப்பது) சன்னல்கள், பின்புறவாசல், மாடி, இரட்டைக்கதவு வைத்தல், சுட்ட செங்கல்லால் சுவர் ஆகியவை தனித்தனி உரிமைகளாக சாதிவாரியாக அடுக்கப் பட்டிருந்ததே தமிழக வரலாற்றில் சாதியம் தொழிற்பட்ட முறைக்குக் கண்கண்ட சான்றாகும்.

சமூக, பொருளாதார ரீதியில் எளிய மக்கள் 'குடியிருப்பு' பற்றி விரிந்த சிந்தனைகள் இல்லாமல் வாழ்ந்தனர். 'எனக்கும் சொத்து இருக்கிறது' என்ற உணர்வை வெளிப்படுத்த 'எனக்கும் காணிநிலமும் கலப்பை சாத்த இடமும் இருக்கிறது' என்றனர். இந்தச் சொல்லடையிலிருந்து அவர்களுக்கு வீடு என்பதே தொழிற் கருவிகளைப் பாதுகாக்கும் இடமாகவே இருந்திருக்கிறது என்று தெரிகிறது. நிலமும் உழவுத்தொழிற் கருவிகளுமே வாழ்க்கை என்பதே அன்றைய நிகழ்வாகும்.

எனவே தாழ்வாரம், நடுக்கூடம், சமையலறை, படுக்கையறை என்பதான நினைவுகளும் உணர்வுகளும் அவர்களிடத்தில் உருவாக வழியில்லை. அரசதிகாரமும் சாதிய மேலாண்மையும்

அவ்வகையான நினைவுகள் அவர்களிடத்தில் உருவாகாமல் பார்த்துக்கொண்டன. இன்றளவும் ஒடுக்கப்பட்ட மக்கள் தங்கள் குடியிருப்புகளில் புதியதாகக் கட்டும் வீடுகளின் பக்கச் சுவர்களில் பெரிய சன்னல்களை வைப்பதில்லை என்பதைக் கள ஆய்வில் காணமுடிகிறது. காலங்காலமாக அவர்களின் சமூக உளவியல் சிதைக்கப்பட்டிருந்ததன், பின்தொடர்ச்சியாகவே இதனைக் கருத வேண்டும்.

உன்னதம்

மீனாட்சிப் பட்டினம்

"பட்டணந்தான் போகலாமடி பொம்பள, பணம் காசு தேடலாமடி" – இது பழைய திரைப்படப் பாடல். இந்தப் பாட்டின் உண்மையான பொருள் என்ன? நகரங்களில் தொழில் வளர்ச்சி, வேலை வாய்ப்பு, தொழிலாளர் பெருக்கம், போக்குவரத்து வசதிகள், பணப்புழக்கம் எல்லாம் இருக்கும். அங்கே வாழ்க்கைக்கு எல்லாவிதமான உத்தரவாதமும் உண்டு என்பது. பல ஊர்கள் இணைந்து நாடுகள் உண்டாகிறபோதே நகரங்கள் பிறந்துவிடுகின்றன. எனவே உலகெங்கிலும் உள்ள நகரங்களைப் பற்றிய அறிவு மனிதனின் பொது அறிவு, வளர்ச்சிக்குத் துணை செய்கின்றது.

மனித நாகரிக வளர்ச்சியில் குறிப்பிடத்தகுந்த ஒரு கட்டம் நகரங்களை உருவாக்கியதாகும். வாணிகத் திற்கான நெடுஞ்சாலைகள் சந்திக்குமிடங்களில் அரசியல் தலைமைகள் தம் அதிகாரத்தைப் பயன் படுத்தும் இடங்களாக நகரங்கள் உருவாயின. நீர் ஊர்திகள் வளர்ச்சி பெற்று கடல் வாணிகம் வளர்ந்தபோது துறைமுக நகரங்கள் உருவாயின. உலகெங்கிலும் நகரங்கள் உருவான கதை இது.

உலகின் பழைய நகரங்கள் அனைத்தையும் பாருங்கள் அவை ஏதேனுமோர் ஆற்றங்கரையில் அல்லது கடற்கரையில் அல்லது குன்றுகள் சூழ அமைந்திருக்கும். உலகின் பழைய நகரங்களில் ஒன்றான மதுரையும் அப்படியே. பரங்குன்றம் மலை, பசுமலை, சமணமலை, நாகமலை, அழகர்மலை,

ஆனைமலை என்று குன்றுகள் சூழ வைகை ஆற்றங்கரையில் உருவான கோட்டை நகரந்தான் மதுரை.

காலப்போக்கில் பழைய நகரங்கள் அழிந்துபோகப் புதிய நகரங்கள் உருவாயின. அவ்வாறு கரைந்து போகாமல் தம்மை இன்றளவும் நிலைநிறுத்திக்கொண்ட நகரங்கள் மிகச் சிலவே. தமிழ்நாட்டில் மதுரை, காஞ்சிபுரம் ஆகிய இரண்டு நகரங்களும் குறைந்தது இரண்டாயிரத்து ஐநூறு ஆண்டுக் கால வரலாறு உடையனவாக இன்றளவும் விளங்குகின்றன. இவை இரண்டிலும் மதுரை தனிச்சிறப்புகள் கொண்ட நகரமாகும்.

தமிழ்நாட்டின் பழங்கால நெடுஞ்சாலைகளும் புதிய நெடுஞ்சாலைகளும் சந்திக்கும் மையப் புள்ளியாக தென்தமிழ் நாட்டில் மதுரை அமைந்திருக்கின்றது. வரலாற்றுக்கு முற்பட்ட மனிதன் வாழ்ந்த தடயங்கள் மதுரைக்கருகிலுள்ள சிவரக்கோட்டையிலும் துவரிமானிலும் கற்கருவிகளாக இன்றும் கிடைக்கின்றன. கற்காலத்தைத் தாண்டி வந்த நாகரிக மனிதர் வாழ்ந்த அடையாளங்களான ஈமத் தாழிகள் மதுரை நகரத்திற்கு உள்ளேயே கோவலன்பொட்டல், பழங்காநத்தம், அனுப்பானடி, தத்தனேரி ஆகிய இடங்களில் கிடைக்கின்றன. கிறித்துவுக்கு முற்பட்ட காலத் தமிழ்க் கல்வெட்டுக்கள் தமிழ்நாட்டிலேயே மதுரையைச் சுற்றித்தான் திருப்பரங்குன்றம், கொங்கர்புளியங் குளம், திருவாதவூர், அழகர்கோயில், அரிட்டாபட்டி, ஆனைமலை ஆகிய இடங்களில் அதிகமாகக் கிடைக்கின்றன. இவையெல்லாம் வரலாற்றுக்கு முற்பட்ட காலத்திலிருந்தே தமிழர்கள் நாகரிகம் கண்ட பகுதிகளில் ஒன்றாக மதுரை இருந்ததற்கான சான்றுகள் ஆகும்.

மதுரை நகரத்தின் பழைய பெயர்குறித்து ஆராய்ச்சி யாளர்கள் பல்வேறு கருத்துகளைச் சொல்கிறார்கள்; புராணங்கள் பல கதைகளைச் சொல்கின்றன. கிறித்துவுக்கு முற்பட்ட காலக் கல்வெட்டுகளில் 'மத்திரை' என்ற பெயர் காணப்படுகிறது, கி.பி.750 முதல் 900வரையுள்ள கல்வெட்டுகளில் மதுரை என்பதற்குப் பதிலாக 'மதிரை' என்ற பெயரே காணப்படுகிறது. பாமர மக்கள் வழக்கிலோ இது 'மருதை' ஆகும். குதிரை, பேச்சு வழக்கில் குருதை ஆனது போல மதிரையே பேச்சு வழக்கில் மருதை ஆனது என்று கூறுகின்றனர். இந்தக் கருத்து ஏற்றுக்கொள்ளும்படியாக இருக்கிறது.

உலகில் பழைய நகரங்கள் திட்டமிட்டு அமைக்கப்பட்டவை. ரோம், வெனீசு, மொகஞ்சோதரோ ஆகியவற்றைப் போல மதுரையும் திட்டமிட்டு அமைக்கப்பட்ட நகரமாகும். 'மதுரை நகரம் தாமரைப் பூப்போன்றது. அதன் தெருக்கள் தாமரைப்பூவின்

இதழ்களைப் போன்றவை. இதழ்களுக்கு நடுவே அமைந்திருக்கும் பொட்டினைப்போலக் கோயில் அமைந்திருக்கிறது' எனப் பரிபாடல் இலக்கியம் பாராட்டுகின்றது. மாசி வீதிகளின் சந்திப்பில் மிகப்பெரிய தேரினைத் திருப்புவதற்கு வசதியாக வடம்போக்கித் தெருக்கள் அமைக்கப்பட்டிருப்பதும் தேர்வடங்களில் ஒன்றிரண்டை அத்தெருக்களுக்குள் கொண்டு சென்று மக்கள் இழுப்பதும் இன்றளவும் காணமுடியும். நேராக அமைந்த மொகஞ்சோதரோ தெருக்களைப் போல அல்லாமல் மதுரை நகரத்துத் தெருக்கள் சற்றே வளைந்தவையாகும்.

தமிழ்நாட்டின் கோட்டை நகரங்கள் நிறைய நீர் வசதிகளைக் கொண்டவையாக இருக்கும். மதுரைக் கோட்டையும் ஒரு காலத்தில் அப்படித்தான் இருந்தது. வடபுறத்தில் வைகை ஆற்றை எல்லையாகக் கொண்டிருந்தது. அதன் மேற்குப் புறத்தில் மாடக்குளம் என்னும் மிகப்பெரிய குளம் இருந்தது. வைகை யாற்றில் இருந்து ஒரு நீர்க்கால் பிரிக்கப்பட்டு 'கிருதமாலை' என்னும் பெயரோடு கோட்டையின் மேற்கு, தெற்குச் சுவர்களை ஒட்டி ஓடிக்கொண்டிருந்தது. கோட்டையின் வெளிப்புறத்தில் கிழக்கு வாசலையொட்டியும் வடக்கு வாசலையொட்டியும் இரண்டு தெப்பக்குளங்கள் இருந்தன. கோட்டையின் உள்ளே மேற்குப் புறத்தில் ஒரு தெப்பக்குளமும் கோட்டையின் நடுவில் அமைந்த கோவிலுக்குள் ஒரு தெப்பக்குளமும், ஆக இரண்டு இருந்தன. இவை தவிரப் பல கிணறுகளும் இருந்திருக்கின்றன. கோட்டையின் மழைநீர் வடிகாலாகக் கிருதமாலை நதியும் வைகை ஆறும் பயன்பட்டிருக்கின்றன.

தமிழ் இலக்கியம் காலந்தோறும் தவறாது பாடும் நகரம் மதுரையாகும். இலக்கியங்கள் பாடும் பழையாறை, பூம்புகார் போன்ற பழைய நகரங்கள் அழிந்துபோயின. தஞ்சை, கருவூர்(கரூர்), காஞ்சி போன்ற நகரங்கள் சிதைந்து அளவில் சுருங்கிப்போயின. மதுரை நகரம் மட்டும் சித்திரத்துப் பூப்போல வாடாமல் இருக்கிறது.

அரசர்களாலும் பக்தர்களாலும் இலக்கியங்களாலும் கொண்டாடப்பட்ட நகரங்களில் மதுரையும் ஒன்று. இத்தோடு எளிய மக்களின் நாவில் அன்றாடம் ஒலிக்கின்ற தாலாட்டு, ஒப்பாரி, ஆட்டப்பாடல்கள், பழமொழி, விடுகதைகள் ஆகிய வற்றிலும் தவறாது பேசப்படும் நகரம் மதுரையாகும். இந்தப் பெருமை தமிழ்நாட்டின் பிற நகரங்களுக்குக் கிடைத்ததில்லை.

நகரத்தில் தலைமைத் தெய்வமான மீனாட்சி 'மதுரைக்கு அரசி' என்பது நாட்டு மக்களின் நம்பிக்கை. இன்றளவும் சித்திரைத் திருவிழாவில் மீனாட்சி தெய்வம் திருமணத்திற்கு

முன் பட்டாபிஷேகம் செய்யப்பெற்று, செங்கோல் ஏந்தி மதுரை நகரத்து வீதிகளில் திக்குவிசயம் செய்கின்றது. திருமணம் நடந்த பின்னரும் சுந்தரேசர் இராணியின் கணவராகவே கருதப்படு கிறார்; அரசராகக் கருதப்படுவதில்லை. இந்திய வரலாற்றில் எந்தப் பெண் தெய்வமும் இப்படியொரு தனிச் சிறப்பைப் பெற்றதில்லை. புராணக் கதையை அடிப்படையாகக் கொண்ட திருவிழாவாக இது இருந்தாலும் வரலாற்றுக்கு முற்பட்ட காலத்தில் திராவிட நாகரிகத்தில் பெண்களும் முடி சூடி ஆண்ட நிகழ்வினை இது நமக்கு நினைப்பூட்டுகிறது.

தமிழ்மொழி வளர்ச்சியில் மதுரை நகரம் தொடர்ந்து கணிசமான பங்கு வகித்துவந்துள்ளது. தமிழ்நாட்டு அரச மரபினரில் பாண்டியரே பழைய மரபினர் என்பது வரலாற்று அறிஞர் கொள்கை. பாண்டியர் 'சங்கம்' வைத்துத் தமிழ் மொழியினை வளர்த்தனர் என்று செப்பேடுகளும் இலக்கியங் களும் கூறுகின்றன. சங்க இலக்கியப் புலவர்களில் மதுரையைச் சேர்ந்தவர்கள் அதிகமாகக் காணப்படுகின்றனர். பத்துப்பாட்டில் ஒன்றான 'மதுரைக் காஞ்சி' மதுரை நகரத்தை மட்டுமே பாடு கின்றது. எட்டுத்தொகையில் ஒன்றான பரிபாடல் மதுரையினை யும் அதனைச் சுற்றியுள்ள பகுதிகளையும் பாடுகின்றது. சிலப்பதிகாரக் காப்பியம் மதுரை நகரத்தை மிக விரிவாகப் படம்பிடித்துக் காட்டுகிறது. தேவார மூவரும் ஆழ்வார்களும் மதுரை நகரத்தைப் பாடியுள்ளனர். திருவாசகமோ சிவபெருமான் கூலியாளாக வந்து 'மதுரை' மண் சுமந்து பாண்டிய மன்னனிடம் பிரம்படிபட்ட கதையைப் பாடுகின்றது. சிவபெருமான் மதுரையில் அறுபத்து நான்கு திருவிளையாடல்களை நிகழ்த்திக் காட்டியதனைத் திருவிளையாடற் புராணம் பேசுகிறது. மதுரை நகரத்தின் மீது எழுந்த சிற்றிலக்கியங்கள் நூற்றுக்கணக்கானவை.

சங்க இலக்கியப் புலவர்களில் கணிசமானோர் மதுரை நகரத்துப் புலவர்களாகவே இருந்திருப்பதும் வரலாற்று உண்மை யாகும். இருபதாம் நூற்றாண்டிலும் தமிழாராய்ச்சிக்குக் களமான தமிழ்ச்சங்கம் மதுரையில் பாண்டித்துரை தேவரால் தொடங்கப்பெற்றது.

மதுரை நகரத்துத் தெருப்பெயர்கள் இன்னமும் இவ்வூரின் பழைமையினையும் நகர அமைப்பினையும் தெளிவாகக் காட்டுகின்றன. வாழைக்காய்ப்பேட்டை, நெல்பேட்டை, தவிட்டுச்சந்தை, வெற்றிலைப்பேட்டை என வணிகப் பெருமை காட்டும் இடப்பெயர்களைக் காண்பதோடு சித்திரக்காரர், எழுத்தாணிக்காரர், தென்னோலைக்காரர் எனக் கலைஞர்கள் வாழ்ந்த இடங்களையும் நம்மால் இந்நகரத்தில் பெருமையோடு காணமுடிகிறது.

பழந்தமிழரின் கலைத் திறனையும் நீர் மேலாண்மைத் திறனையும் தெளிவாகக் காட்டுகிறது மதுரை. 1000 அடி நீளம், 980 அடி அகலம் 20 அடி ஆழமுடைய மாரியம்மன் தெப்பக்குளத்தின் அலைகற்களோடு கூடிய கற்சுவர்களும் படிக்கட்டுகளும் தமிழர்களின் பொறியியல் நுண்ணறிவுக்கு அடையாளமாகும். அதன் சுற்றுச்சுவர்களும் சுவரில் அமைந்த சிலைகளும் மைய மண்டபமும் தமிழர்களின் கலைத்திறனுக்குச் சான்று.

நூறு ஆண்டுகளுக்கு முன்புவரை மதுரை நகரம் தன் நீர்வளத்தைப் பாதுகாத்ததற்கான அடையாளங்கள் நிறைய இருக்கின்றன. பழைய கல்வெட்டுக்களில் 'மாடக்குளக்கீழ் மதுரை' என்றே குறிப்பிடப்படுகின்றது. மதுரையைச் சுற்றியிருந்த பெரிய குளங்கள் மட்டும் அல்ல, மதுரையின் வடதிசையில் ஓடிய வைகை நதியும் தென்திசையில் ஓடிய கிருதமாலை நதியும் ஊருக்குக் கிழக்கே ஓடிய கால்வாய்களும் மதுரையின் நிலத்தடி நீர்வளத்தைப் பாதுகாத்தன. மதுரை நகருக்குள் குடிநீர் வழங்கும் மூலங்களாக பெருமாள் தெப்பக்குளம், எழுகடல் தெப்பக்குளம், கிருஷ்ணராயர் தெப்பக்குளம், மைனாத் தெப்பக்குளம் ஆகியவை இருந்தன. இவையன்றிக் கோயிலுக் குள்ளும் குளம் இருந்தது. ஆற்று நீராலும் மழை நீராலும் இவை நிரம்பியிருந்தன.

இன்று சுற்றுச்சூழல் சீர்கேட்டிலும் நீருக்கான மூலவளங்களை அழித்ததிலும் மதுரை தன் பொலிவினை இழந்து நிற்கிறது. ஊருக்குள்ளிருந்த குளங்கள் மூடப்பட்டுள்ளன. நீரைச் சேமித்து வைக்கும் ஆதாரங்கள் எவையும் இல்லை. வணிகக் கழிவுகளும் மருத்துவமனைக் கழிவுகளும் வைகை ஆற்றைக் கூவமாக்கிவிட்டன. நகரத்தின் காற்றும் எண்ணெய்ப் புகையினால் மாசுபட்டுவிட்டது.

நம் முன்னோர்கள் அரிய கலைச் செல்வங்களையும் இலக்கியங்களையும் மட்டும் நமக்குச் சொத்தாக விட்டுவிட்டுப் போகவில்லை. தூய்மையான காற்றையும் நீரையும் நெடிய மரங்களையும் வளங்களை உருவாக்கும் மூல வளங்களாக நமக்குத் தந்து சென்றனர். நாளைய தலைமுறையினை மறந்து நம் தலைமுறையினை மட்டும் நினைத்தால் இயற்கை நம்மைப் பழிவாங்கும் என்பதற்கு இன்றைய மதுரை நகரம் ஓர் உதாரணம் ஆகும்.

இன்றளவும் மதுரையே தமிழர்களின் பண்பாட்டுத் தலைநகரமாகக் கருதப்படுகிறது. மதுரையைக் காப்பாற்றுவது நம் பண்பாட்டைக் காப்பாற்றுவதாகும்.

சமூக வரலாற்றுப் பார்வையில் திருவிழாக்கள்

திருவிழாக்கள் என்பது சமூக அசைவுகளில் ஒன்று ஆகும். திருவிழாக்கள் இல்லாமல் ஒரு சமூகம் இயங்க இயலாது. சுடுவெயிலில் நடப்பவன் மரத்து நிழலில் தங்கி, அடுத்து நடப்பதற்கான உடல், மன வலிமையினைச் சேர்த்துக்கொள்வதுபோலத் திருவிழா என்பது ஒரு 'சமூக இளைப்பாறுதல்' நிகழ்வு ஆகும். ஆடுதல், பாடுதல், கூடிக் களித்தல், கூடி உண்ணுதல் ஆகிய அசைவுகளும் தொடர்ந்து வரும் அவற்றின் நினைவுகளும் ஒரு சமூகத்தைச் சோர்வின்றி இயங்கச் செய்கின்றன. இதுவே திருவிழாவின் பொருள் என்று சொல்லலாம்.

இன்று நாம் திருவிழா என்பதனைத் திருவள்ளுவர் 'சிறப்பு' என்ற சொல்லால் குறிப்பிடு கின்றார். அதாவது 'பொது அல்லாத' ஒரு சமூக நிகழ்வு என்று அதற்குப் பொருள். திருவிழா என்பது குறிப்பிட்ட நாளில் குறிப்பிட்ட நேரம் சார்ந்த ஒரு கொண்டாட்டமாகும். மணவிழா, பிறந்தநாள் விழா, மூத்தோர் வழிபாடு போன்ற வீட்டு விழாக்களுக்கு நாளும் நேரமும் தனித்தனியாகவே அமைந்துள்ளன. சமூகத் திருவிழாக்களுக்கு அவை ஒரே நேரத்தில் அமைய வேண்டும்.

ஊர், சாதி, சடங்குகள், தெய்வங்கள் ஆகிய அளவுகோல்களை முன்னிறுத்தி நடைபெறும் திருவிழாக்களையே பொதுவாக நாம் திருவிழாக்கள் என்று ஏற்றுக்கொள்கிறோம். ஆனால், இந்த

எல்லைகளைத் தாண்டி ஒரு குறிப்பிட்ட மொழி பேசுவதோடு ஒரே நிலப்பகுதியில் வாழும் மக்கள்திரள் கொண்டாடும் விழாக்களே உண்மையான திருவிழாக்களாகும். இந்தத் திருவிழாக்கள் அந்தந்த நிலப்பகுதியின் பருவநிலை சார்ந்தே பெரும்பாலும் அமைகின்றன. இந்தப் பருவ நிலைகள் என்பன குறிப்பிட்ட மொழி பேசும் அந்த மக்களின் நாட்காட்டி முறையின்படி வரையறுக்கப்பட்டதாகும்.

இந்த வகையில் தமிழர்களுக்குச் சாதியும் மதமும் கடந்த திருவிழாவாக இன்று எஞ்சி நிற்பது 'தைப்பொங்கல்' திருவிழா வாகும். தைப்பொங்கல் திருவிழாவும் இன்று நாள் (விண்மீன்) மாறியுள்ளது. 'மகரசங்கராந்தி' என்ற பெயரில் ஆரியர்களின் சூரியக்கணக்கின்படி இத்திருவிழா இன்று தை மாதம் முதல் நாளில் கொண்டாடப் பெறுகின்றது. ஆங்கிலேயர்களும் சூரியக் கணக்கினைப் பின்பற்றுபவர்கள் என்பதால் தைப்பொங்கல் அவர்களின் நாட்காட்டிப்படி எப்போதும் சனவரி 14ஆம் நாளில் வருகின்றது.

திராவிடர்கள் அல்லது பழந்தமிழர்கள் சந்திரக்கணக்கு நாட்காட்டி முறையினைக் கொண்டவராவர். 'திங்கள்' என்ற தமிழ்ச்சொல் அதனால்தான் சந்திரனையும் குறிக்கின்றது; மாதத்தினையும் குறிக்கின்றது. சந்திரனுக்குரிய நாள் திங்கள் கிழமை என்றே பெயர் பெறுகின்றது. பழந்தமிழர்கள் ஒரு நாளினை அந்த நாளுக்குரிய விண்மீனைக் கொண்டே சித்திரை நாள், கார்த்திகை நாள் என்று அழைத்தனர். இன்றளவும் தமிழ்நாட்டில் பெரும்பாலான சாதியாரும் குழந்தைகளின் பிறந்த நாளை நட்சத்திரத்தினை (நாள்மீனை) கொண்டே கொண்டாடுகின்றனர். வேணாட்டு (திருவனந்தபுரத்து) அரச மரபினர் சித்திரைத் திருநாள், மூலம் திருநாள் என்று பிறந்தநாளின் பெயர் கொண்டே அழைக்கப்படுகின்றனர்.

பக்தி இயக்கத்தின் எழுச்சிக்குப் பிறகு, ஆரிய நாகரிகத் தாக்கம் காரணமாகத் தமிழர்கள் சில நேரங்களில் சூரியக் கணக்கு முறையினையும் சில நேரங்களில் சந்திரக் கணக்கு முறையினை யும் பின்பற்றத் தொடங்கினார்கள் இதன் விளைவாகத் திங்கள் பிறப்பு நாள், 'மாதப்பிறப்பு' நாளாக மாறிவிட்டது.

பழந்தமிழர்களிடத்தில் முழு நிலவு நாளே மாதத்தின் (திங்களின்) தொடக்க நாளாக இருந்தது. ஆரியரின் சூரிய நாட்காட்டி முறையினைப் பின்பற்றியதால் அந்தத் திங்களுக் குரிய நாள் (நட்சத்திரம்) மாதத்தின் நடுவில் வருவதாயிற்று. கவிஞர் பாரதியார் தனது கட்டுரை ஒன்றில் அயன, விசுக் காலங்களைக் கணிப்பதில் 21 நாட்கள் பிழைபட்டுப் போனதாக வும் இதனால் திருவிழா நாட்கள் மாறி வருவதாகவும் இதனைத்

திருத்த வேண்டுமெனவும் குறிப்பிட்டுள்ளார். தமிழர்களின் சந்திர நாட்காட்டி (சாந்த்ரமானம்) சூரிய நாட்காட்டி முறையாக (சௌரமானம்) மாற்றப்பட்டதால் வந்த குழப்பம் இதுவாகும்.

கி.பி. ஏழாம் நூற்றாண்டில் வாழ்ந்த ஆண்டாள் தன்னுடைய திருப்பாவை முதற் பாட்டில் மார்கழித் திங்கள் மதிநிறைந்த நன்னாளால் என்று மார்கழி முழு நிலவு நாளன்று பாவை நோன்பு தொடங்கியதாகக் குறிப்பிடுகின்றார். ஆனால், இன்று மார்கழி மாதத்தின் நடுவில்தான் முழுநிலவு நாள் வருகிறது. ஆண்டாளின் கணக்குப்படி மார்கழி முழுநிலவு நாளில் தொடங்கிய பாவை நோன்பு, தை முழு நிலவு நாளுக்கு முந்திய நாள் நிறைவடை கின்றது. மறுநாள் முழு நிலவு நாளாகிய தைப்பூசம் நாளாகும். அன்றுதான் ஆண்டாளின் கூற்றுப்படியே,

பாறசோறு மூடநெய் பெய்து
முழங்கை வழிவாரக் கூடியிருந்து

குளிருகின்ற நாளாகும். அது பாவை நோன்பின் நிறைவான முப்பதாவது நாளாகும். இதுவே பழந்தமிழர்கள் கொண்டாடிய தைப்பொங்கல் திருநாள் ஆகும். தமிழ்நாட்டின் எல்லா ஆற்றங் கரைகளிலும் இன்றளவும் தைப்பூசத் துறைகளும் தைப்பூச மண்டபங்களும் காணப்படுவதே இதற்கு எடுத்துக்காட்டாகும். இவ்வகையான நிகழ்வுதான் கோயில் சார்ந்து கேரளத்தில் திருவிழாவாகக் கொண்டாடப் பெறுகின்றது.

தைப்பூசம் போன்றே மாசி மாதத்துச் சிவராத்திரியும், பங்குனி மாதத்து உத்திரமும், சித்திரை மாதத்துச் சித்திரைத் திருவிழாவும், வைகாசி மாதத்து விசாகமும் முழுநிலவு நாட்களாகும்.

இந்த முழு நிலவு நாட்களே தமிழர்களின் திருவிழா நாட்களாகும். இந்தத் திருவிழா நாட்களை எல்லாம் ஆரியச் செல்வாக்கினால் உருவான பக்தி இயக்கம் தனதாக்கிக் கொண்டது. இவற்றுள் மாசி மாதத்துச் சிவராத்திரி முழுநிலவு நாளைத் தமிழகத்து மக்கள் இன்றளவும் நாட்டார் தெய்வ வழிபாட்டிற்குரிய நாளாக வைத்துள்ளனர். நெல்லை, தூத்துக்குடி, குமரி மாவட்டங்கள் புவியியல் அமைப்பில் வடமேற்குப் பருவ மழையோடு தென்மேற்குப் பருவ மழையினையும் பெறுகின்ற நிலப்பகுதிகளாகும். எனவே, இந்த மூன்று மாவட்டங்களிலும் பங்குனி மாதத்து உத்திர நாளே நாட்டார்தெய்வ வழிபாட்டிற்குரிய நாளாக ஆகிவிடுகின்றது. திருஞானசம்பந்தரின் மயிலாப்பூர்ப் பதிகம் 'தைப்பூசம்', 'பங்குனி உத்திரம்' ஆகிய இரண்டு நாட்களையும் பக்தி இயக்கம் தன்மயமாக்கிக் கொண்டதை உணர்த்துகின்ற சான்றாகும்.

இதனுடன் குறிப்பிடத்தகுந்த மற்றொன்று வைகாசி மாதத்து விசாக நாள் ஆகும். அந்த நாள் புத்தர் பிறந்த நாளாகும். பின்னாளில் அது முருகனுக்கு (விசாகப் பெருமாளுக்கு) உரியதாக ஆயிற்று. தென்கலை வைணவர்களுக்கு அது நம்மாழ்வார் பிறந்த நாளும் ஆகும்.

திருவிழாக்கள் பொதுவாகத் தமிழ் நிலத்தின் மரபாகத் தெய்வங்களைச் சார்த்தியே நடைபெறுகின்றன. (விடுதலை நாள், மே நாள் போன்ற சமயச் சார்பற்ற திருவிழாக்களைத் தமிழ்ச் சமூகம் இன்னமும் பண்பாட்டு ரீதியாக உள்வாங்கவில்லை.) தமிழ்நாட்டுத் திருவிழாக்களின் பொதுவான கால எல்லை தைமாதம் முதல் ஆடிமாதம் வரையே ஆகும். தமிழகம் வெப்ப மண்டலத்திலுள்ள நிலப்பகுதியாகும். எனவே, வேளாண்தொழில் சார்ந்த பணிகள் பெரும்பாலும் இல்லாத காலப்பகுதியே தமிழர்களின் திருவிழாக் காலமாகின்றது. தமிழகத்து நாட்டார் தெய்வங்கள் (குறிப்பாகத் தாய்த் தெய்வங்கள்) இந்தக் கால அளவில்தான் கொண்டாடப்படுகின்றன.

இந்த வரையறையினைத் தாண்டிய சில திருவிழாக்களும் தமிழ்நாட்டில் உண்டு. இன்று பரவலாகக் கொண்டாடப்பெறும் தீபாவளி நாள் என்பது விசயநகர மன்னர்களின் காலத்தில் தெலுங்குப் பார்ப்பனர் வழியாகத் தமிழ்நாட்டுக்கு வந்த திருவிழா ஆகும். வடநாட்டில் இது சமண சமயத்தைச் சேர்ந்த திருநாள் ஆகின்றது. விசயநகர அரசு நாட்டார் பண்பாட்டோடு சமரசம் செய்துகொள்ள நேர்ந்தபோது நவராத்திரித் திருவிழாவினைப் (தசரா) பெரிதுபடுத்தியது.

எருமைத்தலை அரக்கனை ஆயுதம் ஏந்திப் போரிட்டு அழித்த கன்னட நிலப்பகுதிக் கதை சிலப்பதிகாரக் காலத்திலேயே தமிழகத்தில் அறிமுகமாகியிருந்தது. அந்தக் கதையினை விசயநகர அரசமரபு கொண்டாடத் தொடங்கியபோது ஆயுதம் ஏந்திய (தந்தைத் தெய்வச் சார்பு இல்லாத) தமிழகத்தின் தாய்த் தெய்வங்களும் புத்துயிர் பெற்றன. இதன் விளைவாக வைதீகத்துக்கு மாற்றான திருவிழாக்களைத் தமிழ் நாட்டார் மரபு தனது வலிமையான பண்பாட்டுக் கருவியாகக் காப்பாற்றிக் கொண்டிருக்கின்றது. அரசியல் வரலாறும் சமூக வரலாறும் மாற்றங்களைச் சந்திக்கின்றபோது அம்மாற்றங்களின் பண்பாட்டு வெளிப்பாடாக இந்தத் திருவிழாக்களே அமையும்.

சடங்கியல் வாழ்வு

இந்த விண்வெளியுகத்திலும் மனித சமூகத்தால் சடங்குகளிலிருந்து விடுபட முடியவில்லை. பழைய சடங்குகள் கால ஓட்டத்தில் மறைந்துபோனாலும் அவற்றின் அடிப்படையில் புதிய சடங்குகள் தோன்றிவிடுகின்றன. நவீனகால அரசு எந்திரங்கள் கூடச் சடங்குகளை உதறித்தள்ள முடியவில்லை.

நவீனகாலச் சடங்குகளை மரபு சார்ந்தவை, நம்பிக்கை சார்ந்தவை என இரண்டு வகையாகப் பகுக்கலாம். பொதுவாக, சடங்குகளின் அடிப்படை நம்பிக்கை சார்ந்ததாகும். இந்த நம்பிக்கையில் பெரும்பாலானவை தொல்பழங்காலத்திலிருந்து வருபவை. சாதி, சமயம் ஆகிய இரண்டின் எல்லைக்கு வெளியே நின்று உயிர்வாழும் சடங்குகளே மிகப் பெரும்பான்மையானவையாகும். பிறப்பு, பூப்பு, திருமணம், புதுமனை, இறப்பு, தொடர்பான சடங்குகள் ஒரு தனிமனிதனை மையமிட்டுக் குடும்ப அசைவுகளோடும் சமூக இயக்கத்தோடும் தங்களை இணைத்துக்கொள்கின்றன. இவையன்றி உள்வட்டத் திருமண அமைப்புடைய குழுக்களின் அசைவாகப் பல சடங்குகள் நிகழ்த்தப்படுகின்றன. தொல்பழைய நம்பிக்கைகள் மட்டுமல்லாமல் சடங்குகளில் அரசியல், வரலாற்றின் துணுக்குகளும் சமூகத் துணுக்குகளும் உட்பொதிந்து காணப்படுவதும் உண்டு.

எடுத்துக்காட்டாகத் திருமண வீடுகளில் நடைபெறும் அரசாணிக்கால் (அரசு ஆணைக்

கால்) நாட்டுதல் என்பது அரசதிகாரத்தின் அனுமதி பெற்றுத் திருமணங்கள் நடத்தப்பட்டதின் எச்சப்பாடாகும். சில சாதிகளில் திருமணத்தின் போதும் வேறு சில சாதிகளில் இறப்புச் சடங்கின் தொடர்பாகவும் நடைபெறும் 'பட்டம் கட்டுதல்' என்பது அரசதிகாரத்துடன் தொடர்புடையது. ஆதிச்சநல்லூர் புதைகுழியில் கண்டெடுக்கப்பட்ட தங்கத்தாலான நெற்றிப் பட்டங்கள் இறப்புச் சடங்கின்போது பயன்படுத்தப்பட்டவை யாகும். திருமண நிகழ்வின்போதும் இறப்புச் சடங்கின்போதும் பிற சாதிக்குழு உறுப்பினருக்கு அளிக்கப்படும் மரியாதை சமூக வரலாற்றோடு தொடர்புடையதாகும். இந்தப் பிறசாதியார் சேவைச் சாதியாராகவும் அமையலாம், அதுவல்லாத பிற சாதிக்காரர்களாகவும் அமையலாம்.

சடங்குகள் தொடர்பாகத் தமிழ்நாட்டில் கனமான ஆய்வுகள் வளரவில்லை, (விதி விலக்கு ஆ. சிவசுப்பிரமணியனின் மந்திரமும் சடங்குகளும்.) ஏனென்றால் சடங்குகளின் பொருண்மை விளக்கம் என்பது சமூக வரலாற்றில் பல இயங்கு தளங்கள் சார்ந்து மந்திர நம்பிக்கைகளின் அடிப்படையிலும் மானிடவியல் நோக்கிலும் சாதித் திரள்களுக்கு இடையிலான உறவுகளின் அடிப்படையிலும் பொருண்மை விளக்கம் பெறுகின்றன.

எடுத்துக்காட்டாக எண் குறித்த சடங்குகள் அல்லது சொல்லாடல்கள் மந்திர நம்பிக்கையின் அடிப்படையில் அமைந்தவை. சொல்லுக்கு மந்திர ஆற்றல் உள்ளது என்பதனை உலகின் பலசமயங்கள் ஏற்றுக்கொள்கின்றன. இந்த வகையிலே வாழ்த்துச் சொற்கள் மகிழ்ச்சியையும் வசவுச் சொற்கள் சினத்தையும் உண்டாக்குகின்றன. மங்கலச் சொல்லால் இலக்கியத்தைத் தொடங்கவேண்டும் என்ற இலக்கிய மரபு இதன் வழி வருவதாகும். ஒரு சொல்லைத் திரும்பத் திரும்பச் சொல்லுதல் (chanting or repeating) ஓதுதல் எனப்படும். மந்திரங்கள் ஓதப்படுபவை. ஓதப்படும் முறை, ஓதும் மனிதன், காலம் ஆகியவை சார்ந்து உலகியல் நிகழ்வுகளைச் சொல்லின் மந்திர ஆற்றல் கட்டுப்படுத்தும் என்பது நம்பிக்கையாகும். "பொலிக, பொலிக, பொலிக போயிற்று வல்லுயிர் சாபம்" என்பது நம்மாழ்வார் பாசுரம்.

மூன்று, ஏழு, பதினெட்டு, இருபத்தொன்று, நூறு, நூற்றெட்டு ஆகிய எண்கள் சார்ந்த புனிதம் இந்த நம்பிக்கையின் அடிப்படையில் உருவானது. தனிமனித வாழ்வுச் சடங்குகள் மனிதன் கருவில் இருக்கும்போதே தொடங்கிவிடுகின்றன. கருக்கொண்ட பெண்ணை "ஈருயிர்க்காரி" என்று அழைப்பர். சில சாதிகளில் குறிப்பாகப் பிராமணர்களிடம் வளைகாப்புச் சடங்கில்

அவளுக்கும் வயிற்றிலுள்ள குழந்தைக்கும் சேர்த்து இரண்டுமுறை தீர்த்தம் வழங்கப்படுகிறது. வைணவப் பிராமணர்கள் இதனையே குழந்தைக்குரிய 'வைணவத் தீட்சை' என நம்புகின்றனர். ஸ்மார்த்தப் பார்ப்பனர்களின் வளைகாப்புச் சடங்கு ஒரு போலித் திருமணம் *(mock marriage)* போலவே நடத்தப்படுகின்றது. அதாவது ஒரு பெண்ணைத் தாயாக்கிய பின்னரே அவளைத் திருமணம் செய்யும் உரிமையினை ஆண் மகன் அடைகிறான் என்னும் புராதன கால நம்பிக்கையின் எச்சப்பாடாகும் இது. இன்னும் சில சாதியாரிடம் மகப்பேற்றிற்கு அழைத்து வரப்படும் பெண்ணின் வயிற்றில் பழங்களை வைத்துக் கட்டும் வழக்கம் உள்ளது. இச் சடங்கிற்கு 'மடிநிரப்புதல்' என்று பெயர். இதே சடங்கு கோவில்களிலும் நிகழ்த்தப்படுகின்றது. திருக்கலியாணம் முடிந்த ஏழாவது அல்லது ஒன்பதாவது மாதத்தில் முளைவிட்ட பயிர் வகைகளைத் தாய்த் தெய்வத்தின் வயிற்றைச் சுற்றிக்கட்டி வாழ்த்துப்பாடும் மரபு இருந்துவருகின்றது.

குழந்தையின் தலைமயிரை முதன்முறையாக மழிக்கும் வழக்கம் தமிழகத்தில் எல்லா மதத்தினரிடமும் ஒரு சடங்காக நிதழ்த்தப்படுகின்றது. தாய்மாமன் மடியில் குழந்தையை இருத்திக் கோயில் வளாகத்தில் நிகழ்த்தப்படும் சடங்கில் பங்கேற்க வந்தவர்களுக்கு உணவளிப்பதற்குப் பதிலாக இனிப்பு கலந்து ஊறவைத்த 'காதரிசி' வழங்கப்படுகிறது. குழந்தை தின்பண்டங்களிலிருந்து அரிசி உணவிற்கு மாறுவதை இது அடையாளப்படுத்துகின்றது எனலாம்.

திராவிடச் சாதிகளில் பூப்புச்சடங்கு மிக விரிவானது. இது இரண்டு வகைப்படும். பூப்பு நிகழ்ந்தவுடன் தீட்டுக் கழிப்புச் சடங்கு; மற்றொன்று இந்நிகழ்வினை ஊருக்கு அறிவிக்கும் சடங்கு.

நமது பண்பாட்டில் மருத்துவம்

பண்பாடு என்ற சொல்லை, நாம் மிகச் சுருக்கமாகவே புரிந்துகொண்டிருக்கிறோம். உண்மையில் பண்பாடு தனிமனித ஒழுக்கம் சார்ந்ததன்று. பண்பாடு ஒரு சமூகத்தினுடைய வெளிப்பாடு, ஒரு மக்கள் திரள் தன்னை வெளிப் படுத்திக்கொள்கிற முறை. சொல்லாலே, செயலாலே, கருத்தினாலே தன்னை வெளிப்படுத்திக்கொள்கிற முறைக்கு பண்பாடு என்று பெயர். நம்முடைய தெய்வங்கள், நம்முடைய இசை, நம்முடைய கலை, நம்முடைய உணவு, நம்முடைய உடை, நம்முடைய உடையை நாம் செய்கிற முறை, நம்முடைய உடையை நாம் உடுத்துகிற முறை எல்லாமே பண்பாடு சார்ந்த அசைவுகள் ஆகும்.

பண்பாடு, ஒரு முழுமையான பொருள். இந்த முழுமை சார்ந்த பார்வை இல்லாது போன காரணத்தினாலும், ஒரு *wholistic approach* இல்லாது போன காரணத்தினாலும் பண்பாடு பற்றிய நமது பார்வை மிகவும் பலவீனமாக இருக்கிறது.

பண்பாடு, நம்முடைய ரத்த ஓட்டத்தோடு கலந்ததாகும். அது நமது மூச்சுக்காற்றைப் போல! நான் உங்கள் முன்னாலே மூச்சுவாங்கிக்கொண்டு பேசிக்கொண்டிருக்கிறேன் என்று நினைக்கவில்லை. நாம் மூச்சு வாங்கிக்கொண்டிருக்கிறோம் என்பது எப்போது தெரியுமென்றால், மூச்சிலே ஏதேனும் அடைப்பு ஏற்படும்போது அதை உணர்கிறோம்.

பண்பாடு என்பதை அது மீறப்படுகிறபோது உணர்கிறோம். இன்னொரு கட்டமாக, தேவைப்படுகிற போதும் பண்பாட்டை உணர்வோம். நம் வீட்டிற்குத் தண்ணீர் போதாது என்கிறபோது வீட்டின் மண்ணிற்குக் கீழாகவே தண்ணீர் இருக்கிறதே என்று எனக்குத் தோன்றும்.

எனவே சமூகத் தேவை ஏற்படுகிறபோதும் நடைமுறை வாழ்க்கை மீறப்படுகிறபோதும் நாம் பண்பாட்டைப் பற்றிக் கவலைப்படுகிறோம்.

'உலகமயமாக்கம்' என்ற சொல்லை ஏன் திரும்பத் திரும்பக் கேட்டுக்கொண்டிருக்கிறோம்? உலகமயமாக்கம் என்றால் 'பொருளாதார நடவடிக்கை' என்றுதான் பத்திரிகை படிப்பவர்களும் மெத்தப்படித்தவர்களும் தெரிந்துகொண்டிருக்கிறார்கள். உண்மையில் உலகமயமாக்கல் கலாச்சாரத் தாக்குதலாக இருக்கிறது. மிகப்பெரிய தொன்மையான கலாச்சாரமுடைய தமிழ் மொழி பேசுகிற மக்கள் மீதும் இந்தியாவில் மற்ற மொழி பேசுகின்ற மக்கள் மீதும் அது தன் மூலதனம் கொண்டு தொடுத்திருக்கிற கலாச்சார யுத்தம். இந்தக் கலாச்சார யுத்தத்தை நம்மீது தொடுத்திருப்பது யார் என்று கேட்டால் மிக, மிகப்பெரிய நம்பமுடியாத அளவிலான பன்னாட்டு மூலதனமே எனலாம்.

நூற்றைம்பது ஆண்டுகாலக் காலனி ஆட்சியிலே எதையெதை எப்படிப் பார்க்கவேண்டும் என்கிற பார்வையை நாம் இழந்துபோயிருக்கிறோம். அதன் விளைவாக நாம் இன்று எப்படிக் கட்டப்பட்டிருக்கின்றோம்? இன்று இங்கு இருக்கிற, குறிப்பாக இருபத்தைந்து வயதுக்குக் கீழாக இருக்கிற இளைஞர்கள் எப்படி இருக்கிறார்கள்? அவர்கள் உளவியல் எப்படி கட்டமைக்கப்பட்டுள்ளது? எதுஎது தேவையோ, அதையெல்லாம் தேவையில்லை என்கிறது. எது மறக்கப்பட வேண்டியதோ அதையெல்லாம் நினைக்க வேண்டும் என்கிறது. எதையெல்லாம் மீற வேண்டும் என நினைக்கிறோமோ, அதற்கெல்லாம் அடங்கிப் போக வேண்டுமென்கிறது. உண்மையிலே கலாச்சார போலித்தனத்தால் நாம் கட்டப்பட்டிருக்கிறோம். பன்னாட்டு மூலதனம் இப்பொழுது என்ன செய்கிறது என்றால், தான் எந்தெந்த நாடுகளிலெல்லாம் கொள்ளையடிக்கப்போகிறதோ அங்கெல்லாம் முதலில் பண்பாட்டு வன்முறையை ஏவுகிறது. வன்முறை என்றால் நமக்குத் தோன்றுவது கத்தி, கம்பு, ஏ.கே.47. ஆனால் பண்பாட்டு வன்முறை மிகவும் நுட்பமானது. இதற்கு உதாரணம் தரலாம் என நினைக்கிறேன். தினத்தந்தியிலே சுக்குக்கு என்ன பயன், மிளகுக்கு என்ன பயன், தூதுவளைக்கு என்ன பயன் என்று ஒரு சின்ன இடத்திலே போடுவார்கள். அதற்கு அவர்கள் தரும் பெயர் 'பாட்டி வைத்தியம்'. இதன் மரபுச் சொல் 'கை மருத்துவம்'

அல்லது 'வீட்டு மருத்துவம்.' இச்சொல்லுக்குரிய பாரம்பரியமான அறிவுத் தொகுதி என்னுடைய வீட்டிலேயே பிறந்த எல்லாப் பெண் பிள்ளைகளுக்கும் பங்கிடப்பட்டிருக்கிறது முந்தைய சமுதாயத்திலே! என் சகோதரிக்கும் என் மனைவிக்கும் என் மகளுக்கும் அதில் சிறுதுளி தெரியும். அதை ஏன் பாட்டி வைத்தியம் என்று சொல்கிறார்களென்றால் அது ஒரு வன்முறையான சொல்லாடல். உங்கள் மேனியின் சிகப்பழகிற்கு என்று சொல்கிறார்களே? அதுவும் ஒரு பண்பாட்டு வன்முறைதான். அவ்வகையில் 'பாட்டி வைத்தியம்' என்ற சொல் ஒரு பண்பாட்டு வன்முறையாகும். ஏனென்றால், பாட்டி எப்படி சமகாலச் சமூகத்தோடு இயங்கிச் செல்ல முடியாதோ, அதுபோல இந்த மருத்துவமும் சமகாலச் சமூகத்தோடு இயங்கிச் செல்ல முடியாது. பாட்டி எப்படிப் பரிவோடு பார்க்கப்பட வேண்டியவளோ, அதுபோல இந்த மருத்துவமும் பரிவோடு பார்க்கப்பட வேண்டியது; அவ்வளவுதான்.

இது என்னுடைய வைத்தியம். அது பாரம்பரியமான வேர்களை என்னிடத்திலே கொண்டுவந்து சேர்த்திருக்கிறது. நாம் மிக ஆழமான வேர்களைக் கொண்ட ஆலமரம் போன்றவர்கள், நமது பண்பாட்டு வேர்கள் மிக வலுவானவை; நீளமானவை; மிகத் தொன்மையானவை. நம்மருகில் இருக்கும் ஆதிச்சநல்லூர்ப் பண்பாட்டிலிருந்து நமக்குச் சில செய்திகள் தெரிகின்றன. அந்த மக்கள் தாய்த் தெய்வத்தை வணங்கியிருக்கிறார்கள். கி.மு. பத்தாம் நூற்றாண்டளவில் வெண்கலம் பயன்படுத்தி இருக்கிறார்கள். உலோகவியலில் அவர்களுக்கிருந்த அறிவு தொல்லியல் ஆய்வாளர்களுக்குப் பெரும் வியப்பைத் தருகிற செய்தி.

இந்தியாவினுடைய மற்ற பகுதிகளிலெல்லாம் இரும்புக் காலம் முடிந்து வெண்கலக்காலம் தொடங்குகிறது. ஆனால் இங்கு இரும்புக்காலம் தோன்றுகிறபோதே வெண்கலக்காலம் தோன்றியிருக்கிறது. தொல்லியல் ஆய்வாளர்கள், இந்தியாவிலேயே இரும்பை உருக்குகிற தொழில்நுட்பம் தாமிரபரணிக் கரையைப் போல் எங்கும் சிறந்ததாக இல்லை என்கிறார்கள். வெண்கலம் என்ற கலப்பு உலோகத்தைச் செய்கிற முறைக்கு அவர்கள் பயன்படுத்திய உலைகள் நமக்குக் கிடைத்திருக்கின்றன. அவர்கள் பயன்படுத்திய, உலோகத்தை உருக்கி ஊற்றுகிற சுடுமண் வாய்களை நானும் நண்பர் லேனா. குமார் போன்றவர்களும் வீரவநல்லூர்க்கருகில் கண்டுபிடித்திருக்கிறோம். அவர்கள் என்ன கலனை (உருக்குவதற்கான பாத்திரம்) பயன்படுத்தினார்கள்? அவர்கள் என்ன எரிபொருளைப் பயன்படுத்தினார்கள்? வெப்பம் பற்றிய அவர்களின் அறிவு என்னவாக இருந்தது? இவையெல்லாம் ஆராய்ந்து கண்டுபிடிக்கப்பட வேண்டியவையாகும்.

நம்முடைய முன்னோர்கள், நமக்கு நல்ல வீட்டை, நல்ல காற்றை, நல்ல மண்ணை, இவை எல்லாவற்றையும்விட இவை பற்றிய அறிவையும் விட்டுச் சென்றிருக்கிறார்கள். இதை உணரும் போதுதான் பண்பாடு பற்றிய அடையாளங்களைப் புரிந்து கொள்கிறோம்.

இந்தப் பின்னணியில் நாம் மருத்துவம் பற்றிப் பேசலாம். பண்பாட்டில் மருத்துவம் மட்டும் இல்லை; நம்முடைய இசை, கலை, நாடகங்கள், இலக்கியம், சிற்பம், சமயம், அந்தச் சமயம் சார்ந்த வாழ்வியல் விழுமியங்கள் இவையெல்லாம் சேர்ந்தது தான் பண்பாடு. மருத்துவம் என்ற சொல்லுக்குத் தமிழின் வேர்ச்சொல் "மரு". இச்சொல்லுக்குத் தமிழில் 'மணம்' என்று பொருள். இந்தச் சொல் எப்படி வந்திருக்கக் கூடும்? தாவரங்களை வகைப்படுத்துகிறபோது மனிதன் அந்த மணங்களிலிருந்துதான் வகைப்படுத்தியிருக்க வேண்டும். மருக்கொழுந்து என்றால் மணமுள்ள கொழுந்து என்று அர்த்தம். இந்த மணம் தாவரங்களில் மட்டுமல்ல, அசைகின்ற உயிர் உலகத்திற்குக் கூட உண்டு. உதாரணமாக, புனுகுப் பூனை.

எனவே இந்த 'மரு' என்ற சொல், தாவரங்களை மணங்களி னாலே அறிவதில் இருந்துதான் வந்திருக்கும் என நினைக்கிறேன். எனவே உணவாகட்டும், மருந்தாகட்டும், தாவரங்கள் எனும் நிலை உயிரிகளை அவற்றின் மணத்தைக் கொண்டே அறிவதென்பது மிகவும் நுட்பமானது.

அறிவு என்பது எழுத்து மூலம் சார்ந்ததாகக் கருதக் கூடாது. அப்படிக் கருத வைத்தது ஐரோப்பிய மெய்காண் முறைமை. அதனால்தான் ஐரோப்பியர், எழுதத் தெரியாதவனெல்லாம் முட்டாள் என்று சொன்னார்கள். எழுதத் தெரியாத நம் முன்னோர்களுடைய தாவரம் பற்றிய அறிவு பொய்யானதா? அவர்களுடைய மருந்து பற்றிய அறிவு பொய்யானதா? உலகம் பற்றிய அறிவு, அவர்களது வாழ்வியல் விழுமியங்கள் பற்றிய தன்னுணர்ச்சி பொய்யானதா?

அறிவு என்பது எழுத்து மரபு சார்ந்தது. எழுத்து வருபவனுக்குத் தான் அறிவு வரும் என்பது ஒரு பொய். எழுத்து பிறப்பதற்கு முன்னாலேயே அறிவு பிறந்தது. எழுதப்படிக்கத் தெரியாத ஒருவன், ஓர் அழகான சிற்பத்தை ஆக்க முடியும்; ஒரு நாற்காலியைச் செய்ய முடியும். இது எழுத்து மரபு பிறப்பதற்கு முன்னால் பிறந்த அறிவு. இதைத்தான் கார்ல் மார்க்ஸ் 'தொகுக்கப் படாத அறிவு' என்று சொல்வார்.

எப்பொழுது நீங்கள் எல்லாவற்றையும் புத்தகமாக/ பனுவலாக (textualize) பண்ண விரும்புகிறீர்களோ, எழுத்து

மூலம் கொள்ளை கொண்டு போய் 'இதுதான் இதுதான்' என்று சொல்கிறீர்களோ, அப்போது அது முடிந்துபோகிற விசயம். அ. மார்க்ஸ் கூறியதுபோல, சித்த மருத்துவ அறிவு ஏற்படுத்தப் பட்டதினாலே முடிந்துபோனது என்று நினைத்தால், நம்மை ப்போல முட்டாள் யாரும் கிடையாது. ஏனென்றால் அண்டம் பற்றிய, பூமியைப் பற்றிய நமது அறிவு இன்னும் முழுமையானதல்ல. அறியப்படாத மனிதரைப் போல, அறியப்படாத தாவரங்கள், அறியப்படாத உயிரினங்கள் என நிறைய இருக்கின்றன. இவை பற்றிய அறிவு பெருகப் பெருக மனித வாழ்க்கை இன்னும் எளிமையாகும்; இன்னும் இனிமையாகும்.

எனவே இந்த எழுத்து மரபுக்கு முந்திய காட்டு வாழ்வி லிருந்தும், மணத்திலிருந்தும் பெற்ற மருத்துவ அறிவு என்பது மணங்களைக் கொண்டு தாவரங்களை வகைப்படுத்திய அறிவு தான். மனித உடம்பிலிருந்தே மனிதன் நிறைய விசயங்களைக் கற்றுக்கொண்டான். வெட்டுகின்ற ஆயுதத்தை, குத்திக் கிழிக்கின்ற ஆயுதத்தை, அரைக்கின்ற ஆயுதத்தை இவற்றையெல்லாம் மனிதன் தன் பல்வரிசையிலிருந்தே தெரிந்துகொண்டான். தன்னை முழுமையான ஒன்றாகக் கருதி, தன்னிலிருந்தே கற்றுக் கொண்ட விசயம். இப்படித்தான் மருத்துவ அறிவு தொடங்கி யிருக்கிறது.

மருத்துவ அறிவு ஏனைய அறிவைவிட கூர்மையானதாக இருக்க வேண்டும். "மருந்து ஆய்ந்து கொடுத்த அறவோன்" என்பது சங்க இலக்கியம். நோயாளிக்கு அவன் விருப்பப்பட்டதைக் கொடுக்காமல் ஆய்ந்து ஆய்ந்து மருந்து கொடுத்தானே, எனவே ஆராய்ச்சி இந்த மருத்துவ உலகிலிருந்துதான் தொடங்குகிறது.

மருந்து ஆய்ந்து கொடுத்த அறவோன் இது *Professional Ethics* என்று சொல்லக்கூடிய தொழில் சார்ந்த அறம். தமிழ்ச் சமூகத்தில் இது வேறு யாரையும்விட மருத்துவம் செய்பவருக்கே அவருடைய தொழில் சார்ந்த அறம் முன்னிலைப்படுத்தப்படுகிறது.

இந்த அறம் முன்னிலைப்படுத்தப்பட்ட காரணத்தினாலே தான் அரசுகள் எல்லாம் உருவாகிறபோது, சொத்துகளெல்லாம் பிறக்கிறபோது, ஆசைகள் உருவாகிறபோது மருத்துவத்தை ஒரு தொழிலாக, ஒரு முழுநேரப் பணியாக யாரும் கையிலெடுத் திருக்க மாட்டார்கள். எனவேதான் துறவிகளின் சித்த மரபுக்கு முன்னாலே இங்கே சமண மரபு என்று ஒன்று இருந்தது. நாமெல்லாம் ஒரு ஆயிரம் ஆண்டுகளுக்கு முன்னாலே, பிற்படுத்தப் பட்ட, தாழ்த்தப்பட்ட மக்களெல்லாம், சமணர்களாகத்தான் இருந்தோம். இன்றைக்கும் சமண மதத்தினுடைய தாக்கம் நம் வாழ்வில் உள்ளது. சமண மதம் நான்கே நான்கு விசயங்களைத் தான் வலியுறுத்தும். அந்த நான்கு என்னவென்றால்,

சோற்றைக் கொடையாகக் கொடுப்பது (அன்னதானம்)
கல்வியைக் கொடையாகக் கொடுப்பது (ஞானதானம்)
மருந்தைக் கொடையாகக் கொடுப்பது (ஔசத தானம்)
அடைக்கலம் கொடுப்பது (அடைக்கல தானம்)

இந்த நான்கையும் கழித்துவிட்டுப் பார்த்தால் அந்த 'யுனெஸ்கோ' என்ற அமைப்பே இல்லை.

கல்வியைக் கொடையாகக் கொடு, மருந்தைக் கொடையாகக் கொடு. இப்படிச் சொன்னது, உலகத்திலேயே சமண மதம் ஒன்றுதான். அது வேதத்தை எதிர்த்த மதம்; வைதீகத்தை நிராகரித்த மதம் என்பதை நினைவில் கொள்ள வேண்டும். அது திகம்பரத் துறவிகள் இருந்த மதம். அவர்கள் மருத்துவ ஏடுகளைத் தவிர வேறு எதையும் கையிலே வைத்துக்கொள்ளக் கூடாது. அவர்கள் வாழ்ந்த குகைகளிலே குடிக்கத் தண்ணீர்க்குழி மட்டுமே உண்டு; குடிக்க டம்ளர்கூடக் கிடையாது. முழுநேர மருத்துவப் பணியாளராக, ஒரு நாளைக்கு ஒரு பொழுது மட்டும் சாப்பிட்டு, பட்டினி கிடந்த துறவிகள் இருந்தனர். இந்த மருத்துவம் இப்படித்தான் பாதுகாக்கப்பட்டு வந்தது. இப்படித்தான் இருந்தனர் அந்த மருத்துவ அறிஞர்கள். ஆனால் நாம் இன்று சொல்வதுபோல அசையும் உயிர்களெல்லாம் அந்த மருத்துவத்தில் கிடையாது. ஏனென்றால் அவர்கள் புலால் உண்ணாத நோன்பிகள் ஆவர். அதேபோல உலோகங்கள் சார்ந்த மருத்துவமும் அவர்களிடம் இல்லை. அவர்கள் முழுக்க முழுக்க மூலிகைகளைப் பயன் படுத்துகிற மருத்துவர்களாகவே இருந்தார்கள். இன்றைக்கும் அழிந்துவிட்ட சமணக் குகைகள் நெல்லை மாவட்டத்தில் இருக்கின்றன.

இந்த மதத்தை வீழ்த்திவிட்டு வைதீகம் வந்தது. பாண்டிய அரசு, சோழ அரசு என்ற இனக்குழுக்கள் கரைக்கப்பட்டு, பிற அரசுகள் உருவாகும்போது மருத்துவம் தொழிலாக ஆகிறது. அதுவரை மருத்துவனும் ஆசிரியனும் காசுபெறக்கூடாது. மருந்தும் விற்பனைக்குரிய பொருளன்று. மருந்து விற்பனைக்குரிய பொருளன்று என்ற எண்ணம் கி.பி.ஏழாம் நூற்றாண்டுவரை இருந்தது. 12, 13ஆம் நூற்றாண்டுவரை இன்னொரு நினைப்பும் இருந்தது. அது, சோறு விற்கக் கூடாது; நெல் விற்கலாம்; அரிசி விற்கலாம். வைதீகம் தமிழ்நாட்டை முழுவதும் வென்றெடுத்த பிறகே சோற்றுக்கட்டியினைச் சத்திரங்களில் விற்க ஆரம்பித்தனர். இருபதாம் நூற்றாண்டின் நடுப்பகுதிவரை தண்ணீர் விற்கக் கூடாத பொருளாக இருந்தது. இது நம் பண்பாடு.

எனவே, தமிழ்நாட்டில் அரசு இயந்திரம் உருவானபோது, வைதீகம் அதற்குக் குறுக்குவெட்டாகப் பாய்ந்தது. ஏனென்றால் அதுதான் அரசுக்கு உவப்பான சித்தாந்தமாகும். அப்பொழுது

மிகப்பெரிய சமூக நிறுவனமாகக் கோயில் உருவானது. மாவட்ட ஆட்சித்தலைவரிடம் எவ்வளவு அதிகாரம் புதைந்துகிடக்கின்றதோ அவ்வளவு அதிகாரம் கோயிலிலே இருந்தது. கோயிலின் அதிகாரத்திலிருப்பவர்கள்; நாம் என்ன சாதி, நாம் எங்கே இருக்கலாம், எப்படி உடுத்தலாம் என்பனவற்றைத் தீர்மானித்தனர். மருத்துவத்தைச் செய்துவந்த சாதியினர் கோயிலுக்கு வெளியே நிறுத்தப்பட்டார்கள். (அன்றைய கணக்குப்படி பார்த்தால், குலம் அல்லது குடி; இன்றையக் கணக்குப்படி சாதி).

அதற்கு முன், அரசு உருவாகிறபோது அக்குடிகளின் நிலைமை என்ன என்று கேட்டால், உங்களுக்கு மிகவும் வியப்பாக இருக்கும். கி.பி.எட்டாம் நூற்றாண்டிலே மாறஞ்சடையன் என்கின்ற பாண்டியனுக்கு முதலமைச்சராக இருந்தவர் மருத்துவ சாதியைச் சார்ந்தவர். இவர் இறந்த பிறகு இவரது தம்பி முதலமைச்சராகிறார். இவர்கள் மானூருக்குப் பக்கத்திலே இருக்கிற களக்குடி எனும் ஊரைச் சார்ந்தவர்கள். இவரைப் பற்றியும் இவரது தம்பியைப் பற்றியும் பேசுகிற கல்வெட்டு மதுரை மாவட்டம் ஆனைமலை நரசிங்கப் பெருமாள் கோயிலில் இருக்கிறது. எனவே ஒரு காலத்தில் அரசனுக்கும் அரசதிகாரத்திற்கும் நெருக்கமாக மருத்துவர்கள் இருந்திருக்கிறார்கள்.

அதற்குப் பின், அரசதிகாரம் பெருகப் பெருக அரசுகள் பேரரசுகளாக மாற மாறக் கோவில்கள் துணை நிறுவனங்களாக ஆக, மருத்துவம் செய்கிற சாதி வெளியில் வைக்கப்பட்டது. அப்புறம் வைதீகம் அரசைக் கையிலெடுத்துக் கொண்டது. இன்றைக்கும் போல அன்றைக்கும் எழுதப்படாத அதிகாரம் அதன் கையிலே இருந்தது. மருத்துவக் காரணம் என்ற பெயரில் மருந்துப் பொருள்களின் மீது வரிவிதித்தனர் அரசர்கள். இது நம் பண்பாட்டில் ஏற்பட்ட மிகப்பெரிய மாற்றம்.

அ. மார்க்ஸ் சொன்னதுபோல, ஆக இரண்டு மேல்சாதியிலே யாரும் மருத்துவராகக் கூடாது, மருத்துவத் தொழில் செய்யக் கூடாது. ஏனென்றால் அவர்களுக்கு மற்ற எல்லாரும் தொடப் படாத சாதி. இந்தத் தொடப்படாத சாதிக்காரனுக்கு எப்படி உடம்பைத் தொட்டு மருத்துவம் செய்வது? எனவே மருத்துவர்கள் பட்டுத் துணியைப் போட்டு 'நாடி' பார்த்தனர்.

இன்னொரு செய்தி, சித்த மருத்துவத்தில் இரசவாதம் என்றும் ஆங்கிலத்திலே alchemy என்றும் சொல்லப்படுவது. கீழ் உலோகங்களை உயர்ந்த உலோகங்களாக்கும் முறை சொல்லப் பட்டுள்ளது. ஒரு பேரரசு உருவாகிறபோது அது பல நிகழ்வு களைக் கண்கொத்திப் பாம்பாகக் கவனித்துக்கொண்டிருக்கும். அரசுகள் alchemy வளர்வதை விரும்பாது. ஏனென்றால்,

ஒருவன் இரும்பைத் தங்கமாக்குகிற நுட்பத்தைக் கண்டுபிடித்து விட்டால், ஒரே நாளில் அந்த அரசாங்கத்தைக் கவிழ்த்துவிட முடியும். எனவே அரசு அதை விரும்பாது. எனவே இந்த அரசியல் உருவானபோது alchemy முழுமையாக அரசினாலே தடை செய்யப்பட்ட ஒன்றாக இருந்தது.

சோழ அரசின் வீழ்ச்சிக்கு முக்கியமான காரணங்களில் ஒன்று, அடித்தள மக்களைச் சார்ந்து நிற்கிற வணிக குழுக்களை அது புறந்தள்ளியதாகும். இதனால் மக்களுடைய எதிர்ப்பு அரசுக்கு உருவானது. மக்களுடைய எதிர்ப்பை அணிதிரட்டியவர்கள் சித்தர்கள். இவர்கள் நகர்ப்புறத்துக்கு வரவே இல்லை. எனவே இந்தச் சித்தர்களெல்லாம் கிராமப்புறத்துக்குப் போனார்கள். மருந்து அவர்களுக்கு ஒரு வலிமையான ஆயுதமாக இருந்தது. ஏனென்றால் மருத்துவனுக்கு மட்டும் எந்த நேரத்திலும், எங்கும் நடக்கின்ற உரிமையைச் சமுதாயம் அளித்திருந்தது. எனவே மக்களுடைய நம்பிக்கையை அவர்கள் பெற்றிருந்ததற்கு இந்த மருந்து எனும் ஆயுதம்தான் காரணம். சித்தர் மரபு வளர்ந்தபோதுதான் நஞ்சை மருந்தாகப் பயன்படுத்தக் கூடிய முறை பிறந்தது. அதற்கு முன் அது இருந்ததாகத் தெரியவில்லை. சித்தர்களையும் மக்களையும் இணைத்தது மருந்து.

நாங்கள் கல்லூரியில் படித்துக்கொண்டிருக்கிற காலம் வரைக்கும் சித்தர்களின் இலக்கியத்தை மதிக்கவேமாட்டார்கள். "ஆச்சு போச்சுன்று பாட்டு எழுதியிருக்கான். இதை கல்லூரி பிள்ளைகளுக்குச் சொல்லிக் கொடுக்க முடியுமா?" என்பார்கள். இப்பொழுதுதான் கலக மரபு சித்தர்கள் என்று சொல்லி சித்தர் பாடல்களைக் கொஞ்சமாவது வைத்திருக்கிறார்கள்.

மிகச்சில ஏடுகள் தவிர, 19ஆம் நூற்றாண்டிலே மக்களிடம் மனப்பாடமாக இருந்ததைப் பெற்றுத்தான் பெரும்பாலான சித்தர் பாடல்களை அச்சிட்டுவந்தார்கள். அதனாலேயே அதில் சில தவறுகள் எல்லாம் இருந்தன. ஆயிலைத் (oil) தடவுவாய் என்றெல்லாம் பாட்டிருக்கிறது. இந்த ஏடுகளெல்லாம் திருவாவடு துறை மடத்திலேயோ, தருமபுரம் மடத்திலேயோ, குன்றக்குடி மடத்திலேயோ இருக்காது. இங்கெல்லாம் சங்க இலக்கிய மிருக்கும். தேவாரம் இருக்கும். திருவாசகம் இருக்கும். ஆனால் மருத்துவ ஏடுகள் இருக்காது. ஏனென்றால் இவை மக்களிடமிருந்து பெறப்பட்டுத்தான் பதிப்பிக்கப் பெற்றன. இதற்குத் திருந்திய பதிப்பு கொண்டு வருவதற்கு ஒரு உ.வே. சாமிநாதய்யர் கிடைக்கவில்லை. ஏனென்றால் இவை மடங்களில் பாதுகாக்கப்படவில்லை.

ஆங்கிலம் தெரிந்தால் எல்லாம் தெரிந்துவிடும் என்கிற ஒரு கலாச்சார போலித்தன்மை நம் முதல் எதிரி. இந்தப்

போலித்தன்மையை முதலில் உடைக்க வேண்டும். இதை ஒரு வன்முறையாகக் கொண்டு வருகிறார்கள்.

நான் முதலிலேயே கூறியபடி, இந்த "பாட்டி வைத்தியம் என்ற சொல் ஒரு வன்முறை". நம்முடைய பாரம்பரியமான வேர்களை எல்லாம் அழித்தால்தான் (பண்பாடு என்பது ஆணி வேராகவும், பக்கவேர்களாகவும், சல்லி வேர்களாகவும் அமைந்தது. இதை அறுத்து எறிந்தால்தான்) பன்னாட்டு முதலாளிகளுக்கு எதையும் சந்தைப்படுத்த முடியும். எனவே ஆங்கில மருத்துவம் வருகிறபோதே அதிகாரத்தோடு வருகிறது. எதுவரைக்கும் அதிகாரத்தோடு வந்தது என்று கேட்டால் 1920 வரைக்கும் கீழ்சாதிக்காரர்கள் யாருமே மருத்துவராக முடியாது. அதுவரை மருத்துவக் கல்லூரியிலே சேர வேண்டுமானால் குறைந்தபட்சம் சமஸ்கிருதம் தெரிந்திருக்க வேண்டும் என்ற விதி இருந்தது.

ஆங்கில மருத்துவம் படிப்பதற்கு இது ஒரு முன் நிபந்தனை, இன்று பிற்படுத்தப்பட்ட, மிகவும் பிற்படுத்தப்பட்ட, தாழ்த்தப் பட்ட என்றெல்லாம் சொல்கிறோமே, இந்தச் சாதிகளிலே எத்தனை பேருக்கு அன்றைக்கு சமஸ்கிருதம் தெரிந்திருக்கும்? 1920இல் பனகல் அரசரின் நீதிக்கட்சி அமைந்த பிறகுதான் அந்த ஆணையை நீக்கினார்கள். அதுவரை ஆங்கில மருத்துவம் என்பது மேல் சாதி அதிகாரத்தோடு கட்டப்பட்டிருந்தது. அதிகாரம் என்பதே இங்கு சாதி வழியாக கட்டப்பட்டது. நம்மால் இன்றைக்கும்கூட அதை முழுமையாக உடைத்து எறிய முடிய வில்லை.

சித்த மருத்துவம் நோயாளியை மதிக்கின்ற மருத்துவ முறையாகும்.

> உற்றவன் தீர்ப்பான் மருந்து உழைச்செல்வான்
> மற்றிந்தாற் கூற்றே மருந்து

என்பது வள்ளுவர் கண்ட மருத்துவ நெறியாகும்.

நோயாளி மதிக்கப்பட வேண்டியவன். நோயாளிகளிட மிருந்து மருத்துவர் கற்றுக்கொள்ளக் கூடிய விசயங்களும் இருக்கிறது. ஆங்கில மருத்துவம் நடைமுறையில் அதை ஏற்றுக் கொள்வதில்லை. மருத்துவரிடம் நோயாளி ஒரு கேள்வி கேட்டால் நோயாளியை ஆங்கில மருத்துவர் மதிப்பதில்லை. எனவே நோயாளி மதிக்கப்பட வேண்டியவன், அவனிடமிருந்து கற்றுக் கொள்ள விசயம் இருக்கிறது என்பதையும் நிராகரிக்கிறது அந்த மருத்துவம்.

இயல்பான நிகழ்வுகளை, இல்லாத நோய்களை எல்லாம் கண்டுபிடிக்கிறார்கள். எப்படி? பிரசவம் ஓர் இயல்பான

நிகழ்வு. கருக்கொண்டிருக்கிற பெண்ணை ஓர் ஆங்கில மருத்துவரிடம் அழைத்துப்போனால் அந்தப் பெண்ணை மருத்துவர் ஒரு நோயாளியாகவே பார்க்கிறார். அப்படித்தான் அந்த மருத்துவமுறை, *European Epistomology* அவருக்குக் கற்றுக் கொடுத்திருக்கிறது. அவரையறியாமலே அந்த மருத்துவ முறைக்கு அடிமையாய் இருக்கிறார். கருக்கொண்ட பெண்ணை நோயாளி யாகப் பார்ப்பது மாபெரும் தவறு. கருக்கொள்ளுதல் இயல்பான நிகழ்வு. அது எப்படி நோயாகும்? மருத்துவர்கள் இல்லாமலேயே காலம் காலமாக எத்தனையோ மகப்பேறுகள் நடந்திருக்கின்றனவே.

கருக்கொண்டு நான்கு மாதமான பெண் ஆங்கில மருத்துவ ரிடம் போகும்போது, "வயித்துல பிள்ளை எப்படி இருக்கிறதோ" என்று நினைத்துக்கொள்கிறாள். திரும்பிவரும்போது 'குழந்தை' என்ற சொல்லை மறுத்துவிட்டு *'baby'* என்ற சொல்லோடு வருகிறாள். இங்கு கொள்ளை அடிக்கப்பட்டது நம்முடைய காசு மட்டுமல்ல, நம்முடைய கலாச்சாரம்; நம்முடைய மொழி.

பார வண்டி செய்கிற ஆசாரிக்கு அதனைப் பற்றி முழுமை யான அறிவு உண்டு. என்ன மரத்தில் செய்ய வேண்டும், என்ன பட்டைபோட வேண்டும், எவ்வளவு பாரம் தாங்கும், பட்டையி னுடைய கனம் என்ன என்று பொருள் பற்றிய முழுமையான அறிவு உண்டு. பொருளுற்பத்தி பற்றின இந்த முழுமையான அறிவு வேலைப்பிரிவினை *(Division Of Labour)*, சிறப்புப் பயிற்சி *(Specialisation)* இவற்றால் பாதிக்கப்பட்டுள்ளது.

மருந்து பற்றிய முழுமையான அறிவு ஆங்கில மருத்துவர் களுக்குக் கிடையாது. மருத்துவப் பிரதிநிதிகள் போய் மருத்துவ ரிடம் விளக்கிச் சொன்னால் உண்டு. பொருள் பற்றிய முழுமை யான அறிவு இருக்கக் கூடாது என்பதிலே தெளிவாக இருக்கிறது; உலகமயமாக்கலுக்குப் பின்னணியில் இருக்கிற பன்னாட்டு மூலதனம்.

நமக்குக் காய்ச்சல் வருகிறது. நம்முடைய பாட்டி வீட்டிலே இருக்கிற சுக்கு, மிளகு இன்னும் சில பொருட்களை இன்னின்ன விகிதத்தில் என்று கலந்து குடிநீரிட்டுத் தருகிறார். இரண்டு நாட்களில் சரியாகவில்லையா? நிலவேம்பைச் சேர்த்துக்கொடு என்கிறார். பிணி பற்றிய அறிவு, எடுத்துக்கொள்ளக்கூடிய மருந்துப் பொருட்களைப் பற்றிய அறிவு நம்முடைய பாட்டிக்கு இருக்கிறது. அவளே மருத்துவராக இருக்கிறார்; அவரே *pharmachologist* ஆக இருக்கிறார்; அவரே நர்சாகவும் இருக்கிறார்.

நம்மிடமிருந்த பொருள் பற்றிய இந்த அறிவைக் கொன்றழித்தது யார், இதை மீட்டெடுப்பது யார், மீட்டெடுப்பது எப்படி என்பது நம்முன்னுள்ள கேள்வி.

இந்தப் பாரம்பரியமான அறிவுத் தொகுதி, மருத்துவத் துறையில் மட்டுமன்று எல்லாத் திசைகளிலும் கொன்றழிக்கப் படுகிறது என்பதைத்தான் நான் சொல்ல விரும்புகிறேன்.

ஏனென்றால் வெப்பமண்டலம் பற்றிய அல்லது அண்டத் தின் இந்தப் பகுதியைப் பற்றிய அறிவை உள்வாங்கிக்கொண்ட மருத்துவமோ இலக்கியமோ இசையோ இருந்திருக்க வேண்டு மல்லவா? இவையனைத்தும் இல்லாமல் போனதற்கான காரணம், இந்த மூலதனத்தினுடைய உள்ளார்ந்த சுரண்டல் தன்மை ஆகும். அப்படியென்றால் இதற்கு எதிராக நாம் என்ன செய்ய வேண்டும்?

நம்முடைய முன்னோர்கள் சமூகப் பொறுப்புடையவர்கள் என்பதினால்தான் நமக்குச் சுத்தமான தாமிரபரணி நீரை விட்டுச் சென்றிருக்கிறார்கள். அவர்கள் சமூகப் பொறுப்புடையவர்கள் என்பதினாலேதான் வயல்களிலே இரசாயன உரங்களை இடாமல், இயற்கை வளத்தை அப்படியே நம்கையில் தந்து விட்டுப் போனார்கள். நாம்தான் ஃபாக்டம்பாசையும் யூரியாவை யும் போட்டோம்; பூச்சி மருந்துகளைத் தெளித்தோம்.

Cultural Osmosis என்று சொல்லுவார்கள். ஒரு நல்ல உதாரணம் சொல்ல வேண்டுமென்றால், தமிழ்நாட்டில் கோதுமை விளையாது. ரொட்டி கோதுமையில் செய்யப்படுகிற உணவு. ரொட்டியை ஐரோப்பியர் கொண்டுவந்தனர். ரொட்டி மட்டுமல்ல கேக், மக்ரூன் என இன்னும் என்னென்னவோ கொண்டு வந்தனர். இந்த ரொட்டியை மட்டும், பிரசவித்த பெண்ணின் Postal natal உணவாக மாற்றிக்கொண்டார்கள் இல்லையா? அதற்குப் பெயர்தான் Cultutal Osmosis கலாச்சாரத் தகவமைவு. இது நம் கலாச்சாரத்தின் பலமான அம்சம்; இதையெல்லாம் நாம் இழந்துகொண்டிருக்கிறோம் என்ற கவலையினை, அக்கறை யினை, நாம் பெற்றால்தான் நம்முடைய பாரம்பரியமான மருத்துவத்தை, நாளைய தலைமுறையின் தேவைக்கு ஏற்றதாக நம்மால் சீரமைக்க முடியும் எனக் கருதுகிறேன்.

இது நம் பண்பாட்டிலிருந்து நாம் கற்றுக்கொண்டதாகும். கிடைக்கிற எல்லா புதிய அனுபவங்களையும் கொண்டு தனக்குத் தானே தகவமைத்துக்கொள்வது நம் பண்பாட்டின் பலம்.

15/06/2005 அன்று
Siddha Rest 05 விழாவில் நிகழ்த்திய உரை.
சாளரம் இலக்கிய மலர் 2008

பெயரிடுதல் என் சுதந்திரம்

கடந்த இருபது நூற்றாண்டுகளாக எவ்வெவ்வகையில், எவ்வெவ்வாறு எல்லாம் மனிதர்களுக்குப் பெயரிட்டு வழங்கினர் என்பதைக் காலவாரியாகக் காண்பது சுவையும் பயனும் தரும் முயற்சியாகும். ஒரு சமூகத்தின் ஆசைகளும் கடந்தகால நினைவுகளும் எதிர்பார்ப்புகளும் அழகுணர்ச்சியும் நம்பிக்கையும் மனிதப் பெயரிடும் வழக்கத்தில் பொதிந்து கிடப்பதைக் காணலாம்.

இருபதாம் நூற்றாண்டுத் தமிழர்களின் பெயர் வழக்குகளில் காணப்படும் கூறுகளை முதலில் வரிசையிட்டுப் பார்க்கவேண்டும். தெலுங்கு, கன்னடம், மலையாளம், சௌராட்டிரம் ஆகிய மொழிகளைப் பேசும் மக்கள் தமிழகத்தில் குடி புகுந்ததனால் ஏற்பட்ட செல்வாக்கு ஒருபுறம் என்றால், வேதங்கள், இதிகாசங்கள், புராணங்களை உயர்த்திப் பிடிக்கும் பார்ப்பனியச் செல்வாக்கு இன்னொருபுறம்; தேசிய, திராவிட, பொதுவுடைமை இயக்கங்களின் செல்வாக்கு மற்றொரு புறம். இவற்றோடு பத்திரிகைகள், வானொலி, தொலைக் காட்சி ஆகியவை ஸ, ஜ, ஷ, ஹ, ஸ்ரீ ஆகிய ஒலிகளின் மீது ஏற்படுத்தி வைத்திருக்கும் போலிக் கவர்ச்சி, கிறித்துவமும் ஆங்கிலமும் கலந்து ஏற்படுத்திய தூய ஆங்கில அல்லது புதிய தமிழ்ப் பெயராக்கங்கள் என இக்காலத் தமிழரின் பெயரிடும் மரபு வேடிக்கைக் கோலங்கள் பலவற்றைக் காட்டி நிற்கிறது. இந்த வேடிக்கைக் கோலங்களுக்கு நடுவில் கண்ணன், குமரன், முருகன், சாத்தன் ஆகிய மிகச்சில பெயர்களை மட்டும் தமிழர்கள் தம் மக்களுக்குத் தொடர்ந்து இட்டு வழங்குவது வியப்புக்குரியது.

கி.பி. 17ஆம் நூற்றாண்டுவரை தமிழ் மக்களின் இயற்பெயர்கள் பெரும்பாலும் நான்கு அல்லது ஐந்து எழுத்துப் பெயர்களாகவே இருந்து வந்துள்ளன. அரசியல், சமூகம், ஆன்மிகம் ஆகிய துறைகளில் செல்வாக்குப் படைத்தவர்களை இயற்பெயர் இட்டு வழங்குவது மரியாதைக் குறைவு என்ற எண்ணமும் பல நூற்றாண்டுகளாகத் தமிழர்களுக்கு இருந்துள்ளது. ஏறைக்கோன், மலையமான், ஆவூர்கிழார், கோவூர்கிழார், அரிசில்கிழார், இளங்கோ, ஆருரன், கழுமலவூரன், வாதவூரடிகள், பெரியாழ்வார் முதலிய பெயர்களை இதற்குச் சான்றாகக் காட்டலாம்.

பக்தி இயக்கமாக எழுச்சிபெற்ற சைவமும் வைணவமும் தமிழர்களின் பெயரிடும் மரபைத் தலைகீழாக மாற்றின. அரசியல் அதிகாரத்தில் இருந்தவர்கள் விசயாலயன், ஆதித்தன், பராந்தகன், உத்தமன், இராசராசன், இராசேந்திரன், குலோத்துங்கன், விக்கிரமன் என்று வடமொழிப் பெயர்களைத் தங்களுக்குச் சூட்டிக்கொண்டு மகிழ்ச்சியடைந்தனர். கி.பி. 7ஆம் நூற்றாண்டு முதல் பெருகி வளர்ந்த பார்ப்பனியத்தின் செல்வாக்கிற்கு இந்தப் பெயரிடும் மரபுகளும் சான்றுகளாக நிற்கின்றன.

மற்றொரு புறத்தில் திருமுறைகளும் பாசுரங்களும் ஊட்டிய மொழி உணர்ச்சி மக்கள் பெயரிடும் மரபிலும் எதிரொலித்தது குறிப்பிடத்தக்கது. எடுத்த பாதம், மழலைச் சிலம்பு, நீறணி பவளக்குன்றம், உய்யநின்று ஆடுவான், கரியமால் அழகன், கரிய மாணிக்கம் எனத் தேவாரமும் ஆழ்வார் பாடல்களும் மக்கள் பெயர் வழக்குகளில் பதிவாயின. ஆவூர்மூலங்கிழார், ஏணிச்சேரி, முடமோசியார் என ஊர்ப்பெயர் சாத்தி வழங்கும் மரபு வளர்ந்து தெய்வத் திருத்தலங்களின் பெயரையே மக்கள் பெயராக இடும் மரபு இக்காலத்தில்தான் உருவானது. ஐயாறன், ஆருரன், திருமாலிருஞ்சோலை, கயிலாயன் எனத் திருத்தலப் பெயர்களை இடும் இந்த மரபும் காசி, திருப்பதி, பழநி, குற்றாலம், சிதம்பரம் என இன்றுவரை தொடர்ந்து வருவதைக் காணமுடியும்.

சங்ககாலத்திலிருந்து இரண்டாயிரம் ஆண்டுகளாகத் தொடர்ந்து இடம் பெற்றுவரும் பெயர்வழக்குகளாகப் பார்த்தால் கண்ணன், குமரன், சாத்தன் (சாத்தையா, சாத்தப்பன்), நாகன் (நாகப்பன், நாகராசன், நாகம்மாள்), மருதன் (மருதையன், மருதப்பன், மருதமுத்து) ஆகியவற்றைக் குறிப்பிடலாம்.

அதேபோல் தமிழகத்தில் குறைந்தது ஐந்து நூற்றாண்டுக் காலம் செழித்து வளர்ந்திருந்த சமண, பௌத்த மதங்களின் செல்வாக்கும் தமிழ் மக்களின் பெயர்களில் இன்றளவும் தங்கி

யுள்ளது. குணம் என்ற முன்னடையோடு கூடிய பெயர்களும் பாலன் என்ற பின்னடையோடு கூடிய பெயர்களும் சமணக் கல்வெட்டுகளில் மிகுதியாகக் காணப்படுகின்றன. குணசீலன், குணசேகரன், குணபாலன், தனசீலன், தனபாலன், சத்யபாலன் ஆகிய பெயர் வழக்குகள் சமணத்தின் தொல்லெச்சங்களாகும். நாகேந்திரன், ஜீவேந்திரன் ஆகிய பெயர் வழக்குகளும் அவ்வாறே வந்தன. சாத்தனார், சாத்தையா என்னும் பெயர்களில் இன்று வரை வணங்கப்பெறும் தெய்வங்களும் சமணமதத்தின் சிறு தெய்வங்களேயாகும். தர்மராஜன் என்ற பெயரும் அர்ச்சுனன் என்ற பெயரும் பாண்டவர்களைக் குறிப்பதல்ல. தர்மராஜன் என்ற பெயர் புத்தருக்கு வழங்கிய பெயராகும். அப்பர் தேவாரத்தில் இந்தப் பெயர் மார்க்கண்டனுக்கும் கூறப்படுகிறது. புத்தம், தம்மம், சங்கம் என்பது பௌத்தர்களின் மும்மைக் கோட்பாடாகும். அதேபோல் அர்ச்சுனன் என்ற பெயர் மருதன் என்ற தமிழ்ப் பெயரின் வடமொழிப் பெயர்ப்பேயாகும்.

தென்மாவட்டங்களில் இப்பொழுதும் வழங்கும் பெயர்களில் சோணை என்ற முன்னடைப் பெயரைப் பரவலாகக் காணலாம். சோணைமுத்து, சோணாசலம் என்பதாக இவை அமைகின்றன. 'பொன்' என்று பொருள்படும் பாலிமொழிச் சொல்லான 'சோனா' என்பதே இது. பாடலிபுத்திரத்தில் ஓடும் நதியினைச் சோனை (பொன்னி) நதி எனச் சங்க இலக்கியம் கூறும். 'தம்ம, அத்த' எனவரும் பாலிமொழிச் சொற்கள் வடமொழிகளில் 'தர்மம், அர்த்த' என்று வழங்கும். அதுபோலவே 'சோண' எனவரும் பாலிமொழிச் சொல் சுவர்ண சொர்ண (தங்கம்) என ஒலிமாற்றம் பெற்று வந்துள்ளது. சோணைமுத்து என்ற பெயருக்குத் 'தங்கமுத்து' என்று பொருள். சோனாச்சலம் என்றால் 'தங்கமலை' என்று பொருள். அதேபோல் மண்ணாங்கட்டி, அகோரம், ஆபாசம், அமாவாசை, பிச்சை முதலிய பெயர்கள் மந்திர நம்பிக்கையின் அடிப்படையில் பிறந்தவை. குழந்தைகளைத் தீயஆவிகள் அண்டாது என்ற நம்பிக்கையில் இவை விரும்பி இடப்படுகின்றன. இந்த நம்பிக்கை ஒடுக்கப்பட்ட சாதியரிடத்தே தான் வலுவாக இருக்கின்றது என்பது குறிப்பிடத்தக்கது.

ஒடுக்கப்பட்ட மக்களிடத்தில் பரவலாக வழங்கும் பெயர்களாக இன்றும் சிலவற்றை அடையாளம் காண்கிறோம். பலவேசம், கழுவன், விருமன், ஓச்சன், சுடலை, பேச்சி, பிச்சை, ஆண்டி முதலியவை பெரும்பாலும் சிறுதெய்வப் பெயர்களை ஒட்டி அமைந்தவை. இவை அரசியல் அதிகாரத்தால் ஒடுக்கப்பட்ட மக்களிடத்தில் மட்டுமே வழங்கப்பெறும் பெயர்களாகும். அதாவது இவை 'கீழோர் மரபு' சார்ந்த பெயர்களாக அறியப் படும். பெருந்தெய்வங்களின் பெயர்களையோ பெரியசாமி, ராஜா என மேன்மைசுட்டும் பெயர்களையோ ஒடுக்கப்பட்ட

சாதியினர் தம் பிள்ளைகளுக்கு இடமுடியாதவாறு பண்பாட்டு ஒடுக்குமுறை நிலவிய காலம் அது. மேல்சாதியினர் அவர்களை வேலை ஏவும்போது இந்தப் பெயர்களால் அழைப்பது தங்களுக்குக் 'கௌரவக் குறைவு' என்று கருதினர். இவ்வகை யான பெயர் வழக்குகளும் அடையாளங்களும் 15ஆம் நூற்றாண்டு வரை இலக்கியங்களிலோ கல்வெட்டுகளிலோ காணப்பட வில்லை. வரலாற்றுப்போக்கில் பெயரிடும்முறையில் மேலோர், கீழோர் என்னும் பிரிவுகள் 15ஆம் நூற்றாண்டில் பிறந்த விஜயநகரப் பேரரசு என்னும் இந்து சாம்ராஜ்யத்தினால் விளைந்தவை. அவர்கள் வந்தபிறகு விஸ்வநாதன், திருமலை முதலிய பெயர்கள் வந்தன. இன்றும் பரவலாக இப்பெயர்கள் இடப்படுகின்றன. ஆங்கிலேயர்கள் எவ்வாறு ராபர்ட்சன், ஜான்சன் என 'சன்' பெயர்களைப் பின்னடையாக இடுகின்ற னரோ, அதேபோல் தமிழர்களும் கண்ணப்பன், முத்தப்பன் என 'அப்பன்' பெயர்களைப் பின்னடையாக இடும் வழக்குகள் உள்ளன. ஆனால் அவர்களைப்போல் குடும்பப் பெயர்களை இடும் வழக்கு நம்மிடம் இல்லை. தஞ்சாவூர் பகுதி கள்ளர் மக்களிடையே மட்டுமே அந்த வழக்கு இருந்துவருகிறது.

இந்துக் குடும்பங்கள் இன்றும் கிறித்துவப் பெயர்களை இடும் வழக்கத்தை வைத்துள்ளன. உதாரணத்திற்கு அந்தோணி யம்மாள், ஆரோக்கியம்மாள் என பெயர் வைத்துக்கொண்டு இந்துக்களாகவே உள்ளனர். அதே நேரத்தில் முன்பு முஸ்லிம்கள் இந்துப் பெயர் வழக்குகளைப் பயன்படுத்தினர். உதாரணத்திற்கு ராஜாமுகம்மது, முத்துமுகம்மது எனப் பெயர்கள் வைத்துள்ளனர். தற்போது இந்தப் பெயர்கள் பரவலாக வைக்கப்படுவதில்லை. கத்தோலிக்கக் கிறித்துவர்களும் அருள், மலர் என தமிழ்ப் பெயர்களைத் தற்போது இடுகின்றனர். இன்று மக்கள் இஷ்டப் படி வடமொழிப் பெயர்களை இட்டு வருகின்றனர். ஷ, ஜ, ஸ என ஒலிகள் வருவதுபோல் பெயர்களை வைக்கின்றனர். இது ஓர் ஏமாளித்தனமே தவிர வேறில்லை. அதேபோல் எண் ஜோதிடம் பார்த்துப் பெயரிடும் அபத்தமான வழக்குகளும் இன்று தமிழர்களிடத்தில் பரவலாகியுள்ளது.

என்னைப் பொருத்தவரை பெயர்இடுதல் என்பது சுதந்தரமான ஒரு விஷயம். எனது பேர்த்திக்கு 'மதுரா' எனப் பெயர் சூட்டியுள்ளனர்; அவர்கள் டெல்லியில் இருப்பதால் அவ்வாறு பெயர் வைத்துள்ளனர். நமக்கு ஊர்ப்பெயர் இடுவது வழக்கமான ஒன்றுதான். ஆனால் அந்தப் பகுதியில் உள்ளவர் களுக்கு அப்பெயர் புதிதாக இருக்கிறது.

த சண்டே இண்டியன்

நில அபகரிப்புப் பண்பாடு

தமிழகத்தின் மிகத் தொன்மையான ஊர்களில் ஒன்று திருக்கோவிலூர். இவ்வூர் தென்பெண்ணை ஆற்றின் கரையில் அமைந்துள்ளது; வள்ளல்களில் ஒருவனான மலையமான் திருமுடிக்காரியின் தலைநகரம். சங்க இலக்கியத்தில் இதற்குக் கோவனூர் என்று பெயர். இந்நகரத்தை அதியமான் அவரிடமிருந்து கைப்பற்றினான். அதனைப் பரணர் பாடியுள்ளார். இச்செய்தியை அவ்வையார் தன் புறநானூற்றுப் பாடலில் குறிப்பிடுகிறார்.

அன்றும்
பரணன் பாடினன் மற்கொல் மற்று நீ
முரண்மிகு கோவனூர் நூறிநின்
அரணடு திகிரி ஏந்திய தோளே

என்பது ஔவையாரின் புறப்பாடலாகும்.

சங்ககாலப் புலவராகிய கபிலர் தென்பெண்ணை ஆற்றங்கரையிலுள்ள பாறையொன்றின் மீது அமர்ந்து உண்ணாவிரதம் இருந்து உயிர் நீத்தார் என்பது அக்கால வழக்காகும். இதனை முதலாம் இராசராசனுடைய கல்வெட்டொன்றும் பதிவு செய்துள்ளது.

வருபுனல் பெண்ணை
தென்கரையுள்ளது தீர்த்தத் துறையது
தெய்வக் கவிதை செஞ்சொற்கபிலன்
மூரிவண் தடக்கைப் பாரிதன் அடைக்கலப்
பெண்ணை மலையற்கு உதவி பெண்ணை
அலைபுனல் அழுவத்து அந்தரிக்சம் செல

மினல் புகும் விசும்பின் வீடுபேறு எண்ணிக்
கனல் புகும் கபிலக் கல்லது!

என்று குறிப்பிடுகின்றது, அப்பாடல் வடிவிலான கல்வெட்டு.

இன்னமும் ஆற்றின் நடுவேயுள்ள பெரும் பாறையினை அவ்வூர் மக்கள் கபிலக்கல் என்றே குறிப்பிடுகின்றனர்.

முப்பது ஆண்டுகளுக்கு முன்னர் தமிழ்நாடு அரசின் தொல்லியல் துறையினர் இவ்வூரில் ஆய்வுசெய்து, சங்ககாலக் குடியிருப்புத் தடயங்களை வெளிப்படுத்தினர். நீர் வடிகால் போன்ற சுடுமண் குழாய்களைக் கண்டுபிடித்தனர். இந்தத் திருக்கோவிலூர் நூற்றெட்டு வைணவத் திருத்தலங்களில் ஒன்றாகும்.

பொற்புடைய மலையரையன் பணிய நின்ற பூங்கோவலூர்
தொழுது போற்று நெஞ்சே

என்று பாடுகின்றார் திருமங்கை ஆழ்வார். இவ்வூரிலுள்ள திருமால் கோவில் இறைவனின் பெயர், உலகளந்த பெருமாள் ஆகும். இது குறித்துச் சுவையான கதையொன்று வைணவ மரபில் வழங்கி வருகிறது.

முதலாழ்வார்கள் காலத்தில் மழையும் குளிருமான இராப்பொழுதொன்றில், ஒரு வீட்டின் புறத்தேயுள்ள இடைகழி யில் (திண்ணையில்) அடியார் ஒருவர் வந்து தங்கினார். சற்று நேரம் கழித்து மற்றொருவர் வந்து ‘நானும் உள்ளே வரலாமா’ என்று கேட்கிறார். இங்கே ‘ஒருவர் படுக்கலாம்; இருவர் இருக்க லாம், மூவர் நிற்கலாம்’ என்று அவரையும் சேர்த்துக்கொள் கின்றார். இன்னும் சற்றுநேரம் கழித்து, இந்த மூவருக்கும் நடுவில் நான்காவதாக ஒருவர் புகுந்துவிட்டார். இடநெருக்கடியி னாலே திணறிய மூவரும் உள்ளே புகுந்த நான்காமவரை இருட்டிலே கண்டறிய முடியவில்லை. மூவரும் ஆளுக்கொரு பாசுரம் பாடிய ‘மூவருமே முதலாழ்வார்கள்’ எனப்படும் பொய்கையாழ்வார் பூதத்தாழ்வார், பேயாழ்வார் ஆகிய மூவரும் ஆவர்.

இக்கதையினை இழை இழையாகப் பிரித்துக் காண வேண்டும். அந்த இடைகழி முதலில் வந்த மூவருக்கும் உரிமை யானதல்ல; வல்லடியாக உள்ளே புகுந்த நான்காமவருக்கும் உரிமையானதல்ல. கடைசியில் அந்த இடம் அவ்வூரின் உலகளந்த பெருமாளுக்கு உரிமையாயிற்று. இது எப்படி நியாயமாகும்?

வைணவம் இதை நியாயப்படுத்த ஒரு கதையினைக் கற்பித்தது. முன்னொரு காலத்தில் மாவலி என்ற மன்னன்

உலகிலுள்ள நிலம் முழுவதும் தமக்கே சொந்தமென்று இறுமாப்புடன் வாழ்ந்து வந்தான். அவனது செருக்கை அடக்க நினைத்த பெருமாள், வாமனன் என்னும் குள்ள வடிவில் (பிராமணனாகி) சென்று, தவம் செய்வதற்கு மூன்றடி நிலம் வேண்டுமென்று கேட்டார். மாவலியும் தருவதற்கு உடன் பட்டான். உடனே வாமனனாக வந்த திருமால், அந்தத் திருமேனியைக் காட்டினார். விண்ணளவு உயர்ந்த திருமேனி யினால், தனக்கு வேண்டிய நிலத்தை எடுக்க முயன்றார். மாவலியின் நிலம் முழுவதையும் இரண்டடியால் அளந்து முடித்துவிட்டார். மூன்றாவது அடி நிலத்துக்காகத் தூக்கிய திருவடியை எங்கே வைப்பது என்று மாவலியைக் கேட்டார். அவன் 'என் தலைமீது வையுங்கள்' என்றான். அவன் தலைமீது வைத்து அழுத்தினார்; அவன் காணாமல் போனான். உலகம் முழுவதும் திருமாலுக்குச் சொந்தமாயிற்று. குள்ளப்பூதமாக நிலம் கேட்டுவிட்டு, விண்ணளவு உயர்ந்த திருமேனியினாலும் கால்களாலும் நிலத்தை அளப்பது எந்த வகையில் நியாயம்? இந்த திருவிக்கிரம அவதாரத்திற்கே உலகளந்த பெருமாள் எனப் பெயர்.

திருக்கோயிலூர் கோயில் கருவறையில் உலகளந்த பெருமாள் திருக்கோலம் அமைந்துள்ளது. தூக்கிய திருவடி, தரைக்கு மேலாகப் பத்தடி உயரத்தில் உள்ளது. இதே அளவுள்ள திருமேனி யுடன் காஞ்சிபுரத்தில் உலகளந்த பெருமாள் திருக்கோயில் இரண்டு உள்ளன.

பொதுவாகத் தமிழ்நாட்டில் திருமால் திருமேனிகள் நின்ற, இருந்த, கிடந்த கோலத்தில் மட்டுமே காணப்படும். விதிவிலக்காக தொண்டை மண்டலத்தில் மட்டும் உலகளந்த பெருமாள் திருமேனிகள் காணப்படுகின்றன. இதனை அரசியல் வரலாற்றுப் பின்னணியில் நோக்கவேண்டும்.

கி.பி. ஆறாம் நூற்றாண்டளவில் தொண்டை மண்டலத்தைக் கைப்பற்றிய பல்லவர்கள் தமிழ் அரசமரபினர் அல்லர். வன்முறை யாலே நிலத்தைக் கைப்பற்றினாலும் அவர்கள் தமிழ் மக்களுக்கு 'வம்ப மன்னர்' மட்டுமே ஆவர். தங்களைப் பேரரச மரபினோடு பண்பாட்டு அளவில் இணைத்துக்கொள்ள, அவர்கள் திருமால் உலகளந்த கதையினைப் பயன்படுத்தினர். பல்லவர்களாக அறியப்பட்ட முதல் மன்னன் சிம்ம விஷ்ணு என்னும் வைணவப் பெயர் உடையவன் ஆவான்.

நிலத்தை அளக்கக்கூடிய அதிகாரம், அரசுக்கு மட்டுமே இன்றளவும் உண்டு. இந்த அதிகாரத்தை ஆண்டவனின் பெயரால், தங்களுக்கு உரியதாக ஆக்கிக்கொள்ளப் பல்லவ மன்னர்கள்

திருமால் உலகளந்த கதையைப் பயன்படுத்தினர். இந்த அதிகாரப் பறிப்பைப் பண்பாட்டு அளவில், சமரசம் செய்துகொள்ளவே திருக்கோவிலூர் இடைகழிக் கதை பிறந்தது. அடுத்தவர் நிலத்தை அபகரிக்கும் முயற்சி ஆண்டவன் பெயரால் செய்யப் பட்டது என்பதையே இடைகழிக் கதை விளக்குகிறது.

மாவலி கதையிலும் இடைகழிக் கதையிலும் அடுத்தவர் நிலம் அபகரிக்கப்பட்டது என்பதே இறுதி நிகழ்வாகும். இந்தப் பண்பாட்டு அடிப்படையில்தான் சமண, பௌத்த வழிபாட்டு இடங்களைப் பக்தி இயக்க எழுச்சியின்போது சைவ, வைணவ மதங்கள் பறித்துக்கொண்டன. இவ்வாறு பறிக்கப்பட்ட கோயில்களின் எண்ணிக்கை தமிழ்நாட்டில் மிகப்பலவாகும். திருக்கோவிலூர் கோயிலும் அந்த வரிசையில் ஒன்றாகச் சேர்கின்றது.

புதிய அரசு மரபினரான பல்லவர்கள் உலகளந்த கதை யினைக் கொண்டாடினர். சேர, சோழ, பாண்டியர் ஆண்ட தமிழ்நாட்டின் பிற பகுதிகளில் இக்கதையும் திருமேனியும் கொண்டாடப்படவில்லை. எனவே நில அபகரிப்பானது, நாள்தோறும் செய்தியாகிற தமிழ்நாட்டில் இப்பண்பாட்டுப் பின்புலத்தையும் நாம் நோக்கவேண்டும்.

நீராட்டும் ஆறாட்டும்

ஏக ஆதிபத்தியத்தின் வேர்கள்

தமிழ்ச்சாதிக்கு எழுத்துவழி அறியப்பட்ட வரலாறு 23 நூற்றாண்டுகளாக உள்ளது. கி.மு. 8ஆம் நூற்றாண்டைச் சேர்ந்ததாக அறியப்படும் 'ஆதிச்சநல்லூர் நாகரிகத்தில்' எழுத்துக்கள் வழங்கியதற்கான சான்றுகள் இதுவரை நமக்குக் கிடைக்கவில்லை. இந்த நெடிய வரலாற்றின் திருப்பு முனைகளை விரிவாகவும் ஆழமாகவும் நோக்கும் போது நமக்குச் சில பாடங்கள் கிடைக்கின்றன. நிகழ்காலத் தமிழன் தன்னுடைய எதிர்காலத்தை ஒழுங்குசெய்ய ஒரு போதும் இந்தப் பாடத்தைப் படிப்பதில்லை.

ஆனால் அறியப்பட்ட இந்த 23 நூற்றாண்டு வரலாற்றுக்குள்ளாகத் தமிழன் நிறையவே சாதனை நிகழ்த்தியுள்ளான். குறிப்பாகப் பண்டைத் தமிழன் இயற்கை வளங்களை நேர்மையாகவும் சரியாகவும் பயன்படுத்தியுள்ளான். தன்னுடைய கலை உணர்வுகளுடன், தானே உருவாக்கிய தொழில்நுட்பத்தின் வாயிலாக அவன் படைத்த கலைக்கருவிகள் உலகின் எந்த இனத்திற்கும் குறைவானதல்ல. ஓர் எடுத்துக்காட்டைச் சொல்வதானால், இன்றளவும் காணக்கிடைக்கும் கல்நாயனங்கள் (நாதசுரங்கள்) உலகின் வன்மையான பொருளான கருங்கல்லையும் மென்மையான பொருளான இசையையும் ஒன்றுசேர்த்த விந்தை யாகும். ஆயினும் வரலாற்றுக் கணக்கிலே ஐந்தொகை போட்டுப் பார்த்தால் தமிழனுக்கு நட்டக் கணக்குத்தான் மிஞ்சுகிறது. கிறித்துவுக்கு

முன்னும்பின்னுமான இரண்டு நூற்றாண்டுகளில் தமிழ் நாட்டில் 'அரசு' என்னும் நிறுவனம் அரும்புகின்றது. இக்கால கட்டத்தில் தமிழ்நாட்டில் சேர, சோழ, பாண்டிய வேந்தர்கள் தோன்றிவிட்டனர். இருப்பினும் தமிழகத்தின் எல்லாப் பகுதிகளும் இவர்களின் கைகளில் இல்லை. பெருவாரியான தமிழ் மக்கள் இனக்குழுத் தலைமையின் கீழும் குறுநிலத் தலைவர்களின் கீழுமே இருந்தனர். இந்த இனக்குழு வாழ்க்கையின் உயர்ந்த விழுமியங்களில், இயற்கையைத் தோழமை கொண்டதும் கூடிப்பகிர்ந்துண்டதும் குறிப்பிடத்தக்கனவாகும். எட்டுத் தொகை நூலான நற்றிணையில் ஒரு பாடலின் கருத்து நம்மை வியக்கவும், சிந்திக்கவும் வைக்கிறது.

தலைவன், முற்றத்தில் நிற்கும் தலைவியை நெருங்குகிறான். தலைவி நாணுகிறாள். அதற்கான காரணத்தையும் கூறுகிறாள், "தலைவனே! எனக்கு வெட்கமாக இருக்கிறது, ஏன் தெரியுமா! நீ என்னைத் தழுவ முற்படுகின்ற இந்த இடத்திற்கு நிழல்தரும் புன்னைமரம், என்னுடைய தமக்கை. உடன்பிறந்தவள் முன்னிலையில் யாராவது தன் காதலனைத் தழுவுவார்களா? சின்ன வயதிலே என் அன்னை, புன்னைக்காயை மண்ணில் மறைத்துவைத்து விளையாடுவாளாம். ஒருநாள், புதைத்த புன்னைக் காயைக் காணவில்லை. அந்த இடத்தில் நெய்யையும் பாலையும் அவள் ஊற்றி வளர்த்தாளாம். என் அன்னை எனக்குச் சொன்னாள். அதுதான் இந்த மரம். ஆகவே இம்மரம் என் அன்னைக்கு முதல் பிள்ளை; எனக்கு அக்காள்! மூத்தவள் பார்த்திருக்க இளையவள் காதலனுடன் சிரித்திருக்கலாமா? எனக்கு வெட்கமாய் இருக்கிறது.

விளையாடு ஆயமொடு வெண்மணல் அழுத்தி,
மறந்தனம் துறந்த காழ்முளை அகைய,
நெய்பெய் தீம்பால் பெய்தினிது வளர்த்தது;
நும்மினும் சிறந்தது நுவ்வை ஆகும் என்று,
அன்னை கூறினள், புன்னையது நலனே
அம்ம! நாணுதும் நும்மோடு நகையே – நற்றிணை 172.

இப்பாடல் நமக்குச் சொல்லும் செய்தியாவது நாள்தோறும் பார்க்கின்ற மரம், செடி, கொடிகளும் பிற உயிரினங்களும் இரத்த உறவினரைப்போல மக்களால் கருதப்பட்டன என்பதாகும். இம் மாறாத விழுமியங்களே 'அறம்' எனக் கூறப்பட்டது. காலத்திற் கேற்பவும் அதிகாரத்திற்கேற்பவும் மாறிவரும் ஆரிய 'தர்மக் கோட்பாடு' இவர்களிடம் இல்லை. இந்த அறத்தின் அடிப்படையில் இவர்களது தெய்வ நம்பிக்கை இருந்தது. இது பிறப்பு வழியிலான உயிர்ச் சமத்துவத்தைக் குலைக்கவில்லை.

வெளியில் இருந்துவந்து இச்சமூகத்தை முதலில் பாதித்த கருத்தியல்கள் சமணமும் பவுத்தமும் ஆகும். ஆரிய வருணக்

கோட்பாட்டிற்கு எதிராகப் பிறந்த இந்த மெய்யியல்கள் தமிழகத்திற்கு ஆரியர்களின் வருகைக்கு முன்னரே தமிழ்நாட்டைத் தொட்டிருந்தன. அவர்களை வடநாட்டிலிருந்து பின்தொடர்ந்து தாக்கிவந்த 'வைதிகம்' தமிழ்நாட்டில் உருவாகிக்கொண்டிருந்த அரசு அதிகாரத்திற்கு அருகில் வந்துநின்றது. சமண, பவுத்தங்கள் வணிகப் பெருவழிகளிலும் சிற்றூர்களிலும் கால்கொண்டிருந்தன. வைதிக மதம் தமிழக நகரங்களில், அரசு அதிகாரத்திற்கு அருகில் அமர்ந்தது. தமிழ் வேந்தர்கள் மக்களைத் தரப்படுத்தும் வைதிகத்தின் முன்பு மண்டியிட்டனர்.

'அரசனே! உனது தலை வேதம்ஓதுவார் முன் தாழ்வாகட்டும், என்னும் பொருள்பட,

இறைஞ்சுக பெரும நின் சென்னி சிறந்த
நான்மறை முனிவர் ஏந்துகை எதிரே

என்னும் புறநானூற்றுப் பாடல் (புறம்: 6) அமைந்துள்ளது.

இதைப்போல மற்றொரு பாடலில்,

. . . நின் முன்னோர் எல்லாம்
பார்ப்பார் நோவன செய்யார் (புறம்: 43)

என்று வட்டாட்டத்தில் கரவான வேலைசெய்து சோழ மன்னனிடம் வட்டுக்காயம்பட்ட பார்ப்பனப்புலவர் ஒருவர் பாடுகிறார். சங்க இலக்கியக்காலப் பார்ப்பனர்கள் கோயில் பூசாரிகள் அல்லர். அவர்கள் வேதம் என்னும் எழுதாச் சொல்லையே (மனப்பாடம் செய்யப்பட்ட வேத சூத்திரங்களையே) கடவுள் போலக் கொண்டவர்கள். அவர்களுக்கு உருவ வழிபாடு ஏற்புடையதன்று. ஏனென்றால் மனிதர்களைப்போல உணர்வும் இயக்கமும் உடைய கடவுளை அவர்கள் ஏற்றுக்கொள்வதில்லை. இன்று வரையும் வேதத்தையே கடவுள்போல (கடவுளாக அல்ல) ஸ்மார்த்தப் பிராமணர்கள் கொள்கின்றனர். அதாவது 'ஸ்மிருதி' எனப்படும் வேதநூற்பாக்களையே இவர்கள் கடவுளாகக் கொண்டாடுகின்றனர். இவர்களுக்கு மாறாக சிவப்பிராமணர்களும் வைணவப் பிராமணர்களும், கையும் காலும் கண்ணும் உடம்பும் கொண்ட கடவுள்களைக் கொண்டாடுகின்றனர். கோயில்கள் தனி நிறுவனமானபோது சிறுகோயில்களான ஓரறைக் கோயில் திறவுகோலும், நீர்க் குடங்களும் பூசாரிகளான பார்ப்பனர்களிடமே இருந்தன. 'குட கொண்டு கோயில் புகுவார்', 'குடமும் குச்சியும் கொண்டு' எனவரும் கல்வெட்டுச் செய்திகள் இதை உறுதி செய்கின்றன. உறுதியாக இவர்கள் வேதப் பார்ப்பனர்கள் அல்லர். ஆனால் கெட்டகாலமாக பக்தி இயக்கக் காலத்தில்

கூட பல்லவர்களும் பாண்டியர்களும் ஸ்மார்த்தப் பிராமாணர் களுக்கே மரியாதை கொடுக்கத் தொடங்கினர். அரசுகளின் எழுச்சியோடு பக்தி இயக்க எழுச்சியாகப் பெருங்கோயில்களும் பெருகத் தொடங்கின. தேவதானம் என்பது கோயில்சார்ந்த சைவ, வைணவப் பிராமணர்களுக்குக் கொடுத்த தானங்களைக் குறித்த சொல்லாகும். இவர்களுக்குக் கொடுத்த தானங்களைவிட தமிழ்வேந்தர்கள் 'பிரம்மதேய விருத்தி' என்ற பெயரில் வேதம் ஓதும் பார்ப்பனர்களுக்கே ஆன்மீக மரியாதை கொடுத்தார்கள். வளமிக்க நன்செய் நிலங்களை மற்றவர்களிடமிருந்து பறித்து வேதம் ஓதுபவர்களுக்குக் கொடுத்தனர். இது குறித்த செப்பேடு களும் கல்வெட்டுகளும் 'பொதுநீக்கி' என்ற சொல்லோடு அமைந்துள்ளன; அதாவது மற்றவர்களுக்குள்ள உரிமையை நீக்கி விட்டு அரசன் இவர்களுக்கு அவ்வுரிமையைக் கொடுத்துள்ளான்.

இக்காலத்திய அரசுகளின் வளர்ச்சி நிலவுரிமையின் அடிப்படையிலானது. பழைய நன்செய் நிலங்களும் புதிய கால்வாய்களால் உருவாக்கப்பட்ட புதிய நன்செய் நிலங்களும் பார்ப்பனர், வேளாளர் கூட்டணியின் கைகளுக்கு மாறின. இதனால் அரசதிகாரம் என்பது, தமிழ்நாட்டில் வேளாளர் களின் நில உரிமையோடு, பார்ப்பனர்களின் ஆன்மீக அதிகாரத்தின் மீதும் அமைந்தது.

ஏன் இந்த ஒற்றை ஆன்மீகக் கருத்தை மன்னர்கள் ஆதரித்தனர்?

நாட்டார்மரபு சார்ந்த பல்வேறு தெய்வங்கள் என்ற பன்முகத்தன்மையை நிராகரித்து 'ஒரே கடவுள்' என்ற கோட்பாடு மன்னனுக்குப் பிடித்தது. ஏனெனில் பல தலைவர்கள் என்பது மறுக்கப்பட்டு ஒரே அரசன் என்பது அவர்களுக்குத் தேவை. வேறுவகையில் சொல்வதானால் ஏக ஆதிபத்தியம் என்பதை ஆதரிக்கும் கருத்தியலாக வைதிகம் இருந்ததால் அதை மன்னர்கள் போற்றிப்புரந்தார்கள்.

ஒப்புரவு 1: முதுவேனில்

கூலமும் கூலியும்

தமிழிலிருந்து ஆங்கிலத்துக்குப் போன சொற்களை நினைத்துப் பெருமைகொள்கிற தமிழர்கள் நிறைய உண்டு. அரிசி, கட்டுமரம், மிளகுத் தண்ணீர் ஆகியவற்றோடு ஆங்கிலத்திற்குப் போன சொற்களில் ஒன்று (COOLIE) கூலி என்பதாகும். ஆக்ஸ்போர்டு அகராதி இந்தச் சொல்லிற்கு 'இந்திய, சீனத் தொழிலாளி' என்று பொருள் சொல்கின்றது. இந்தச் சொல்வழக்கு ஆங்கிலேயர்களால் இழிவாக வழங்கப்பட்டதுமுண்டு.

இந்தச் சொல்லின் வேர்ச்சொல் 'கூலம்' என்பதாகும். இதற்குத் 'தானியம்' என்பது பொருள். செய்கின்ற வேலைக்கு அன்றன்று தானியங்களை (கூலத்தை)ப் பெறுபவர் கூலியாவார். கூலி என்ற சொல்லிற்கு மாற்றாக ஊதியம், சம்பளம் ஆகிய சொற்கள் பிற்காலத்தில் வழங்கப்பட்டன. சம்பளம் என்பது, சம்பா நெல்லும் அளத்து உப்பும், உழைப்புக்குப் பதிலாகப் பெற்றதைக் குறிக்கும் சொல்லாகும். பணப் பொருளாதாரம் பெரிதாக இல்லாமல் பண்டமாற்றுப் பொருளாதாரம் நிலவிய வேளாண்சமூகக் காலத்தில் ஏழைத் தொழிலாளர் பெற்றதே 'கூலி'யாகும். பிற்காலத்தில் கூலி வேலை செய்யும் ஏழை மக்களைக் குறிக்கவும் 'கூலி' என்ற சொல் பயன்பட்டது. மேலோர் மரபில் ஏழ்மை நிலையினை மட்டுமல்லாமல் சமூக மரியாதை பெறாதவர்கள் என்பதனையும் இந்தச் சொல் உணர்த்துகின்றது.

வேளாண்மைப் பொருளாதாரம் செழித்திருந்த காலத்தில், பொருளாலும் சாதியாலும் ஒடுக்கப்பட்ட மக்கள், மாதச் சம்பளம் பெற்றதில்லை. மாதச் சம்பளம் என்பது காலனிய ஆட்சியாளர்கள் வந்தபின் ஏற்பட்ட அரசு நடைமுறையாகும். அதற்கு முந்திய காலத்தில் நெல், பிற தானியங்கள், பால், கள் போன்ற பொருள் உற்பத்தியோடு தொடர்புடைய மக்கள் தங்களுக்குள் தங்கள் பண்டங்களை மாற்றிக்கொண்டனர்.

கோயிற் பண்பாடு வளர்ந்தபோது வேளாண்மைப் பொருளாதாரம் கோயிலோடு பிணைக்கப்பட்டது. இக்கால கட்டத்தில்தான் துணைக்கருவிகள் செய்தல், கருவிகளை (இசைக் கருவிகள், உழவுக் கருவிகளை) பழுது நீக்குதல், முடிதிருத்துதல், சலவை செய்தல் என்பன போன்ற புதிய சேவைத் தொழில்களும் அவற்றிற்கான சேவைச் சாதிகளும் உருவாக்கப்பட்டன. உழு தொழிலாளியாகவும் மருத்துவராகவும் தோலால் ஆன இசைக் கருவிகள் செய்பவராகவும் அவற்றைப் பழுதுபார்ப்பவராகவும் இருந்த பறையர் சாதியார் கோயிலோடு பிணைக்கப்பட்டனர். கால்நடைகளை மேய்த்துப் பால் உற்பத்தி செய்துவந்த இடையர்கள் கோயில் விளக்கிற்கு நெய் கொடுப்பதற்காகக் கோயிலுக்குரிய ஆடுகளையும் மாடுகளையும் பேணும் சாதிய ராகக் கோயிலோடு பிணைக்கப்பட்டனர். இவ்வகையில் சில உற்பத்திச் சாதிகளைக் கோயில்களின் அதிகார மையம் சேவைச் சாதிகளாக மாற்றியது வரலாற்று நிகழ்வாகும்.

சமூக அதிகாரத்தினையும் ஆன்மீக அதிகாரத்தையும் கோயில் நிர்வாகத்தையும் கையில் எடுத்துக்கொண்ட பார்ப்பனர்கள் புரோகித சேவைச் சாதியாரே. அவர்கள் மட்டும் தங்களுடைய வேலைக்காக மன்னர்களிடம் 'நிரந்தர'க் குடியிருப்பு வசதியினையும், நஞ்சை நிலங்களின் மேலாதிக்க உரிமையினையும் நிரந்தரமாகப் பெற்றுக்கொண்டுவிட்டனர். கிராமங்களிலும் கோயில்களிலும் பணி செய்த சேவைச்சாதிகள் (இடையர் தவிர) ஆண்டு மானியமாக நெல்லையும் பிற தானியங்களையும் கூலியாகப் பெற்றுக்கொண்டனர். அவர்களுக்குத் தரப்பட்ட மானியம் 'துடவை' எனப்பட்டது. எளிய மக்கள் தங்களுக்குக் கிடைத்த சிறுசேவைகளுக்காக நெல்லையே கூலியாகச் செலுத்தினர். எடுத்துக்காட்டாக, ஆற்றைக் கடக்க ஓடம் செலுத்துபவருக்குத் தரப்படும் கூலி 'ஓடக்கூலி'யாகும்.

கோயில் ஆடுகளையும் மாடுகளையும் பேணி வளர்த்த, கோயில் விளக்கிற்கு நெய் அளந்த, இடையர்களுக்கு சேவைக்காகக் கூலியோ மானியமோ கிடையாது. அந்த வேலை 'வெட்டி' வேலையாகும். எனவே, கல்வெட்டுக்களில் அவர்கள் 'வெட்டுக்குடிகள்' என அழைக்கப்பட்டனர். அவர்களுக்கான

ஊதியம் ஆடு, மாடுகளின் இனப்பெருக்கத்தால் கிடைக்கும் கன்றுகளேயாகும். 'வெட்டுக்குடி இடையன்' என்னும் சொற்றொடரைத் தமிழ்க் கல்வெட்டுக்களில் பரவலாகக் காணலாம்.

இவர்களைப் போலவே இடுகாட்டிலும் சுடுகாட்டிலும் சேவை செய்யும் 'வெட்டியான்' என்ற பெயருடைய பணியாளருக்கு உடனுக்குடன் ஊதியம் தரப்படுவதில்லை. ஆண்டு ஊதியமாகத் தான் பணி செய்யும் குடிகளிடமிருந்து நெல்லினைப் பெற்றுக்கொள்ளலாம். இவர்களைப் போலவே தானிய அறுவடைக்களத்தில் வாழ்த்துப் பாட்டுப் பாடும் பாணர்களுக்கும் அந்த ஒரு பொழுதில் தரப்படும் தானியமே அந்த ஆண்டு முழுவதுக்குமான ஊதியமாகும்.

அரசதிகாரத்திற்கு நேரடியாகச் சேவை செய்யாத, சிற்றூர்களில் வாழ்ந்த, கொல்லரும் தச்சரும் குடிமக்களிடமிருந்து ஆண்டு ஊதியமாகத் தானியங்களைப் பெற்றனர். ஆனால், இச்சிற்றூர் அமைப்புகளில் ஒரு நுட்பமான பண்பாட்டசைவு நிகழ்ந்தது. வெள்ளத்தாலோ வறட்சியாலோ பஞ்சம் ஏற்படும் காலங்களில் விளைச்சல் எதுவுமில்லாமல் போய்விடலாம். அவ்வகையான நேரங்களில் ஊரின் எளிமையான குடிமக்கள் தங்கள் தேவையினைச் சுருக்கிக்கொண்டு கொல்லருக்கும் தச்சருக்கும் அவர்களைப் போன்ற முடிதிருத்தும் தொழிலாளி, சலவைத் தொழிலாளி போன்றவர்களுக்கும் உயிர் வாழ்வதற்கு மட்டும் தேவையான குறைந்தளவு தானியங்களைக் கொடுத்துதவுவது வழக்கம். இதற்கு 'தசைக் கூலி' என்று பெயர். அதாவது, அடுத்த பருவத்திற்குத் தேவையான உடல் வலிமையேனும் அவர்களுக்கு இருக்க வேண்டும். இதற்காகத் தங்கள் உடல் நலத்தைக் காத்துக்கொள்ள அவர்களுக்குத் தரப்படும் குறைந்தபட்சக் கூலி இது. இந்த வழக்கம் காலனி ஆட்சி நடைபெற்ற போதும்கூட உயிரோடிருந்தது.

கோயிலுக்குள்ளாக மட்டும் பணி செய்தவர்களில் பார்ப்பனப் புரோகிதர்களும் பார்ப்பன உதவியாளர் (பரிசாரகர்), மடைப்பள்ளிப் பணியாளர், இசைக்காரர்கள் (சின்ன மேளம்) ஆகியோரும் நாள்தோறும் சோற்றுக்கட்டியினையும் ஊதியமாகப் பெற்றனர். திருவிழாக்காலங்களில் மட்டும் அந்த உரிமையினை மற்றவர்கள் பெற்றனர்.

படைப்பிலக்கியங்களும் பண்பாட்டு வெளிப்பாடும்

'பண்பாடு' என்பதனை ஒரு மொழியோடு மட்டும் சார்த்திப் பார்ப்பது இயற்கையாகாது. ஒரு நிலப்பகுதியில் தொட்டெடுத்த மொழிகளோடு உறவுடையதாகவே ஒரு மக்கள் திரளின் பண்பாடு அமையும். எனவே 'தமிழ்ப்பண்பாடு' என்றசொல்லை விட 'திராவிடப் பண்பாடு' என்ற சொல்லே பொருளுடையதாகும். தமிழோடு மட்டுமன்றி மலையாளம், துளு, கன்னடம், தெலுங்கு ஆகிய மொழிகளைப் பேசும் மக்கள் கூட்டத்தாருக்கும் இவை வழங்கும் நிலப்பகுதியினுள் அடங்கும் திருந்தாத மொழிகளைப் பேசும் மக்கள் கூட்டத்தாருக்கும் இடையே பண்பாட்டின் அடிப்படைக் கூறுகளில் ஒரு பொதுத்தன்மை நிலவுகின்றது. அந்தவகையில் புழங்கு பொருள்சார் பண்பாடும் *(meterial culture)* பெரும்பாலும் ஒத்ததாகவே அமையும். கருத்தியல் நிலையில் நிலத்தின் தன்மை, உற்பத்தி உறவுகள், புறநிலைத் தாக்குதல்கள், பருவகாலம் ஆகியவை சார்ந்து சிற்சில மாறுதல்களுடன் பண்பாட்டுக் கூறுகள் வெளிப்படும்.

மேலோட்டமாக எடுத்துக்காட்டுவதானால் 'கற்பு' என்னும் கருத்தியல் வெளிப்பாட்டினை எடுத்துக்கொள்ளலாம்

வள்ளி கீழ்வீழா வரைமிசைத்தேன் தொடா
கொல்லை குரல்வாங்கி யீனா

என்று பெண்ணின் கற்பினை இயற்கையே பாதுகாப்பதாகக் கலித்தொகை பாட்டு ஒன்று கூறும். அவள் கற்பு நெறி தவறும் போது இயற்கை தன் நிலை மாறித் தண்டிக்கும் என்பது இதன் கருத்து. புகழ்பெற்ற மலையாள எழுத்தாளர் தகழியின் 'செம்மீன்' நாவல் மீனவர் வாழ்க்கையின் பிற்புலத்தில் இதே கருத்தினை வெளிப்படுத்தியது. நாவலை விட 'செம்மீன்' திரைப்படத்தில் இக்கருத்து உயிர்ப்புடன் காட்சிப்படுத்தப்பட்டது.

திராவிடப் பண்பாட்டின் தனித்த கூறுகளில் ஒன்று முறைப்பெண், முறை மாப்பிள்ளை உறவாகும். நூறு ஆண்டு களுக்கு முன்புவரை பெரும்பாலான சாதித் திரள்களில் இது வலிமையான கூறாகும். சங்க இலக்கிய அகப்பாடல் தொகுதியில் இந்த வாழ்வியல் கூறுபற்றி ஏதும் கிடைக்கவில்லை. ஆனால் இந்த உறவு முறையின் பகுதியான மாமியார் – மருமகன் கூச்சம் சங்க இலக்கியங்களில் மறைமுகமாகப் பதிவு செய்யப்பட்டுள்ளது. இன்றும் பெரும்பாலான சாதிகளில் இந்த உறவு முறை கூச்சம் நிரம்பியதாகவே உள்ளது. சங்க இலக்கிய அகத்திணை மாந்தர்களுள் தலைவியின் தாயான நற்றாயும் ஒருத்தியாவாள். ஆனால் நற்றாய் கூற்றுப் பாடல்களும் மருமகனான தலைவனைப் பற்றி எதுவும் பேசுவது இல்லை என்பது ஓர் இலக்கிய மரபாகப் பின்பற்றப்பட்டுள்ளது. இந்த இலக்கிய மரபு, வாழ்வியல் வெளிப்படுத்தும் பண்பாட்டுக் கூறுகளிலிருந்து விளைந்த தாகும். வைதிகச் சார்புடைய பக்தி இலக்கியத்தில் இந்த மரபு மீறப்பட்டுள்ளதனை அப்பர் தேவாரப் பாடல் ஒன்றின் வழி அறிகின்றோம்.

> உறவு பேய்க் கணம் உண்பது வெண்தலை
> உறைவது ஈமம் உடலில் ஓர் பெண் கொடி
> துறைகளார் கடல் தோணி புரத்துறை
> இறைவனாக் கிவள் எனகண்டு அன்பாவதே

என்பது அப்பாடல்.

திராவிட மண உறவுமுறையில் ஓர் ஆண்மகன் மனைவியைப் போல தன் உடன் பிறந்தவளுக்கும் அவள் கணவனுக்கும் கடமை உடையவன் ஆகிறான். இடர்படும் காலத்தில் வலியச்சென்று உடன்பிறந்தவளின் கணவனுக்கு உதவுவது சமூக வழக்கம். வடமொழிக் கதையான பாரதக் கதையில் அருச்சுனனுக்காகக் கண்ணன் தேரோட்டி உதவுகின்றான். தன் தங்கை சுபத்திரை யின் கணவன் என்பதனால் கண்ணன் அவனுக்குச் செய்யும் உதவி இது.

> மன்னர் மறுக மைத்துனன் மார்க்கு ஒரு தேரின்மேல்
> முன்னங்குசென்று மோழை எழுவித்தவன்

என்று கண்ணனை இந்த உறவுமுறையின் அடிப்படையில் பெரியாழ்வார் பாடுகின்றார். இந்த உறவுமுறையின் தொடர்ச்சியாகவே தாய்மாமன் என்பவர் ஒருவருக்குத் தந்தையினும் பெரிய மரியாதைக்குரியவராகிறார். அண்மைக்காலத் தமிழ்த் திரைப்படங்கள் இவ்வுறவினைப் பெருமளவு வணிகமயப் படுத்தியிருப்பதனைக் காணமுடிகின்றது.

இருபதாம் நூற்றாண்டின் நாவல் – சிறுகதை ஆகிய சமகாலப் படைப்பிலக்கியங்கள் இரண்டும் பெரும்பாலும் இதழ்கள் சார்ந்தே வளர்ந்துள்ளன. இவற்றிலும் கணிசமானவை மேற்சாதியினரால் தங்கள் சாதி அடையாளத்தோடும் சாதிய அடையாளமின்றியும் எழுதப்பட்டவை. அறுபதுகளின் தொடக்கப் பகுதிவரை கல்கி, மு.வ., நா. பார்த்தசாரதி, அகிலன் உள்ளிட்ட பெயர் பெற்ற படைப்பாளிகளின் ஆக்கங்களெல்லாம் இவ்வகையிலேயே அமைந்தன. தேர்ந்த கலைஞரான தி. ஜானகிராமனும் இந்த வரிசையிலிருந்து தப்பவில்லை.

பண்பாடு என்பது வெகுமக்கள் திரள் சார்ந்தது. அடிப்படைப் பண்புகள் சிலவற்றுடனும் தனிக் கூறுகளுடனும் விளங்கும் இம்மக்கள் திரளை அடையாளப்படுத்தும் எழுத்துகள் இவர்களிடமிருந்து பிறக்கவில்லை.

பண்பாட்டு வேர்களைக் கண்டு அவற்றின் வாழ்வினையும் வீழ்ச்சியினையும் அடையாளம் காட்டும் எழுத்துகள் அறுபதுகளின் பிற்பகுதியிலிருந்துதான் பிறந்தன. ஜெயகாந்தன் எழுத்துகளில் ஒரு பகுதியினை இந்த வகையினைச் சார்ந்ததாகக் கொள்ளலாம்.

இவ்வகையில் குறிப்பிட்டுச் சொல்லத்தகுந்த முதல் எழுத்தாக நீல பத்மநாபனின் 'தலைமுறைகள்' நாவலையே கொள்ள முடியும். மனித உறவுகளின் (குடும்ப உறவுகளின்) மேன்மையினைச் சொல்லி அவற்றின் சிதைவினை அடையாளப் படுத்தும் எழுத்துகள் கரிசல் வட்டார எழுத்துக்களிலிருந்தே பிறந்தன எனவும் சொல்லலாம்.

குறிப்பாகக் கி.ரா.வின் 'புறப்பாடு' என்ற சிறுகதை பெரும்பாலும் திறனாய்வாளர்களால் பேசப்படாத ஒரு மிகச் சிறந்த கதையாகும். மரணம் குறித்த நாட்டார் மரபுகளின் உணர்வுகளைப் புலப்படுத்தும் கதை இது. வேதம், வேதாந்தம், யோகம் என்று நகர்ப்புறம் சார்ந்த மேல் மத்தியதர வர்க்க ஆன்மீகச் சிந்தனைகளைச் சட்டென்று தூக்கியெறியும் ஆற்றல் மிகுந்த சிறுகதை. டி.எஸ். எலியட்டின் பாழ்நிலம் *(The waste land)* கவிதையினைத் தலையில் தூக்கிவைத்துக் கொண்டாடிய

தமிழ்நாட்டுத் திறனாய்வாளர்களுக்கு இந்தச் சிறுகதை பிடிபடவே இல்லை.

'சாதலும் புதுவ தன்றே' என்ற புறநானூற்றுச் சிந்தனையின் தொடர்ச்சியாக இக்கதையினைக் கொள்ள வேண்டும். பிறப்பினைப் போல இறப்பும் ஓர் இயல்பான நிகழ்வு என்பதே வெகுமக்கள் பண்பாட்டின் அடிக்கூறுகளில் ஒன்றாகும். இதனைப் புரிந்துகொள்ளாத காரணத்தால்தான் மகப்பேற்றினை ஒரு நோயாகவும் சூல்கொண்ட பெண்ணை ஒரு நோயாளியாகவும் கருதும் நவீன நாகரிகம் வேர்களை அடையாளம் காணமுடியாமல் தவிக்கின்றது.

இதன் விளைவாகவே நகர்ப்புறங்களில் மகப்பேறு மனைகள் (Maternity Homes) மகப்பேறு மருத்துவமனைகள் (Maternity Hospitals) ஆகக் காட்சி தருகின்றன.

பண்பாட்டுக் கூறுகளில் ஒன்று, அதன் அசைவுகள் வட்டாரத் தன்மைகளோடு சேர்ந்து வேறுபடுவதாகும். வட்டாரத் தன்மையானது பண்பாட்டளவில் தமிழ்நாட்டில் ஓரளவே சிதைந்துள்ளது. எனவே அண்மைக் காலப் படைப்பிலக்கியங் களில் வட்டாரத் தன்மையுடன் வெளிவரும் நாவல், சிறுகதைகள் ஆகியன பண்பாட்டு வேர்களைத் தம்முள்ளே கொண்டிருக் கின்றன. புதுமைப்பித்தனே இம்மரபினைத் தொடங்கி வைத்தார்; எனினும் மிக அண்மைக் காலமாக இந்நெறி ஒரு மரபாகச் செழித்து வளருகின்றது. இமையத்தின் 'செடல்' நாவல் இதற்கு நல்ல உதாரணம்.

பண்பாடு என்பது பழைமையைக் கொண்டாடுவது அன்று. உயிருள்ள வேர்களை மட்டும் அடையாளம் கண்டு பாதுகாப்ப தாகும். ஏனென்றால் உயிருள்ள வேர்கள் இன்னமும் சமூக அசைவியக்கங்களை முன்னெடுத்துச் செல்கின்றன என்பதே அதற்குரிய காரணமாகும்.

அதிர்ச்சி மதிப்பீடு

நாற்பது ஆண்டுகளுக்கு முன் நான் கிழக்கு முகவை மாவட்டத்தில் வேலை செய்து கொண்டிருந்தபோது, நடந்த நிகழ்வு இது.

. . . மங்கலம் என்னும் பெயரிலான சிற்றூர். இருநூறு வீடுகள் இருக்கும். மருத்துவர், தச்சரைத் தவிர மற்றவர்கள் ஒரே சாதிக்காரர்கள். வறண்டு போன காட்டோடையும் குட்டிச் சுவர்களில் நின்ற ஓர் அக்கிரகாரமும் ஊரின் பழைமையைச் சொல்லிக்கொண்டிருக்கும். கிட்டத்தட்ட ஆண்கள் அனைவருமே குடிகாரர்கள்; மனைவியை அடிப்பவர்கள். மாலை நேரங்களில் ஊர்ப் பெண்கள் அழுகிற ஓசை கேட்டுக்கொண்டே இருக்கும்.

இந்தநிலையில் இரண்டு பிள்ளைகளின் தாயான பெண்ணொருத்தி, குடிகாரக் கணவனின் கொடுமை தாங்காமல் அரளி விதையை அரைத்துக் குடித்து இறந்து போனாள். அந்த ஊர்க்காரர் களுக்கே இந்தக் கொடுமையைத் தாங்க முடிய வில்லை. இழவு வீட்டிற்கு வந்த ஆணகளும் பெண்களும் குடிகாரக் கணவனைச் சுற்றிநின்று வைது தீர்த்தனர். குற்ற உணர்வோடு அவன் அழுதுகொண்டே தலையைக் குனிந்தபடி இருந்தான். மேலும் மேலும் வைதார்கள். இதைப் பார்த்த மற்ற பெண்களுக்கு ஒரு மகிழ்ச்சி. தன்னுடைய குடிகாரக் கணவனும் இப்படி அவமானப்பட வேண்டும் என்று மனத்துக்குள் ஒரு பழிவாங்கும் உணர்வு.

பதினைந்து நாள் கழித்து மற்றொரு பெண் இறந்து போனாள். அவள் கணவனுக்கும் இந்த அவமானமெல்லாம் கிடைத்தது. அடுத்தடுத்த பதினைந்து நாள், இருபத்தைந்து நாட்களில் ஐந்தாறு பெண்கள் இதே மாதிரிப் போய்ச் சேர்ந்தார்கள்.

பக்கத்து ஊர்க்காரர்களுக்குச் சந்தேகம் வந்துவிட்டது. மங்கலத்துக்காரர்கள் மனைவியைக் கொன்றுவிட்டு இப்படி நாடகமாடுகிறார்கள் என்று நினைத்தார்கள். அந்த ஊருக்குப் பெண் கொடுக்கவும் எடுக்கவும் வர மறுத்தார்கள். இரண்டு மூன்று திருமணங்கள் தடைப்பட்டுப் போயின. ஊரிலுள்ள எஞ்சிய குடிகார ஆண்களுக்கு இது பெருத்த அவமானமாயிற்று. இந்தத் தற்கொலை உணர்வு கொண்ட பெண்களுக்குப் பாடம் புகட்ட வேண்டும் என்று நினைத்தார்கள். குடிப்பழக்கத்தை நிறுத்துவது என்றா? இல்லை. இனி எந்தப் பெண்ணாவது அரளி விதை தின்று தற்கொலை செய்துகொண்டால் அவளை மரியாதையாக அடக்கம் செய்வதில்லை. செத்துப் போன வெறிநாயைப் போல ஓலைப் பாயில் கிடத்தி, தெருத்தெருவாக இழுத்துச்சென்று அதன் பின்னரே அடக்கம் செய்யவேண்டுமென்று முடிவெடுத் தனர். அந்தப் பகுதியில் ஒரு வழக்கமுண்டு; ஒரு நாய்க்கு வெறி பிடித்துவிட்டது என்றால், சிறு பிள்ளைகளை ஏவிவிடுவார்கள். பத்து இருபது பிள்ளைகள் அந்த வெறிநாயை விரட்டிவிரட்டிக் கல்லால் அடித்துக் கொல்வார்கள். கொல்லப்பட்ட நாயை ஓலைப் பாயில் கிடத்தி ஆரவாரத்துடன் ஊரைச் சுற்றி வருவார்கள். மல்லாந்த கால்களோடு பிளந்த வாயோடு அந்த நாய் ஓலைப்பாயில் கிடக்கும். அதன் பின்னரே ஊருக்கு வெளியிலே கொண்டுசென்று புதைப்பார்கள். ஊரின் இந்த முடிவு பெண்களுக்கு அதிர்ச்சியாகப் போய்விட்டது.

பிளந்த வாயோடும் கலைந்த தலையோடும் விலகிக் கிடக்கும் துணியோடும் தாங்கள் ஓலைப் பாயில் கிடத்தப் பட்டுத் தெருத்தெருவாக இழுத்துச் செல்லப்படும் காட்சி அவர்களின் கற்பனையில் விரிந்தது. இறந்தபிறகும் இப்படி யோர் அவமானத்தைச் சந்திக்க அவர்களது மான உணர்ச்சி இடம் தரவில்லை.

பிறகென்ன? அந்த ஊரிலிருந்தே அரளி விதை காணாமல் போய்விட்டது.

அதிர்ச்சி மதிப்பீடு, அதிர்ச்சி மருத்துவம் என்றெல்லாம் கேள்விப்பட்டிருக்கிறோம். சிற்றூர்ப் புறங்களில் அது இப்படித்

தான் எதிர்வினையாற்றும் என்று நமக்குத் தெரியாமல் போயிற்று.

நாற்பது ஆண்டுகளுக்குப் பின்னரே அந்தப் பக்கம் போயிருந்தேன். மங்கலத்தார் எப்படி இருக்கிறார்கள் என்று விசாரித்தேன். குடிகாரக் கணவர்களின் எண்ணிக்கையில் ஒன்று கூடக் குறையவில்லை. ஒன்றிரண்டு பிள்ளைகள் பத்தாவது வகுப்புவரைப் படித்திருக்கிறார்கள் என்பதைத் தவிர!

மரபும் புதுமையும்

தகவல் தொடர்புச் சாதனங்களின் வீச்சுகளுக்குட்பட்ட இப்பத்தாண்டுகளில் ஒரு ஞாயிற்றுக்கிழமை மாலை சமூக மாற்றத்துக்கான கருத்துகளைப் பேச இவ்வளவு இளைஞர்களை ஒருசேரச் சந்திப்பதில் மகிழ்ச்சியடைகிறேன். நான் நகரத்தின் உட்பகுதியில் வசிக்கிறேன். ஞாயிற்றுக் கிழமை மாலை மாடியிலிருந்து பார்த்தால் குண்டு வீச்சில் காலியான நகரம் போல மதுரை இருக்கும்.

மரபு – புதுமை என்கிற இரண்டு சொற்கள் அடிக்கடி பேசப்படுகின்ற சொற்கள். இன்றைக்கு நாம் எங்கே நின்றுகொண்டிருக்கிறோம்? நம்முடைய நாடு எங்கே நின்றுகொண்டிருக்கிறது? இந்த நாட்டி னுடைய பெருவாரியான மக்களின் ஆசைகள் – கோபங்கள் – ஏக்கங்கள் – தாகங்கள் – நம்பிக்கைகள் – கனவுகளெல்லாம் என்னென்ன? இவை பற்றி உங்களுக்குத் திட்டவட்டமான கருத்துகள் இருக்கு மென நினைக்கிறேன்.

பன்னாட்டு மூலதனமுடைய பெரிய நிறுவனங்கள் இந்தியாவுக்குள் இறங்கியிருக் கின்றன. எந்த தேசத்திலே உப்பெடுப்பதற்காக காந்தியடிகள் பெரிய போராட்டத்தை நடத்தி னாரோ அந்த தேசத்தில் அதே மாநிலமாகிய குஜராத்தில் உப்பெடுத்து விற்பதற்காக கார்கில் இண்டியா என்ற வெள்ளைக்காரக் கம்பெனியைக் கூட்டி வந்தார்கள். உப்பெடுப்பதற்கு 50,000 ஏக்கர் நிலத்தைக் கொடுத்தார்கள். உப்புச் சத்தியாக் கிரகம் வரலாற்றுக் காரியமாகப் பேசப்படுகிற

தேசத்தில், உப்பெடுக்க மறுபடியும் அவனைக் கூட்டிக் கொண்டு வருகிறார்கள். நாட்டின் நிலைமையைச் சொல்ல இன்றைக்கு இது ஒன்று போதும். இன்னொன்றையும் சொல்ல வேண்டும். அதே குஜராத் மாநிலத்தில் 50,000 மக்கள் திரண்டெழுந்து நிலத்தைக் கொடுக்கக் கூடாது என்று போராடினார்கள். அரசாங்கம் எல்லாவிதப் பாதுகாப்பும் கொடுத்தபிறகும் கூட, கார்கில் இண்டியா நிறுவனம் உப்பெடுக்கிற தொழிற்சாலையை நம்மால் நடத்த முடியாது என்று விட்டுவிட்டுப் போய்விட்டது; அதுவும் இன்றைய இந்தியாதான்.

மரபு என்கிற செய்தியைப் பற்றிப் பேசுவோம். மரபு என்று சொன்னவுடன் ராஜா, ராணி, கோட்டைகள், வேகமாக வந்து கொண்டிருக்கிற குதிரைகள் என்று எல்லோரும் ஏதோ ஒரு பழைய காலத்தை நினைக்கக் கூடாது. மரபு என்பது வழி வழியாக வருகிற வழக்கம். ஆனால் அது வெறும் வழக்கம் அல்ல. அது உருவாகப் பல ஆண்டுகாலம் ஆகி இருக்கின்றது. பல நூற்றாண்டு காலம் ஆகி இருக்கின்றது. மரபுகள் பேணப்பட வேண்டியன என்கிற கருத்து நம்முடைய அறிஞர்களால் ஈராயிரம் ஆண்டுகளுக்கு முன்பே வைக்கப்பட்டிருக்கிறது.

தொல்காப்பியத்தில் மரபியல் என்ற இயல் உண்டு. அதற்கு முன்னாலேயே ஆக்கப்பட்ட மரபுகள் இருக்கின்றன அல்லவா? தொல்காப்பியர் சொல்லும் மரபுக்கும் இன்றைய நம்முடைய வாழ்க்கைக்கும் சம்பந்தம் இருக்கிறதா? இருக்க முடியும் என்று நம்புகிறீர்களா? இன்றைக்கும் கன்றுக்குட்டி என்று சொல்கிறோம். கீரிக்குட்டி என்று சொல்வதில்லை. கீரிப்பிள்ளை என்று சொல்கிறோம். அணில் பிள்ளை, தென்னம்பிள்ளை என்று சொல்கிறோம். இது ஒரு சொல் மரபு; இவ்வகையான சொல்மரபு உட்பட பல மரபுகளை அவர் பதிந்துவைக்கிறார் அவ்வளவுதான். அந்தக் காலத்திலே நாம் நின்றுகொண்டிருக்கிறோம் என்பதோ அவர் சொன்ன மரபுகளை அப்படியே பின்பற்ற வேண்டுமெனபதோ நம்முடைய நோக்கமல்ல. அணிலுடைய குஞ்சை அல்லது குட்டியை, கீரியினுடைய குட்டியை அல்லது குஞ்சை, ‘பிள்ளை’ என்று சொல்வது மரபு; சொல் மரபு. தொல்காப்பியத்தை நம் வாத்திமார்கள் படித்ததில்லை; ஆனால் ‘பிள்ளை’ என்று சொல்கிறார்கள். இப்படி ஒவ்வோர் அசைவினிலும் மரபு வெளிப்படுகிறது.

விருந்தாளி வந்தால் இப்படிச் செய்வது நம் மரபு என்று குழந்தைக்குச் சொல்லிக் கொடுக்கிறோம். பரிமாறுவதற்கு கூட மரபு இருக்கிறது. முதலில் உப்பை வைக்கவா வற்றலை

வைக்கவா என்று? தென்கலை வைணவர்களில் ஒரு பிரிவு உண்டு. அவர்களின் பிரிவுக்கான காரணம் கேட்டால் இதையும் ஒரு காரணமாகச் சொல்வார்கள். தத்துவார்த்த ரீதியாகப் பல காரணங்கள் இருந்தாலும் சாப்பிடும்போது பிறர் உப்பை முதலில் வைப்பார்கள்; நாங்கள் வைக்க மாட்டோம் என்பார்கள்.

சொல் மரபு; இலக்கண மரபு; கவிதை மரபு வாழ்க்கையின் ஒவ்வொரு கட்டத்திலும் ஒவ்வொரு சமூக உறவிலும் ஒவ்வொரு தனி மனித உறவிலும் விளைகின்ற மரபுகள் – பேணப்படுகின்ற மரபுகள் என நிறைய உண்டு. நாம் அமெரிக்கச் சமுதாயம் அல்ல. முந்நூறு, நானூறு ஆண்டுகளுக்குள்ளாகப் பத்துப் பேர் ஒன்று கூடி வாழும் சமூகம் அல்ல. நாம் நெடுங் காலமாக நம் மண்ணிலே ஒரு பண்பாட்டைத் தோற்றுவித்தோம். அது எல்லா நிலைகளிலும் வெளிப்பட்டுக்கொண்டிருக்கிறது. உணவிலே உடையிலே பேசுகிற முறையிலே மரபுண்டு. இன்னார் இன்னாரிடத்திலே இப்படிப் பேச வேண்டுமென்று ஒருசில மரபுகள் இருக்கின்றன; பொருளாதார மரபுகளுண்டு; கல்வி மரபுகளுண்டு; எல்லாத்துறைகளிலும் – மனித அசைவுகள் எங்கெங்கு உண்டோ அங்கெல்லாம் மரபுகளுண்டு, சின்ன அசைவுகள் முதற்கொண்டு.

சாதாரணமாக என் வீட்டில் வேட்டியை – கைலியை மடித்துக் கட்டிக்கொண்டிருக்கிறேன். சகோதரி ஏதோ வொன்று என்னிடம் கேட்க வருகிறார். அவர்கள் என்னை நெருங்கும்போது மடித்துக் கட்டிய கைலியை இறக்கிவிட்டு விட்டேன். இது மரபு. வெறும் உடலசைவு அல்ல. இழக்கக் கூடாத மரபுகளை இழந்து தொலைத்திருக்கிறோம். இழக்க வேண்டிய மரபுகளைக் கட்டி அழுகிறோம்.

புதுமை என்றால் என்ன?

மரபும் புதுமையும் என்கிற இதே தலைப்பில் நண்பர் சிற்பி அவர்களின் கவிதைக்கு விளக்கம் எழுதினேன். கொஞ்சம் மறுத்தும் எழுதினேன். அவர் சொல்கிறார் மரபு பட்டை உரித்துக்கொண்டு புதுமை தருவது. பட்டையை உரித்துக் கொள்வது வெறுமனே காலம்சார்ந்த பரிமாணம் மட்டும்தான். பாம்புக்கு ஆண்டுகள் ஆயின என்று அர்த்தம். காலம் என்கிற பரிமாணம் ஒரு பொருளின் மீது வினைப்படுவதால் மட்டும் புதுமை நிகழ்ந்துவிடாது. அதற்கப்பாலும் புதுமை உண்டு.

ஆயிரமாண்டுகள் என்று ஆலமரத்தைச் சொன்னால் எப்போது அது புது மரம்? எப்போது வாழுகின்றது? பாரம்பரிய மான தன்னுடைய பழைய மரபணுக்களை அது நிறைய நிராகரிக்கலாம். ஒட்டுமொத்தமாக அல்ல. பாரம்பரியமான

வாழ்க்கை முறையை நிராகரித்துவிட்டு அதைப் புதிது பண்ணுவ தல்ல. சுவரை வெள்ளையடித்துக் கொத்திப் பூசி, புதிது செய்வது போலல்ல. பழைய சமூக அமைப்பினுடைய ஏதேனும் ஓர் உறுப்பை, ஏதேனும் ஒரு நிறுவனத்தை, ஏதேனும் ஒரு கருத்தை முற்றிலும் நிராகரித்துவிட்டுப் புதியது ஒன்றைக் கட்டி யெழுப்புவது சிக்கல். ஒன்றை 'எவல்யூசன்' என்பார்கள்; இன்னொன்றை ரெவல்யூசன் என்பார்கள். இரண்டுக்கு மிடையே காலப் பரிமாணம் என்று சொல்லுவார்கள். புரட்சிக்குப் பின்னால் நடந்த விளைவுகளைக் கணக்கிட்டுப் பார்த்துச் சில மரபுகளை நாம் தவறவிட்டுவிட்டோம் என்று சொன்னார்கள்.

உளவுத்துறையிலே ஒரு மரபுண்டு. எனது நண்பர் ஒருவர் நெடுங்காலம் சோவியத் ரஷ்யாவில் இருந்தார். சுற்றுலா போய்த் திரும்பியவர் அல்ல; கணிசமான காலம் வாழ்ந்தவர். அவர் சொன்னார், "இந்தியாவில் இருந்து ஏற்றுமதி செய்யப்படுவதில் பழங்கள் அதிகம் உண்டு. புளிப்புள்ள பழங்கள் நம்முடைய பகுதியில் பூமத்திய ரேகை அருகேதான் அதிகம் விளையும். நம்நாட்டில் வாழைப்பழம் விலை ஏறியதற்கு அது ஏற்றுமதி யாவது ஒரு காரணம். இன்னும் இங்கே அறுபது லட்சம் கால்நடைகள் இருக்கின்றன என்றாலும், நல்ல தோலில் செய்த காலணி நமக்குக் கட்டுப்படியாவதில்லை. காரணம் நிறைய தோல் ஏற்றுமதி. அதைப்போல வாழைப்பழம் நிறைய ஏற்றுமதி யாகிறது. அதை வாங்க ஒரு கிலோமீட்டர் கூட சோவியத் ரஷ்யாவில் மக்கள் நீண்ட வரிசையில் நிற்பார்கள்". நான் ஏன் என்று கேட்டேன். நண்பர் சொன்னார். "புளிப்பும், இனிப்புமான பழங்கள் ஓரளவுக்கு அங்கும் உற்பத்தியாகின்றன. அது கிட்டத் தட்ட நின்றுபோய்விட்டது. ஏனென்றால் பனிப்பகுதியில் புதர்ச் செடிகளில் விளைகிற பழங்கள்தான் உண்டு. புரட்சிக்குப் பின்னாலே கூட்டுப் பண்ணை வருகிறபோது ஒரு பெரிய நிலமாக ஆக்குகையில் வரப்புகளெல்லாம் அழிந்துவிட்டன. வரப்புகள் அழிந்துபோனதால் வரப்புகளில் நின்ற புதர்ச் செடிப் பழங்களும் அழிந்துபோய்விட்டன. கூட்டுப்பண்ணை யின் பின்விளைவுகளில் இது ஒன்று. ஆக பழ உற்பத்தி அங்கு குறைந்துவிட்டது."

மரபு என்பதைப் பொருளாதாரம் – சமூகம் சார்ந்து பேசாமல் பண்பாடு சார்ந்த ஒன்றாக நான் பேச விரும்புகிறேன். சங்ககாலப் பாடல் ஒன்று; வயலிலே நெல் அறுத்திருக்கிறார்கள். பயிர்களின் அடித்தாள் இன்னும் இருக்கின்றது. வயலில் ஈரம் இருக்கிறது. அதை உழுதுவிட்டுப் போகும்போது பின்னால் விதைத்துக் கொண்டு வருவார்கள். உழுது விதைக்கும் இடைவெளி யில் வயல்மீன் பிடிக்கிறார்கள்.

தாமிரவருணிப் பாசன வயல்களில் மீன் உண்டு. நான் சிறுவனாக இருந்தபோது மீன் பிடித்திருக்கிறேன். உண்ண மாட்டேன். எனது வீட்டில் உண்ணுவார்கள்.பெரும்பாலும் வயலில் விளைவது உழுவை மீன்கள்தான். வயலில் விளையும் அல்லது கலிக்கும் என்று சொல்லுவார்கள். *culture* என்பதற்குச் சரியான தமிழ்ச்சொல் கலிப்பு என்பது. கலித்தல் – பெருகுதல்

அரிகால் மாறிய அங்கண் அகல்வயல்
மறுகால் உழுத ஈரச் செறுவின
வித்தொடு சென்ற வட்டி பறபல
மீனொடு பெயரும் யாணர் ஊர

ஒரு வயலில் ஒரு பயிர் அறுத்தாயிற்று. ஒரு பயிர் விளையப் போகிறது. இரண்டுக்கும் நடுவில் மீன் விளைகிறது. உற்பத்தி சார்ந்த கலாச்சாரம் இதில் வெளிப்படுகிறது. என்றைக்கு யூரியாவும் காம்போசும் வயலில் இறங்கியதோ அன்றே மீ ன்போச்சு. நெல் உற்பத்தி கூடிவிட்டது. மீன் உற்பத்தி குறைந்து விட்டது. வயல் உழுவை அழிந்தது தெரியாமல் போய்விட்டது. வயல் உழுவை என்றால் யாருக்கும் தெரியாது; பொருள் அழிகிறது; செயல் அழிகிறது; சிந்தனை அழிகிறது. ஒரு மரபின் பின்விளைவைக் கவனிக்காமல் முரட்டுத்தனமாக அழிக்கும் போது அது எதுவரைக்கும் பாதிக்கிறது?

‘அக்கானி’ என்று ஒன்று உண்டு. நெல்லுக்கு மாற்றாகத் தருவார்கள். அவ்வளவும் குளுக்கோஸ். நானும் என் தந்தையும் அவர் தந்தையும் அருந்தியது. என் மகனுக்குக் கிடைக்கவில்லை. சீனி அதிகமாக, காப்பி என்ற பானத்தின் நுகர்வு அதிகமாக அதிகமாக, கரும்பு உற்பத்தி அதிகமாக ‘அக்கானி’ என்ற பொருள் அழிந்தது. சொல், பொருள், ஓர் அனுபவம் ஆகியன அழிந்தன. அடுத்த தலைமுறைக்கு அக்கானி காய்ச்சத் தெரியாது.

சோழர் காலத்தில் நிலத்திற்கு ஒரு வரி போடுகிறான். பயிருக்கு ஒரு வரி, ஊடு பயிருக்கு ஒரு வரி, வேலிப் பயிருக்கு ஒரு வரி, வரப்புப் பயிருக்கு ஒரு வரி என்று போடுகிறான். ஒரு நிலம், நாலு வகையான வரி. என்ன கொடுமையான ஆட்சி – ஒரு புறம், இன்னொரு புறம் ஒரு நிலத்தில் ஒரே நேரத்தில் நாலு பொருள்கள் விளைந்தன என்பது. நஞ்சை நிலத்து வயல் வரப்பில் மருந்துச் செடிகளைப் பயிரிடும் மரபு நமக்கு இருந்தது. ‘செங்கொடுவேரி’ என்ற மருந்துப்பயிர். அதற்கு வரி போட்டிருக்கிறான்.

சயின்ஸ் அண்ட் டெக்னாலஜி என்று சொல்வார்கள் சயின்ஸ் என்றால் என்ன, டெக்னாலஜி என்றால் என்ன? விஞ்ஞானத் தொழில் நுட்பம் அவ்வளவுதான். ஆர்க்கிமிடிஸ்

மிதத்தல் விதியைக் கண்டுபிடிக்கும் முன்பே மனிதன் படகைக் கண்டுபிடித்துவிட்டான். ரோமானியக் கலங்கள் பூம்புகார் துறைமுகத்தில் வந்து நின்றாயிற்று. அது டெக்னாலஜி. மிதத்தல் விதியைக் கண்டுபிடித்தது சயின்ஸ். பாரம்பரியமான அறிவுத் தொகுதி முழுக்கவும் தொழில்நுட்ப ரீதியாக அமைந்தது. அதனால் காலிலே புண்ணானதும், மருந்தை அரைத்துக் கட்டினால் அம்மருந்து பயனளிக்காமல் போவதில்லை. பக்க விளைவுகளையும் உண்டாக்காது. ஏனென்றால் அது பல்லாயிரக் கணக்கான முறை சோதனை செய்யப்பட்டது. ஆனால் விஞ்ஞானக் கோட்பாடுகள் அடுத்த ஐந்தாண்டில் மற்றொரு விஞ்ஞானியால் நிராகரிக்கப்படுகின்றன. கடந்த நூற்றாண்டின் பிற்பகுதியில் இந்த விஞ்ஞானத்தை நம் தலையில் கட்டினான். என்ன நடந்தது? ஏன் எதற்கு எனக் கேள்வியில்லாமல் பாரம்பரிய மரபுகள் எல்லாவற்றையும் நிராகரித்தோம். பண்பாட்டின் சல்லிவேர்கள் அறுந்துபோயின. அறுந்து போகப்போக வேரிலே சிக்கல் ஏற்பட்டது. வேரில் புழு தாக்கினால் அது கொழுந்தில் தெரியும். வேரிலே வெக்கை கட்டியதால் மேலேயிருக்கும் முடி வாடுகிறது. நம்முடைய குழந்தை களிடத்தில், இளைஞர்களிடத்தில், இளம் பெண்களிடத்திலே மாறுதல் ஏற்படுகிறது. பதினைந்து நாட்களுக்கு ஒருமுறை வெவ்வேறு பிராண்ட் சோப்பை மாற்றச் சொல்கிறார்கள். வெவ்வேறு பிராண்ட் என்றாலும் கூட்டிக்கழித்துப் பார்த்தால் இந்துஸ்தான் லீவர், கோத்ரேஜ் அண்ட் பாயிஸ் என எல்லாம் ஒரே பிராண்டிலிருந்து வருவனவாயிருக்கும்.

நான் நாகர்கோவில் கலை இலக்கியப் பெருமன்ற நிகழ்வில் பேசியது எழுத்தாளர் பொன்னீலனுக்கு மிகவும் பிடித்துவிட்டது. எனது சின்ன மகள் 'பரணிபட்டு சென்டர் ஆகா பரணிபட்டு சென்டர்', என்று பாட்டுப் பாடியது. இது தொலைக்காட்சியில் வருவது. பாட்டுப் பாட வேண்டுமென்ற ஆசை இயல்பானது; சரியானது. பாட்டுப் பாடிக்கொண்டே நடந்துபோவார்கள் ஆனால் பாட்டின் பொருள்? குழந்தைக்கு இசைப் பசி உள்ளது. மனிதனைப் போல மற்ற பாலூட்டிகளுக்கும் இசைக்கு மயங்கும் தன்மை உள்ளது. ஆனால் குழந்தை இந்தப் பாடலைப் பாடியது கொழுந்து வாடுவதற்கான அடையாள மாகும்.

உணவு, உடை என்று உற்பத்திக் கலாச்சாரத்தோடு தொடர்புடைய மரபுகளை நாம் கைகழுவியிருக்கிறோம். உடை ஒரு தேசத்தினுடைய பருவகாலச் சூழலுக்கு ஏற்ப பரிணமித்துள்ளது. இறுகக் கட்டிய வேட்டி நமக்கு வேண்டாம் என்று வைத்துக்கொண்டால் முழுக்கால் சட்டை சித்திரை

நீராட்டும் ஆறாட்டும்

வெயிலில் எப்படி வந்தது? தென் அமெரிக்க நாடுகளில் அரைக்கால் சட்டை கலாச்சாரமாக இருக்கும்போது, இங்கு அது கலாச்சாரம் ஆகாமல் தடுக்கப்படுகிறது. முழுக்கால் சட்டை அரைக்கால் ஆனால் கோடிகோடியாக லாபம் குறைந்துபோகும். எப்படி நல்ல புத்தகம், நல்ல சினிமா உங்கள் கண்ணுக்குக் கிடைக்காமல் பார்த்துக்கொள்கிறார்களோ அப்படி. 'அக்ரகாரத்தில் கழுதை', 'மோகமுள்', 'பதேர் பாஞ்சாலி' படங்களை மதுரையில் போட தியேட்டர் தரமாட்டார்கள் என்பதே உண்மை. ஊருக்கு வெளியே ஜெயராஜ் தியேட்டர் தான் கிடைக்கும். இப்படி பத்துப் படங்கள் பார்த்தால் உங்கள் சுவை மாறிவிடும்; லாப நோக்கமுடைய வணிக சினிமா படுத்து விடும். இதுவே எல்லாத் துறைகளிலும் நடக்கிறது.

உற்பத்திக் கலாச்சாரத்திலிருந்து அந்நியப்பட்டுக்கொண்டே போகிறோம். எனது அம்மாவுக்கு ஐம்பது வகையான உணவுகள் சமைக்கத் தெரியுமென்றால் என் மனைவிக்கு நாற்பது, முப்பதுதான் தெரியும். ஊறுகாயும் வற்றலும் வெப்ப மண்டலத்துக்கான மழைநேர உணவுகள். வெய்யில் காலத்தில் மருந்தாகும் உணவுகள், எந்த நாட்டை எடுத்தாலும் மருந்துக்கும் உணவுக்கும் வித்தியாசம் இருக்காது. ஐரோப்பிய விஞ்ஞானம் மருந்து வேறு, உணவு வேறு என்று கற்றுத் தந்தது; அதைப் பிடித்துத் தொங்குகிறோம். குழந்தை மருத்துவத்தில் மட்டும் கொஞ்சம் மருந்தும் உணவும் பேசப்படுகிறது. நாட்டு வைத்திய ரிடத்தில் பத்தியம் உண்டு. ஆங்கில மருத்துவரிடம் கிடையாது. மூன்றாம் உலக நாடுகளைக் கொள்ளை அடிக்க மருந்து வேறு . . . உணவு வேறு . . !

மருந்து உற்பத்தி மரபிலிருந்து அந்நியப்பட்டோம். நான் பிறந்தபோதுகூட கோரோசனை எல்லாம் கொடுத்திருக் கிறார்கள். கிராமங்களில் எல்லா வீடுகளிலும் கோரோசனை இருக்கும். சின்ன சிவப்பு உருண்டை. முப்பது ஆண்டுகளுக் குள்ளாக அது காணாமல் போய்விட்டது. பன்னாட்டு மூலதனக் கம்பெனிகள் இந்தியாவுக்குள் அவ்வளவு மருந்துகளை இறக்குமதி செய்துள்ளன. எந்தக் காற்று வீட்டுக்குள் நுழைகிறதெனறு உங்களுக்குத் தெரிவதில்லை. சிறுநீரகத்துக்குப் பக்கத்தில் மாடும் பசுவும் அதிகமான சத்துக்களைச் சேர்த்துவைத்துக்கொள்ளும். பசுவினுடைய அட்ரினல் சுரப்பியை எடுத்து மருந்து கலந்து குழந்தைக்குக் கொடுப்பார்கள். பசுவினை அறுத்துப் பார்த்த போது என்னது இது என்று எடுத்து வைத்திருந்து அதை மருந்து என்று கொடுத்தார்கள். பல நூற்றாண்டுகால மரபில் பசுவின் 'அடினைல் கிளாண்டை' மருந்தாக மனிதன் கண்டுபிடித்தான்; அதற்குக் 'கோரோசனை' என்றுபெயர்.

பாட்டியிடம் இருந்த மருத்துவ அறிவுத் தொகுதி உங்களது சகோதரிக்கு இருக்கிறதா? குழந்தைக்குக் காய்ச்சல் என்றால் மெட்டாசின் வாங்கிவா என்கிறோம். டோலாபார் – அனசின் – என்று பெயர் தெரியும்; அதனுள் இருக்கிற ரசாயனம் தெரியாது. நுகரும் பொருளின் உற்பத்தி ஞானத்தோடுதான் தொழில்நுட்பம் வளர வேண்டும். உங்கள் சகோதரிக்கு நெல்லிக்காய் ஊறுகாய் போடத் தெரியாததற்கு எங்கோ இருக்கிற இம்பிரியலிசத்தின் கை காரணமாக இருக்கிறது. ஏகாதிபத்தியம் உங்கள் வீட்டு ஊறுகாய்ப் பானையை உடைக்கிறது. உற்பத்தி அறிவைப் பிடுங்கிக் கொள்கிறது. நீ 'ருசி' வாங்கு அல்லது 'கம்பெனி ஊறுகாய்' வாங்கு என்று உன்னிடம் சொல்கிறது. இந்த உணர்வு களோடு மரபுகளைப் பற்றி விஞ்ஞானத்தைப் பற்றிச் சிந்திக்க வேண்டும். மரபைப் பற்றித் தெரியாதவர்கள் உண்மையைப் பற்றிப் பேசக்கூடாது. மரபுகளை உணர்க. கடவுள் உட்பட எல்லாவற்றையும் நிராகரிப்போம்; அறிந்து நிராகரிப்போம்; உணர்ந்து நிராகரிப்போம்; இன்றையக் கல்வி முறை மரபை அறியவிடாமல் உங்களைப் பார்த்துக்கொள்கிறது.

நான்கு ஆண்டுகளுக்கு முன்பு திருச்சி பாரதிதாசன் பல்கலைக்கழகத்தில் கெமிஸ்ட்ரி படிக்கிறவனுக்குச் சங்க இலக்கியம் எதற்கு என்று, அகநானூறு – புறநானூறு தெரியக் கூடாதென்று பாடத்தைக் குறைத்தார்கள். உயர்நிலைப் பள்ளி யில் படிக்க முடியாத பாடல் அது. அதைப்படிக்கச் சரியான வயது இதுதான். சிந்தனையாளர்களின் கடும் எதிர்ப்புக்குப் பிறகு மீண்டும் சேர்த்தார்கள். மரபை நீங்கள் தெரிந்து கொள்ளக் கூடாது. ஏனென்றால் உங்கள் மீது படரக்கூடிய ஏகாதிபத்தியம் தனக்கென ஒரு மரபு இல்லாதது.

நேற்றின் அனுபவங்களை நிராகரித்தவனுக்கு நாளை என்பது கிடையாது. மரபை உணர்க. எல்லா மரபையும் உடைத்து விட்டுக் கவிதை எழுதுக. ஆத்மாநாம் மாதிரி எழுதினாலும் சரி. வைரமுத்து மாதிரி எழுதினாலும் சரி. ஆனால் யாப்பிலக்கணத்தைத் தெரிந்துகொண்டு நிராகரியுங்கள்.

தேவையும் அனுபவமும் அடுத்த கட்டச் சிந்தனைக்கு உங்களைக் கொண்டுபோகும். என் தகப்பனுக்கு மண்ணெண்ணெய் விளக்கு போதும். எனக்குப் போதாது. வெளிச்சம் வேண்டும்; காற்று வேண்டும். இருட்டும் திருட்டும் பயமும் இருந்த காலத்தில் சிறிய சன்னல் இருந்தது. இப்போது போதாது; உடைத்துப் பெரிய சன்னல் கட்ட வேண்டும்.

சீர்திருத்தம் என்பது மரபை மீறிய புதுமை. ஊறிப்போன விசயத்தை முதலில் உடைத்தது சித்தர்களின் கலகமரபும்

ராமானுஜர் மரபும். ராமானுஜர் மரபு மென்மையானது. ஆனால் ஆழமான வேர்களைக் கொண்டது. இவர்கள் இரண்டு பேரும் பெற்ற வெற்றி சிறியது. ஆனால் வரலாற்றில் அவற்றின் பாதிப்பு இருந்தது. மறு நூற்றாண்டிலே நம் மரபிலே ஒரு விபத்து நேரிட்டது. மாலிக்காபூர் வடக்கே இருந்து படையோடு வந்துவிட்டான். சிறிய குடிசையில் தீவிபத்து என்றால் தெருவின் மனநிலையே மாறிவிடும். யார் வீட்டிற்குள்ளும் யாரும் புகுந்து தண்ணீர் எடுப்பர். அதுபோல மாலிக்காபூர் வந்ததும் சித்தர்களின் கலக மரபு விரிவடையாமல் நின்று விட்டது. அந்த நெருப்பின் மீது இந்த நெருப்பு தண்ணீராக வந்து விழுந்தது.

திட்டமிட்ட தீர்க்கமான மரபுகளை நிராகரிப்பதில் வெற்றியினைப் பெற்றவர் தந்தை பெரியார் ஒருவர்தான். நிராகரிக்கப்பட வேண்டிய மரபுகளை நிராகரிப்பதில் பெரிய வெற்றியைப் பெரியார் பெற்றார். ‘பிரசன்ஸ் ஆப் திங்ஸ்’ என்பது போல ‘ஆப்சன்ஸ் ஆப் திங்ஸ்’ என்பதையும் பார்க்க வேண்டும். உண்மையைப்போல இன்மையும் ஆய்வுக்குரிய விசயம். சிறுபான்மை மக்களுக்குப் பெரியாரின் அருமை அவரின் இறப்புக்குப் பின்னர்தான் தெரிந்தது. பெரியார் இருந்தபோது அவரின் பணிகளின் வீச்சினை உணரவில்லை. அவர் இறந்த பிறகுதான் தமிழ்நாட்டில் சிறுபான்மையினர் தமக்கு ஏற்பட்ட உணர்வு நெருக்கடிகளின் மூலம் இவ்வளவு காலம் தம்மைக் காப்பாற்றியது அரசியல் சட்டம் அல்ல, பெரியாரும் அவரது சிந்தனைகளும்தான் என்பதை உணர்ந் தார்கள். சித்தர்களில் சிலர்தான் கடவுளை நிராகரித்தார்கள். ராமானுஜர் கடவுளை நிராகரிக்கவில்லை. பெரியார் ஒருவரே விஞ்ஞானப்பூர்வமாக துணிச்சலாகக் கடவுளை நிராகரித்தார்.

வைணவமாகட்டும் சைவமாகட்டும் ஏன், மார்க்ஸே ஆகட்டும். முதலில் எதிரியின் கருத்தை மறுத்தல், பிறகு தன் கருத்தை நிறுவுதல் – பிறர் மதம் மறுத்தல், தன் மதம் நிறுவுதல் இதுதான் முறையியல். தமிழ்ச் சிந்தனை மரபு இது. நம்முடைய மரபுகள் முற்றாகச் செத்துப் போய்விடவில்லை; தினம் தினம் அவை சாகடிக்கப்படுகின்றன என்பதே உண்மை.

எழுத்து வடிவம்: வே. சங்கர்ராம்
(1995ஆம் ஆண்டு மதுரை
அறிவுச்சுடர் நடுவத்தில் ஆற்றிய உரை)

தமிழ்ப் புத்தாண்டு

"தமிழகத்தில் கொண்டாடப்படும் வேறெந்தப் பண்டிகையையும் விட பொங்கலுக்குச் சிறப்பான தனித்துவம் உண்டு. இரண்டு அம்சங்களில் பொங்கல் மற்ற பண்டிகைகளிலிருந்து வேறுபடுகிறது. முதலாவதாக இது ஒரு தேசிய இனத் திருவிழா. சாதி, சமயங்களுக்குள் மற்ற பண்டிகைகள் சிறைப்பட்டுக் கிடக்க, பொங்கல் மட்டும் ஓர் இனத்திருவிழாவாகக் கொண்டாடப்படுகிறது. இரண்டாவதாக பொங்கல் என்பது தீட்டு அணுகாத திருவிழா. பொங்கலுக்குப் பிறப்பு, இறப்புத் தீட்டுக்கள் கிடையாது. ஒரு வேளை பொங்கலன்று காலையில் ஏதேனும் அசம்பாவிதங்கள் நிகழ்ந்தாலும் மிக விரைவாகச் சடங்குகளை முடித்துவிட்டு, வீட்டைப் பூசி மெழுகிப் பொங்கல் கொண்டாடும் பழக்கம் இன்றும் நெல்லை மாவட்டத்தில் உள்ளது.

சேனை, சேம்பு, கருணை, சிறுகிழங்கு, பனங்கிழங்கு ஆகிய மண்ணுக்கு அடியில் விளையக் கூடிய கிழங்கு வகைகள் பொங்கலுக்குப் படைக்கப்படுபவை. இவை உயர் சாதியினர் எனச் சொல்லப்படுபவர்களால் விலக்கப்பட்டவை. இன்றும் இவை பெருங்கோயில்களில் பயன்படுத்தப் படவில்லை என்பதை நாம் கவனத்தில் கொள்ள வேண்டும். இதுவே பொங்கல் எளிய மக்களின் இனிய கொண்டாட்டம் என்பதற்குச் சாட்சி.

தைப்பொங்கலை அடுத்துத் தென்மாவட்டங்களில் கொண்டாடப்படும் திருவிழா 'சிறுவீட்டுப் பொங்கல்.' மார்கழி மாதம் முப்பது நாட்களும் அதிகாலையில் வாசல் தெளித்துக் கோலமிட்டு, சாணத்தில் பூச் சொருகிவைக்கும் பழக்கம் உண்டு.

பீர்க்கு, பூசணி, செம்பருத்தி ஆகிய பூக்களே சாணத்தில் செருகப் படும். மாலையில் வாடிவிடும் இந்தப் பூக்களைச் சாணத்துடன் சேர்த்துக் காயவைத்து விடுவார்கள். பொங்கல் முடிந்து 8–15 நாட்கள் கழித்து சிறுவீட்டுப்பொங்கல் கொண்டாடப்படும். பெண் பிள்ளைகளுக்காகவே வீட்டுக்குள் களிமண்ணாலான சிறு வீடு கட்டப்படும். பொங்கலன்று சிறுவீட்டு வாசலில் பொங்கலிடப்படும். பிறகு பொங்கலையும் பூக்களால் ஆன எருத்தட்டுக்களையும் பெண்கள் ஆற்றில் விடுவர்.

‘மார்கழித்திங்கள் மதிநிறைந்த நன்னாளால் நீராடப் போதுவீர், போதுமினோ நேரிழையீர்’ என்னும் திருப்பாவைப் பாடல் பலரும் அறிந்ததாகும். ஆனால் சங்க இலக்கியங்களில் தை நீராடல் குறித்தும் குறிப்பிடப்படுகிறது. ‘தாயருகே நின்று தவத் தைந்நீராடுதல் நீயறிதி வையை நதி’ என்கிறது பரிபாடல். இங்கே நாம் கவனத்தில் எடுத்துக்கொள்ள வேண்டியது, ஆண்டாள் தன் திருப்பாவையில் மார்கழி முதல்நாளைக் குறிப்பிட வில்லை. மதிநிறைந்த நன்னாள் என்றுதான் குறிப்பிடுகிறார்; மதிநிறைந்த நன்னாள் என்பது பௌர்ணமி.

எனவே திருப்பாவை நோன்பு மார்கழிப் பௌர்ணமியில் தொடங்கித் தை மாதம் பௌர்ணமியில் முடிகிறது. தைப்பூசம் என்பது தைப்பௌர்ணமி. தமிழ் மாதங்கள் அனைத்தும் பௌர்ணமியிலிருந்தே தொடங்குகின்றன. எனவே தைப்பூசம் என்பதுதான் தமிழ்ப் புத்தாண்டு. மார்கழி நீராடலில் தொடங்கும் திருப்பாவை நோன்பு தை நீராடலில் முடிகிறது. இந்தக் காலகட்டம்தான் சிறுவீட்டுப் பொங்கல் கொண்டாடப் படும் காலகட்டம்.

தமிழ்ப்புத்தாண்டு பற்றிப் பேசுகிற இருதரப்பாரும் இந்த விஷயத்தைக் கணக்கில் எடுத்துக்கொள்வதில்லை. நமது பண்பாடு குறித்த தெளிவுடன்தான் நாம் தமிழ்ப் புத்தாண்டு குறித்த விஷயத்தை அணுக வேண்டும்.

உழைக்கும் மக்கள், வீட்டுப் பெண்களின் நம்பிக்கைகள் சார்ந்து கொண்டாடப்படும் இந்தத் திருவிழாக்கள் தமிழர் களின் நன்றி உணர்வை வலியுறுத்துபவை. வெப்பமண்டல நாடுகளில் அறுவடைத் திருநாட்கள் வெவ்வேறு பெயர்களில் கொண்டாடப்படுகின்றன. மற்ற பண்டிகைகளில் நாம் பிரார்த்தனைகளை முன்வைக்கிறோம். வேண்டுதல்களையும் கோரிக்கைகளையும் முன் வைக்கிறோம். ஆனால் அதற்கு மாறாக, பொங்கலில் நமது வாழ்க்கைக்கு அடிப்படையான உழவர் களுக்கும் சூரியனுக்கும் மாடுகளுக்கும் நன்றி செலுத்துகிறோம். இப்படிப் பல்வேறு அம்சங்களில் மாறுபட்டு விளங்குகிற பொங்கலைக் கொண்டாட வேண்டியது ஒவ்வொரு தமிழரின் கடமை.

பொதியமலைப் பிறந்த மொழி வாழ்வறியும் காலம் எல்லாம்

உத்தமதானபுரம் வேங்கட சாமிநாதையர் எனும் உ.வே.சா. இருபதாம் நூற்றாண்டுத் தமிழர் களால் நன்றியுணர்வுடன் நினைக்கப்படும் ஆளுமை யாகும். பத்தொன்பதாம் நூற்றாண்டின் இறுதிப் பகுதியில் தொடங்கிய அவரது அறுபது ஆண்டு காலப் பேருழைப்பு தமிழர்களின் இலக்கியப் பெரும் புதையலைக் கண்டெடுத்துக்கொண்டு வந்தது. உலகநாகரிகத்திற்குத் தமிழர்களின்பங்களிப்பான சங்க இலக்கியங்களைத் தேடிக் கண்டெடுத்து அச்சிட்டு வெளிப்படுத்தியது அவர் தமிழ்ச் சமூகத்திற்கு செய்த மிகப்பெரிய தொண்டாகும். எண்பத்தேழு வயது வரையிலான அவரது முழு வாழ்க்கையும் இப்பெரும் பணிக்கென நேர்ந்துவிடப்பட்டது போலவே அமைந்திருந்தது.

பத்துப்பாட்டு, எட்டுத்தொகை எனும் இரு பெரும் இலக்கியத் தொகுதிகளை அவர் தேடி நடந்த காலத்தில் தமிழ்நாட்டில் மின்சாரம் கிடையாது; பேருந்து வசதிகள் கிடையாது; உணவகங்களோ தங்கும் விடுதிகளோ கிடையாது; ஒன்றிரண்டு தொடர்வண்டித் தடங்கள் மட்டுமே இருந்தன. அவரது பயணத்தின் பெரும் பகுதி மாட்டுவண்டி களில் கழிந்தது.

பத்துப்பாட்டு, எட்டுத்தொகை மட்டுமன்றித் தமிழரின் பெருஞ்செல்வங்களான சிந்தாமணி, மணிமேகலை, சிலப்பதிகாரம் ஆகியவற்றையும்

அவரே உரையுடன் அச்சிட்டு வெளிக்கொணர்ந்தார். ஐயர் அவர்களின் திருநெல்வேலிப் பயணங்கள் அவரது வாழ்வில் குறிப்பிடத் தகுந்தவை. இச்சிறு வெளியீடு வாசிப்பவர்களுக்கு இதனை நன்கு உணர்த்தும். இதற்கான பின்புலத்தை நாம் விளங்கிக்கொள்வது அவசியம். ஐயரவர்கள் பெற்ற பெரும்பேறு அவரது பதினாறாவது வயதில் அவரது தந்தையார் அவரைத் திருசிரபுரம் மகாவித்துவான் மீனாட்சி சுந்தரம் பிள்ளையிடம் தமிழ் பயில மாணவனாகச் சேர்த்து விட்டதுதான். பிராமணர்களாகப் பிறந்தவர்கள் தமிழிலக்கியக் கல்வியை விரும்பாத காலம் அது. அவருக்குக் கிடைத்த மற்றொரு வாய்ப்பு தன் ஆசிரியர் வழியாக திருவாவடுதுறை மடத்தோடு கிடைத்த தொடர்பாகும். திருவாவடுதுறை மடத்துத் தலைவர்கள் அக்காலத்தில் தமிழிலக்கியத்தில் மிகுந்த பயிற்சி யுடையவர்களாக இருந்தனர். சைவர்களுக்கான மடம் என்றாலும் அம்மடத்தில் பெரும்பாலும் திருநெல்வேலிச் சைவ வேளாளர்களே மடாதிபதிகளாகவும் தம்பிரான்களாகவும் பொறுப்பேற்று இருந்தார்கள்.

காலனிய ஆட்சிக் காலத்தில் தமிழகத்தில் பெருமளவு கல்வியறிவு பெற்றவர்களாகவும் அவர்களே இருந்தார்கள். அவர்கள் தம் வீடுகளில் நிறைய ஏடுகளைச் சேர்த்து வைத்திருந்தார்கள். இலக்கியப் பயிற்சியும் ஏடு சேகரிப்பும் கொண்டவர்கள் 'பிள்ளை' என்ற தங்களின் சாதிப் பட்டத்திற்குப் பதிலாக 'கவிராயர்' என்ற பட்டம் சூட்டிக்கொண்டார்கள். தமிழ்க் கல்வி பயில விரும்பிய அக்கால ஐரோப்பியர்களில் பலருக்குக் கவிராயர்களே ஆசிரியர்களாக இருந்திருக்கின்றனர். 1832இல் பாளையங்கோட்டையிலிருந்துகொண்டு ரேனியஸ் அடிகளார் என்ற செருமானியர் 'பூமி சாஸ்திரம்' என்ற முதல் தமிழ் அறிவியல் நூலை எழுதினார். இவருக்குத் தமிழாசிரிய ராக வாய்த்தவர் பாளை, வண்ணார்ப் பேட்டையிலிருந்த திருப்பாற்கடல்நாதன் கவிராயர் ஆவார். இவரது குடும்பத்தாரைப் பற்றியும் உ.வே.சா. தம் நூலில் குறிப்பிடுகின்றார். வடமொழி அல்லாத தமிழ் மரபுகளை ஐரோப்பியர் அறிந்துகொள்ள, கவிராயர்களே பெரும் உதவியாக இருந்துள்ளனர். ஐயருக்குக் கிடைத்த திருவாவடுதுறை மடத்துத் தொடர்பு பழந்தமிழ் இலக்கியச் செல்வங்களைத் திருநெல்வேலி மாவட்டத்தில் தேடுமாறு அவருக்குக் கைகாட்டி உதவியது.

ஐயர் அவர்கள் பதிப்பித்த நூல்களின் முன்னுரையி லிருந்து ஒவ்வொரு நூலுக்கும் அவருக்குத் திருநெல்வேலி மாவட்டத்திலிருந்து ஒன்று அல்லது இரண்டு பிரதிகள் கிடைத்திருக்கின்றன என்பது தெரிய வருகின்றது. அவரது

திருநெல்வேலிப் பயணம் நிகழ்ந்த காலம் 1888, 1889, 1890 ஆகிய ஆண்டுகள் ஆகும். அக்காலத்தில் திருநெல்வேலியிலிருந்து கிழக்கே வெள்ளூர், ஸ்ரீவைகுண்டம், பெருங்குளம், ஆழ்வார் திருநகரி ஆகிய ஊர்களுக்கும் தெற்கே களக்காடு ஆகிய ஊர்களுக்கும் மேற்கே அம்பாசமுத்திரம் வீரகேரளம்புதூர் (ஊற்றுமலை), குற்றாலம் ஆகிய ஊர்களுக்கும், வடமேற்கே கடையநல்லூர், சங்கரன்கோவில், கரிவலம்வந்தநல்லூர் ஆகிய ஊர்களுக்கும் அவர் மாட்டு வண்டியிலே பயணம் செய்திருக்கின்றார் என்பது தெரிகின்றது. பத்துப்பாட்டு மூலம் முழுவதும் அடங்கிய பிரதி அவருக்குக் களக்காட்டிலிருந்த தெற்கு மடத்தில்தான் கிடைத்தது. ஐயர் அவர்கள் கைக்குக் கிடைத்த ஏடுகளெல்லாம் அரைப்பிரதிகளும் குறைப்பிரதிகளும்தான். ஏடுகளில் சில மட்டுமே எடுத்துப் பயன்படுத்தும் நிலையில் இருந்தன.

ஐயர் அவர்களின் நண்பரும் அவரைப் போன்றே பதிப்புத்துறையில் ஈடுபட்டவருமான யாழ்ப்பாணத்து சி.வை. தாமோதரம்பிள்ளை அக்காலத்தில் ஏடுகள் கிடைத்த நிலையினைப் பின்வருமாறு குறிப்பிடுகிறார். “ஏடு எடுக்கும்போது ஓரஞ்சொரிகிறது. கட்டு அவிழ்க்கும்போது இதழ் முறிகிறது. ஒன்றைப் புரட்டும்போது துண்டுதுண்டாய்ப் பறக்கிறது. இனி எழுத்துக்களோவென்றால் வாலுந் தலையுமின்றி நாலு புறமும் பாணக் கலப்பை மறுத்து மறுத்து உழுது கிடக்கின்றது”. படிப்பாரும் பாதுகாப்பாரும் இல்லாமல் கரையானால் சிதிலமடைந்த ஏடுகளின் நிலைமை இப்படித்தான் இருந்தது.

இந்த நிலையிலிருந்து ஏடுகளை வாசிப்பதே பெருந்துன்பம். அவற்றின் பாட வேறுபாடுகளைக் கண்டறிந்து மூலப்பிரதியினை மீட்டுருவாக்கம் செய்வதென்பது ஞானசம்பந்தர் செய்ததுபோல எலும்பைப் பெண்ணுருவாக்கிய கதைதான். அத்தோடு உரைகளையும் படித்து, அவற்றின் பொருளை உணர்ந்து, விளங்காத பகுதிகளுக்கு உரை எழுதி, ஒப்புமைப் பகுதிகளையும் பிற இலக்கியங்களிலிருந்து கண்டெழுதி, அன்றைக்கிருந்த அச்சுக்கூட வசதிகளைக் கொண்டு இவற்றை வெவ்வேறு எழுத்துருக்களில் பதிப்பித்தது என்பது இன்றைக்குப் பல்கலைக்கழகத் துறைகளாலும் இயலாத செயலாகும். அந்தப் பேருழைப்பிற்கு நன்றி செலுத்தும் விதமாகவே சென்னைப் பல்கலைக்கழகம் அவருக்கு 1932இல் டாக்டர் பட்டம் வழங்கியது. 1948இல் அவர் பணியாற்றிய மாநிலக் கல்லூரியின் முன்னர் அவருக்குச் சிலை வடிக்கப்பட்டது.

அவரது பேருழைப்பினை அக்காலத்தில் கண்டு வியந்த அறிஞர்கள் சி.வை. தாமோதரம் பிள்ளை, ஜி.யு. போப், பாரீஸ்

நகரப் பேராசிரியர் ஜூலியன் வில்சன் ஆகியோர் ஆவர். திருவாவடுதுறை மடத்தைப் போல அவரை ஆதரித்த பெரு மக்களில் சேலம் இராமசாமி முதலியார், பூண்டி அரங்கநாத முதலியார், வித்துவான் தியாகராச செட்டியார், பாண்டித்துரை தேவர் ஆகியோர் குறிப்பிடத்தகுந்தவர் ஆவர்.

தமிழ் இன்று செம்மொழி என்ற உயர்தகுதியினை அடைந்துள்ளது. இதற்கான அடிப்படை தமிழில் பிறந்த சங்க இலக்கியங்களே ஆகும். அவற்றை மீட்டெடுத்துத் தந்த உ.வே.சா தமிழ் இனத்தின் நன்றிக்குரியர். அவரின் சங்க இலக்கிய மீள் கண்டுபிடிப்பே வைதிகத்துக்கு மாற்றான ஒரு பெரும் பண்பாடு தென்னிந்தியாவில் பிறந்து வளர்ந்த வரலாற்றுண்மையினைத் தமிழ்நாட்டுக்கு எடுத்துக்காட்டியது. அதுவே தமிழ்த்தேசிய இன அடையாளத்தைக் கண்டது. திராவிட இயக்கத்தார்க்கும் முற்போக்கு இயக்கத்தார்க்கும் அடுத்த கட்ட வளர்ச்சிக்கான திசையினையும் காட்டியது.

சென்னை அரசாங்கக் கல்வித்துறை 1906இல் ஐயரவர் களுக்கு 'மகாமகோபாத்யாய' (பெரும்பேராசிரியர்) பட்டம் வழங்கியபோது தமிழ்ச் சமுதாயத்தின் நன்றியை ஐயரவர் களுக்குக் கவிஞர் பாரதியார் பின்வருமாறு புலப்படுத்தினார்:

நிதியறியோம் இவ்வுலகத் தொருகோடி
இன்பவகை நித்தம் துய்க்கும்
கதியறியோம் என்று மனம் வருந்தற்க
குடந்தைநகர்க் கலைஞர் கோவே
பொதியமலைப் பிறந்தமொழி வாழ்வறியும்
காலமெல்லாம் புலவோர் வாயிற்
துதியறிவாய் அவர் நெஞ்சின் வாழ்த்தறிவாய்
இறப்பின்றித் துலங்குவாயே

தமுஎகச வெளியிட்ட உ.வே.சா சிறுவெளியீட்டுக்கான முன்னுரை

வைதிகத்தின் இருண்டமுகம்

தமிழ்ச் சமூகத்தில் 'துறவு' என்பது ஆணுக்கு மட்டுமே உரிய வாழ்நெறியாகக் கருதப்படுகிறது. பெண் உறவை நீக்கிய ஆணுக்கான மரியாதை நம் சமூகத்தில் நிறையவே உண்டு. சமணச் சார்புடைய திருவள்ளுவரும் 'துறந்தார்' என்னும் பெயரில் ஆண் துறவிகளின் பெருமையை விரிவாகக் கொண்டாடியுள்ளார்.

மாறாக ஆண் உறவு வேண்டாம் என்று வாழும் பெண்களுக்கு நம் சமுதாயத்தில் உரிய மரியாதைகூடக் கிடைப்பதில்லை. நெடுங்காலம் இதுவே வாழ்நிலையாக இருந்தபோது, காலனி ஆட்சிக்குச் சற்று முன்னர் தமிழ்நாட்டுக்கு வந்த கத்தோலிக்கக் கிறிஸ்தவம் மீண்டும் பெண் துறவை இங்கு அறிமுகப்படுத்தியது. பெண் துறவிகள் கல்வி, மருத்துவம் ஆகிய சேவைகளோடு இணைக்கப் பட்டனர்.

தமிழ்நாட்டில் பெண்துறவு பழிப்புக்குள்ளான கறையை மிக நுட்பமாகக் காணவேண்டும். தமிழ்நாட்டுச் சிவன் கோயில்கள் சிலவற்றில் தனித்துவமான ஒரு திருவிழா கொண்டாடப் படுகிறது. அதாவது இறைவனை (சிவனை) அடைய இறைவி (அம்மன்) தவம் இருப்பதாகவும் தவத்தின் முடிவில் இறைவன் மனமிரங்கி, கோயிலுக்கு வெளியே ஒரு இடத்தில் காட்சி கொடுப்பதாகவும் இத்திருவிழா நடத்திக் காட்டப்படுகிறது. நெல்லை மாவட்டத்தில் குறிப்பாகத் திருநெல்வேலி, சங்கரன் கோயில் ஆகிய இரண்டு இடங்களில் இத்திருவிழா

பெரிய அளவில் கொண்டாடப்படுகிறது. திருநெல்வேலிக் கோயில் அப்பர், சம்பந்தரால் பாடப்பெற்ற ஆகம வழிப்பட்ட தொன்மையான கோயிலாகும்.

நெல்லை மாவட்டத்தின் மேற்குப் பகுதியிலுள்ள சங்கரன்கோயிலிலுள்ள இறைவன் சங்கரநாராயணன் என்று அழைக்கப்படுகிறார். கல்வெட்டுகளில் இந்நாட்டுப் பகுதி 'தென்கல்லக நாடு' ஆகும். கல்லக நாடியம்மனுக்குப் புளியங்குடியில் ஒரு கோயில் உள்ளது. சங்கரன்கோயில் பெரிதும் கொண்டாடப்படும் சிவத்தலமாகும். 'ஆடித்தபசு' என்னும் திருவிழாவில் இலட்சத்துக்கும் மேற்பட்ட மக்கள் கூடுகின்றனர். இறைவி (அம்மன்) தவம்செய்து அவருக்கு இறைவன் சங்கரனார் அருட்காட்சி கொடுப்பதே இத்திருவிழாவின் உச்சக்கட்ட நிகழ்ச்சியாகும்.

இக்கோயிலைப் பற்றியோ இத்திருவிழாவினைப் பற்றியோ தொல்லிலக்கியக் குறிப்புகளோ கல்வெட்டுக் குறிப்புகளோ கிடைக்கவில்லை. எனவே இக்கோயிலைப் 'பழைய சிவன் கோயில்' என்று கோயில் ஆய்வாளர்கள் ஏற்றுக்கொள்வதில்லை. இக்கோயிலின் தனித்துவமான பிற கூறுகளைக் கவனிக்க வேண்டும். இக்கோயிலில் அடியவர்களுக்கு பிரசாதம் (இனிமம்) ஆக பாம்புப்புற்று மண்ணே வழங்கப்படுகிறது. நெல்லை, தூத்துக்குடி மாவட்டங்களில் வீட்டுக்குள் பாம்பு போன்ற நச்சுயிரிகளின் நடமாட்டம் தென்பட்டால் இக்கோயிலுக்கு நேர்ந்து கொள்கின்றனர். நேர்த்திக்கடனாக வெள்ளித்தகட்டா லான பாம்பு, தேள் உருவங்களைக் காணிக்கையாகச் செலுத்து கின்றனர். இக்கோயிலுக்குள் அமைந்த தெப்பக்குளம் நாக தீர்த்தம் என்றே வழங்கப்படுகிறது.

இதுபோன்ற ஐயத்துக்கிடமான தோற்றக்கூறுகளை யுடைய கோயில்கள் பெரும்பாலும் பிற சமயத்தவரிடமிருந்து பறிக்கப்பட்டவையாகும். பிற சமயத்தவர்கள் என்போர் பெரும்பாலும் பௌத்தர்களும் சமணர்களும் ஆவர். பௌத்த சமயம் கி.பி. பத்தாம் நூற்றாண்டுக்குள் தமிழ்நாட்டின் தென்பகுதியிலிருந்து மறைந்துவிட்டது. எனவே இக்கோயில் சமணர்களிடமிருந்து பறிக்கப்பட்டது என்பதனைக் கருது கோளாக வைத்துக்கொள்ளலாம். தமிழ்நாட்டுத் திருவிழாக் களிலும் தவம் செய்யும் அம்மன்மார் பெரும்பாலும் வெள்ளை சாத்தியே தவக்கோலக் காட்சி தருகின்றனர். வெள்ளை சாத்துதல் என்பது வெண்ணிறத் துணி சாத்துதல் அல்லது வெண்ணிறத் திருநீற்றுக் காப்பு சாத்துதல் என இரண்டு வகையில் அமைகின்றது.

வெள்ளை நிறத்துக்கும் துறவுக்குமுரிய ஒரே தொடர்பு தமிழ்நாட்டுச் சமயவரலாற்றில் (கத்தோலிக்கம் தவிர)

சமணத்துக்கு மட்டுமே உரியதாகும். கந்தி, கவுந்தி, ஆர்யாங்கனை, குரத்தியடிகள் ஆகிய பெயரோடு சமணப் பெண்துறவிகள் அழைக்கப்பட்டதனை நிகண்டுகள் பேசு கின்றன. இன்றும் சமண மதத்துப் பெண் துறவிகள் வெண்ணிறச் சேலையும் வெள்ளை முழுக்கைச் சட்டையுமாக வாழ் கின்றனர். தமிழ்நாட்டில் சமணப் பெண் துறவிகள் மிகக்குறைவு. கர்நாடகத்தில் இவர்களை மிக அதிகமாகப் பார்க்கலாம். சமணத்தில் பொதுவாகத் துறவுநிலைக்கான கட்டுப்பாடுகள் மிகமிக அதிகம். தலை மழிப்பு, வெள்ளாடை, அணிகலன் களையும் சொத்துக்களையும் முழுவதும் விட்டு விடுதல் ஆகிய வற்றோடு ஆண் குழந்தைகளைத் தொட்டுத் தூக்கக்கூட தடை விதிக்கப்பட்டுள்ளது. கல்வி உரிமை மட்டுமே முழுமையாக வழங்கப்பட்டுள்ளது. எனவே வெள்ளாடை உடுத்திய தவம் என்பது சமணத்திலிருந்து வைதிகம் பெற்றுக்கொண்ட நெறி யாகும்.

சங்கரன்கோயில் ஒரு நாகவழிபாட்டுத் தலம் என்ப தனைப் புற்றுமண்ணும் நாகத்தீர்த்தமும் நமக்கு உணர்த்து கின்றன. சமண சமயத் தீர்த்தங்கரர் 24 பேரும் வணக்கத்துக் குரியோர்கள். அவர்களில் பார்சுவநாதர், சுபார்சுவநாதர் ஆகிய இரண்டு தீர்த்தங்கரர்களின் சிற்பங்களில் அவர்களின் தலைமீது நாகம் குடை பிடிப்பது போன்ற வடிவமைப்பினை நிறையவே காணலாம். இவர்கள் இருவரில் பார்சுவநாதர் தலைமீது ஐந்து தலைநாகமும் சுபார்சுவநாதர் திருமேனி மீது ஏழு தலை நாகமும் குடை பிடித்திருக்கும். இவற்றுள் சங்கரன்கோயிலில் வழிபடப் பெற்ற தீர்த்தங்கரர் யார் என்பது அடுத்து வரும் கேள்வியாகும். இந்த இடத்தில் நெல்லை மாவட்டத்தில் பெருக வழங்கும் ஒரு தாலாட்டுப் பாடல் நமக்குத் துணை வருகிறது.

சங்கரனார் கோயிலிலே
சன்னதியில் புன்னைமரம்
அதிலே குடியிருக்கும்
அஞ்சுதலை செந்நாகம்

இதிலிருந்து சங்கரன்கோயிலில் வழிபடப் பெற்றவர் பார்சுவநாதரே என்று கொள்ளலாம்.

இதை வலுப்படுத்தும் இன்னொரு சான்றும் உள்ளது. சமண மதத்தின் தீர்த்தங்கரர் இருபத்து நான்கு பேருக்கும் ஒவ்வொரு இலாஞ்சனை (இலக்கினை) உண்டு. அதிலே பார்சுவநாதர் சிற்பத்தில் அடிப்புறத்தில் பாம்பு அவரது இலக்கினையாகக் காட்டப்பட்டுள்ளது. (ஏனையோருக்கு நிலாப் பிறை, சங்கு, மான் போன்றவை காட்டப் பெற்றிருக்கும்).

மேற்குறித்த செய்திகளால் சங்கரன்கோயில் பார்சுவநாதர் கோவிலாக இருந்து பின்னர் வைதிகத்துக்கு (இந்து மதத்திற்கு) மாற்றப்பட்ட கோவிலாக இருக்க வேண்டும். இந்த மாற்றம் எந்தக் காலத்தில் நிகழ்ந்திருக்கலாம்? கி.பி. பதின் மூன்றாம் நூற்றாண்டோடு தென் தமிழகத்தில் சமணத்தின் சுவடுகள் முழுவதுமாக அற்றுப்போகின்றன. எனவே அதற்குப் பின்னரே இந்த மாற்றம் மெல்ல மெல்ல நிகழ்ந்திருக்க வேண்டும். சங்கராபரணம் என்ற பெயரில் சைவமும் ஆதிசேடன் என்ற பெயரில் வைணவமும் பாம்பு வழிபாட்டைத் தமக்குள் கொண்டுள்ளன. எனவே சங்கரரும் நாராயணருமாக இந்தக் கோயிலைச் சமணத்திலிருந்து பறித்துக்கொள்வது எளிதாகப் போயிற்று.

சமணக் கோயில் வைதிகத்தால் பறிக்கப்பட்டு இந்துக் கோயில் ஆனதற்கு இருபதாம் நூற்றாண்டு எடுத்துக்காட்டு நாகர்கோயில் நாகராஜா கோயில் ஆகும். சுமார் ஐம்பது ஆண்டுகளுக்கு முன்புவரை அக்கோயிலில் சமணத் துறவிகள் இருந்தனர். இன்னும் அக்கோயில் தூண்களிலுள்ள சிற்பங்கள் (தீர்த்தங்கரர் சிற்பங்கள்) அக்கோயில் சமணக் கோயிலாக இருந்தமைக்கான சான்றுகளாக எஞ்சி நிற்கின்றன.

***செம்மலர்*, செப்டம்பர் 2010**

இராசராசனை இன்னும் கொண்டாடுவதேன்?

ஏகாதிபத்தியத்தின் கலை வெளிப்பாடுகள் எவ்வாறு இருக்கும் என்பதற்கு ஒரு நல்ல உதாரணம், சோழப் பெருமன்னன் முதலாம் ராசராசனால் (கி.பி. 985 – கி.பி. 1012) கட்டப்பட்ட தஞ்சைப் பெருங்கோயில். ஆனால், அந்தப் பெருவேந்தனே இக்கோயிலைத் தான் கட்டியதாகக் குறிப்பிடாமல் 'கட்டுவித்ததாகக்' குறிப்பிடுகின்றான்.

பாண்டியகுலாசநி வளநாட்டு தஞ்சாவூர்க் கூற்றத்து தஞ்சாவூர்
நாம் எடுப்பிச்ச திருக்கற்றளி ஸ்ரீ ராஜராஜீச்வர முடையாக்கு
நாங்குடுத்தநவும் அக்கன் குடுத்தநவும் நம் பெண்டுகள் குடுத்தநவும்
மற்றும் குடும்பத்தார் குடுத்தநவும் ஸ்ரீவிமாநத்தில் கல்லிலேவெட்டுக
என்று திருவாய்மொழிஞ்சருள வெட்டிந

என்பது இக்கோயிலின் முதல் கல்வெட்டு.

உடையார் என்பது அக்காலத்தில் அரசனுக்கும் இறைவனுக்கும் பொதுவாக வழங்கிய பெயராகும். அக்காலத்து மன்னர்களின் வழக்கப்படி அரசன் இக்கோயிலுக்கு ராஜராஜேச்வரம் என்று தன் பெயரையே சூட்டியுள்ளான். அக்கன் என்று குறிப்பிடப்படுவது, அவனது தமக்கையாரான 'ஸ்ரீவல்லவரையர் வந்தியத்தேவர் தேவியார் ஆழ்வார் பரநிந்தகன் குந்தவை'யாரைக் குறிப்பிடுவதாகும்.

பெண்டுகள் என்பது மனைவியரையும் பணிமகளிரையும் குறிக்கும். அரசனும் அதிகாரிகளும் கொடுத்த தங்கம், வெள்ளியால் ஆன நகைகள், கலங்கள், உலோகத்திருமேனிகள் தவிர இக்கோயில் முழுவதும் கல்லாலேயே ஆக்கப்பட்டது. மலைகளே இல்லாத ஒரு நிலப்பரப்பால் சூழப்பட்ட இக்கற்றளி*க்குத் தேவையான கற்கள் நார்த்தா மலையிலிருந்து (இன்றைய திருச்சி மாவட்டம்) கொண்டுவரப்பட்டது என ஆய்வாளர்கள் கருதுகின்றனர்.

196 அடி உயரமுள்ள இக்கோயிலின் விமானம் (கருவறைக்கு மேல் உள்ள பகுதி) செதுக்கப்பட்ட கற்களை அடுக்கிக் கட்டப்பட்டதாகும். ஆயிரமாண்டுக் காலத்தில் எத்தனையோ புயல், மழை இயற்கைச் சீற்றங்களைக் கண்டபோதும் ஒரு கல் கூட ஒரு சென்டிமீட்டர் அகலம்கூட விலகவில்லை என்பதுதான் இதனுடைய தொழில்நுட்பச் சிறப்பு. வெளியிலிருந்து பார்க்கும் போது கோபுரம் போலத் தெரியும் இந்த விமானம் கற்களை வட்டமாக அடுக்கியே கட்டப்பட்டதாகும். நடுவில் தளங்கள் கிடையாது. கி.பி. 1010ஆம் ஆண்டு ஏப்ரல் 22ஆம் நாள், ஆறாண்டுக் காலத்தில் கட்டப்பட்ட இக்கோயிலில் வழிபாடு துவங்கியது.

உண்மையில் இதன் பெருமையெல்லாம் இதைக் கட்டிய கல்தச்சர்கள், சிற்ப ஆசாரிகள், உழைப்பாளிகள் ஆகியோரின் உடல் உழைப்பையும் மதி நுட்பத்தையுமே சாரும். ஆயிரத்துக்கும் மேற்பட்ட பணியாளர்கள் இக்கோயிலில் பணியாற்றியுள்ளனர். காவிரிநாட்டின் பல ஊர்களிலிருந்தும் 400 தளிச்சேரி**ப் பெண்டுகள் கொண்டுவரப்பட்டு நியமிக்கப்பட்டனர். இவர்கள் கோயிலில் அலகிடுதல், மெழுக்கிடுதல் போன்ற பணி செய்பவராகவும் ஆடுமகளிராகவும் மூன்று வகையாகப் பிரிக்கப்பட்டிருந்தனர்.

விளக்கெரிப்பதற்காக நானூறு இடையர்களுக்கு ஆடுகள், மாடுகள், எருமைகள் ஆகியன வழங்கப்பட்டன. இந்த ஆடுகள் 'சாவா மூவாப்பேராடுகள்' என அழைக்கப்பட்டன. இவர்கள் ஒவ்வொருவரும் நாளொன்றுக்கு உழக்கு நெய் விளக்கெரிக்கக் கோயிலுக்குக் கொடுக்க வேண்டும்.

நெல் அளக்கும் மரக்காலுக்கும் நெய் அளக்கும் உழக்குக்கும் 'ஆடவல்லான்' என்று அரசன் பெயரே சூட்டப்பட்டது. கோயிலுக்கான பாதுகாவலர்கள் 'திருமெய்க்காப்புகள்' எனப்பட்டனர். தஞ்சைமண்டலத்தின் ஒவ்வொரு ஊர்ச்சபையாரும்

---
*. கற்றளி = கற்கோவில்
**. தளி = கோயில், சேரி = சேர்ந்து வாழும் இடம்

ஒரு திருமெய்க்காப்பாளரைப் பெரியகோயிலுக்கு அனுப்ப வேண்டும். தளிச்சேரிப் பெண்டுகளைப்போல இவர்களுக்கும் ஆண்டொன்றுக்கு 100 கலம் நெல் வழங்கப்பட்டது. இக்கோவிலைக் கட்டிய சிற்பிக்கு 'இராஜராஜப் பெருந்தச்சன்' என்ற பட்டம் வழங்கப்பட்டது. கோவிலில் நாவிதப்பணி செய்வாருக்கும் 'இராஜராஜப் பெருநாவிசன்' என்ற பட்டம் தரப்பட்டது.

இராஜராஜன் பிறந்த ஐப்பசி மாத சதைய நட்சத்திரத் திருவிழா, ஐப்பசி மாதம், இக்கோவிலில் கொண்டாடப்பட்டது. இந்நாட்களில் ஆடியருளும் திருமஞ்சன நீரிலும் தண்ணீர் மீதிலும் ஒரு நாளைக்கு, 'ஏல அரிசி ஒரு ஆழாக்கும் பெருஞ்சண்பக மொட்டு ஒரு ஆழாக்கும்' இடப்பெற்றுள்ளன என்று ஒரு கல்வெட்டால் அறியலாகிறது. திருச்சதைய நாள் பன்னிரண்டனுக்கும் 'திருவிழா எழுந்தருளின தேவற்குத்' திருஅமுது செய்வதற்கு ஏற்பாடு செய்யப்பட்டமையை ஒரு கல்வெட்டு காட்டுகின்றது. மன்னன் இக்கோவிலில் உள்ள இறைத்திருமேனிகளுக்குக் கொடுத்த தங்க அணிகலன்களின் எடை மட்டும் 1230 கழஞ்சு 4 மஞ்சாடி ஒரு குன்றி ஆகும். இது சுமார் 2 கிலோ 692 கிராம்களாகும். தங்கத்தாலான கலன்கள் இக்கணக்கில் சேராது.

இக்காலத்தவர் கருதுவதுபோல இக்கோயில் தமிழ்ச்சைவ நெறிப்படி கட்டப்பட்டது அன்று. காசுமீரத்துப் பாசுவத சைவ நெறிப்படி கட்டப்பட்டதாகும். இக்கோவிலின் கருவறையைச் சுற்றியுள்ள ஊழ்த்திருச்சுற்றில் வாமம், அகோரம், சதாசிவம், சத்யோஜாதம் என்ற நான்கு திருமேனிகளைக் காணலாம். மூலலிங்கம் ஈசானதேவராகும். மூலலிங்கம் ஊன்றப்பட்ட ஆவுடையார் 32 முழம் திருச்சுற்று உடையதாகும்.

என்னதான் வியப்பைத் தந்தாலும் தஞ்சைப் பெருங் கோவில் ஏகாதிபத்தியத்தின் 10ஆம் நூற்றாண்டு வெளிப்பாடு என்று கூறுவதே பொருந்தும். ஏகாதிபத்தியத்துக்கென்று சில கலாச்சார வெளிப்பாடுகள் உண்டு. அவற்றில் ஒன்று அளவின் பிரம்மாண்டம் (133 அடி உருவத் திருவள்ளுவர் சிலை, பிரமிடுகள் போன்றவையும் இப்படித்தான்.) மற்றொரு பண்பு பொருட் களையும் மனிதர்களையும் தரவரிசைப்படுத்தும் நுட்பம்.

ஒரு நகைக்கான வர்ணனையில் முத்துக்களின் தர வரிசை இவ்விதமாகஒருகல்வெட்டில்கூறப்பட்டுள்ளது:'ஸ்ரீராஜராஜதேவர் ஸ்ரீபாதபுஷ்பமாக அட்டித்திருவடி தொழுத இரண்டாந்தரத்தில் முத்தில் கோத்த முத்து வட்டமும் அனுவட்டமும் ஒப்பு முத்துங் குறுமுத்தும் நிம்பொளமும் பயிட்டமும் அம்புமுதுங்கறடும்

இட்டையுஞ் சப்பத்தியுஞ் சக்கத்துக்குளூர்ந்த நீரும் சிவந்த நீரும் உடைய முத்து ஆயிரத்தைந்நூற்று இரண்டினால் நிறை நாற்பத்தியொரு கழஞ்சே ஒன்பது மஞ்சாடியும் . . .'

ஏகாதிபத்தியத்தின் மற்றொரு பண்பு அளவுகளின் கூர்மை அல்லது ஆணைகளின் துல்லியத்தன்மை

நிலன் இருபத்தைஞ்சே இரண்டு மா முக்காணி
அரைக்காணிக் கீழ்
ஒன்பது மா முந்திரிகைக்கீழ் அரையினால் பொன்
இருநூற்று நாற்பத்தாறு
கழஞ்சரையே மூன்று மா முக்காணியும்.

என்று ஒரு ஆணை செல்கிறது.

ஆனால் இந்தப் பேரரசு எளிய மக்கள் வாழ்விடங்களான பறைச்சேரி, கம்மளச்சேரி, வண்ணாரச்சேரி, ஊர் நத்தம், பாழ் நிலம், ஊடறுத்துப்போகும் வாய்க்கால்கள் ஆகியவற்றை இறையிலி நிலங்களாக அறிவித்திருக்கிறது. அந்த நிலையே ஆங்கிலேயர் ஆட்சிக்காலம்வரை தொடர்ந்தது. எப்படியிருந் தாலும் தீண்டாச்சேரியும் பறைச்சேரியும் வாழ்ந்த காலம்தான் அது. பறைச் சுடுகாடும் கம்மாளச் சுடுகாடும் தனித்தனியாக இருந்த காலம்தான் அது. இந்தப் 'பொற்காலம்' பற்றி நிறையவே இன்னும் பேச வேண்டும்.

அப்படியானால் இராசராசனைத் தமிழுலகம் இன்னமும் ஏன் கொண்டாடுகிறது? இராசராசன் தில்லையிலே அவன் காலத்திலேயும் நிலைபெற்றிருந்த பார்ப்பன மேலாதிக்கத்துக்கு எதிராகவே இக்கோவிலைக் கட்டியிருக்கிறான். தேவாரத் திருப்பதியங்களைப் பாட நாற்பத்தெட்டுப் பேரை நியமித்திருக் கிறான். அதன் விளைவாகத்தான் தில்லைக்கோவிலின் மேன்மையைக் கொண்டாடிய சேக்கிழார் தஞ்சைப் பெருங் கோவிலைப் பற்றி மறைமுகமாகவேனும் ஒரு சொல் பாட வில்லை.

இராசராச சோழனின் ஏக ஆதிபத்தியம்

சென்ற கட்டுரையில் முதலாம் இராசராசனை ஏகாதிபத்தியவாதி என்று குறிப்பிட்டிருந்தோம். இந்தச் சொல்லாடல் நவீன காலத்தியது அல்லவா என்று சில வாசகர்கள் குழம்பியிருக்கலாம். முதலில் இந்தச் சொல்லினுடைய பொருளை ஆழ்ந்து நோக்க வேண்டும். மற்ற எல்லாவற்றையும் நிராகரித்துத் தான் 'மட்டுமே' மேலெழும்பும் ஒரு நபரை அல்லது சித்தாந்தத்தையே ஏக ஆதிபத்தியம் என்கிறோம். அமெரிக்கா என்பது ஒரு அரசின் ஏகாதிபத்தியம் என்றால் மற்ற விளையாட்டுக்களை எல்லாம் அழித்து மேலெழும்பும் கிரிக்கெட் விளையாட்டுக் கலாச்சார ஏகாதிபத்தியம் அல்லவா? சங்கராச் சாரியாரின் அத்வைத சித்தாந்தம் ஒரு தத்துவ ஏகாதிபத்தியம் அல்லவா?

உலகமெல்லாம் தனக்கு மட்டுமே என்பது சங்க காலம் தொடங்கி மன்னர்களின் நோக்கமாக இருந்திருக்கிறது.

தென்கடல் வளாகம் பொதுமையின்றி
வெண்குடை நிழற்றிய ஒருமையோர்

என்று சங்க இலக்கியம் மன்னர்களின் ஏகாதி பத்திய உணர்வைக் குறிப்பிடுகிறது.

அகிலமெலாம் கட்டி ஆளினும் கடல் மீது
ஆணை செல்லவே நினைப்பார்

என்று பட்டினத்தாரும் பாடுவார்.

இராசராசனின் *மெய்க்கீர்த்தியின் முதல் இரண்டு அடிகளைப் பாருங்கள்:

திருமகள் போலப் பெருநிலச் செல்வியும்
தனக்கேயுரிமை பூண்டமை மனக்கொள

என்பது முதல் இரண்டு அடிகளாகும். செல்வங்களும் நிலவளமும் பூமியில் வேறு யாருக்கும் கிடையாது என்பது அவனது நோக்கமாகும்.

சோழமண்டலம் மட்டுமல்லாமல் பாண்டி மண்டலம், சேர மண்டலம் ஆகியவற்றோடும் ஈழ மண்டலத்தையும் வென்று தனக்கு மும்முடிச் சோழன் என்று தானே பெயர் சூட்டிக்கொண்டவன் அவன். அவை மட்டுமின்றி வேங்கை நாடு, கங்கை பாடி, தடிகை பாடி, நுழம்பாடி, ஈழ மண்டலம் இவை எல்லாவற்றையும் வெற்றிகொண்டவன். அதாவது இன்றைய கர்நாடகத்தில் வடகிழக்குப் பகுதி, ஆந்திரத்தின் தென்பகுதி, கேரளத்தின் தென்பகுதி இவையெல்லாம் அவன் ஆட்சியின் கீழ் வந்தன.

அந்தந்த நாட்டுப் **பண்டாரங்களைக் கொள்ளையடித்த செல்வமே 216 அடி உயரமுள்ள கற்கோபுரத்தை உருவாக்கியது, வென்ற நாடுகள் அனைத்துக்கும் அவன் தனது 9 பட்டப் பெயர்களையே சூட்டினான். எடுத்துக்காட்டாகப் பாண்டி நாட்டுக்கு ராஜராஜப்பாண்டி மண்டலம் என்று பெயர் சூட்டினான். தஞ்சைக்கோவில் கல்வெட்டு ஒன்று, 'உடையார் ஸ்ரீராஜ ராஜதேவர் மலைநாடு எறிந்து கொண்டுவந்த பண்டாரத்தி லிருந்து எடுத்துச்செய்த' பொன்னாலான அணிகலன்களைப் பற்றிப் பேசுகிறது. அதாவது சேரநாட்டு அரச பண்டாரத்தைக் (கருவூலத்தை) கொள்ளையடித்துக் கொண்டுவந்த பொன்னால் கோவில் இறைவனுக்கு நகைகள் அளித்துள்ளான்.

ஐப்பசி மாதம் சதைய நட்சத்திரத்தில் பிறந்தவன். எனவே தன்னுடைய பிறந்த நாளைக் கேரளா உட்பட எல்லாக் கோவில் களிலும் கொண்டாட ஏற்பாடு செய்தவன்.

அவரது மெய்க்கீர்த்தியின் மூன்றாவது அடி 'காந்தளூர்ச் சாலை கலமறுத்தருளி' என்பதாகும். அண்மையில் கண்டுபிடிக்கப் பட்ட கல்வெட்டு ஒன்றில் இவ்வரியை அடுத்து 'மலையாளிகள் தலையறுத்து' என்ற தொடர் காணப்படுகிறது.

தஞ்சைக்கோவிலுக்குத் தான் மட்டுமன்றித் தன் பணியாளர்கள் அனைவரையும் நன்கொடை அளிக்கச்

---

*. மெய்க்கீர்த்தி = மன்னர்களின் புகழ்ப்பாட்டு முன்னுரை
**. பண்டாரம் = கருவூலம்

செய்திருக்கிறான். தன்னுடைய பெயரே எல்லா இடங்களிலும் விளங்க வேண்டும் என்பதற்காகப் பணியாளர்களுக்கு மிக உயர்ந்த விருதாகத் தன்னுடைய பெயரான 'ராஜராஜன்' என்பதை அளித்துள்ளான்.

ராஜராஜன் பெருந்தச்சன்
ராஜராஜப் பெருந்தையான்
(ரத்தினங்களைத் துணியில் தைப்பவர்)
ராஜராஜப் பெருநாவிசன்

என்பவை போன்ற பட்டங்களை அளித்துள்ளான்.

அதுமட்டுமல்லாமல் அளவு கருவிகளுள்ளும் தன்னுடைய பெயரையே சூட்டியுள்ளான் என்பதை ஏற்கனவே பார்த்தோம். தஞ்சைக்கோவில் பணியாளர் 1100 பேரில் 400 பேர் ஆடல் மகளிர் ஆவர். 400 ஆடல் மகளிரும் சோழ மண்டலத்திலிருந்த 112 கோவில்களிலிருந்து தருவிக்கப்பட்டவர்கள். சிவபெருமான் நடராசத் திருக்கோலமே அவன் மனம் விரும்பிய வடிவ மாகும். அத்திருமேனியை 'ஆடவல்லான்' என்று குறிப்பிடும் ராசராசன் அதற்காகவே 400 தளிச்சேரிப் பெண்டுகளை (ஆடுமகளிர் தேவதாசிகள்) நியமித்தான்.

இவையன்றிக் கோயிற் பாதுகாவலர்களாக 'திருமெய்க் காப்பு' எனப்படும் பணியாளர்களை நியமித்தான். இவர்களைச் சோழ மண்டலத்திலுள்ள பல்வேறு ஊர்ச்சபையாரும் அரசன் ஆணைப்படி அனுப்பியுள்ளனர்.

இவையன்றி வாரிசு அரசியலின் வழிகாட்டியாகவும் ராசராசன் திகழ்ந்துள்ளான். தான் வென்ற பாண்டி மண்டலத்தை ஆளத் தன் பிள்ளைகளை நியமித்து அவர்களுக்குச் சோழ பாண்டியர் என்று பட்டம் கொடுத்தான். சோழ பாண்டியர் என்ற பெயர் தாங்கிய கல்வெட்டுக்கள் பல மதுரை, நெல்லை மாவட்டங்களில் காணப்படுகின்றன.

'இவனுக்கு 15 மனைவியா இருந்தனர். பட்டத்தரசி தந்தி சக்தி விடங்கி ஆவார். முதலாம் ராசேந்திரனைப் பெற்றெடுத்த பெருமைக்குரியவர் வானவன் மாதேவி' என்று வரலாற்றாளர் குறிப்பிடுகின்றனர்.

பல்வேறு ஊர்களிலுள்ள நிலங்களிலிருந்து தஞ்சைக் கோவிலுக்குக் காணிக்கடனாக ஆண்டொன்றுக்கு வந்த நெல் 1 லட்சத்து 20 ஆயிரம் கலம் ஆகும். எனவே, இந்தக் கோயில் பணியாளர்களில் கணிசமான அளவு கணக்கெழுதுவோர் இருந்துள்ளனர். 4 பண்டாரிகள், 116 பரிசாரகர், 6 கணக்கர்கள், 12 கீழ்க்கணக்கர்கள் இக்கோவிலில் பணி செய்துள்ளனர்.

கோவிலுக்குரிய விளக்குகளுக்கு நெய் அளக்க 400 இடையர்கள் நியமிக்கப் பட்டிருந்தனர். இவர்களுக்கு 'வெட்டுக்குடிகள்' என்று பெயர். அதாவது, சம்பளமில்லா வேலைக்காரர்கள் என்று பொருள். இவர்கள் வசம் ஒப்புவிக்கப்பட்ட எண்ணிக்கையிலான ஆடுமாடுகளின் 'மிகுபயன்' மட்டுமே ஊதியமாகும். அதாவது 96 ஆடுகள் அல்லது 48 பசுக்கள் அல்லது 32 எருமைகள் ஒரு 'இடையன் வசம்' ஒப்புவிக்கப்படும். இந்த எண்ணிக்கை குறையாமல் வைத்துக்கொண்டு அவன் கோவிலுக்கு நெய் அளக்க வேண்டும். எனவே, இந்த ஆடுகளுக்கும் மாடுகளுக்கும் 'சாவா மூவாப் பேராடுகள் அல்லது பசுக்கள்' என்று பெயர். அதாவது இவர்களைப் பொறுத்தமட்டில் அரசுக்கு பொருட் செலவோ நெற்செலவோ கிடையாது.

நாம் சென்ற கட்டுரையில் குறிப்பிட்டது போல அளவுகளின் துல்லியத்தன்மை ஏகாதிபத்தியத்தை அடையாளம் காட்டும் ஒரு அம்சமாகும் (கணிப்பொறிக் காலத்தை நினைவு கொள்க.)

ஒரு மாநிலமும் வரியிலிருந்து தப்ப முடியாது. சோழ சாம்ராஜ்யத்தில் நிலப்பரப்பைத் துல்லியமாக அளந்து இறை வசூல் செய்யும் ஏற்பாடு செய்யப்பட்டிருந்தது.

நிலன் நாற்பத்தொன்பதரையே
நான்குமா முக்காணிக்கீழ் அரையே
ஒரு மாவரைக் கீழ் முக்காலே ஒருமாவினால்
இறைகட்டின காணிக்கடன் . . .

என்று வரும் இந்நிலப்பரப்பின் அளவினைக் காண்போம்.

இக்கல்வெட்டிலிருந்து அந்நாளில் நிலப்பரப்பைக் கணக்கிட வேலி, குழி, சதுரசாண், சதுர அங்குலி, சதுரநூல் இவற்றை அலகீடாகக் கொண்டிருந்தனர் எனத் தெரிகிறது.

மேலும், ஒரு வேலி பரப்பளவுள்ள நிலத்தை 320 சமபங்குக ளாக்கி, அதன் ஒரு பங்கை முந்திரி (1/320) என்றும்; முந்திரிக்கும் கீழுள்ள பரப்பை மேலும் 320 சமபங்குகளாக்கி, அதன் ஒரு பங்கைக் கீழ் முந்திரி (1/320 – 1/320) என்றும்; கீழ் முந்திரிக்குக் கீழ் உள்ள நிலத்தை மேலும் 320 சமபங்குகளாக்கி, அதன் ஒரு பங்கைக் கீழ் கீழ் முந்திரி (1/320 – 1/320 – 1/320) என்றும் குறிப்பிட்டனர். கீழ் கீழ் முந்திரிக்குக் கீழுள்ள மிகச் சிறிய நிலப்பரப்பை இருபத்தைந்து சம பங்குகளாக்கி, அதன் ஐந்து பங்கைக் கீழ் கீழ் கீழ் நான்குமா என்றும், பத்துப்பங்கைக் கீழ் கீழ் கீழ் எட்டுமா என்றும், பதினைந்து பங்கைக் கீழ் கீழ் கீழ் அரையே இருமா என்றும், இருபது பங்கைக் கீழ கீழ் கீழ் முக்காலே ஒருமா என்றும், இருபத்து ஐந்து பங்கைக் கீழ் கீழ் முந்திரி என்றும் வகுத்துள்ளனர்.

இறுதியில் கணக்கிடும் மிகச்சிறிய நிலப்பரப்பின் அளவு கீழ் கீழ் முந்திரிக்குக் கீழுள்ள மேற்கூறிய நான்கு அளவு முறைகளில் ஏதாவது ஒன்றினைக் கொண்டு முடியும்.

பொதுவில், நிலப்பரப்பின் அளவு முறை கீழ் கீழ் முந்திரி என்ற அளவிலேயே முடியும். நில அளவையை மேலே குறித்த முறையில் முந்திரி, அரைக்காணி, காணி, அரைமா, முக்காணி, ஒருமா, மாகாணி, கால், அரை, முக்கால், ஒன்று என்று கீழ் கீழ் முந்திரியிலிருந்து முந்திரி முந்திரியாகக் கீழ் முந்திரி, முந்திரி வேலி வரையில் கூட்டி அலகிட்டு அதன் பரப்பை அட்டவணை ஒன்றில் காட்டியுள்ள வாய்ப்பாட்டின்படி கணக்கிட்டு வேலிக்கணக்கில் குறித்துள்ளனர்.

அன்னம் பஹூ குர்வீத

உணவைப் பெருக்கிப் பகிர்ந்துண்ணும் பாரதீய சனாதன தர்மத்தின் விளக்க நூலாக 'அன்னம் பஹூ குர்வீத' என்ற பெயரில் தமிழ் நூல் ஒன்று வெளிவந்துள்ளது. நூலாசிரியர்கள் ஜிதேந்த்ர பஜாஜ், மண்டயம் தொட்டமென ஸ்ரீநிவாஸ் ஆகிய இருவரும் ஆவர். நூலின் துணை யாசிரியர் பெயரிலிருந்து அவர் 'திராவிட வேதப் பிரகர்த்தர்'களின் வாரிசு எனத் தெரிகிறது. வடக்கும் தெற்கும் இணைந்து எழுதிய இந்த நூலுக்கு இரண்டு சங்கராச்சாரியார்கள், மூன்று ஜீயர்கள், பெஜாவர் மடாதிபதி ஆகியோர் ஆசியுரை வழங்கியிருக்கிறார்கள். விஜயலெட்சுமி ஸ்ரீநிவாஸ் தமிழாக்கம் செய்துள்ளார்.

பாரதத்தின் கடந்தகால உணவுக் கோட்பாடு களையும் நிகழ்கால நிலைமைகளையும் வருங் காலத்துக்குத் தேவையான சிந்தனைகளையும் தன் பார்வையில் நூல் முன்வைக்கிறது.

இந்தியாவின் உணவுத் தேவை குறித்த கவலை அனைத்து இந்திய மக்களுக்கும் பொதுவானது தான்; சிந்திக்க முற்படுகிற சிலர் மட்டும் இந்தியா வின் உணவு உற்பத்திமுறைகளையும் சந்தைகளை யும் பங்கிடும் முறைகள் பற்றியும் கவலைப்படு கிறார்கள். ஆசியுரை வழங்கிய பெரியவர்களுக்கு இந்தியாவின் 'ரேசன்' கடைகளைப் பற்றியோ அங்கே வழங்கப்படும் பொருள்களின் தரம், முறை பற்றியோ

அனுபவம் இருக்க நியாயமில்லை. ஆனால் செயற்கை உரங்களால் கிழடு தட்டிப்போன இந்திய நிலங்களுக்கு இயற்கை உரங்களை இடச் சொல்லி ஓயாமல் கதறுகின்ற தொலைக்காட்சியில், மறுபுறத்தில் செயற்கை விஞ்ஞானி எம்.எஸ். சுவாமிநாதனுக்கு பாராட்டு விழாச் செய்திகளும் ஒருசேர வந்துகொண்டு இருப்பதைத்தான் நம்மைப் போன்றவர்களால் செரித்துக்கொள்ள முடியவில்லை.

மனிதகுல நாகரிக வளர்ச்சிக்கான அடிப்படைக் காரணி களில் ஒன்று, ஒவ்வொரு மக்கள் திரளும் தனக்கென்று தேர்ந்தெடுத்துக்கொண்ட உணவு உற்பத்தி முறையும் தொழில் நுட்பங்களும் உற்பத்திக் கருவிகளின் வளர்ச்சியும், உணவு குறித்த பண்பாட்டு வெளிப்பாடுகளும்தாம். இந்தியக் கலாச்சாரத்தைப் போலவே இந்திய உணவுவகைகளும், உற்பத்தி முறைகளும் பன்முகத்தன்மை கொண்டவைகளே (இதை எழுதும்போது 13 நாள் ஆட்சியின் வாக்கெடுப்புக் கூட்டத்தில் ஜி.ஜி.சுவெல், வடகிழக்கு மாநிலங்களில் மாட்டிறைச்சி எப்படி அடிப்படை உணவாக விளங்குகிறது என்பதை விளக்கிப் பேசியது நினைவுக்கு வந்து தொலைக்கிறது).

'அன்னம்' என்ற சொல் அரிசியைக் குறிக்கவில்லை; சமைக்கப்பட்ட அரிசியைக் குறிக்கிறது. அன்னத்தைப் பகிர்ந்து உண்ணுதல் என்பது பிராமணர்களைத் தவிர ஏனையோர்க்கு விதிக்கப்பட்ட தர்மமாகத்தான் இருக்க முடியும். ஏனென்றால் பிராமணர்கள் (துறவிகள் உட்பட) மற்றவர்கள் கையால், அன்னத்தைப் பெற்றுக் கொள்வதில்லை அரிசியினை மட்டுமே பெற்றுக்கொள்வார்கள். அத்தனை ஏன், பிற சாதியினர் கையால் புழுக்கப்பட்ட (அவிக்கப்பட்ட) அரிசியினை உண்பது பாவ மென்று கருதிப் பச்சரிசி உணவினைத் தேர்ந்துகொண்டவர்கள் அவர்கள். சமயத் தலைமை அதிகாரத்தைப் பெற்றிருந்தவர் களின் உணவு நெறி பாரதத்தில் இதுவாகத்தான் இருந்தது.

அன்னம் என்பது முழுமையான உணவினைக் குறிக்கும் சொல்லாகாது. இலை, தழைகள், கீரைகள், காய்கறிகள், பயறு வகைகள், நிலத்திற்குக் கீழே வளரும் கிழங்கு வகைகள், இறைச்சி, மீன் – இவை எல்லாம் கலந்ததே உணவுவகையாகும். சங்க இலக்கியத்திற்குப் பின்வந்த தமிழிலக்கியத்தை – இருபதாம் நூற்றாண்டு வரை – படிக்கிற யாருக்கும், 'தமிழர்கள் எல்லோரும் புலால் உண்ணாதவர்கள்' என்ற மயக்கம் வந்துவிடும். அப்படித் தான் இந்த நூலைப் படிப்பவர்களுக்கும், 'பாரதம் புலால் உண்ணாத நாடு' என்ற மயக்கம் ஏற்படும்.

உணவும் உணவுவகைகளும் உணவு குறித்த வழக்கங்களும் நம்பிக்கைகளும் சடங்குகளும் கூட ஒரு மக்கள் திரளின்

பண்பாட்டை வெளிப்படுத்தி நிற்கின்றன. சமூக, அரசியல் ஆதிக்கங்கள் இவற்றின் குறுக்கு வெட்டாகப் பாய்ந்து தங்கள் அதிகாரத்தை ஒழுங்குபடுத்தித் தக்கவைத்துக்கொண்டுள்ளன என்பதும் வரலாற்று உண்மைதான். “மாடு தின்னும் புலையா உனக்கு மார்கழித் திருநாளா?” என்ற கேள்வியோடு மட்டும் இது நிற்கவில்லை. வேட்டச் செந்நாய் தின்று எஞ்சிய இறைச்சியினை உண்ணும் மலைச்சாதி மக்கள், நரிக்குறவர், எலிக்கறி தின்னும் புலையர், ஈசல் பிடித்துத் தின்னும் உடலுழைப்புச் சாதியினர், பன்றியைப் பலிகொடுத்து உண்ணும் மக்கள் என்று உண்ணும் உணவே மக்களை அடையாளம் காட்டி, பாரதத்தில் அதிகாரத்தை ஒழுங்கு செய்திருந்தது. தமிழிலக்கியத்திலிருந்து ஏராளமான மேற்கோள் தரும் இந்த நூலில் ‘கொழுப்பு ஆ தின்ற கூர்ம் படை மழவர்’, ‘ஆ உரித்துத் தின்று உழலும் புலையர்’ பற்றிய குறிப்புகள் காணப் பெறவில்லை. ஆற்றுப்படை நூல்கள் காட்டும் இனக்குழு வாழ்க்கை உணவு முறைகள் பேசப் படவில்லை. மன்னர்கள் ‘குளம் தொட்டு வளம் பெருக்கி’ நெல் உற்பத்தியைப் பெருக்கினார்கள் என்றால் காடுகளில் வாழ்ந்த மக்கள் தீயிட்டு, நிலம்திருத்திப் புஞ்சை நிலங்களில் தானியங்களைப் பயிரிட்டனர். ஆனாலும் கூட இந்தியாவில் அதிகார வரிசை முறையினை உருவாக்கிய சனாதன தர்மம், உணவு நுகர்விலும்கூட அதை நிலைநிறுத்தி வைத்தது. பிராமணர்கள் புழுங்கல் அரிசியை மட்டுமல்ல, பூமிக்குக் கீழே விளையும் கிழங்குவகைகளையும் உண்ணமாட்டார்கள். காரணம் பூமிக்குக் கீழே விளைவன விலங்குகளாலும் சூத்திரர் களாலும் உண்ணப்பட வேண்டிய உணவுகளாகும். உருளை கிழங்கையும் புலாலையும் பிராமணர்களை உண்ணவைத்த ‘நவீனம்’ கூட அவர்களைப் பனங்கிழங்கை உண்ணவைக்க முடியவில்லை.

உலைச் சோற்றிலேயே உப்பை இட்டுச் சமைக்கும் வழக்கம் ஒடுக்கப்பட்ட மக்களுடையதாக இருந்தது. பயறு வகைகள் கீழ் மக்களோடும் இறப்புச் சடங்குகளோடும் தொடர்புபடுத்தப்பட்டன. இன்னும் தெளிவாகச் சொன்னால், பெருவாரியான மக்களின், பெருவாரியான உணவு வகைகள் திருக்கோயிலுக்குள் முழுமையாகத் தடை செய்யப்பட்டிருந்தன. இன்னும் கூட அப்பழக்கம் நடைமுறையிலுள்ளது. மிளகாய் வற்றலும் தட்டைப் பயறும், வெங்காயமும், உருளைக்கிழங்கும், தக்காளியும் கூட ‘வசதி படைத்த’ திருக்கோயில்களின் கருவறைக்குள் இன்றுவரை நுழைய முடியவில்லை, அவற்றை உற்பத்தி செய்யும் மக்களைப் போலவே. மாறாகத் துடியான கிராமத்துத் தேவதைகள் அரபியர்களின் புகையிலைச் சுருட்டையும் ‘பலி’யாக ஏற்றுக்கொள்கின்றன.

மனித மிருகம் வளர்ச்சி பெற்று மனிதக் கூட்டமாக, இனக்குழுவாக உருமாற்றம் பெற்றதனைக் காட்டி நிற்கும் சான்றுகளில் ஒன்று கூடிப் பகிர்ந்து உண்ணும் பழக்கமாகும், உற்பத்திமுறையில் பின் தங்கியவர்களாகவும் நகர நாகரிக வாசனை படாமலும் காடுகளுக்குள் வாழும் பழங்குடி மக்களிடம் திருமணச் சடங்கிலும் இறப்புச் சடங்கிலும் கூடிப் பகிர்ந்துண்ணும் வழக்கம் இருக்கின்றது. நகர நாகரிகத்தில் போல வெறும் வழக்கமாக இல்லாமல், சடங்குத்தன்மை யோடு கூடியதாக இது இருக்கிறது. கூடி உணவு தேடி கூடிப் பகிர்ந்துண்ணும் வழக்கம் இன்றும்கூட ஒரு தொல்லெச்ச மாகத் தமிழகத்தின் மலையடிவாரக் கிராமங்களில் இருப்பதைப் பார்க்கலாம்.

தைப் பொங்கலையடுத்த மறுநாள் (கரிநாள் என்பது மக்கள் வழக்கு; 'கனு' என்பது மேலோர் மரபு) ஊரிலுள்ள மக்கள் சாதி, மத வேறுபாடின்றிக் காட்டுப் பகுதியில் வேட்டைக்குச் சென்று முயல், உடும்பு, காட்டுக்கோழி, கவுதாரி போன்றவற்றை வேட்டையாடி ஊருக்குள் கொண்டுவந்து ஊர் நடுவில் இறைச்சியைப் பகிர்ந்து எடுத்துக்கொள்கிறார்கள். ஊர் மந்தை 'மன்றம்' ஆக மாற்றம் பெற்று வளர்ந்த கதையின் ஒரு பகுதி இது.

உலகின் தொடக்க காலத் தெய்வங்களில் இந்தச் சமமான பங்கீட்டு முறையினை ஒழுங்குபடுத்திய தெய்வம் ஒன்றும் உண்டு. இத்தெய்வம் பற்றித் தொன்மையான தமிழிலக்கியத்தில் சில அருகிய குறிப்புகள் காணப்படுகின்றன. இத்தெய்வத்தைப் 'பால்' என்றும் உரையாசிரியர்கள் 'பால்வரை தெய்வம்' என்றும் குறிப்பிடுகின்றனர் (பால் – வகுத்தல், பிரித்தல்). சமத்துவம் பேணிய இத்தெய்வத்துக்கு வேதமரபில் 'ரித' என்ற பெயர் காணப்படுகின்றது. (இத்தெய்வங்களைப் பற்றித் தமிழில் க. கைலாசபதியும் பேரா.எஸ். ராமகிருஷ்ணனும் எழுதி யுள்ளனர். ஆங்கிலத்தில் நரேந்திரநாத் பட்டாச்சாரியா எழுதி யுள்ளார். கிரேக்க மரபில் இத்தெய்வத்துக்கு 'மீர' Morea என்று பெயர்.)

பகிர்ந்துண்ணும் கலாசாரம் இந்நாட்டுத் தொல்குடி மக்களிடம் அரும்பிய வெளிப்பாடாகும். மேலோர் மரபு பேசும் சனாதான தருமம், மக்கள் கூடியும் கலந்தும் உண்ணும் வழக்கத்தைத் தடை செய்தது என்பதே வரலாற்றுண்மையாகும்.

பிராமண 'யதி' (துறவி) அரிசியை மட்டுமே பிச்சை ஏற்றான். சமணத் துறவியோ சமைத்த உணவையே கையினால் பிச்சை ஏற்றான். உணவாக்கத்திலும், உண்ணுவதிலும் சாதியத்தைத்

நீராட்டும் ஆறாட்டும்

தாண்டிய மதம் சமணமாகும்; வைதீகமல்ல. சமணரும் உண்ணும் மரபில் 'மேலோர்' மரபு பேணிய இடம் ஒன்றுண்டு. உண்ணும் போது பேசுவதைச் சமணம் தடை செய்தது. இந்த வழக்கமே "உண்ணும்போது உரையாடாதார்" என்று அப்பர் தேவாரத்தில் வசையாகவும் மாறியது.

"அனைத்துயிர்களும் அன்னத்திலிருந்து உற்பத்தி யானவை; அன்னம் மழையால் உற்பத்தியாகிறது; மழை யக்ஞத்தால் சம்பவிக்கிறது; யக்ஞமாவது கருமத்தால், நற்காவியத்தில் உண்டாகிறது"(பக்.8) என்பதே இந்த நூலின் முதற்பகுதியின் அடிப்படையாகும்.

நூலின் ஆறாம் அத்தியாயம் மனுநீதியின்படி இல்லறத் தான் செய்ய வேண்டிய ஐந்து வகையான 'யக்ஞங்களை'ப் பற்றிப் பேசுகிறது. அத்தியாபனம் – பிரம்மயக்ஞம், தர்ப்பணம் – பித்ருயக்ஞம், ஹோமம் தேவயக்ஞம், பலி இடுதல் – பூதயக்ஞம், அதிதி பூஜை – மனுஷ்ய யக்ஞம் ஆகியவையே மனு குறிப்பிடும் ஐந்து யக்ஞங்களாகும் (பக்.118). இந்த ஐந்து பிரிவுக்கும் பிரிவினர்க்கும் இல்லறத்தான் உணவளிக்க வேண்டும். ஆனால் தென்னகத்தில் வள்ளுவர் இல்லறத்தானுக்கு விதித்த 'ஐவர்க்கு அளித்தல்' வேறுபட்ட பட்டியலாக அமைகிறது. தென்புலத்தார் (முன்னோர்), தெய்வம், விருந்தினர், உறவினர், தான் என்ற வள்ளுவநீதி ஐந்து பேரைக் குறிப்பிடுகிறது. இரண்டுக்குமுள்ள வேறுபாடு கூர்ந்து கவனிக்கத்தக்கது. அடையாளச் சிக்கல் இத்தோடு அமையவில்லை.

உயிர் செகுத்து உண்ணும் வேள்விக்கு (ஹோமம்) உணவளிப்பதில் வள்ளுவர்க்கு உடன்பாடில்லை. மனுவின் கோட்பாட்டை விளக்கும் இடத்தில் நூலாசிரியர்கள் ஒரு சிக்கலை எதிர்கொள்கின்றனர். மனு குறிப்பிட்ட 'அதிதி' என்ற சொற்பொருளில் பிராமணர் அல்லாதவர் சேரமாட்டார்கள் என்ற சனாதனக் கொள்கையினை மறுக்க முற்பட்டிருக்கின்றார்கள். மனுஸ்மிருதியின் 'அதிதி' பற்றிய வரிசைக்கிரமத்தை (பிராமண, ஷத்திரிய, வைசிய, சூத்திர) ஒப்புக்கொள்ளும் நூலாசிரியர்கள் (பக். 130) சிறிது நேரம் கழித்து 'பிராமணரல்லாதவர்கள் அதிதி அல்ல என்னும் மனுவின் மொழி ஓர் இலக்கணக் குறிப்பாகவே தோன்றுகிறது' (பக்.136) என்று சமாளிக்க முற்படுகின்றனர். 'பின்னும் மிருதிகள் செய்தார் – அவை பேணும் மனிதர் உலகினில் இல்லை மன்னும் இயல்பின அல்ல அவை மாறிப்பயிலும் இயல்பினவாகும்' என்று 'ஸ்மிருதி நூல்களும் கால ஓட்டத்தில் பின் தங்கிப் போய்விடுகின்றன,' என்ற பாரதியின் கருத்து நூலாசிரியர்களுக்கு எட்டவில்லை போலும்.

தேசிய இயக்கத்தில் காந்தியடிகளின் வருகைக்கு முன்னர் கலந்துண்ணும் வழக்கம் கிடையாது என்பது உண்மை யல்லவா? "கௌட சரஸ்வதி பிராமணர்கள் தவிர மற்றவர்கள் கையால் அவர் தண்ணீர்கூட அருந்தமாட்டார்" என்று காங்கிரஸ் தலைவரும் இந்து மகாசபையின் பிதாமகருமான பண்டித மதன்மோகன் மாளவியாவைப் பற்றி ராஜகுமாரி அமிருதகௌர் எழுதியதனை அவ்வளவு எளிதில் மறந்துவிட முடியுமா?

'கல்லைப் போட்டாலும் செரித்துக் கொள்ளுகிற வயிறு' என்று சொல்வார்கள்: அதன் பெயர் இங்கே 'இந்து மதம்' என்பதுதான். எந்தக் கருத்தைச் சொன்னாலும் எதிர்நிற்காமல் 'அதைத்தானே நானும் சொன்னேன்' என்று தன்மயமாக்கிக் கொள்ளும் கொடுமையான உத்தி இது. அதனால்தான் வைதீகத் தில் விரட்டப்பட்ட ஆபுத்திரன் கதையை மீண்டும் வைதீகம் தன்னதாக்கிக்கொள்ள முடிகிறது. இந்த நூலின் அநுபந்தத்தில் தமிழிலக்கியத்தின் பகுதிகள் கருத்து, சூழல் என எந்தப் பொருத்த மும் இன்றி மேற்கோள் காட்டப்பட்டிருப்பதைத் தமிழிலக்கியம் அறிந்தவர்கள் பார்வையிலே புரிந்துகொள்ள முடியும்.

அதனால்தான் "பால் பல வூறுக பகடு பல சிறக்க", "நெல் பல பொலிக பொன்பெரிது சிறக்க," என்ற உற்பத்திப் பண்பாடு சார்ந்த ஐங்குறுநூற்றுப் பாடல் இவர்களது கண்களுக்குத் தப்பியிருக்கிறது. 'கோயில் பிச்சை'யும் அன்னதானங்களும் மட்டுமே கண்ணில் பட்டிருக்கின்றன. சின்னவயதில் ஆடிமாத இரவுப்பொழுதுகளில் நாங்களெல்லாம் தாய்மடியில் அஞ்சி ஒளிந்துகொள்ளும்படி ஓங்கியொலித்த இராப்பாடியின் (புரத வண்ணார்) குரல் எனக்கு நினைவுக்கு வருகின்றது. 'பட்டி பெருக, பால்பானை பொங்க, எட்டு லெட்சுமியும் ஏறிவிளைய கீழ்வீட்டு அம்மா படிபோடுங்க, மேல வீட்டு அம்மா படி போடுங்க," உற்பத்திக் கலாச்சாரத்தையும், பகிர்ந்துண்ணும் பண்பாட்டினையும் எனக்குக் கற்றுக் கொடுத்தவன் அவன்தான்; இந்த நூலாசிரியர்கள் அவனை அறியமாட்டார்கள்.

பீகார் அருங்காட்சியகத்திலுள்ள தீதர்கஞ்ச் யட்சி என்னும் சமணச் சிற்பத்தை நினைவுபடுத்துவதுபோல அட்டைப்படச் சிற்பம் அமைந்துள்ளது. அதிலொன்றும் வியப்பில்லை. பௌத்த மரபின் 'சிந்தாதேவி'யும் சமணர் களின் அன்னதானக் கோட்பாடும்தானே வைதீக மரபின் அன்னபூரணித் தெய்வத்தை உருவாக்கின.

"தன் பிறந்த வீட்டுக்கு வருகை தந்திருக்கும் சுவாஸினிகள் குமாரிகள், வியாதியஸ்தர்கள், கர்ப்பிணிப் பெண்கள் முதலா

னோருக்கு" என்பதாக 'சனாதனம் தவறாத நடையில்' நூல் மொழிபெயர்க்கப்பட்டிருக்கிறது.

"இம்மாபெரும் புண்ணிய பூமியின் ஊடே மாபெரும் அன்னதானம் மீண்டும் தழைக்குமாக" (பக். 306) என்ற மாபெரிய வாழ்த்துடன் இந்த நூல் முடிந்திருக்கின்றது. 'மனிதர் உணவை மனிதர் பறிக்கும் வழக்கம்' மாய இந்த வாழ்த்துகள் போதுமானவையல்ல, வழித்துறையுமல்ல.

காலச்சுவடு, ஜனவரி – மார்ச் 2000

தெய்வங்களின் உணவுரிமை

தமிழக அரசு அண்மையில் கோவில்களில் உயிர்ப்பலி கொடுப்பதைத் தடுத்து நிறுத்துமாறு மாவட்ட ஆட்சித் தலைவர்களுக்குக் கடிதம் எழுதியிருக்கிறது. புதிதாகச் சட்டம் எதையும் அரசாங்கம் இயற்றவில்லை. 1950ஆம் வருடம் இயற்றப்பட்ட சட்டத்தை அமல் நடத்துமாறு அரசாங்கம் கேட்டுக்கொண்டிருக்கிறது. இதிலே என்ன எதிர்ப்பு வேண்டியிருக்கிறது என்று சில நண்பர்கள் கேட்கிறார்கள். "புதிதாகச் சட்டம் இயற்றுவதுதானே நமது அரசாங்கத்திற்கு வாடிக்கை. இப்போது அப்படியெல்லாம் ஒன்றும் இல்லையே, இருக்கிற சட்டத்தை அமல் நடத்தச் சொல்லியிருக்கிறார்கள்; அவ்வளவுதானே?" என்று கேட்கிறார்கள். மைய அரசின் சட்டமாக இருந்தாலும் அல்லது அரசியல் சட்டத்தில் வரைவெல்லை காட்டப்பட்டிருக்கிற சட்டமாக இருந்தாலும் இருக்கிற எல்லாச் சட்டங்களும் நடைமுறைப்படுத்தப்படுகின்றனவா? 1965ஆம் ஆண்டுக்குள்ளாக இந்தியாவில் இருக்கிற 14 வயதான அனைவருக்கும் இலவசமாகக் கட்டாயக் கல்வியைத் தரவேண்டும் என்று இந்திய அரசியல் சட்டம் ஓர் உறுதிமொழியினை அளித்தது. அது பிறகு பத்தாண்டுகளாகத் தள்ளிக்கொண்டே போனது. கடைசியாக என்ன சொன்னார்கள்? ராஜீவ்காந்தி ஆட்சிக்காலத்தில் Due to Financial அது நடைமுறைப்படுத்தப்பட முடியாத திட்டம் என்று கைகழுவிவிட்டார்கள். இப்படி மத்திய அரசாலும் மாநில அரசாலும் கைகழுவப்பட்ட

சட்டங்கள் நிறைய இருக்கின்றன. சைக்கிளில் இரண்டுபேர் செல்லக்கூடாது என்ற சட்டம் இருந்தது. அந்தச் சட்டத்தை நடைமுறையில் வைத்துக்கொண்டே மனிதர்கள் உட்கார்ந்து செல்வதற்கான பின் இருக்கைகளை சைக்கிள் கம்பெனிகள் வடிவமைத்தன. பெரும்பாலான சமயங்களில் சைக்கிளில் இரண்டு பேராகத்தான் போனார்கள். வழியில் ஒரு காவலரைப் பார்த்தால் பத்தடிக்கு முன்னால் இறங்கி, அவருக்கு அந்தப்பக்கம் பத்தடி சென்று ஏறிக்கொள்வார்கள்; காவலரும் அதைக் கண்டும் காணாமல் விட்டுவிடுவார்; கேலி செய்வது மாதிரி இருந்ததால் அந்தச் சட்டத்தை எம்.ஜி.ஆர் அரசு நீக்கிவிட்டது. அமல்படுத்த முடியாத சட்டம் எதற்கு, மக்கள் எதிர்க்கிற சட்டம் எதற்கு என்று அதை நீக்கிவிட்டார்கள்; இப்போது சைக்கிளில் இரண்டு பேர் போகலாம்.

அதுபோலவே 1950இல் ஒரு சட்டம் போட்டார்கள், கோவில்களில் உயிர்ப்பலி கூடாது என்று! ஐம்பத்து மூன்று ஆண்டுகள் ஆயிற்று. ஒரு போதும் சனங்கள் இதைக் கேட்கவில்லை, அரசாங்கமும் இதைக் கண்டுகொள்ளவில்லை என்பது மட்டுமன்று, அரசே பல இடங்களிலும் மறைமுகமாக இந்தச் சட்டத்தை மீறியிருக்கிறது. நிறைய ஊர்களில் கோயில்களில் உயிர்ப்பலி கொடுக்கிறபோது அந்த உள்ளாட்சி அமைப்புகளின் சார்பாகத் 'தலைக்கிடா' வெட்டுவது என்ற வழக்கம் இருந்தது. மேட்டூர் அணையில் காவிரித் தண்ணீரைத் திறக்கிறபோது கிடா வெட்டுவது அரசின் வழக்கம். புது அணைகட்டித் திறக்கிறபோதெல்லாம் கிடா வெட்டுவது, ஓர் உயிர்ப்பலி தருவது வழக்கம். மாவட்ட ஆட்சித் தலைவர், மாவட்டக் காவல்துறை அதிகாரி போன்றவர்களெல்லாம் அங்கே இருப்பார்கள். இது எல்லோருக்கும் தெரிந்ததுதான். அரசின் நேரடிக் கட்டுப்பாட்டிலிருக்கின்ற பெருந்தெய்வக் கோயில்கள் சிலவற்றில், உதாரணமாக அழகர் கோயில் வளாகத்திற்குள்ளே நூற்றுக்கணக்கான ஆடுகள் ஆடித்திருவிழாவிலும் சித்திரைத் திருவிழாவிலும் வெட்டப்படுகிறபோது, அந்த அதிகாரி பார்த்துக்கொண்டுதான் இருப்பார். அந்தப் பார்ப்பன அர்ச்சகர்களும் அந்த வழியாகத்தான் வருவார்கள், போவார்கள். எல்லோரும் பார்த்துக்கொண்டிருப்பார்கள். ஐம்பத்து மூன்று ஆண்டுகளாக,ஒரு விழுக்காடு மக்களால்கூட ஏற்றுக்கொள்ளப்பட முடியாத சட்டத்தை ஏன் இன்னும் எழுத்தில் வைத்திருக்க வேண்டும்? எத்தனை சட்டங்கள் கைகழுவப்பட்டுள்ளன மக்களால் ஏற்றுக்கொள்ளப்படவில்லை என்று.

இந்திய ஆன்மீகமென்பது personal God relationship எனும் ஒவ்வொரு தனி மனிதனுக்கும் கடவுளுக்கும் ஓர் உறவு

இருக்கிறது என்று சொல்லப்படக் கூடிய வகையினைச் சார்ந்தது. அந்த வகையில் ஒரு மனிதனுடைய ஆன்மீகத்துக்குக் குறுக்கே வருவதாக இந்தச் சட்டம் வந்திருக்கிறது. பாரம்பரிய மானது நமது மரபு. இந்த நாட்டிலிருக்கிற மக்களில் 90 விழுக்காட்டினர் புலால் உண்ணுகிறவர்கள் என்பது பழைய கணக்கு. புலால் உண்ணாதவரும் இப்போது புலால் உண்ண வந்துவிட்டார்கள். விஞ்ஞானப் பாடத்தில் கற்றுத் தருவார்கள், 'மனிதன் ஒரு ஹெர்பிஒரஸ், கார்னிஒரஸ் எல்லாம் கலந்த கலவை' என்று. புலால் உண்ணுவதற்கு அரசு தடைவிதித்திருக் கிறதா என்றால் இல்லை. உயிர் செகுக்காமல் உண்ண முடியாது. கொல்லாதே, புலால் உண்ணாதே என்று இந்த நாட்டில் முதன்முதலாகப் பேசியவர் திருவள்ளுவர். "அவி சொரிந்து ஆயிரம் வேட்டலின் ஒன்றன் உயிர் செகுத்து உண்ணாமை நன்று" என்றார் அவர்.

திருவள்ளுவரைக் காலம்தோறும் தலையில் வைத்துக் கொண்டாடிய தமிழர்கள், இந்த உணவு சம்பந்தப்பட்ட விஷயத்தில் மட்டும் (இரண்டு அதிகாரங்களை கள் உண்ணாமை, மற்றொன்று புலால் உண்ணாமை) காலம்தோறும், ஆண்டு தோறும், நாள்தோறும் நிராகரித்து வந்திருக்கிறார்கள்; இதுதான் உண்மை. இப்போது எங்கே பிரச்சனை வருகிறது? உண்ணக் கூடாது என்று அரசு சொல்கிறதா என்றால், இல்லை. உயிர் செகுக்கலாமாம்; ஆனால் அதை எந்த இடத்தில் செகுப்பது என்று கேட்டால், அரசு சொல்கிற இடத்தில்தான் அதைச் செய்ய வேண்டுமாம்.

ஒவ்வொருவருக்கும் ஒரு 'வெளி' இருக்கிறது. அந்த வெளி பற்றிய உத்தரவாதத்தைக் காலங்காலமாகப் பண்பாடு தந்திருக்கிறது. பெருந்தெய்வக் கோவிலின் உள்ளே இருக்கிற அந்த ஆறடிக்கு, ஆறடி கர்ப்பக்கிரகத்தைப் பிராமணர்களுக்கு மட்டுமே அரசியல் சட்டம் உத்தரவாதம் செய்து தந்திருக்கிறதல்லவா, அது மாதிரி ஒரு 'வெளி'யை அரசு எனக்கு உத்தரவாதம் செய்து தரவேண்டும். செய்துதராவிட்டாலும், நான் காலங்காலமாக அனுபவிக்கக் கூடிய என்னுடைய வெளி அது என்பதில் எனக்கு உரிமை வேண்டும்.

நம்முடைய மரபும் நம்முடைய வேர்களும் உயிர்ப்பலி கொடுப்பதில் இருக்கிறது. உலகம் முழுக்க உயிர்ப்பலி கொடுக்கக் கூடாது என்று சொன்ன ஒரே மதம், ஒரே சிந்தனை கி.மு. ஆறாம் நூற்றாண்டில் இந்தியாவில் பிறந்தது; தமிழ்நாட்டுக்கும் அதே நூற்றாண்டில் வந்துவிட்டது. அதுவரை பார்ப்பனர்கள் அனைவரும் புலால் உண்டார்கள்.

வேதத்தின் வழியே, எல்லாவகையான உயிர்களையும் இவர்கள் பலியிடப் போய்த்தான் புத்தர் கொல்லாமையைப் பேசினார்; புலால் உண்ணாமையைப் பேசவில்லை. நம்முடைய மரபு என்ன? சைவம், வைணவம் போன்ற ஆகம நெறிக்குட்பட்ட கோயில்களெல்லாம் உருவாவதற்கு முன்னால் நம்முடைய முன்னோர்கள், இன்றைக்கு ஆகம நெறிக்குள் கொண்டுவந்து நிறுத்தப்பட்டிருக்கிற முருகனை எப்படி வணங்கினார்கள்? 'மறிக்குரல் அறுத்து, தினைப் பிரப்பு இரீஇ' வணங்கினார்கள். 'தோப்பிக் கள்ளொடு துரூஉப் பலிகொடுத்து' என்பது சங்க இலக்கியம். ஆட்டைப் பலி கொடுத்து இரத்தப்படையலிட்டு வணங்கினார்கள். அப்படித்தான் நம்முடைய இலக்கியங்கள் பேசுகின்றன. முருகன் ஏதோ காரணமாகக் கடைசியில் அதை விட்டு விட்டார்; அல்லது பார்ப்பனப் பெண்ணான அவரது இரண்டாவது மனைவி காரணமாக இருக்கலாம். இன்று முருகன் கோயில்களில் இரத்தப்பலி இல்லை. ஆனால் இன்னும் ஆட்டு வாகனம் இருக்கிறது; மறந்துவிடக்கூடாது. அதில் என்ன வருகிறது என்று கேட்டால் சுடலை ஆண்டவர் கோயில் பூசாரி சொன்ன மாதிரி, புலால் உண்ணாதவர்களெல்லாம் மேல் சாதி, புலால் உண்ணுகிறவர்கள் கீழ் சாதி என்று சொல்லப்படுகிற இந்து சமூகத்தை இரண்டாகப் பகுத்துக் காட்டுகிறார். 'வெளி' பற்றிய பிரச்சனையில் இன்னொன்றை நாம் கவனிக்க வேண்டும். கடவுளுக்கு ஓர் உயிரைப் பலி கொடுத்து உண்ணுவது உலகளாவிய வழக்காகும். எல்லா உயிரையும் கடவுளுக்குப் பலிகொடுத்துதான் உண்ண வேண்டும் என்பது முஸ்லிம்களுடைய கருத்து; அதுதான் புனிதமான உணவு என்று அவர்கள் உறுதி செய்கிறார்கள். புளியம்பட்டி அந்தோணியார் கோயிலிலேயும் ஆடு வெட்டத் தான் செய்கிறார்கள். எனவே அது இந்து சமூகத்தின் மீது மட்டும் திணிக்கப்படுகிற விசயம் அன்று. உண்மையான இந்து சமூகமாக்கப் பின்னப்படுகிற ஒரு சதியாகத்தான் நான் இதைக் கருதுகிறேன்.

இரத்தப்பலி கொடுக்கும் இந்தப் பெருந்திரளான மக்கள் கூட்டம் இந்துக்கள் அல்ல. ஏனென்றால் இந்து என்பதற்கான வரைவிலக்கணம் இவர்களுக்குப் பொருந்தாது. ஒரு புனித நூல் கிடையாது. 'ஒரு கடவுள்' கோட்பாடு கிடையாது. தெய்வம் தான் உண்டு; ஆகம நெறி கிடையாது. வணங்குபவர்க்கும் வணங்கப்படுபவருக்கும் இடையிலே வேறு எதுவும் கிடையாது, ஆத்மார்த்தமான உறவு தவிர. இந்த ஆத்மார்த்த உறவை, இந்த நாட்டுச் சைவம் கூட ஒத்துக்கொண்டிருக்கிறது. கண்ணப்பன் கடவுளுக்குக் கறி கொடுக்கிறபோது எப்படிக் கொடுத்தான்?

பன்றிக் கறியை அவித்து, அதுவும் நன்றாக வெந்திருக்கிறதா என்று வாயினாலே சுவைத்துப் பார்த்து, அதற்குப் பிறகு சிவபெருமானுக்குக் கொண்டுபோய் வைக்கிறான். சிவபெருமான் அதை ஏற்றுக்கொண்டார் என்பதுதானே வரலாறு. இறைவனுக்குத் தான் உண்ணுவதை மட்டுமே ஒரு மனிதன் கொடுக்க முடியும். தமிழ்நாட்டில் எங்கேயாவது ஒட்டகம் பலி கொடுக்கிறார்களா? இல்லையே! நான் என்ன உண்ணு வேனோ அதுதான் என் கடவுளின் உணவு. நான் என்ன உடுப்பேனோ அதுதான் என் கடவுளின் உடை. என்னுடைய கடவுள் என்னைப் போல மீசை வைத்திருக்கும். ஒருவரிடம் மீசை இல்லையெனில் கடவுளும் மீசை இல்லாமல் இருப்பார். என்னுடைய தெய்வத்திற்கு என்ன உணவு என்பதை நான் தீர்மானிக்க வேண்டும். ஏனென்றால், எங்களுடைய உறவு ஆத்மார்த்தமான உறவு. எங்கள் வீட்டின் பக்கத்தில் ஓர் அம்மன் கோயில் இருக்கிறது. அந்த அம்மன் எங்களுக்குத் தாயாரைவிட மேலான தாயார். ஏன் தாயார்? அவள் என்னைப் போலப் புலால் உண்ணுவாள். தாய்க்கோழியைப் போல கோபப்படுவாள். தீமைக்கெதிராகக் கையிலே கடக்கென்று ஆயுதத்தைத் தூக்கு வாள். பிள்ளைகளைக் காப்பாற்ற ஆயுதத்தை எப்போதும் பயன்படுத்துகிற நிலையிலேயே வைத்திருப்பாள். நான் இறந்து போனால் கதவை மூடி உண்ணாமல் இருப்பாள். என்னுடைய பிணம் அந்த வழியாகப் போனபிறகுதான் கதவைத் திறந்து குளித்துவிட்டுச் சாப்பிடுவாள். இதுதானே என்னுடைய ஆன்மீகம். நாட்டார் சமயத்தில் ஆத்மார்த்தமான உறவு தெய்வத் திற்கும் மனிதனுக்குமானது என்பது இதுதான். இந்த உறவுக்குள் அரசாங்கம் ஏதோ காலாவதியாகிப்போன ஒரு சட்டத்தை எடுத்துக்கொண்டு மூக்கை நுழைக்கிறது என்பது நமது கவலை.

நாட்டார் தெய்வ வழிபாடுதான் பெண்ணையும் தெய்வத் தின் பிரதிநிதியாக (சாமியாடியாக) அங்கீகரித்திருக்கிறது. இரத்தப்பலி பெறும் தெய்வங்களிலும் சரிபாதிக்குமேல் பெண் தெய்வங்கள். இரத்தப்பலி கொடுக்கும் இந்த வழிபாட்டில் தெய்வத்திற்கும் மனிதனுக்கும் இடையிலே நிற்கிற பூசாரி எளியவனாகவும் இருக்கிறான்; ஏழையாகவும் இருக்கிறான். குறிப்பிட்ட சில மணிநேரங்கள் மட்டும் அவன் கையில் ஆன்மீக அதிகாரம் தரப்படுகின்றது. அதுவும் ஓர் அடையாளமாக, குறியீடாக மட்டும்தான்.

எனவேதான் சொல்கிறோம், உயிர்ப்பலித் தடைச்சட்டம் நாட்டார் பண்பாட்டின் மீதும் அதன் சனநாயகத்தன்மை மீதும் தாக்குதல் நடத்த முன்வருகிறது. அரசு அந்தச் சட்டத்தைப்

பெரும்பாலான மக்களின் உணர்வுகளுக்கு மதிப்புக் கொடுத்துத் திரும்பப் பெற வேண்டும்.

'தீயின் தாக்குதலில்' என்ற தலைப்பில் ஆனந்தவிகடனில் வெளியான மதன் கட்டுரை பார்ப்பனிய ஆன்மீகச் சிந்தனையின் வெளிப்பாடாகும். வேதகாலக் கடவுள்களைப் பட்டியலிட்டுப் பார்த்தால் பல செத்துப்போனது தெரியவரும்; சமூக வளர்ச்சிப் போக்கில் அவை தேவையில்லாமல் போய்விட்டன என்பதே இதன் பொருளாகும். முதல்மட்டக் கடவுள்கள், இரண்டாம் மட்டக் கடவுள்கள் என்று பார்த்தது ஆன்மீக அதிகாரம் பெற்ற பார்ப்பனியமே தவிர எளிய மக்களின் ஆன்மீகம் அல்ல.

நரபலியின் கொடுமைகளை விவாதிப்பதாக அமைவது என்று தோன்றினாலும் அதற்குக் குறையாத அருவருப்பு உணர்வினை நாட்டார் வழிபாட்டின் மீது பாய்ச்சுவதாகவே இக்கட்டுரை அமைகிறது. நாட்டார் ஆன்மிகத்தின் தகுதிப் பாட்டினை அதற்கு வெளியிலே நிற்பவர்களால் முழுமையாக உணரமுடியாது.

வல்லினம், ஆகஸ்ட் 03 – ஜனவரி

இராமர் பாலம்

சேது என்பது வடமொழிப் புராணங்களின் படி, இந்தியாவின் தென்எல்லை. வடவேங்கடத்தி லிருந்து தென்குமரிவரை, காஷ்மீர் முதல் கன்னியா குமரிவரை என்றெல்லாம் நாம் குறிப்பிடுவதைப் போல பழங்காலத்தில் வடநாட்டவர்கள் பயன் படுத்திய வார்த்தை இது. இந்த எல்லை வரையறை வெறும் புராண மரபுகளின்படிதான் சொல்லப்பட்டு வந்ததே தவிர, இது அறிவியல் ரீதியான முடிவு அல்ல. இமயமலை முதல் சேதுவரை உள்ள பகுதிகள்தான் இந்தியா என்றால், சேதுவுக்கு அப்பால் பரந்து விரியும் மதுரை, திருநெல்வேலி, வைகை, தாமிரபரணி நதிகள் எல்லாம் வேறு நாட்டிலா இருக்கின்றன? அந்தக் காலத்தில் சேதுவைப் பற்றியும் இந்தியாவின் எல்லைகள் பற்றியும் வடநாட்டவர்கள் இப்படித் தான் புரிந்துகொண்டிருந்தார்கள்.

புவியியல்ரீதியாக இந்தியாவின் உண்மையான எல்லை குமரிமுனை என்பது இருபதாம் நூற்றாண் டில்தான் பெருவாரியான வடஇந்திய மக்களுக்குத் தெரியும்.

இந்தத் தெளிவு பிறப்பதற்கு முன்னால் வடநாட்டவர்களிடம் காணப்பட்ட தவறான நம்பிக்கைகளை இப்போது இராமர் பால விவகாரத்தில் ஆதாரங்களாகக் கொள்வது ஏற்புடையதல்ல. வரலாற்றுக்கு ஆதாரங்கள் உள்ளன. தொன்மத்தை மட்டுமே தாங்கிப்பிடித்துக் கொண்டிருப்பவை புராணக் கதைகள். சிவனின் திருமணத்துக்கு வந்த கூட்டத்தைத் தாங்க

முடியாமல் வடபகுதி தாழ்ந்து, தென்பகுதி உயர்ந்தது; தென் பகுதியைச் சரி செய்ய அகத்தியர் பொதிகை மலைக்கு வந்தார் என்பது வரலாற்றுச் செய்தி அல்ல. இந்தத் தொன்மக் கதையை நாம் உண்மையென்று நம்ப முடியுமா? இராமர் பாலம் கட்டினார் என்ற புராணக் கதையையும் இப்படித்தான் அணுகவேண்டும்.

அது இராமர் பாலமா, மணல் திட்டா என்ற விவாதத்தில் தொன்மங்களை ஆதாரங்களாகப் பயன்படுத்தினாலும்கூட, தமிழர்களின் இராமருக்கும் வடநாட்டவரின் இராமருக்கும் எவ்வளவோ வேறுபாடுகள் இருக்கின்றன. கம்பர் எழுதிய இராமாயணம் இராமர் பிறந்ததில் ஆரம்பித்து, அவருக்குப் பட்டாபிஷேகம் நடப்பதோடு முடிந்துவிடுகிறது. ஆனால் வட மொழியில் எழுதப்பட்ட பெரும்பாலான இராமர் கதைகளில் சீதையை நிலம் பிளந்து விழுங்குவதும் இராமர் சரயு நதியில் விழுந்து தற்கொலை செய்துகொள்வதும்தான் முடிவு. இராமர் தற்கொலை செய்துகொள்வதாகக் காட்டுவது நம் மரபுக்கு உவப்பானதாக இருக்காது என்று கம்பர் அந்த முடிவைப் பயன் படுத்தவில்லை. தமிழில் இராமரின் முடிவைப் பாடிய ஒரே ஒரு புலவர் பாரதியார் மட்டும்தான். 'பலர் புகழும் இராமனுமே ஆற்றில் வீழ்ந்தான், பார் மீதில் நான் சாகாதிருப்பேன் கண்டீர்' என்று பாரதியாரால்தான் பாடமுடிந்தது.

தமிழகத்தில் ஒன்றாகவும் வட இந்தியாவில் இன்னொன் றாகவும் சொல்லப்படும் தொன்மத்தைச் சாட்சியாக இராமர் பாலம் பிரச்னையில் பயன்படுத்த முடியாது.

குமுதம்

சாதிய ஆய்வுகள் நேற்றும் இன்றும்

தெற்காசிய நாடுகளில் மரபுவழிச் சமூகங்களில் மனிதனைப் பிறப்பின் வழியே பிரித்துப் பார்க்கும் போக்கு நிலைபெற்றுவிட்ட ஒன்று. உலகின் அனைத்து நாடுகளிலும் காணப்படுகின்ற இந்தப் போக்கு ஒப்பீட்டளவில் இந்தியத் துணைக் கண்டத்தில் மிகுதி. அதிலும் குறிப்பாகத் தென்னிந்தியாவில் தென்னிந்தியச் சாதி அமைப்பு முறை மிக ஆழமானது; மிக நுணுக்கமானதும் கூட. அதனால் ஐரோப்பியக் காலனியவாதிகள் வடநாட்டை விட தென்னாட்டின் சாதிகளைப் பற்றியும் சாதி அமைப்பு முறை பற்றியும் அறிய அதிக அக்கறை செலுத்தினர்.

காலனியவாதிகளின் நோக்கம் வேறாக இருந்தாலும் சாதிகளைப் பற்றிய எழுத்துகளை படிப்புத் துறையாக மாற்றியது அவர்கள்தான்.

Abbe.J.A. Dubois தொடங்கி ராபர்ட்சன், இப்பட்சன், கூம்பஸ், எட்கர் தர்ஸ்டன் என்று விரிந்து ஜே.ஹெச். ஹட்டன் வரை இத்துறையில் ஐரோப்பியர்களின் நீண்ட பெயர்ப் பட்டியல் ஒன்றுண்டு. இவற்றில் கடைசியாகக் குறிப்பிடப் படுபவர் ஜே.எச். ஹட்டன். இவரின் *Caste in India* என்ற நூலை ஆக்ஸ்போர்டு பல்கலைக்கழகத்தின் மானுடவியல் துறை தனது பாடப்புத்தகமாக வைத்துள்ளது. மேல்கீழாக அடுக்கப்பட்டுள்ள சாதிமுறைகளை *European Orientalist* எனப்பட்ட

கீழ்த்திசைவாணர்கள் முதலில் வியப்போடு பார்த்தார்கள். பின்னர் 'சாதிமுறை என்பது மரபுவழி அதிகாரக் கட்டுமானம்' என்பதனை உணர்ந்தார்கள். தங்கள் காலனிய ஆட்சி அதிகாரத்தை நிலைப்படுத்திக் கொள்ளவேண்டிய தேவை அவர்களுக்கு வந்தபோது சாதி அதிகாரத்தின் உச்சியிலிருந்த முதல் இரண்டு அல்லது மூன்று சாதிகளைத் தங்களுடைய அதிகாரத்தின் பக்கம் இழுத்துக்கொண்டனர். இந்திய மேல்சாதிக்காரார்களுக்குத் தொடக்கக் கட்டத்தில் ஆங்கிலேய அதிகாரத்தின் 'கோ மாமிசம்' கொஞ்சம் நெருடலாக இருந்தது. பிறகு இவர்களும் அவர்களை நோக்கி நகரத் தொடங்கி னார்கள். பெரும்பான்மை மக்கள்திரள் பல்வேறு சிறுசாதி களாகப் பிரிந்துகிடந்தது ஆட்சியாளர்களுக்கும் மேல்சாதிக் காரர்களுக்கும் வசதியாகப் போய்விட்டது. பார்ப்பனர்கள், பார்ப்பனரை அடுத்த மேல்சாதி என்னும் இரண்டு மேல்சாதி யினரும் பெரும்பாலும் இந்தியாவின் எல்லாப் பகுதிகளிலும் காலனிய அரசாங்கம் தந்த பதவிகளையும் அதிகாரங்களையும் சுகங்களையும் சுவைக்கத் தொடங்கினார்கள்.

தமிழ்நாடு மட்டும் இந்தப் பொதுவிதியிலிருந்து கொஞ்சம் விலகியிருந்தது. 19ஆம் நூற்றாண்டின் பிற்பகுதியில் தமிழ் நாட்டில் கணிசமான அளவு சாதிப்பத்திரிகைகள் வெளி வந்தன. அந்தக் காலப் பகுதியில் பார்ப்பனர்கள், பார்ப்பனரை அடுத்த மேல் சாதி, இடைநிலைச் சாதியார், ஒடுக்கப்பட்ட சாதியார் என நான்கு தரப்பிலிருந்தும் பத்திரிகைகள் வெளி வந்ததைப் பார்க்கின்றோம். பார்ப்பனருக்கும் பார்ப்பனரை யடுத்த மேல்சாதிக்கும் இடையில் பெரிய முரண்பாடு தோன்றி யதும் அந்த முரண்பாடு எழுத்துலகத்தில் வெளிப்பட்டதும் தமிழ்நாட்டில்தான். பார்ப்பனருக்கும் வேளாளருக்குமான இந்த முரண்பாடு இடைநிலைச் சாதியாருக்குத் தாங்கள் எழுச்சிபெறப் பேரூக்கம் அளித்தது. தங்கள் சாதிப் பெருமை யினை நிலைநாட்ட எல்லாச் சாதிகளும் எழுத்துலகத்திற்குள் புகுந்தன. இதில் மிகப்பெரிய வெற்றிபெற்றவர்கள் பார்ப்பனர்கள் தான். அவர்களுக்குள் பல உட்சாதிகள் இருந்தாலும் 'இந்திய தேசியம்' என்னும் அரசியல் அடையாளத்தையும் 'இந்து' என்னும் மத அடையாளத்தையும் அவர்கள் தங்களுடைய சாதி அடையாளமாக மாற்றிக்கொண்டனர். அதன் விளைவாகப் பார்ப்பனர்களுக்குச் சாதியும் மதமும் ஒன்றாயிற்று. ஆனால் மற்ற எல்லாருக்கும் சாதி அடையாளமே முதன்மையாயிற்று. 'கிறித்தவரானாலும் நாங்கள் வேளாளர்களே' என்று தங்கள் சாதி மேலாண்மையைத் தக்கவைத்துக்கொள்ள அவர்கள் முயற்சிசெய்தார்கள். சீர்திருத்தத் திருச்சபையைச் சார்ந்த பாளையங்கோட்டை முத்தையா பிள்ளை 'வேளாளர் சாதி

ஆசாரம்' என்ற நூலினை வெளியிட்டார். திருச்சபைக்குள் நாடார்களை விடத் தாங்கள் உயர்ந்த சாதியார் என்பதனைக் காட்டுவதே அதன் நோக்கமாக இருந்தது. 1907இல் எட்கர் தர்ஸ்டனின் புகழ்பெற்ற தொகுப்பு நூலான *Castes and Tribes of Southern India* ஏழு தொகுதிகளாக வெளிவந்துள்ளது. அவருக்கு உதவியாக இருந்தவர், ரெங்காச்சாரியார் என்ற வைணவப் பார்ப்பனர் ஆவார். போக்குவரத்து வசதிகள், மின்வசதிகள் இல்லாத அக்காலத்தில் பெரும்பாலும் வருவாய்த் துறை ஊழியர்களைக் கொண்டே அந்நூலுக்கான தரவுகள் திரட்டப் பட்டன. அன்று வருவாய்த் துறையில் எழுத்தறிவு பெற்ற அலுவலர்களாகப் பெரும்பாலும் உயர் சாதிக்காரர்களே இருந்தனர். கிராம நிர்வாகத்தைக் கையில் வைத்திருந்த கணக்குப் பிள்ளைகளும் மேல்சாதிக்காரர்களே. எனவே இத் தொகுப்பு நூல் மேல்சாதிக்காரப் பார்வையிலேயே தொகுக்கப் பட்டது என்பது தெளிவு.

இந்நூலின் மற்றொரு பெரும் குறைபாடு ஒரே சாதிப் பெயரைப் பகிர்ந்துகொள்ளும் பல்வேறு உட்பிரிவுகளை இவை கணக்கில் எடுப்பதில்லை. வட்டார வேறுபாடுகளையும் இந்த நூல் முழுமையாகப் பேசவில்லை.

ஒரு சாதித்திரள் என்பது குறிப்பிட்ட நிலப்பகுதியோடும் தொழிலோடும் சடங்குகளோடும் தொடர்புடையது. அத்துடன் அந்த வட்டாரத்தில் வாழும் மற்ற சாதியாரும் ஒரு குறிப்பிட்ட சாதியாரின் இருப்பினையும் பொருளியல் வாழ்வினையும் சமூக நிலையினையும் தீர்மானிக்கின்றனர். எனவே ஒரு குறிப்பிட்ட சாதிப்பட்டத்தினைத் தாங்கி நிற்கின்ற மக்கள் கூட்டம் தென்னிந்தியா முழுவதும் அல்லது தமிழ்நாடு முழுவதும் ஒத்த சமூக வாழ்நிலையினை உடையது என்பதே தவறான கருது கோளாகும். தமிழ்நாட்டின் பெரும்பான்மையான சாதியார், மக்கள் தாய முறையினையே பின்பற்றி வருகிறார்கள். ஆனால் தமிழ்நாட்டின் ஒவ்வொரு மாவட்டத்திலும் ஏதேனும் ஒரு சாதியார் அல்லது சாதியின் உட்பிரிவினர் மருமக்கள் தாயமுறையைப் பின்பற்றுவோராய் இருக்கின்றனர். இவர்களைக் குறித்த தொகுப்பு ஆய்வோ, தனித்த ஆய்வோ இதுவரை வெளிவரவில்லை.

மின்சாரம், போக்குவரத்து, நகர வளர்ச்சி ஆகிய வசதிகள் காரணமாகக் கடந்த நூறு ஆண்டுகளாகத் தங்கள் மரபுத் தொழிலை முற்றிலுமாக இழந்துபோன சாதியார் பிற சாதி களுக்குள் கரைந்து போனார்கள். இவ்வகையான சாதிக்கரைப்பு குறித்த ஆய்வுகள் எதுவும் இதுவரை வெளிவரவில்லை. பார்ப்பனர் வருகைக்கு முன்னரும் தமிழ்நாட்டில் சடங்கியல் தலைமை

யேற்ற சாதிகள் சில இருந்தன. ஆனால் இவர்கள் அதிகாரப் பலமற்ற பூசாரிச் சாதிகள். தென்தமிழ்நாட்டில் இவ்வாறு சடங்கியல் தலைமையேற்ற (புரோகித) சாதியராகப் பாணர், பறையர், கணியார், நாவிதர், வண்ணார் ஆகியோரைக் குறிப்பிட லாம். தமிழ்நாட்டின் எல்லாப் பகுதிகளிலும் இவ்வகையான சாதியார் இருந்தனர். காலனிய ஆட்சியின் இறுதிக்கட்டம்வரை அவர்கள் ஒவ்வொரு வட்டாரத்திலும் சிறுசிறு குழுக்களாகத் தங்களது சடங்கியல் தளத்தினைத் தக்கவைத்துக்கொண்டனர். இவர்களைப் பற்றிய ஆய்வுகள் இதுவரை வெளிவரவில்லை.

இந்த இடத்தில் இருபதாம் நூற்றாண்டுத் தமிழ்நாட்டின் இயக்கச் செயல்பாடுகள் குறித்துச் சொல்ல வேண்டியுள்ளது. 1950வரை தேசிய, பொதுவுடைமை இயக்கங்கள் தமிழ்ச் சமூக மாறுதல்களைச் சாதிசார் நோக்கில் கணக்கிட முற்படவில்லை. இத்தனைக்கும் தஞ்சை மாவட்டத்தில் பொதுவுடைமைக் கட்சி ‘பள்ளர் கட்சி’ என்றே அடையாளம் காட்டப்பட்டது. இருந்தாலும் சாதி சார் அடையாளத்தை மறைத்தாலே போதும் என்று பொதுவுடைமைக் கட்சிகள் செயலாற்றின. பெரியாரின் தலைமையிலான திராவிட இயக்கம் மட்டுமே சமூக எழுச்சி என்பது தமிழ்நாட்டில் சாதிச் சங்கங்களை அலகுகளாகக் கொண்டது என்ற கருத்தியலோடு இயங்கியது. மேல்சாதி களைத் தவிர்த்த எல்லாச் சாதிச் சங்கங்களின் கூட்டங்களும், மாநாடுகளும், தீர்மானங்களும் பெரியாரின் *குடியரசு* இதழில் செய்தியாக்கப்பட்டன. அன்றைய சூழ்நிலையில் சாதி எல்லை யினை மீறிய தனிநபர் இயக்கங்கள் சாத்தியமில்லை என்ற ஓர்மை அவர்களிடம் இருந்தது. (இந்தச் சாதிச் சங்கங்களின் எழுச்சி, எண்ணிக்கை சிறுத்த சாதியரை ஓரங்கட்டிய அவலத்தை வேறொரு கட்டுரையில் காணலாம்.) 1950க்குப் பிறகே தனித்த ஒரு சாதி குறித்த நுட்பமான ஆய்வுகள் சில வெளிவரத் தொடங்கின. அவ்வேளையில் உசிலம்பட்டி பிறமலைக் கள்ளர் குறித்த லூயி துமோன் செய்த ஆய்வு குறிப்பிட்டுச் சொல்லப்பட வேண்டியது. தென்தமிழ்நாட்டின் தரகு மூலதனச் சாதியினரான நாடார்கள் குறித்து ஹார்ட் கிரேவ் ஆராய்ந்தார். பின்னர் கோவை மாவட்டத்து நிலவுடைமைச் சாதிகளை பிரண்டா பெக் ஆராய்ந்தார். ஒடுக்கப்பட்ட மக்கள் குறித்த ஆய்வில் மைக்கேல் மொபிட், டேவிட் வீச் ஆகியோரது பங்களிப்புகளும் குறிப்பிடத்தகுந்தன.

தமிழில் அறுபதாண்டுகளுக்கு முன்னர் வேங்கடசாமி நாட்டார் எழுதிய ‘கள்ளர் சரித்திரம்’ குறிப்பிடத்தகுந்த வரலாற்று ஆய்வுநூலாகும். பின்னர் தமிழில் வெளிவந்துள்ள ‘நாடார் வரலாறு’ (மோசஸ் பொன்னையா), ‘வரலாற்றில் வேளாண்

குடிகள்', தங்கராஜ் எழுதிய 'பள்ளர் யார்?', தேவ ஆசீர்வாதம் எழுதிய 'மூவேந்தர் யார்?' முதலிய நூல்கள் ஓரளவு வரலாற்று ஆய்விற்கான தரவுகளைக் கொண்டுள்ளன. இவையன்றி ஒவ்வொரு வட்டாரத்திலும் வாழும் தனித்தன்மையுடைய சிறிய சாதித்திரள்கள் தம் குழுவைப் பற்றிய வரலாற்று நூல்களைத் தமிழ்நாட்டில் நிறையவே வெளியிட்டுள்ளன.

மேற்குறித்த முயற்சிகளைத் தவிரத் தமிழ்நாட்டில் கடந்த நூற்றைம்பது ஆண்டுகளில் உருவான சமூக, அரசியல் மாற்றங்களில் சாதிக் குழுக்கள் எவ்வாறு தங்களைத் தற்காத்துக் கொண்டன அல்லது வாழ்விழந்தன என்பது குறித்த ஆய்வுகள் நிகழ்த்தப்படவில்லை. கடந்த பதினைந்து ஆண்டுகளாகத் தமிழ்நாட்டில் ஓரளவு எண்ணிக்கை வலிமையுடைய எல்லாச் சாதிகளும் அரசியல் அதிகாரத்தைக் கைப்பற்றுவது அல்லது அதிகாரத்தில் தங்கள் பங்கைப் பெற்றுக்கொள்வதில் முனைப்பு காட்டி வருகின்றன. 1996, 2001இல் நடைபெற்ற சட்டமன்றத் தேர்தலில் இந்த முனைப்பு வெளிப்படையாகவும் வேகமாகவும் வெளிப்பட்டிருந்தது. 2001 தேர்தல்களில் சாதிக்கட்சிகள் வெளிப்படையாகவே தங்களை அடையாளம் காட்டின. காலங்காலமாய் ஒடுக்கப்பட்ட மக்களின் சாதிக் கட்சியன்றி மற்ற அனைத்துச் சாதிக் கட்சிகளிலும் சாதி அல்லாத கட்சிகளிலும் தங்கள் சாதித்திரள் குறித்த விஞ்ஞானப்பூர்வமான பார்வையோ செயல்திட்டமோ இல்லை. மாறாக 'மிக விரைவாகப் பணம் சேர்க்கும், வழிமுறைக்கான கருவியாகவே இவர்களின் அரசியல் அதிகார வேட்கை அமைந்திருந்தது. மதுக்கடை உரிமம், அரசு வணிக வளாகத்தில் கடை பெறும் உரிமம், சந்தைகள், வாகன நிறுத்தங்கள் – கட்டணக் கழிப்பறை ஆகியவற்றை ஏலம் எடுக்கும் திறன், பாலங்களில் சுங்க வரி வசூலிக்கும் உரிமம், கல் குவாரிகளில் ஏலம் எடுக்கும் உரிமை, அரசு கட்டட அல்லது சாலை ஒப்பந்தங்கள் ஆகியவையே குறுகிய காலத்தில் நிறையப் பணம் சம்பாதிக்கும் வழிவகைகளாக அடையாளம் காட்டப்பட்டன.

மரபுவழித் தொழிலை நவீனப்படுத்துவதிலோ புதிய சிறு தொழில்களைத் தொடங்குவதிலோ சாதிக்கட்சித் தலைவர்களுக்கு நாட்டமுமில்லை, திட்டமுமில்லை. இந்தப் பெரிய சாதி அலைகள் திரண்டு எழுகின்றபோது வண்ணார், மருத்துவர், பூக்கட்டுவோர் முதலிய சேவைச் சாதியார் கண்ணிற்குத் தெரியாமலேயே போய்விட்டனர். எண்ணெய் ஆட்டுபவராகிய மரபுவழித் தொழில் செய்தோர், பெரிய மூலதன நிறுவனங்களிடம் தங்கள் வாழ்விற்கான பொருளாதாரத்தைப் பலி கொடுத்துவிட்டனர்.

நுண் அலகாக எடுத்துக்கொண்டு பேசுவதானால் தமிழ்நாடு முழுவதும் வாழும் 'வேளார்' (குயவர்) எனப்படும் சாதி மரபுவழிப் பொருளாதாரத்தை முற்றிலும் இழந்து விட்டது. இதனை விட நுண் அலகாக ஒன்றை எடுத்துப்பார்க்கலாம். ஈர்க்குப் புல், தென்னை ஈர்க்கு, பனைமரத்தின் கொளுஞ்சி, பிறவகைப் புற்கள் இவற்றைக் கொண்டு பெருக்குமாறு (விளக்குமாறு அல்லது கூடுமாறு) செய்து விற்று வாழ்ந்த மக்கள் பிளாஸ்டிக் விளக்குமாறு, பெரிய நிறுவனங்களால் அறிமுகப்படுத்தப்பட்டதும் வறுமையின் மடியில் தள்ளப்பட்டனர். இவர்களில் பெரும்பாலோர் 'நாட்டுக்குறவர்' எனப்படும் எளிய சாதியர். இவ்வாறு பெரு மூலதன வரவுகளில் தம் வாழ்க்கையைத் தொலைத்துவிட்ட நூற்றுக் கணக்கான சாதியர் பற்றித் தனித்தனியான ஆய்வுகள் தேவை.

அண்மைக்காலமாகத் தமிழ்நாட்டில் தலித் இயக்கங்கள் எழுச்சிபெற்று வருகின்றன. 'தலித்' என்ற சொல்லையே ஒடுக்கப்பட்ட மக்களில் ஒரு சாராரும் அவர்களின் அரசியல் தலைமையும் ஏற்றுக்கொள்ளவில்லை. ஆனால் மகிழ்ச்சிக்குரிய செய்தி என்பது ஒடுக்கப்பட்ட மக்களின் புதிய எழுச்சிக் குரலாகும். இவர்களின் முயற்சியால் அரசியல் இதழ்களும் இலக்கியச் சிற்றிதழ்களும் நிறையவே வெளிவருகின்றன. இவற்றின் குரல்களில் இரண்டினை மட்டும் இங்கு நான் பதிவு செய்தாக வேண்டும். ஒன்று, திராவிட இயக்கத்தின் மீதும் பெரியார்மீதும் முன் வைக்கப்படும் எதிர்மறையான விமர்சனங்கள். இந்த வகையான விமர்சனங்கள் அரசியல் தலைமையிலிருந்து வரவில்லை. இலக்கியச் சிற்றிதழ்களில் மட்டும் 'அறிவு ஜீவிகளின்' குரலாக இது ஒலிக்கின்றது.

மற்றொன்று 'தலித்' என்ற சொல்லாட்சி அல்லது கருத்தியலை ஏற்றுக்கொள்ள மறுப்பது. இந்த மறுப்பு வட்டாரம் சார்ந்ததாகவும் சாதிகளின் உட்பிரிவுகள் சார்ந்ததாகவும் அமைகின்றது. எண்ணிக்கை பெருத்த ஒன்றிரண்டு பிற்படுத்தப்பட்ட சாதிகளோடும் வட்டாரம் சார்ந்த முரண்பாட்டினை ஒடுக்கப்பட்ட மக்களின் அரசியல் தலைமைகள் முன்னிறுத்துகின்றன. இதே நேரத்தில் எண்ணிக்கை சிறுத்த, பெரிய பிற்படுத்தப்பட்ட சாதிகளோடு முரண்பாடுகள் வேண்டாம் என்ற நிலைப்பாட்டினையும் அவை எடுக்கின்றன. ஆனால் சிற்றிதழ் அறிவு ஜீவிகள் இதுகுறித்து எவ்வகையான தன்னுணர்ச்சியும் கொண்டிருக்கவில்லை என்றே தோன்றுகிறது.

உலகமயமாக்கலின் காலடிகள் இந்தியப் பொருளாதாரத்தின் மீது பதிந்துவிட்டன. போக்குவரத்துச் செய்திகள்,

தொடர்புச் சாதன வசதிகள் மிக விரைவான வளர்ச்சியினைப் பெற்றுவிட்டன. பன்னாட்டுத் தளத்திற்கு இவையெல்லாம் மிகப் பெரிய வலிமையாகிவிட்டன. நகரம், கிராமம் என்கின்ற பொருளியல்சார் சாதிக் கட்டமைப்புகள் உடையத் தொடங்கி விட்டன. கிராமப் புறங்களில் சாதி சார்ந்த இடப்பங்கீடு சிதைவுறாமல் அப்படியேதான் இருக்கின்றது. கிராமத்தின் சமூக அதிகாரம் மேம்போக்காகச் சிதைவது போல் தோன்றினாலும் தன்னுடைய கொடுமையான முகத்தை அது அவ்வப்போது காட்டிக்கொண்டிருக்கிறது. ஒதுக்கப்பட்ட இடங்களிலேயே தலித் மக்கள் ஊராட்சித் தேர்தலில் போட்டியிட முடியாதநிலை தான் சமூக எதார்த்தம். புதிதாகப் பெறப்பட்ட அரசின் பெரிய பதவிகள், நகர்ப்புறத்துக் காலனிகள், ஆடம்பர வாழ்க்கை ஆகிய எதுவும் ஒடுக்கப்பட்ட மக்களின் வாழ்க்கையிலும் அவர்கள் சந்தித்த சமூக அவமானங்களிலும் பெரிய மாற்றங் களை உண்டாக்கவில்லை.

சமூக ஒடுக்குமுறையானது 'நாகரிகமான முறையில் நவீனமயப்படுத்தப்படுகிறது'. எனவே இந்தக் கட்டத்தில் சாதிய ஆய்வுகளை மேற்கொள்ளும் அறிஞர்களின் முன்னால் கடமையான பணிகள் காத்துக்கிடக்கின்றன. பின்வரும் கேள்விகளை அவை நமக்கு முன்னிறுத்துகின்றன.

1. பார்ப்பனீயம் என்பது மறைமுகமாக அதிகாரம் சார்ந்த கருத்தியலும் நடைமுறையும் ஆகும் என்பது உண்மை தானா?

2. திராவிட இயக்கத்தினைப் பிற்பட்ட சாதியார்போல ஒடுக்கப்பட்ட மக்கள் பயன்படுத்த முடியாமைக்கான சமூகக் காரணங்கள் யாவை?

3. பிற்பட்ட மக்களின் சாதிஉணர்வு சார்ந்த சமூக உளவியல் எந்த வகையில் சிதைக்கப்படும்? அதற்கான இயக்கப் பங்களிப்பு எவ்வாறு இருக்கக்கூடும்?

4. சாதி உட்குழுக்கள் சார்ந்த உயர்குடி மனப்பான்மை யினை எவ்வாறு எதிர்கொள்வது?

இந்தக் கேள்விகளுக்கான விடைகள் மட்டுமே சாதிய ஆய்வுகளைச் சரியான தளத்திற்கு இட்டுச் செல்லும் என்று நம்புகின்றோம்.

நூல்கள்:

1. Moffatt Michael, An Untouchable Community in South India. Princeton University press, 1979.

2. David Ceidge - *The Parayar of Valhira Manickam*
3. Rober Hardgrave's study, *The Nadars Of Tamilnadu: The Political culture of a community in change*, 1969
4. Dumont Louis, *Homo Hierarchicus: The Caste System and Its Implocations*, 1970.
5. Dumont Louis, *South Indian Sub-caste: Social Organization and Religion of the Pramalai Kallar*, Translated by Michael Morton, Lewis Morton and Alice Morton, Revised by the author and A. Stern, Oxford University Press. 1986
6. Brenda E.F. Beck, *Peasant Society in Konku: Study of Right and left Sub Castes in South India*, 1972.

உலகமயமாக்கல் பின்னணியில் பண்பாடும் வாசிப்பும்

'பேசுகின்ற இடம் மதுரை; பேசப்படுகின்ற விசயம் புத்தகம். எனக்குக் கொஞ்சம் பயமாகத் தான் இருக்கிறது. ஏனென்றால், தமிழ்நாட்டில் எந்த ஊரில் அதிகமாகப் புத்தகங்கள் தோன்றின என்றால் மதுரையில்தான் அதிகப் புத்தகங்கள் தோன்றியுள்ளன. 'கலித்தொகை' என்னும் செவ்விலக்கியம் 'பாண்டியநாட்டு' இலக்கியம் என்றே அழைக்கப்படுகிறது. 'பரிபாடல்' என்ற செவ்விலக்கியத்துக்குப் பெயரே மதுரை இலக்கியம். அப்பேற்பட்ட ஊரிலே நின்று பேசுகிறேன் என்ற உணர்வு எனக்குத் தன்னியல்பாகவே உண்டு. இந்த ஊரின் நீரும் நெருப்பும்கூட தமிழ்ச்சுவை அறியும் என்கிறது ஒரு நூல்.

'உலகமயமாக்கல் பின்னணியில் பண்பாடும், வாசிப்பும்' என்னும் தலைப்பைக் கொடுத்திருக் கிறார்கள். புத்தகங்கள் என்பன வெறும் தாளும் மையும் மட்டுமல்ல. அதற்குள் எழுதியவனின் ஆன்மா இருக்கிறது. ஒரு செடியில் வேருக்கும் விழுதுக்கும் உள்ள தொடர்பு போன்றது புத்தகங் களுக்கும் வாசிப்பவனுக்குமுள்ள தொடர்பு.

புத்தகங்களின் மீது சமூகம் நடந்து போகிறது; நடந்துபோவது என்றால் எழுதியவனின் மன நிலையை நாம் உணர்ந்துகொள்வது. எனக்கு,

இங்குவந்து பார்த்ததும் மகிழ்ச்சியாக இருந்தது. சில ஊர்களில் சந்தை என்று போட்டிருப்பார்கள்; இங்கு புத்தகத்திருவிழா என்று போட்டிருக்கிறார்கள். திருவிழா என்பது கொண்டாடப் பட வேண்டியது. அதேபோல் புத்தகங்களும் கொண்டாடப்பட வேண்டியவை.

உலகமயமாக்கல் என்ற சொல்லே எனக்குப் புரியவில்லை. உலகை எப்படி உலகமயமாக்குவது? மதுரையை எப்படி மதுரை மயமாக்குவது? மதுரையை வண்ணமயமாக்க வேண்டும் ஒளிமயமாக்கவேண்டும் என்று சொல்லுங்கள் புரிகிறது! ஆனால் உலகமயமாக்கம் என்ற சொல் நமக்குப் புரியவில்லை. நம் ஆட்சியாளர்கள் நமக்கு அளித்த நன்கொடை இது. இவர்கள் ஏதோ சொல்ல வருகிறார்கள். அதில் ஒரு நுண் அரசியல் இருக்கிறது; நான் கட்சி அரசியலைச் சொல்லவில்லை.

உலகமயமாக்குவது என்றால் உலகையே சந்தையாக மாற்றுவது. உலகிலே சந்தை மட்டும் இருந்தால் போதுமா? இம்மதுரையிலே சந்தையும் இருக்கும்; தமுக்கமும் இருக்கும்; மீனாட்சிகோயிலும் இருக்கும், மனநோயாளிகளுக்கான மருத்துவமனையும் இருக்கும்; சந்தையில் ஐந்துவயது சிறுவர், சிறுமிகளுக்கு இடம் இருக்க முடியுமா அல்லது கம்பு ஊன்றி நடக்கும் வயதானவர்களுக்கு இடம் இருக்குமா? வயதான வரைத் தெருவில் பார்த்தால் ஒதுங்கி நடப்போம். ஆனால் சந்தையில் "சந்தையில இடிக்கிறதெல்லாம் சகஜம்" என்று போய்விடுவார்கள். பாக்கெட்டில் பணமில்லாதவனுக்குச் சந்தையில் இடமிருக்குமா? கன்னிப் பெண்களுக்கு அங்கு இடமிருக்குமா?

சந்தை என்பது வாங்குவதற்கான இடமே தவிர, அங்கு மனித உறவுகள் மலராது. சிறைச்சாலைகளில் மனிதஉறவுகள் மலரும். மருத்துவமனைகளில் கூட மனிதஉறவுகள் மலரும். நான் ஒரு மாதம் மருத்துவமனையில் இருந்தேன். பக்கத்து அறையில் இருந்தவர்களெல்லாம் நண்பர்கள் ஆகிவிட்டார்கள். ஆனால் சந்தையில் "அஞ்சால் விற்றால் லாபம் என்றால், அஞ்சால் விற்போம். நஞ்சை விற்றால் லாபம் என்றால், நஞ்சை விற்போம்". இது சந்தையின் தன்மை.

உலகமயமாக்கலை இடதுசாரிகள் எதிர்க்கிறார்கள்; அறிஞர்கள் எதிர்க்கிறார்கள். என்னைப் போன்ற பண்பாட்டு ஆய்வாளர்களும் எதிர்க்கிறோம். ஏனென்றால் இது ஒரு பண்பாட்டுப் படையெடுப்பு. நமது பண்பாட்டைக் குலைப்பதற் கான முயற்சி. இதைப் பண்பாட்டுத் தாக்குதல் என்றும் கூறலாம்.

தொ. பரமசிவன்: அழகின் அசைவு

பண்பாடு என்பது பொருள் உற்பத்தியில் தொடங்குகிறது. ஒரு குழந்தை, இலையில் தனக்கான பீப்பீயைச் செய்து கொள்கிறது. தனக்கான வண்டியைச் செய்துகொள்கிறது. தனக்கான காகிதப் பையை செய்துகொள்கிறது. இப்படி தனக்காகச் செய்து கொள்கிறபோது கலாச்சாரம் பிறக்கிறது. பொருள் உற்பத்தியில்தான் உறவுகள் மலரும். பொருள் உற்பத்தி செய்கிறபோது மனிதன் கலாச்சாரம் உடையவன் ஆகிறான்; அது வாடுகிறபோது கலாச்சாரமும் செத்துப் போய்விடுகிறது. உலகமயமாக்கம் என்ற பெயரில் இவர்கள் உலகையே சந்தை யாக்க முயல்கிறார்கள். சந்தையில் எதைவிற்றால் லாபம் கிடைக்கும் என்பதைத் தான் பார்ப்பார்கள்; அங்கு மனிதர் களின் உணர்வுகளுக்கு இடமிருக்காது.

மரபுவழியான அறிவுச்செல்வத்தைத் திட்டமிட்டுக் கொள்ளையடிப்பது உலகமயமாக்கம். இதை மார்க்ஸ் "தொகுக்கப்படாத விஞ்ஞானம்" என்றார். நம்முடைய பாரம்பரிய மருத்துவ அறிவுகளைக் கொள்ளையடிப்பது உலக மயமாக்கம். கால்ல புண்ணுவந்தா மஞ்சளையும் வெங்காயத்தை யும் அரைச்சுப் போடுவோம். இனி ஏதாவது ப்ரெஞ்ச் கம்பெனியோ கனடா கம்பெனியோ மஞ்சள், வெங்காயத்தை யெல்லாம் நான்தான் கண்டுபிடிச்சேன்னு காப்பிரைட் வாங்கி வச்சுக்கிருவான். அப்புறம் வெங்காயம், மஞ்சள் பயன்படுத்த நாம் அவனிடம் அனுமதி கேட்கணும்; பணம் கட்டணும். இப்படி மரபுரீதியான அறிவுச் செல்வத்தைத் திட்டமிட்டே கொள்ளையடிக்கிறார்கள். அறிவு என்பது 19ஆம் நூற்றாண்டு இங்கிலாந்து தொழிற்புரட்சியில் கண்டுபிடிக்கப்பட்டதல்ல. நமக்கு அறிவு பற்றிய சரியான பார்வை இல்லை.

பி.எஸ்சி இரசாயனம் படிக்கும் மாணவனைப் பார்த்து இரசாயனம் எப்போது கண்டுபிடிக்கப்பட்டது எனக்கேட்டேன்; அவனுக்குத் தெரியவில்லை, கற்றுக் கொடுத்தால்தானே அவன் சொல்வான். மனிதன் வேட்டையாடிய நாளில் உணவு மீதப் படும்போது டிஹைட்ரேட் ஆகிறது. அதனை நாளையும் பயன் படுத்தலாம் என்பது இரசாயனமாகும். அதனை இன்னும் கொஞ்சநாள் பயன்படுத்தலாம் என்று உப்பைச் சேர்க்கும்போதே இரசாயனம் வளரத்தொடங்கியது.

மனிதகுல வரலாறு தெரியாத கல்விமுறையில் வளரும் இன்றைய தலைமுறையில் பண்பாடு பற்றிப் பேசுவதெல்லாம் பைத்தியக்காரத்தனம். உலகமயமாக்கம் என்று சொல்லிச் சொல்லியே நம்மை ஏமாற்றிக்கொண்டிருக்கிறார்கள்.

“ஒன்றே குலம், ஒருவனே தேவன்” என்று கேட்கும்போது மகிழ்ச்சியாக இருக்கும். அதை ஒரு தலைவர் சொன்னபோது ஊரே திரண்டது. “ஒன்றே குலம், ஒருவனே தேவன்” என்று சொன்னால் சைவர்களுக்கு மகிழ்ச்சியாக இருக்கும். இது திருமூலரின் திருமந்திரம். “ஒன்றே குலம், ஒருவனே தேவன், அவன்தான் இராமன்” என்னும்போதுதான் பிரச்சனை வெடிக்கிறது.” எல்லா பிரம்மாண்டங்களும் மனித விரோ மானவை. ஜனங்களின் வாழ்வுக்கு பிரம்மாண்டம் தேவை யில்லை. பிரம்மாண்டங்களுக்கு எதிரான கலாச்சாரத்தை நாம் உருவாக்க வேண்டும். 60 மாடி, 70 மாடின்னு கட்டடம் கட்டுகின்றபோதுதானே பின்லேடன் வர்றான். உலகின் அறிவுச் செல்வங்களைக் கொள்ளையடிக்க உலகமயமாக்கம் பயன்படுகின்றது. ஆப்பிரிக்காவிலுள்ள காடுகளிலும் கடற்கரை யோரங்களிலும் இருந்த தாதுக்களைக் கண்டுபிடித்து கொள்ளை யடிக்கிறாங்களே அதுதான் இன்பஃர்மேசன் டெக்னாலஜி. எதற்கும் பயன்படாத தேரிக்காடு. அங்கே கல்லுமுள்ளும் ஓணானும் குடிகொண்டு இருக்கும். அங்கே தோரியம் இருக்குன்னு சொல்றானே, அது இன்பஃர்மேசன். அங்கே பெரிய கம்பெனிக்காரன் வர்றானே அது உலகமயமாக்கம்.

எல்லா இடத்திலும் கையவச்சுட்டு இப்ப சமையலுக் குள்ளயே வந்து கைய வச்சுட்டாங்க. பீட்ஸான்னு ஒரு இத இப்ப திங்க கொடுக்கிறாங்க. அதுல என்னா இருக்குன்னு நமக்குத் தெரியுமா? நம்ம வீட்ல செய்த பண்டத்துல என்னா இருக்குன்னு நமக்குத் தெரியும். “உணவெனப்படுவது நிலத்தொடு நீரே”. நம்ம உணவுச் செல்வங்களை இன்னொருத்தன் கொள்ளை யடிக்கிறானே அது உலகமயமாக்கம். நிலத்தையும் உணவையும் கூட காக்க முடியாத சமுதாயம் வாழ்வதற்கு லாயக்கில்லாதது. திருமலைநாயக்கர் மகாலும் மீனாட்சியம்மன் கோயிலும் மட்டும் நமது முன்னோர்கள் சேர்த்துவைத்த சொத்து அல்ல. தூயநீரும் காற்றும் நமது சொத்தில்லையா? எதை வேண்டுமானாலும் விற்கலாம் என்பது உலகமயமாக்கம்; விற்கமுடியாத பொருள் மனிதனிடம் இருக்கிறது.

நாம் இங்கு திருவள்ளுவரையே விற்றுக்கொண்டிருக் கிறோம். திருவள்ளுவர் “எற்றுக்குரியர் கயவர்” என்கிறார். திருக்குறளுக்கு உயிர் இருக்கிறது. அதை எழுதியவனுக்குச் சாவு இல்லை என்கிறோம். வடநாட்டில் வியாசர் மகாபாரதத்தைச் சொல்ல, அதை விநாயகர் தன் கொம்பை உடைத்து எழுதியதாக மரபு இருக்கிறது. ஆனால், இதைவிட சீரிய மரபு தென்னாட்டில் இருக்கிறது. விநாயகருடைய அப்பா சிவனே திருவாசகம்

எழுதியதாகக் கூறப்படுகிறது. திருவாசகம் காணாமல் போய் அனைவரும் தேடுகிறார்கள்; காணவில்லை. ஒரு புத்தகத்தைக் காணாமல் ஆக்குவது தேசத்துரோகம். அதைத் தொலைத்தவர் களுக்குத்தான் தெரியும். திருவாசகம், இறுதியில் சிதம்பரத்தில் இருந்தது; சிவபெருமான் கையிலே இருந்தது. சிவபெருமா னிடம் கேட்டால் 'இது என் பெர்சனல் காப்பி' என்கிறார். என்னவென்றால் அந்தப் புத்தகத்தில் திருவாதவூர் மாணிக்க வாசகன் சொல்ல, உடையார் திருச்சிற்றம்பலமுடையார் எழுத்து என்று அதில் இருக்கிறது. இதை ஏன் சிவன் வைத்திருந் தார் எனப் பின்னால் வந்த அறிவியலாளர், தத்துவப் பேராசிரியர் சுந்தரம் பிள்ளை சொல்கிறார், "உலகைப் படைத்துக் காத்து, அழித்து, பிறகு மீண்டும் உலகைப் படைக்கும்முன் உள்ள ஒரு லஞ்ச் பிரேக்கில் படிக்க ஒரு புத்தகம் வேண்டும் அல்லவா? அதற்கு போரடிக்காமல் இருக்க சிவன் திருவாசகத்தை வைத்திருந் தார்" எனக் கூறுகின்றார் தன் மனோன்மணியத்தில். இவ்வாறு கடவுளே ஸ்க்ரைப்பாக இருந்திருக்கிறார் நம் நாட்டில்.

ஒன்றைத் திட்டமிட்டே பழசாக்குவது உலகமயமாக்கம். இந்த வருடம் இருசக்கர வாகனம் ஒன்றை வாங்கினால் அடுத்த வருடம் ஒரு சின்ன மாற்றத்துடன் புதிதாக ஒன்று வரும். இப்படித் திட்டமிட்டுப் பழசாக்கி அடுத்த பொருளை விற்பது உலகமயமாக்கம். எல்லாவற்றையும் சந்தைப்படுத்திக் கொண்டிருக்கும்போது நாம் இந்த ஏமாளிகளிடம் பண்பாடு பற்றிப் பேசுவது முட்டாள்தனம். பண்பாடு பற்றிப் பேசுவதே நாம் ஏமாளித்தனத்திலிருந்து விடுதலை பெறவேண்டும் என்பதற்காகத்தான்.

உலகமயமாக்கம் எழுத்து உலகத்தில் என்ன மாற்றம் ஏற்படுத்தியிருக்கிறது எனப் பார்ப்போம். சென்னை புத்தகத் திருவிழாவில் 10 இலட்சம் புத்தகம் விற்றுள்ளது எனச் சொன்னார்கள். மகிழ்ச்சி! மனிதன் வாசிக்கத் தொடங்கிவிட்டான். வாசிக்கும் மனிதன் யோசிக்கிறான். சமூகம் மாற்றம் அடையத் தொடங்கியதா எனப்பாரத்தால் மாற்றம் ஏதுமில்லை. ஏனென் றால் பாதிக்குப் பாதி வாஸ்து புத்தகங்கள் விற்றுள்ளன. இங்கு இப்பொழுது விற்கும் புத்தகங்களைவிட பல மடங்கு குருப்பெயர்ச்சி பலன் புத்தகம் விற்றிருக்கும். குருவே வருசம் வருசம் இடம் பெயருகின்றார் என்றால் நீ உன் சிந்தனையில் இடம் பெயரக் கூடாதா?

மாறுதல் ஒன்றே மாறாதது; 15 வருசமா அப்படியே இருக்கீங்கன்னு சொன்னால் அது உண்மையில்லை; முடி லேசா நரைச்சிருக்கும்; வழுக்கை கூடியிருக்கனும். அப்படியே எதுவும்

இருக்க முடியாது. மாற்றங்களை உருவாக்குவது புத்தகங்கள். மக்சிம் கார்க்கியுடைய 'தாய்' காவியம் போன்ற புத்தகங்கள் மக்களிடம் மாற்றத்தை ஏற்படுத்தியவை. அறிந்தும் அறியாமலும் படித்த புத்தகங்கள் நமக்குள் மாற்றம் ஏற்பட உதவுகின்றன. அதென்ன அறியாமல் படித்த புத்தகம்? கொல்லைப்பக்கம் போட்ட தக்காளி திடீர்னு செடியா முளைப்பதுபோல நாம் தெரியாமல் இப்படி வாசித்த புத்தகங்கள்தான் அறியாமல் படித்த புத்தகங்கள்.

மனித மனத்தில் விழும் விதைகள் முளைக்கத் தவறுவதே இல்லை. நான் எங்க ஊர் மாவட்ட நூலகத்தில் ஏழாம் வகுப்பு படிக்கும்போது ஒரு புத்தகம் எடுத்தேன். அது சரித்திரத்தை மாற்றிய 'அங்கிள் டாம்' புத்தகம் என்று தெரியாமல் அதன் குழந்தைப் பதிப்பின் தலைப்பைப் பார்த்து எடுத்தேன். தாமு மாமாவின் கதை. இந்தப் புத்தகத்தை இப்பொழுது காணவே முடியவில்லை. நாம் அடிமையாகவே இருக்கச் சம்மதித்து விட்டோம் என்பதை இது காட்டுகிறது. "பிறப்பொக்கும் எல்லா உயிர்க்கும்" என்ற வள்ளுவரின் வரியைப் படிக்கும்போது அங்கிள் டாம் புத்தகம் ஞாபகம் வரும். மேல்மண், கீழ்மண் ஆவதும், கீழ்மண் மேல்மண் ஆவதும் வரலாறு. ஒரு புத்தகம் எப்பொழுதும் புரட்சியை ஏற்படுத்திக்கொண்டே இருக்கிறது.

இப்பொழுது சிலர் தினமும் ஒரு புத்தகம் எழுதுகிறார்கள்; என்ன செய்யிறது? பிறப்பொக்கும் எல்லா உயிர்க்கும் என ஒரே வரியில் அப்போதிருந்த சாதிக்கோட்பாடுகளை உடைத்த வள்ளுவரிடம் இருந்த கலகக்குரலை விடவா இனி எழுத முடியும்? எழுத்துல எதிர்ப்பு இருக்கலாம்; கலகக்குரலாய் எழுதலாம்; ஆனால் வெறுப்பு இருக்கக் கூடாது. இப்ப எழுதும் சிலரின் எழுத்த வாசித்தால் வெறுப்புதான் முழுமையாய் வெளிப்படும். கோவம் வரலைன்னா அவன் மனுசனே இல்ல. கடவுள் இருக்காரா, இல்லையான்னு எழுதலாம்; பேசலாம். எதிர்ப்பை வெளிப்படுத்துவது தவறல்ல. வெறுப்பு என்பது இரு காரணங் களினால் வெளிப்படுவது. ஒன்று இயலாமை; மற்றொன்று பொறாமை. இதற்கு மருந்தே கிடையாது.

எதை வேண்டுமானாலும் எழுதலாம். யாரைப் பற்றி வேண்டுமானாலும் எழுதலாம் என்ற தைரியத்தை இவர்களுக்கு யார் கொடுத்தது? உலகமயமாக்கம் எல்லாவற்றையும் சந்தைப் படுத்த முயல்கிறது. என்னிடம் வந்த இளங்கவிஞர் மழை பற்றிய கவிதைத் தொகுப்புக்குத் தலைப்புக் கேட்டார். "தீங்கின்றி நாடெல்லாம்" என்று சொன்னேன். மழையைப் பார்த்தால் ஒவ்வொரு சமயமும் ஒரு வித்தியாசம் காட்டும். ஒரிசா

வெள்ளத்தைப் பார்த்தால் தெரியும் "தீங்கின்றி நாடெல்லாம் திங்கள் மும்மாரி" என்னும் வரி. அதைப்போலத் தண்ணீர் இல்லாம தவிக்கிறப்ப தெரியும் "நீரின்றி அமையாது" என்னும் வரி.

வாசிப்பது மூலம் யோசிக்கிறான். யோசிப்பதன் மூலம் சமூக மாற்றத்தை ஏற்படுத்துகிறான். உலகமயமாக்கலில் எல்லாவற்றையும் சந்தைப்படுத்துகிறோம். திருக்குறளை மட்டு மல்ல; திருவள்ளுவரையே சந்தைப்படுத்துகிறோம். இன்று எல்லாவற்றையும் விற்கத் தொடங்கிவிட்டோம். நுகர்வுக் கலாச்சாரம் ரொம்பப் பெருகிவிட்டது. முன்பெல்லாம் வீட்டில் ஒரு சோப்பு இருந்தது. இப்ப ஆறு பேர் இருக்கிற வீட்ல ஏழு சோப்பு இருக்குது. வெளிநாட்டு கம்பெனியெல்லாம் 'ஒனக்கு ஒன்னும்தெரியாது நான் குடுக்கிறேன்; இத சாப்புடு'ன்னு சொல்றான். அதுவும் நம்ம மதுரைல சொல்லலாமாங்க. தினம் ஒரு கண்டுபிடிப்பை, கண்டுபுடிக்கிற ஊரு. போண்டாக்குள்ள முட்டைய வைச்சு கண்டுபுடிச்ச ஊரு. கென்டகி சிக்கன்னு ஒரு கம்பெனி; நான் கோழிக்கறி தர்றேன். அத சமைன்னு சொல்றான். நம்ம ஊருல. நம்ம பொண்ணுகளுக்குக் கோழிக்கறி சமைக்கத் தெரியாதா?

மருத்துவச் சம்பந்தமான அறிவுச்செல்வங்களைத் திட்ட மிட்டுப் பன்னாட்டு கம்பெனிகள் கொள்ளையடிக்கின்றன. இதற்காகவே ஆராய்ச்சி பண்ண ரொம்பப் பேர் இங்கு வந்து இருக்காங்க. இதற்கெல்லாம் பன்னாட்டு நிறுவனங்கள் பணம் கொடுக்கின்றன.

உலகமயமாக்கம், என்ற சொல்லிலேயே நாம் ஏமாந்து போகிறோம். "மெய்ப்பொருள் காண்பது அறிவு". யார் என்ன சொன்னாலும் இந்த நுகர்வுக் கலாச்சாரத்திலிருந்து நாம் விடுபட வேண்டும். இப்ப கடன் திருவிழா, லோன் மேளா எல்லாம் நடத்துறாங்க. இந்தத் திருவிழாவிற்கு எப்ப கொடி ஏத்துவாங்க, எப்ப இறக்குவாங்கன்னு தெரியல. எந்த நாடும் உலக வங்கியிடம் வாங்கிய கடனைத் திருப்பிக் கொடுத்ததாக வரலாறு இல்லை.

"மாற்ற முடியாதது எதுவோ அது அறம். மாற்றம் வந்தாலும் அதிக மாறுதல் வராதது பண்பாடு". உலகமயமாக்கல் என்ற ஆரவாரத்திற்கு ஏமாந்து போகிறோம். நாம் தினமும் பங்குச் சந்தை பார்க்கிறோம். எனக்கு என்னவென்றே புரியவில்லை. இப்பதான் தெரிந்தது; அது இரண்டு சதவீத மக்களுக்கான செய்தியென்று. நாம் பிரம்மாண்டங்களுக்கு எதிரான கலாச்சாரத்தை உண்டு பண்ணவேண்டும். நாயகம் ஜனங்களின் நாயகமாக இருந்தால், அது

ஊடகங்களின் நாயகமாக இருக்க முடியாது. ஒருநாள் அறிஞனை முட்டாளாகக் காட்டும்.

பண்பாடு பற்றியெல்லாம் வாசிக்கிறவங்க குறைவு. இதப்பத்தி யோசிக்கிறவங்க ரொம்ப குறைவு; பேசுறவங்க குறைவு; எழுதுறவங்க ரொம்ப குறைவு. எனக்கு ஒரு இங்கிலீஸ் படம் ஞாபகத்துக்கு வருது. ஆண்டவர் கொடுத்த பல கட்டளை களை மோசஸ் தொலைத்துவிட்டுக் கடைசியாக உள்ளவற்றைத் தான் கடவுள் கொடுத்தார் எனச் சாதிப்பார். அது போல, நாம் எதை இழந்தோம் என்பதைக்கூட மறந்துவிட்டோம். "இழந்தோம் என்பதைவிட இழக்கப்படுகிறோம் என்ற உணர்வே இல்லாமல் இருக்கிறோம்" என வருத்தப்படுகிறார் ஆழ்வார். இதை பாரதி "கஞ்சி குடிப்பதற்கிலார், அதன் காரணங்கள் இவையென்றும் அறிவுமிலார்" என்கிறார். நாம் எப்போதும் மேற்கேதான் பார்ப்போம். கிழக்கே சீனா, ஜப்பானையெல்லாம் பார்க்க மாட்டோம். எத்தனை பேருக்கு ஹோசட்டிஸ் என்ற அறிஞரைத் தெரியும்?

இறுதியாக வாசிப்பு என்பது யோசிப்பைத் தரும். யோசிப்பதன் மூலம் சமூக மாற்றம் ஏற்படுத்த வேண்டும். நாம் யோசிப்பதன் மூலம் ஜனங்களின் நிலையை மாற்றவேண்டும். பாரம்பரியமான அறிவுச்செல்வத்தை தக்கவைத்துக்கொள்ளப் போராட வேண்டும். எதையும் விற்கலாம், ஒன்றைத் திட்ட மிட்டுப் பழசாக்கி புதியதைச் சந்தைப்படுத்தலாம் என்பது போன்ற பிரம்மாண்டங்களுக்கு எதிராகச் சிந்திக்கும் கலகக்குரல் நமக்கு வேண்டும். பண்பாடு என்பதைப் பற்றிய விழிப்புணர்வு நமக்கு வேண்டும். நன்றி"

பதிவு செய்தவர்: சித்திர வீதிக்காரன்
(மதுரை மூன்றாவது புத்தகத் திருவிழாவில் ஆற்றிய உரை)

டங்கல் என்னும் நயவஞ்சகம்

நினைக்க நினைக்க வியப்பாக இருக்கிறது. நாற்பது ஆண்டுக்காலத்திற்குப்பின் என்ன நடக்குமோ அதை, அப்படியே முன்கூட்டிச் சொல்ல வல்லவர்களைச் சித்தர்கள், முனிவர்கள், நடமாடும் தெய்வங்கள் என்றெல்லாம் சொல்வது உலக வழக்கம். ஆனால் உண்மையில் அப்படிச் சொன்னவர் யார் தெரியுமா? இந்த நடமாடும் தெய்வங்களையும், இதய தெய்வங்களையும் எதிர்த்துப் பெரும்போர் தொடுத்த "நம் அண்ணா தான்."

நம் சிந்தை, உடல் அணு ஒவ்வொன்றும் சிலிர்த்துப்போகச் செய்த அவரது 'தீர்க்கதரிசன'த்தை நாம் தெரிந்துகொள்ள வேண்டும்.

நாற்பது ஆண்டுக் காலத்திற்குமுன் அண்ணா ஒரு நாடகம் எழுதியிருக்கிறார். இந்தியாவில் அப்போதிருந்த கிரேடி என்ற அமெரிக்கத் தூதுவர், "வெளிநாடுகளிலிருந்தும் மூலதனம், உதவி பெறாமலே கூட நீங்கள் நாட்டை அபிவிருத்தி செய்துகொள்ள முடியும் – ஆனால் மூலதனம் ஏராளமாக ஏற்கெனவே உள்ள நாடுகளின் உதவியைப் பெறாவிட்டால், உங்கள் நாட்டு அபிவிருத்தி தாமதப்படும். தக்க நிபந்தனைகளுடனும் சரியான நிலைமையிலும் பலர் பணம் கடன் கொடுக்கத் தயாராக உள்ளனர் என்பதை என் நாட்டு முதலாளிமார்கள் சார்பாக நான் கூற முடியும்" என்று பேசியிருக்கிறார்.

இதை எதிர்த்துத்தான் அண்ணா, 'சகவாச தோசம்' என்னும் இந்த நாடகத்தை எழுதியிருக்கிறார். (பூம்புகார் பதிப்பகம் வெளியிட்டுள்ள 'கட்டை விரல்' என்ற தொகுப்பில் இந்த நாடகம் வெளிவந்துள்ளது.)

இந்தியா என்ற மாளிகையை, காசூர் என்ற அமெரிக்கா, காங்கிரஸ் கட்சி என்ற நபரை ஏமாற்றிக் கடன் கொடுத்துக் கொள்ளையடிக்கப் பார்க்கிறது என்பது இந்த நாடகத்தின் பொருளாகும்.

இன்றைய நிலைமையை நினைத்துப் பாருங்கள். 'காட்' ஒப்பந்தம் என்ற பெயரில் ஐந்நூறு அமெரிக்கக் கம்பெனிகள் இந்தியாவைக் கொள்ளையடிக்க நம் நாட்டில் இறங்கப் போகின்றன. அண்ணாவின் கணிப்பு நாற்பதாண்டுகளுக்குப் பிறகு கசப்பான உண்மையாகப் போகிறது. தமிழினத்திற்குப் புதுவாழ்வு தந்த அண்ணா என்ற மாமனிதரின் குரலைத் திராவிட இயக்கத் தொண்டர்கள் இனிமேலும் இதய தெய்வங்களிடம் பறிகொடுக்க மாட்டார்கள்.

"இந்தியா போன்ற மூன்றாம் உலக நாடுகளின் விஞ்ஞான வளர்ச்சிக்கு, ஆராய்ச்சிக்கு டங்கல் திட்டம் சாவுமணி அடிக்கும் நிலை உருவாகும். தற்சார்புத்தன்மை சூறையாடப் படும். நாட்டின் தொழில்வளம், மருந்துகள் தயாரிக்கும் உரிமை, விவசாயிகளின் உரிமை, துணி ஏற்றுமதி, தாவர வளர்ச்சி, கால்நடை வளர்ச்சி போன்ற அறிவு சார்ந்த எல்லாவற்றுக்கும் தடை ஏற்படும். வர்த்தகக் கண்டுபிடிப்பு உரிமை பறிக்கப்பட்டு, ஏகாதிபத்தியவாதிகளின் காலடியில் விழவேண்டிய கட்டாயம் ஏற்படும். கண்டுபிடிப்பு உரிமை என்ற பெயரால் பொருள்களின் விலைகள் மேலும் ஏறும். சாதாரண மக்களுக்கு நோய்தீர்க்கும் மருந்துகூட எட்டாப்பொருளாகிவிடும். சுருக்கமாகச் சொல்லப் போனால், டங்கல் திட்டம் இந்தியாவின் பொருளாதார இறைமையைப் பாழ் படுத்திவிடும். இந்த மோசடித் திட்டத்தை எதிர்த்து அனைத்து முற்போக்கு சனநாயக சக்திகளுடன் இணைந்து குரல் கொடுக்க வேண்டும்"

டங்கல் டங்கல் என்கிறார்களே, அது என்ன?

டங்கல் என்பது ஒருவரது பெயர் ஆகும். ஆர்தர் டங்கல் (Arthur Dunkel) என்பது அவரின் முழுப்பெயர். அவர் 'காட்' GATT என்ற அமைப்பின் முதன்மை இயக்குநராக இருந்தார். அவர் தயாரித்த திட்டம், அவருடைய பெயராலேயே 'டங்கல் திட்டம்' (Dunkel Draft) என்று அழைக்கப்படுகிறது.

காட் (GATT) என்றால் என்ன?

இரண்டாம் உலகப் பெரும்போருக்குப் பிறகு 1947இல் அமெரிக்காவும் அதற்கு ஆதரவான மேலைநாடுகளும் சேர்ந்து 'வரி' வர்த்தகப் பொது ஒப்பந்தம்' *(General Agreement on Tariff and Trade)* என்ற அமைப்பை உருவாக்கின. இந்த அமைப்பிற்குத் தான் 'காட்' என்று பெயர். அப்போதே இந்தியாவும் இதில் கையெழுத்துப் போட்டுள்ளது. முதலில் கையெழுத்திட்ட எல்லா நாடுகளும் தங்கள் நாட்டு வியாபாரத்தைப் பாதுகாத்துக்கொள்ளவும் ஒரு திட்டத்தை உருவாக்கிக் கொண்டன. ஏற்றுமதி, இறக்குமதித் தீர்வைகளைக் கட்டுப் பாட்டுக்குள் வைத்திருப்பதே இதன் நோக்கமாகும்.

அதன் பிறகு 1949, 1951, 1956, 1961, 1962, 1967, 1979, 1986 என்று ஒவ்வொரு முறையும் கூடிப் பேசும்போது ஒப்பந்தத்தின் அளவு பெரிதாகிக் கொண்டே வந்தது. 1986இல் உருகுவே நாட்டில் நடந்த 8வது சுற்றுப் பேச்சில், வளர்ந்த நாடுகள் விவசாயத்தையும் வியாபார எல்லைக்குள் அடக்க முற்பட்டன. மீண்டும் 1991இல் ஜெனீவாவில் கூடிய, அமெரிக்கா, கனடா, இங்கிலாந்து, செருமனி, பிரான்சு முதலிய நாடுகள் தங்களுடைய மேலாதிக்கத்தை நிலை நிறுத்தி, மற்ற நாடுகளை இத்திட்டத்தை ஏற்றுக்கொள்ள வைத்துவிட்டன. 1993 டிசம்பரில் 117 நாடுகள் இதிலே வேறு வழியில்லாமல் கையெழுத்துப் போட்டுவிட்டன. அதிலே இந்தியாவும் ஒன்று.

'வேறு வழியில்லாமல்' என்று சொன்னால் எல்லா நாடுகளும் விரும்பிக் கையெழுத்துப் போடவில்லையா அல்லது எதிர்ப்புக் காட்டவில்லையா?

சில நாடுகள் முணுமுணுத்தன; ஒன்றும் பயனில்லை. கிராமத்தில் கந்துவட்டிக்காரனிடம் அகப்பட்ட ஏழை விவசாயி யின் கதை மாதிரி, வளராத நாடுகள் அகப்பட்டுக்கொண்டன.

கந்து வட்டிக்காரன் என்றால் . . .?

மேலே சொன்ன வளர்ந்த நாடுகள் 1944இல் உலக வங்கி என்ற அமைப்பையும் சர்வதேச நிதி நிறுவனம் (IMF) என்ற அமைப்பையும் ஏற்படுத்தி வைத்திருந்தன. இந்த அமைப்பு களிடம் இந்தியா உட்பட ஏராளமான நாடுகள் கடன் வாங்கியுள்ளன. இந்த அமைப்புகள் கடன் கொடுக்கிறபோது ஏகப்பட்ட நிபந்தனைகளைப் போடும், அந்த நிபந்தனைகளின் படி நடந்தால் திரும்பக் கடனை அடைக்கிற சக்தி ஒரு நாட்டுக்கும் கிடையாது. 1986வரை இந்த ஐ.எம்.எப்க்கும் உலக

வங்கிக்கும், கடன் வாங்கிய நாடுகள் ஆண்டு ஒன்றுக்கு, 10 ஆயிரம் கோடி ரூபாய் வட்டியாகவும் தவணையாகவும் கட்டிக் கொண்டுள்ளன.

இந்தியாவுமா இவர்களிடம் வாங்கிய கடனை அடைக்கவில்லை?

இந்த அமைப்புகளிடம் கடன் வாங்கி வட்டி கட்டியே பல நாடுகள் ஓய்ந்துபோயிருக்கின்றன. இந்தியாவும் இதில் அடக்கம். 1980இல் இந்திரா காந்தி தலைமை அமைச்சராகவும் வெங்கட்ராமன் நிதி அமைச்சராகவும் இருக்கிறபோதுதான் ஐ.எம்.எப்பில் முதலில் இந்தியா கடன் வாங்கியது. ஐ.எம்.எப். போட்ட நிபந்தனைகளையெல்லாம் மக்களுக்குத் தெரியாமல் மறைத்துவிட்டார்கள்.

நிபந்தனையோடு கூடிய கடன் . . . என்றால்?

கடன் வாங்கும் நாடுகளுக்குத் திரும்பச் செலுத்தும் சக்தி இருக்கிறதா என்றுதானே கடன் கொடுப்பவன் பார்க்க வேண்டும். அதற்கும் மேலே போய், "ஆண்டுதோறும் குறைந்தது இவ்வளவு தானியங்களை இறக்குமதி செய்தாக வேண்டும். கியூபாவுக்கு அரிசி ஏற்றுமதி செய்யக்கூடாது. உள்நாட்டில் இன்னின்ன பொருட்களின் விலையைக் கூட்ட வேண்டும்" என்றெல்லாம் நிபந்தனைகள் போட்டுத்தான் கடன் கொடுக்கிறார்கள்.

அதனால்தான் சொல்கிறார்கள்; இந்தியா போன்ற ஏழை நாடுகளுக்கு ஐ.எம்.எப்பும் உலக வங்கியும் பேய் பிசாசு பிடித்த மாதிரி 'காட்' ஒப்பந்தம் இரத்தக் காட்டேரி அடித்தமாதிரி என்று. இந்தியப் பொருளாதாரத்தின் இரத்தத்தைக் குடித்து நம்மைச் சத்தற்ற நாடாக்கிவிடும் இது.

ஒப்பந்தம் நடைமுறைக்குவரும் முன்னாலேயே ஏன் இவ்வளவு கடுமையாகச் சாடுகிறீர்கள்? அமெரிக்கா, கனடா, செருமனி முதலிய நாடுகளெல்லாம் இந்தியாவின் எதிரி நாடுகளா, இல்லையே?

எதிரிநாடுகள் நம்மீது ஆயுதத் தாக்குதல்தான் தொடுக்கும். இந்த நாடுகளோ, 'நட்பு ஒப்பந்தம்' என்ற பெயரில் அட்டைகளாய் நம்முடைய இரத்தத்தை உறிஞ்சிவிடும். இன்னொன்றையும் தெரிந்துகொள்ளுங்கள். இந்த வெளிநாட்டு அரசுகள் நம்நாட்டில் முதலீடு செய்யப்போவதில்லை. அந்நாடுகளின் அரசாங்கத்தைக் கையில் வைத்திருக்கும் பெரிய பெரிய கம்பெனிகள்தான் நம் நாட்டில் முதலீடு செய்யப்போகின்றன. இந்தக் கம்பெனிகள் நாணயமானவை அல்ல. அமெரிக்காவில் மட்டும் ஃபார்ச்சூன் 500 (*Fortune 500*) என்ற பட்டியலில் உள்ள

500 பெரிய கம்பெனிகள் உலக அளவில் வியாபாரம் செய்கின்றன.

இந்தியா மாதிரி ஏழைநாட்டில் இந்தத் தனியார் கம்பெனிகள் என்ன பெரிய இலாபம் சம்பாதித்துவிட முடியும்?

ஒன்றை நினைவிலே வைத்துக்கொள்ள வேண்டும். இந்தியர்கள்தான் ஏழைகள், இந்தியா ஏழைநாடு அல்ல. நெய்வேலி நிலக்கரி, நரிமணம் பெட்ரோல் போல இந்தியாவில் இன்னும் நாம் கண்டு பிடிக்காத அல்லது பயன்படுத்தாத மூலவளங்கள் நிறைய இருக்கின்றன. இந்தியாவிலேதான் மனித உழைப்பும் ரொம்ப மலிவாகக் கிடைக்கின்றது. நரிமணம் பெட்ரோலைக்கூட அந்நியக் கம்பெனிகள்தான் எடுத்துக்கொண்டுள்ளன. (நெய்வேலியில் நிலக்கரியிலும் நரிமணம் பெட்ரோலிலும் தமிழகத்திற்கு உரிய பங்குத்தொகை கிடைக்காததற்கு மத்திய அரசு மட்டுமல்ல. இந்த அந்நிய நாட்டுக் கம்பெனிகளும் காரணமாகும்) எனவேதான் வளர்ந்த நாடுகள் இந்தியா மீது கண்வைத்துள்ளன.

இவர்கள் நாணயமானவர்கள் அல்லர் என்று எப்படிச் சொல்லுகிறீர்கள்?

ஒன்றிரண்டு உதாரணம் சொல்லுகிறேன். 1984 டிசம்பரில் போபால் நகரத்திலே ஒரு கம்பெனிக் கிடங்கிலிருந்து நச்சுவாயு (மித்தில் ஐஸோ ஸயனைடு) கசிந்து 4000க்கும் மேற்பட்ட ஏழை மக்கள் இறந்தார்கள். ஏராளமான கால்நடைகள் இறந்தன. கண்கள், சுவாசப்பை முதலான உறுப்புகள் பாதிக்கப்பட்ட மக்கள் பல்லாயிரம் பேர் இன்னும் அவதிப்படுகிறார்கள். பத்தாண்டுக் காலம் கழித்து அவர்களில் மிகச்சிலர்தான் தங்களுக்குரிய நட்டஈட்டுத் தொகையைப் பெற்றிருக்கிறார்கள். நாலாயிரம் இந்திய மக்கள் செத்தபிறகும்கூட 'இந்திய நீதிமன்றங்களுக்குத் தாங்கள் வெளிநாட்டுக் கம்பெனி என்பதால் தங்களை விசாரிக்க உரிமையில்லை' என்று அந்தக் கம்பெனி வாதாடியது. 'யூனியன் கார்பைடு' என்ற அந்த அமெரிக்கக் கம்பெனி தயாரிக்கும் எவரெடி செல்லை (பேட்டரியை)த்தான் நாம் இன்னும் காசு கொடுத்து வாங்கிக் கொண்டிருக்கிறோம். இன்னொரு கம்பெனி, காம்கில்ஸ் என்கிற அமெரிக்க (கனடா) கம்பெனி. இந்த கம்பெனிக்கு இரண்டு ஆண்டுகளுக்கு முன்னால், நமது மத்திய அரசாங்கம் குஜராத்தில் 'அயோடின்' கலந்த உப்பு தயாரிக்க ஆயிரக் கணக்கான ஏக்கர் நிலத்தை ஒதுக்கியது. அதாவது அந்நியர் களை எதிர்த்து காந்தியடிகள் உப்புச் சத்தியாகிரகம் நடத்திய அதே குஜராத்தில், இவர்கள் உப்பு தயாரிக்க இந்தியக் கம்பெனியை அழைத்து வந்தார்கள். ஆனால் அந்தப்பகுதி

மக்கள் திரண்டெழுந்து அந்த முயற்சியை எதிர்த்துப் போராடி னார்கள். ஜனதாதளத்தின் தலைவர்களில் ஒருவரான ஜார்ஜ் பெர்னான்டஸ் எம்.பி. அந்தப் போராட்டத்தை முன்னின்று நடத்தினார். மக்களின் எதிர்ப்பைத் தாக்குப்பிடிக்க முடியாத கார்க்கில்ஸ் கம்பெனி 1993 செப்டம்பரில் அத்திட்டத்தைக் கைவிட்டுவிட்டது. இதெல்லாம் 'காட்' ஒப்பந்தத்தில் இந்தியா கையெழுத்து போடுவதற்கு முன்பு நடந்த விஷயங்கள் என்பதை நினைவில் வைக்க வேண்டும்.

அப்படியானால் இந்தக் கம்பெனிகள்தான் இனிமே இந்தியாவில் மூலதனம் போட்டு வியாபாரம் செய்யப்போகின்றனவா?

இனிமேல் என்ன, ஏற்கெனவே நாம் காசு கொடுத்து வாங்கிக்கொண்டிருக்கிற மருந்துகளில் பல, இந்த வெளிநாட்டுக் கம்பெனிகள் இந்தியாவில் தயாரிப்பவைதாம். நம்முடைய ஆங்கில மருந்துக்கடைகளில் போய்ப் பார்த்தால் தெரியும். பார்க் டேவிஸ், சிப்லா, சிபா கெய்கி, கூப்பர், சாண்டஸ், பாயர், ராலிஸ், ஹோஸ்ட் (Hoeshst) இவையெல்லாம் அமெரிக்க, செருமனிய, கனடா, ஸ்விஸ் நாட்டுக் கம்பெனிகள். கடந்த மாதம் நமது பிரதமர் செருமனிக்குப் போயிருந்தபோது சிபா கெய்கி கம்பெனியினர் இந்தியாவில் தொழிலை விஸ்தரிப்பது தொடர்பாக அவரைச் சந்தித்திருக்கிறார்கள். அது மட்டுமல்ல, பல நாடுகளில் தடைசெய்யப்பட்ட மருந்துகளைக் கூட இவர்கள் இந்தியாவில் விற்றுக்கொண்டுள்ளார்கள். இந்திய அரசும் அதை அனுமதித்துக்கொண்டுள்ளது. இவர்கள் மருந்து விற்கிறார்களா, நஞ்சு விற்கிறார்களா என்று ஏற்கெனவே இந்திய விஞ்ஞானிகள் இவர்களோடு சண்டை போட்டுக் கொண்டிருக்கிறார்கள்.

இந்த காட் (GATT) ஒப்பந்தத்தால் புதிதாக இந்தக் கம்பெனிகள் நமக்கு என்ன கேடு செய்துவிட முடியும்? மருந்தைப் பொறுத்தமட்டில் நாம் அதிகமாகப் பிடிவாதம் பிடிக்க முடியாது அல்லவா?

அப்படி இல்லை; எந்த வெளிநாட்டு ஒப்பந்தமும் நம்முடைய உள்நாட்டுத் தொழில் வளர்ச்சிகளை முடக்கக் கூடாது அல்லவா? 1987லேயே ராஜீவ்காந்தி நம்முடைய மருந்துக் கட்டுப்பாட்டுத் திட்டத்தைத் தளர்த்தி இந்தக் கம்பெனிகள் கொள்ளை இலாபம் அடிக்க வழி செய்தார். இப்பொழுது மிச்சம் இருக்கிற கட்டுப்பாடுகளையும் தளர்த்து கிறார்கள். ஒரு உதாரணம் சொல்ல வேண்டுமானால் கிளாக்சோ என்ற வெளிநாட்டுக் கம்பெனி தயாரிக்கிற சாண்டாக் என்கிற குடல்புண் மருந்து பத்து மாத்திரை களின் விலை இப்பொழுது இந்தியாவில் 29 ரூபாய்தான்.

பாகிஸ்தானிலே இதுவே பத்து மாத்திரை 260 ரூபாய். அமெரிக்காவிலே இருபத்து நான்கு டாலர் (அதாவது ரூ. 760க்கும் மேல்). நாம் இந்த ஒப்பந்தத்திலே உள்ளபடி எல்லா மருந்துக் கட்டுப்பாட்டுச் சட்டங்களையும் நீக்கினால் இந்த மருந்து விலைகள் குறைந்தது பத்து பங்காவதுகூடும். ஏழை மக்கள் மருந்து வாங்கமுடியாது. அது மட்டுமல்ல, இப்பொழுது நம் நாட்டுக் கம்பெனிகள் தயாரித்து வெளிநாட்டிற்கு ஏற்றுமதி செய்யக்கூடிய மருந்து வியாபாரமும் படுத்துவிடும்.

இந்தியா பெரும்பாலும் விவசாயநாடுதானே, இந்தக் கம்பெனி வியாபாரம் விவசாயத்தைப் பாதிக்காது அல்லவா? அந்த அளவிற்கு நிம்மதிதானே?

இல்லை இல்லை! இந்த ஒப்பந்தத்தின் மூலம் இந்திய மக்களின் தலையில் இடிவிழுகிற இடமே அதுதான். இந்த ஒப்பந்தம் விவசாயத்தையும் கம்பெனி வியாபாரத்தோடு சேர்த்துப் பார்க்கிறது.

விவசாயம் எப்படி கம்பெனி வியாபாரமாகும்?

இந்த வளர்ந்த நாடுகளைச் சேர்ந்த கம்பெனிகள் செய்கிற பெரிய வியாபாரமே விதை வியாபாரந்தான். அதிகமகசூல் விதை, வீரிய விதை, ஒட்டுவிதை என்ற பெயரில் விவசாய நாடுகளுக்கு விதை வியாபாரம் செய்துவிட்டு, "அந்த விதையை நாங்கள்தான் கண்டு பிடித்தோம். ஆகவே ஒவ்வொரு ஆண்டும் எங்களுக்கு அதற்குரிய ராயல்டி (வடிவுரிமைப் பங்கு) தர வேண்டும்" என்று பிடுங்கித் தின்றுகொண்டு இருக்கின்றன.

இந்த நிறுவனங்கள் எந்த நாட்டைச் சேர்ந்தவை?

அமெரிக்காவைச் சேர்ந்த கார்கில், எப்.எம்.சி., மோன் சாண்டோ, அப்ஜான் ஆகியவையும் சுவிட்சர்லாந்தைச் சேர்ந்த சிபா கெய்கி நிறுவனமும் இதிலே முக்கியமானவை. பிரிட்டனைச் சேர்ந்த ராயல் டச் என்ற கம்பெனியும் முக்கிய மானது.

உப்பு தயாரிக்க குசராத்திற்கு வந்த கார்கில் கம்பெனிதானே இதுவும்?

அதே திருடர்கள்தான் இவர்கள்! ஏற்கெனவே இந்தியா விலே கால்வைத்து இருக்கிறார்கள். இந்தியாவில் இவர்கள் விதைவிற்கும் இலட்சணத்தைச் சொல்லட்டுமா? 'கார்கில் சீட்ஸ்' என்ற பெயரில் இவர்கள் பெங்களூரில் வியாபாரம் தொடங்கினார்கள். கர்னாடகத்தில் ஓர் ஏக்கருக்கு எட்டு குவிண்டால் சூரியகாந்தி விளைகிறது. இந்தக் கம்பெனிக் காரர்கள், 'நாங்கள் விற்கிற விதையில் ஏக்கருக்குப் பதினாறு

குவிண்டால் விளையும்' என்று விவசாயிகளை ஏமாற்றி னார்கள். விவசாயிகள் வாங்கி விதைத்த பிறகு நிறைய இரசாயன உரங்களைப் போடச் சொன்னார்கள்; விவசாயச் செலவும் கூடிப் போயிற்று. கடைசியில் ஏக்கருக்கு ஐந்து குவிண்டால்தான் விளைந்தது. கர்நாடக விவசாய சங்கத்திற்குக் கோபம் வந்துவிட்டது. விவசாயிகள் கார்கில் கம்பெனி அலுவலகத் திற்கு வந்து சூறையாடிவிட்டுப் போனார்கள். அதற்குப் பிறகு இந்த அமெரிக்கக் கம்பெனி திமிராக அறிக்கை விடுகிறது. 'நாங்கள் இந்த வன்முறைக்கெல்லாம் பயப்படமாட்டோம்' என்று. இந்தத் தைரியத்தை இவர்களுக்கு யார் கொடுத்தது?

அதையும் யோசிக்க வேண்டும். இப்போது இன்னொரு சந்தேகம். ஏற்கெனவே நாம் ஐ.ஆர். 8 ஐ.ஆர். 20 மாதிரி ஒட்டு விதைகளைப் பயன்படுத்திக்கொண்டிருக்கிறோம். அந்த விதைகளும் இவர்களிடம் வாங்கியதுதானா?

நம்முடைய விவசாயத்தின் அழிவே அங்குதானே தொடங்கியது. இந்திரா காந்தி ஆட்சிக்காலத்தில் பிலிப்பைன்ஸ் நாட்டிலிருந்து வந்தவை. அங்கே ஒரு சர்வதேச அரிசி ஆராய்ச்சி நிலையம் இருக்கிறது. அது பிலிப்பைன்ஸ் நாட்டிலே இருந்தாலும் அதற்குப் பணம் கொடுத்து அதனைப் பின்னால் இருந்து நடத்துபவர்கள் அமெரிக்கக் கம்பெனிகள் தான். இவர்கள் கால் வைத்ததால்தான் நம்முடைய பூமி பாழாகத் தொடங்கியது.

எப்படி?

இவர்கள் வியாபாரத்திற்குக் கொண்டு வருகிற விதைகள் எல்லாம் அதிகமாக இரசாயன உரத்தை (யூரியா, கம்ப்ளக்ஸ், பொட்டாஷ்) சாப்பிடும் இரகங்களாகும். அந்த உர வியாபாரத்திலும் அந்தப் பன்னாட்டுக் கம்பெனிகள் நம்மிடம் கொள்ளை அடித்தன. இந்தப் புது இரக விதைகளில் புதுப்புது நோய்கள் வரும். அதற்கான D.D.T பூச்சிக்கொல்லி மருந்துகளை யும் இந்தப் பன்னாட்டுக் கம்பெனிகளே விற்கும். ஆக மொத்தத் தில் இந்தக் கம்பெனிகள் நம்மை ஒவ்வொரு கட்டத்திலும் கொள்ளை அடிக்கும்; கொள்ளை அடித்துக்கொண்டிருக்கின்றன. நமது விவசாயிகளுக்குக் கடைசிவரை தெரியாமலேயே போய் விட்ட உண்மையையும் சொல்லட்டுமா?

இது என்ன, புதைசேற்றில் அகப்பட்டவன் கதையாக இருக்கிறது, சொல்லுங்கள்?

அப்படித்தான். புதைசேற்றில் அகப்பட்டவன் எழுந்திருக்க முயற்சி பண்ணும்போதெல்லாம் திரும்பத் திரும்ப உள்ளே

போவது மாதிரிதான். *1973*ஆம் ஆண்டு ஒரு பஞ்சம் வந்ததே நினைவிருக்கிறதா? ஐ.ஆர்.*8* நெல் விதைகளோடு வந்த ‘துங்க்ரோ வைரஸ்’ என்னும் நோய்க்கிருமிதான் அப்போது பயிர்களை அழித்துப் பஞ்சத்தை உண்டாக்கியது என்று இப்போது விஞ்ஞானிகள் சொல்கிறார்கள்.

அப்படியானால் இந்த விதைகளை விட்டுவிட்டு நம் நாட்டு இரகங்களையே பயிர் செய்யலாமே?

நாம் நினைத்தாலும் அது ஒன்றும் உடனடியாக நடக்காது. பெருமளவிற்கு நம்முடைய நாட்டு இரகங்களையெல்லாம் நாம் தொலைக்குமாறு செய்துவிட்டார்கள். *1000, 2000* வகை விதைகளை நட்டுக்கொண்டிருந்த நாம் இப்போது நான்கைந்து இரகங்களோடு நின்றுவிட்டோமே! இவர்கள் சொன்ன புதிய உரங்களைப் போட்டுப் போட்டு நம்முடைய வயல்களெல்லாம் கிழடு தட்டிப் போய்விட்டதையும் மறந்துவிடக்கூடாது. இந்த ஒப்பந்தத்தில் கையெழுத்துப் போட்ட பாவத்திற்கு இனி ஆண்டு தோறும் அவர்களுக்கு ‘ராயல்டி’ என்ற பெயரில் ‘கப்பம்’ கட்டவும் வேண்டும்.

மறுவிதைப்பிற்குத்தான் நாமே விதைகளை எடுத்துக்கொள்ளலாமே, இவர்களிடம் வாங்கத் தேவையில்லையே?

அப்படி ஒப்பந்தம் போட அந்நிய நாட்டுக்காரன் என்ன முட்டாளா? முதல் இருபது ஆண்டுகளுக்கு நாம் ஆண்டு தோறும் கப்பம் கட்டியாகவேண்டும்.

சரி, அந்த விதையே போடாமல் வேறு விதையைப் போட்டுவிட்டால் அவர்கள் கப்பம் கேட்க முடியாதல்லவா?

அதுவும் கிடையாது! ‘நாங்கள் அந்த உயர் மகசூல் விதைகளைப் போடவில்லை’ என்று நீங்கள் வலியப் போய் நிரூபித்தாகவேண்டும்.

அவர்கள் கேட்டால்தானே?

அவர்கள் கேட்காமலேயே நீங்கள் வலியச் சென்று நிரூபிக்க வேண்டும் என்பதுதான் ஒப்பந்தத்தில் உள்ள விதி; அதாவது *(Burdon of Proof)* ‘நான் தவறு செய்யவில்லை’ என்று நிரூபிப்பது தேசபக்தியுள்ள இந்திய விவசாயியின் கடமை!

அப்படியென்றால் இந்திய விவசாயி அந்நிய நாட்டுக் கம்பெனிகளுக்கு அடிமையா?

இந்தியாவின் பிரதமரும் நிதிஅமைச்சரும் இந்திய விவசாயிகளை அப்படித்தான் ஆக்கியிருக்கிறார்கள். இதுதான் பச்சையான உண்மை.

இந்த ஒப்பந்தக் கொடுமை வேறு எந்தெந்தத் துறைகளையெல்லாம் பாதிக்கும்?

துணிகளுக்கான செயற்கை இழை தயாரிக்கும் அந்நியக் கம்பெனிகள் இங்கு வந்து இறங்கப் போகின்றன. அதிலே 'டுபாண்ட்' என்று ஒரு பெரிய கம்பெனி. அவர்கள் கோவாவிலே தாப்பர் என்கிற இந்தியக் கம்பெனியோடு சேர்ந்து செயற்கை இழை தயாரிக்க ஒப்பந்தம் போட்டிருக்கிறார்கள். இன்னும் 10, 15 ஆண்டுகளிலே இந்தியாவின் ஜவுளித் தொழிலும் நசிந்து போய்விடும்.

இப்படியெல்லாம் ஒப்பந்தம் போட்டால் நம் இந்தியச் சுதந்திரம் என்னாவது?

இந்தக் கேள்வியைத்தான் இந்தியாவிலுள்ள எல்லா அரசியல் கட்சிக்காரர்களும் கேட்கிறார்கள். படித்தவர்கள் கேட்கிறார்கள்; நாட்டுப்பற்றுள்ள விஞ்ஞானிகள் கேட்கிறார்கள்; மேற்கு வங்க அரசு இதை எதிர்த்து வழக்குப் போட்டிருக்கிறது. பாரதீய சனதாக் கட்சி முதலில் ஆதரித்தது. உள்நாட்டு முதலாளி களுக்குப் பிழைப்புப் போய்விடுமே என்ற பயத்தில் அதுவும் இப்போது எதிர்க்கிறது. மார்ச் 29இல் நாடாளுமன்றத்தில், ஒப்பந்தம் போட்டவர்களின் செயல் இந்திய இறையாண்மையைப் பலி கொடுத்துவிட்டதாக ஜார்ஜ் பெர்னாண்டஸ் சாடியிருக்கிறார்.

சரி, இந்திய விவசாயத்தின் மீதான இவர்களின் தாக்குதல் எந்தெந்த வகையிலெல்லாம் வரும்?

வருமா? ஏற்கெனவே வந்துவிட்டது. 1992 டிசம்பரில் இதே மன்மோகன்சிங்கும் நரசிம்மராவும் – அந்நிய செலாவணியைச் சேமித்து இந்தியாவைக் காப்பாற்றப் பிறந்தவர்கள். 30 இலட்சம் டன் கோதுமையை இறக்குமதி செய்தார்கள். கனடாவிலிருந்து பத்தரை இலட்சம் டன், ஆஸ்திரேலியாவிலிருந்து பத்து இலட்சம் டன் அமெரிக்காவிலிருந்து ஒன்பது இலட்சம் டன் வாங்கினார்கள். இந்திய விவசாயி குவிண்டால் ஒன்றுக்கு 350 ரூபாய் விலையில் கோதுமை தரத் தயாராய் இருந்தான். ஆனால் அவர்கள் குவிண்டால் 517 ரூபாய் விலையில் வெளிநாட்டில் வாங்கினார்கள். இந்த ஒரு வியாபாரத்திலே மட்டும் 1500 கோடி ரூபாய் அந்நியச் செலாவணி பாழாகப் போயிற்று.

அது மட்டுமல்ல, அதற்கும் கொஞ்சம் முன்னாலே அமெரிக்காவிடம் இந்தியா மானியவிலைக்குக் கோதுமை கேட்ட போது, "நீங்கள் எங்கள் எதிரி நாடான கியூபாவிற்கு அரிசி ஏற்றுமதி செய்கிறீர்கள். உங்களுக்கு கோதுமை தர

முடியாது” என முகத்திலாடித்தாற் போலக் கூறியது அமெரிக்கா. பிறகு ‘கியூபாவிற்கு நாங்கள் அரிசி அனுப்புவதை நிறுத்திக்கொள்கிறோம்’ என்று இந்திய அதிகாரிகள் அமெரிக்க விவசாயத்துறை செயலாளரிடம் கெஞ்சினார்கள். மடியில் இருப்பதும் போய் மானமும் போன கதையாயிற்று.

ஆக, இந்திய விவசாயி அழிந்தே போவானா?

விவசாயி மட்டுமல்ல, ரேசன் கடைகளில் (நியாயவிலைக் கடைகளில்) வாங்கிச் சாப்பிடுகிற ஏழை மக்களும் அதோகதி தான். நியாயவிலைக் கடைகளில் வழங்கும் அரிசி, கோதுமை முதலியவற்றிற்கு மானியம் கொடுத்து அரசாங்கம் விலையைக் கட்டுப்பாட்டிற்குள் வைத்திருக்கிறது. இந்த மானியத்தைக் கொடுக்காதே என்று 1986இலிருந்து உலக வங்கி இந்தியாவிற்கு நெருக்கடி கொடுத்துக்கொண்டே இருக்கிறது. டங்கல் திட்டமும் இதேதான் சொல்கிறது. அதாவது வெளிச்சந்தை விலையும் ரேசன் விலையும் ஒன்றுபோல இருக்க வேண்டுமாம். இந்த முதலாளிகளின் பேச்சைக் கேட்டு 1993லேயே மத்திய அரசாங்கம் இந்த மானியத்திலே 12% ஐ வெட்டிவிட்டது. அரிசி விலை கூடிப் போயிருக்கிறது. இப்பொழுது மண்ணெண்ணெய்க்கும் சந்தை விலை கூடிவருகிறது. நியாய விலைக் கடைகளில் அளவு குறைந்து வருகிறது. மண்ணெண் ணெய்யிலும் தாம் கணிசமான அளவு இறக்குமதி செய்கிறோம். அதை விற்றுவரும் வெளிநாட்டு முதலாளிக்கு இலாபம் குறைந்தால் நம் நிதியமைச்சருக்குத் தூக்கம் போய்விடுமே.

டங்கல் திட்டம், ஐ.எம்.எப், உலக வங்கி இவற்றையெல்லாம் மற்ற நாடுகள் எதிர்க்கவில்லையா?

எதிர்த்திருக்கின்றன; எதிர்த்தும் வருகின்றன. நைஜீரியா, செனகல், பிரேசில், பொலிவியா, தாய்லாந்து ஏன், ஜப்பான் மக்கள் கூட இந்தத் திட்டத்தை எதிர்க்கிறார்கள். ஆப்பிரிக்கா வில் சகாராப் பாலைவனத்தைச் சுற்றியுள்ள ‘சகாரா நாடுகள்’ எனப்படும் நாடுகள், இந்த நிறுவனங்களை எதிர்க்கக்கூடச் சக்தி இல்லாமல் நொறுங்கிப்போய்விட்டன. இந்தியா மாதிரி வலுவான நிறைய மக்கள் தொகையுள்ள நாடுகள் எதிர்த்தால் வெற்றிபெற முடியும்.

ஒட்டுமொத்தமாக என்னென்ன விளைவுகள் உண்டாகும் என்று கணக்கிட்டுச் சொல்லுங்களேன்?

1) தேசமே சீரழியும். முதலில் பொது விநியோக முறை சீரழிக்கப்படும்; அதைத் தொடர்ந்து மார்க்கெட் விலை உயரும். ஏழைமக்கள் உணவுக்கும் மருந்துக்கும் நிறையச்

செலவழிக்கவேண்டும். விலைகளைக் கட்டுப்படுத்துகிற அதிகாரத்தை மத்திய அரசு, மாநில அரசுகளும் இழந்து போகும்.

2) நாம் வளர்ச்சி பெற்றிருக்கிற தொழில்முறைகள் சிறுகச் சிறுக அழிக்கப்படும். முதலில் குறைந்த விலையில் பொருட்களை இறக்குமதி செய்து உள்நாட்டுக் கம்பெனி களை மூட வைப்பார்கள். தொழிலாளர்கள் வேலையிழந்து போவார்கள். பிறகு அதே பொருளுக்குப் போட்டியில்லாத காரணத்தால் அவர்கள் வைத்ததுதான் விலையாக இருக்கும்; அதாவது தேசத்தில் இருக்கிற கொஞ்ச நஞ்சம் பொருளாதார நீதியும் அழிக்கப்படும்.

3) நல்ல இலாபத்தில் இயங்கிக்கொண்டிருக்கிற நெய்வேலி நிலக்கரி நிறுவனம் போன்ற பொதுத்துறை நிறுவனங்கள் தனியாருக்கு மாற்றப்படும். அதனால் இடஒதுக்கீட்டுக் கொள்கை அங்கே செல்லுபடி ஆகாது. பெரியார் போராடிப் பெற்ற, அண்ணா போராடிக் காத்த – வேலைவாய்ப்பு உரிமை, வி.பி. சிங் அரசு தந்த மண்டல் குழுவினால் கிடைத்த வேலைவாய்ப்பு உரிமை போன்றவை முற்றிலுமாகப் பறிக்கப்படும். ஆகவே இந்தியாவில் சமூகநீதியும் அழிக்கப்படும்.

4) கல்விக்கான மானியங்களை மத்திய மாநில அரசுகள் வெட்டத் தொடங்கிவிட்டன. இணைப்பு என்ற பெயரில் மாநகராட்சிப் பள்ளிகள் சிலவற்றை சென்னையில் மூடத் தொடங்கிவிட்டார்கள். ஐந்தாம் வகுப்புவரை யுள்ள தொடக்கப் பள்ளிகளையே மூடும் அபாய நிலையை நாம் தொட்டுவிட்டோம். தமிழ்நாட்டில் மட்டும் இதுவரை தொடக்கப் பள்ளியில் பத்தாயிரம் ஆசிரியப் பணி இடங்கள் நிரப்பப்படாமல் உள்ளன. ஆட்சியிலிருக்கிற அம்மாவின் அரசாங்கம் பட்ஜெட்டில் இதுபற்றி மூச்சுவிடக்கூட இல்லை.

நம்முடைய தொலைக்காட்சிகளிலும் பத்திரிகை களிலும் பகட்டான விளம்பரங்களும் வக்கிரமான விளம்பரங்களும் பெருகிக்கொண்டு போகின்றன. உள்நாட்டு, வெளிநாட்டுத் தனியார் கம்பெனிகளின் திருவிளையாடல்களில் இதுவும் ஒன்று. ஐம்பது ரூபாய்ப் பொருளுக்கு 80 ரூபாய் விளம்பரம் செய்து 180 ரூபாய்க்கு அதை விற்பது அமெரிக்கக் கலாச்சாரம். பள்ளிக்கூடங் களை மூடிவிட்டுப் பகட்டான விளம்பரங்களுக்கு

வாழ்வு கொடுத்தால் நம்நாட்டுப் பண்பாடும் அழிந்து போகும்.

கடந்த மார்ச் மாதத்தின் கடைசி வாரத்தில் அமெரிக்க நாட்டின் வர்த்தகத்துறை துணைச்செயலர் இராபின் ஃரபேல் இந்தியாவுக்கு வந்துவிட்டுப் போனார். அரசாங்கத்தின் மரபுகளை யெல்லாம் மீறி அவருக்கு வரவேற்பு கொடுத்திருக்கிறார்கள் மக்களை மறந்த காங்கிரசாரும் மைய அரசும்.

மார்ச் 29, 30 தேதிகளில் டங்கல் திட்டம் பற்றிய நாடாளுமன்ற விவாதத்தில் அனைத்துக் கட்சிகளும் ஒன்று திரண்டு இதை எதிர்த்திருக்கின்றன. டெல்லியில் நடந்த ஆர்ப்பாட்டத்தில் ஜனதாதளத் தலைவர் ஜார்ஜ் பெர்னாண்டஸ் எம்.பி. மூவாயிரம் பேருடன் கைது செய்யப்பட்டிருக்கிறார். "ஆயிரம் சமாதானங்கள் கூறினாலும் புதிய காலனி ஆதிக்கம் ஏற்படுவதைத் தடுக்க முடியாது என்று தோன்றுகிறது" என்று *தினமணி* நாளிதழ் (2–4–94) தனது வருத்தத்தை வெளியிட்டது.

'இந்தியாவில் வெளிநாட்டுக் கம்பெனிகள் நிறைய வரப் போகின்றன. மிக உயர்ந்த சம்பளம் கிடைக்கும்' என்று படித்தவர்கள் சிலர் இங்கு மனப்பால் குடித்து வருகின்றனர். அண்மையில் வந்திருக்கின்ற செய்தி அவர்கள் கனவையும் கலைத்துவிட்டது. 'காட்'டுக்கான அமெரிக்க அதிகாரி ஸ்கிமிட் என்பவர் தொழிலாளர்களின் தரம், சம்பளம் ஆகிய விஷயங்களையும் ஒப்பந்தத்தில் சேர்க்க வேண்டுமென்று மிரட்டி வருகிறார். இதற்கு உண்மையான பொருள் என்ன? 'எங்கள் நாட்டில் அதே வேலைக்குரிய சம்பளத்தை உங்கள் நாட்டுத் தொழிலாளர்களுக்குத் தரமாட்டோம். ஏழைநாடு களில் உள்ளது போலக் குறைத்துத்தான் தருவோம்' என்பது தான் அது.

அனுபவம் மிகுந்த பத்திரிகையாளரான குல்தீப் நய்யார் எழுதியுள்ள (2–4–94 தினமணி) செய்திகளோடு இந்தக் கட்டுரையை முடிக்கலாம்.

"முன்பு எப்போதையும் விட இப்போது நெருக்கடி கடுமையாக இருக்கிறது. இந்த விஷயத்தில் உலக வங்கியும் ஐ.எம். எஃப்பும் சேர்ந்துகொண்டுவிட்டன. இவை ஒரு விவகாரத்தில் தலையிட ஆரம்பித்துவிட்டனவென்றால் அவை சுட்டிக்காட்டுகிற இடத்தில் கையெழுத்துப் போடுவது தான் நமது வழக்கமாக இதுவரை இருந்து வந்திருக்கிறது. டங்கல் ஒப்பந்தத்துக்கு எதிராகத் தன்னந்தனியாகத்தான்

போராட வேண்டியிருக்கும். இதனால் நிர்க்கதியான நிலையி லிருக்கிறோம் என்று அரசு கூறுகிறது. ஆனால் இது உண்மை யல்ல. இந்தியாவை விடக் கடுமையாக மலேஷியா தனது எதிர்ப்பைத் தெரிவித்துள்ளது."

சுருக்கமாகச் சொல்வதானால் 'டங்கல்' என்பது ஒரு நயவஞ்சகத் திட்டம்.

இக்கட்டுரை 1994இல் மதுரையிலிருந்து குறுநூலாக வெளியிடப்பட்டது.